எச்சரிக்கை!

இந்த புத்தகத்தை உபதேசத்திற்காக எவ்வகையிலும் பயன்படுத்த கூடாது!

இந்த தமிழ் மொழிபெயர்ப்பின் நோக்கம் உங்களுடைய ஆராய்ச்சிக்காக மட்டுமே!

யோசுவா 10:13, 2 சாமுவேல் 1:18 ஆகிய வசனங்களில் குறிப்பிடப்பட்டுள்ள 'யாசேரின் ஆகமம்' இதுதான் என்று நிரூபிக்க இதுவரையிலும் எந்தவிதமான ஆதாரமும் இல்லை!!

Warning!

This book should never be used for Biblical Teachings or Biblical Doctrines.

This Tamil version is brought to you soley for the purpose of awareness and research only!

To date, there is absolutely no evidence to prove that this is the actual 'Book of Jasher' mentioned in Joshua 10:13 and 2 Samuel 1:18!!

யாசேரின் ஆகமம்

உபதேசத்திற்காக பயன்படுத்தக் கூடாது;
ஆராய்ச்சிக்காக மட்டும்!

ஏசுதாஸ் சாலொமோன்

WOG BOOKS 195

First Edition 2026

ஆசிரியர்:

ஏசுதாஸ் சாலொமோன்

Published By / பதிப்பு:

Bible Minutes, www.WordOfGod.in

Download / பதிவிறக்கம்:

www.WordOfGod.in and www.Archive.org

Contact Us / தொடர்புக்கு:

WhatsApp: +91 7676505599
Email: wordofgod@wordofgod.in

மூல எபிரெயப் பதிப்பு:

தலைப்பு: செஃபர் ஹாயாஷார் (ספר הישר)

மொழி: ரபீனிய/இடைக்கால எபிரெயம் - நவீன எபிரெயப் பதிப்பு (மிட்ராஷிக்)

ஆசிரியர்: ஆசிரியர் யார் என்பது அறியப்படவில்லை.

வெளியிட்டவர்: யோசேப்பு பென் சாமுவேல் (ஜோசப் பென் சாமுவேல்)

வெளியிடப்பட்ட ஆண்டு: 1625

ஆங்கிலம் பதிப்பு:

தலைப்பு: The Book of Jasher

ஆசிரியர்: மோசஸ் சாமுவேல்

வெளியிட்டவர்: M.M. Noah & A.S. Gould

வெளியிடப்பட்ட ஆண்டு: 1840

தமிழ் பதிப்பு:

தலைப்பு: யாசேரின் ஆகமம்

ஆசிரியர்: ஏசுதாஸ் சாலொமோன்

அட்டவணை

தமிழ் ஆசிரியரின் உரை

இயேசு கிறிஸ்துவின் உன்னத நாமத்தில் அன்பின் வாழ்த்துகள்!

இந்தப் புத்தகம் வேதாகமப் போதனைகளுக்காகவோ அல்லது வேதாகம உபதேசமாகவோ பின்பற்றப்படக் கூடாது என்பதை நான் வெளிப்படையாகவும் தாழ்மையாகவும் கூற விரும்புகிறேன். இது விழிப்புணர்வு மற்றும் ஆராய்ச்சி நோக்கத்திற்காக மட்டுமே தமிழில் மொழிபெயர்க்கப்பட்டுள்ளது.

மேலும், யோசுவா 10:13, 2 சாமுவேல் 1:18 ஆகிய வசனங்களில் குறிப்பிடப்பட்டுள்ள 'யாசேரின் ஆகமம்' இதுதான் என்று நிரூபிக்க இதுவரையிலும் எந்தவிதமான ஆதாரமும் இல்லை. இந்தத் தகவல்களை நீங்கள் அறிந்திருப்பது மிகவும் அவசியம்.

ஆரம்பத்தில், இந்தப் புத்தகத்தை எளிய, தற்காலத் தமிழில் மொழிபெயர்த்து முடித்தேன். சிறிது காலம் அதை வேதத்தோடு ஒப்பிட்டு வாசித்துப் பார்த்தபோது, அது எனக்கு ஏற்புடையதாகத் தெரியவில்லை. நான் பயன்படுத்திய இலகுவான வார்த்தைகளும், பெயர்களின் உச்சரிப்புகளும் வேதத்தோடு ஒப்பிட்டு வாசிப்பதற்குச் சிறந்ததாகக் காணப்படவில்லை.

பின்பு, இரண்டாவது முறையாக, இப்போது உங்கள் கைகளில் இருக்கும் இந்த மொழிபெயர்ப்பைச் செய்து முடிக்கத் தேவன் கிருபை பாராட்டினார். இந்த முறை, தமிழ் வேதாகம மொழிபெயர்ப்பின் நடையோடு ஒப்பிட்டு இந்தப் பணியைச் செய்து முடிக்க நினைத்தேன். பவர் மொழிபெயர்ப்பு (Bower) எனப்படும் பழைய திருப்புதல் (O.V), பொது மொழிபெயர்ப்பு (திருவிவிலியம்), மற்றும் இலங்கை மொழிபெயர்ப்பு ஆகியவற்றுள், தமிழ் மக்களிடையே பெருமளவில் பயன்பாட்டில் உள்ள பவர் மொழிபெயர்ப்பின் நடைக்கேற்பவே இதனை அமைத்துள்ளேன்.

இந்தத் தமிழ் மொழிபெயர்ப்பு மோசஸ் சாமுவேலின் (Moses Samuel) ஆங்கிலப் பதிப்பைப் பயன்படுத்திச் செய்யப்பட்டுள்ளது. இந்த ஆங்கில மொழிபெயர்ப்பு தலைசிறந்தது என்று பல எபிரெய மொழி வல்லுநர்கள் குறிப்பிட்டுள்ளார்கள். அவர்களில் சிலர்: ரபி எச். வி. நாதன் (Rabbi H. V. Nathan), பேராசிரியர் சாமுவேல் எச். டர்னர் (Professor Samuel H. Turner), பேராசிரியர் ஜார்ஜ் புஷ் (Professor George Bush), பேராசிரியர் ஐசக் நார்ட்ஹெய்மர் (Professor Isaac Nordheimer).

இதன் மூல உரையானது வேதாகம மரபுத்தொடர்களின் கலவையுடன் *"ரபிமார்களின் எபிரெய" (Rabbinical Hebrew)* மொழியில் எழுதப்பட்டுள்ளது என்று பேராசிரியர் டர்னரும், பேராசிரியர் புஷ்சும் குறிப்பாகச் சுட்டிக்காட்டினர். யோசுவா 10:13, 2 சாமுவேல் 1:18 ஆகிய வசனங்களில் குறிப்பிடப்பட்டுள்ள, உண்மையான காணாமல் போன புத்தகம் இதுவல்ல; மாறாக, இந்தக் கையெழுத்துப்பிரதி ஒரு இடைக்கால யூத மிட்ராஷ் *(Midrash* - செஃபர் ஹயாஷரின் 1625-ஆம் ஆண்டு வெனிஸ் பதிப்பு) என்பதை அவர்கள் அறிந்திருந்தார்கள் என்பதையே இது காட்டுகிறது.

இந்த ஆங்கில மொழிபெயர்ப்பின் தலைப்பு *"The Book of Jasher"* (யாசேரின் புஸ்தகம்).

1625-ஆம் ஆண்டின் வெனிஸ் *(Venice)* எபிரெய பதிப்பின் முதல் ஆங்கில மொழிபெயர்ப்பாக வந்த இது, 1840-இல் மொர்தெகாய் மானுவேல் நோவா *(Mordecai Manuel Noah)* மற்றும் ஏ.எஸ். கோல்ட் *(A. S. Gould)* ஆகியோரால் வெளியிடப்பட்டது. மொழிபெயர்ப்பாளரின் பெயர் குறிப்பிடப்படாவிட்டாலும், முன்னுரையில் கருத்தறிவித்த நான்கு எபிரெய அறிஞர்களில் ஒருவரால் அவர் பாராட்டப்பட்டுள்ளார்.

பின்னர், மொழிபெயர்ப்பாளர் தன்னை லிவர்பூலைச் *(Liverpool)* சேர்ந்த மோசஸ் சாமுவேல் *(Moses Samuel, 1795-1860)* என்று அடையாளம் காட்டினார். அவர் 1625-ஆம் ஆண்டின் எபிரெயப் பதிப்பின் நகலைப் பெற்று, இந்த நூலின் மையப் பகுதி உண்மையில் எபிரெய வேதங்களில் குறிப்பிடப்பட்டுள்ள அதே நேர்மையானவரின் புஸ்தகம்தான் என்று உறுதியாக நம்பினார். அவர் அந்த ஆவணத்தை ஆங்கிலத்தில் மொழிபெயர்த்தார். கல்கத்தாவில் *(Calcutta)* உள்ள ராயல் ஆசியாடிக் சொசைட்டி *(Royal Asiatic Society)* அதை வெளியிட மறுத்த பிறகு, 1839-இல் நியூயார்க் *(New York)* நகர வெளியீட்டாளரான நோவாவிடம் *(M.M. Noah)* அந்த மொழிபெயர்ப்பை £150-க்கு விற்றார்.

மொழிபெயர்ப்பில் தனது பெயர் இல்லாதது குறித்து சாமுவேல் பின்னர் கூறுகையில், "எனது புரவலருக்கும் எனக்கும் இதன் நம்பகத்தன்மை குறித்து கருத்து வேறுபாடு இருந்ததால் நான் அதில் எனது பெயரைப் போடவில்லை" என்றார். சாமுவேலை விட நோவாவுக்கு 1625-ஆம் ஆண்டின் ஆவணத்தின் மீது நம்பிக்கை குறைவாகவே இருந்தது.

இருப்பினும், நோவா தனது விளம்பரப் பொருட்களில், வரலாற்றாசிரியர் ஜோசிபஸ் *(Josephus)* யாசேரின் புஸ்தகத்தைப்

பற்றிக் கூறுவதை மேற்கோள் காட்டி, "எபிரெயர்களிடையே ஆண்டுதோறும் நடந்த நிகழ்வுகளைப் பதிவுசெய்து, பாதுகாப்பான இடத்தில் வைக்கப்பட்டிருந்த சில ஆவணங்களே யாசேரின் புஸ்தகம் எனப் புரிந்துகொள்ளப்பட வேண்டும்; அதன் பதிவுகளின் நம்பகத்தன்மை காரணமாக அது யாசேர் அல்லது நேர்மையானவர் என்று அழைக்கப்படுகிறது" என்று உற்சாகமாகக் கூறினார். ஆனால் ஜோசிபஸின் படைப்புகளில் அத்தகைய அறிக்கை எதுவும் காணப்படவில்லை.

நோவாவின் 1840 முன்னுரையானது அப்போதைய எபிரெய அறிஞர்களின் ஒப்புதல்களைக் கொண்டிருந்தது. அவர்கள் அனைவரும் மொழிபெயர்ப்பின் தரத்தைப் பாராட்டினர்; ஆனால் யோசுவா மற்றும் 2 சாமுவேலில் குறிப்பிடப்பட்டுள்ள படைப்பு இதுதான் என்று அவர்கள் நம்புவதைக் குறிக்கும் வகையில் எதுவும் கூறவில்லை.

1751-ஆம் ஆண்டில் ஜேக்கப் இலிவ் *(Jacob Ilive)* என்பவரால் அச்சிடப்பட்டு, ஆங்கிலேயத் துறவி அல்குயின் *(Alcuin)* என்பவரால் மொழிபெயர்க்கப்பட்டதாகக் கூறப்படும் முற்றிலும் மாறுபட்ட 'யாசேரின் புஸ்தகத்துடன்' (போலி-யாசேர் / *Pseudo-Jasher*) இதைக் குழப்பிக் கொள்ளக் கூடாது. அது வேறு, இது வேறு.

கூடுதலாக, இதே பெயரில் ஒரு நெறிமுறை நூலும் *(Ethical book)* எழுதப்பட்டுள்ளது (அது வேதாகமப் புத்தகம் என்று கூறப்படவில்லை). என்சைக்ளோபீடியா ஜூடாயிகா *(Encyclopaedia Judaica)*, தொகுதி 14, பக்கம் 1099-இன் படி, இந்த நூல் "அநேகமாக 13-ஆம் நூற்றாண்டில் எழுதப்பட்டிருக்கலாம்."

மூல எபிரெயப் பதிப்பு:

மூல எபிரெயப் புத்தகத்தின் பெயர் செஃபர் ஹாயாஷார் *(Sefer haYashar* / ספר הישר*)*. இது "நேர்மையானவரின் புஸ்தகம்" அல்லது "யாசேரின் புஸ்தகம்" என மொழிபெயர்க்கப்படுகிறது.

வேதாகமத்தில் யோசுவா 10:13 மற்றும் 2 சாமுவேல் 1:18 ஆகிய இரண்டு இடங்களில் இந்தப் புத்தகம் குறிப்பிடப்பட்டுள்ளதாகச் சொல்லப்படுகிறது, ஆனால் அதற்கான ஆதாரம் இதுவரை கிடைக்கவில்லை என்பது குறிப்பிடத்தக்கது.

யோசுவா 10:13 (யாசேரின் ஆகமம் 88:63-64): அப்பொழுது ஜனங்கள் தங்கள் சத்துருக்களுக்கு நீதியைச் சரிக்கட்டும்மட்டும் சூரியன் தரித்தது, சந்திரனும் நின்றது; இது யாசேரின் புஸ்தகத்தில் எழுதியிருக்கவில்லையா; அப்படியே சூரியன் அஸ்தமிக்கத் தீவிரிக்காமல், ஏறக்குறைய ஒருபகல் முழுதும் நடுவானத்தில் நின்றது.

2 சாமுவேல் 1:18 (யாசேரின் ஆகமம் 56:9): வில்வித்தையை யூதா புத்திரருக்குக் கற்றுக்கொடுக்கும்படி கட்டளையிட்டான்; அது யாசேரின் புஸ்தகத்தில் எழுதியிருக்கிறது.

2 சாமுவேல் 1:18-ஆம் வசனத்தைக் கவனிப்பீர்களானால், புதிய தமிழ் பரிசுத்த வேதாகம மொழிபெயர்ப்புகளில் "வில்லுப்பாட்டு", "புலம்பல் பாட்டு", "துயர பாட்டு", "வில் என்னும் புலம்பல் பாட்டு" என்று மொழிபெயர்க்கப்பட்டு வந்தாலும், நாம் அதிகமாகப் பயன்படுத்தும் பவர் (Bower) மொழிபெயர்ப்பிலும், யாசேரின் ஆகமத்திலும் "வில்வித்தை" என்றே எழுதப்பட்டுள்ளது.

கூடுதலாக, தர்கும் (Targum - ஆரம்பகால யூத சமூகங்களால் பயன்படுத்தப்பட்ட எபிரெய வேதாகமத்தின் பழமையான அராமிய மொழிபெயர்ப்பு மற்றும் விளக்கவுரை) பதிவுகளின்படி பார்க்கும்போது, யோசுவா மற்றும் 2 சாமுவேலில் குறிப்பிடப்பட்டுள்ள 'யாசேரின் ஆகமம்' என்பது காணாமல் போன ஒரு தனிப் புத்தகம் அல்ல. மாறாக, பழமையான அராமிய தர்கும்கள் 'யாசேரின் ஆகமம்' என்பதை 'நியாயப்பிரமாணப் புஸ்தகம்' (தோரா / பஞ்சாகமம்) என்றே குறிப்பிடுகின்றன; குறிப்பாக, ஆதியாகமம் மற்றும் உபாகமம் ஆகிய புத்தகங்களையே அவை சுட்டிக்காட்டுகின்றன.

இந்தப் புத்தகம் ரபிமார்களின் / இடைக்கால எபிரெய மொழியில் (Rabbinical/Medieval Hebrew - Midrashic) எழுதப்பட்டுள்ளது. மூல எபிரெயப் புத்தகத்தின் ஆசிரியர் இன்னும் அடையாளம் தெரியாத நபராகவே உள்ளார். உண்மையான ஆசிரியர் அல்லது தொகுப்பாளர் யார் என்பது அறியப்படவில்லை. 11 முதல் 13-ஆம் நூற்றாண்டுகளுக்கு இடைப்பட்ட காலத்தில் ஸ்பெயின் அல்லது தெற்கு இத்தாலியில் வாழ்ந்த ஒரு யூத அறிஞரால் எழுதப்பட்ட எபிரெய மிட்ராஷ் (வேதாகமத்தின் மீதான ஒரு யூத விளக்கவுரை/விரிவாக்கம்) என்று அறிஞர்கள் பொதுவாக இந்த உரையை வகைப்படுத்துகின்றனர். இது 1625-ஆம் ஆண்டில் யோசேப்பு பென் சாமுவேலால் (Joseph ben Samuel) வெளியிடப்பட்டது.

இது மோசஸ் சாமுவேலின் (1840) மொழிபெயர்ப்புகளைப் போல அசல் "யாசேரின் புஸ்தகமாக" வழங்கப்பட்டாலும், ரபீனிய யூத மதத்தில் அது அவ்வாறு ஏற்றுக்கொள்ளப்படவில்லை. இந்தப் புத்தகம் மிகவும் பிற்பட்ட காலத்திலேயே எழுதப்பட்டது என்பதை இதன் 10-ஆம் அதிகாரத்தின் மூலம் அறியலாம். இது நோவாவின் சந்ததியினரை உள்ளடக்கியிருந்தாலும், பிரதேசங்கள் மற்றும் நாடுகளுக்கு இடைக்காலப் பெயர்களைப் பயன்படுத்துகிறது; மிக வெளிப்படையாக பிரான்சுக்கு பிரான்சா (Franza) என்றும்,

லோம்பார்டிக்கு இத்தாலியாவில் உள்ள லும்பார்டி (*Lumbardi in Italia*) என்றும் குறிப்பிடுகிறது. இந்த அதிகாரத்தின் உரை, கி.பி. 950-ஆம் ஆண்டில் ஐரோப்பாவில் வாழ்ந்த பல்வேறு மக்களைப் பட்டியலிடும் பத்தாம் நூற்றாண்டு ரபீனிய உரையான ஜோசிப்போனின் (*Josippon*) தொடக்கத்தை நெருக்கமாகப் பின்பற்றுகிறது.

இதன் வேதாகமத்திற்கு அப்பாற்பட்ட பெரும்பாலான பதிவுகள், பிற இடைக்காலத் தொகுப்புகள் அல்லது தல்முத் (*Talmud*), பிற மிட்ராஷ் (*Midrash*) அல்லது அரபு மூலங்களில் கிட்டத்தட்ட அதே வடிவத்தில் காணப்படுகின்றன. எடுத்துக்காட்டாக, லாமேக்கும் அவனுடைய மகனும் தவறுதலாகக் காயீனைக் கொன்றார்கள் என்ற பொதுவான கதையை இது உள்ளடக்கியுள்ளது, இதனால் ஆபேலைக் கொன்றதற்காகக் காயீனின் தீமைக்குப் பழிவாங்கியதாகக் கூறுகிறது.

வேதாகமத்துடன் ஒப்பிடும்போது காணப்படும் சில முரண்பாடுகள்:

சேத்தின் மகன் ஒருவன் "நோவாவின் வாழ்க்கையின் எண்பத்து நான்காவது ஆண்டில்" இறந்தான் என்று புத்தகம் கூறும்போது, அது அந்த மகனை ஏனோஸ் என்பதற்குப் பதிலாக ஏனோக்கு என்று அழைக்கிறது. ஏனோக்கு உண்மையில் ஏரேதின் மகன். பெயர்களின் குழப்பத்தைத் தவிர, தேதி ஆதியாகமத்துடன் ஒத்துப்போகிறது.

ஏரேது "நோவாவின் வாழ்க்கையின் 336-வது ஆண்டில்" (ஆதியாகமத்தில் உள்ளது போல் 366-வது ஆண்டிற்கு பதிலாக) இறந்தார் என்றும் புத்தகம் கூறுகிறது.

லாமேக்கு "நோவாவின் வாழ்க்கையின் 195-வது ஆண்டில்" (595-வது ஆண்டிற்கு பதிலாக) இறந்தார் என்றும் கூறுகிறது. இது லாமேக்கின் ஆயுட்காலத்தையும் வித்தியாசமாகக் கொடுக்கிறது (777-க்கு பதிலாக 770).

மெத்தூசலாவின் ஆயுட்காலத்தையும் (969-க்கு பதிலாக 960) வித்தியாசமாகக் கொடுக்கிறது.

ஆபிராமின் வம்சாவளியில் (7:19), அர்ப்பக்சாத்துக்கும் சாலாவுக்கும் இடையில் உள்ள கேனானைப் பற்றி அது எந்தக் குறிப்பும் செய்யவில்லை; இது மசோரெட்டிக் உரை மற்றும் சமாரியன் பஞ்சாகமம் ஆகியவற்றுடன் ஒத்துப்போகிறது, ஆனால் செப்டுவஜின்ட் (எழுபதின்மர் மொழிபெயர்ப்பு) மற்றும் லூக்கா 3-இல் உள்ள இயேசுவின் வம்சாவளியுடன் முரண்படுகிறது.

ஈசாக்கைக் குறித்து தேவன் ஆபிரகாமைச் சோதித்ததைப் பற்றிய அதன் பெருமளவு இடைச்செருகல் செய்யப்பட்ட பதிவில், 23:50-51-இல் இவ்வாறு கூறுகிறது: "அவர்கள் போய்க்கொண்டிருந்தபோது ஈசாக்கு தன் தகப்பனை நோக்கி: இதோ, நெருப்பும் விறகும் இங்கே இருக்கிறதே, ஆனால் கர்த்தருக்கு முன்பாக தகனபலியாக செலுத்தப்பட வேண்டிய ஆட்டுக்குட்டி எங்கே? என்று கேட்டான். அதற்கு ஆபிரகாம் தன் மகன் ஈசாக்குக்கு பதிலளித்து: என் மகனே, ஆட்டுக்குட்டிக்கு பதிலாக உன்னை ஒரு பரிபூரண தகனபலியாக கர்த்தர் தெரிந்துகொண்டார் என்றார்." இது வேதாகமப் பதிவுடன் முரண்படுகிறது, அதில் ஆபிரகாமின் பதில்: "என் மகனே, தேவன் தமக்குத் தகனபலியாக ஒரு ஆட்டுக்குட்டியைப் பார்த்துக் கொள்வார்" என்று மட்டுமே இருந்தது.

மோசேயின் தவறான வரலாறு: ஷெமோத் (யாத்திராகமம்) பகுதியிலிருந்து நிகழ்வுகளை விவரிக்கும் போது, இந்தப் புத்தகம் மோசேயைப் பற்றிய சுவாரஸ்யமான செய்திகளைக் கொண்டுள்ளது. மோசே எகிப்தியனைக் கொன்ற பிறகு பார்வோனிடமிருந்து தப்பியோடியபோது, பதினெட்டு வயதில் கூஷ் தேசத்திற்குத் தப்பிச் சென்றார் என்றும், அங்கு அவர் இருபத்தேழு வயதில் கூஷின் ராஜாவாக்கப்பட்டார் என்றும், அறுபத்தேழு வயதில் பதவியிறக்கப்படுவதற்கு முன்பு அங்கு நாற்பது ஆண்டுகள் ஆட்சி செய்தார் என்றும் கூறப்படுகிறது. ஜோசிபஸின் 'ஆண்டிக்விட்டிஸ்' (Antiquities 2.10.1-2) நூலிலும் குறிப்பிடப்பட்டுள்ள இந்தக் கதையின்படி, கிளர்ச்சி செய்த நகரங்களில் ஒன்றைக் (அதன் உரிமையாளர் பிலேயாம் என்னும் சூனியக்காரன்) கைப்பற்றுவதில் அந்த நாட்டின் பழங்குடி மக்களுக்கு மோசே உதவினார், அந்த நகரம் ஒன்பது ஆண்டுகளாக முற்றுகையிடப்பட்டிருந்தது. எதிரிகளின் நாட்டில் விஷப்பாம்புகள் பெருக்கெடுத்துக் காணப்பட்டபோது, முற்றுகையிடப்பட்ட நகரத்தை நோக்கி முன்னேறி, விரியன் பாம்புகளால் எந்தத் தீங்கும் அனுபவிக்காமல் அதை எப்படிக் கைப்பற்றுவது என்று மோசே ஒரு தந்திரத்தைக் கையாண்டார் என்பதை இந்தக் கதை விவரிக்கிறது. பாம்புகளை உணவாகக் கொள்ளும் பறவைகளைக் கூண்டுகளில் அடைத்துத் தங்களுடன் கொண்டு வந்து, பசியுள்ள அந்தப் பறவைகளை எதிரிகளின் பிரதேசத்தில் விடுவிப்பதன் மூலம் மோசே இந்தத் தந்திரத்தை வகுத்தார். இந்த ஆலோசனையின் பேரில், அவர்களால் நகரத்தைக் கைப்பற்ற முடிந்தது; அவர்கள் மோசேயைத் தங்கள் ராஜாவாக்கினர், மேலும் இறந்த ராஜாவின் மனைவியான அதோனியா (கிகானோஸின் விதவை) என்பவரை அவருக்குத் திருமணம் செய்து வைத்தனர்.

மூல எபிரெயப் புத்தகத்தின் வரலாறு:

இதன் காலகட்டமாக 9 முதல் 16-ஆம் நூற்றாண்டு வரையிலான பல்வேறு தேதிகளை அறிஞர்கள் முன்மொழிகின்றனர். இந்த எபிரெய மிட்ராஷின் முந்தைய கிடைக்கப்பெற்ற பதிப்பு 1625-இல் வெனிஸில் *(Venice)* அச்சிடப்பட்டது. அதன் முன்னுரையில் 1552-ஆம் ஆண்டின் முந்தைய நேபிள்ஸ் *(Naples)* பதிப்பைப் பற்றிக் குறிப்பிடுகிறது, ஆனால் அதற்கான எந்தச் சுவடும் அல்லது வேறு குறிப்புகளும் காணப்படவில்லை. அச்சிட்டவர் யோசேப்பு பென் சாமுவேல் *(Yosef ben Samuel)*, எழுத்துக்களைக் கண்டுபிடிக்கவே முடியாத அளவுக்குக் கடினமாக இருந்த ஒரு பழங்கால கையெழுத்துப் பிரதியிலிருந்து அதியா *(Atyah)* என்பவரின் மகனான யாக்கோபு *(Jacob)* என்ற வேதபாரகனால் இந்தப் படைப்பு நகலெடுக்கப்பட்டது என்று கூறினார்.

1625-ஆம் ஆண்டின் வெனிஸ் உரை, கபாலா *(Kabbalah)* மற்றும் ஜோஹார் *(Zohar)* ஆகியவற்றைப் போல இதுவும் ஒரு மோசடி என்று லியோன் மொடேனா *(Leon Modena)* என்பவரால் கடுமையாக விமர்சிக்கப்பட்டது. வெனிஸில் உள்ள எபிரெய அச்சுக் கூடத்தை மேற்பார்வையிட்ட வெனிஸ் ரபீனியக் குழுவில் மொடேனா உறுப்பினராக இருந்தார். மேலும் இந்தப் புத்தகத்தை வேதாகமத்தின் தொலைந்து போன புத்தகமாக அடையாளப்படுத்துவதிலிருந்து அச்சிடுபவர்களை மொடேனா தடுத்தார்.

மொடேனாவின் தலையீடு இருந்தபோதிலும், 1625-ஆம் ஆண்டு பதிப்பின் முன்னுரையில், அதன் அசல் மூலப் புத்தகம் கி.பி 70-இல் எருசலேமின் இடிபாடுகளிலிருந்து வந்ததாகக் கூறுகிறது. அங்கு சிட்ரஸ் *(Sidrus)* என்ற ரோமானிய அதிகாரி, மறைக்கப்பட்ட ஒரு நூலகத்தில் ஒளிந்திருந்த ஒரு எபிரெய அறிஞரைக் கண்டுபிடித்ததாகக் கூறப்படுகிறது. அந்த சிட்ரஸ் என்ற அதிகாரி அந்த அறிஞரையும் அனைத்துப் புத்தகங்களையும் பாதுகாப்பாக ஸ்பெயினின் செவில்லியில் *(Seville, Spain)* உள்ள தனது தோட்டங்களுக்கு (ரோமானிய மொழியில் ஹிஸ்பாலிஸ் / *Hispalis* என்று அழைக்கப்படுகிறது, ஹிஸ்பானியா பேடிகாவின் / *Hispania Baetica* மாகாண தலைநகரம்) கொண்டு சென்றதாகக் கூறப்படுகிறது.

பின்னர் 1625-ஆம் ஆண்டின் பதிப்பு, இஸ்லாமிய ஸ்பெயினின் வரலாற்றில் ஒரு நிச்சயமற்ற கட்டத்தில், இந்தக் கையெழுத்துப் பிரதி கோர்டோவாவில் *(Cordova)* உள்ள யூதக் கல்லூரிக்கு *(Jewish college)* மாற்றப்பட்டது அல்லது விற்கப்பட்டது என்று கூறுகிறது. 1552-இல் நேபிள்ஸிலும் *(Naples)*, 1625-இல் வெனிஸிலும் *(Venice)* அச்சிடப்படும் வரை அறிஞர்கள் இந்தப் புத்தகத்தைப் பாதுகாத்ததாக 1625-ஆம் ஆண்டின் பதிப்பு மேலும் கூறுகிறது. 1625-ஆம் ஆண்டு படைப்பின் முன்னுரையைத் தவிர, இந்தக் கதையை ஆதரிக்க எந்த ஆதாரமும்

இல்லை. லூயிஸ் கின்ஸ்பெர்க்கின் *(Louis Ginzberg)* 'லெஜெண்ட்ஸ் ஆஃப் தி ஜூஸ்' *(Legends of the Jews)* என்பதில் இந்தப் படைப்பு பரவலாகப் பயன்படுத்தப்பட்டது, ஆனால் மற்ற பல ஆதாரங்களை விட இது விசேஷமாகப் பயன்படுத்தப்படவில்லை.

1552 "பதிப்பு" நேபிள்ஸில் எப்போதாவது உண்மையிலேயே அச்சிடப்பட்டதா என்பதில் சந்தேகம் இருந்தாலும், எருசலேமின் எபிரெயப் பல்கலைக்கழகத்தின் கபாலா பேராசிரியரான ஜோசப் டானின் *(Joseph Dan)* ஆய்வு, 1625-ஆம் ஆண்டின் உரையின் 1986-ஆம் ஆண்டு விமர்சனப் பதிப்பிற்கான தனது முன்னுரையில், பயன்படுத்தப்பட்ட எபிரெயம் மற்றும் பிற குறிகாட்டிகளிலிருந்து *(indicators)*, இந்தப் படைப்பு உண்மையில் 16-ஆம் நூற்றாண்டின் தொடக்கத்தில் நேபிள்ஸில் எழுதப்பட்டது என்று முடிவு செய்கிறது. 1625-ஆம் ஆண்டின் பதிப்பின் முன்னுரை ஒரு "மிகைப்படுத்தல்" என்றால், அது ஸ்பெயின் அல்லது தெற்கு இத்தாலியில் வாழ்ந்த ஒரு யூதனால் எழுதப்பட்டிருக்கலாம் என்று அரபு இணைப்புகள் கூறுகின்றன.

பிற மொழிபெயர்ப்புகள்:

1. ஜோஹான் அபிச்டின் *(Johann Abicht)* லத்தீன் மொழிபெயர்ப்பு:

ஹாலே-விட்டன்பெர்க் *(Halle-Wittenberg)* பல்கலைக்கழகத்தின் இறையியல் பேராசிரியரான ஜோஹான் ஜார்ஜ் அபிச்ட் *(Johann Georg Abicht)*, 1625 புத்தகத்தை 'டிஸ்சர்டாஷியோ டி லிப்ரோ ரெக்டி' *(Dissertatio de Libro recti)* என லத்தீன் மொழியில் மொழிபெயர்த்தார் (லீப்சிக், 1732).

2. எட்வர்ட் பி.எம். பிரவுன் *(Edward B.M. Browne)* ஆங்கில மொழிபெயர்ப்பு:

சீர்திருத்த ரபீயும் *(Reform rabbi)* ஆசிரியருமான, "ஆல்பாபெட்" பிரவுன் *("Alphabet" Browne)* என்று அழைக்கப்படும் டாக்டர் எட்வர்ட் பி.எம். பிரவுன் *(Dr. Edward B.M. Browne)* என்பவரால் உருவாக்கப்பட்ட இந்தப் புத்தகத்தின் மற்றொரு மொழிபெயர்ப்பும் உள்ளது, இது 1876-இல் நியூயார்க்கில் வெளியிடப்பட்டது.

இயேசுவின் அடிமை,
ஏசுதாஸ் சாலொமோன்
13 ஏப்ரல் 2026

அத்தியாயம் 1

1. பின்பு தேவன்: நமது சாயலாகவும் நமது ரூபத்தின்படியேயும் மனுஷனை உண்டாக்குவோமாக என்றார்; தேவன் தம்முடைய சாயலாகவே மனுஷனைச் சிருஷ்டித்தார். 2. தேவன் பூமியின் மண்ணினாலே மனுஷனை உருவாக்கி, ஜீவசுவாசத்தை அவன் நாசியிலே ஊதினார், மனுஷன் பேசும் திறன் பெற்ற ஜீவாத்துமாவானான். 3. பின்பு கர்த்தர்: மனுஷன் தனிமையாயிருப்பது நல்லதல்ல, அவனுக்கு ஏற்ற துணையை உண்டாக்குவேன் என்றார். 4. ஆகையால் கர்த்தர் ஆதாமுக்கு அயர்ந்த நித்திரையை வரப்பண்ணினார், அவன் நித்திரையடைந்தான்; அவர் அவன் விலாவெலும்புகளில் ஒன்றை எடுத்து, அதின் இடத்தைச் சதையினால் அடைத்து, அதை உருவாக்கி ஆதாமிடம் கொண்டுவந்தார்; ஆதாம் தன் நித்திரையிலிருந்து விழித்தெழுந்தான், இதோ ஒரு ஸ்திரீ அவனுக்கு முன்பாக நின்று கொண்டிருந்தாள். 5. அப்பொழுது அவன்: இவள் என் எலும்புகளில் எலும்பாய் இருக்கிறாள், இவள் மனுஷனிலிருந்து எடுக்கப்பட்டபடியினால் மனுஷி என்னப்படுவாள் என்றான்; ஜீவனுள்ளோருக்கெல்லாம் தாயானபடியால், ஆதாம் அவளுக்கு ஏவாள் என்று பேரிட்டான். 6. தேவன் அவர்களை ஆசீர்வதித்து, அவர்களைச் சிருஷ்டித்த நாளிலே அவர்களுக்கு ஆதாம் மற்றும் ஏவாள் என்று பேரிட்டார்; கர்த்தராகிய தேவன்: நீங்கள் பலுகிப் பெருகி, பூமியை நிரப்புங்கள் என்றார். 7. கர்த்தராகிய தேவன் ஆதாமுக்கும் அவன் மனைவிக்கும் ஏதேன் தோட்டத்தைப் பண்படுத்தவும் காக்கவும் அவர்களை அதிலே வைத்து; அவர்களை நோக்கி: நீ தோட்டத்திலுள்ள சகல விருட்சத்தின் கனியையும் புசிக்கவே புசிக்கலாம், ஆனாலும் நன்மை தீமை அறியத்தக்க விருட்சத்தின் கனியைப் புசிக்கவேண்டாம்; அதை நீ புசிக்கும் நாளில் சாகவே சாவாய் என்று கட்டளையிட்டார். 8. தேவன் அவர்களை ஆசீர்வதித்துக் கட்டளையிட்ட பின்பு, அவர்களை விட்டுப் போனார்; கர்த்தர் தங்களுக்கு இட்ட கட்டளையின்படியே ஆதாமும் அவன் மனைவியும் தோட்டத்தில் வசித்தார்கள். 9. தேவன் பூமியில் அவர்களுடன் சிருஷ்டித்திருந்த சர்ப்பமானது, தேவன் அவர்களுக்கு இட்ட கட்டளையை மீறும்படி அவர்களைத் தூண்டுவதற்காக அவர்களிடம் வந்தது. 10. சர்ப்பம் ஸ்திரீயை அறிவுத் தரும் விருட்சத்திலிருந்து புசிக்கச் சம்மதிக்கப்பண்ணி வஞ்சித்தது; ஸ்திரீ சர்ப்பத்தின் சத்தத்திற்குச் செவிகொடுத்து, தேவனுடைய வார்த்தையை மீறி, நன்மை தீமை அறியத்தக்க விருட்சத்திலிருந்து எடுத்துப் புசித்தாள்; அதிலிருந்து எடுத்துத் தன் புருஷனுக்கும் கொடுத்தாள், அவனும் புசித்தான். 11. ஆதாமும் அவன் மனைவியும் தேவன் தங்களுக்கு இட்ட கட்டளையை மீறினார்கள்; தேவன் அதை அறிந்தார், அவர்கள் மேல் அவருடைய

கோபம் மூண்டது, அவர் அவர்களைச் சபித்தார். 12. அவர்கள்
எடுக்கப்பட்ட பூமியைப் பண்படுத்தும்படி, கர்த்தராகிய தேவன் அந்த
நாளிலே அவர்களை ஏதேன் தோட்டத்திலிருந்து துரத்திவிட்டார்;
அவர்கள் புறப்பட்டுச் சென்று ஏதேன் தோட்டத்திற்குக் கிழக்கே
வசித்தார்கள். ஆதாம் தன் மனைவியாகிய ஏவாளை அறிந்தான், அவள்
இரண்டு குமாரர்களையும் மூன்று குமாரத்திகளையும் பெற்றாள். 13.
அவள் மூத்தவனுக்கு காயீன் என்று பேரிட்டு: கர்த்தரால் ஒரு
மனுஷனைப் பெற்றேன் என்றாள். மற்றவனுக்கு ஆபேல் என்று
பேரிட்டாள்; ஏனெனில் அவள்: மாயையாக நாங்கள் பூமியில்
வந்தோம், மாயையாகவே அதிலிருந்து எடுத்துக்கொள்ளப்படுவோம்
என்றாள். 14. அந்தப் பிள்ளைகள் பெரியவர்களானார்கள்;
அவர்களுடைய தகப்பன் தேசத்தில் அவர்களுக்கு ஒரு சுதந்தரத்தைக்
கொடுத்தான்; காயீன் நிலத்தைப் பயிரிடுகிறவனானான், ஆபேல்
ஆடுகளை மேய்க்கிறவனானான். 15. சில வருஷங்கள் சென்றபின்பு,
அவர்கள் கர்த்தருக்கு ஒரு காணிக்கையைக் கொண்டுவந்தார்கள்;
காயீன் நிலத்தின் கனிகளைக் கொண்டுவந்தான், ஆபேல் தன்
மந்தையின் தலையீற்றுகளிலும் அவைகளின் கொழுப்பிலும்
சிலவற்றைக் கொண்டுவந்தான்; தேவன் ஆபேலையும் அவன்
காணிக்கையையும் அங்கீகரித்து நோக்கினார், கர்த்தரிடத்திலிருந்து
வானத்திலிருந்து அக்கினி இறங்கி அதைப் பட்சித்தது. 16. கர்த்தர்
காயீனையும் அவன் காணிக்கையையும் அங்கீகரித்து நோக்கவில்லை;
ஏனெனில் அவன் நிலத்தின் தரம் குறைந்த கனியைக் கர்த்தருக்கு
முன்பாகக் கொண்டுவந்திருந்தான். இதினிமித்தம் காயீன் தன்
சகோதரனான ஆபேலின் மேல் பொறாமைகொண்டு, அவனைக்
கொல்வதற்கு ஒரு காரணத்தைத் தேடினான். 17. சிறிது காலத்திற்குப்
பின்பு, காயீனும் அவன் சகோதரனான ஆபேலும் ஒருநாள் தங்கள்
வேலையைச் செய்வதற்காக வயல்வெளிக்குச் சென்றார்கள்; அவர்கள்
இருவரும் வயல்வெளியில் இருந்தனர், காயீன் தன் நிலத்தை உழுது
பயிரிட்டுக்கொண்டிருந்தான், ஆபேல் தன் மந்தையை
மேய்த்துக்கொண்டிருந்தான்; காயீன் உழுதிருந்த நிலத்தின் பகுதி
வழியாக மந்தை கடந்து சென்றது, இதினிமித்தம் காயீனுக்கு மிகவும்
கோபம் மூண்டது. 18. காயீன் கோபத்துடன் தன் சகோதரனான
ஆபேலை அணுகி அவனை நோக்கி: எனக்கும் உனக்கும் என்ன
இருக்கிறது? நீ குடியிருக்க வந்து, உன் மந்தையை என் நிலத்தில்
மேய்க்கக் கொண்டுவருகிறாயே? என்றான். 19. ஆபேல் தன்
சகோதரன் காயீனுக்குப் பிரதியுத்தரமாக: எனக்கும் உனக்கும் என்ன
இருக்கிறது? நீ என் மந்தையின் மாம்சத்தைப் புசித்து, அவைகளின்
மயிரால் உன்னை உடுத்திக்கொள்கிறாயே? என்றான். 20. ஆகையால்
இப்போது, நீ உடுத்திக்கொண்டிருக்கிற என் ஆடுகளின் மயிரைக்
கழற்றிவிட்டு, நீ புசித்த அவைகளின் பலனுக்கும் மாம்சத்திற்கும்
எனக்கு ஈடு செய்; நீ இதைச் செய்து முடித்த பின்பு, நீ

சொன்னபடியே நான் உன் நிலத்தை விட்டுப் போவேன் என்றான்.
21. காயீன் தன் சகோதரனான ஆபேலை நோக்கி: நிச்சயமாக நான்
இன்று உன்னைக் கொன்றுபோட்டால், உன் இரத்தத்தின் பழியை
என்னிடத்தில் கேட்பவர் யார்? என்றான். 22. ஆபேல் காயீனுக்குப்
பிரதியுத்தரமாக: பூமியில் நம்மை உண்டாக்கின தேவன் நிச்சயமாக
என் வழக்கை விசாரித்துப் பழிவாங்குவார்; நீ என்னைக்
கொன்றுபோட்டால், அவர் உன் கையிலிருந்து என் இரத்தத்தின்
பழியைக் கேட்பார்; கர்த்தரே நியாயாதிபதியும் மத்தியஸ்தருமாய்
இருக்கிறார், மனுஷனுக்கு அவனுடைய தீமைக்குத் தக்கதாகவும்,
துன்மார்க்கனுக்கு அவன் பூமியில் செய்யும் துன்மார்க்கத்திற்குத்
தக்கதாகவும் பலனளிக்கிறவர் அவரே என்றான். 23. இப்பொழுதும், நீ
என்னை இங்கே கொன்றுபோட்டால், தேவன் உன் அந்தரங்க
நோக்கங்களை நிச்சயமாக அறிவார்; நீ இன்று எனக்குச் செய்வதாக
அறிவித்த தீமைக்காக உன்னை நியாயம் தீர்ப்பார் என்றான். 24. தன்
சகோதரனான ஆபேல் சொன்ன வார்த்தைகளைக் காயீன்
கேட்டபோது, இதோ, இந்தக் காரியத்தை அறிவித்ததற்காகக்
காயீனுக்குத் தன் சகோதரன் ஆபேலின் மேல் கோபம் மூண்டது. 25.
காயீன் தீவிரமாய் எழுந்திருந்து, தன் உழவு ஆயுதத்தின் இரும்புப்
பகுதியை எடுத்து, அதைக் கொண்டு திடீரென்று தன் சகோதரனை
அடித்துக் கொன்றான்; காயீன் தன் சகோதரனான ஆபேலின்
இரத்தத்தைப் பூமியில் சிந்தினான், ஆபேலின் இரத்தம் மந்தைக்கு
முன்பாகப் பூமியில் வழிந்தோடியது. 26. இதன் பின்பு, காயீன் தன்
சகோதரனைக் கொன்றதற்காக மனந்திரும்பி, மிகவும் துக்கப்பட்டு,
அவனுக்காக அழுதான்; அது அவனுக்கு மிகுந்த வேதனையை
அளித்தது. 27. காயீன் எழுந்திருந்து, வயல்வெளியில் ஒரு குழியைத்
தோண்டி, அதிலே தன் சகோதரனின் உடலை வைத்து, அதன்மேல்
மண்ணைப் போட்டான். 28. காயீன் தன் சகோதரனுக்குச் செய்ததைக்
கர்த்தர் அறிந்தார்; கர்த்தர் காயீனுக்குத் தரிசனமாகி: உன்னுடனிருந்த
உன் சகோதரனான ஆபேல் எங்கே? என்று அவனைக் கேட்டார். 29.
காயீன் பாசாங்கு செய்து: எனக்குத் தெரியாது, என் சகோதரனுக்கு
நான் காவலாளியோ? என்றான். கர்த்தர் அவனை நோக்கி: நீ என்ன
செய்தாய்? நீ அவனைக் கொன்ற பூமியிலிருந்து உன்
சகோதரனுடைய இரத்தத்தின் சத்தம் என்னை நோக்கிக் கூப்பிடுகிறது
என்றார். 30. நீ உன் சகோதரனைக் கொன்றுபோட்டு எனக்கு
முன்பாகப் பாசாங்கு செய்தாய்; நான் உன்னைப் பார்க்கவில்லை
என்றும், உன் செயல்களையெல்லாம் அறியவில்லை என்றும் உன்
இருதயத்தில் எண்ணிக்கொண்டாய். 31. ஆனால் நீ இந்தக்
காரியத்தைச் செய்து, உன் சகோதரன் உன்னிடத்தில் நியாயமாகப்
பேசினதினிமித்தம் வீணாக அவனைக் கொன்றுபோட்டாய்;
ஆகையால் இப்போது, உன் கையிலிருந்து உன் சகோதரனின்
இரத்தத்தைப் பெற்றுக்கொள்வதற்கும், நீ அவனைப்

*புதைத்ததற்குமாகத் தன் வாயைத் திறந்த பூமியைவிட நீ
சபிக்கப்பட்டிருப்பாய். 32. நீ அதைப் பயிரிடும்போது, அது
முற்காலத்திலிருந்ததைப் போல இனி உனக்குத் தன் பலனைத் தராது;
பூமி முட்களையும் குறுக்கான செடிகளையும் முளைப்பிக்கும்; நீ உன்
மரண நாள் வரைக்கும் பூமியில் நிலையற்று அலைந்து திரிகிறவனாய்
இருப்பாய் என்றார். 33. அக்காலத்தில் காயீன், தான் இருந்த இடத்தை
விட்டு கர்த்தருடைய சந்நிதியிலிருந்து புறப்பட்டு, அவனும்
அவனுக்குரிய யாவரும் ஏதேனுக்குக் கிழக்கான தேசத்தில் நிலையற்று
அலைந்து திரிந்தார்கள். 34. அந்நாட்களில் காயீன் தன் மனைவியை
அறிந்தான்; அவள் கர்ப்பவதியாகி ஒரு குமாரனைப் பெற்றாள்;
அக்காலத்தில் கர்த்தர் அவனுக்குப் பூமியில் இளைப்பாறுதலையும்
அமைதியையும் கொடுக்கத் தொடங்கினார் என்று சொல்லி அவனுக்கு
ஏனோக்கு என்று பேரிட்டான். 35. அக்காலத்தில் காயீன் ஒரு
நகரத்தைக் கட்டவும் தொடங்கினான்; அவன் அந்த நகரத்தைக் கட்டி,
தன் குமாரனுடைய பெயரின்படியே அந்த நகரத்திற்கு ஏனோக்கு
என்று பேரிட்டான்; ஏனெனில் அந்நாட்களில் கர்த்தர் அவனுக்குப்
பூமியின்மேல் இளைப்பாறுதலைக் கொடுத்திருந்தார், அவன்
ஆதியிலிருந்ததைப் போல நிலையற்று அலைந்து திரியவில்லை. 36.
ஏனோக்குக்கு ஈராத் பிறந்தான்; ஈராத் மெகுயவேலைப் பெற்றான்,
மெகுயவேல் மெத்துசவேலைப் பெற்றான்.*

அத்தியாயம் 2

*1. ஆதாம் பூமியின்மேல் நூற்று முப்பது வருஷம்
உயிரோடிருந்தபோது, அவன் மறுபடியும் தன் மனைவியாகிய
ஏவாளை அறிந்தான்; அவள் கர்ப்பவதியாகி அவனுடைய சாயலாகவும்
அவனுடைய ரூபத்தின்படியேயும் ஒரு குமாரனைப் பெற்று, அவனுக்குச்
சேத் என்று பேரிட்டு: காயீன் கொன்றுபோட்ட ஆபேலுக்குப்
பதிலாகத் தேவன் எனக்கு வேறொரு சந்ததியை ஏற்படுத்தினார்
என்றாள். 2. சேத் நூற்று ஐந்து வருஷம் உயிரோடிருந்தபோது, ஒரு
குமாரனைப் பெற்றான்; சேத் தன் குமாரனுக்கு ஏனோஸ் என்று
பேரிட்டான், ஏனெனில் அக்காலத்தில் மனுஷகுமாரர்
பெருகத்தொடங்கி, தேவனுக்கு விரோதமாக மீறியும் கலகம்பண்ணியும்
தங்கள் ஆத்துமாக்களையும் இருதயங்களையும்
ஒடுக்கிக்கொண்டார்கள் என்று சொன்னான். 3. ஏனோசின்
நாட்களில் மனுஷகுமாரர் தேவனுக்கு விரோதமாகத் தொடர்ந்து
கலகம்பண்ணியும் மீறியும் நடந்து, மனுஷகுமாரர் மேல் கர்த்தருடைய
கோபத்தை அதிகரிக்கச் செய்தார்கள். 4. மனுஷகுமாரர் போய் அந்நிய
தேவர்களைச் சேவித்தார்கள், பூமியில் தங்களைச் சிருஷ்டித்த
கர்த்தரை அவர்கள் மறந்துவிட்டார்கள்; அந்நாட்களில் மனுஷகுமாரர்*

வெண்கலம், இரும்பு, மரம் மற்றும் கல்லினால் விக்கிரகங்களைச்
செய்து, அவைகளைப் பணிந்துகொண்டு சேவித்தார்கள். 5.
ஒவ்வொருவனும் தன் தன் தேவனை உண்டாக்கி அவைகளைப்
பணிந்துகொண்டார்கள், ஏனோசும் அவனுடைய பிள்ளைகளும்
இருந்த நாட்களிலெல்லாம் மனுஷகுமாரர் கர்த்தரை
விட்டுவிட்டார்கள்; அவர்கள் பூமியில் செய்த அவர்களுடைய
கிரியைகளினிமித்தமும் அருவருப்புகளினிமித்தமும் கர்த்தருடைய
கோபம் மூண்டது. 6 கர்த்தர் கீகோன் நதியின் தண்ணீர் அவர்கள்
மேல் புரண்டுவரப்பண்ணி, அவர்களை அழித்து நிர்மூலமாக்கினார்,
பூமியின் மூன்றிலொரு பங்கை அவர் அழித்தார்; இப்படியிருந்தும்,
மனுஷகுமாரர் தங்கள் பொல்லாத வழிகளை விட்டுத் திரும்பவில்லை,
கர்த்தரின் பார்வைக்குப் பொல்லாப்புச் செய்யும்படி அவர்கள் கைகள்
இன்னும் நீட்டப்பட்டே இருந்தன. 7. அந்நாட்களில் பூமியில்
விதைப்பதுமில்லை அறுப்பதுமில்லை; மனுஷகுமாரருக்கு உணவு
இல்லை, அந்நாட்களில் பஞ்சம் மிகவும் கொடியதாயிருந்தது. 8.
அந்நாட்களில் அவர்கள் நிலத்தில் விதைத்த விதை முட்களையும்,
குறுக்கான செடிகளையும், நெருஞ்சில்களையுமே முளைப்பித்தது;
ஆதாம் கர்த்தருக்கு முன்பாகச் செய்த பாவத்தினிமித்தம் அவர்
பூமியைச் சபித்த தேவனுடைய சாபத்தினாலான இந்தத் தீர்ப்பு
ஆதாமின் நாட்கள் முதற்கொண்டே பூமியைக் குறித்து இருந்தது. 9.
மனுஷர் தேவனுக்கு விரோதமாகத் தொடர்ந்து கலகம்பண்ணியும்
மீறியும் நடந்து, தங்கள் வழிகளைக் கெடுத்துக்கொண்டிருந்தபோது,
பூமியும் சீர்கெட்டது. 10. ஏனோஸ் தொண்ணூறு வருஷம்
உயிரோடிருந்து, கேனானைப் பெற்றான்; 11. கேனான் வளர்ந்து
நாற்பது வயதானபோது, அவன் ஞானமடைந்து சகல ஞானத்திலும்
அறிவும் திறமையும் பெற்றிருந்தான்; அவன் மனுஷகுமாரர்
எல்லார்மேலும் அரசாண்டு, மனுஷகுமாரரை ஞானத்திற்கும்
அறிவிற்கும் நடத்தினான்; ஏனெனில் கேனான் மிகவும் ஞானமுள்ள
மனுஷனாயிருந்தான், சகல ஞானத்திலும் புத்தியுள்ளவனாயிருந்தான்,
தன் ஞானத்தினால் அவன் ஆவிகளையும் பிசாசுகளையும் ஆண்டான்;
12. மனுஷகுமாரர் பூமியில் பாவஞ்செய்ததினிமித்தம் தேவன்
அவர்களை அழிப்பார் என்றும், பிந்திய நாட்களில் கர்த்தர் அவர்கள்
மேல் ஜலப்பிரளயத்தைக் கொண்டுவருவார் என்றும் கேனான் தன்
ஞானத்தினால் அறிந்திருந்தான். 13. அந்நாட்களில் வருங்காலத்தில்
சம்பவிக்கப்போகிறவைகளைக் கேனான் கற்பலகைகளில் எழுதி,
அவைகளைத் தன் பொக்கிஷங்களில் வைத்தான். 14. கேனான் முழுப்
பூமியின்மேலும் அரசாண்டான், மனுஷகுமாரரில் சிலரைத் தேவனைச்
சேவிக்கும்படி திருப்பினான். 15. கேனானுக்கு எழுபது வயதானபோது,
அவன் மூன்று குமாரர்களையும் இரண்டு குமாரத்திகளையும்
பெற்றான். 16. கேனானுடைய பிள்ளைகளின் பெயர்களாவன:
மூத்தவனின் பெயர் மகலாலெயேல், இரண்டாமவன் ஏனான்,

*மூன்றாமவன் மேரேத், அவர்கள் சகோதரிகள் ஆதாள் மற்றும்
சில்லாள்; இவர்களே கேனானுக்குப் பிறந்த ஐந்து பிள்ளைகள். 17.
மெத்துசவேலின் குமாரனான லேமேக்கு, திருமணத்தின் மூலம்
கேனானுக்கு உறவினனானான்; அவன் அவனுடைய இரண்டு
குமாரத்திகளையும் தனக்கு மனைவிகளாகக் கொண்டான், ஆதாள்
கர்ப்பவதியாகி லேமேக்குக்கு ஒரு குமாரனைப் பெற்று, அவனுக்கு
யாபால் என்று பேரிட்டாள். 18. அவள் மறுபடியும் கர்ப்பவதியாகி ஒரு
குமாரனைப் பெற்று, அவனுக்கு யூபால் என்று பேரிட்டாள்;
அவளுடைய சகோதரியாகிய சில்லாள் அந்நாட்களில்
மலடியாயிருந்தாள், அவளுக்குப் பிள்ளையில்லை. 19. ஏனெனில்
அந்நாட்களில் மனுஷகுமாரர் தேவனுக்கு விரோதமாகக்
குற்றஞ்செய்யவும், நீங்கள் பூமியில் பலுகிப் பெருகவேண்டும் என்று
அவர் ஆதாமுக்குக் கொடுத்த கட்டளைகளை மீறவும்
தொடங்கினார்கள். 20. மனுஷகுமாரரில் சிலர், தங்கள் மனைவிகளின்
உருவம் கெடாமலிருக்கவும், அவர்களுடைய அழகான தோற்றம்
வாடிப்போகாமலிருக்கவும், அவர்களை மலடிகளாக்கும் ஒரு
பானத்தைக் குடிக்கச் செய்தார்கள். 21. மனுஷகுமாரர் தங்கள்
மனைவிகளில் சிலரைக் குடிக்கச் செய்தபோது, சில்லாளும்
அவர்களுடன் குடித்தாள். 22. பிள்ளைகளைப் பெற்ற ஸ்திரீகள்,
தங்கள் புருஷர்கள் உயிரோடிருக்கையிலேயே அவர்கள் பார்வைக்குக்
கைம்பெண்களைப் போல அருவருப்பானவர்களாகத் தோன்றினார்கள்;
ஏனெனில் அவர்கள் மலடிகளின் மேல் மட்டுமே
பற்றுள்ளவர்களாயிருந்தார்கள். 23. நாட்களும் வருஷங்களும் கடந்த
பின்பு, சில்லாள் முதிர்வயதானபோது, கர்த்தர் அவள் கர்ப்பத்தைத்
திறந்தார். 24. அவள் கர்ப்பவதியாகி ஒரு குமாரனைப் பெற்று,
அவனுக்குத் தூபல்காயீன் என்று பேரிட்டு: நான் உலர்ந்துபோன
பின்பு சர்வவல்லமையுள்ள தேவனிடத்திலிருந்து இவனைப் பெற்றேன்
என்றாள். 25. அவள் மறுபடியும் கர்ப்பவதியாகி ஒரு குமாரத்தியைப்
பெற்று, அவளுக்கு நாமாள் என்று பேரிட்டாள்; ஏனெனில் அவள்:
நான் உலர்ந்துபோன பின்பு இன்பத்தையும் மகிழ்ச்சியையும்
பெற்றேன் என்றாள். 26. லேமேக்கு முதிர்வயதும்
வயதுசென்றவனுமானான், அவன் கண்கள் இருளடைந்ததால்
அவனால் பார்க்கமுடியவில்லை; அவனுடைய குமாரனான
தூபல்காயீன் அவனை நடத்திக்கொண்டிருந்தான்; ஒருநாள் லேமேக்கு
வயல்வெளிக்குச் சென்றான், அவனுடைய குமாரனான தூபல்காயீன்
அவனுடனிருந்தான்; அவர்கள் வயல்வெளியில் நடந்து சென்று
கொண்டிருந்தபோது, ஆதாமின் குமாரனான காயீன் அவர்களை
நோக்கி வந்தான்; லேமேக்கு மிகவும் முதிர்வயதானதால் அவனால்
அதிகமாய்ப் பார்க்கமுடியவில்லை, அவனுடைய குமாரனான
தூபல்காயீன் மிகவும் சிறுவனாயிருந்தான். 27. காயீன்
தூரத்திலிருக்கும்போதே தூபல்காயீன் தன் தகப்பனை வில்லை*

நாணேற்றும்படி கூறினான், அவன் அம்புகளினால் காயீனை எய்து கொன்றுபோட்டான், ஏனெனில் அவன் அவர்களுக்கு ஒரு மிருகத்தைப்போலத் தோன்றினான். 28. காயீன் அவர்களுக்குத் தூரத்திலிருந்தபோதிலும் அம்புகள் அவன் உடம்பில் தைத்தன, அவன் தரையில் விழுந்து மாண்டான். 29. கர்த்தர் உரைத்திருந்த வார்த்தையின்படியே, காயீன் தன் சகோதரனான ஆபேலுக்குச் செய்திருந்த அவனுடைய துன்மார்க்கத்திற்குத் தக்கதாகக் கர்த்தர் காயீனுடைய தீமைக்குப் பலனளித்தார். 30. காயீன் மாண்ட பின்பு, லேமேக்கும் தூபலும் தாங்கள் கொன்ற மிருகத்தைப் பார்க்கச் சென்றார்கள்; அவர்கள் பார்த்தபோது, இதோ, தங்கள் முற்பிதாவாகிய காயீன் பூமியின்மேல் செத்து விழுந்துகிடந்தான். 31. லேமேக்கு இதைச் செய்ததற்காக மிகவும் துக்கப்பட்டு, தன் கைகளை ஒன்றோடொன்று தட்டியபோது, தன் குமாரனை அடித்து அவனுடைய மரணத்திற்குக் காரணமானான். 32. லேமேக்கு செய்ததை லேமேக்கின் மனைவிகள் கேள்விப்பட்டு, அவனைக் கொன்றுபோடத் தேடினார்கள். 33. அவன் காயீனையும் தூபல்காயீனையும் கொன்றபடியால், லேமேக்கின் மனைவிகள் அந்த நாள்முதல் அவனை வெறுத்தார்கள்; லேமேக்கின் மனைவிகள் அவனை விட்டுப் பிரிந்துபோனார்கள், அந்நாட்களில் அவனுக்குச் செவிகொடுக்கவில்லை. 34. லேமேக்கு தன் மனைவிகளிடத்தில் வந்து, இந்தக் காரியத்தைக் குறித்துத் தனக்குச் செவிகொடுக்கும்படி அவர்களை வற்புறுத்தினான். 35. அவன் தன் மனைவிகளாகிய ஆதாளையும் சில்லாளையும் நோக்கி: லேமேக்கின் மனைவிகளே, என் சத்தத்தைக் கேளுங்கள்; என் வார்த்தைகளுக்குச் செவிகொடுங்கள்; அவர்கள் எந்தக் கொடுமையும் செய்யாதிருந்தும் நான் ஒரு புருஷனை எனக்குக் காயமுண்டாகவும், ஒரு வாலிபனை எனக்குத் தழும்புண்டாகவும் கொன்றேன் என்று நீங்கள் நினைத்துச் சொன்னீர்கள்; ஆனால் நான் முதிர்வயதும் நரைத்த தலையுமுள்ளவன் என்பதையும், வயோதிபத்தினால் என் கண்கள் இருளடைந்திருக்கின்றன என்பதையும் நீங்கள் நிச்சயமாக அறிந்துகொள்ளுங்கள், நான் அறியாமலேயே இந்தக் காரியத்தைச் செய்தேன் என்றான். 36. லேமேக்கின் மனைவிகள் இந்தக் காரியத்தில் அவனுக்குச் செவிகொடுத்து, தங்கள் தகப்பனாகிய ஆதாமின் ஆலோசனையின்படி அவனிடத்திற்குத் திரும்பினார்கள்; ஆனால் மனுஷகுமாரர் செய்த பொல்லாப்புகளினிமித்தம் அவர்களை ஜலப்பிரளயத்தினால் அழிப்பதற்காக, அந்நாட்களில் அவர்கள் மேல் தேவனுடைய கோபம் பெருகிக்கொண்டிருக்கிறது என்பதை அறிந்து, அவர்கள் அக்காலம் முதற்கொண்டு அவனுக்குப் பிள்ளைகளைப் பெறவில்லை. 37. கேனானின் குமாரனான மகலாலெயேல் அறுபத்தைந்து வருஷம் உயிரோடிருந்து ஏரேதைப் பெற்றான்; ஏரேது அறுபத்திரண்டு வருஷம் உயிரோடிருந்து ஏனோக்கைப் பெற்றான்.

யாசேரின் ஆகமம்

அத்தியாயம் 3

*1. ஏனோக்கு அறுபத்தைந்து வருஷம் உயிரோடிருந்து
மெத்தூசலாவைப் பெற்றான்; மெத்தூசலாவைப் பெற்றபின்பு
ஏனோக்கு தேவனோடே சஞ்சரித்து, கர்த்தரைச் சேவித்து,
மனுஷருடைய பொல்லாத வழிகளை வெறுத்தான். 2. ஏனோக்கின்
ஆத்துமா கர்த்தருடைய போதனையிலும், அறிவிலும், புத்தியிலும்
ஒன்றாய்க் கலந்திருந்தது; அவன் ஞானமாய் மனுஷகுமாரரை விட்டு
விலகி, அநேக நாட்கள் அவர்களுக்குத் தன்னை
மறைத்துக்கொண்டான். 3. அநேக வருஷங்கள் சென்றபின்பு, அவன்
கர்த்தரைச் சேவித்து, தன் வீட்டிலே அவருக்கு முன்பாக
ஜெபம்பண்ணிக்கொண்டிருக்கையில், கர்த்தருடைய தூதன்
வானத்திலிருந்து அவனைக் கூப்பிட்டான், அதற்கு அவன்: இதோ,
அடியேன் என்றான். 4. அவர் அவனை நோக்கி: நீ எழுந்து, உன்
வீட்டிலிருந்தும் நீ உன்னை மறைத்துக்கொண்டிருக்கிற
இடத்திலிருந்தும் புறப்பட்டு, மனுஷகுமாரருக்கு முன்பாகத் தோன்று;
அவர்கள் நடக்கவேண்டிய வழியையும், தேவனுடைய வழிகளில்
பிரவேசிக்க அவர்கள் செய்யவேண்டிய கிரியைகளையும் நீ
அவர்களுக்குப் போதிக்கும்படிக்கே இப்படிச் செய் என்றார். 5.
கர்த்தருடைய வார்த்தையின்படியே ஏனோக்கு எழுந்து, தன்
வீட்டிலிருந்தும், தன் இடத்திலிருந்தும், தான் மறைந்திருந்த
அறையிலிருந்தும் புறப்பட்டுச் சென்றான்; அவன்
மனுஷகுமாரரிடத்திற்குப் போய், கர்த்தருடைய வழிகளை
அவர்களுக்குப் போதித்தான்; அக்காலத்தில் மனுஷகுமாரரைக்
கூட்டிச்சேர்த்து, கர்த்தருடைய போதனைகளை அவர்களுக்குத்
தெரியப்படுத்தினான். 6. மனுஷகுமாரர் குடியிருந்த சகல இடங்களிலும்
ஒரு அறிவிப்பைப் பறைசாற்றும்படி அவன் கட்டளையிட்டான்:
கர்த்தருடைய வழிகளையும் நற்கிரியைகளையும் அறிய விரும்புகிற
மனுஷன் எங்கே? அவன் ஏனோக்கினிடத்தில் வரக்கடவன் என்று
அறிவிக்கச் செய்தான். 7. அப்பொழுது மனுஷகுமாரர் எல்லாரும்
அவனிடத்தில் கூடிவந்தார்கள், இந்தக் காரியத்தை விரும்பின
அனைவரும் ஏனோக்கினிடத்திற்குச் சென்றார்கள்; கர்த்தருடைய
வார்த்தையின்படியே ஏனோக்கு மனுஷகுமாரர் மேல் அரசாண்டான்,
அவர்கள் வந்து அவனைப் பணிந்துகொண்டு, அவனுடைய
வார்த்தையைக் கேட்டார்கள். 8. தேவனுடைய ஆவியானவர்
ஏனோக்கின் மேல் இருந்தார், அவன் தன் மனுஷர் எல்லாருக்கும்
தேவனுடைய ஞானத்தையும் அவருடைய வழிகளையும் போதித்தான்;
ஏனோக்கு உயிரோடிருந்த நாளெல்லாம் மனுஷகுமாரர் கர்த்தரைச்
சேவித்தார்கள், அவனுடைய ஞானத்தைக் கேட்கும்படி அவர்கள்
வந்தார்கள். 9. மனுஷகுமாரரின் ராஜாக்கள் அனைவரும், சிறியோர்*

முதல் பெரியோர் வரை, தங்கள் பிரபுக்களோடும் நியாயாதிபதிகளோடும் ஏனோக்கின் ஞானத்தைக் கேள்விப்பட்டபோது அவனிடத்திற்கு வந்து, அவனைப் பணிந்துகொண்டார்கள்; ஏனோக்கு தங்கள் மேல் அரசாளுமாறும் அவர்கள் கேட்டுக்கொண்டார்கள், அவனும் அதற்குச் சம்மதித்தான். 10.
அவர்கள் அனைவரும் கூடிவந்தார்கள், நூற்று முப்பது ராஜாக்களும் பிரபுக்களும் ஏனோக்கைத் தங்கள் மேல் ராஜாவாக்கினார்கள்; அவர்கள் அனைவரும் அவனுடைய அதிகாரத்திற்கும் கட்டளைக்கும் கீழ்ப்பட்டிருந்தார்கள். 11.
ஏனோக்கு அவர்களுக்கு ஞானத்தையும், அறிவையும், கர்த்தருடைய வழிகளையும் போதித்தான்; அவன் அவர்களுக்குள்ளே சமாதானத்தை உண்டாக்கினான், ஏனோக்கின் ஜீவகாலத்திலே பூமி முழுவதும் சமாதானம் இருந்தது. 12.
ஏனோக்கு இருநூற்று நாற்பத்து மூன்று வருஷங்கள் மனுஷகுமாரர் மேல் அரசாண்டான்; அவன் தன் ஜனங்கள் யாவருக்கும் நியாயமும் நீதியும் செய்து, அவர்களைக் கர்த்தருடைய வழிகளில் நடத்தினான். 13.
ஏனோக்கின் சந்ததியினராவன: மெத்தூசலா, எலிசா, எலிமெலேக்கு என்னும் மூன்று குமாரர்கள்; அவர்கள் சகோதரிகள் மெல்காள் மற்றும் நாமாள்; மெத்தூசலா எண்பத்தேழு வருஷம் உயிரோடிருந்து லேமேக்கைப் பெற்றான். 14.
லேமேக்குடைய வாழ்வின் ஐம்பத்தாறாம் வருடத்தில் ஆதாம் மரித்தான்; அவன் மரிக்கும்போது அவனுக்கு வயது தொள்ளாயிரத்து முப்பது; தேவன் அவனுக்குச் சொல்லியிருந்த குகையிலே, அவனுடைய இரண்டு குமாரர்களும், ஏனோக்கும் அவனுடைய குமாரனான மெத்தூசலாவும் சேர்ந்து, ராஜாக்களை அடக்கம்பண்ணும்போது செய்யும் மிகுந்த ஆடம்பரத்துடனே அவனை அடக்கம்பண்ணினார்கள். 15.
அந்த இடத்திலே மனுஷகுமாரர் எல்லாரும் ஆதாமுக்காக மிகுந்த துக்கங்கொண்டாடி அழுதார்கள்; ஆகையால் இது இந்நாள்வரைக்கும் மனுஷகுமாரரிடையே ஒரு வழக்கமாகிவிட்டது. 16.
கர்த்தராகிய தேவன் உரைத்திருந்தபடியே, அறிவுத் தரும் விருட்சத்தின் கனியைப் புசித்தநிமித்தம் ஆதாமும் அவனுக்குப் பின் அவனுடைய பிள்ளைகளும் மரித்தார்கள். 17.
ஆதாம் மரித்த வருஷமும், ஏனோக்கின் ஆட்சியின் இருநூற்று நாற்பத்து மூன்றாம் வருஷமுமான அக்காலத்தில், கர்த்தரைச் சேவிப்பதற்காக, ஏனோக்கு மனுஷகுமாரரை விட்டுப் பிரிந்து, முன்போலத் தன்னை மறைத்துக்கொள்ளத் தீர்மானித்தான். 18.
ஏனோக்கு அப்படியே செய்தான், ஆனாலும் அவர்களை விட்டு முற்றிலுமாகத் தன்னை மறைத்துக்கொள்ளவில்லை; மூன்று நாட்கள் மனுஷகுமாரரை விட்டு விலகியிருந்து, பின்பு ஒரு நாள் அவர்களிடத்திற்குச் சென்றான். 19.
அவன் தன் அறையிலிருந்த அந்த மூன்று நாட்களும், தன் தேவனாகிய கர்த்தரை நோக்கி ஜெபம்பண்ணி அவரைத் துதித்தான்; அவன் சென்று தன் குடிகளுக்கு முன்பாகத் தோன்றிய நாளில், கர்த்தருடைய வழிகளை அவர்களுக்குப் போதித்தான்; கர்த்தரைக் குறித்து அவர்கள்

அவனிடத்தில் கேட்ட எல்லாவற்றையும் அவர்களுக்குச் சொன்னான். 20. அநேக வருஷங்கள் அவன் இந்த விதமாகவே செய்தான்; பின்பு ஆறு நாட்கள் தன்னை மறைத்துக்கொண்டு, ஏழாம் நாளில் ஒரு நாள் தன் ஜனங்களுக்கு முன்பாகத் தோன்றினான்; அதன் பின்பு மாதத்திற்கு ஒருமுறையும், அதன்பின்பு வருடத்திற்கு ஒருமுறையும் இவ்வாறு செய்தான்; ராஜாக்கள், பிரபுக்கள் மற்றும் மனுஷகுமாரர் அனைவரும் அவனைத் தேடி, மறுபடியும் ஏனோக்கின் முகத்தைக் காணவும் அவனுடைய வார்த்தையைக் கேட்கவும் வாஞ்சிக்கும் வரைக்கும் இப்படி நடந்தது; ஆனாலும் அவர்களால் முடியவில்லை, ஏனெனில் மனுஷகுமாரர் அனைவரும் ஏனோக்கைக் குறித்து மிகவும் பயந்திருந்தார்கள்; அவனுடைய முகத்தில் குடியிருந்த தேவபயபக்தியினிமித்தம் அவனருகில் செல்ல அஞ்சினார்கள்; ஆகையால் தண்டிக்கப்பட்டு மரித்துப் போவோம் என்று பயந்து, ஒரு மனுஷனும் அவனை உற்றுப்பார்க்கக் கூடாதிருந்தது. 21. ராஜாக்களும் பிரபுக்களும் மனுஷகுமாரரைக் கூட்டிச்சேர்த்து, ஏனோக்கினிடத்திற்குச் செல்லத் தீர்மானித்தார்கள்; அவன் அவர்களுக்குள்ளே புறப்பட்டு வரும்போது அவர்கள் அனைவரும் அவனிடத்தில் பேசலாம் என்று எண்ணி, அவர்கள் அப்படியே செய்தார்கள். 22. ஏனோக்கு புறப்பட்டு வரும் நாள் வந்தது; அவர்கள் அனைவரும் கூடி அவனிடத்திற்கு வந்தார்கள், ஏனோக்கு கர்த்தருடைய வார்த்தைகளை அவர்களிடத்தில் பேசி, அவர்களுக்கு ஞானத்தையும் அறிவையும் போதித்தான்; அவர்கள் அவனுக்கு முன்பாகப் பணிந்து: ராஜா வாழ்க! ராஜா வாழ்க! என்றார்கள். 23. சிறிது காலத்திற்குப் பின்பு, ராஜாக்களும் பிரபுக்களும் மனுஷகுமாரரும் ஏனோக்கினிடத்தில் பேசிக்கொண்டிருந்தபோதும், ஏனோக்கு அவர்களுக்குத் தேவனுடைய வழிகளைப் போதித்துக்கொண்டிருந்தபோதும், இதோ, கர்த்தருடைய தூதன் வானத்திலிருந்து ஏனோக்கைக் கூப்பிட்டு, அவன் பூமியில் மனுஷகுமாரர் மேல் அரசாண்டதுபோல, தேவகுமாரர் மேல் அரசாளுவதற்காக அவனை வானத்திற்கு எடுத்துக்கொள்ள விரும்பினார். 24. அக்காலத்தில் ஏனோக்கு இதைக் கேட்டபோது, அவன் போய் பூமியின் குடிகள் எல்லாரையும் கூட்டிச்சேர்த்து, அவர்களுக்கு ஞானத்தையும் அறிவையும் போதித்து, அவர்களுக்குத் தெய்வீக அறிவுரைகளைக் கொடுத்தான்; அவன் அவர்களை நோக்கி: நான் பரலோகத்திற்கு ஏறிச் செல்லும்படி அழைக்கப்பட்டிருக்கிறேன், ஆகையால் நான் போகும் நாளை நான் அறியேன் என்றான். 25. ஆகையால் இப்போது, நான் உங்களை விட்டுப் பிரிந்துபோவதற்கு முன்பாக, நீங்கள் பிழைத்திருக்கும்படி பூமியில் எப்படி நடந்துகொள்ள வேண்டும் என்று உங்களுக்கு ஞானத்தையும் அறிவையும் போதித்து, உங்களுக்கு அறிவுரை கூறுவேன் என்றான்; அவன் அப்படியே செய்தான். 26. அவன் அவர்களுக்கு ஞானத்தையும் அறிவையும் போதித்து, அவர்களுக்கு அறிவுரை கூறினான்; அவன் அவர்களைக்

கடிந்துகொண்டு, அவர்கள் பூமியில் கைக்கொள்ள வேண்டிய கட்டளைகளையும் நியாயங்களையும் அவர்களுக்கு முன்பாக வைத்து, அவர்களுக்குள்ளே சமாதானத்தை உண்டாக்கினான்; அவன் அவர்களுக்கு நித்திய ஜீவனைக் குறித்துப் போதித்து, இந்த எல்லாக் காரியங்களையும் அவர்களுக்குப் போதித்துச் சில காலம் அவர்களுடன் வசித்தான்.
27. அக்காலத்தில் மனுஷகுமாரர் ஏனோக்குடன் இருந்தார்கள், ஏனோக்கு அவர்களுடன் பேசிக்கொண்டிருந்தான்; அவர்கள் தங்கள் கண்களை ஏறெடுத்துப் பார்த்தபோது, ஒரு பெரிய குதிரையின் சாயலான ஒன்று வானத்திலிருந்து இறங்கிவந்தது, அந்தக் குதிரை காற்றில் நடந்து வந்தது;
28. தாங்கள் கண்டதை அவர்கள் ஏனோக்கிடம் சொன்னார்கள்; ஏனோக்கு அவர்களை நோக்கி: என்னிமித்தமே இந்தக் குதிரை பூமியில் இறங்கி வருகிறது; நான் உங்களை விட்டுப் போகவேண்டிய காலம் வந்தாயிற்று, இனி நீங்கள் என்னைப் பார்க்கமாட்டீர்கள் என்றான்.
29. அக்காலத்தில் அந்தக் குதிரை இறங்கி வந்து ஏனோக்குக்கு முன்பாக நின்றது; ஏனோக்குடனிருந்த மனுஷகுமாரர் அனைவரும் அவனைக் கண்டார்கள்.
30. அப்பொழுது ஏனோக்கு மறுபடியும் ஒரு அறிவிப்பைப் பறைசாற்றும்படி கட்டளையிட்டு: தன் தேவனாகிய கர்த்தருடைய வழிகளை அறிய விரும்புகிற மனுஷன் எங்கே? அவன் நம்மை விட்டு எடுத்துக்கொள்ளப்படுவதற்கு முன்பாக, இன்றையதினம் அவன் ஏனோக்கினிடத்தில் வரக்கடவன் என்றான்.
31. அன்றையதினம் மனுஷகுமாரர் அனைவரும் கூடி ஏனோக்கினிடத்தில் வந்தார்கள்; பூமியின் ராஜாக்கள் அனைவரும் தங்கள் பிரபுக்களோடும் ஆலோசனைக்காரர்களோடும் அன்றையதினம் அவனுடனிருந்தார்கள்; அப்பொழுது ஏனோக்கு மனுஷகுமாரருக்கு ஞானத்தையும் அறிவையும் போதித்து, அவர்களுக்குத் தெய்வீக அறிவுரைகளைக் கொடுத்தான்; அவர்கள் தங்கள் ஜீவகாலமெல்லாம் கர்த்தரைச் சேவித்து, அவருடைய வழிகளில் நடக்கும்படி அவர்களுக்குக் கட்டளையிட்டான்; அவன் தொடர்ந்து அவர்களுக்குள்ளே சமாதானத்தை உண்டாக்கினான்.
32. இதன் பின்பு அவன் எழுந்து அந்தக் குதிரையின் மேல் ஏறிக்கொண்டான்; அவன் புறப்பட்டுச் சென்றான், மனுஷகுமாரர் அனைவரும் அவனுக்குப் பின்னே சென்றார்கள், அவர்கள் ஏறக்குறைய எட்டு லட்சம் பேராயிருந்தார்கள்; அவர்கள் அவனுடன் ஒரு நாள் பிரயாண தூரம் சென்றார்கள்.
33. இரண்டாம் நாளில் அவன் அவர்களை நோக்கி: உங்கள் கூடாரங்களுக்குத் திரும்பிப் போங்கள், நீங்கள் ஏன் வர வேண்டும்? ஒருவேளை நீங்கள் மரித்துப்போவீர்கள் என்றான்; அவர்களில் சிலர் அவனை விட்டுத் திரும்பிப் போனார்கள், மீதியாயிருந்தவர்கள் அவனுடன் ஆறு நாள் பிரயாண தூரம் சென்றார்கள்; ஏனோக்கு அவர்களை நோக்கி: நீங்கள் மரித்துப்போகாதபடிக்கு, உங்கள் கூடாரங்களுக்குத் திரும்பிப் போங்கள் என்று ஒவ்வொரு நாளும் அவர்களிடம் சொன்னான்;

ஆனால் அவர்கள் திரும்பிப் போக மனமில்லாமல் அவனுடனே சென்றார்கள். 34. ஆறாம் நாளில் சில மனுஷர் தங்கி அவனைப் பற்றிக்கொண்டார்கள், அவர்கள் அவனை நோக்கி: நீர் போகும் இடத்திற்கு நாங்களும் உம்மோடு வருவோம்; கர்த்தருடைய ஜீவனைக் கொண்டு சொல்லுகிறோம், மரணம் மட்டுமே நம்மைப் பிரிக்கும் என்றார்கள். 35. அவர்கள் அவனுடன் செல்வதற்கு மிகவும் வற்புறுத்தியதால், அவன் அவர்களுடன் பேசுவதை நிறுத்திவிட்டான்; அவர்கள் அவனுக்குப் பின்னே சென்றார்கள், திரும்பிப் போகவேயில்லை; 36. ராஜாக்கள் திரும்பி வந்தபோது, ஏனோக்குடன் சென்ற மீதியான மனுஷர்களின் எண்ணிக்கையை அறியும்படி அவர்கள் ஒரு கணக்கெடுப்பை நடத்தினார்கள்; ஏழாம் நாளிலே, ஏனோக்கு அக்கினிக் குதிரைகளோடும் அக்கினிரதங்களோடும் சுழல்காற்றில் பரலோகத்திற்கு ஏறிச் சென்றான். 37. எட்டாம் நாளிலே, ஏனோக்குடன் சென்ற மனுஷர்களின் எண்ணிக்கையைத் திரும்பக் கொண்டுவரும்படி, ஏனோக்குடன் இருந்த ராஜாக்கள் அனைவரும் அவன் பரலோகத்திற்கு ஏறிச் சென்ற அந்த இடத்திற்கு ஆட்களை அனுப்பினார்கள். 38. அந்த ராஜாக்கள் அனைவரும் அந்த இடத்திற்குச் சென்றார்கள், அங்கே பூமி உறைபனியால் நிறைந்திருந்ததை அவர்கள் கண்டார்கள்; பனியின் மேல் பெரிய பனிக்கற்கள் இருந்தன; ஒருவன் மற்றவனை நோக்கி: வாருங்கள், நாம் இந்தப் பனியை உடைத்துப் பார்ப்போம், ஒருவேளை ஏனோக்குடன் தங்கியிருந்த மனுஷர்கள் மரித்து, இப்போது இந்தப் பனிக்கற்களுக்கு அடியில் இருக்கலாம் என்றான்; அவர்கள் தேடிப்பார்த்தார்கள், ஆனால் அவனைக் காணவில்லை, ஏனெனில் அவன் பரலோகத்திற்கு ஏறிச் சென்றிருந்தான்.

அத்தியாயம் 4

1. ஏனோக்கு பூமியின்மேல் உயிரோடிருந்த நாட்களெல்லாம் முன்னூற்று அறுபத்தைந்து வருஷங்கள். 2. ஏனோக்கு பரலோகத்திற்கு ஏறிச் சென்றபின்பு, பூமியின் ராஜாக்கள் அனைவரும் எழும்பி, அவனுடைய குமாரனான மெத்தூசலாவை அழைத்து வந்து அவனை அபிஷேகம்பண்ணி, அவனுடைய தகப்பனுடைய ஸ்தானத்தில் அவனைத் தங்கள் மேல் அரசாளுமாறு செய்தார்கள். 3. மெத்தூசலா தன் தகப்பனாகிய ஏனோக்கு தனக்குப் போதித்தபடியே, தேவனுடைய பார்வைக்குச் செம்மையானதைச் செய்தான்; அதேபோல அவனும் தன் ஜீவகாலமெல்லாம் மனுஷகுமாரருக்கு ஞானத்தையும், அறிவையும், தேவபயத்தையும் போதித்தான்; அவன் நல்வழியை விட்டு வலதுபுறமாவது இடதுபுறமாவது விலகவில்லை. 4. ஆனால் மெத்தூசலாவின் பிந்திய நாட்களில், மனுஷகுமாரர் கர்த்தரை விட்டு

*விலகினார்கள், அவர்கள் பூமியைக் கெடுத்தார்கள், அவர்கள்
ஒருவரையொருவர் கொள்ளையிட்டும் சூறையாடியும், தேவனுக்கு
விரோதமாகக் கலகம்பண்ணியும் மீறியும் நடந்து, தங்கள் வழிகளைக்
கெடுத்துக்கொண்டார்கள்; அவர்கள் மெத்தூசலாவின் சத்தத்திற்குச்
செவிகொடுக்காமல் அவனுக்கு விரோதமாகவும்
கலகம்பண்ணினார்கள். 5. கர்த்தர் அவர்கள் மேல் மிகவும்
கோபங்கொண்டார், அந்நாட்களில் கர்த்தர் விதைகளைத் தொடர்ந்து
அழித்தார், ஆகையால் பூமியில் விதைப்பதுமில்லை அறுப்பதுமில்லை
என்றாயிற்று. 6. ஏனெனில், அவர்கள் தங்கள் பிழைப்புக்காக
உணவைப் பெறும்படி நிலத்தில் விதைத்தபோது, இதோ, அவர்கள்
விதைக்காத முட்களும் குறுக்கான செடிகளுமே முளைத்தன. 7.
அப்படியிருந்தும் மனுஷகுமாரர் தங்கள் பொல்லாத வழிகளை விட்டுத்
திரும்பவில்லை, தேவனுடைய பார்வைக்குப் பொல்லாப்புச்
செய்யும்படி அவர்கள் கைகள் இன்னும் நீட்டப்பட்டே இருந்தன;
அவர்கள் தங்கள் பொல்லாத வழிகளினால் கர்த்தருக்குக்
கோபமூட்டினார்கள், கர்த்தர் மிகவும் கோபங்கொண்டு, தாம்
மனுஷனை உண்டாக்கினதற்காக மனஸ்தாபப்பட்டார். 8. அவர்
அவர்களை அழித்து நிர்மூலமாக்க நினைத்தார், அப்படியே செய்தும்
முடித்தார். 9. அந்நாட்களில், மெத்தூசலாவின் குமாரனான
லேமேக்குக்கு நூற்று அறுபது வயதானபோது, ஆதாமின் குமாரனான
சேத் மரித்தான். 10. சேத் உயிரோடிருந்த நாட்களெல்லாம்
தொள்ளாயிரத்துப் பன்னிரண்டு வருஷங்கள்; அதன்பின் அவன்
மரித்தான். 11. லேமேக்குக்கு நூற்று எண்பது வயதானபோது, அவன்
தன் சிறிய தகப்பனாகிய ஏனோக்கின் குமாரனான எலிசாவின்
குமாரத்தியாகிய அஷ்முவா (Ashmua) என்பவளை
விவாகம்பண்ணினான், அவள் கர்ப்பவதியானாள். 12. அக்காலத்தில்
மனுஷகுமாரர் நிலத்தில் விதைத்தார்கள், கொஞ்சம் உணவு
விளைந்தது; அப்படியிருந்தும் மனுஷகுமாரர் தங்கள் பொல்லாத
வழிகளை விட்டுத் திரும்பவில்லை, அவர்கள் தேவனுக்கு விரோதமாகக்
குற்றஞ்செய்தும் கலகம்பண்ணியும் வந்தார்கள். 13. வருஷம் முடிகிற
அக்காலத்தில் லேமேக்கின் மனைவி கர்ப்பவதியாகி அவனுக்கு ஒரு
குமாரனைப் பெற்றாள். 14. மெத்தூசலா அவனுக்கு நோவா என்று
பேரிட்டு: அவனுடைய நாட்களில் பூமி இளைப்பாறுதலும்
சீர்கேடுமற்றுமிருக்கும் என்றான். அவனுடைய தகப்பனாகிய லேமேக்கு
அவனுக்கு மெனாகேம் (Menachem) என்று பேரிட்டு: தேவன் சபித்த
பூமியிலே, நம்முடைய வேலைகளிலும் நம்முடைய கடினமான
உழைப்பிலும் இவன் நமக்கு ஆறுதல் அளிப்பான் என்றான். 15. அந்தப்
பிள்ளை வளர்ந்து பால் மறந்தான்; அவன் தன் தகப்பனாகிய
மெத்தூசலாவின் வழிகளில், தேவனுக்கு முன்பாக உத்தமமும்
செம்மையுமாய் நடந்தான். 16. அந்நாட்களில் மனுஷகுமாரர்
குமாரர்களையும் குமாரத்திகளையும் பெற்றுப் பூமியின்மீது*

பெருகியபோது, அவர்கள் அனைவரும் கர்த்தருடைய வழிகளை விட்டு விலகினார்கள்; அவர்கள் தங்கள் பொல்லாத பழக்கவழக்கங்களை ஒருவருக்கொருவர் போதித்து, கர்த்தருக்கு விரோதமாகத் தொடர்ந்து பாவஞ்செய்து வந்தார்கள். 17. ஒவ்வொரு மனுஷனும் தனக்கென்று ஒரு தேவனை உண்டாக்கிக்கொண்டான்; அவர்கள் ஒவ்வொருவரும் தங்கள் அயலானையும் தங்கள் உறவினனையும் கொள்ளையிட்டும் சூறையாடியும், பூமியைக் கெடுத்தார்கள், பூமி கொடுமையினால் நிறைந்திருந்தது. 18. அவர்களுடைய நியாயாதிபதிகளும் அதிகாரிகளும் மனுஷகுமாரத்திகளிடத்தில் சென்று, அவர்கள் புருஷர்களிடமிருந்து தங்கள் விருப்பப்படி பெண்களை வலுக்கட்டாயமாகப் பிடுங்கிக்கொண்டு அவர்களுக்கு மனைவிகளாக்கிக்கொண்டார்கள்; அந்நாட்களில் மனுஷகுமாரர் கர்த்தருக்குக் கோபமூட்டும்படி, பூமியின் மிருகஜீவன்களையும், காட்டு மிருகங்களையும், ஆகாயத்துப் பறவைகளையும் பிடித்து, ஒரு இனத்து மிருகங்களை மற்றொரு இனத்தோடு கலக்கக் கற்றுக்கொடுத்தார்கள்; தேவன் பூமிமுழுவதையும் பார்த்தார், அது சீர்கெட்டிருந்தது, ஏனெனில் பூமியின்மேல் மாம்சமான யாவும் தங்கள் வழிகளைக் கெடுத்துக்கொண்டிருந்தன, மனுஷர் அனைவரும் மிருகங்கள் அனைத்தும் சீர்கெட்டிருந்தன. 19. கர்த்தர்: நான் சிருஷ்டித்த மனுஷனைப் பூமியின்மீதிலிராதபடிக்கு அழித்துப்போடுவேன்; மனுஷன் முதற்கொண்டு, ஆகாயத்துப் பறவைகள் மற்றும் பூமியின் மிருகஜீவன்கள், காட்டு மிருகங்கள் வரைக்கும் அழித்துப்போடுவேன்; நான் அவைகளை உண்டாக்கினதற்காக மனஸ்தாபப்படுகிறேன் என்றார். 20. கர்த்தர் தாம் அறிவித்திருந்த அந்தத் தீங்கினை மனுஷர் மேல் கொண்டுவருவதற்கு முன்பாகவே, கர்த்தருடைய வழிகளில் நடந்த மனுஷர்கள் அனைவரும் அந்நாட்களில் மரித்துப்போனார்கள்; மனுஷகுமாரரைக் குறித்துக் கர்த்தர் சொல்லியிருந்த அந்தத் தீங்கை அவர்கள் காணாதபடிக்கு இது கர்த்தராலே உண்டானது. 21. நோவாவுக்கோ கர்த்தருடைய கண்களில் கிருபை கிடைத்தது; முழுப் பூமியின்மீதும் அவர்களிடத்திலிருந்து ஒரு சந்ததியை உருவாக்குவதற்காகக் கர்த்தர் அவனையும் அவனுடைய பிள்ளைகளையும் தெரிந்துகொண்டார்.

அத்தியாயம் 5

1. நோவாவின் வாழ்நாளில் எண்பத்து நான்காம் வருடத்திலே, சேத்தின் குமாரனான ஏனோக்கு மரித்தான்; அவன் மரிக்கும்போது அவனுக்கு வயது தொள்ளாயிரத்து ஐந்து. 2. நோவாவின் வாழ்நாளில் நூற்று எழுபத்தொன்பதாம் வருடத்திலே, ஏனோசின் குமாரனான கேனான் மரித்தான்; கேனானுடைய நாட்களெல்லாம்

தொள்ளாயிரத்துப் பத்து வருஷங்கள், பின்பு அவன் மரித்தான். 3.
நோவாவின் வாழ்நாளில் இருநூற்று முப்பத்து நான்காம் வருடத்திலே,
கேனானின் குமாரனான மகலாலெயேல் மரித்தான்; மகலாலெயேலின்
நாட்களெல்லாம் எண்ணூற்றுத் தொண்ணூத்தைந்து வருஷங்கள்,
பின்பு அவன் மரித்தான். 4. அந்நாட்களில், மகலாலெயேலின்
குமாரனான ஏரேது, நோவாவின் வாழ்நாளில் முன்னூற்று
முப்பத்தாறாம் வருடத்தில் மரித்தான்; ஏரேதின் நாட்களெல்லாம்
தொள்ளாயிரத்து அறுபத்திரண்டு வருஷங்கள், பின்பு அவன்
மரித்தான். 5. கர்த்தரைப் பின்பற்றினவர்கள் அனைவரும், தேவன்
பூமியின்மேல் செய்வேன் என்று அறிவித்திருந்த தீங்கைக்
காணும்முன்பாகவே அந்நாட்களில் மரித்துப்போனார்கள். 6. அநேக
வருஷங்கள் கடந்த பின்பு, நோவாவின் வாழ்நாளில் நானூற்று
எண்பதாம் வருடத்தில், கர்த்தரைப் பின்பற்றின அந்த மனுஷர்கள்
அனைவரும் மனுஷகுமாரரிடத்திலிருந்து மரித்துப்போனபோது,
மெத்தூசலா மட்டுமே மீதியாயிருந்தான்; அப்பொழுது தேவன்
நோவாவையும் மெத்தூசலாவையும் நோக்கி: 7. நீங்கள்
மனுஷகுமாரருக்கு முன்பாகச் சென்று: கர்த்தர் உரைக்கிறது
என்னவென்றால், உங்கள் பொல்லாத வழிகளை விட்டுத் திரும்பி,
உங்கள் கிரியைகளை விட்டுவிடுங்கள்; அப்பொழுது கர்த்தர்
உங்களுக்குச் செய்வேன் என்று அறிவித்த தீங்கைக்குறித்து
மனஸ்தாபப்படுவார், அது சம்பவியாதிருக்கும் என்று அறிவியுங்கள்
என்றார். 8. கர்த்தர் உரைக்கிறது என்னவென்றால்: இதோ, நான்
உங்களுக்கு நூற்று இருபது வருஷ கால அவகாசம் கொடுக்கிறேன்;
நீங்கள் என்னிடத்தில் திரும்பி, உங்கள் பொல்லாத வழிகளை
விட்டுவிட்டால், அப்பொழுது நான் உங்களுக்குச் சொன்ன தீங்கை
விட்டுத் திரும்புவேன், அது உண்டாயிராது என்று கர்த்தர்
சொல்லுகிறார் என்றார். 9. நோவாவும் மெத்தூசலாவும் கர்த்தருடைய
வார்த்தைகளையெல்லாம் மனுஷகுமாரரிடத்தில் நாளுக்கு நாள்
தொடர்ந்து பேசி வந்தார்கள். 10. ஆனால் மனுஷகுமாரர்
அவர்களுக்குச் செவிகொடுக்கவும் இல்லை, அவர்கள்
வார்த்தைகளுக்குத் தங்கள் செவியைச் சாய்க்கவும் இல்லை, அவர்கள்
வணங்காக் கழுத்துள்ளவர்களாயிருந்தார்கள். 11. அவர்கள்
திரும்பினால், பூமியை அழிக்காதபடிக்குத் தேவன் அந்தத்
தீங்கைக்குறித்து மனஸ்தாபப்படுவார் என்று சொல்லி, கர்த்தர்
அவர்களுக்கு நூற்று இருபது வருஷ கால அவகாசம் அளித்தார். 12.
அந்நாட்களில் லேமேக்கின் குமாரனான நோவா பிள்ளைகளைப்
பெறுவதற்காக ஒரு மனைவியை விவாகம்பண்ணாமல்
விலகியிருந்தான்; ஏனெனில் அவன்: இப்போது தேவன் நிச்சயமாகப்
பூமியை அழிப்பாரே, அப்படியிருக்க நான் ஏன் பிள்ளைகளைப் பெற
வேண்டும்? என்றான். 13. நோவா நீதிமானும், தன் சந்ததியில்
உத்தமனுமாய் இருந்தான்; பூமியின்மீது அவனுடைய வித்திலிருந்து

ஒரு சந்ததியை உருவாக்குவதற்காகக் கர்த்தர் அவனைத் தெரிந்துகொண்டார். *14.* கர்த்தர் நோவாவை நோக்கி: நீ ஒரு மனைவியை விவாகம்பண்ணி, பிள்ளைகளைப் பெற்றுக்கொள்; இந்தச் சந்ததியில் உன்னை எனக்கு முன்பாக நீதிமானாகக் கண்டேன். *15.* நீயும் உன்னுடன் உன் பிள்ளைகளும் பூமியின் நடுவில் ஒரு சந்ததியை உருவாக்குவீர்கள் என்றார்; நோவா போய் ஒரு மனைவியை விவாகம்பண்ணினான், அவன் ஏனோக்கின் குமாரத்தியாகிய நாமாளைத் தெரிந்துகொண்டான், அவளுக்கு வயது ஐந்நூற்று எண்பது. *16.* நோவா நாமாளை மனைவியாக விவாகம்பண்ணும்போது அவனுக்கு வயது நானூற்றுத் தொண்ணூற்றெட்டு. *17.* நாமாள் கர்ப்பவதியாகி ஒரு குமாரனைப் பெற்றாள், அவனுக்கு அவன் யாப்பேத்து என்று பேரிட்டு: தேவன் பூமியில் என்னைப் பெருகப்பண்ணினார் என்றான்; அவள் மறுபடியும் கர்ப்பவதியாகி ஒரு குமாரனைப் பெற்றாள், அவனுக்கு அவன் சேம் என்று பேரிட்டு: பூமியின் நடுவில் ஒரு சந்ததியை உருவாக்கும்படிக்கு தேவன் என்னை மீதியாக வைத்தார் என்றான். *18.* நாமாள் சேமைப் பெறும்போது நோவாவுக்கு வயது ஐந்நூற்று இரண்டு; அந்தப் பிள்ளைகள் வளர்ந்து, மெத்தூசலாவும் தங்கள் தகப்பனாகிய நோவாவும் தங்களுக்குப் போதித்த எல்லாவற்றின்படியும் கர்த்தருடைய வழிகளில் நடந்தார்கள். *19.* அந்நாட்களில் நோவாவின் தகப்பனாகிய லேமேக்கு மரித்தான்; மெய்யாகவே அவன் தன் முழு இருதயத்தோடும் தன் தகப்பனின் வழிகளில் நடக்கவில்லை; நோவாவின் வாழ்நாளில் நூற்றுத் தொண்ணூற்றைந்தாம் வருடத்தில் அவன் மரித்தான். *20.* லேமேக்கின் நாட்களெல்லாம் எழுநூற்று எழுபது வருஷங்கள், பின்பு அவன் மரித்தான். *21.* கர்த்தரை அறிந்த மனுஷகுமாரர் அனைவரும், கர்த்தர் அவர்கள் மேல் தீங்கைக் கொண்டுவருவதற்கு முன்பாகவே அந்த வருடத்தில் மரித்தார்கள்; தேவன் தாம் அறிவித்திருந்தபடியே அவர்களுடைய சகோதரர்கள் மேலும் உறவினர்கள் மேலும் கொண்டுவரும் தீங்கை அவர்கள் காணாதிருக்கும்படிக்கு அவர்கள் மரித்துப்போவதைக் கர்த்தர் சித்தங்கொண்டார். *22.* அக்காலத்தில், கர்த்தர் நோவாவையும் மெத்தூசலாவையும் நோக்கி: நீங்கள் எழும்பி நின்று, அந்நாட்களில் நான் உங்களுக்குச் சொன்ன வார்த்தைகளையெல்லாம் மனுஷகுமாரருக்கு அறிவியுங்கள்; ஒருவேளை அவர்கள் தங்கள் பொல்லாத வழிகளை விட்டுத் திரும்புவார்கள், அப்பொழுது நான் அந்தத் தீங்கைக்குறித்து மனஸ்தாபப்பட்டு, அதைக் கொண்டுவராதிருப்பேன் என்றார். *23.* நோவாவும் மெத்தூசலாவும் எழும்பி நின்று, தேவன் அவர்களைக் குறித்துச் சொன்ன எல்லாவற்றையும் மனுஷகுமாரரின் செவிகளில் கேட்கும்படிச் சொன்னார்கள். *24.* ஆனால் மனுஷகுமாரர் செவிகொடுக்கவுமில்லை, அவர்கள் அறிவித்தவைகளுக்கெல்லாம் தங்கள் செவியைச்

சாய்க்கவுமில்லை. 25. இதன் பின்பு கர்த்தர் நோவாவை நோக்கி:
மாம்சமான யாவரின் முடிவும் எனக்கு முன்பாக வந்தது,
அவர்களுடைய பொல்லாத கிரியைகளினிமித்தம் நான் அவர்களைப்
பூமியோடுங்கூட அழித்துப்போடுவேன். 26. நீ கொப்பேர் மரத்தினால்
உனக்காக ஒரு பேழையை உண்டுபண்ணி, ஒரு குறிப்பிட்ட
இடத்திற்குச் சென்று ஒரு பெரிய பேழையைச் செய்து, அதை அந்த
இடத்திலே வை. 27. நீ அதைச் செய்யவேண்டிய விதம்
என்னவென்றால்: அதன் நீளம் முன்னூறு முழமும், அதன் அகலம்
ஐம்பது முழமும், அதன் உயரம் முப்பது முழமுமாய் இருக்கவேண்டும்.
28. நீ உனக்காக அதின் பக்கத்தில் ஒரு கதவை வைத்து, மேலேயிருந்து
ஒரு முழத்தில் அதை முடித்து, உள்ளும் புறம்பும் அதற்குப் கீல் பூசு. 29.
வானத்தின் கீழிருக்கிற மாம்சமான யாவும் அழிக்கப்படும்படிக்கும்,
பூமியிலுள்ள யாவும் மாண்டுபோகும்படிக்கும், இதோ, நான்
பூமியின்மேல் ஜலப்பிரளயத்தைக் கொண்டுவருவேன். 30.
பூமியின்மேல் அவைகளிலிருந்து ஒரு சந்ததியை உருவாக்குவதற்காக,
நீயும் உன் வீட்டாருமாய்ப்போய், சகல ஜீவன்களிலும் ஆணும்
பெண்ணுமாக இரண்டு ஜோடிகளைச் சேர்த்துப் பேழைக்குள்
கொண்டுவரவேண்டும். 31. சகல மிருகங்களும் உண்ணும்
சகலவிதமான ஆகாரத்தையும் உனக்காகச் சேர்த்துக்கொள், அது
உனக்கும் அவைகளுக்கும் ஆகாரமாயிருக்கும் என்றார். 32.
மனுஷகுமாரத்திகளிலிருந்து மூன்று கன்னிப்பெண்களை உன்
குமாரர்களுக்காகத் தெரிந்துகொள், அவர்கள் உன் குமாரர்களுக்கு
மனைவிகளாவார்கள். 33. நோவா எழுந்து, தேவன் தனக்குக்
கட்டளையிட்ட இடத்திலே பேழையைச் செய்தான்; தேவன் தனக்குக்
கற்பித்தபடியே நோவா செய்தான். 34. நோவா தன் ஐந்நூற்றுத்
தொண்ணூற்றைந்தாம் வருடத்தில் பேழையைச் செய்யத்
தொடங்கினான், கர்த்தர் கட்டளையிட்டபடியே ஐந்து வருஷங்களில்
அந்தப் பேழையைச் செய்து முடித்தான். 35. பின்பு, கர்த்தர்
நோவாவுக்குக் கட்டளையிட்டபடியே, மெத்தூசலாவின் குமாரனான
எலியாக்கீமின் மூன்று குமாரத்திகளையும் நோவா தன் குமாரர்களுக்கு
மனைவிகளாகக் கொண்டான். 36. அக்காலத்தில் ஏனோக்கின்
குமாரனான மெத்தூசலா மரித்தான்; அவன் மரிக்கும்போது அவனுக்கு
வயது தொள்ளாயிரத்து அறுபது.

அத்தியாயம் 6

1. அக்காலத்தில், மெத்தூசலா மரித்த பின்பு, கர்த்தர் நோவாவை
நோக்கி: நீயும் உன் வீட்டாருமாய் பேழைக்குள் பிரவேசியுங்கள்;
இதோ, பூமியின் சகல மிருகஜீவன்களையும், காட்டு மிருகங்களையும்,
ஆகாயத்துப் பறவைகளையும் உன்னிடத்தில் கூட்டுவேன், அவைகள்

யாவும் வந்து பேழையைச் சூழ்ந்துகொள்ளும் என்றார். 2. நீ போய் பேழையின் கதவுகளருகே உட்கார்ந்துகொள்; மிருகங்களும், ஜீவன்களும், பறவைகளும் கூடிவந்து உனக்கு முன்பாக நிற்கும்; அவைகளில் எவைகள் வந்து உனக்கு முன்பாகப் படுத்துக்கொள்கிறதோ, அவைகளை நீ பிடித்து உன் குமாரர்களின் கைகளில் ஒப்புவிப்பாயாக, அவர்கள் அவைகளைப் பேழைக்குள் கொண்டுவருவார்கள்; உனக்கு முன்பாக நிற்பவைகளையெல்லாம் நீ விட்டுவிடுவாயாக. 3. மறுநாளிலே கர்த்தர் அப்படியே நடக்கச் செய்தார்; ஜீவன்களும், மிருகங்களும், பறவைகளும் திரள்கூட்டமாய் வந்து பேழையைச் சூழ்ந்துகொண்டன. 4. நோவா போய் பேழையின் கதவண்டையிலே உட்கார்ந்துகொண்டான்; மாம்சமானவைகளில் அவனுக்கு முன்பாகப் படுத்துக்கொண்டவைகளையெல்லாம் அவன் பேழைக்குள் கொண்டுவந்தான், அவனுக்கு முன்பாக நின்றவைகளையெல்லாம் அவன் பூமியின்மேல் விட்டுவிட்டான். 5. ஒரு பெண் சிங்கம் ஆணும் பெண்ணுமான தன் இரண்டு குட்டிகளுடன் வந்தது, அந்த மூன்றும் நோவாவுக்கு முன்பாகப் படுத்துக்கொண்டன; அந்த இரண்டு குட்டிகளும் பெண் சிங்கத்திற்கு விரோதமாக எழும்பி அதை அடித்து, அதின் இடத்திலிருந்து அதைத் துரத்திவிட்டன, அது ஓடிப்போயிற்று; பின்பு அவைகள் தங்கள் இடங்களுக்குத் திரும்பி வந்து, நோவாவுக்கு முன்பாகத் தரையில் படுத்துக்கொண்டன. 6. பெண் சிங்கம் ஓடிப்போய், சிங்கங்களின் இடத்திலே நின்றது. 7. நோவா இதைக் கண்டு மிகவும் ஆச்சரியப்பட்டு, எழுந்து அந்த இரண்டு குட்டிகளையும் பிடித்து, பேழைக்குள் கொண்டுவந்தான். 8. நோவா பேழைக்குள் கொண்டுவந்தவைகளைத் தவிர வேறொன்றும் மீதியாயிராதபடிக்கு, பூமியின்மேலிருந்த சகல ஜீவன்களிலிருந்தும் நோவா பேழைக்குள் கொண்டுவந்தான். 9. அவைகள் நோவாவினிடத்தில் பேழைக்குள் ஈரீராக வந்தன; ஆனால் தேவன் அவனுக்குக் கட்டளையிட்டபடியே, சுத்தமான மிருகங்களிலும் சுத்தமான பறவைகளிலும் ஏழேழு ஜோடிகளைக் கொண்டுவந்தான். 10. சகல ஜீவன்களும், மிருகங்களும், பறவைகளும் இன்னும் அங்கேயே இருந்தன, அவைகள் எல்லா இடங்களிலும் பேழையைச் சூழ்ந்துகொண்டிருந்தன, ஏழு நாட்கள் ஆகும்வரைக்கும் மழை பெய்யவில்லை. 11. அந்த நாளிலே, கர்த்தர் பூமி முழுவதையும் அதிரப்பண்ணினார், சூரியன் இருளடைந்தது, உலகத்தின் அஸ்திபாரங்கள் கொந்தளித்தன, பூமி முழுவதும் கடுமையாக அசைக்கப்பட்டது, மின்னல் வெட்டியது, இடி முழங்கியது, பூமியின் நீரூற்றுகளெல்லாம் உடைந்து புறப்பட்டன, முற்காலத்தில் குடிகளுக்கு இப்படிப்பட்ட காரியம் தெரிந்திருக்கவில்லை; பூமியின்மேல் இனி பொல்லாப்பு இராதபடிக்கு, மனுஷகுமாரரைப் பயமுறுத்துவதற்காக தேவன் இந்த வல்லமையான காரியத்தைச் செய்தார். 12. அப்படியிருந்தும் மனுஷகுமாரர் தங்கள் பொல்லாத வழிகளை விட்டுத்

திரும்பவில்லை; அக்காலத்தில் அவர்கள் கர்த்தருடைய கோபத்தை அதிகரித்தார்கள், இதற்கெல்லாம் அவர்கள் தங்கள் இருதயத்தைச் செலுத்தவுமில்லை.
13. ஏழு நாட்களின் முடிவில், நோவாவின் வாழ்நாளில் அறுநூறாம் வருடத்திலே, ஜலப்பிரளயம் பூமியின்மேல் உண்டானது.
14. மகா ஆழத்தின் ஊற்றுகளெல்லாம் பிளந்தன, வானத்தின் மதகுகள் திறக்கப்பட்டன; நாற்பது பகலும் நாற்பது இரவும் பூமியின்மேல் மழை பெய்தது.
15. ஜலப்பிரளயத்தினிமித்தம் நோவாவும் அவன் வீட்டாரும் அவனுடனிருந்த சகல ஜீவன்களும் பேழைக்குள் பிரவேசித்தார்கள்; கர்த்தர் அவனை உள்ளேவிட்டடைத்தார்.
16. பூமியின்மேல் மீதியாயிருந்த மனுஷகுமாரர் எல்லாரும் மழையினாலுண்டான தீமையினால் சோர்ந்துபோனார்கள், ஏனெனில் தண்ணீர் பூமியின்மேல் மிகவும் கடுமையாக வந்துகொண்டிருந்தது; ஜீவன்களும் மிருகங்களும் இன்னும் பேழையைச் சூழ்ந்துகொண்டிருந்தன.
17. மனுஷகுமாரர் ஒன்றாகக் கூடினார்கள், ஏறக்குறைய ஏழு லட்சம் புருஷர்களும் ஸ்திரீகளுமாய் நோவாவினிடத்தில் பேழையண்டைக்கு வந்தார்கள்.
18. அவர்கள் நோவாவைக் கூப்பிட்டு: நாங்கள் பேழைக்குள் உன்னிடத்தில் வரும்படி எங்களுக்குக் கதவைத் திற - நாங்கள் ஏன் சாக வேண்டும்? என்றார்கள்.
19. நோவா பேழையிலிருந்து மகா சத்தமாய் அவர்களுக்குப் பிரதியுத்தரமாக: நீங்கள் எல்லாரும் கர்த்தருக்கு விரோதமாகக் கலகம்பண்ணி, அவர் இல்லையென்று சொல்லவில்லையா? ஆகையால் உங்களைப் பூமியின்மீதிலிராதபடிக்கு அழித்து நிர்மூலமாக்கும்படிக்கே கர்த்தர் இந்தத் தீங்கை உங்கள் மேல் கொண்டுவந்தார்.
20. நூற்று இருபது வருஷங்களுக்கு முன்பே நான் உங்களிடத்தில் சொன்ன காரியம் இதுவல்லவா? நீங்கள் கர்த்தருடைய சத்தத்திற்குச் செவிகொடுக்கவில்லையே; இப்போது நீங்கள் பூமியின்மேல் பிழைத்திருக்க விரும்புகிறீர்கள் அல்லவா? என்றான்.
21. அவர்கள் நோவாவை நோக்கி: நாங்கள் கர்த்தரிடத்திற்குத் திரும்ப ஆயத்தமாயிருக்கிறோம்; நாங்கள் சாகாமல் பிழைத்திருக்கும்படி எங்களுக்குக் கதவை மாத்திரம் திற என்றார்கள்.
22. நோவா அவர்களுக்குப் பிரதியுத்தரமாக: இதோ, இப்போது உங்கள் ஆத்துமாக்களின் உபத்திரவத்தைக் காண்கிறபடியினால் நீங்கள் கர்த்தரிடத்திற்குத் திரும்ப விரும்புகிறீர்கள்; கர்த்தர் உங்களுக்குக் குறித்த காலமாகக் கொடுத்திருந்த இந்த நூற்று இருபது வருஷங்களில் நீங்கள் ஏன் திரும்பவில்லை?
23. ஆனால் இப்போது உங்கள் ஆத்துமாக்களின் உபத்திரவத்தினிமித்தம் வந்து இதை என்னிடத்தில் சொல்லுகிறீர்கள்; இப்போதும் கர்த்தர் உங்களுக்குச் செவிகொடுக்கமாட்டார், இந்த நாளில் அவர் உங்கள் மன்றாட்டைக் கேட்கவுமாட்டார், ஆகையால் இப்போது உங்கள் விருப்பங்களில் நீங்கள் சித்தியடையமாட்டீர்கள் என்றான்.
24. மனுஷகுமாரர் மழையினிமித்தம் பேழைக்குள் பிரவேசிக்கும்படி அதை

உடைப்பதற்காக அணுகினார்கள், ஏனெனில் தங்கள் மேல் பெய்த
மழையை அவர்களால் தாங்கிக்கொள்ள முடியவில்லை. 25.
அப்பொழுது கர்த்தர் பேழையைச் சுற்றிலும் நின்ற சகல
மிருகங்களையும் ஜீவன்களையும் அனுப்பினார். அந்த மிருகங்கள்
அவர்களை மேற்கொண்டு, அந்த இடத்திலிருந்து அவர்களைத்
துரத்திவிட்டன; ஒவ்வொருவனும் தன் தன் வழியே போனான்,
அவர்கள் மறுபடியும் பூமியின்மீது சிதறிப்போனார்கள். 26. மழை
இன்னும் பூமியின்மேல் பெய்துகொண்டிருந்தது, நாற்பது பகலும்
நாற்பது இரவும் பெய்தது; தண்ணீர் பூமியின்மேல் மிகவும் பெருகிற்று;
பூமியின்மேல் அல்லது தண்ணீரிலிருந்த மாம்சமான யாவும்
மரித்துப்போயின; மனுஷர், ஜீவன்கள், மிருகங்கள், ஊரும் பிராணிகள்
அல்லது ஆகாயத்துப் பறவைகள் யாவும் மாண்டன; நோவாவும்
அவனுடனே பேழையிலிருந்தவர்களும் மாத்திரம் மீதியாயிருந்தார்கள்.
27. தண்ணீர் பூமியின்மேல் மிகவும் பெருகி அதிகமாயிற்று, அது
பேழையை மேலெடுத்தது, அது பூமியிலிருந்து எழும்பியது. 28. பேழை
தண்ணீரின்மேல் மிதந்தது, அது தண்ணீரின்மேல்
அலைக்கழிக்கப்பட்டதினால், உள்ளேயிருந்த சகல ஜீவன்களும் ஒரு
கொப்பரையிலுள்ள கூழைப்போலக் கலக்கப்பட்டன. 29.
பேழையிலிருந்த சகல ஜீவன்களையும் மிகுந்த கலக்கம் பிடித்தது,
பேழை உடைந்துபோகும் போலிருந்தது. 30. பேழையிலிருந்த சகல
ஜீவன்களும் திகிலடைந்தன; சிங்கங்கள் கெர்ச்சிக்கவும், எருதுகள்
கத்தவும், ஓநாய்கள் ஊளையிடவும் தொடங்கின; பேழையிலிருந்த
ஒவ்வொரு ஜீவனும் தன் தன் பாஷையிலே பேசிப் புலம்பின,
அவைகளின் சத்தம் வெகுதூரத்திற்கு எட்டியது; நோவாவும் அவன்
குமாரர்களும் தங்கள் உபத்திரவத்திலே சத்தமிட்டு அழுதார்கள்;
தாங்கள் மரண வாசல்களை அடைந்துவிட்டோமோ என்று மிகவும்
பயந்தார்கள். 31. இதினிமித்தம் நோவா கர்த்தரை நோக்கி
ஜெபம்பண்ணி, அவரை நோக்கிக் கூப்பிட்டு: ஆ கர்த்தாவே,
எங்களுக்கு உதவி செய்யும், எங்களைச் சூழ்ந்துகொண்ட இந்தத்
தீங்கினைத் தாங்க எங்களுக்குப் பெலனில்லை; தண்ணீரின் அலைகள்
எங்களை வளைந்துகொண்டன, பயங்கரமான நீரோட்டங்கள்
எங்களைத் திகிலடையச் செய்தன, மரணக்கண்ணிகள் எங்களுக்கு
முன்பாக வந்தன; எங்களுக்கு உத்தரவு அருளும், ஆ கர்த்தாவே,
எங்களுக்கு உத்தரவு அருளும்; உம்முடைய முகத்தை எங்கள் மேல்
பிரகாசிக்கப்பண்ணி, எங்கள் மேல் கிருபையாயிரும்; எங்களை மீட்டு
இரட்சித்தருளும் என்றான். 32. கர்த்தர் நோவாவின் சத்தத்திற்குச்
செவிகொடுத்து, கர்த்தர் அவனை நினைத்தருளினார். 33.
பூமியின்மேல் ஒரு காற்றை வீசப்பண்ணினார், தண்ணீர்கள்
அமர்ந்தன, பேழை தங்கிற்று. 34. ஆழத்தின் ஊற்றுகளும் வானத்தின்
மதகுகளும் அடைக்கப்பட்டன, வானத்திலிருந்து பெய்த மழையும்
நின்றது. 35. அந்நாட்களில் தண்ணீர் குறைந்தது, பேழை அரராத்

மலைகளின் மேல் தங்கிற்று. 36. அப்பொழுது நோவா பேழையின்
பலகணியைத் திறந்தான்; அக்காலத்திலே நோவா கர்த்தரை நோக்கிக்
கூப்பிட்டு: ஆ கர்த்தாவே, வானத்தையும் பூமியையும் அதிலுள்ள
யாவற்றையும் உண்டாக்கினவரே, இந்த அடைப்பிலிருந்தும் நீர்
எங்களை வைத்திருக்கிற சிறையிலிருந்தும் எங்கள் ஆத்துமாக்களை
வெளியே கொண்டுவந்தருளும்; பெருமூச்சு விடுவதினால் நான் மிகவும்
சோர்ந்துபோனேன் என்றான். 37. கர்த்தர் நோவாவின் சத்தத்திற்குச்
செவிகொடுத்து, அவனை நோக்கி: ஒரு முழு வருஷம்
நிறைவேறும்போது, நீ வெளியே புறப்படுவாயாக என்றார். 38.
வருஷம் முடிந்து, நோவா பேழையில் தங்கியிருந்த ஒரு முழு வருஷம்
நிறைவேறினபோது, பூமியின்மேலிருந்த தண்ணீர் வற்றிப்போயிற்று;
நோவா பேழையின் கூரையை எடுத்தான். 39. அக்காலத்திலே,
இரண்டாம் மாதம் இருபத்தேழாம் தேதியில் பூமி காய்ந்திருந்தது;
ஆனால் கர்த்தர் தங்களுக்குச் சொல்லும்வரைக்கும் நோவாவும் அவன்
குமாரர்களும் அவனுடனிருந்தவர்களும் பேழையிலிருந்து வெளியே
புறப்படவில்லை. 40. அவர்கள் வெளியே புறப்படும்படி கர்த்தர்
அவர்களுக்குச் சொன்ன நாள் வந்தது; அவர்கள் அனைவரும்
பேழையிலிருந்து வெளியே புறப்பட்டார்கள். 41. அவர்கள் புறப்பட்டு,
ஒவ்வொருவரும் தங்கள் வழியே தங்கள் இடத்திற்குத் திரும்பினார்கள்;
தேவன் தங்களுக்குச் சொல்லியிருந்த தேசத்தில் நோவாவும் அவன்
குமாரர்களும் குடியிருந்தார்கள், தங்கள் ஜீவகாலமெல்லாம் அவர்கள்
கர்த்தரைச் சேவித்தார்கள்; அவர்கள் பேழையிலிருந்து வெளியே
புறப்பட்டபோது கர்த்தர் நோவாவையும் அவன் குமாரர்களையும்
ஆசீர்வதித்தார். 42. அவர் அவர்களை நோக்கி: நீங்கள் பலுகிப் பெருகி,
பூமி எங்கும் நிரப்புங்கள்; பலத்தவர்களாகி, பூமியில் மிகவும் பெருகி,
அதிலே விருத்தியடையுங்கள் என்றார்.

அத்தியாயம் 7

1. நோவாவின் குமாரரின் பெயர்களாவன: யாப்பேத்து, காம்,
சேம்; அவர்கள் ஜலப்பிரளயத்திற்கு முன்பாகவே மனைவிகளை
விவாகம்பண்ணியிருந்தபடியால், ஜலப்பிரளயத்திற்குப் பின்பு
அவர்களுக்குப் பிள்ளைகள் பிறந்தார்கள். 2. யாப்பேத்தின் குமாரர்:
கோமேர், மாகோகு, மாதாய், யாவான், தூபால், மேசேக்கு, தீராஸ்
என்னும் ஏழு குமாரர்கள். 3. கோமேரின் குமாரர்: அஸ்கினாஸ்
(*Askinaz*), ரீப்பாத்து (*Rephath*), தொகர்மா (*Tegarmah*). 4. மாகோகின்
குமாரர்: எலிகானாஃப் (*Elichanaf*) மற்றும் லூபால் (*Lubal*). 5.
மாதாயின் பிள்ளைகள்: ஆகோன் (*Achon*), சீலோ (*Zeelo*), கசோனி
(*Chazoni*) மற்றும் லோத்து (*Lot*). 6. யாவானின் குமாரர்: எலிசா,
தர்ஷீஸ், கித்தீம், தோதானீம். 7 தூபாலின் குமாரர்: அரிபி (*Ariphi*),

கேசேத் (Kesed) மற்றும் தாரி (Taari). 8. மேசேக்கின் குமாரர்:
தேதோன் (Dedon), சாரோன் (Zaron) மற்றும் சேபஸ்னி (Shebashni).
9. தீராசின் குமாரர்: பெனிப் (Benib), கேரா (Gera), லுபிரியோன்
(Lupirion) மற்றும் கிலாக்கு (Gilak); இவர்கள் தங்கள்
குடும்பங்களின்படியே யாப்பேத்தின் குமாரர்கள், அந்நாட்களில்
அவர்களுடைய எண்ணிக்கை ஏறக்குறைய நானூற்று அறுபது பேராக
இருந்தது. 10. காமின் குமாரர்: கூஷ், மிஸ்ராயீம், பூத், கானான்
என்னும் நான்கு குமாரர்கள்; கூஷின் குமாரர்: சேபா, ஆவிலா, சப்தா,
ராமா, சப்தேகா; ராமாவினுடைய குமாரர்: சேபா மற்றும் தேதான். 11.
மிஸ்ராயீமின் குமாரர்: லூத் (Lud), அனோம் (Anom), பத்ரோஸ்
(Pathros), கஸ்லோத் (Chasloth) மற்றும் கப்தோர் (Chaphtor). 12.
பூத்தின் குமாரர்: கெபூல் (Gebul), ஆதான் (Hadan), பேனா (Benah)
மற்றும் அதான் (Adan). 13. கானானின் குமாரர்: சீதோன், ஏத்,
எமோரி, கெர்காசி, ஏவி, அர்க்கீ, சீனி, அரோதி, சிமோதி மற்றும்
காமோதி. 14. இவர்கள் தங்கள் குடும்பங்களின்படியே காமின்
குமாரர்கள், அந்நாட்களில் அவர்களுடைய எண்ணிக்கை ஏறக்குறைய
எழுநூற்று முப்பது பேராக இருந்தது. 15. சேமின் குமாரர்: ஏலாம்,
அசூர், அர்ப்பக்சாத், லூத், ஆராம் என்னும் ஐந்து குமாரர்கள்; ஏலாமின்
குமாரர்: சூசான் (Shushan), மாகுல் (Machul) மற்றும் அர்மோன்
(Harmon). 16. அசூரின் குமாரர்: மீருஸ் (Mirus) மற்றும் மோகில்
(Mokil), அர்ப்பக்சாத்தின் குமாரர்: சாலா, அனார் (Anar) மற்றும்
அஸ்கோல் (Ashcol). 17. லூத்தின் குமாரர்: பேத்தோர் (Pethor) மற்றும்
பிசாயோன் (Bizayon), ஆராமின் குமாரர்: ஊஸ், கூல், கேத்தெர், மாஸ்.
18. இவர்கள் தங்கள் குடும்பங்களின்படியே சேமின் குமாரர்கள்,
அந்நாட்களில் அவர்களுடைய எண்ணிக்கை ஏறக்குறைய முன்னூறு
பேராக இருந்தது. 19. சேமின் வம்சவரலாறு: சேம் அர்ப்பக்சாத்தைப்
பெற்றான், அர்ப்பக்சாத் சாலாவைப் பெற்றான், சாலா ஏபேரைப்
பெற்றான், ஏபேருக்கு இரண்டு பிள்ளைகள் பிறந்தார்கள்,
ஒருவனுடைய பெயர் பேலேகு, ஏனெனில் அவனுடைய நாட்களில்
மனுஷகுமாரர் பிரிக்கப்பட்டார்கள், பிந்திய நாட்களில் பூமியும்
பிரிக்கப்பட்டது. 20. இரண்டாமவனுடைய பெயர் யோக்தான்,
அவனுடைய நாட்களில் மனுஷகுமாரரின் ஆயுசு குறைந்து
சுருங்கிப்போனது என்பது இதன் அர்த்தம். 21. யோக்தானின் குமாரர்:
அல்மோதாத், சேலேப், ஆசர்மாவேத், ஏராகு, அதோராம் (Hadurom),
ஊசால் (Ozel), திக்லா, ஓபால், அபிமாவேல், சேபா, ஓப்பீர், ஆவிலா,
யோபாப்; இவர்கள் அனைவரும் யோக்தானின் குமாரர்கள். 22.
அவனுடைய சகோதரனான பேலேகு ஏனைப் (Yen) பெற்றான், ஏன்
சேரூக்கைப் பெற்றான், சேரூக் நாகோரைப் பெற்றான், நாகோர்
தேராகைப் பெற்றான்; தேராகு முப்பத்தெட்டு வயதானபோது
ஆரானையும் நாகோரையும் பெற்றான். 23. அந்நாட்களில்,
நோவாவின் குமாரனான காமின் குமாரனாகிய கூஷ், தன் முதிர்வயதில்

யாசேரின் ஆகமம்

ஒரு மனைவியை விவாகம்பண்ணினான், அவள் ஒரு குமாரனைப் பெற்றாள்; அவர்கள் அவனுக்கு நிம்ரோத் என்று பேரிட்டு: அக்காலத்தில் மனுஷகுமாரர் மறுபடியும் தேவனுக்கு விரோதமாகக் கலகம்பண்ணவும் மீறவும் தொடங்கினார்கள் என்றார்கள்; அந்தப் பிள்ளை வளர்ந்தான், அவன் முதிர்வயதின் குமாரனாயிருந்தபடியால், அவன் தகப்பன் அவனை மிகவும் நேசித்தான். 24. ஆதாமும் அவன் மனைவியும் தோட்டத்திலிருந்து வெளியே வந்தபோது, தேவன் அவர்களுக்குச் செய்துகொடுத்த தோலுடைகள் கூஷுக்குக் கொடுக்கப்பட்டன. 25. ஏனெனில் ஆதாமும் அவன் மனைவியும் மரித்த பின்பு, அந்த உடைகள் ஏரேதின் குமாரனான ஏனோக்குக்குக் கொடுக்கப்பட்டன, ஏனோக்கு தேவனிடத்திற்கு எடுத்துக்கொள்ளப்பட்டபோது, அவன் அவைகளைத் தன் குமாரனான மெத்தூசலாவுக்குக் கொடுத்தான். 26. மெத்தூசலா மரித்தபோது, நோவா அவைகளை எடுத்துப் பேழைக்குள் கொண்டுவந்தான், அவன் பேழையிலிருந்து வெளியே வரும்வரைக்கும் அவைகள் அவனுடனிருந்தன. 27. அவர்கள் வெளியே வரும்போது, காம் தன் தகப்பனாகிய நோவாவிடமிருந்து அந்த உடைகளைத் திருடி, அவைகளை எடுத்துத் தன் சகோதரர்களுக்குத் தெரியாமல் மறைத்துவைத்தான். 28. காம் தன் மூத்த குமாரனான கூஷைப் பெற்றபோது, அந்த உடைகளை அவனுக்கு இரகசியமாகக் கொடுத்தான், அவைகள் அநேக நாட்கள் கூஷிடத்தில் இருந்தன. 29. கூஷும் அவைகளைத் தன் குமாரர்களுக்கும் சகோதரர்களுக்கும் தெரியாமல் மறைத்துவைத்தான், கூஷ் நிம்ரோத்தைப் பெற்றபோது, அவன் மீதிருந்த அன்பினிமித்தம் அந்த உடைகளை அவனுக்குக் கொடுத்தான்; நிம்ரோத் வளர்ந்து, அவனுக்கு இருபது வயதானபோது அந்த உடைகளை உடுத்திக்கொண்டான். 30. அவன் அந்த உடைகளை உடுத்திக்கொண்டபோது நிம்ரோத் பலவானானான், தேவன் அவனுக்கு வல்லமையையும் பலத்தையும் கொடுத்தார்; அவன் பூமியிலே பராக்கிரமமுள்ள வேட்டைக்காரனாயிருந்தான், ஆம், அவன் வெளியிலே பராக்கிரமமுள்ள வேட்டைக்காரனாயிருந்தான்; அவன் மிருகங்களை வேட்டையாடி, பலிபீடங்களைக் கட்டி, கர்த்தருக்கு முன்பாக அவைகளின் மேல் மிருகங்களைப் பலியிட்டான். 31. நிம்ரோத் தன்னைத் திடப்படுத்திக்கொண்டு, தன் சகோதரர்களுக்குள்ளிருந்து எழும்பி, தன் சகோதரர்களின் சத்துருக்கள் எல்லாருக்கும் விரோதமாகச் சுற்றிலும் யுத்தம்பண்ணினான். 32. கர்த்தர் அவன் சகோதரர்களின் சத்துருக்கள் எல்லாரையும் அவன் கைகளில் ஒப்புக்கொடுத்தார், தேவன் அவனுடைய யுத்தங்களில் அவ்வப்போது அவனுக்கு ஜெயங்கொடுத்தார், அவன் பூமியின்மேல் அரசாண்டான். 33. ஆகையால் அந்நாட்களில், ஒரு மனுஷன் தான் யுத்தத்திற்குப் பழக்குவித்தவர்களை வெளியே அழைத்துச்செல்லும்போது, அவர்களை நோக்கி: பூமியிலே

பராக்கிரமமுள்ள வேட்டைக்காரனாயிருந்து, தன் சகோதரர்களை மேற்கொண்ட சத்துருக்களுடன் யுத்தம்பண்ணி வெற்றிபெற்று, அவர்களைச் சத்துருக்களின் கைகளிலிருந்து விடுவித்த நிம்ரோத்துக்கு தேவன் செய்ததுபோல, தேவன் இந்த நாளிலும் நம்மைத் திடப்படுத்தி நம்மை விடுவிப்பாராக என்று சொல்வது வழக்கமாயிற்று. *34.* நிம்ரோத்துக்கு நாற்பது வயதான அக்காலத்தில், அவன் சகோதரர்களுக்கும் யாப்பேத்தின் பிள்ளைகளுக்கும் இடையே யுத்தம் உண்டாயிற்று, ஆகையால் அவர்கள் தங்கள் சத்துருக்களின் அதிகாரத்திற்குட்பட்டிருந்தார்கள். *35.* அக்காலத்தில் நிம்ரோத் புறப்பட்டு, கூஷின் குமாரர்கள் மற்றும் அவர்கள் குடும்பத்தார் அனைவரையும், ஏறக்குறைய நானூற்று அறுபது பேரைச் சேர்த்தான்; மேலும் அவன் தன் நண்பர்கள் மற்றும் தெரிந்தவர்களிலிருந்து ஏறக்குறைய எண்பது பேரைக் கூலிக்குப் பேசி, அவர்களுக்குரிய கூலியைக் கொடுத்து, அவர்களுடன் யுத்தத்திற்குப் புறப்பட்டான்; அவன் வழியில் சென்று கொண்டிருக்கையில், தன்னுடன் வந்த ஜனங்களின் இருதயங்களைத் திடப்படுத்தினான். *36.* அவன் அவர்களை நோக்கி: நீங்கள் பயப்பட வேண்டாம், திகிலடைய வேண்டாம், ஏனெனில் நம்முடைய சத்துருக்கள் அனைவரும் நம் கைகளில் ஒப்புக்கொடுக்கப்படுவார்கள், நீங்கள் உங்கள் இஷ்டப்படி அவர்களைச் செய்யலாம் என்றான். *37.* அவனுடன் சென்ற மனுஷர்கள் அனைவரும் ஏறக்குறைய ஐந்நூறு பேர்; அவர்கள் தங்கள் சத்துருக்களுக்கு விரோதமாக யுத்தம்பண்ணி, அவர்களை அழித்துக் கீழ்ப்படுத்தினார்கள்; நிம்ரோத் அவர்கள் இருந்த இடங்களில் அவர்களுக்கு மேல் அதிகாரிகளை ஏற்படுத்தினான். *38.* அவன் அவர்கள் பிள்ளைகளில் சிலரைப் பிணையாக எடுத்துக்கொண்டான், அவர்கள் அனைவரும் நிம்ரோத்துக்கும் அவன் சகோதரர்களுக்கும் வேலைக்காரர்களானார்கள்; நிம்ரோத்தும் அவனுடனிருந்த ஜனங்கள் அனைவரும் தங்கள் வீடுகளுக்குத் திரும்பினார்கள். *39.* நிம்ரோத் தன் சத்துருக்களை வென்ற பின்பு மகிழ்ச்சியுடன் யுத்தத்திலிருந்து திரும்பியபோது, அவன் சகோதரர்கள் அனைவரும், அவனுக்கு முன்பே தெரிந்தவர்களுடன் சேர்ந்து, அவனைத் தங்கள் மேல் ராஜாவாக்கக் கூடிவந்தார்கள், அவர்கள் அவன் தலையில் ராஜகிரீடத்தை வைத்தார்கள். *40.* ராஜாக்களின் வழக்கத்தின்படியே, அவன் தன் குடிகளுக்கும் ஜனங்களுக்கும் மேலாகப் பிரபுக்களையும், நியாயாதிபதிகளையும், அதிகாரிகளையும் ஏற்படுத்தினான். *41.* அவன் நாகோரின் குமாரனான தேராகைத் தன் சேனைத்தலைவனாக்கினான், அவனைத் தன்னிடத்திலிருந்த பிரபுக்கள் எல்லாருக்கும் மேலாக உயர்த்தி கனப்படுத்தினான். *42.* அவன் தன் சுற்றுப்புறத்திலிருந்த சத்துருக்கள் எல்லாரையும் வென்ற பின்பு, தன் மனவிருப்பத்தின்படியே அரசாண்டுகொண்டிருக்கையில், தன் அரண்மனைக்காக ஒரு நகரத்தைக் கட்டத் தன்

ஆலோசனைக்காரர்களிடம் ஆலோசனை கேட்டான், அவர்கள் அப்படியே செய்தார்கள். 43. அவர்கள் கிழக்கே ஒரு பெரிய பள்ளத்தாக்கைக் கண்டுபிடித்து, அவனுக்குப் பெரியதும் விஸ்தாரமுமான ஒரு நகரத்தைக் கட்டினார்கள்; கர்த்தர் அவன் சத்துருக்களைக் கடுமையாக அசைத்து அழித்தபடியினால், நிம்ரோத் தான் கட்டின நகரத்திற்குச் சிநேயார் என்று பேரிட்டான். 44. நிம்ரோத் சிநேயாரில் குடியிருந்து, பத்திரமாக அரசாண்டான்; அவன் தன் சத்துருக்களோடு யுத்தம்பண்ணி அவர்களைக் கீழ்ப்படுத்தினான், அவனுடைய எல்லா யுத்தங்களிலும் சித்தியடைந்தான், அவனுடைய ராஜ்யம் மிகவும் பெரிதாயிற்று. 45. சகல ஜாதிகளும் பாஷைக்காரர்களும் அவனுடைய கீர்த்தியைக் கேள்விப்பட்டு, அவனிடத்தில் கூடிவந்து, தரைமட்டும் குனிந்து பணிந்து, அவனுக்குக் காணிக்கைகளைக் கொண்டுவந்தார்கள்; அவன் அவர்களுக்கு ஆண்டவனும் ராஜாவுமானான், அவர்கள் அனைவரும் அவனுடன் சிநேயார் நகரத்தில் குடியிருந்தார்கள்; நிம்ரோத் நோவாவின் குமாரர் எல்லார்மேலும் பூமியில் அரசாண்டான், அவர்கள் அனைவரும் அவனுடைய அதிகாரத்திற்கும் ஆலோசனைக்கும் கீழ்ப்பட்டிருந்தார்கள். 46. பூமி முழுவதும் ஒரே பாஷையும் ஒன்றுபட்ட வார்த்தைகளுமாய் இருந்தது; ஆனால் நிம்ரோத் கர்த்தருடைய வழிகளில் நடக்கவில்லை, ஜலப்பிரளயத்தின் நாட்கள் முதற்கொண்டு அந்நாட்கள் வரைக்கும் அவனுக்கு முன்பாக இருந்த எல்லா மனுஷரிலும் பார்க்கிலும் அவன் மிகவும் கொடியவனாயிருந்தான். 47. அவன் மரத்தினாலும் கல்லினாலும் தேவர்களை உண்டாக்கி, அவைகளைப் பணிந்துகொண்டு, கர்த்தருக்கு விரோதமாகக் கலகம்பண்ணி, தன் குடிகள் எல்லாரும் பூமியின் ஜனங்களும் தன் கொடிய வழிகளில் நடக்கும்படி அவர்களுக்குப் போதித்தான்; அவனுடைய குமாரனான மார்தோன் *(Mardon)* தன் தகப்பனிலும் கொடியவனாயிருந்தான். 48. நிம்ரோத்தின் குமாரனான மார்தோனின் செய்கைகளைக் கேள்விப்பட்ட ஒவ்வொருவனும் அவனைக் குறித்து: துன்மார்க்கனிடத்திலிருந்து துன்மார்க்கம் புறப்படும் என்று சொல்வான்; ஆகையால்: துன்மார்க்கனிடத்திலிருந்து துன்மார்க்கம் புறப்படும் என்பது பூமி முழுவதிலும் ஒரு பழமொழியாயிற்று, அது அக்காலம் முதல் இந்நாள் வரைக்கும் மனுஷரின் வார்த்தைகளில் வழக்கமாயிருக்கிறது. 49. நிம்ரோத்தின் சேனைத்தலைவனும் நாகோரின் குமாரனுமாகிய தேராகு அந்நாட்களில் ராஜாவுக்கும் அவன் குடிகளுக்கும் முன்பாக மிகவும் பெரியவனாயிருந்தான், ராஜாவும் பிரபுக்களும் அவனை நேசித்து, அவனை மிகவும் உயர்த்தினார்கள். 50. தேராகு கோர்நேபோவின் *(Cornebo)* குமாரத்தியாகிய அம்ஸ்தெலோ *(Amthelo)* என்பவளை மனைவியாக விவாகம்பண்ணினான்; தேராகின் மனைவி கர்ப்பவதியாகி அந்நாட்களில் அவனுக்கு ஒரு குமாரனைப் பெற்றாள். 51. தேராகு அவனைப் பெற்றபோது அவனுக்கு வயது

எழுபது; அந்நாட்களில் ராஜா அவனை உயர்த்தி, தன்னிடத்திலிருந்த எல்லாப் பிரபுக்களிலும் மேலாக அவனைக் கனப்படுத்தினபடியால், தேராகு தனக்குப் பிறந்த குமாரனுக்கு ஆபிராம் என்று பேரிட்டான்.

அத்தியாயம் 8

1. ஆபிராம் பிறந்த அந்த ராத்திரியிலே, தேராகின்
வேலைக்காரர்கள் எல்லாரும், நிம்ரோத்தின் சாஸ்திரிகள் மற்றும்
அவனுடைய மாயவித்தைக்காரர்கள் எல்லாரும் தேராகின் வீட்டுக்கு
வந்து, புசித்து குடித்து, அந்த ராத்திரியிலே அவனோடேகூடச்
சந்தோஷப்பட்டார்கள். 2. அந்தச் சாஸ்திரிகளும்
மாயவித்தைக்காரர்களும் தேராகின் வீட்டைவிட்டுப் புறப்பட்டபோது,
அந்த ராத்திரியிலே நட்சத்திரங்களைப் பார்க்கும்படி வானத்திற்கு
நேராகத் தங்கள் கண்களை ஏறெடுத்தார்கள்; அவர்கள் பார்த்தபோது,
இதோ, கிழக்கிலிருந்து மிகப் பெரிய ஒரு நட்சத்திரம் தோன்றி
வானத்தில் ஓடி, வானத்தின் நான்கு திசைகளிலுமிருந்த நான்கு
நட்சத்திரங்களை விழுங்கியது. 3. அந்தத் தரிசனத்தைக் கண்டு
ராஜாவின் சாஸ்திரிகளும் மாயவித்தைக்காரர்களும் எல்லாரும்
ஆச்சரியப்பட்டார்கள், ஞானிகள் இந்தக் காரியத்தைப்
புரிந்துகொண்டு, அதன் அர்த்தத்தை அறிந்தார்கள். 4. அவர்கள்
ஒருவரையொருவர் நோக்கி: இந்த ராத்திரியிலே தேராக்குக்குப்
பிறந்திருக்கிற பிள்ளையையே இது குறிக்கிறது; அவன் வளர்ந்து,
பலுகிப் பெருகி, அவனும் அவனுடைய பிள்ளைகளும்
என்றென்றைக்கும் பூமி முழுவதையும் சுதந்தரித்துக்கொள்வார்கள்;
அவனும் அவனுடைய சந்ததியும் பெரிய ராஜாக்களைக் கொன்று,
அவர்களுடைய தேசங்களைச் சுதந்தரித்துக்கொள்வார்கள்
என்றார்கள். 5. அந்தச் சாஸ்திரிகளும் மாயவித்தைக்காரர்களும் அந்த
ராத்திரியிலே தங்கள் வீடுகளுக்குப் போனார்கள்; காலையிலே அந்தச்
சாஸ்திரிகளும் மாயவித்தைக்காரர்களும் எல்லாரும் அதிகாலையில்
எழுந்து, குறிக்கப்பட்ட ஒரு வீட்டில் கூடிவந்தார்கள். 6. அவர்கள்
ஒருவரையொருவர் நோக்கி: இதோ, நேற்றிரவு நாம் கண்ட தரிசனம்
ராஜாவுக்கு மறைக்கப்பட்டிருக்கிறது, அது அவனுக்குத்
தெரியப்படுத்தப்படவில்லை. 7. பிந்திய நாட்களில் இந்தக் காரியம்
ராஜாவுக்குத் தெரியவந்தால், அவன் நம்மை நோக்கி: இந்தக்
காரியத்தை ஏன் எனக்கு மறைத்தீர்கள் என்று கேட்பான், அப்பொழுது
நாம் எல்லாரும் மரண தண்டனை அடைவோம்; ஆகையால்,
இப்போது நாம் போய் நாம் கண்ட தரிசனத்தையும், அதின்
அர்த்தத்தையும் ராஜாவுக்குச் சொல்வோம், அப்பொழுது நாம்
குற்றமற்றவர்களாயிருப்போம் என்று பேசிக்கொண்டார்கள். 8.
அவர்கள் அப்படியே செய்தார்கள்; அவர்கள் எல்லாரும்

யாசேரின் ஆகமம்

ராஜாவினிடத்திற்குப் போய், தரைமட்டும் குனிந்து அவனைப் பணிந்துகொண்டு: ராஜா வாழ்க, ராஜா வாழ்க என்றார்கள். 9. உமது சேனைத்தலைவனும் நாகோரின் குமாரனுமாகிய தேராக்குக்கு ஒரு குமாரன் பிறந்தான் என்று நாங்கள் கேள்விப்பட்டு, நேற்றிரவு அவனுடைய வீட்டுக்குப் போய், அந்த ராத்திரியிலே அவனோடேகூடப் புசித்து குடித்துச் சந்தோஷப்பட்டோம். 10. உமது அடியார்கள் தேராகின் வீட்டைவிட்டுப் புறப்பட்டு, அந்த ராத்திரியைக் கழிப்பதற்காக எங்கள் வீடுகளுக்குப் போகும்போது, வானத்திற்கு நேராக எங்கள் கண்களை ஏறெடுத்தோம்; அப்பொழுது கிழக்கிலிருந்து ஒரு பெரிய நட்சத்திரம் வருவதையும், அந்த நட்சத்திரம் மகா வேகமாய் ஓடி வானத்தின் நான்கு திசைகளிலுமிருந்த நான்கு பெரிய நட்சத்திரங்களை விழுங்குவதையும் கண்டோம். 11. நாங்கள் கண்ட அந்தத் தரிசனத்தைக் கண்டு உமது அடியார்கள் ஆச்சரியப்பட்டு, மிகவும் திகிலடைந்தோம்; அந்தத் தரிசனத்தைக் குறித்து நாங்கள் நியாயந்தீர்த்து, தேராக்குக்குப் பிறந்திருக்கிற பிள்ளைக்கு இந்தக் காரியம் பொருந்தும் என்பதையும், அவன் வளர்ந்து மிகவும் பெருகி, பலவானாகி, பூமியின் ராஜாக்கள் எல்லாரையும் கொன்று, அவனும் அவனுடைய சந்ததியும் என்றென்றைக்கும் அவர்களுடைய தேசங்களையெல்லாம் சுதந்தரித்துக்கொள்வார்கள் என்பதையும் எங்கள் ஞானத்தினால் அதின் சரியான அர்த்தமாக அறிந்தோம். 12. இப்போதும் எங்கள் ஆண்டவனும் ராஜாவுமானவரே, இந்தப் பிள்ளையைக் குறித்து நாங்கள் கண்டதை உமக்கு உண்மையாகவே தெரியப்படுத்தினோம். 13. இந்தப் பிள்ளைக்காக அவனுடைய தகப்பனுக்கு ஒரு விலையைக் கொடுப்பது ராஜாவின் பார்வைக்கு நல்லதாய்க் கண்டால், அவன் தேசத்தில் வளர்ந்து பெருகி, அவனுடைய தீமை நமக்கு விரோதமாகப் பெருகி, நாமும் நம்முடைய பிள்ளைகளும் அவனுடைய தீமையினால் அழிந்துபோவதற்கு முன்பாகவே அவனை நாங்கள் கொன்றுபோடுவோம் என்றார்கள். 14. ராஜா அவர்களுடைய வார்த்தைகளைக் கேட்டான், அவைகள் அவனுடைய பார்வைக்கு நல்லதாய்க் கண்டது; அவன் ஆள் அனுப்பித் தேராகை அழைப்பித்தான், தேராகு ராஜாவுக்கு முன்பாக வந்தான். 15. ராஜா தேராகை நோக்கி: நேற்றிரவு உனக்கு ஒரு குமாரன் பிறந்தான் என்றும், அவன் பிறந்தபோது வானத்தில் இந்த விதமான ஒரு அடையாளம் காணப்பட்டது என்றும் எனக்குச் சொல்லப்பட்டது. 16. ஆகையால் இப்போது, அவனுடைய தீமை நமக்கு விரோதமாக எழும்புவதற்கு முன்பாக நாம் அவனைக் கொன்றுபோடும்படி அந்தப் பிள்ளையை என்னிடத்தில் கொடு; நான் அவனுடைய விலையாக உன் வீடு நிறைய வெள்ளியையும் பொன்னையும் தருவேன் என்றான். 17. தேராகு ராஜாவுக்குப் பிரதியுத்தரமாக: என் ஆண்டவனும் ராஜாவுமானவரே, நான் உமது வார்த்தைகளைக் கேட்டேன், உமது அடியான் தன் ராஜா விரும்புகிறபடியெல்லாம்

செய்வான். 18. ஆனாலும் என் ஆண்டவனும் ராஜாவுமானவரே, நேற்றிரவு எனக்குச் சம்பவித்ததை உமக்குச் சொல்வேன்; அப்பொழுது ராஜா தமது அடியானுக்கு என்ன ஆலோசனை சொல்லுவார் என்று நான் பார்த்து, அதன்பின்பு ராஜா இப்போது சொன்ன காரியத்திற்கு நான் ராஜாவுக்குப் பதிலளிப்பேன் என்றான்; ராஜா அவனை நோக்கி: சொல் என்றான். 19. தேராகு ராஜாவை நோக்கி: மோரேதின் குமாரனான அயோன் *(Ayon)* நேற்றிரவு என்னிடத்தில் வந்து: 20. ராஜா உனக்குக் கொடுத்த பெரிதும் அழகானதுமான குதிரையை எனக்குக் கொடு, நான் அதின் விலையாக வெள்ளியையும் பொன்னையும், வைக்கோலையும் தீவனத்தையும் உனக்குத் தருவேன் என்றான்; அதற்கு நான்: உன்னுடைய வார்த்தைகளைக் குறித்து நான் ராஜாவைப் பார்க்கும்வரைக்கும் காத்திரு, இதோ ராஜா என்ன சொல்லுகிறாரோ அதன்படியே செய்வேன் என்று அவனிடத்தில் சொன்னேன். 21. இப்போதும் என் ஆண்டவனும் ராஜாவுமானவரே, இதோ இந்தக் காரியத்தை உமக்குத் தெரியப்படுத்தினேன்; என் ராஜா தமது அடியானுக்குச் சொல்லும் ஆலோசனையின்படியே நான் நடப்பேன் என்றான். 22. ராஜா தேராகின் வார்த்தைகளைக் கேட்டான், அவனுக்குக் கோபம் மூண்டது, அவன் அவனை ஒரு மூடனைப்போலக் கருதினான். 23. ராஜா தேராக்குக்குப் பிரதியுத்தரமாக: வெள்ளிக்காகவும் பொன்னுக்காகவும் அல்லது வைக்கோலுக்காகவும் தீவனத்துக்காகவுமா உன் அழகான குதிரையைக் கொடுப்பாய், இந்தக் காரியத்தைச் செய்ய நீ அவ்வளவு புத்தியற்றவனா, அறிவியனற்றவனா அல்லது புத்திக்குறைவானவனா? 24. உன் குதிரைக்குத் தீனிபோட வைக்கோலும் தீவனமும் உனக்குக் கிடைக்கவில்லையா? இந்தக் காரியத்தைச் செய்வதற்கு உனக்கு வெள்ளியும் பொன்னும் அவ்வளவு குறைந்துபோயிற்றா? நான் உனக்குக் கொடுத்த அந்தச் சிறந்த குதிரையைப்போலப் பூமி முழுவதிலும் வேறொன்றுமில்லையே; அதை நீ கொடுத்துவிடும்படிக்கு வெள்ளியும் பொன்னும், வைக்கோலும் தீவனமும் உனக்கு எம்மாத்திரம்? என்றான். 25. ராஜா பேசிமுடித்தான், தேராகு ராஜாவுக்குப் பிரதியுத்தரமாக: ராஜா தமது அடியானுக்கு இதைப் போலவே சொல்லியிருக்கிறார்; 26. என் ஆண்டவனும் ராஜாவுமானவரே, நான் உம்மை வேண்டிக்கொள்ளுகிறேன், நாங்கள் அவனைக் கொன்றுபோடும்படி உன் குமாரனை கொடு, நான் அவனுடைய விலையாக வெள்ளியையும் பொன்னையும் உனக்குத் தருவேன் என்று நீர் என்னிடத்தில் சொன்னது என்ன? என் குமாரனுடைய மரணத்திற்குப் பின்பு வெள்ளியையும் பொன்னையும் வைத்துக்கொண்டு நான் என்ன செய்வேன்? என்னைச் சுதந்தரிப்பவன் யார்? நிச்சயமாக என் மரணத்திலே, அந்த வெள்ளியும் பொன்னும் அதைக் கொடுத்த என் ராஜாவினிடத்திற்கே திரும்பப் போய்விடுமே என்றான். 27. ராஜா தேராகின் வார்த்தைகளையும்,

*அவன் ராஜாவைக்குறித்துச் சொன்ன உவமையையும் கேட்டபோது,
அது அவனுக்கு மிகவும் மனத்தாங்கலாயிருந்தது, அவன் இந்தக்
காரியத்தைக் குறித்து முகம் வாடினான், அவனுக்குள் கோபம்
பற்றியெரிந்தது. 28. ராஜாவின் கோபம் தன்மேல் மூண்டிருப்பதைத்
தேராகு கண்டு, ராஜாவுக்குப் பிரதியுத்தரமாக: எனக்குள்ளதெல்லாம்
ராஜாவின் அதிகாரத்தில் இருக்கிறது; ராஜா தமது அடியானுக்கு என்ன
செய்ய விரும்புகிறாரோ அதைச் செய்யட்டும்; ஆம், என் குமாரனும்
அவனுடைய விலையின்றியே ராஜாவின் அதிகாரத்திலிருக்கிறான்,
அவனும் அவனிலும் பெரியவர்களான அவனுடைய இரண்டு
சகோதரர்களும் அப்படியே இருக்கிறார்கள் என்றான். 29. ராஜா
தேராகை நோக்கி: அப்படியல்ல, நான் உன் இளைய குமாரனை ஒரு
விலைக்கு வாங்குவேன் என்றான். 30. தேராகு ராஜாவுக்குப்
பிரதியுத்தரமாக: என் ஆண்டவனும் ராஜாவுமானவரே, உமது
அடியான் உமக்கு முன்பாக ஒரு வார்த்தை பேசும்படி நான் உம்மை
வேண்டிக்கொள்ளுகிறேன்; ராஜா தமது அடியானின் வார்த்தையைக்
கேட்பாராக என்றான். தேராகு பின்னும்: நான் இந்தக் காரியத்தை
எனக்குள் சிந்தித்து, என் ராஜாவின் வார்த்தைகளைக்குறித்து என்
குடும்பத்தாரோடு ஆலோசனை பண்ணும்வரைக்கும், என் ராஜா
எனக்கு மூன்று நாள் கெடு கொடுப்பாராக என்றான்; இதற்குச்
சம்மதிக்கும்படி அவன் ராஜாவை மிகவும் வற்புறுத்தினான். 31. ராஜா
தேராகுக்குச் செவிகொடுத்து, அவன் அப்படியே செய்தான், அவனுக்கு
மூன்று நாள் கெடு கொடுத்தான்; தேராகு ராஜாவின் சந்நிதியை
விட்டுப் புறப்பட்டு, தன் குடும்பத்தாரிடம் வந்து ராஜாவின்
வார்த்தைகளையெல்லாம் அவர்களிடத்தில் சொன்னான்; அந்த
ஜனங்கள் மிகவும் பயந்தார்கள். 32. மூன்றாம் நாளிலே ராஜா
தேராகினிடத்தில் ஆள் அனுப்பி: நான் உன்னிடத்தில் சொன்னபடியே
உன் குமாரனை ஒரு விலைக்கு என்னிடத்தில் அனுப்பு; நீ இப்படிச்
செய்யாவிட்டால், நான் ஆள் அனுப்பி, உன் வீட்டில் மீதியாக ஒரு
நாய்கூட இராதபடிக்கு உனக்குள்ள யாவற்றையும்
கொன்றுபோடுவேன் என்று சொல்லச் சொன்னான். 33.
(ராஜாவினிடத்திலிருந்து வந்த காரியம் அவசரமாயிருந்ததினால்),
தேராகு தீவிரமாய், அன்றையதினம் தன் வேலைக்காரிகளில்
ஒருத்தியின் மூலம் தனக்குப் பிறந்திருந்த ஒரு பிள்ளையை
எடுத்துக்கொண்டு போய், ராஜாவிடம் ஒப்புவித்து, அவனுக்கு
விலையாக அதைப் பெற்றுக்கொண்டான். 34. நிம்ரோத் ஆபிராமின்
மரணத்திற்குக் காரணமாயிராதபடிக்கு இந்தக் காரியத்தில் கர்த்தர்
தேராகுடனே இருந்தார்; ராஜா அந்தப் பிள்ளையைத்
தேராகினிடத்திலிருந்து வாங்கி, அது ஆபிராம் என்று நினைத்து, தன்
முழுப் பலத்தோடும் அதின் தலையைத் தரையில் மோதி அடித்தான்;
அந்த நாள்முதற்கொண்டு இது அவனுக்கு மறைக்கப்பட்டது, அது
ராஜாவினால் மறக்கப்பட்டது, ஏனெனில் ஆபிராமின் மரணத்தை*

அனுமதிக்காதிருப்பது தேவனுடைய சித்தமாயிருந்தது. 35. தேராகு தன் குமாரனான ஆபிராமையும், அவனுடைய தாயையும் செவிலித்தாயையும் இரகசியமாக அழைத்துக்கொண்டுபோய், அவர்களை ஒரு குகையில் மறைத்துவைத்து, அவர்களுக்கு வேண்டிய ஆகாரத்தை மாதந்தோறும் கொடுத்துவந்தான். 36. குகையிலே கர்த்தர் ஆபிராமுடனே இருந்தார், அவன் வளர்ந்தான்; ஆபிராம் பத்து வருஷங்கள் குகையிலே இருந்தான், ராஜாவும் அவனுடைய பிரபுக்களும் குறிசொல்லுகிறவர்களும் ஞானிகளும், ராஜா ஆபிராமைக் கொன்றுவிட்டான் என்று நினைத்தார்கள்.

அத்தியாயம் 9

1. அந்நாட்களில் தேராகின் குமாரனும் ஆபிராமின் மூத்த
சகோதரனுமாகிய ஆரான் ஒரு மனைவியை விவாகம்பண்ணினான். 2.
ஆரான் அவளை விவாகம்பண்ணும்போது அவனுக்கு வயது
முப்பத்தொன்பது; ஆரானின் மனைவி கர்ப்பவதியாகி ஒரு குமாரனைப்
பெற்றாள், அவனுக்கு லோத்து என்று பேரிட்டான். 3. அவள்
மறுபடியும் கர்ப்பவதியாகி ஒரு குமாரத்தியைப் பெற்றாள், அவளுக்கு
மில்காள் என்று பேரிட்டாள்; அவள் மறுபடியும் கர்ப்பவதியாகி ஒரு
குமாரத்தியைப் பெற்றாள், அவளுக்குச் சாராய் என்று பேரிட்டாள். 4.
ஆரான் சாராயைப் பெற்றபோது அவனுக்கு வயது நாற்பத்திரண்டு,
அது ஆபிராமின் வாழ்நாளில் பத்தாம் வருஷம்; ராஜாவும் அவன்
குடிகளும் ஆபிராமின் காரியத்தை மறந்துவிட்டபடியால்,
அந்நாட்களில் ஆபிராமும் அவனுடைய தாயும் செவிலித்தாயும்
குகையிலிருந்து வெளியே வந்தார்கள். 5. ஆபிராம் குகையிலிருந்து
வெளியே வந்தபோது, அவன் நோவாவினிடத்திற்கும் அவன்
குமாரனான சேமினிடத்திற்கும் போய், கர்த்தருடைய
போதனையையும் அவருடைய வழிகளையும் கற்றுக்கொள்வதற்காக
அவர்களுடனே தங்கியிருந்தான்; ஆபிராம் எங்கே இருக்கிறான் என்று
ஒரு மனுஷனும் அறியவில்லை, ஆபிராம் அநேக காலம் நோவாவையும்
அவன் குமாரனான சேமையுஞ் சேவித்தான். 6. ஆபிராம்
முப்பத்தொன்பது வருஷங்கள் நோவாவின் வீட்டில் இருந்தான்;
ஆபிராம் தன் மூன்று வயதுமுதல் கர்த்தரை அறிந்திருந்தான்,
நோவாவும் அவன் குமாரனான சேமும் அவனுக்குப் போதித்தபடியே,
அவன் தன் மரண நாள் வரைக்கும் கர்த்தருடைய வழிகளில் நடந்தான்;
அந்நாட்களில் பூமியின் மனுஷகுமாரர் எல்லாரும் கர்த்தருக்கு
விரோதமாக மிகவும் குற்றஞ்செய்து, அவருக்கு விரோதமாகக்
கலகம்பண்ணி அந்நிய தேவர்களைச் சேவித்தார்கள்; அவர்கள் பூமியில்
தங்களைச் சிருஷ்டித்த கர்த்தரை மறந்துவிட்டார்கள்; அக்காலத்தில்
பூமியின் குடிகள் ஒவ்வொருவரும் தங்களுக்குத் தேவர்களை

உண்டாக்கினார்கள்; மரத்தினாலும் கல்லினாலுமான அந்தத் தேவர்களால் பேசவோ, கேட்கவோ, இரட்சிக்கவோ முடியாது, மனுஷகுமாரர் அவைகளைச் சேவித்தார்கள், அவைகள் அவர்களுக்குத் தேவர்களாயின. 7. ராஜாவும் அவனுடைய வேலைக்காரர்கள் எல்லாரும், தேராகும் அவனுடைய வீட்டாரனைவரும் மரத்தினாலும் கல்லினாலுமான தேவர்களைச் சேவித்தவர்களில் முதன்மையானவர்களாயிருந்தார்கள். 8. வருடத்தின் பன்னிரண்டு மாதங்களின்படியே, தேராக்கிடத்தில் மரத்தினாலும் கல்லினாலும் செய்யப்பட்ட பெரிய அளவிலான பன்னிரண்டு தேவர்கள் இருந்தன; அவன் மாதந்தோறும் ஒவ்வொரு தேவனையும் சேவித்தான், ஒவ்வொரு மாதமும் தேராகு தன் தேவர்களுக்குப் போஜனபலியையும் பானபலியையும் கொண்டுவந்தான்; இந்தப்படியே தேராகு எல்லா நாட்களிலும் செய்தான். 9. அந்தச் சந்ததியார் எல்லாரும் கர்த்தரின் பார்வைக்குப் பொல்லாதவர்களாயிருந்தார்கள், அவர்கள் இப்படி ஒவ்வொருவரும் தங்களுக்குத் தேவர்களை உண்டாக்கினார்கள், ஆனால் தங்களைச் சிருஷ்டித்த கர்த்தரை விட்டுவிட்டார்கள். 10. அந்நாட்களில் பூமி முழுவதிலும் கர்த்தரை அறிந்த ஒரு மனுஷனும் காணப்படவில்லை (ஏனெனில் ஒவ்வொரு மனுஷனும் தன் தன் தேவனைச் சேவித்தான்); நோவாவும் அவன் வீட்டாரும், அவனுடைய ஆலோசனைக்கு உட்பட்டிருந்த அனைவரும் மாத்திரமே அந்நாட்களில் கர்த்தரை அறிந்திருந்தார்கள். 11. தேராகின் குமாரனான ஆபிராம் அந்நாட்களில் நோவாவின் வீட்டிலே பெரியவனாகி வந்தான், ஒரு மனுஷனும் அதை அறியவில்லை, கர்த்தர் அவனோடே இருந்தார். 12. கர்த்தர் ஆபிராமுக்கு உணர்வுள்ள இருதயத்தைக் கொடுத்தார்; அந்தச் சந்ததியாரின் கிரியைகளெல்லாம் வீண் என்பதையும், அவர்களுடைய தேவர்கள் யாவும் வீண் என்றும், அவைகளால் ஒரு பிரயோஜனமுமில்லை என்றும் அவன் அறிந்தான். 13. ஆபிராம் பூமியின்மேல் பிரகாசிக்கிற சூரியனைக் கண்டான்; ஆபிராம் தனக்குள்: நிச்சயமாகவே பூமியின்மேல் பிரகாசிக்கிற இந்தச் சூரியன்தான் தேவன், இவரையே நான் சேவிப்பேன் என்றான். 14. அன்றையதினம் ஆபிராம் சூரியனைச் சேவித்து, அதை நோக்கி ஜெபம்பண்ணினான்; சாயங்காலமானபோது வழக்கம்போல சூரியன் அஸ்தமித்தது, அப்பொழுது ஆபிராம் தனக்குள்: நிச்சயமாக இது தேவனாயிருக்கமுடியாது அல்லவா? என்றான். 15. ஆபிராம் பின்னும் தனக்குள் பேசிக்கொண்டு: வானத்தையும் பூமியையும் உண்டாக்கினவர் யார்? பூமியின்மேல் சிருஷ்டித்தவர் யார்? அவர் எங்கே இருக்கிறார்? என்றான். 16. அவன் மேல் ராத்திரி இருளடைந்தது, அவன் தன் கண்களை மேற்கு, வடக்கு, தெற்கு, கிழக்கு நோக்கி ஏறெடுத்தான்; சூரியன் பூமியிலிருந்து மறைந்துவிட்டதையும், பகல் இருளானதையும் கண்டான். 17. ஆபிராம் தனக்கு முன்பாக நட்சத்திரங்களையும் சந்திரனையும் கண்டான்,

*அவன்: தேவனானவர் மனுஷனையும் பூமி முழுவதையும் சிருஷ்டித்தார்,
இதோ, அவரைச் சுற்றிலுமிருக்கிற இவைகள் அவருடைய
வேலைக்காரர்களான தேவர்கள் என்றான்; ஆபிராம் அந்த ராத்திரி
முழுவதும் சந்திரனைச் சேவித்து அதை நோக்கி ஜெபம்பண்ணினான்.
18. காலையில் வெளிச்சமாகி வழக்கம்போலச் சூரியன் பூமியின்மேல்
பிரகாசித்தபோது, கர்த்தராகிய தேவன் பூமியின்மேல் உண்டாக்கின
எல்லாவற்றையும் ஆபிராம் கண்டான். 19. ஆபிராம் தனக்குள்:
பூமியையும் மனுஷகுலம் முழுவதையும் உண்டாக்கின தேவர்கள்
இவைகளல்ல, இவைகள் தேவனுடைய வேலைக்காரர்கள் என்று
சொல்லி, ஆபிராம் நோவாவின் வீட்டில் தங்கியிருந்து, அங்கே
கர்த்தரையும் அவருடைய வழிகளையும் அறிந்து, தன்
ஜீவகாலமெல்லாம் கர்த்தரைச் சேவித்தான்; அந்தச் சந்ததியார்
எல்லாரும் கர்த்தரை மறந்து, மரத்தினாலும் கல்லினாலுமான அந்நிய
தேவர்களைச் சேவித்தார்கள், தங்கள் நாட்களிலெல்லாம்
கலகம்பண்ணினார்கள். 20. நிம்ரோத் ராஜா பத்திரமாக அரசாண்டான்,
பூமி முழுவதும் அவனுடைய கட்டுப்பாட்டிற்குள் இருந்தது; பூமி
முழுவதும் ஒரே பாஷையும் ஒன்றுபட்ட வார்த்தைகளுமாய் இருந்தது.
21. நிம்ரோத்தின் பிரபுக்களும் அவனுடைய பெரிய மனுஷர்களும்
எல்லாரும் கூடி ஆலோசித்தார்கள்; பூத், மிஸ்ராயீம், கூஷ், கானான்
ஆகியோரும் அவர்கள் குடும்பத்தாரும் ஒருவரையொருவர் நோக்கி:
வாருங்கள், நமக்காக ஒரு நகரத்தையும், வானத்தை எட்டும்
சிகரமுள்ள ஒரு கோபுரத்தையும் கட்டுவோம்; சத்துருக்களாலுண்டாகும்
தீமை நம்மை விட்டு ஒழியும்படிக்கும், நாம் அவர்கள் மேல்
வல்லமையாய் அரசாளும்படிக்கும், அவர்களுடைய யுத்தங்களினிமித்தம்
நாம் பூமியின்மேல் சிதறிப்போகாதபடிக்கும் நமக்குப் பேர் உண்டாகப்
பண்ணுவோம் என்றார்கள். 22. அவர்கள் எல்லாரும் ராஜாவுக்கு
முன்பாகப் போய், இந்த வார்த்தைகளை ராஜாவுக்குச் சொன்னார்கள்;
ராஜா இந்தக் காரியத்தில் அவர்களுக்குச் சம்மதித்து, அவன் அப்படியே
செய்தான். 23. ஏறக்குறைய ஆறு லட்சம் பேர் கொண்ட குடும்பங்கள்
யாவும் கூடி, நகரத்தையும் கோபுரத்தையும் கட்ட ஒரு விஸ்தாரமான
நிலத்தைத் தேடிப் புறப்பட்டார்கள்; அவர்கள் பூமி முழுவதிலும்
தேடினார்கள், சிநேயார் தேசத்திற்குக் கிழக்கே இரண்டு நாள்
பிரயாண தூரத்திலுள்ள ஒரு பள்ளத்தாக்கைப்போல
வேறொன்றையும் அவர்கள் காணவில்லை, அவர்கள் அங்கே
பிரயாணப்பட்டுப் போய், அங்கே குடியிருந்தார்கள். 24. தாங்கள்
கட்டிமுடிக்க நினைத்திருந்த நகரத்தையும் கோபுரத்தையும்
கட்டுவதற்காக அவர்கள் செங்கற்களை அறுக்கவும், நெருப்பை
மூட்டவும் தொடங்கினார்கள். 25. கோபுரத்தைக் கட்டுவது
அவர்களுக்கு ஒரு மீறுதலும் பாவமுமாய் இருந்தது; அவர்கள் அதைக்
கட்டத் தொடங்கினார்கள், பரலோகத்தின் தேவனாகிய கர்த்தருக்கு
விரோதமாக அவர்கள் கட்டிக்கொண்டிருக்கையில், அவருக்கு*

விரோதமாக யுத்தம்பண்ணி வானத்திற்கு ஏறும்படி தங்கள்
இருதயங்களில் நினைத்தார்கள். 26. அந்த ஜனங்கள் எல்லாரும்
குடும்பங்கள் யாவும் மூன்று பிரிவுகளாகப் பிரிக்கப்பட்டார்கள்;
முதலாவது பிரிவினர்: நாம் வானத்திற்கு ஏறி அவருக்கு விரோதமாக
யுத்தம்பண்ணுவோம் என்றார்கள்; இரண்டாம் பிரிவினர்: நாம்
வானத்திற்கு ஏறி, அங்கே நம்முடைய தேவர்களை வைத்து
அவைகளைச் சேவிப்போம் என்றார்கள்; மூன்றாம் பிரிவினர்: நாம்
வானத்திற்கு ஏறி, விற்களினாலும் ஈட்டிகளினாலும் அவரை
அடிப்போம் என்றார்கள்; தேவன் அவர்களுடைய எல்லாக்
கிரியைகளையும் அவர்களுடைய எல்லாப் பொல்லாத
சிந்தனைகளையும் அறிந்தார், அவர்கள் கட்டிக்கொண்டிருந்த
நகரத்தையும் கோபுரத்தையும் அவர் கண்டார். 27. அவர்கள்
கட்டியபோது, தங்களுக்கு ஒரு பெரிய நகரத்தையும், மிகவும் உயரமும்
பலமுமான ஒரு கோபுரத்தையும் கட்டினார்கள்; அதின்
உயரத்தினிமித்தம், மேலே ஏறிச் சென்றவர்கள் ஒரு முழு வருடத்தை
நிறைவுசெய்யும்வரைக்கும், அதின்மேல் ஏறுகிறவர்களுக்குச் சாந்தும்
செங்கற்களும் போய்ச்சேரவில்லை, அதன்பின்பு, அவைகள்
கட்டுகிறவர்களுக்குப் போய்ச்சேர்ந்தன, அவர்கள் அவர்களுக்குச்
சாந்தையும் செங்கற்களையும் கொடுத்தார்கள்; நாளுக்கு நாள்
இப்படியே செய்யப்பட்டது. 28. இதோ, நாள் முழுவதும் சிலர்
ஏறினார்கள், சிலர் இறங்கினார்கள்; ஒரு செங்கல் அவர்கள்
கையிலிருந்து கீழே விழுந்து உடைந்தால், அதற்காக அவர்கள்
எல்லாரும் அழுவார்கள்; ஒரு மனுஷன் கீழே விழுந்து செத்தால்,
ஒருவனும் அவனைத் திரும்பிப் பார்க்கமாட்டான். 29. கர்த்தர்
அவர்களுடைய சிந்தனைகளை அறிந்தார்; அவர்கள்
கட்டிக்கொண்டிருக்கும்போது, வானத்திற்கு நேராக அம்புகளை
எய்தார்கள், அந்த அம்புகளெல்லாம் இரத்தத்தால் நிறைந்து அவர்கள்
மேல் விழுந்தன; அவர்கள் அவைகளைக் கண்டபோது: நிச்சயமாக
நாம் வானத்திலிருக்கிற எல்லாரையும் கொன்றுவிட்டோம் என்று
ஒருவரோடொருவர் சொல்லிக்கொண்டார்கள். 30. அவர்களைத்
தப்பியோடச் செய்யவும், பூமியின்மீதிலிராதபடிக்கு அவர்களை
அழிக்கவும் இது கர்த்தராலே உண்டானது. 31. அவர்கள்
கோபுரத்தையும் நகரத்தையும் கட்டினார்கள், அநேக நாட்களும்
வருஷங்களும் கடந்துபோகும்வரைக்கும் அவர்கள் இதை நாளுக்கு
நாள் செய்தார்கள். 32. தேவன் தமக்கு முன்பாக நின்ற எழுபது
பிரதான தூதர்களையும், தமக்குச் சமீபமாயிருந்தவர்களையும் நோக்கி:
நாம் இறங்கிப்போய், ஒருவன் பேசுவதை மற்றொருவன்
அறியாதபடிக்கு அங்கே அவர்கள் பாஷையைக் குழப்புவோம்
வாருங்கள் என்றார்; அவர்கள் அப்படியே அவர்களுக்குச் செய்தார்கள்.
33. அதற்குப் பிந்திய நாள்முதல், ஒவ்வொருவனும் தன் அயலானின்
பாஷையை மறந்துவிட்டான், ஒரே பாஷையில் பேசுவதை

அவர்களால் புரிந்துகொள்ள முடியவில்லை; கட்டுகிறவன் ஒருவன்
தான் கேளாத சுண்ணாம்பையோ கல்லையோ தன் அயலானின்
கையிலிருந்து வாங்கும்போது, கட்டுகிறவன் அதைத் தன் அயலான்
சாகும்படிக்கு அவன் மேல் விட்டெறிவான். 34. அவர்கள் அநேக
நாட்கள் இப்படிச் செய்தார்கள், இந்த விதமாக அவர்களில்
அநேகரைக் கொன்றுபோட்டார்கள். 35. அங்கே இருந்த மூன்று
பிரிவினரையும் கர்த்தர் அடித்தார், அவர்களுடைய கிரியைகளுக்கும்
திட்டங்களுக்கும் தக்கதாக அவர் அவர்களைத் தண்டித்தார்; நாம்
வானத்திற்கு ஏறி நம்முடைய தேவர்களைச் சேவிப்போம் என்று
சொன்னவர்கள் குரங்குகளையும் யானைகளையும் போலானார்கள்;
நாம் வானத்தை அம்புகளால் அடிப்போம் என்று சொன்னவர்களைக்
கர்த்தர் ஒருவனைக் கொன்று மற்றொருவன் கையினால்
மடியப்பண்ணினார்; நாம் வானத்திற்கு ஏறி அவருக்கு விரோதமாக
யுத்தம்பண்ணுவோம் என்று சொன்ன மூன்றாம் பிரிவினரைக் கர்த்தர்
பூமி முழுவதிலும் சிதறடித்தார். 36. அவர்களுக்கு வரப்போகிற
தீங்கினை அறிந்தும் புரிந்துகொண்டும், அவர்களுக்குள்ளே
மீதியாயிருந்தவர்கள் கட்டுகிறதை விட்டுவிட்டார்கள், அவர்களும் பூமி
முழுவதிலும் சிதறடிக்கப்பட்டார்கள். 37. அவர்கள் நகரத்தையும்
கோபுரத்தையும் கட்டுகிறதை விட்டுவிட்டார்கள்; அங்கே கர்த்தர்
பூமியெங்கும் வழங்கின பாஷையைக் குழப்பினபடியால், அந்த
இடத்திற்குப் பாபேல் என்று பேரிட்டான்; இதோ அது சிநேயார்
தேசத்திற்குக் கிழக்கே இருந்தது. 38. மனுஷகுமாரர் கட்டின
கோபுரத்தையோ, பூமி தன் வாயைத் திறந்து அதில் மூன்றிலொரு
பங்கை விழுங்கிற்று; வானத்திலிருந்து அக்கினி இறங்கி மற்றொரு
மூன்றிலொரு பங்கைச் சுட்டெரித்தது; மீதியான மூன்றிலொரு பங்கு
இந்நாள்வரைக்கும் இருக்கிறது, அது உயரத்தில் இருந்த அந்தப்
பகுதியாகும், அதின் சுற்றளவு மூன்று நாள் பிரயாண தூரமாகும். 39.
அநேக மனுஷகுமாரர் அந்தக் கோபுரத்தில் மரித்தார்கள், எண்ணற்ற
ஜனங்கள் செத்துப்போனார்கள்.

அத்தியாயம் 10

1. அந்நாட்களில், தேராகின் குமாரனான ஆபிராமின் வாழ்நாளில்
நாற்பத்தெட்டாம் வருடத்தில் ஏபேரின் குமாரனான பேலேகு
மரித்தான்; பேலேகின் நாட்களெல்லாம் இருநூற்று முப்பத்தொன்பது
வருஷங்கள். 2. கோபுரத்தண்டை மனுஷகுமாரர் செய்த
பாவத்தினிமித்தம் கர்த்தர் அவர்களைச் சிதறடித்தபோது, இதோ,
அவர்கள் அநேக பிரிவுகளாகப் பரவினார்கள், மனுஷகுமாரர்
எல்லாரும் பூமியின் நான்கு திசைகளிலும் சிதறடிக்கப்பட்டார்கள். 3.
குடும்பங்கள் யாவும் அவனவன் தன் தன் பாஷைக்கும், தன் தன்

தேசத்திற்கும், அல்லது தன் தன் நகரத்திற்கும் தக்கதாகப் பிரிந்தன. 4.
மனுஷகுமாரர் தாங்கள் சென்ற எல்லா இடங்களிலும், கர்த்தர்
தங்களைச் சிதறடித்த பூமி முழுவதிலும், தங்கள் குடும்பங்களுக்குத்
தக்கதாக அநேக நகரங்களைக் கட்டினார்கள். 5. அவர்களில் சிலர்
நகரங்களைக் கட்டினார்கள், பின்பு அந்த இடங்களிலிருந்து அவர்கள்
வேரறுக்கப்பட்டார்கள்; அவர்கள் அந்த நகரங்களுக்குத் தங்கள்
பெயர்களையோ, தங்கள் பிள்ளைகளின் பெயர்களையோ, அல்லது
தங்களுக்கு நடந்த சம்பவங்களின் பெயர்களையோ சூட்டினார்கள். 6.
நோவாவின் குமாரனான யாப்பேத்தின் குமாரர்கள் புறப்பட்டுப்போய்,
தாங்கள் சிதறடிக்கப்பட்ட இடங்களில் தங்களுக்கு நகரங்களைக்
கட்டி, அந்த நகரங்களுக்கெல்லாம் தங்கள் பெயர்களைச்
சூட்டினார்கள்; யாப்பேத்தின் குமாரர்கள் பூமியின்மேல் அநேக
பிரிவுகளாகவும் பாஷைகளாகவும் பிரிக்கப்பட்டார்கள். 7.
யாப்பேத்தின் குமாரர்கள் தங்கள் குடும்பங்களின்படியே யாரென்றால்:
கோமேர், மாகோகு, மாதாய், யாவான், தூபால், மேசேக்கு, தீராஸ்
என்பவர்களே; இவர்களே தங்கள் சந்ததிகளின்படியே யாப்பேத்தின்
பிள்ளைகள். 8. கோமேரின் பிள்ளைகள் தங்கள் நகரங்களின்படியே,
பிரான்சா *(Franza)* தேசத்தில், பிரான்சா நதியருகேயும் சேனா *(Senah)*
நதியருகேயும் குடியிருக்கிற பிரான்கும் *(Francum)* ஆவார்கள். 9.
ரீப்பாத்தின் பிள்ளைகள், ஓசியானஸ் *(oceanus)* எனப்படும் பெரிய
கடலான கீகோனில் தன் தண்ணீர்களைக் கலக்கும் லேதா *(Ledah)*
நதியருகே பார்த்தோனியா *(Bartonia)* தேசத்தில் குடியிருக்கிற
பார்த்தோனிம்கள் *(Bartonim)* ஆவார்கள். 10. தொகர்மாவின்
பிள்ளைகள் பத்து குடும்பங்கள், அவர்கள் பெயர்களாவன: பூசார்
(Buzar), பர்சுனாக் *(Parzunac)*, பால்கார் *(Balgar)*, எலிகானும்
(Elicanum), ரக்பிப் *(Ragbib)*, தர்கி *(Tarki)*, பித் *(Bid)*, செபுக் *(Zebuc)*,
ஓங்கால் *(Ongal)* மற்றும் தில்மாஸ் *(Tilmaz)*; இவர்கள் எல்லாரும்
வடக்கே பரவித் தங்கி, தங்களுக்கு நகரங்களைக் கட்டினார்கள். 11.
அவர்கள் தங்கள் நகரங்களுக்குத் தங்கள் பெயர்களையே
சூட்டினார்கள், இந்நாள்வரைக்கும் இத்லா *(Hithlah)* மற்றும் இதாலாக்
(Italac) நதிகளருகே குடியிருக்கிறவர்கள் இவர்களே. 12. ஆனால்
அங்கோலி *(Angoli)*, பால்கார் மற்றும் பர்சுனாக் குடும்பத்தார் துப்னீ
(Dubnee) என்னும் பெரிய நதியருகே குடியிருக்கிறார்கள்; அவர்கள்
நகரங்களின் பெயர்களும் அவர்களுடைய பெயர்களின்படியே
இருக்கின்றன. 13. யாவானின் பிள்ளைகள் மக்தோனியா *(Makdonia)*
தேசத்தில் குடியிருக்கிற யாவானிம்கள் *(Javanim)* ஆவார்கள்;
மாதாயின் பிள்ளைகள் குர்சோன் *(Curson)* தேசத்தில் குடியிருக்கிற
ஓரேலும் *(Orelum)* ஆவார்கள்; தூபாலின் பிள்ளைகள் பாஷியா
(Pashiah) நதியருகே துஸ்கானா *(Tuskanah)* தேசத்தில்
குடியிருக்கிறவர்கள் ஆவார்கள். 14. மேசேக்கின் பிள்ளைகள்
ஷிபாஸ்னி *(Shibashni)* ஆவார்கள்; தீராசின் பிள்ளைகள் ருஷாஷ்

(Rushash), குஷ்னி *(Cushni)* மற்றும் ஓங்கோலிஸ் *(Ongolis)* ஆவார்கள்; இவர்கள் எல்லாரும் புறப்பட்டுப்போய்த் தங்களுக்கு நகரங்களைக் கட்டினார்கள்; திராகான் *(Tragan)* நதியில் கலக்கிற சூரா *(Cura)* நதியருகே யாபூஸ் *(Jabus)* கடற்பகுதியில் அமைந்துள்ள நகரங்கள் அவைகளே. 15. எலீசாவின் பிள்ளைகள் அல்மானிம்கள் *(Almanim)* ஆவார்கள், அவர்களும் புறப்பட்டுப்போய்த் தங்களுக்கு நகரங்களைக் கட்டினார்கள்; அந்த நகரங்கள் யோபு *(Job)* மற்றும் ஷிபாத்மோ *(Shibathmo)* மலைகளுக்கு இடையே அமைந்துள்ளன; யோபு மற்றும் ஷிபாத்மோ மலைகளுக்கு எதிரே குடியிருக்கிற லூம்பார்டி *(Lumbardi)* ஜனங்கள் இவர்களிலிருந்து வந்தவர்களே, அவர்கள் இத்தாலியா *(Italia)* தேசத்தைக் கைப்பற்றி இந்நாள்வரைக்கும் அங்கே தங்கியிருக்கிறார்கள். 16. கித்தீமின் பிள்ளைகள் திப்ரேயு *(Tibreu)* நதியருகே கனோபியா *(Canopia)* பள்ளத்தாக்கில் குடியிருக்கிற ரோமிம்கள் *(Romim)* ஆவார்கள். 17. தோதானீமின் பிள்ளைகள் போர்ட்னா *(Bordna)* தேசத்தில் கீகோன் கடலின் நகரங்களில் குடியிருக்கிறவர்கள் ஆவார்கள். 18. கோபுரத்திற்குப் பின்பு சிதறடிக்கப்பட்டபோது, தங்கள் நகரங்களின்படியேயும் பாஷைகளின்படியேயும் யாப்பேத்தின் பிள்ளைகளுடைய குடும்பங்கள் இவைகளே; அவர்கள் தங்கள் நகரங்களுக்குத் தங்கள் பெயர்களையம் சம்பவங்களையும் சூட்டினார்கள்; கோபுரத்திற்குப் பின்பு அந்நாட்களில் அவர்கள் கட்டின அவர்களுடைய எல்லா நகரங்களின் பெயர்களும் அவர்கள் குடும்பங்களின்படியே இவைகளாகும். 19. காமின் பிள்ளைகள் தங்கள் சந்ததிகளின்படியேயும் நகரங்களின்படியேயும்: கூஷ், மிஸ்ராயீம், பூத், கானான் என்பவர்களே. 20. இவர்கள் எல்லாரும் புறப்பட்டுப்போய், தங்களுக்கு ஏற்ற இடங்களைக் கண்டுபிடித்துத் தங்களுக்கு நகரங்களைக் கட்டினார்கள்; அவர்கள் தங்கள் பிதாக்களாகிய கூஷ், மிஸ்ராயீம், பூத் மற்றும் கானானின் பெயர்களைத் தங்கள் நகரங்களுக்குச் சூட்டினார்கள். 21. மிஸ்ராயீமின் பிள்ளைகள் லூதீம், அனாமீம், லெகாபீம், நப்தூகீம், பத்ருசீம், கஸ்லூகீம், கப்தோரீம் என்னும் ஏழு குடும்பங்களாவார்கள். 22. இவர்கள் எல்லாரும் எகிப்தின் நதியாகிய சீகோர் நதியருகே குடியிருக்கிறார்கள், அவர்கள் தங்களுக்கு நகரங்களைக் கட்டி, அவைகளுக்குத் தங்கள் பெயர்களைச் சூட்டினார்கள். 23. பத்ரோஸ் மற்றும் கஸ்லோக்கின் பிள்ளைகள் தங்களுக்குள் விவாகம்பண்ணிக்கொண்டார்கள்; அவர்களிலிருந்து பெலிஸ்தீம் *(Pelishtim)*, ஆசாத்தீம் *(Azathim)*, கெராரீம் *(Gerarim)*, கித்தீம் *(Githim)* மற்றும் எக்ரோனீம் *(Ekronim)* என மொத்தம் ஐந்து குடும்பங்கள் புறப்பட்டன; இவர்களும் தங்களுக்கு நகரங்களைக் கட்டி, இந்நாள்வரைக்கும் அந்த நகரங்களுக்குத் தங்கள் பிதாக்களின் பெயர்களைச் சூட்டினார்கள். 24. கானானின் பிள்ளைகளும் தங்களுக்கு நகரங்களைக் கட்டினார்கள், அவர்கள் அந்த

நகரங்களுக்குத் தங்கள் பெயர்களைச் சூட்டினார்கள்; பதினொரு நகரங்களும் எண்ணற்ற மற்ற நகரங்களும் இருந்தன. 25. காமின் குடும்பத்திலிருந்து நான்கு மனுஷர்கள் சமபூமியான தேசத்திற்குப் போனார்கள்; அந்த நான்கு மனுஷர்களின் பெயர்களாவன: சோதோம், கொமோரா, அத்மா, செபோயீம். 26. இந்த மனுஷர்கள் சமபூமியான தேசத்தில் தங்களுக்கு நான்கு நகரங்களைக் கட்டி, அந்த நகரங்களுக்குத் தங்கள் பெயர்களைச் சூட்டினார்கள். 27. அவர்களும் அவர்கள் பிள்ளைகளும் அவர்களுக்குரிய யாவரும் அந்த நகரங்களில் குடியிருந்தார்கள்; அவர்கள் பலுகிப் பெருகி மிகவும் அதிகமாய் சமாதானத்துடனே குடியிருந்தார்கள். 28. கானானின் குமாரனான ஏவியின் குமாரனாகிய ஊரின் குமாரன் சேயீர் என்பவன் புறப்பட்டுப்போய், பாரான் மலைக்கு எதிரே ஒரு பள்ளத்தாக்கைக் கண்டுபிடித்து, அங்கே ஒரு நகரத்தைக் கட்டினான்; அவனும் அவனுடைய ஏழு குமாரர்களும் அவன் வீட்டாரும் அங்கே குடியிருந்தார்கள்; தான் கட்டின நகரத்திற்குத் தன் பெயரின்படியே சேயீர் என்று பேரிட்டான்; அது இந்நாள்வரைக்கும் சேயீர் தேசம் எனப்படுகிறது. 29. கோபுரத்திற்குப் பின்பு தங்கள் தேசங்களில் சிதறடிக்கப்பட்டபோது, தங்கள் பாஷைகளின்படியேயும் நகரங்களின்படியேயும் காமின் பிள்ளைகளுடைய குடும்பங்கள் இவைகளே. 30. ஏபேரின் பிள்ளைகளுக்கெல்லாம் தகப்பனும் நோவாவின் குமாரனுமாகிய சேமின் பிள்ளைகளில் சிலரும் புறப்பட்டுப்போய், தாங்கள் சிதறடிக்கப்பட்ட இடங்களில் தங்களுக்கு நகரங்களைக் கட்டி, அந்த நகரங்களுக்குத் தங்கள் பெயர்களைச் சூட்டினார்கள். 31. சேமின் குமாரர்கள் ஏலாம், அசூர், அர்ப்பக்சாத், லூத் மற்றும் ஆராம்; அவர்கள் தங்களுக்கு நகரங்களைக் கட்டி, தங்கள் நகரங்களுக்கெல்லாம் தங்கள் பெயர்களைச் சூட்டினார்கள். 32. சேமின் குமாரனான அசூரும் அவன் பிள்ளைகளும் வீட்டாரும் அக்காலத்தில் புறப்பட்டார்கள், அவர்கள் மிகப்பெரிய கூட்டமாயிருந்தார்கள்; தாங்கள் கண்டுபிடித்த ஒரு தூர தேசத்திற்கு அவர்கள் போனார்கள், தாங்கள் போன தேசத்தில் மிகவும் விஸ்தாரமான ஒரு பள்ளத்தாக்கைக் கண்டு, தங்களுக்கு நான்கு நகரங்களைக் கட்டி, அவைகளுக்குத் தங்கள் பெயர்களையும் சம்பவங்களையும் சூட்டினார்கள். 33. அசூரின் பிள்ளைகள் கட்டின நகரங்களின் பெயர்களாவன: நினிவே, ரேசேண், காலாக், ரெகோபோத்; அசூரின் பிள்ளைகள் இந்நாள்வரைக்கும் அங்கே குடியிருக்கிறார்கள். 34. ஆராமின் பிள்ளைகளும் புறப்பட்டுப்போய்த் தங்களுக்கு ஒரு நகரத்தைக் கட்டி, அந்த நகரத்திற்குத் தங்கள் மூத்த சகோதரனின் பெயராகிய ஊஸ் என்று பேரிட்டார்கள், அவர்கள் அதிலே குடியிருக்கிறார்கள்; அது இந்நாள்வரைக்கும் ஊஸ் தேசம் எனப்படுகிறது. 35. கோபுரத்திற்குப் பின்பு இரண்டாம் வருடத்திலே, அசூரின் குடும்பத்தைச் சேர்ந்த பேலா என்னும் பெயருள்ள ஒரு

மனுஷன், தன் வீட்டாருடன் தங்குவதற்கு இடங்கிடைக்கும் இடமெங்கும் போவதற்காக நினிவே தேசத்தை விட்டுப் புறப்பட்டான்; அவர்கள் சோதோமுக்கு எதிரான சமபூமியின் நகரங்களுக்கு எதிரே வந்து, அங்கே குடியிருந்தார்கள். 36. அந்த மனுஷன் எழுந்து, அங்கே ஒரு சிறிய நகரத்தைக் கட்டி, அதற்குத் தன் பெயரின்படியே பேலா என்று பேரிட்டான்; அது இந்நாள்வரைக்கும் சோவார் தேசம் எனப்படுகிறது. 37. கோபுரத்திற்குப் பின்பு பூமியின்மேல் சிதறடிக்கப்பட்டதின் பின், தங்கள் பாஷையின்படியேயும் நகரங்களின்படியேயும் சேமின் பிள்ளைகளுடைய குடும்பங்கள் இவைகளே. 38. இதன்பின்பு நோவாவின் பிள்ளைகளுடைய குடும்பங்களில் ஒவ்வொரு ராஜ்யமும், நகரமும், குடும்பமும் தங்களுக்கு அநேக நகரங்களைக் கட்டினார்கள். 39. தங்கள் கட்டளைகளினால் முறைப்படுத்தப்படும்படி அவர்கள் தங்கள் நகரங்களிலெல்லாம் அரசாங்கங்களை ஏற்படுத்தினார்கள்; நோவாவின் பிள்ளைகளுடைய குடும்பங்கள் எல்லாரும் என்றென்றைக்கும் இப்படியே செய்தார்கள்.

அத்தியாயம் *11*

1. கூஷின் குமாரனான நிம்ரோத் இன்னும் சிநேயார் தேசத்திலே இருந்தான், அவன் அங்கே அரசாண்டு குடியிருந்து, சிநேயார் தேசத்தில் நகரங்களைக் கட்டினான். 2. அவன் கட்டின நான்கு நகரங்களின் பெயர்களாவன: கோபுரத்தைக் கட்டும்போது அவைகளுக்கு நேரிட்ட சம்பவங்களின்படியே அவன் அவைகளுக்குப் பெயரிட்டான். 3. அங்கே கர்த்தர் பூமி எங்கும் வழங்கின பாஷையைக் குழப்பினபடியால், முதலாம் நகரத்திற்குப் பாபேல் என்று பேரிட்டான்; அங்கிருந்து தேவன் அவர்களைச் சிதறடித்தபடியால், இரண்டாம் நகரத்திற்கு ஏரேக்கு என்று பேரிட்டான். 4. அந்த இடத்திலே ஒரு பெரிய யுத்தம் நடந்தபடியால், மூன்றாம் நகரத்திற்கு எக்காத் (Eched) என்று பேரிட்டான்; அவனுடைய பிரபுக்களும் பராக்கிரமசாலிகளும் அங்கே மடிந்துபோனபடியாலும், அவர்கள் கர்த்தருக்குக் கோபமூட்டி, அவருக்கு விரோதமாகக் கலகம்பண்ணி மீறினபடியாலும், நான்காம் நகரத்திற்குக் கல்னே என்று பேரிட்டான். 5. நிம்ரோத் இந்த நகரங்களைச் சிநேயார் தேசத்தில் கட்டிமுடித்த பின்பு, தன் ஜனங்களில் மீதியாயிருந்தவர்களையும், தன் ராஜ்யத்தில் மீதியாயிருந்த தன் பிரபுக்களையும் தன் பராக்கிரமசாலிகளையும் அவைகளில் குடியிருக்கச் செய்தான். 6. நிம்ரோத் பாபேலிலே குடியிருந்து, தன் மற்ற குடிகளின் மேல் தன் ஆட்சியைப் புதுப்பித்து, பத்திரமாக அரசாண்டான்; கோபுரத்திலே அவனுடைய பிரபுக்களும் மனுஷர்களும் அவனாலேயே விழுந்தார்கள் என்று சொல்லி, நிம்ரோத்தின் குடிகளும் பிரபுக்களும் அவனுக்கு அம்ராபேல் என்று

பேரிட்டார்கள். 7. இப்படி இருந்தும், நிம்ரோத் கர்த்தரிடத்திற்குத் திரும்பவில்லை, அவன் தொடர்ந்து துன்மார்க்கமாய் நடந்து, மனுஷகுமாரருக்குத் துன்மார்க்கத்தைப் போதித்துவந்தான்; அவனுடைய குமாரனான மார்தோன் தன் தகப்பனிலும் கேடுள்ளவனாயிருந்து, தன் தகப்பனுடைய அருவருப்புகளை இன்னும் அதிகமாக்கினான். 8. அவன் மனுஷகுமாரரைப் பாவஞ்செய்யப் பண்ணினான், ஆகையால்: துன்மார்க்கனிடத்திலிருந்து துன்மார்க்கம் புறப்படும் என்று சொல்லப்படுகிறது. 9. அக்காலத்திலே, காமின் பிள்ளைகளுடைய குடும்பங்கள் தாங்கள் கட்டின நகரங்களில் குடியிருக்கும்போது, அவர்களுக்குள்ளே யுத்தம் உண்டாயிற்று. 10. ஏலாமின் ராஜாவாகிய கெதர்லாகோமேர் காமின் பிள்ளைகளுடைய குடும்பங்களை விட்டு விலகிப்போய், அவர்களுடன் யுத்தம்பண்ணி அவர்களைக் கீழ்ப்படுத்தினான்; அவன் சமபூமியின் ஐந்து நகரங்களுக்கும் போய், அவர்களுக்கு விரோதமாக யுத்தம்பண்ணி அவர்களைக் கீழ்ப்படுத்தினான், அவர்கள் அவனுடைய அதிகாரத்திற்குட்பட்டார்கள். 11. அவர்கள் அவனுக்குப் பன்னிரண்டு வருஷங்கள் ஊழியஞ்செய்து, வருஷந்தோறும் அவனுக்குக் கப்பம் செலுத்தினார்கள். 12. தேராகின் குமாரனான ஆபிராமின் வாழ்நாளில் நாற்பத்தொன்பதாம் வருடத்திலே, சேரூக்கின் குமாரனான நாகோர் மரித்தான். 13. தேராகின் குமாரனான ஆபிராமின் வாழ்நாளில் ஐம்பதாம் வருடத்திலே, ஆபிராம் நோவாவின் வீட்டை விட்டுப் புறப்பட்டு, தன் தகப்பன் வீட்டுக்குப் போனான். 14. ஆபிராம் கர்த்தரை அறிந்திருந்தான், அவன் அவருடைய வழிகளிலும் போதனைகளிலும் நடந்தான், அவனுடைய தேவனாகிய கர்த்தர் அவனோடே இருந்தார். 15. அவனுடைய தகப்பனாகிய தேராகு அந்நாட்களில் நிம்ரோத் ராஜாவின் சேனைத்தலைவனாயிருந்து, அந்நிய தேவர்களைப் பின்பற்றி வந்தான். 16. ஆபிராம் தன் தகப்பன் வீட்டுக்கு வந்தபோது, அங்கே அவர்களுடைய கோவில்களில் பன்னிரண்டு தேவர்கள் நிற்பதைக் கண்டான்; தன் தகப்பன் வீட்டில் இந்த விக்கிரகங்களைக் கண்டபோது ஆபிராமுக்குக் கோபம் மூண்டது. 17. ஆபிராம்: கர்த்தருடைய ஜீவனைக் கொண்டு சொல்லுகிறேன், இந்த விக்கிரகங்கள் என் தகப்பன் வீட்டில் இருக்கக்கூடாது; மூன்று நாட்களுக்குள் நான் அவைகளையெல்லாம் உடைத்துப்போடாவிட்டால், என்னைச் சிருஷ்டித்த கர்த்தர் எனக்கு அப்படியே செய்யக்கடவர் என்றான். 18. ஆபிராம் அவைகளை விட்டுப் போனான், அவனுக்குள் கோபம் பற்றியெரிந்தது. ஆபிராம் தீவிரமாய் அந்த அறையிலிருந்து தன் தகப்பனுடைய வெளிப் பிராகாரத்திற்குப் போனான், அங்கே தன் தகப்பன் பிராகாரத்தில் உட்கார்ந்திருப்பதையும், அவனுடைய வேலைக்காரர்கள் எல்லாரும் அவனுடனிருப்பதையும் கண்டான்; ஆபிராம் வந்து அவனுக்கு முன்பாக உட்கார்ந்தான். 19. ஆபிராம் தன் தகப்பனை நோக்கி: என் தகப்பனே,

வானத்தையும் பூமியையும், பூமியின்மேலுள்ள மனுஷகுமாரர்
எல்லாரையும் உண்டாக்கினவரும், உம்மையும் என்னையும்
சிருஷ்டித்தவருமான தேவன் எங்கே இருக்கிறார்? எனக்குச் சொல்லும்
என்று கேட்டான். தேராகு தன் குமாரனான ஆபிராமுக்குப்
பிரதியுத்தரமாக: இதோ, நம்மைச் சிருஷ்டித்தவர்கள் எல்லாரும்
நம்மோடேகூட இந்த வீட்டிலே இருக்கிறார்களே என்றான். 20.
ஆபிராம் தன் தகப்பனை நோக்கி: என் ஆண்டவனே, நான் உம்மை
வேண்டிக்கொள்ளுகிறேன், அவர்களை எனக்குக் காண்பியும்
என்றான்; தேராகு ஆபிராமை உள்பிராகாரத்தின் அறைக்குள்ளே
கொண்டுபோனான்; ஆபிராம் பார்த்தபோது, இதோ, அந்த அறை
முழுவதும் மரத்தினாலும் கல்லினாலுமான தேவர்களால்
நிறைந்திருந்தது, பன்னிரண்டு பெரிய விக்கிரகங்களும்
அவைகளைவிடச் சிறிய எண்ணற்ற மற்ற விக்கிரகங்களும் அங்கே
இருந்தன. 21. தேராகு தன் குமாரனை நோக்கி: இதோ, நீ பூமியில்
காண்கிற எல்லாவற்றையும் உண்டாக்கினவர்களும், என்னையும்
உன்னையும் மனுஷகுலம் முழுவதையும் சிருஷ்டித்தவர்களும் இவர்களே
என்றான். 22. தேராகு தன் தேவர்களைப் பணிந்துகொண்டு,
அவைகளை விட்டுப் போனான், அவனுடைய குமாரனான ஆபிராமும்
அவனுடனே போனான். 23. ஆபிராம் அவைகளை விட்டுப் போன
பின்பு, அவன் தன் தாயினிடத்திற்குப் போய், அவளுக்கு முன்பாக
உட்கார்ந்து, தன் தாயை நோக்கி: இதோ, வானத்தையும் பூமியையும்
மனுஷகுமாரர் எல்லாரையும் உண்டாக்கினவர்களை என் தகப்பன்
எனக்குக் காண்பித்தார். 24. ஆகையால் இப்போது, நீ தீவிரமாய்ப்
போய் மந்தையிலிருந்து ஒரு வெள்ளாட்டுக்குட்டியைக்
கொண்டுவந்து, ருசியான உணவைச் சமைத்துக்கொடு; என்
தகப்பனுடைய தேவர்கள் சாப்பிடும்படி நான் அதை அவர்களுக்கு ஒரு
காணிக்கையாகக் கொண்டுபோவேன்; ஒருவேளை அதினால் நான்
அவர்களுக்குப் பிரியமானவனாவேன் என்றான். 25. அவனுடைய தாய்
அப்படியே செய்து, ஒரு வெள்ளாட்டுக்குட்டியைக் கொண்டுவந்து,
அதினால் ருசியான உணவைச் சமைத்து, அதை ஆபிராமிடத்தில்
கொடுத்தாள்; ஆபிராம் அந்த ருசியான உணவைத் தன் தாயின்
கையிலிருந்து வாங்கிக்கொண்டு, அதைத் தன் தகப்பனுடைய
தேவர்களுக்கு முன்பாகக் கொண்டுபோய், அவர்கள் சாப்பிடும்படி
அவர்கள் கிட்டே வைத்தான்; அவனுடைய தகப்பனாகிய தேராக்குக்கு
இது தெரியாது. 26. ஆபிராம் அவர்கள் நடுவே உட்கார்ந்திருந்த அந்த
நாளிலே, அவர்களுக்குச் சத்தமுமில்லை, காதுகேட்கவுமில்லை,
அசைவுமில்லை, அவர்களில் ஒருவனும் சாப்பிடும்படி தன் கையை
நீட்டவுமில்லை என்பதை ஆபிராம் கண்டான். 27. ஆபிராம்
அவர்களைப் பரியாசம்பண்ணி: நிச்சயமாக நான் சமைத்த இந்த
ருசியான உணவு அவர்களுக்குப் பிரியமாயிருக்கவில்லை, அல்லது
ஒருவேளை இது அவர்களுக்கு மிகவும் கொஞ்சமாயிருந்ததினால்

அவர்கள் சாப்பிடவில்லை; ஆகையால், அவர்கள் எப்படி நடந்துகொள்ளுகிறார்கள் என்று பார்க்கும்படி, நாளைக்கு இதைவிட நல்லதும் அதிகமுமான புதிய ருசியான உணவை நான் சமைப்பேன் என்றான். 28. மறுநாளிலே ஆபிராம் அந்த ருசியான உணவைக்குறித்துத் தன் தாயிற்குக் கட்டளையிட்டான்; அவன் தாய் எழுந்து மந்தையிலிருந்து மூன்று நல்ல வெள்ளாட்டுக்குட்டிகளைக் கொண்டுவந்து, தன் குமாரனுக்குப் பிரியமானபடி மிகவும் நேர்த்தியான ருசியான உணவைச் சமைத்து, அதைத் தன் குமாரனான ஆபிராமிடத்தில் கொடுத்தாள்; அவனுடைய தகப்பனாகிய தேராக்குக்கு இது தெரியாது. 29. ஆபிராம் அந்த ருசியான உணவைத் தன் தாயின் கையிலிருந்து வாங்கிக்கொண்டு, அதைத் தன் தகப்பனுடைய தேவர்களுக்கு முன்பாக அந்த அறைக்குள்ளே கொண்டுபோனான்; அவர்கள் சாப்பிடும்படி அவர்கள் கிட்டேபோய், அதை அவர்களுக்கு முன்பாக வைத்து, ஒருவேளை அவர்கள் சாப்பிடுவார்கள் என்று நினைத்து, ஆபிராம் நாள் முழுவதும் அவர்களுக்கு முன்பாக உட்கார்ந்திருந்தான். 30. ஆபிராம் அவர்களைப் பார்த்தான், இதோ, அவர்களுக்குச் சத்தமுமில்லை, காதுகேட்கவுமில்லை, அவர்களில் ஒருவனும் உணவைச் சாப்பிடும்படி தன் கையை நீட்டவுமில்லை. 31. அந்த நாளின் சாயங்காலத்திலே அந்த வீட்டிலே ஆபிராமின் மேல் தேவனுடைய ஆவியானவர் இறங்கினார். 32. அவன் சத்தமிட்டு: வீணான காரியங்களின் மேல் தங்கள் இருதயங்களைச் செலுத்தி, சாப்பிடவோ, வாசனையை நுகரவோ, கேட்கவோ, பேசவோ கூடாத, பேசாத வாய்களையும், காணாத கண்களையும், கேளாத காதுகளையும், உணர்ச்சியற்ற கைகளையும், நடக்கக்கூடாத கால்களையுமுடைய மரத்தினாலும் கல்லினாலுமான இந்த விக்கிரகங்களைச் சேவிக்கிற என் தகப்பனுக்கும் இந்தத் துன்மார்க்கமான சந்ததிக்கும் ஐயோ; அவைகளைச் செய்தவர்களும் அவைகளை நம்புகிறவர்களும் அவைகளைப்போலவே இருக்கிறார்கள் என்றான். 33. ஆபிராம் இவைகளையெல்லாம் கண்டபோது, அவனுடைய தகப்பன் மேல் அவனுக்குக் கோபம் மூண்டது; அவன் தீவிரமாய்த் தன் கையில் ஒரு கோடரியை எடுத்துக்கொண்டு, தேவர்கள் இருந்த அறைக்குள்ளே போய், தன் தகப்பனுடைய தேவர்களையெல்லாம் உடைத்துப்போட்டான். 34. அவன் அந்த விக்கிரகங்களை உடைத்துமுடித்த பின்பு, அங்கே அவர்களுக்கு முன்பாக இருந்த பெரிய தேவனின் கையில் அந்தக் கோடரியை வைத்துவிட்டு வெளியே போனான்; அவனுடைய தகப்பனாகிய தேராகு வீட்டுக்கு வந்தான், கோடரியால் வெட்டுகிற சத்தத்தை அவன் வாசலிலே கேட்டிருந்தபடியால், தேராகு இது என்னவென்று அறியும்படி வீட்டிற்குள் வந்தான். 35. விக்கிரகங்கள் இருந்த அறையில் கோடரியின் சத்தத்தைக் கேட்டிருந்ததினால், தேராகு விக்கிரகங்கள் இருந்த அறைக்கு ஓடினான், ஆபிராம் வெளியே

வருவதை அவன் கண்டான். *36.* தேராகு அறைக்குள்ளே நுழைந்து, விக்கிரகங்களெல்லாம் கீழே விழுந்து உடைந்திருப்பதையும், உடையாதிருந்த பெரிய விக்கிரகத்தின் கையில் கோடரியிருப்பதையும், தன் குமாரனான ஆபிராம் செய்திருந்த ருசியான உணவு இன்னும் அவர்களுக்கு முன்பாக இருப்பதையும் கண்டான். *37.* தேராகு இதைக் கண்டபோது அவனுக்கு மிகவும் கோபம் மூண்டது, அவன் தீவிரமாய் அந்த அறையிலிருந்து ஆபிராமிடத்திற்குப் போனான். *38.* தன் குமாரனான ஆபிராம் இன்னும் வீட்டிலே உட்கார்ந்திருப்பதைக் கண்டு, அவனை நோக்கி: என் தேவர்களுக்கு நீ செய்த இந்தக் காரியம் என்ன? என்றான். *39.* ஆபிராம் தன் தகப்பனாகிய தேராக்குக்குப் பிரதியுத்தரமாக: என் ஆண்டவனே, அப்படியல்ல, நான் அவர்களுக்கு முன்பாக ருசியான உணவைக் கொண்டுவந்தேன்; அவர்கள் சாப்பிடும்படி நான் உணவோடே அவர்கள் கிட்டே போனபோது, இந்தப் பெரியவன் சாப்பிடுவதற்குத் தன் கையை நீட்டுவதற்கு முன்பாகவே, அவர்கள் அனைவரும் சாப்பிடும்படி தங்கள் கைகளை ஒரேநேரத்தில் நீட்டினார்கள். *40.* இந்தப் பெரியவன் தனக்கு முன்பாக அவர்கள் செய்த கிரியைகளைக் கண்டபோது, அவர்கள் மேல் அவனுக்குக் கடுங்கோபம் மூண்டது; அவன் போய்க் வீட்டிலிருந்த கோடரியை எடுத்து, அவர்களிடத்திற்கு வந்து அவர்கள் எல்லாரையும் உடைத்துப்போட்டான்; இதோ, நீர் காண்கிறபடியே அந்தக் கோடரி இன்னும் அவன் கையில் இருக்கிறதே என்றான். *41.* அவன் இப்படிச் சொன்னபோது, தேராகின் கோபம் தன் குமாரனான ஆபிராமின் மேல் மூண்டது; தேராகு தன் குமாரனான ஆபிராமைத் தன் கோபத்திலே நோக்கி: நீ சொன்ன இந்தக் கதை என்ன? நீ என்னிடத்தில் பொய்சொல்லுகிறாய் என்றான். *42.* நீ என்னிடத்தில் சொன்னபடியெல்லாம் செய்வதற்கு இந்தத் தேவர்களுக்குள் ஆவியோ, ஆத்துமாவோ, பலனோ இருக்கிறதா? அவர்கள் மரமும் கல்லுமே அல்லவா, நானே அவர்களை உண்டாக்கினேனே, அவர்களோடிருந்த இந்தப் பெரிய தேவன் அவர்களை அடித்தான் என்று நீ எப்படி இப்படிப்பட்ட பொய்களைச் சொல்லலாம்? நீயே அந்தக் கோடரியை அவன் கைகளில் வைத்துவிட்டு, அவன் அவர்களை எல்லாரையும் அடித்தான் என்று சொல்லுகிறாய். *43.* ஆபிராம் தன் தகப்பனுக்குப் பிரதியுத்தரமாக: ஒன்றும் செய்யத் திராணியில்லாத இந்த விக்கிரகங்களை நீர் எப்படிச் சேவிக்கலாம்? நீர் நம்புகிற இந்த விக்கிரகங்கள் உம்மை இரட்சிக்கக்கூடுமோ? நீர் அவர்களை நோக்கிக் கூப்பிடும்போது அவர்கள் உம்முடைய ஜெபங்களைக் கேட்கக்கூடுமோ? உமது சத்துருக்களின் கைகளிலிருந்து அவர்கள் உம்மை விடுவிப்பார்களோ, அல்லது பேசவோ கேட்கவோ கூடாத மரத்தையும் கல்லையும் நீர் சேவிக்கும்படி, அவர்கள் உமக்காக உமது சத்துருக்களோடு யுத்தம்பண்ணுவார்களோ? *44.* ஆகையால் இப்போது, நீர் இந்தக் காரியங்களைச் செய்வது உமக்கும், உம்மைச் சேர்ந்த

மனுஷகுமாரருக்கும் நிச்சயமாகவே நல்லதல்ல; நீங்கள் மரத்தையும் கல்லையும் சேவித்து, இந்த விதமாய் நடப்பதற்கு நீங்கள் அவ்வளவு புத்தியற்றவர்களா, அறிவியனற்றவர்களா அல்லது புத்திக்குறைவானவர்களா? 45. வானத்தையும் பூமியையும் உண்டாக்கி, உங்களைப் பூமியிலே சிருஷ்டித்த கர்த்தராகிய தேவனை மறந்து, கல்லையும் மரத்தையும் சேவிப்பதன் மூலம், இந்தக் காரியத்திலே உங்கள் ஆத்துமாக்களுக்குப் பெரிய தீங்கினைக் கொண்டுவருகிறீர்களே? 46. முற்காலத்திலே நம்முடைய பிதாக்கள் இந்தக் காரியத்திலே பாவஞ்செய்ததினால், சர்வலோகத்தின் தேவனாகிய கர்த்தர் அவர்கள் மேல் ஜலப்பிரளயத்தைக் கொண்டுவந்து, பூமி முழுவதையும் அழிக்கவில்லையா? 47. நீங்கள் கேட்கவோ, பேசவோ, உபத்திரவத்திலிருந்து உங்களை விடுவிக்கவோ கூடாத மரத்தினாலும் கல்லினாலுமான தேவர்களைச் சேவித்து, சர்வலோகத்தின் தேவனுடைய கோபத்தை உங்கள் மேல் வருவித்துக்கொண்டு, எப்படித் தொடர்ந்து இப்படிச் செய்யலாம்? 48. ஆகையால் என் தகப்பனே, இப்போது இதை விட்டுவிலகும், உமது ஆத்துமாவுக்கும் உமது வீட்டாருடைய ஆத்துமாக்களுக்கும் தீங்கினைக் கொண்டுவராதிருக்கும் என்றான். 49. ஆபிராம் தீவிரமாய்த் தன் தகப்பனுக்கு முன்பாக இருந்து பாய்ந்துபோய், தன் தகப்பனுடைய பெரிய விக்கிரகத்தின் கையிலிருந்த கோடரியை எடுத்து, அதினால் ஆபிராம் அந்த விக்கிரகத்தை உடைத்துப்போட்டு ஓடிப்போனான். 50. ஆபிராம் செய்த எல்லாவற்றையும் தேராகு கண்டு, தன் வீட்டை விட்டுத் தீவிரமாய்ப் புறப்பட்டு, ராஜாவினிடத்திற்குப் போய், நிம்ரோத்துக்கு முன்பாக வந்து நின்றான்; அவன் ராஜாவுக்கு முன்பாகப் பணிந்துகொண்டான், ராஜா அவனை நோக்கி: உனக்கு என்ன வேண்டும்? என்றான். 51. அவன்: என் ஆண்டவனே, நான் உம்மை வேண்டிக்கொள்ளுகிறேன், எனக்குச் செவிகொடுத்தருளும் - ஐம்பது வருஷங்களுக்கு முன்பாக எனக்கு ஒரு குமாரன் பிறந்தான், அவன் என் தேவர்களுக்கு இப்படிச் செய்து, இப்படிப் பேசினான்; ஆகையால் இப்போது, என் ஆண்டவனும் ராஜாவுமானவரே, அவன் உமக்கு முன்பாக வரும்படி அவனைக் கொண்டுவர ஆள் அனுப்பும்; நாங்கள் அவனுடைய தீமையிலிருந்து தப்புவிக்கப்படும்படி, நியாயப்பிரமாணத்தின்படி அவனை நியாயந்தீரும் என்றான். 52. ராஜா தன் வேலைக்காரர்களில் மூன்று மனுஷர்களை அனுப்பினான், அவர்கள் போய் ஆபிராமை ராஜாவுக்கு முன்பாகக் கொண்டுவந்தார்கள். நிம்ரோத்தும் அவனுடைய பிரபுக்களும் வேலைக்காரர்களும் எல்லாரும் அன்றையதினம் அவனுக்கு முன்பாக உட்கார்ந்திருந்தார்கள், தேராகும் அவர்களுக்கு முன்பாக உட்கார்ந்திருந்தான். 53. ராஜா ஆபிராமை நோக்கி: நீ உன் தகப்பனுக்கும் அவனுடைய தேவர்களுக்கும் செய்த இந்தக் காரியம் என்ன? என்றான். ஆபிராம் தான் தன் தகப்பனிடத்தில் சொன்ன

வார்த்தைகளையே ராஜாவுக்கும் பிரதியுத்தரமாகச் சொல்லி: வீட்டில் அவர்களோடிருந்த பெரிய தேவன் அவர்களுக்குச் செய்ததை நீர் கேள்விப்பட்டீரே என்றான். 54. ராஜா ஆபிராமை நோக்கி: நீ சொன்னபடி பேசவும் சாப்பிடவும் அவர்களுக்குப் பலன் இருந்ததோ? என்றான். ஆபிராம் ராஜாவுக்குப் பிரதியுத்தரமாக: அவர்களுக்குப் பலன் இல்லாவிட்டால், நீர் ஏன் அவர்களைச் சேவித்து, உமது மதிகேடுகளினால் மனுஷகுமாரரை வழிதப்பிப் போகப்பண்ணுகிறீர்? 55. நீர் அவர்களைச் சேவிக்கும்படி, அவர்கள் உம்மை இரட்சிக்கக்கூடும் என்றோ, சிறியதோ பெரியதோ ஏதாகிலும் செய்யக்கூடும் என்றோ நினைக்கிறீரோ? உம்மைச் சிருஷ்டித்தவரும், கொல்லவும் உயிர்ப்பிக்கவும் அதிகாரமுள்ளவருமான சர்வலோகத்தின் தேவனை நீர் ஏன் உணர்ந்துகொள்ளவில்லை? 56. புத்தியற்ற, அறிவியனற்ற, மதிகேடான ராஜாவே, உனக்கு என்றென்றைக்கும் ஐயோ. 57. உன் வேலைக்காரர்களுக்கு நீ செம்மையான வழியைப் போதிப்பாய் என்று நான் நினைத்தேன்; ஆனால் நீ அப்படிச் செய்யாமல், உன்னுடைய பாவங்களினாலும், உன் வழிகளைப் பின்பற்றின உன் ஜனங்களுடைய பாவங்களினாலும் பூமி முழுவதையும் நிரப்பிவிட்டாயே. 58. நீ செய்கிற இந்தப் பொல்லாப்பை, முற்காலத்திலே நம்முடைய பிதாக்கள் செய்ததினால், நித்திய தேவன் அவர்கள் மேல் ஜலப்பிரளயத்தைக் கொண்டுவந்து அவர்கள் எல்லாரையும் அழித்தார் என்பதையும், அவர்கள் நிமித்தம் பூமி முழுவதையும் அழித்தார் என்பதையும் நீ அறியாயோ, நீ கேள்விப்படவில்லையோ? சர்வலோகத்தின் தேவனாகிய கர்த்தருடைய கோபத்தை உங்கள் மேல் வருவித்துக்கொண்டு, உனக்கும் பூமி முழுவதற்கும் தீங்கினைக் கொண்டுவரும்படி, நீயும் உன் ஜனங்களும் இப்போதும் எழும்பி இந்தக் கிரியையைப்போலச் செய்வீர்களோ? 59. ஆகையால் இப்போது, நீ செய்கிற இந்தப் பொல்லாத கிரியையை விட்டுவிட்டு, சர்வலோகத்தின் தேவனைச் சேவி; உன் ஆத்துமா அவர் கைகளில் இருக்கிறது, அப்பொழுது உனக்கு நன்மையுண்டாகும். 60. உன் பொல்லாத வழிகளை விட்டுவிட்டு, நித்திய தேவனைச் சேவிக்கும்படி நீ என் வார்த்தைகளுக்குச் செவிகொடுக்க உன் பொல்லாத இருதயம் சம்மதிக்காவிட்டால், நீயும், உன் ஜனங்களும், உன்னைச் சேர்ந்தவர்களும், உன் வார்த்தைகளைக் கேட்கிறவர்களும், உன் பொல்லாத வழிகளில் நடக்கிறவர்களும் பிந்திய நாட்களில் வெட்கத்தோடே சாவீர்கள் என்றான். 61. ஆபிராம் ராஜாவுக்கும் பிரபுக்களுக்கும் முன்பாகப் பேசிமுடித்த பின்பு, ஆபிராம் வானத்திற்கு நேராகத் தன் கண்களை ஏறெடுத்து: கர்த்தர் துன்மார்க்கர் எல்லாரையும் காண்கிறார், அவர் அவர்களை நியாயந்தீர்ப்பார் என்றான்.

யாசேரின் ஆகமம்

அத்தியாயம் 12

1. ராஜா ஆபிராமின் வார்த்தைகளைக் கேட்டபோது, அவனைச் சிறையிலடைக்கக் கட்டளையிட்டான்; ஆபிராம் பத்து நாட்கள் சிறையிலிருந்தான். 2. அந்த நாட்களின் முடிவில், சகல ராஜாக்களும், பிரபுக்களும், பல்வேறு மாகாணங்களின் அதிகாரிகளும், ஞானிகளும் தனக்கு முன்பாக வரப் பறைசாற்றும்படி ராஜா கட்டளையிட்டான்; அவர்கள் அவனுக்கு முன்பாக வந்து உட்கார்ந்தார்கள், ஆபிராம் இன்னும் சிறைச்சாலையிலேயே இருந்தான். 3. ராஜா பிரபுக்களையும் ஞானிகளையும் நோக்கி: தேராகின் குமாரனான ஆபிராம் தன் தகப்பனுக்குச் செய்த காரியத்தை நீங்கள் கேள்விப்பட்டீர்களா? அவன் அவனுக்கு இப்படிச் செய்தான், நான் அவனை எனக்கு முன்பாகக் கொண்டுவரும்படி கட்டளையிட்டேன், அவன் இப்படிப் பேசினான்; அவன் இருதயம் அவனைச் சங்கடப்படுத்தவுமில்லை, என் சமுகத்தில் அவன் சலனப்படவுமில்லை, இதோ இப்போது அவன் சிறையிலடைக்கப்பட்டிருக்கிறான் என்றான். 4. ஆகையால், ராஜாவை நிந்தித்தவனும், நீங்கள் கேட்ட காரியங்களையெல்லாம் பேசிச் செய்தவனுமான இந்த மனுஷனுக்குச் செய்யவேண்டிய நியாயத்தீர்ப்பு என்னவென்று தீர்மானியுங்கள் என்றான். 5. அவர்கள் எல்லாரும் ராஜாவுக்குப் பிரதியுத்தரமாக: ராஜாவை நிந்திக்கிற மனுஷன் ஒரு மரத்திலே தூக்கப்படவேண்டும்; ஆனால் அவன் சொன்ன காரியங்களையெல்லாம் செய்து, நம்முடைய தேவர்களையும் அவமதித்தபடியால், அவனை நெருப்பிலிட்டுச் சுட்டெரிக்கவேண்டும், ஏனெனில் இந்தக் காரியத்திற்கான நியாயப்பிரமாணம் இதுவே என்றார்கள். 6. ராஜாவின் பார்வைக்கு இது நல்லதாய்க் கண்டால், உமது செங்கல் சூளையில் இரவும் பகலும் நெருப்பை மூட்டும்படி தமது வேலைக்காரர்களுக்குக் கட்டளையிடுவாராக, அதன்பின்பு நாங்கள் இந்த மனுஷனை அதற்குள் போடுவோம் என்றார்கள். ராஜா அப்படியே செய்து, கஸ்தீமிலுள்ள ராஜாவின் சூளையில் மூன்று பகலும் மூன்று இரவும் நெருப்பை மூட்டும்படி தன் வேலைக்காரர்களுக்குக் கட்டளையிட்டான்; ஆபிராமைச் சிறையிலிருந்து வெளியே கொண்டுவந்து சுட்டெரிக்கும்படி ராஜா கட்டளையிட்டான். 7. ராஜாவின் வேலைக்காரர்கள், பிரபுக்கள், தலைவர்கள், அதிகாரிகள், நியாயாதிபதிகள் மற்றும் தேசத்தின் குடிகள் எல்லாரும், ஏறக்குறைய ஒன்பது லட்சம் பேர், ஆபிராமைப் பார்ப்பதற்காகச் சூளைக்கு எதிரே நின்றார்கள். 8. ஸ்திரீகளும் பிள்ளைகளும் எல்லாரும், ஆபிராமுக்கு என்ன செய்யப்படுகிறது என்று பார்ப்பதற்காகக் கூரைகளின் மேலும் கோபுரங்களின் மேலும் கூட்டமாய் நின்றார்கள்; அவர்கள் எல்லாரும் தூரத்திலே ஒன்றுகூடி நின்றார்கள்; அந்த நாளின் காட்சியைக் காண வராத மனுஷன்

ஒருவனும் மீதியாயிருக்கவில்லை. 9. ஆபிராம் கொண்டுவரப்பட்டபோது, ராஜாவின் மாயவித்தைக்காரர்களும் ஞானிகளும் ஆபிராமைக் கண்டு ராஜாவை நோக்கிச் சத்தமிட்டு: எங்கள் ஆண்டவனும் ராஜாவுமானவரே, ஐம்பது வருஷங்களுக்கு முன்னே, எந்தப் பிள்ளை பிறந்தபோது அந்தப் பெரிய நட்சத்திரம் நான்கு நட்சத்திரங்களை விழுங்கியது என்று நாங்கள் உமக்கு அறிவித்தோமோ, அந்தப் பிள்ளை இந்த மனுஷன்தான் என்பதை நாங்கள் நிச்சயமாக அறிவோம் என்றார்கள். 10. இதோ இப்போதும், அவனுடைய தகப்பன் உமது கட்டளைகளை மீறி, நீர் கொன்றுபோட்ட வேறொரு பிள்ளையை உமக்குக் கொடுத்து, உம்மைப் பரியாசம்பண்ணியிருக்கிறான் என்றார்கள். 11. ராஜா அவர்களுடைய வார்த்தைகளைக் கேட்டபோது மிகவும் கோபங்கொண்டு, தேராகைத் தனக்கு முன்பாகக் கொண்டுவரக் கட்டளையிட்டான். 12. ராஜா: மாயவித்தைக்காரர்கள் சொன்ன வார்த்தைகளைக் கேட்டாயா? இப்போது எனக்கு உண்மையைச் சொல், நீ எப்படிச் செய்தாய்; நீ உண்மையைச் சொன்னால் விடுவிக்கப்படுவாய் என்றான். 13. ராஜாவின் கோபம் மிகவும் மூண்டிருப்பதைக் கண்டு, தேராகு ராஜாவை நோக்கி: என் ஆண்டவனும் ராஜாவுமானவரே, நீர் உண்மையைக் கேட்டீர், ஞானிகள் சொன்னது சரியே என்றான். ராஜா: என் கட்டளைகளை மீறி, நீ பெறாத ஒரு பிள்ளையை எனக்குக் கொடுத்து, அதற்காக ஒரு விலையை வாங்கும்படிக்கு நீ எப்படி இந்தக் காரியத்தைச் செய்யத் துணிந்தாய்? என்றான். 14. தேராகு ராஜாவுக்குப் பிரதியுத்தரமாக: அக்காலத்திலே என் குமாரன் மேல் என் இரக்கம் மிகுதியாயிருந்தபடியால், நான் என் வேலைக்காரியின் குமாரனை எடுத்து ராஜாவுக்கு முன்பாகக் கொண்டுவந்தேன் என்றான். 15. ராஜா: இதற்கு உனக்கு ஆலோசனை சொன்னது யார்? எனக்குச் சொல், என்னிடத்தில் ஒன்றையும் மறைக்காதே, அப்பொழுது நீ சாகமாட்டாய் என்றான். 16. ராஜாவின் சமுகத்தில் தேராகு மிகவும் திகிலடைந்து, ராஜாவை நோக்கி: என் மூத்த குமாரனான ஆரான்தான் இதற்கு எனக்கு ஆலோசனை சொன்னான் என்றான்; ஆபிராம் பிறந்த அந்நாட்களில் ஆரானுக்கு வயது முப்பத்திரண்டு. 17. ஆனால் ஆரான் தன் தகப்பனுக்கு எந்த ஆலோசனையும் சொல்லவில்லை; தேராகு மிகவும் பயந்திருந்தபடியால், தன் ஆத்துமாவை ராஜாவினிடத்திலிருந்து தப்புவிக்கும்படி இதை ராஜாவிடத்தில் சொன்னான்; ராஜா தேராகை நோக்கி: உனக்கு இந்த ஆலோசனை சொன்ன உன்னுடைய குமாரனான ஆரான் ஆபிராமுடனே நெருப்பினால் சாவான்; ஏனெனில் அவன் இந்தக் காரியத்தைச் செய்ததில் ராஜாவின் விருப்பத்திற்கு விரோதமாகக் கலகம்பண்ணினபடியால், மரண தண்டனை அவன் மேல் இருக்கிறது என்றான். 18. அக்காலத்தில் ஆரான் ஆபிராமின் வழிகளைப் பின்பற்ற

விரும்பினான், ஆனால் அவன் அதைத் தனக்குள்ளேயே வைத்துக்கொண்டான். 19. ஆரான் தன் இருதயத்தில்: இதோ இப்போது, ஆபிராம் செய்த இந்தக் காரியங்களுக்காக ராஜா ஆபிராமைப் பிடித்திருக்கிறான்; ஆபிராம் ராஜாவை மேற்கொண்டால் நான் அவனைப் பின்பற்றுவேன், ராஜா மேற்கொண்டால் நான் ராஜாவைப் பின்பற்றுவேன் என்று சொல்லிக்கொண்டான். 20. தேராகு தன் குமாரனான ஆரானைக்குறித்து ராஜாவினிடத்தில் இப்படிச் சொன்னபோது, ஆபிராமுடனே ஆரானையும் பிடிக்கும்படி ராஜா கட்டளையிட்டான். 21. ஆபிராமையும் அவன் சகோதரனான ஆரானையும் நெருப்பிலே போடும்படி அவர்கள் இருவரையும் கொண்டுவந்தார்கள்; தேசத்தின் குடிகள் எல்லாரும், ராஜாவின் வேலைக்காரர்கள் மற்றும் பிரபுக்கள், ஸ்திரீகள் மற்றும் பிள்ளைகள் எல்லாரும் அன்றையதினம் அவர்களுக்கு மேலாக அங்கே நின்றார்கள். 22. ராஜாவின் வேலைக்காரர்கள் ஆபிராமையும் அவன் சகோதரனையும் பிடித்து, அவர்கள் உடுத்தியிருந்த உள்ளாடைகளைத் தவிர மற்ற எல்லா வஸ்திரங்களையும் களைந்தார்கள். 23. அவர்கள் கைகளையும் கால்களையும் சணல் கயிறுகளினால் கட்டி, ராஜாவின் வேலைக்காரர்கள் அவர்கள் இருவரையும் தூக்கிச் சூளைக்குள் போட்டார்கள். 24. கர்த்தர் ஆபிராமை நேசித்து, அவன் மேல் மனதுருகினார்; கர்த்தர் இறங்கி வந்து ஆபிராமை நெருப்பிலிருந்து தப்புவித்தார், அவன் சுட்டெரிக்கப்படவில்லை. 25. ஆனால் அவனைக் கட்டியிருந்த கயிறுகளெல்லாம் சுட்டெரிக்கப்பட்டன; ஆபிராம் நெருப்புக்குள் உயிரோடிருந்து உலாவினான். 26. ஆரானை நெருப்பிலே போட்டபோது அவன் மரித்து சாம்பலானான், ஏனெனில் அவன் இருதயம் கர்த்தருக்கு முன்பாக உத்தமமாயிருக்கவில்லை; அவனை நெருப்பிலே போட்ட அந்த மனுஷர்களின் மேல் அக்கினிஜுவாலை வீசி, அவர்கள் சுட்டெரிக்கப்பட்டார்கள், அவர்களில் பன்னிரண்டு பேர் செத்துப்போனார்கள். 27. ஆபிராம் மூன்று பகலும் மூன்று இரவும் நெருப்பின் நடுவில் உலாவினான்; ராஜாவின் வேலைக்காரர்கள் எல்லாரும் அவன் நெருப்பில் உலாவுவதைக் கண்டு, ராஜாவினிடத்தில் வந்து: இதோ, ஆபிராம் நெருப்பின் நடுவில் உலாவுவதைக் கண்டோம், அவன் உடுத்தியிருந்த உள்ளாடைகளுங்கூடச் சுட்டெரிக்கப்படவில்லை, ஆனால் அவனைக் கட்டியிருந்த கயிறு சுட்டெரிக்கப்பட்டிருக்கிறது என்றார்கள். 28. ராஜா அவர்களுடைய வார்த்தைகளைக் கேட்டபோது அவன் இருதயம் சோர்ந்துபோயிற்று, அவன் அவர்களை நம்பவில்லை; ஆகையால் இந்தக் காரியத்தைப் பார்க்கும்படி வேறு உண்மையுள்ள பிரபுக்களை அனுப்பினான், அவர்கள் போய்ப் பார்த்து, அதை ராஜாவுக்குச் சொன்னார்கள்; ராஜா அதைப் பார்க்கும்படி எழுந்துபோனான், ஆபிராம் நெருப்பின் நடுவில் அங்கும் இங்கும் உலாவுவதையும், ஆரானின் உடல் சுட்டெரிக்கப்பட்டிருப்பதையும் அவன் கண்டு மிகவும்

ஆச்சரியப்பட்டான். 29. ஆபிராமை நெருப்பிலிருந்து வெளியே
கொண்டுவரும்படி ராஜா கட்டளையிட்டான்; அவனுடைய
வேலைக்காரர்கள் அவனை வெளியே கொண்டுவர அணுகினார்கள்,
ஆனால் அவர்களால் முடியவில்லை, ஏனெனில் நெருப்பு சுற்றிலும்
எரிய, சூளையிலிருந்து அக்கினிஜுவாலை அவர்கள் மேல் வீசியது.
30. ராஜாவின் வேலைக்காரர்கள் அதிலிருந்து தப்பியோடினார்கள்;
ராஜா அவர்களைக் கடிந்துகொண்டு: நீங்கள் சாகாதபடிக்குத்
தீவிரமாய் ஆபிராமை நெருப்பிலிருந்து வெளியே கொண்டுவாருங்கள்
என்றான். 31. ராஜாவின் வேலைக்காரர்கள் மறுபடியும் ஆபிராமை
வெளியே கொண்டுவர அணுகினார்கள், அக்கினிஜுவாலைகள்
அவர்கள் மேல் வீசி அவர்கள் முகங்களைச் சுட்டெரித்ததினால்
அவர்களில் எட்டு பேர் செத்துப்போனார்கள். 32. தன்
வேலைக்காரர்கள் சுட்டெரிக்கப்படுவார்கள் என்று பயந்து அவர்கள்
நெருப்பை அணுகக்கூடாதிருப்பதை ராஜா கண்டு, ஆபிராமைக்
கூப்பிட்டு: பரலோகத்திலிருக்கிற தேவனுடைய தாசனே, நெருப்பின்
நடுவிலிருந்து வெளியே வந்து இங்கே எனக்கு முன்பாக வா
என்றான்; ஆபிராம் ராஜாவின் சத்தத்திற்குச் செவிகொடுத்து,
நெருப்பிலிருந்து வெளியே வந்து ராஜாவுக்கு முன்பாக நின்றான். 33.
ஆபிராம் வெளியே வந்தபோது, அவனைக் கட்டியிருந்த கயிறு
சுட்டெரிக்கப்பட்டிருந்தும், அவனுடைய உள்ளாடைகள்
சுட்டெரிக்கப்படாதபடியினால், ஆபிராம் உள்ளாடைகளுடனே
ராஜாவுக்கு முன்பாக வருவதை ராஜாவும் அவன் வேலைக்காரர்கள்
எல்லாரும் கண்டார்கள். 34. ராஜா ஆபிராமை நோக்கி: நீ நெருப்பிலே
சுட்டெரிக்கப்படாமற்போனது எப்படி? என்றான். 35. ஆபிராம்
ராஜாவுக்குப் பிரதியுத்தரமாக: நான் நம்புகிறவரும்,
எல்லாவற்றின்மேலும் அதிகாரமுள்ளவருமான வானத்துக்கும் பூமிக்கும்
தேவனானவர், நீர் என்னைப் போட்ட நெருப்பிலிருந்து என்னைத்
தப்புவித்தார் என்றான். 36. ஆபிராமின் சகோதரனான ஆரான்
சாம்பலாகச் சுட்டெரிக்கப்பட்டான்; அவர்கள் அவனுடைய உடலைத்
தேடி, அது அழிந்துபோனதைக் கண்டார்கள். 37. கஸ்தீமின்
நெருப்பிலே மரித்தபோது ஆரானுக்கு வயது எண்பத்திரண்டு. ஆபிராம்
நெருப்பிலிருந்து தப்புவிக்கப்பட்டதை ராஜாவும் பிரபுக்களும்
தேசத்தின் குடிகளும் கண்டு, வந்து ஆபிராமைப்
பணிந்துகொண்டார்கள். 38. ஆபிராம் அவர்களை நோக்கி: என்னைப்
பணிய வேண்டாம், உங்களை உண்டாக்கின சர்வலோகத்தின்
தேவனைப் பணிந்துகொண்டு, அவரைச் சேவித்து, அவருடைய
வழிகளில் நடங்கள்; இந்த நெருப்பிலிருந்து என்னைத் தப்புவித்தவர்
அவரே, சகல மனுஷர்களின் ஆத்துமாக்களையும் ஆவிகளையும்
சிருஷ்டித்து, தாயின் கர்ப்பத்தில் மனுஷனை உருவாக்கி, அவனை
உலகத்தில் பிறக்கப்பண்ணினவர் அவரே, தம்மை நம்புகிறவர்களை
எல்லா வேதனைகளிலிருந்தும் தப்புவிப்பவர் அவரே என்றான். 39.

யாசேரின் ஆகமம்

ஆபிராம் நெருப்பிலிருந்து தப்புவிக்கப்பட்டதும் ஆரான்
சுட்டெரிக்கப்பட்டதும் ராஜாவின் கண்களுக்கும் பிரபுக்களின்
கண்களுக்கும் மிகவும் ஆச்சரியமாயிருந்தது; ராஜா ஆபிராமுக்கு அநேக
வெகுமதிகளைக் கொடுத்தான், ராஜாவின் வீட்டிலிருந்து தன் பிரதான
வேலைக்காரர்கள் இருவரையும் அவனுக்குக் கொடுத்தான்; ஒருவனின்
பெயர் ஓனி (*Oni*), மற்றவனின் பெயர் எலியேசர். 40. ராஜாக்கள்,
பிரபுக்கள் மற்றும் வேலைக்காரர்கள் எல்லாரும் ஆபிராமுக்கு
வெள்ளியினாலும் பொன்னினாலும் முத்துக்களினாலுமான அநேக
வெகுமதிகளைக் கொடுத்தார்கள்; ராஜாவும் அவன் பிரபுக்களும்
அவனை அனுப்பிவிட்டார்கள் அவன் சமாதானத்தோடே போனான்.
41. ஆபிராம் ராஜாவினிடத்திலிருந்து சமாதானத்தோடே
புறப்பட்டுப்போனான்; ராஜாவின் வேலைக்காரர்களில் அநேகர்
அவனைப் பின்பற்றினார்கள், ஏறக்குறைய முன்னூறு பேர்
அவனோடே சேர்ந்துகொண்டார்கள். 42. ஆபிராம் அன்றையதினம்
திரும்பித் தன் தகப்பன் வீட்டுக்குப் போனான், அவனும் அவனைப்
பின்பற்றின மனுஷர்களும் போனார்கள்; ஆபிராம் தன்
ஜீவகாலமெல்லாம் தன் தேவனாகிய கர்த்தரைச் சேவித்து, அவருடைய
வழிகளில் நடந்து, அவருடைய நியாயப்பிரமாணத்தைப்
பின்பற்றினான். 43. அந்த நாள்முதல் ஆபிராம் கர்த்தரைச்
சேவிக்கும்படி மனுஷகுமாரரின் இருதயங்களைத் திருப்பினான். 44.
அக்காலத்தில் நாகோரும் ஆபிராமும் தங்கள் சகோதரனான ஆரானின்
குமாரத்திகளைத் தங்களுக்கு மனைவிகளாக விவாகம்பண்ணினார்கள்;
நாகோரின் மனைவி மில்காள், ஆபிராமின் மனைவியின் பெயர்
சாராய். ஆபிராமின் மனைவியாகிய சாராய் மலடியாயிருந்தாள்;
அந்நாட்களில் அவளுக்குப் பிள்ளையில்லை. 45. ஆபிராம்
நெருப்பிலிருந்து புறப்பட்டு வந்த இரண்டு வருஷங்களுக்குப் பின்பு,
அதாவது அவனுடைய வாழ்நாளில் ஐம்பத்திரண்டாம் வருடத்தில்,
இதோ, நிம்ரோத் ராஜா பாபேலிலே சிங்காசனத்தின் மேல்
வீற்றிருந்தான்; ராஜா தூங்கிப்போய் ஒரு சொப்பனம் கண்டான்,
அதில் அவன் ராஜாவின் சூளைக்கு எதிரான ஒரு பள்ளத்தாக்கில் தன்
படைகளோடும் சேனைகளோடும் நின்றுகொண்டிருந்தான். 46. அவன்
தன் கண்களை ஏறெடுத்துப் பார்த்தபோது, ஆபிராமின் சாயலான ஒரு
மனுஷன் சூளையிலிருந்து புறப்பட்டு வருவதைக் கண்டான்; அவன்
உருவின பட்டயத்தோடே வந்து ராஜாவுக்கு முன்பாக நின்றான்,
பின்பு பட்டயத்தோடே ராஜாவின் மேல் பாய்ந்தான்; அப்பொழுது
ராஜா பயந்து அந்த மனுஷனை விட்டு ஓடிப்போனான்; அவன்
ஓடிக்கொண்டிருக்கையில், அந்த மனுஷன் ராஜாவின் தலையில் ஒரு
முட்டையை எறிந்தான், அந்த முட்டை ஒரு பெரிய நதியாயிற்று. 47.
அந்த நதியில் தன் படைகளெல்லாம் மூழ்கி மரித்ததாகவும், ராஜா
தனக்கு முன்பாக இருந்த மூன்று மனுஷர்களோடே ஓடிப்போய்த்
தப்பினதாகவும் ராஜா சொப்பனம் கண்டான். 48. ராஜா அந்த

மனுஷர்களைப் பார்த்தபோது, அவர்கள் ராஜாக்களின் வஸ்திரங்களைப்போல ராஜரீகமான வஸ்திரங்களை உடுத்தியிருந்தார்கள், அவர்களுக்கு ராஜாக்களின் தோற்றமும் மகிமையும் இருந்தது. 49. அவர்கள் ஓடிக்கொண்டிருக்கையில், அந்த நதி ராஜாவுக்கு முன்பாக மறுபடியும் ஒரு முட்டையாக மாறியது; அந்த முட்டையிலிருந்து ஒரு குஞ்சு புறப்பட்டு ராஜாவுக்கு முன்பாக வந்து, அவன் தலையின் மேல் பறந்து ராஜாவின் கண்ணைப் பிடுங்கிற்று. 50. அந்தத் தரிசனத்தைக் கண்டு ராஜா துக்கமடைந்து, தன் நித்திரையிலிருந்து விழித்துக்கொண்டான்; அவனுடைய ஆவி கலங்கிற்று, அவன் மிகவும் திகிலடைந்தான். 51. காலையிலே ராஜா தன் படுக்கையிலிருந்து பயத்தோடே எழுந்து, ஞானிகளும் மாயவித்தைக்காரர்களும் எல்லாரும் தனக்கு முன்பாக வரும்படி கட்டளையிட்டான்; ராஜா தன் சொப்பனத்தை அவர்களுக்கு விவரித்தான். 52. அனுகி *(Anuki)* என்னும் பெயருள்ள ராஜாவின் ஞானமுள்ள வேலைக்காரன் ராஜாவுக்குப் பிரதியுத்தரமாக: இது, பிந்திய நாட்களில் என் ஆண்டவனும் ராஜாவுமானவருக்கு விரோதமாக எழும்பப்போகிற ஆபிராம் மற்றும் அவனுடைய சந்ததியின் தீமையையன்றி வேறொன்றுமில்லை என்றான். 53. இதோ, ஆபிராமும் அவனுடைய சந்ததியும் அவன் வீட்டாரும் என் ராஜாவோடு யுத்தம்பண்ணி, ராஜாவின் சேனைகளையும் அவனுடைய படைகளையும் முறியடிக்கும் நாள் வரும். 54. உமக்கு ஒப்பான மூன்று மனுஷர்களைக் கண்டதாகவும், அவர்கள் தப்பியதாகவும் நீர் சொன்னது என்னவென்றால், உம்மோடு யுத்தத்திலிருக்கும் பூமியின் ராஜாக்களிலிருந்து நீர் மூன்று ராஜாக்களோடே தப்புவீர் என்பதே இதின் அர்த்தம். 55. முதலிருந்ததைப்போல நதி முட்டையாக மாறியதையும், அந்தக் குஞ்சு உம்முடைய கண்ணைப் பிடுங்கியதையும் நீர் கண்டது என்னவென்றால், பிந்திய நாட்களில் ராஜாவைக் கொன்றுபோடும் ஆபிராமின் சந்ததியையன்றி இது வேறொன்றுமில்லை. 56. இதுவே என் ராஜாவின் சொப்பனம், இதுவே அதின் அர்த்தம்; சொப்பனமும் உண்மையானது, உமது அடியான் உமக்குக் கொடுத்த அர்த்தமும் சரியானது. 57. ஆகையால் இப்போது என் ராஜாவே, ஆபிராம் பிறந்தபோது உமது ஞானிகள் இதைக் கண்டு இப்போது ஐம்பத்திரண்டு வருஷங்களாயிற்று என்பதை நிச்சயமாக நீர் அறிவீர்; ஆபிராம் பூமியிலே பிழைத்திருக்க என் ராஜா அனுமதித்தால், அது என் ஆண்டவனும் ராஜாவுமானவருக்குக் கேடுண்டாக்கும்; ஏனெனில் ஆபிராம் உயிரோடிருக்கும் நாளெல்லாம் நீரோ உமது ராஜ்யமோ நிலைநிற்கப்போவதில்லை, இது முன்னே அவன் பிறந்தபோதே அறியப்பட்டதே; பிந்திய நாட்களில் அவனுடைய தீமை உமக்கு நேரிடாதபடிக்கு, என் ராஜா அவனை ஏன் கொன்றுபோடக்கூடாது? என்றான். 58. நிம்ரோத் அனுகியின் சத்தத்திற்குச் செவிகொடுத்து,

ஆபிராமைப் பிடித்து ராஜாவின் முன்பாகக் கொண்டுவந்து அவனுக்கு மரண தண்டனை தீர்க்கும்படி, தன் வேலைக்காரர்களில் சிலரை இரகசியமாக அனுப்பினான். 59. ராஜா ஆபிராமுக்குக் கொடுத்திருந்த அவனுடைய வேலைக்காரனான எலியேசர் அக்காலத்தில் ராஜாவின் சமுகத்திலிருந்தான்; அனுகி ராஜாவுக்குச் சொன்ன ஆலோசனையையும், ஆபிராமைக் கொன்றுபோடும்படி ராஜா சொன்னதையும் அவன் கேட்டான். 60. எலியேசர் ஆபிராமை நோக்கி: தீவிரமாய் எழுந்து உன் ஆத்துமாவைத் தப்புவி, அப்பொழுது நீ ராஜாவின் கைகளினால் சாகமாட்டாய்; அவன் உன்னைக்குறித்து இப்படிச் சொப்பனம் கண்டான், அனுகி அதற்கு இப்படி அர்த்தம் சொன்னான், உன்னைக்குறித்து அனுகி ராஜாவுக்கு இப்படி ஆலோசனை சொன்னான் என்றான். 61. ஆபிராம் எலியேசரின் சத்தத்திற்குச் செவிகொடுத்து, ஆபிராம் தீவிரமாய்த் தன் பாதுகாப்பிற்காக நோவாவும் அவன் குமாரனான சேமும் இருந்த வீட்டிற்கு ஓடிப்போய், அங்கே தன்னை மறைத்துக்கொண்டு ஒரு பாதுகாப்பான இடத்தைக் கண்டுபிடித்தான்; ராஜாவின் வேலைக்காரர்கள் ஆபிராமைத் தேடும்படி அவன் வீட்டிற்கு வந்தார்கள், ஆனால் அவர்கள் அவனைக் காணவில்லை; அவர்கள் தேசம் முழுவதும் தேடினார்கள், அவன் அகப்படவில்லை, அவர்கள் எல்லாத் திசைகளிலும் போய்த் தேடினார்கள், அவனை எங்கேயும் காணவில்லை. 62. ராஜாவின் வேலைக்காரர்கள் ஆபிராமைக் காணாதபோது அவர்கள் ராஜாவினிடத்திற்குத் திரும்பினார்கள்; ஆனால் அவர்கள் அவனைக் காணாதபடியினால், ஆபிராமின் மேல் ராஜா கொண்டிருந்த கோபம் தணிந்தது, ஆபிராமைக்குறித்த இந்தக் காரியத்தை ராஜா தன் மனதிலிருந்து நீக்கிவிட்டான். 63. ராஜா இந்தக் காரியத்தை மறக்கும்வரைக்கும் ஆபிராம் நோவாவின் வீட்டிலே ஒரு மாதம் மறைந்திருந்தான், ஆனால் ஆபிராம் இன்னமும் ராஜாவுக்குப் பயந்திருந்தான்; தேராகு தன் குமாரனான ஆபிராமைப் பார்க்க நோவாவின் வீட்டிற்கு இரகசியமாக வந்தான், தேராகு ராஜாவின் கண்களில் மிகவும் பெரியவனாயிருந்தான். 64. ஆபிராம் தன் தகப்பனை நோக்கி: ராஜா தன் கொடிய ஆலோசனைக்காரர்களின் ஆலோசனையினால், என்னைக் கொன்று என் பெயரைப் பூமியிலிருந்து அழித்துப்போட நினைக்கிறான் என்பதை நீர் அறியீரோ? 65. இப்போது உமக்கு இங்கே யார் இருக்கிறார்கள், இந்த தேசத்தில் உமக்கு என்ன இருக்கிறது? எழுந்திரும், பிந்திய நாட்களில் அவனால் நீரும் அழிந்துபோகாதபடிக்கு, நாம் அவனுடைய கையிலிருந்து தப்புவிக்கப்படக் கானான் தேசத்திற்கு ஒன்றாகப் போவோம் வாருங்கள். 66. நிம்ரோத் இந்த கனத்தையெல்லாம் உமக்குக் கொடுப்பது அன்பினாலல்ல, அவன் தனக்கு நன்மை உண்டாகும்படிக்கே இந்த நன்மையையெல்லாம் உமக்குச் செய்கிறான் என்பதை நீர் அறியீரோ, நீர்

கேள்விப்படவில்லையோ? 67. அவன் இதைவிடப் பெரிய நன்மைகளை உமக்குச் செய்தாலும், நிச்சயமாக இவைகள் உலகத்தின் மாயைகளே; ஏனெனில் கோபமும் உக்கிரமுமான நாளிலே செல்வமும் ஐஸ்வரியமும் உதவாது. 68. ஆகையால் இப்போது என் சத்தத்திற்குச் செவிகொடும்; நிம்ரோத்தின் தீமையிலிருந்து தப்புவிக்கப்பட நாம் எழுந்து கானான் தேசத்திற்குப் போவோம்; பூமியில் உம்மைச் சிருஷ்டித்த கர்த்தரைச் சேவியும், அப்பொழுது உமக்கு நன்மையுண்டாகும்; நீர் தேடித்திரியும் வீணான காரியங்களையெல்லாம் எறிந்துவிடும் என்றான். 69. ஆபிராம் பேசிமுடித்தபோது, நோவாவும் அவன் குமாரனான சேமும் தேராகுக்குப் பிரதியுத்தரமாக: ஆபிராம் உமக்குச் சொன்ன வார்த்தை உண்மையானது என்றார்கள். 70. தேராகு தன் குமாரனான ஆபிராமின் சத்தத்திற்குச் செவிகொடுத்து, ஆபிராம் சொன்னபடியெல்லாம் செய்தான்; ராஜா ஆபிராமின் மரணத்திற்குக் காரணமாயிராதபடிக்கு இது கர்த்தராலே உண்டானது.

அத்தியாயம் 13

1. தேராகு தன் குமாரனான ஆபிராமையும், ஆரானின் குமாரனும் தன் பேரனுமாகிய லோத்தையும், தன் குமாரனான ஆபிராமின் மனைவியும் தன் மருமகளுமாகிய சாராயையும், தன் வீட்டாருடைய சகல ஆத்துமாக்களையும் அழைத்துக்கொண்டு, அவர்களுடனே கானான் தேசத்திற்குப் போகும்படி ஊர் கஸ்தீமிலிருந்து புறப்பட்டான்; அவர்கள் ஆரான் தேசம்வரைக்கும் வந்தபோது, அங்கே தங்கியிருந்தார்கள்; ஏனெனில் அது மேய்ச்சலுக்கு மிகவும் நல்ல தேசமாயும், அவர்களுடனே வந்தவர்களுக்குப் போதுமான விஸ்தாரமான இடமாயும் இருந்தது. 2. ஆபிராம் தேவனுக்கும் மனுஷருக்கும் முன்பாக நற்குணமும் செம்மையுமானவனாயிருந்ததையும், அவனுடைய தேவனாகிய கர்த்தர் அவனோடே இருந்ததையும் ஆரான் தேசத்தின் ஜனங்கள் கண்டார்கள்; ஆரான் தேசத்தின் ஜனங்களில் சிலர் வந்து ஆபிராமுடனே சேர்ந்துகொண்டார்கள்; அவன் கர்த்தருடைய போதனையையும் அவருடைய வழிகளையும் அவர்களுக்குப் போதித்தான்; அந்த மனுஷர்கள் ஆபிராமுடனே அவன் வீட்டிலே தங்கி, அவனைப் பற்றிக்கொண்டார்கள். 3. ஆபிராம் அந்த தேசத்தில் மூன்று வருஷங்கள் தங்கியிருந்தான்; மூன்று வருஷங்கள் முடிவடைந்தபோது கர்த்தர் ஆபிராமுக்குத் தரிசனமாகி, அவனை நோக்கி: உன்னை ஊர் கஸ்தீமிலிருந்து புறப்படப்பண்ணி, உன்னுடைய எல்லாச் சத்துருக்களின் கைகளிலிருந்தும் உன்னைத் தப்புவித்த கர்த்தர் நானே. 4. ஆகையால் இப்போது, நீ என்

சத்தத்திற்குச் செவிகொடுத்து, என் கற்பனைகளையும், என்
கட்டளைகளையும், என் நியாயப்பிரமாணங்களையும்
கைக்கொண்டால், அப்பொழுது உன் சத்துருக்களை உனக்கு முன்பாக
விழப்பண்ணுவேன்; உன் சந்ததியை வானத்தின்
நட்சத்திரங்களைப்போலப் பெருகப்பண்ணி, உன் கைகளின்
கிரியைகள் எல்லாவற்றின்மேலும் என் ஆசீர்வாதத்தை அனுப்புவேன்,
உனக்கு ஒரு குறையுமிராது 5. இப்போது நீ எழுந்து, உன்
மனைவியையும் உனக்குள்ள யாவற்றையும் அழைத்துக்கொண்டு,
கானான் தேசத்திற்குப் போய், அங்கே தங்கியிரு; அங்கே நான்
உனக்கு தேவனாயிருந்து உன்னை ஆசீர்வதிப்பேன் என்றார். கர்த்தர்
தனக்குச் சொல்லியபடியே ஆபிராம் எழுந்து, தன் மனைவியையும்
தனக்குள்ள யாவற்றையும் அழைத்துக்கொண்டு கானான் தேசத்திற்குப்
போனான்; ஆபிராம் ஆரானை விட்டுப் புறப்படும்போது அவனுக்கு
வயது ஐம்பது. 6. ஆபிராம் கானான் தேசத்திற்கு வந்து, அந்த
நகரத்தின் நடுவிலே குடியிருந்தான்; அந்த தேசத்தின் குடிகளாகிய
கானானின் பிள்ளைகளுக்கு நடுவே அங்கே தன் கூடாரத்தைப்
போட்டான். 7. ஆபிராம் கானான் தேசத்திற்கு வந்தபோது கர்த்தர்
அவனுக்குத் தரிசனமாகி: உனக்கும் உனக்குப்பின்பு உன் சந்ததிக்கும்
என்றென்றைக்கும் நான் கொடுக்கிற தேசம் இதுவே; உன் சந்ததியை
வானத்தின் நட்சத்திரங்களைப்போல ஆக்கி, நீ காண்கிற
தேசங்களையெல்லாம் உன் சந்ததிக்குச் சுதந்தரமாகக் கொடுப்பேன்
என்றார். 8. தேவன் தன்னோடே பேசின அந்த இடத்திலே ஆபிராம்
ஒரு பலிபீடத்தைக் கட்டி, அங்கே கர்த்தருடைய நாமத்தைத்
தொழுதுகொண்டான். 9. அக்காலத்திலே, ஆபிராம் கானான் தேசத்தில்
குடியிருந்த மூன்று வருஷங்களின் முடிவில், அந்த வருடத்திலே நோவா
மரித்தான்; அது ஆபிராமின் வாழ்நாளில் ஐம்பத்தெட்டாம் வருஷம்;
நோவா உயிரோடிருந்த நாட்களெல்லாம் தொள்ளாயிரத்து ஐம்பது
வருஷங்கள், அதன்பின்பு அவன் மரித்தான். 10. ஆபிராம் கானான்
தேசத்தில் குடியிருந்தான், அவனும், அவன் மனைவியும், அவனுக்குள்ள
யாவரும், அவனுடனே வந்தவர்கள் எல்லாரும், அந்த தேசத்தின்
ஜனங்களில் அவனோடே சேர்ந்துகொண்டவர்களுடனே அங்கே
குடியிருந்தார்கள்; ஆனால் ஆபிராமின் சகோதரனான நாகோரும்,
அவன் தகப்பனாகிய தேராகும், ஆரானின் குமாரனான லோத்தும்,
அவர்களுக்குள்ள யாவரும் ஆரானில் குடியிருந்தார்கள். 11. ஆபிராம்
கானான் தேசத்தில் குடியிருந்த ஐந்தாம் வருடத்திலே, சோதோம்
கொமோராவின் ஜனங்களும் சமபூமியின் பட்டணங்களிலுள்ள
எல்லாரும் ஏலாமின் ராஜாவாகிய கெதர்லாகோமேரின் அதிகாரத்திற்கு
விரோதமாகக் கலகம்பண்ணினார்கள்; ஏனெனில் சமபூமியின்
பட்டணங்களின் ராஜாக்கள் அனைவரும் கெதர்லாகோமேருக்குப்
பன்னிரண்டு வருஷங்கள் ஊழியம்செய்து, வருஷந்தோறும் அவனுக்குக்
கப்பம் செலுத்தினார்கள்; ஆனால் அந்நாட்களில் பதின்மூன்றாம்

வருடத்திலே அவனுக்கு விரோதமாகக் கலகம்பண்ணினார்கள். 12.
ஆபிராம் கானான் தேசத்தில் குடியிருந்த பத்தாம் வருடத்திலே,
சிநேயாரின் ராஜாவாகிய நிம்ரோத்துக்கும் ஏலாமின் ராஜாவாகிய
கெதர்லாகோமேருக்கும் இடையே யுத்தம் உண்டாயிற்று; நிம்ரோத்
கெதர்லாகோமேரோடு யுத்தம்பண்ணி அவனைக் கீழ்ப்படுத்தும்படி
வந்தான். 13. ஏனெனில் கெதர்லாகோமேர் அக்காலத்தில் நிம்ரோத்தின்
சேனைப் பிரபுக்களில் ஒருவனாயிருந்தான்; கோபுரத்திலிருந்த
ஜனங்கள் எல்லாரும் சிதறடிக்கப்பட்டு, மீதியாயிருந்தவர்களும்
பூமியின்மேல் சிதறிப்போனபோது, கெதர்லாகோமேர் ஏலாம்
தேசத்திற்குப் போய் அதின்மேல் அரசாண்டு, தன் ஆண்டவனுக்கு
விரோதமாகக் கலகம்பண்ணினான். 14. அந்நாட்களில் சமபூமியின்
பட்டணங்கள் கலகம்பண்ணியிருப்பதை நிம்ரோத் கண்டபோது, அவன்
கெதர்லாகோமேரோடு யுத்தம்பண்ணும்படி பெருமையோடும்
கோபத்தோடும் வந்தான்; நிம்ரோத் தன் பிரபுக்களையும் குடிகளையும்,
ஏறக்குறைய ஏழு லட்சம் பேரைச் சேர்த்துக் கெதர்லாகோமேருக்கு
விரோதமாகப் போனான்; கெதர்லாகோமேர் ஐயாயிரம் மனுஷரோடே
அவனைச் சந்திக்கப் புறப்பட்டான்; ஏலாமுக்கும் சிநேயாருக்கும்
இடையிலுள்ள பாபேல் பள்ளத்தாக்கில் அவர்கள் யுத்தத்திற்கு
ஆயத்தமானார்கள். 15. அந்த ராஜாக்கள் எல்லாரும் அங்கே
யுத்தம்பண்ணினார்கள்; நிம்ரோத்தும் அவன் ஜனங்களும்
கெதர்லாகோமேரின் ஜனங்களுக்கு முன்பாக முறியடிக்கப்பட்டார்கள்;
நிம்ரோத்தின் மனுஷர்களில் ஏறக்குறைய ஆறு லட்சம் பேர்
விழுந்தார்கள், ராஜாவின் குமாரனான மார்தோனும்
அவர்களுக்குள்ளே விழுந்தான். 16. நிம்ரோத் தப்பியோடி,
வெட்கத்தோடும் அவமானத்தோடும் தன் தேசத்திற்குத் திரும்பினான்,
அவன் அநேக காலம் கெதர்லாகோமேருக்குக் கீழ்ப்பட்டிருந்தான்;
கெதர்லாகோமேர் தன் தேசத்திற்குத் திரும்பி, தன்னைச் சுற்றிலும்
குடியிருந்த ராஜாக்களாகிய ஏலாசாரின் ராஜா
ஆரியோகினிடத்திற்கும், கோயீமின் ராஜா தீதாலினிடத்திற்கும் தன்
சேனையின் பிரபுக்களை அனுப்பி, அவர்களுடனே உடன்படிக்கை
பண்ணினான்; அவர்கள் எல்லாரும் அவனுடைய கட்டளைகளுக்குக்
கீழ்ப்படிந்தார்கள். 17. ஆபிராம் கானான் தேசத்தில் குடியிருந்த
பதினைந்தாம் வருடத்திலே, அதாவது ஆபிராமின் வாழ்நாளில்
எழுபதாம் வருடத்திலே, அந்த வருஷம் கர்த்தர் ஆபிராமுக்குத்
தரிசனமாகி, அவனை நோக்கி: இந்த தேசத்தை உனக்குச் சுதந்தரமாகக்
கொடுக்கும்படி உன்னை ஊர் கஸ்தீமிலிருந்து புறப்படப்பண்ணின
கர்த்தர் நானே. 18. ஆகையால் இப்போது, நீ எனக்கு முன்பாக நடந்து
உத்தமனாயிரு, என் கட்டளைகளைக் கைக்கொள்; ஏனெனில்
மிஸ்ராயீமின் நதிதொடங்கி ஐபிராத்து என்னும் பெரிய
நதிவரைக்குமுள்ள இந்த தேசத்தை உனக்கும் உன் சந்ததிக்கும்
சுதந்தரமாகக் கொடுப்பேன். 19. நீ சமாதானத்தோடே நல்ல

முதிர்வயதிலே உன் பிதாக்களிடத்திற்குச் சேருவாய்; நாலாம்
தலைமுறையார் இந்த தேசத்திற்குத் திரும்பி வந்து என்றென்றைக்கும்
இதைச் சுதந்தரித்துக்கொள்வார்கள் என்றார்; ஆபிராம் ஒரு
பலிபீடத்தைக் கட்டி, தனக்குத் தரிசனமான கர்த்தருடைய நாமத்தைத்
தொழுதுகொண்டு, கர்த்தருக்கு அந்தப் பலிபீடத்தின் மேல் பலிகளைச்
செலுத்தினான். 20. அக்காலத்திலே ஆபிராம் தன் தகப்பனையும்
தாயையும், தன் தகப்பன் வீட்டாரையும் பார்க்கும்படி திரும்பி
ஆரானுக்குப் போனான்; ஆபிராமும் அவன் மனைவியும் அவனுக்குள்ள
யாவரும் ஆரானுக்குத் திரும்பினார்கள்; ஆபிராம் ஆரானில் ஐந்து
வருஷங்கள் குடியிருந்தான். 21. ஆரான் ஜனங்களில் அநேகர்,
ஏறக்குறைய எழுபத்திரண்டு பேர், ஆபிராமைப் பின்பற்றினார்கள்;
ஆபிராம் கர்த்தருடைய போதனையையும் அவருடைய வழிகளையும்
அவர்களுக்குப் போதித்து, கர்த்தரை அறியும்படி அவர்களுக்குக்
கற்றுக்கொடுத்தான். 22. அந்நாட்களில் கர்த்தர் ஆரானிலே
ஆபிராமுக்குத் தரிசனமாகி, அவனை நோக்கி: இதோ, இருபது
வருஷங்களுக்கு முன்னே நான் உன்னிடத்தில் பேசி: 23. உனக்கும் உன்
பிள்ளைகளுக்கும் கொடுக்கும்படி நான் உனக்குக் காண்பித்த
தேசத்திற்கு, உன் தேசத்தையும் உன் இனத்தையும் உன் தகப்பனுடைய
வீட்டையும் விட்டுப் புறப்பட்டுப்போ; அங்கே அந்த தேசத்தில்
உன்னை ஆசீர்வதித்து, உன்னைப் பெரிய ஜாதியாக்கி, உன் பேரைப்
பெருமைப்படுத்துவேன்; உனக்குள் பூமியின் வம்சங்களெல்லாம்
ஆசீர்வதிக்கப்படும் என்று சொன்னேன். 24. ஆகையால் இப்போது நீ
எழுந்து, நீயும் உன் மனைவியும், உனக்குள்ள யாவரும், உன் வீட்டில்
பிறந்த ஒவ்வொருவனும், ஆரானிலே நீங்கள் சம்பாதித்த ஆத்துமாக்கள்
யாவருமாக இந்த இடத்தை விட்டுப் புறப்படுங்கள்; அவர்களை
உன்னோடேகூட இங்கிருந்து அழைத்துக்கொண்டு, கானான்
தேசத்திற்குத் திரும்பும்படி எழுந்துபோ என்றார். 25. ஆபிராம் எழுந்து,
தன் மனைவியாகிய சாராயையும், தனக்குள்ள யாவற்றையும், தன்
வீட்டிலே தனக்குப் பிறந்த எல்லாரையும், ஆரானிலே அவர்கள்
சம்பாதித்த ஆத்துமாக்களையும் அழைத்துக்கொண்டு, அவர்கள்
கானான் தேசத்திற்குப் போகப் புறப்பட்டார்கள். 26. கர்த்தர் சொன்ன
வார்த்தையின்படியே ஆபிராம் புறப்பட்டு, கானான் தேசத்திற்குத்
திரும்பினான். அவனுடைய சகோதரனாகிய ஆரானின் குமாரனான
லோத்தும் அவனுடனே போனான்; கானான் தேசத்திற்குத் திரும்பும்படி
ஆபிராம் ஆரானை விட்டுப் புறப்பட்டபோது அவனுக்கு வயது
எழுபத்தைந்து. 27. கர்த்தர் ஆபிராமுக்குச் சொன்ன
வார்த்தையின்படியே அவன் கானான் தேசத்திற்கு வந்து, தன்
கூடாரத்தைப் போட்டு, மம்ரேயின் சமபூமியிலே குடியிருந்தான்;
அவனுடைய சகோதரனின் குமாரனாகிய லோத்தும் அவனுக்குள்ள
யாவரும் அவனுடனே இருந்தார்கள். 28. கர்த்தர் மறுபடியும்
ஆபிராமுக்குத் தரிசனமாகி: உன் சந்ததிக்கு இந்த தேசத்தைக்

கொடுப்பேன் என்றார்; தனக்குத் தரிசனமான கர்த்தருக்கு அவன் அங்கே ஒரு பலிபீடத்தைக் கட்டினான்; அது இந்நாள்வரைக்கும் மம்ரேயின் சமபூமிகளிலே இருக்கிறது.

அத்தியாயம் *14*

1. அந்நாட்களில் சிநேயார் தேசத்திலே சகல ஞானத்திலும் அறிவுள்ளவனும் அழகான தோற்றமுடையவனுமான ஒரு ஞானி இருந்தான்; ஆனால் அவன் ஏழையும் வறியவனுமாயிருந்தான்; அவனுடைய பெயர் ரிகாயோன் (Rikayon), அவன் தன் பிழைப்பிற்காக மிகவும் கஷ்டப்பட்டான். 2. அவன் எகிப்திற்குப் போய், எகிப்தின் ராஜாவான அனோம் (Anom) என்பவனின் குமாரனாகிய ஓஸ்விரியிடம் (Oswiris) தன் ஞானத்தைக் காண்பிக்கத் தீர்மானித்தான்; ஒருவேளை அவன் கண்களில் தனக்குக் கிருபை கிடைத்து, அவன் தன்னை உயர்த்தித் தன் பிழைப்பிற்கு வழிவகை செய்வான் என்று எண்ணினான்; ரிகாயோன் அப்படியே செய்தான். 3. ரிகாயோன் எகிப்திற்கு வந்தபோது, எகிப்தின் குடிகளிடத்தில் ராஜாவைப்பற்றிக் கேட்டான்; எகிப்தின் குடிகள் எகிப்து ராஜாவின் வழக்கத்தை அவனுக்குச் சொன்னார்கள்; ஏனெனில், எகிப்தின் ராஜா தன் அரண்மனையிலிருந்து புறப்பட்டு வருடத்தில் ஒரு நாள் மாத்திரமே வெளியே காணப்படுவது எகிப்து ராஜாவின் வழக்கமாயிருந்தது, அதன்பின்பு ராஜா தன் அரண்மனைக்குத் திரும்பி அங்கே தங்கியிருப்பான். 4. ராஜா வெளியே புறப்பட்டு வரும் அந்த நாளிலே அவன் தேசத்தில் நியாயத்தீர்ப்புச் செய்வான், வழக்காடுகிற ஒவ்வொருவனும் தன் விண்ணப்பத்தைப் பெற்றுக்கொள்ளும்படி அன்றையதினம் ராஜாவுக்கு முன்பாக வருவான். 5. ரிகாயோன் எகிப்தின் வழக்கத்தைக் கேள்விப்பட்டு, தன்னால் ராஜாவின் சமுகத்திற்கு வரமுடியாது என்பதை அறிந்தபோது, அவன் மிகவும் துக்கப்பட்டு மிகுந்த சஞ்சலமடைந்தான். 6. சாயங்காலத்தில் ரிகாயோன் வெளியே போய், எகிப்தில் முன்னொரு காலத்தில் அப்பம் சுடும் இடமாயிருந்த பாழடைந்த ஒரு வீட்டைக் கண்டான்; அவன் பசியால் வாடி மனக்கசப்போடே அந்த ராத்திரி முழுவதும் அங்கே தங்கினான், அவன் கண்களுக்கு நித்திரை வராதிருந்தது. 7. ராஜா வெளியே வரும்வரைக்கும் அந்த நகரத்தில் தான் என்ன செய்யவேண்டும் என்றும், அங்கே தன்னை எப்படிக் காப்பாற்றிக்கொள்ளவேண்டும் என்றும் ரிகாயோன் தனக்குள் சிந்தித்துக்கொண்டான். 8. அவன் காலையிலே எழுந்து நடந்துபோகும்போது, குடிகளுக்கு காய்கறிகளையும் பலவிதமான விதைகளையும் விற்கிறவர்களை வழியிலே கண்டான். 9. நகரத்தில் தன் பிழைப்பை நடத்தும்படி ரிகாயோனும் அதைப்போலவே செய்ய

விரும்பினான், ஆனால் அவன் ஜனங்களின் வழக்கத்தை அறியாதவனாயிருந்தபடியால், அவர்களுக்குள்ளே ஒரு குருடனைப்போல இருந்தான். 10. தன் பிழைப்புக்காக விற்கும்படி அவன் போய் காய்கறிகளை வாங்கினான்; ஆனால் வீணர்கள் அவனைச் சுற்றிலும் கூடி அவனைப் பரியாசம்பண்ணி, அவனிடமிருந்த காய்கறிகளைப் பிடுங்கிக்கொண்டு அவனுக்கு ஒன்றும் வைக்காமல் விட்டுவிட்டார்கள். 11. அவன் மனக்கசப்போடே அங்கிருந்து எழுந்து, பெருமூச்சுவிட்டுக்கொண்டு முந்தின ராத்திரி முழுவதும் தான் தங்கியிருந்த அதே அப்பம் சுடும் இடத்திற்குப் போனான், அவன் இரண்டாம் ராத்திரியும் அங்கே நித்திரையடைந்தான். 12. அந்த ராத்திரியிலும் தான் பசியிலிருந்து எப்படித் தப்பிக்கலாம் என்று தனக்குள் யோசித்து, தான் எப்படிச் செயல்படவேண்டும் என்று ஒரு தந்திரத்தை வகுத்தான். 13. அவன் காலையிலே எழுந்து சாமர்த்தியமாகச் செயல்பட்டான்; தங்கள் கைகளில் யுத்த ஆயுதங்களை ஏந்தியிருந்த வீணர்களில் முப்பது பலசாலிகளைக் கூலிக்குப் பேசி, எகிப்தியரின் கல்லறையின் உச்சிக்கு அவர்களை அழைத்துக்கொண்டுபோய், அங்கே அவர்களை நிறுத்தினான். 14. அவன் அவர்களுக்குக் கட்டளையிட்டு: ராஜா சொல்லுகிறது என்னவென்றால், உங்களைத் திடப்படுத்திக்கொண்டு பராக்கிரமசாலிகளாயிருங்கள், இருநூறு வெள்ளிக்காசு கொடுக்கப்படும்வரைக்கும் இங்கே ஒருவனும் அடக்கம்பண்ணப்படக்கூடாது, அதன்பின்பே அவன் அடக்கம்பண்ணப்படலாம் என்றான்; அந்த மனுஷர்கள் அந்த வருஷம் முழுவதும் எகிப்திய ஜனங்களுக்கு ரிகாயோனின் கட்டளையின்படியே செய்தார்கள். 15. எட்டு மாத காலத்திற்குள் ரிகாயோனும் அவனுடைய மனுஷர்களும் வெள்ளியும் பொன்னுமான மிகுந்த ஐஸ்வரியத்தைச் சேர்த்தார்கள்; ரிகாயோன் ஏராளமான குதிரைகளையும் மற்ற மிருகங்களையும் வாங்கினான், அவன் இன்னும் அதிகமான மனுஷர்களைக் கூலிக்குப் பேசி, அவர்களுக்குக் குதிரைகளைக் கொடுத்தான், அவர்கள் அவனுடனே தங்கியிருந்தார்கள். 16. வருஷம் முடிந்து, ராஜா நகரத்திற்குள் புறப்பட்டு வரும் காலம் வந்தபோது, ரிகாயோன் மற்றும் அவனுடைய மனுஷர்களின் காரியத்தைக்குறித்து அவனிடத்தில் பேசும்படி எகிப்தின் குடிகள் எல்லாரும் ஒன்றுகூடினார்கள். 17. குறிக்கப்பட்ட நாளிலே ராஜா புறப்பட்டு வந்தான், எகிப்தியர்கள் எல்லாரும் அவனுக்கு முன்பாக வந்து, அவனை நோக்கிக் கூப்பிட்டு: 18. ராஜா என்றென்றைக்கும் வாழ்க. இவ்வளவு வெள்ளியும் பொன்னும் கொடுக்கப்படும்வரைக்கும் ஒரு பிரேதம் அடக்கம்பண்ணப்படுவதற்கு அனுமதிக்காமல், நகரத்திலுள்ள உமது அடியார்களுக்கு நீர் செய்கிற இந்தக் காரியம் என்ன? குறிக்கப்பட்ட விலையைக் கொடுத்தால் மாத்திரமே மரித்தவர்கள் அடக்கம்பண்ணப்பட வேண்டும் என்று முற்காலத்து ராஜாக்களின்

நாட்கள் முதற்கொண்டும், ஆம் ஆதாமின் நாட்கள் முதற்கொண்டு
இந்நாள்வரைக்கும் பூமி முழுவதிலும் இப்படிப்பட்ட காரியம்
எப்போதாவது செய்யப்பட்டதுண்டா? 19.
உயிரோடிருக்கிறவர்களிடமிருந்து வருஷந்தோறும் கப்பம் வாங்குவது
ராஜாக்களின் வழக்கம் என்று நாங்கள் அறிவோம்; ஆனால் நீர்
இதைச் செய்வது மாத்திரமல்லாமல், மரித்தவர்களிடமிருந்தும் நாளுக்கு
நாள் கப்பம் தண்டுகிறீரே என்றார்கள். 20. இப்போதும் ராஜாவே,
எங்களால் இனி இதைத் தாங்கமுடியாது, இதினிமித்தம் நகரம்
முழுவதும் அழிந்துபோகிறதே, இதை நீர் அறியீரோ? என்றார்கள். 21.
அவர்கள் சொன்னதையெல்லாம் ராஜா கேட்டபோது மிகவும்
கோபங்கொண்டான், இந்தக் காரியத்தினிமித்தம் அவனுக்குள் கோபம்
பற்றியெரிந்தது, ஏனெனில் அவன் இதைக்குறித்து ஒன்றும்
அறியாதிருந்தான். 22. ராஜா: என் கட்டளையில்லாமல் என் தேசத்தில்
இந்தப் பொல்லாத காரியத்தைச் செய்யத் துணிந்தவன் யார், அவன்
எங்கே இருக்கிறான்? நிச்சயமாய் எனக்குச் சொல்லுங்கள் என்றான்.
23. அவர்கள் ரிகாயோனும் அவனுடைய மனுஷர்களும் செய்த
எல்லாக் காரியங்களையும் அவனுக்குச் சொன்னார்கள்; ராஜாவின்
கோபம் மூண்டது, அவன் ரிகாயோனையும் அவனுடைய
மனுஷர்களையும் தனக்கு முன்பாகக் கொண்டுவரும்படி
கட்டளையிட்டான். 24. ரிகாயோன் குமாரர்களும் குமாரத்திகளுமாக
ஏறக்குறைய ஆயிரம் பிள்ளைகளை அழைப்பித்து, அவர்களுக்குப்
பட்டும் சித்திரத்தையலுமான வஸ்திரங்களை உடுத்தி, அவர்களைக்
குதிரைகள் மேல் ஏற்றி, தன் மனுஷர் மூலமாக ராஜாவிடத்திற்கு
அனுப்பினான்; மேலும் அவன் ராஜாவுக்கு வெகுமதியாக மிகுந்த
வெள்ளியையும் பொன்னையும் விலையேறப்பெற்ற
ரத்தினங்களையும், பலமும் அழகுமுள்ள ஒரு குதிரையையும்
எடுத்துக்கொண்டு, அவைகளோடே ராஜாவுக்கு முன்பாக வந்து
தரைமட்டும் குனிந்து அவனைப் பணிந்துகொண்டான்; ராஜாவும்,
அவனுடைய வேலைக்காரர்களும், எகிப்தின் குடிகள் எல்லாரும்
ரிகாயோனின் செயலைக்கண்டு ஆச்சரியப்பட்டார்கள், அவனுடைய
ஐஸ்வரியத்தையும் அவன் ராஜாவுக்குக் கொண்டுவந்திருந்த
வெகுமதியையும் கண்டார்கள். 25. அது ராஜாவுக்கு மிகவும்
பிரியமாயிருந்தது, அவன் அதைக் கண்டு ஆச்சரியப்பட்டான்;
ரிகாயோன் அவனுக்கு முன்பாக உட்கார்ந்தபோது, அவன் செய்த
எல்லாக் காரியங்களைக்குறித்தும் ராஜா அவனிடத்தில் கேட்டான்;
ராஜாவிற்கும் அவனுடைய வேலைக்காரர்களுக்கும் எகிப்தின் குடிகள்
எல்லாருக்கும் முன்பாக ரிகாயோன் தன் வார்த்தைகளையெல்லாம்
ஞானமாகப் பேசினான். 26. ராஜா ரிகாயோனின் வார்த்தைகளையும்
அவனுடைய ஞானத்தையும் கேட்டபோது, அவன் கண்களில்
ரிகாயோனுக்குக் கிருபை கிடைத்தது; அவனுடைய
ஞானத்தினிமித்தமும் நேர்த்தியான பேச்சினிமித்தமும் ராஜாவின்

வேலைக்காரர்கள் எல்லாரிடத்திலிருந்தும் எகிப்தின் குடிகள்
எல்லாரிடத்திலிருந்தும் அவனுக்குக் கிருபையும் தயவும் கிடைத்தது,
அந்த நேரம்முதல் அவர்கள் அவனை மிகவும் நேசித்தார்கள். 27. ராஜா
ரிகாயோனுக்குப் பிரதியுத்தரமாக: நீ மரித்தவர்களிடமிருந்தும் கப்பம்
தண்டினபடியால், உன் பெயர் இனி ரிகாயோன் என்னப்படாமல்
பார்வோன் என்னப்படும் என்று சொல்லி, அவனுக்குப் பார்வோன்
என்று பேரிட்டான். 28. ராஜாவும் அவன் குடிகளும் ரிகாயோனின்
ஞானத்தினிமித்தம் அவனை நேசித்தார்கள், அவனை ராஜாவுக்குக்
கீழான அதிகாரியாக ஆக்கும்படி அவர்கள் எகிப்தின் குடிகள்
எல்லாரோடும் ஆலோசனை பண்ணினார்கள். 29. எகிப்தின் குடிகள்
எல்லாரும் அதின் ஞானிகளும் அப்படியே செய்தார்கள், அது எகிப்தில்
ஒரு பிரமாணமாக ஆக்கப்பட்டது. 30. அவர்கள் ரிகாயோன்
பார்வோனை எகிப்தின் ராஜாவான ஓஸ்விரிக்குக் கீழான
அதிகாரியாக ஆக்கினார்கள்; ரிகாயோன் பார்வோன் எகிப்தை
ஆண்டு, நாளுக்கு நாள் நகரம் முழுவதற்கும் நியாயம்
விசாரித்துவந்தான்; ஆனால் ஓஸ்விரி ராஜாவோ தான் வெளியே
வரும் வருடத்தின் அந்த ஒரு நாளிலே தேசத்தின் ஜனங்களை
நியாயந்தீர்ப்பான். 31. ரிகாயோன் பார்வோன் தந்திரமாக எகிப்தின்
அரசாங்கத்தைக் கைப்பற்றி, எகிப்தின் குடிகள் எல்லாரிடமிருந்தும்
கப்பம் தண்டினான். 32. எகிப்தின் குடிகள் எல்லாரும் ரிகாயோன்
பார்வோனை மிகவும் நேசித்தார்கள்; எகிப்தில் தங்களுக்கும் தங்கள்
சந்ததியாருக்கும் மேலாக அரசாளும்போகிற ஒவ்வொரு ராஜாவையும்
பார்வோன் என்று அழைக்கும்படி ஒரு கட்டளையைப்
பிறப்பித்தார்கள். 33. ஆகையால், அதுமுதல் எகிப்தில் அரசாண்ட
எல்லா ராஜாக்களும் இந்நாள்வரைக்கும் பார்வோன் என்று
அழைக்கப்பட்டார்கள்

அத்தியாயம் 15

அந்த வருடத்திலே கானான் தேசமெங்கும் கொடிய பஞ்சம்
உண்டாயிற்று; பஞ்சம் மிகவும் கொடிதாயிருந்தபடியால், அந்த
தேசத்தின் குடிகளால் அங்கே தங்கியிருக்கமுடியவில்லை. 2.
பஞ்சத்தினிமித்தம் ஆபிராமும் அவனுக்குள்ள யாவரும் எழுந்து,
எகிப்துக்குப் போனார்கள்; அவர்கள் மிஸ்ராயீம் நதியண்டைக்கு
வந்தபோது, பிரயாணத்தின் களைப்பாறும்படி அங்கே சில காலம்
தங்கியிருந்தார்கள். 3. ஆபிராமும் சாராயும் மிஸ்ராயீம் நதியின்
கரையோரமாக நடந்துபோகையில், ஆபிராம் தன் மனைவியாகிய
சாராயைப் பார்த்தான், அவள் மிகவும் சவுந்தரியவதியாயிருந்தாள்.
4. ஆபிராம் தன் மனைவியாகிய சாராயை நோக்கி: தேவன்
உன்னை இவ்வளவு சவுந்தரியவதியாகச் சிருஷ்டித்திருப்பதால்,

எகிப்தியர்கள் என்னைக் கொன்று உன்னை எடுத்துக்கொள்வார்களோ என்று நான் பயப்படுகிறேன், ஏனெனில் இந்த இடங்களில் தேவபயம் இல்லை. 5. ஆகையால் நீ இப்படிச் செய்யவேண்டும்; எனக்கு நன்மையுண்டாகும்படிக்கும், நாம் சாகாமல் பிழைத்திருக்கும்படிக்கும், உன்னைக் கேட்கிற எல்லாரிடத்திலும் நீ என் சகோதரி என்று சொல் என்றான். 6. பஞ்சத்தினிமித்தம் தன்னோடே எகிப்துக்கு வந்த எல்லாரிடத்திலும் ஆபிராம் அப்படியே கட்டளையிட்டான்; அவன் தன் சகோதரனின் குமாரனாகிய லோத்தையும் நோக்கி: எகிப்தியர்கள் உன்னிடத்தில் சாராயைக்குறித்துக் கேட்டால், அவள் ஆபிராமின் சகோதரி என்று சொல் என்று கட்டளையிட்டான். 7. ஆபிராம் இப்படி எல்லாக் கட்டளைகளையும் கொடுத்திருந்தும், அவன் அவர்கள் மேல் நம்பிக்கை வைக்காமல், சாராயை ஒரு பெட்டிக்குள் வைத்து அடைத்து, அதைத் தங்கள் பாத்திரங்களுக்குள்ளே மறைத்துவைத்தான்; ஏனெனில் எகிப்தியர்களின் துன்மார்க்கத்தினிமித்தம் ஆபிராம் சாராயைக்குறித்து மிகவும் கவலைப்பட்டான். 8. ஆபிராமும் அவனுக்குள்ள யாவரும் மிஸ்ராயீம் நதியிலிருந்து எழுந்து, எகிப்துக்கு வந்தார்கள்; அவர்கள் நகரத்தின் வாசல்களுக்குள் பிரவேசித்தமாத்திரத்தில் காவலாளிகள் அவர்களுக்கு முன்பாக எழுந்துநின்று: உங்களுக்குள்ளதிலிருந்து ராஜாவுக்குத் தசமபாகம் கொடுங்கள், அதன்பின்பு நீங்கள் நகரத்திற்குள் போகலாம் என்றார்கள்; ஆபிராமும் அவனுடனிருந்தவர்களும் அப்படியே செய்தார்கள். 9. ஆபிராமும் அவனுடனிருந்த ஜனங்களும் எகிப்துக்குள் வந்தார்கள்; அவர்கள் வந்தபோது சாராய் மறைக்கப்பட்டிருந்த பெட்டியையும் கொண்டுவந்தார்கள், எகிப்தியர்கள் அந்தப் பெட்டியைக் கண்டார்கள். 10. ராஜாவின் வேலைக்காரர்கள் ஆபிராமை அணுகி: நாங்கள் பார்க்காத இந்தப் பெட்டிக்குள் உனக்கு என்ன இருக்கிறது? இப்போது நீ பெட்டியைத் திறந்து, அதிலுள்ள எல்லாவற்றிலும் ராஜாவுக்குத் தசமபாகம் கொடு என்றார்கள். 11. ஆபிராம்: இந்தப் பெட்டியை நான் திறக்கமாட்டேன், ஆனால் நீங்கள் கேட்கிறதையெல்லாம் நான் கொடுப்பேன் என்றான். பார்வோனின் அதிகாரிகள் ஆபிராமுக்குப் பிரதியுத்தரமாக: இது விலையேறப்பெற்ற ரத்தினங்கள் உள்ள பெட்டி, அதில் பத்திலொரு பங்கை எங்களுக்குக் கொடு என்றார்கள். 12. ஆபிராம்: நீங்கள் விரும்புகிறதையெல்லாம் நான் கொடுப்பேன், ஆனால் நீங்கள் பெட்டியைத் திறக்கக்கூடாது என்றான். 13. ராஜாவின் அதிகாரிகள் ஆபிராமை வற்புறுத்தி, பெட்டியண்டைக்குப் போய், அதை வலுக்கட்டாயமாகத் திறந்தார்கள்; அவர்கள் பார்த்தபோது, இதோ ஒரு சவுந்தரியமான ஸ்திரீ அந்தப் பெட்டிக்குள் இருந்தாள்.

14. ராஜாவின் அதிகாரிகள் சாராயைக் கண்டபோது, அவளுடைய
சவுந்தரியத்தைக்கண்டு பிரமித்தார்கள்; சாராய் மிகவும்
சவுந்தரியவதியாயிருந்தபடியால், பார்வோனின் *பிரபுக்களும்*
வேலைக்காரர்களும் எல்லாரும் அவளைப் பார்க்கக்
கூடிவந்தார்கள். *ராஜாவின் அதிகாரிகள்* ஓடிப்போய், தாங்கள்
கண்டதையெல்லாம் பார்வோனுக்குச் சொல்லி, *ராஜாவுக்கு*
முன்பாகச் சாராயைப் புகழ்ந்தார்கள்; பார்வோன் அவளைக்
கொண்டுவரும்படி *கட்டளையிட்டான்,* அந்த ஸ்திரீ *ராஜாவுக்கு*
முன்பாக வந்தாள். *15.* பார்வோன் *சாராயைப் பார்த்தான்,* அவள்
அவனுக்கு *மிகவும் பிரியமாயிருந்தாள்,* அவளுடைய
சவுந்தரியத்தைக்கண்டு அவன் *பிரமித்தான்; ராஜா* அவளினிமித்தம்
மிகவும் சந்தோஷப்பட்டு, அவளைக்குறித்துத் தனக்குச்
செய்திகொண்டுவந்தவர்களுக்கு வெகுமதிகளைக் கொடுத்தான்.
16. பின்பு அந்த ஸ்திரீ பார்வோனின் வீட்டிற்குள்
கொண்டுபோகப்பட்டாள்; ஆபிராம் தன் மனைவியினிமித்தம்
துக்கப்பட்டு, பார்வோனின் கையிலிருந்து அவளைத்
தப்புவிக்கும்படி கர்த்தரை நோக்கி ஜெபம்பண்ணினான். *17.*
அக்காலத்திலே *சாராயும்* ஜெபம்பண்ணி: ஆ *கர்த்தராகிய*
தேவனே, என் ஆண்டவனாகிய ஆபிராம் தன் தேசத்தையும் தன்
தகப்பன் வீட்டையும் விட்டு கானான் தேசத்திற்குப் போகும்படி
நீர் அவனுக்குச் சொன்னீர், அவன் உமது கட்டளைகளைக்
கைக்கொண்டால் அவனுக்கு நன்மை செய்வேன் என்று நீர்
வாக்குத்தத்தம் பண்ணினீர்; இதோ இப்போது, நீர் எங்களுக்குக்
கட்டளையிட்டபடியே நாங்கள் செய்தோம், நாங்கள் எங்கள்
தேசத்தையும் எங்கள் குடும்பங்களையும் விட்டு, முன்பின்
அறியாத ஒரு அந்நிய தேசத்திற்கும் ஜனங்களிடத்திற்கும்
வந்தோம். *18.* பஞ்சத்திற்குத் தப்பும்படி நாங்கள் இந்த தேசத்திற்கு
வந்தோம், எனக்கு இந்தப் பொல்லாத விபத்து நேரிட்டது;
ஆகையால் இப்போது, ஆ கர்த்தராகிய தேவனே, எங்களை
விடுவித்து இந்தக் கொடுமைக்காரனின் கையிலிருந்து எங்களை
இரட்சித்தருளும், உமது இரக்கத்தினிமித்தம் எனக்கு நன்மை
செய்தருளும் என்றாள். *19.* கர்த்தர் *சாராயின்* சத்தத்திற்குச்
செவிகொடுத்து, பார்வோனின் அதிகாரத்திலிருந்து *சாராயைத்*
தப்புவிக்கும்படி கர்த்தர் ஒரு தூதனை *அனுப்பினார். 20. ராஜா*
வந்து *சாராய்க்கு* முன்பாக உட்கார்ந்தான், இதோ, கர்த்தருடைய
தூதன் அவர்களுக்கு மேலாக *நின்றுகொண்டிருந்தார்;* அவர்
சாராய்க்குத் தரிசனமாகி: நீ பயப்பட வேண்டாம், கர்த்தர் உன்
ஜெபத்தைக் கேட்டார் என்றார். *21. ராஜா சாராயை* அணுகி,
அவளை நோக்கி: உன்னை இங்கே கொண்டுவந்த அந்த
மனுஷனுக்கும் உனக்கும் என்ன உறவு? என்றான்; அவள்: அவன்
என் *சகோதரன்* என்றாள். *22. ராஜா:* அவனைப்

பெரியவனாக்கவும், அவனை உயர்த்தவும், நீ எங்களுக்குக் கட்டளையிடும் எல்லா நன்மைகளையும் அவனுக்குச் செய்யவும் நாங்கள் கடமைப்பட்டிருக்கிறோம் என்றான்; அக்காலத்திலே ராஜா ஆபிராமுக்கு மிகுதியான வெள்ளியையும் பொன்னையும் விலையேறப்பெற்ற ரத்தினங்களையும், ஆடுமாடுகளையும், வேலைக்காரர்களையும் வேலைக்காரிகளையும் அனுப்பினான்; ராஜா ஆபிராமைக் கொண்டுவரும்படி கட்டளையிட்டான், அவன் ராஜாவின் வீட்டின் பிராகாரத்தில் உட்கார்ந்தான், அந்த ராத்திரியிலே ராஜா ஆபிராமை மிகவும் உயர்த்தினான். 23. ராஜா சாராயோடே பேச அணுகி, அவளைத் தொடும்படி தன் கையை நீட்டினான், அப்பொழுது தூதன் அவனைக் கடுமையாக அடித்தார்; அவன் திகிலடைந்து அவளைத் தொடாமலிருந்தான். 24. ராஜா சாராயின் கிட்டே வந்தபோதெல்லாம், தூதன் அவனைக் கீழே விழ அடித்தார்; அந்த ராத்திரி முழுவதும் அவனுக்கு இப்படியே செய்தார், ராஜா திகிலடைந்தான். 25. சாராயினிமித்தம் அந்த ராத்திரியிலே தூதன் ராஜாவின் வேலைக்காரர்கள் எல்லாரையும் அவன் வீட்டாரனைவரையும் கடுமையாக அடித்தார்; அந்த ராத்திரியிலே பார்வோனின் வீட்டு ஜனங்களுக்குள்ளே மகா புலம்பல் உண்டாயிற்று. 26. பார்வோன் தனக்கு நேரிட்ட தீங்கினைக்கண்டு: நிச்சயமாக இந்த ஸ்திரீயினிமித்தமே எனக்கு இந்தக் காரியம் சம்பவித்தது என்று சொல்லி, அவளை விட்டுச் சற்றுத் தூர விலகி நின்று, அவளோடே இனிய வார்த்தைகளைப் பேசினான். 27. ராஜா சாராயை நோக்கி: உன்னோடே இங்கே வந்த மனுஷனைக்குறித்து எனக்குச் சொல் என்று நான் உன்னைக் கேட்டுக்கொள்ளுகிறேன் என்றான்; சாராய்: இந்த மனுஷன் என் புருஷன், நீர் உமது பொல்லாப்பினால் அவனைக் கொன்றுபோடுவீரோ என்று நான் பயந்தபடியால், அவன் என் சகோதரன் என்று உமக்குச் சொன்னேன் என்றாள். 28. ராஜா சாராயை விட்டு விலகியிருந்தான், கர்த்தருடைய தூதனின் வாதைகள் அவனையும் அவன் வீட்டாரையும் விட்டு நீங்கின; சாராயினிமித்தமே தான் அடிக்கப்பட்டான் என்பதைப் பார்வோன் அறிந்தான், இதைக்குறித்து ராஜா மிகவும் ஆச்சரியப்பட்டான். 29. காலையிலே ராஜா ஆபிராமை அழைத்து, அவனை நோக்கி: நீ எனக்குச் செய்த இந்தக் காரியம் என்ன? இவள் என் சகோதரி என்று நீ ஏன் சொன்னாய்? அதினிமித்தமே நான் இவளை எனக்கு மனைவியாகக் கொண்டேன்; ஆகையால் இந்தக்கொடிய வாதை என் மேலும் என் வீட்டார் மேலும் வந்ததே. 30. ஆகையால் இப்போது, இதோ உன் மனைவி, இவளை அழைத்துக்கொண்டு எங்கள் தேசத்தை விட்டுப் போ; இல்லாவிட்டால் இவளினிமித்தம் நாங்கள் எல்லாரும் சாவோம்

என்றான். பார்வோன் ஆபிராமுக்குக் கொடுக்கும்படி இன்னும் அதிகமான ஆடுமாடுகளையும், வேலைக்காரர்களையும் வேலைக்காரிகளையும், வெள்ளியையும் பொன்னையும் எடுத்துக்கொண்டு, அவன் மனைவியாகிய சாராயை அவனிடத்தில் திருப்பிக்கொடுத்தான்.
31. ராஜா தன் மறுமனையாட்டிகளால் தனக்குப் பிறந்த ஒரு கன்னிப்பெண்ணை அழைத்து, அவளைச் சாராய்க்கு வேலைக்காரியாகக் கொடுத்தான்.
32. ராஜா தன் குமாரத்தியை நோக்கி: என் குமாரத்தியே, இந்த ஸ்திரீயினிமித்தம் நமக்கு நேரிட்ட தீங்கினை நாம் கண்டபடியால், நீ என் வீட்டில் எஜமாட்டியாயிருப்பதைவிட இந்த மனுஷனின் வீட்டில் வேலைக்காரியாயிருப்பதே உனக்கு நல்லது என்றான்.
33. ஆபிராம் எழுந்து, அவனும் அவனுக்குள்ள யாவரும் எகிப்தை விட்டுப் புறப்பட்டார்கள்; பார்வோன் தன் மனுஷர்களில் சிலரை அவனுடனே கூடப் போகும்படி கட்டளையிட்டான், அவனுடனே வந்த எல்லாரும் போனார்கள்.
34. ஆபிராம் கானான் தேசத்திற்குத் திரும்பி, தான் பலிபீடத்தை உண்டாக்கியிருந்ததும், தான் முதலில் தன் கூடாரத்தைப் போட்டிருந்ததுமான இடத்திற்கு வந்தான்.
35. ஆபிராமின் சகோதரனான ஆரானின் குமாரனாகிய லோத்துக்கு ஆபிராமினிமித்தம் கர்த்தர் பரிபூரணமாய்க் கொடுத்திருந்தபடியால், அவனுக்கு ஆடுமாடுகளும் மந்தைகளும் கூடாரங்களும் மிகுதியாயிருந்தன.
36. ஆபிராம் அந்த தேசத்தில் குடியிருக்கும்போது, லோத்தின் மேய்ப்பர்களுக்கும் ஆபிராமின் மேய்ப்பர்களுக்கும் இடையே வாக்குவாதம் உண்டாயிற்று; அவர்கள் ஒன்றாக அந்த தேசத்தில் குடியிருக்க அவர்களுடைய ஆஸ்தி மிகவும் பெரிதாயிருந்தது, அவர்களுடைய மிருகஜீவன்களினிமித்தம் அந்த தேசம் அவர்களைத் தாங்கக்கூடாதிருந்தது.
37. ஆபிராமின் மேய்ப்பர்கள் தங்கள் மந்தைகளை மேய்க்கப் போகும்போது, அந்த தேசத்தின் ஜனங்களுடைய வயல்களுக்குள் போகமாட்டார்கள்; ஆனால் லோத்தின் மேய்ப்பர்களுடைய மிருகஜீவன்கள் அப்படிச் செய்யாமல், அந்த தேசத்தின் ஜனங்களுடைய வயல்களில் மேய்வதற்கு விடப்பட்டன.
38. அந்த தேசத்தின் ஜனங்கள் நாளுக்கு நாள் இந்தச் சம்பவத்தைக் கண்டு, ஆபிராமிடத்தில் வந்து லோத்தின் மேய்ப்பர்களினிமித்தம் அவனோடே வாக்குவாதம் பண்ணினார்கள்.
39. ஆபிராம் லோத்தை நோக்கி: நீ எனக்குச் செய்கிற இந்தக் காரியம் என்ன? அந்த தேசத்தின் குடிகளுக்கு முன்பாக என்னை அவமதிப்புக்குள்ளாக்கும்படி, நீ உன் மிருகஜீவன்களை மற்றவர்களுடைய வயல்களில் மேய்க்க உன் மேய்ப்பர்களுக்குக் கட்டளையிடுகிறாயே? நான் கானானின் பிள்ளைகளுக்கு நடுவே இந்த தேசத்தில் ஒரு அந்நியன் என்பதை

நீ அறியாயோ, நீ ஏன் எனக்கு இப்படிச் செய்கிறாய்? என்றான்.
40. இதினிமித்தம் ஆபிராம் நாளுக்கு நாள் லோத்தோடே வாக்குவாதம் பண்ணினான்; ஆனால் லோத்து ஆபிராமின் சத்தத்திற்குச் செவிகொடாமல், தொடர்ந்து அப்படியே செய்துவந்தான்; அந்த தேசத்தின் குடிகள் வந்து ஆபிராமுக்குச் சொன்னார்கள்.
41. ஆபிராம் லோத்தை நோக்கி: அந்த தேசத்தின் குடிகளுக்கு முன்பாக நீ எவ்வளவு காலம் எனக்கு இடறலாயிருப்பாய்? ஆகையால் நாம் சகோதரர்களாயிருக்கிறபடியால், நமக்குள்ளே இனி வாக்குவாதம் வேண்டாம் என்று நான் உன்னைக் கேட்டுக்கொள்ளுகிறேன்.
42. நீ என்னை விட்டுப் பிரிந்துபோ, நீ உன் மிருகஜீவன்களோடும் உனக்குள்ள யாவற்றோடும் குடியிருக்க ஒரு இடத்தைத் தெரிந்துகொண்டுபோ; நீயும் உன் வீட்டாரும் என்னை விட்டுத் தூர விலகியிருங்கள் என்று நான் உன்னைக் கேட்டுக்கொள்ளுகிறேன்.
43. என்னை விட்டுப் போவதைக்குறித்து நீ பயப்பட வேண்டாம்; எவனாவது உனக்கு ஒரு தீமை செய்தால், எனக்குத் தெரியப்படுத்து, நான் உனக்காக அவனிடத்தில் பழிவாங்குவேன், நீ என்னை விட்டு விலகிப்போகமாத்திரம் செய் என்றான்.
44. ஆபிராம் இந்த வார்த்தைகளையெல்லாம் லோத்தினிடத்தில் சொன்ன பின்பு, லோத்து எழுந்து யோர்தான் சமபூமிக்கு நேராகத் தன் கண்களை ஏறெடுத்துப் பார்த்தான்.
45. அந்த இடம் முழுவதிலும் தண்ணீர் பாய்வதாகவும், மனுஷனுக்கும் மிருகஜீவன்களின் மேய்ச்சலுக்கும் நல்லதாயிருப்பதாகவும் கண்டான்.
46. லோத்து ஆபிராமை விட்டு அந்த இடத்திற்குப் போய், அங்கே தன் கூடாரத்தைப் போட்டு, சோதோமில் குடியிருந்தான்; அவர்கள் ஒருவரையொருவர் விட்டுப் பிரிந்தார்கள்.
47. ஆபிராம் எப்ரோனிலுள்ள மம்ரேயின் சமபூமியில் குடியிருந்து, அங்கே தன் கூடாரத்தைப் போட்டான்; ஆபிராம் அந்த இடத்தில் அநேக வருஷங்கள் தங்கியிருந்தான்.

அத்தியாயம் 16

1. அக்காலத்தில் ஏலாமின் ராஜாவாகிய கெதர்லாகோமேர், தன்னைச் சுற்றியிருந்த எல்லா ராஜாக்களுக்கும், அதாவது அப்பொழுது தன் அதிகாரத்திற்குட்பட்டிருந்த சிநேயாரின் ராஜாவாகிய நிம்ரோத்துக்கும், கோயீமின் ராஜாவாகிய தீதாலுக்கும், தான் உடன்படிக்கை செய்திருந்த ஏலாசாரின் ராஜாவாகிய ஆரியோகுக்கும் ஆள் அனுப்பி: நீங்கள் என்னிடத்தில் வந்து எனக்கு உதவி செய்யுங்கள்; சோதோமின் பட்டணங்கள் எல்லாவற்றையும் அதின் குடிகளையும் நாம் முறியடிப்போம், ஏனெனில் அவர்கள் இந்த

பதின்மூன்று வருஷங்களாக எனக்கு விரோதமாகக் கலகம்பண்ணியிருக்கிறார்கள் என்று சொல்லச் சொன்னான். 2. இந்த நான்கு ராஜாக்களும் ஏறக்குறைய எட்டு லட்சம் பேரைக் கொண்ட தங்கள் பாளையங்கள் அனைத்தோடும் புறப்பட்டுப் போனார்கள்; அவர்கள் போகும்போது வழியில் கண்ட எல்லாரையும் முறியடித்தார்கள். 3. அப்பொழுது சோதோம் கொமோராவின் ஐந்து ராஜாக்களாகிய அத்மாவின் ராஜா சினாப், செபோயீமின் ராஜா செமேபர், சோதோமின் ராஜா பேரா, கொமோராவின் ராஜா பிர்சா, சோவாரின் ராஜா பேலா ஆகியோர் அவர்களை எதிர்கொள்ளப் புறப்பட்டு, அவர்கள் எல்லாரும் சித்தீம் பள்ளத்தாக்கிலே ஒன்றுகூடினார்கள். 4. இந்த ஒன்பது ராஜாக்களும் சித்தீம் பள்ளத்தாக்கிலே யுத்தம்பண்ணினார்கள்; ஏலாமின் ராஜாக்களுக்கு முன்பாக சோதோம் கொமோராவின் ராஜாக்கள் முறியடிக்கப்பட்டார்கள். 5. சித்தீம் பள்ளத்தாக்கு எங்கும் சுண்ணாம்புக்குழிகள் நிறைந்திருந்தது; ஏலாமின் ராஜாக்கள் சோதோமின் ராஜாக்களைத் துரத்தினார்கள், சோதோமின் ராஜாக்கள் தங்கள் பாளையங்களோடு தப்பியோடி அந்தச் சுண்ணாம்புக்குழிகளில் விழுந்தார்கள்; மீதியாயிருந்தவர்கள் பாதுகாப்பிற்காக மலைக்கு ஓடிப்போனார்கள்; ஏலாமின் ஐந்து ராஜாக்கள் அவர்களுக்குப் பின்னே வந்து, அவர்களைச் சோதோமின் வாசல்கள் வரைக்கும் துரத்தி, சோதோமிலிருந்த எல்லாவற்றையும் எடுத்துக்கொண்டார்கள். 6. அவர்கள் சோதோம் கொமோராவின் பட்டணங்கள் எல்லாவற்றையும் கொள்ளையிட்டார்கள்; ஆபிராமின் சகோதரனின் குமாரனாகிய லோத்தையும் அவனுடைய ஆஸ்தியையும் பிடித்துக்கொண்டு, சோதோம் பட்டணங்களின் பொருள்கள் எல்லாவற்றையும் பறித்துக்கொண்டு போனார்கள். யுத்தத்திலிருந்த ஆபிராமின் வேலைக்காரனான உனிக் (Unic) இதைக் கண்டு, ராஜாக்கள் சோதோம் பட்டணங்களுக்குச் செய்த எல்லாவற்றையும், லோத்து அவர்களால் சிறைபிடிக்கப்பட்டதையும் ஆபிராமுக்கு அறிவித்தான். 7. ஆபிராம் இதைக் கேட்டபோது, தன்னுடனிருந்த ஏறக்குறைய முன்னூற்றுப் பதினெட்டு மனுஷர்களோடும் எழுந்து, அந்த ராத்திரியிலே இந்த ராஜாக்களைத் துரத்தி அவர்களை முறியடித்தான்; அவர்கள் எல்லாரும் ஆபிராமுக்கும் அவன் மனுஷர்களுக்கும் முன்பாக விழுந்தார்கள், தப்பியோடின அந்த நான்கு ராஜாக்களைத் தவிர வேறொருவரும் மீதியாயிருக்கவில்லை, அவர்கள் ஒவ்வொருவரும் தங்கள் தங்கள் வழியே போனார்கள். 8. ஆபிராம் சோதோமின் ஆஸ்தி முழுவதையும் மீட்டுக்கொண்டான்; லோத்துடைய மனைவிகளையும் பிள்ளைகளையும் அவனுக்குள்ள யாவற்றையும் லோத்துக்கு ஒரு குறையுமிராதபடிக்கு, லோத்தையும் அவனுடைய ஆஸ்தியையும் மீட்டுக்கொண்டான். 9. அவன் இந்த ராஜாக்களை முறியடித்துவிட்டுத் திரும்பியபோது, அவனும் அவனுடைய மனுஷர்களும் ராஜாக்கள்

ஒன்றுகூடி யுத்தம்பண்ணியிருந்த சித்தீம் பள்ளத்தாக்கைக் கடந்து
வந்தார்கள். 10. அப்பொழுது சோதோமின் ராஜாவாகிய பேராவும்,
அவனுடனிருந்த மீதியான மனுஷர்களும் தாங்கள் விழுந்திருந்த
சுண்ணாம்புக்குழிகளிலிருந்து புறப்பட்டு, ஆபிராமையும் அவன்
மனுஷர்களையும் எதிர்கொள்ள வந்தார்கள். 11. எருசலேமின்
ராஜாவாகிய அதோனிசேதேக்கு, அதாவது சேம் என்பவன், தன்
மனுஷரோடே அப்பத்தையும் திராட்சரசத்தையும் கொண்டுவந்து
ஆபிராமையும் அவன் ஜனங்களையும் எதிர்கொள்ளப் புறப்பட்டான்;
அவர்கள் மேலேக் பள்ளத்தாக்கிலே ஒன்றுகூடித் தங்கியிருந்தார்கள்.
12. அதோனிசேதேக்கு ஆபிராமை ஆசீர்வதித்தான்; அதோனிசேதேக்கு
தேவனுக்கு முன்பாக ஆசாரியனாயிருந்தபடியால், ஆபிராம் தன்
சத்துருக்களின் கொள்ளையிலிருந்து தான் கொண்டுவந்திருந்த
எல்லாவற்றிலும் அவனுக்குப் பத்திலொரு பங்கைக் கொடுத்தான். 13.
அங்கே இருந்த சோதோம் கொமோராவின் ராஜாக்கள் அனைவரும்
தங்கள் வேலைக்காரர்களோடு ஆபிராமை அணுகி, அவன்
சிறைபிடித்துக் கொண்டுவந்த தங்கள் வேலைக்காரர்களைத்
தங்களுக்குத் திருப்பிக்கொடுக்கும்படியும், ஆஸ்தி முழுவதையும் அவன்
எடுத்துக்கொள்ளும்படியும் அவனை வேண்டிக்கொண்டார்கள். 14.
ஆபிராம் சோதோமின் ராஜாக்களுக்குப் பிரதியுத்தரமாக:
வானத்தையும் பூமியையும் உண்டாக்கி, எல்லா
உபத்திரவங்களிலிருந்தும் என் ஆத்துமாவை மீட்டு, இந்த நாளில் என்
சத்துருக்களின் கையிலிருந்து என்னை விடுவித்து, அவர்களை என்
கையில் ஒப்புக்கொடுத்த கர்த்தருடைய ஜீவனைக் கொண்டு
சொல்லுகிறேன்; ஆபிராம் தான் மீட்ட எங்கள் ஆஸ்தியினாலே
ஐஸ்வரியவானானான் என்று நீங்கள் நாளைக்குப்
பெருமைபாராட்டாதபடிக்கு, உங்களுக்குரிய எதையும் நான்
எடுத்துக்கொள்ளமாட்டேன். 15. நான் நம்புகிற என் தேவனாகிய
கர்த்தர் என்னை நோக்கி: உனக்கு ஒரு குறையுமிராது, உன் கைகளின்
கிரியைகள் எல்லாவற்றிலும் நான் உன்னை ஆசீர்வதிப்பேன் என்று
சொல்லியிருக்கிறாரே. 16. ஆகையால் இப்போது இதோ,
உங்களுக்குள்ளதெல்லாம் இங்கே இருக்கிறது, எடுத்துக்கொண்டு
போங்கள்; என்னோடேகூட யுத்தத்திற்கு வந்தவர்களின் ஆகாரச்
செலவையும், என்னோடேகூட வந்த ஆநேர், எஸ்கோல், மம்ரே
என்பவர்களுக்கும் அவர்களுடைய மனுஷர்களுக்கும் சேரவேண்டிய
பங்குகளையும், மற்றும் தட்டுமுட்டுகளைக் காக்கும்படி
தங்கியிருந்தவர்களின் பங்குகளையும் தவிர வேறொன்றையும், ஒரு
ஜீவன் முதற்கொண்டு ஒரு பாதரட்சையின் வாரையாகிலும் ஒரு
சரடையாகிலும் நான் உங்களிடத்திலிருந்து
எடுத்துக்கொள்ளமாட்டேன் என்று கர்த்தருடைய ஜீவனைக் கொண்டு
சொல்லுகிறேன் என்றான்; அவர்கள் கொள்ளையிலிருந்து தங்கள்
பங்கை எடுத்துக்கொள்ளலாம். 17. ஆபிராம் சொன்னபடியெல்லாம்

சோதோமின் ராஜாக்கள் அவனுக்குக் கொடுத்தார்கள்; அவன் தனக்கு
விருப்பமானதை எடுத்துக்கொள்ளும்படி அவனை வற்புறுத்தினார்கள்,
ஆனால் அவன் சம்மதிக்கவில்லை. 18. அவன் சோதோமின்
ராஜாக்களையும் அவர்களுடைய மீதியான மனுஷர்களையும்
அனுப்பிவிட்டான், லோத்தைக்குறித்து அவர்களுக்குக்
கட்டளையிட்டான்; அவர்கள் தங்கள் தங்கள் இடங்களுக்குப்
போனார்கள். 19. அவன் தன் சகோதரனின் குமாரனாகிய
லோத்தையும் அவனுடைய ஆஸ்தியோடேகூட அனுப்பிவிட்டான்;
அவன் அவர்களோடே போனான், லோத்து சோதோமிலுள்ள தன்
வீட்டிற்குத் திரும்பினான்; ஆபிராமும் அவன் ஜனங்களும்
எப்ரோனிலுள்ள மம்ரேயின் சமபூமியிலிருக்கிற தங்கள் வீட்டிற்குத்
திரும்பினார்கள். 20. அக்காலத்தில் கர்த்தர் மறுபடியும் எப்ரோனிலே
ஆபிராமுக்குத் தரிசனமாகி, அவனை நோக்கி: நீ பயப்பட வேண்டாம்,
எனக்கு முன்பாக உன் பலன் மிகவும் பெரியதாயிருக்கிறது; நான்
உன்னைப் பெருகப்பண்ணி, உன்னை ஆசீர்வதித்து, அளக்கவும்
எண்ணவும் கூடாதபடிக்கு உன் சந்ததியை வானத்தின்
நட்சத்திரங்களைப்போல ஆக்கும்வரைக்கும் நான் உன்னை விட்டு
விலகமாட்டேன். 21. உன் கண்களால் நீ காண்கிற இந்த
தேசங்களையெல்லாம் நான் உன் சந்ததிக்குக் கொடுப்பேன்,
என்றென்றைக்கும் அவர்களுக்கு அவைகளைச் சுதந்தரமாகக்
கொடுப்பேன்; நீ மாத்திரம் பலங்கொண்டு பயப்படாதிரு, எனக்கு
முன்பாக நடந்து உத்தமனாயிரு என்றார். 22. ஆபிராமின் வாழ்நாளில்
எழுபத்தெட்டாம் வருடத்திலே, அந்த வருடத்தில் பேலேகின்
குமாரனான ரெகூ மரித்தான்; ரெகூவின் நாட்களெல்லாம் இருநூற்று
முப்பத்தொன்பது வருஷங்கள், அதன்பின்பு அவன் மரித்தான். 23.
ஆரானின் குமாரத்தியும் ஆபிராமின் மனைவியுமாகிய சாராய்
அந்நாட்களில் இன்னும் மலடியாயிருந்தாள்; அவள் ஆபிராமுக்குக்
குமாரனையாவது குமாரத்தியையாவது பெறவில்லை. 24. தனக்குப்
பிள்ளைகளில்லை என்று அவள் கண்டபோது, பார்வோன் தனக்குக்
கொடுத்திருந்த தன் வேலைக்காரியாகிய ஆகாரை அழைத்து,
அவளைத் தன் புருஷனாகிய ஆபிராமுக்கு மனைவியாகக்
கொடுத்தாள். 25. சாராய் தனக்குப் போதித்தபடியே ஆகார் சாராயின்
வழிகளையெல்லாம் கற்றுக்கொண்டாள்; அவளுடைய நல்வழிகளைப்
பின்பற்றுவதில் அவள் எந்த விதத்திலும் குறைவுபடவில்லை. 26.
சாராய் ஆபிராமை நோக்கி: இதோ, என் வேலைக்காரியாகிய ஆகார்
இருக்கிறாள், அவள் என் முழங்கால்கள் மேல் பிள்ளை பெறும்படிக்கு
நீ அவளிடத்தில் சேர், அவளால் எனக்கும் பிள்ளைகள்
கிடைக்கும்படிக்கு இப்படிச் செய் என்றாள். 27. ஆபிராம் கானான்
தேசத்தில் குடியிருந்த பத்து வருஷங்களின் முடிவில், அதாவது
ஆபிராமின் வாழ்நாளில் எண்பத்தைந்தாம் வருடத்திலே, சாராய்
ஆகாரை அவனுக்குக் கொடுத்தாள். 28. ஆபிராம் தன் மனைவியாகிய

சாராயின் சத்தத்திற்குச் செவிகொடுத்து, தன் வேலைக்காரியாகிய ஆகாரை ஏற்றுக்கொண்டான்; ஆபிராம் அவளிடத்தில் சேர்ந்தான், அவள் கர்ப்பவதியானாள். *29.* ஆகார் தான் கர்ப்பவதியானதைக் கண்டபோது மிகவும் சந்தோஷப்பட்டாள்; அவளுடைய எஜமாட்டி அவள் கண்களுக்கு அற்பமானாள்; அவள் தனக்குள்: தேவனுக்கு முன்பாக என் எஜமாட்டியாகிய சாராயைவிட நான் நல்லவளாயிருக்கவேண்டும், ஏனெனில் என் எஜமாட்டி என் ஆண்டவனோடே இருந்த நாட்களிலெல்லாம் அவள் கர்ப்பவதியாகவில்லை, ஆனால் இவ்வளவு குறுகிய காலத்தில் கர்த்தர் அவராலே என்னைக் கர்ப்பவதியாகச் செய்தாரே என்றாள். *30.* ஆபிராமினாலே ஆகார் கர்ப்பவதியானதைச் சாராய் கண்டபோது, சாராய் தன் வேலைக்காரி மேல் பொறாமைகொண்டாள்; சாராய் தனக்குள்: நிச்சயமாகவே அவள் என்னைவிட நல்லவளாயிருக்கவேண்டும் என்றாள். *31.* சாராய் ஆபிராமை நோக்கி: எனக்கு நேரிட்ட அநியாயம் உமது மேல் விழும்; பிள்ளைகளுக்காக நீர் கர்த்தருக்கு முன்பாக ஜெபம்பண்ணினபோது, கர்த்தர் உம்மாலே எனக்கு ஒரு சந்ததியைக் கொடுக்கும்படி எனக்காக நீர் ஏன் ஜெபம்பண்ணவில்லை? *32.* உமக்கு முன்பாக நான் ஆகாரிடத்தில் பேசும்போது, தான் கர்ப்பவதியானபடியால் அவள் என் வார்த்தைகளை அவமதிக்கிறாள், நீரோ அவளிடத்தில் ஒன்றும் சொல்லுகிறதில்லை; நீர் எனக்குச் செய்ததினிமித்தம் கர்த்தர் எனக்கும் உமக்கும் நடுநின்று நியாயந்தீர்ப்பாராக என்றாள். *33.* ஆபிராம் சாராயை நோக்கி: இதோ, உன் வேலைக்காரி உன் கையில் இருக்கிறாள், உன் கண்களுக்கு நலமானபடி அவளுக்குச் செய் என்றான்; சாராய் அவளை ஒடுக்கினாள், ஆகார் அவளை விட்டு வனாந்தரத்திற்கு ஓடிப்போனாள். *34.* கர்த்தருடைய தூதனானவர் அவள் ஓடிப்போன இடத்திலே ஒரு துரவண்டையில் அவளைக் கண்டு: நீ பயப்பட வேண்டாம், நான் உன் சந்ததியைப் பெருகப்பண்ணுவேன், நீ ஒரு குமாரனைப் பெறுவாய், அவனுக்கு இஸ்மவேல் என்று பேரிடுவாய்; ஆகையால் இப்போது உன் எஜமாட்டியாகிய சாராயினிடத்திற்குத் திரும்பிப்போய், அவள் கைகளுக்கு அடங்கியிரு என்றார். *35.* ஆகார் அந்தத் துரவிருந்த இடத்திற்குப் பீர்-லகாய்-ரோயீ என்று பேரிட்டாள், அது காதேசுக்கும் பாரேத் வனாந்தரத்திற்கும் நடுவே இருக்கிறது. *36.* அக்காலத்தில் ஆகார் தன் எஜமானின் வீட்டிற்குத் திரும்பி வந்தாள்; நாட்கள் நிறைவேறினபோது ஆகார் ஆபிராமுக்கு ஒரு குமாரனைப் பெற்றாள், ஆபிராம் அவனுக்கு இஸ்மவேல் என்று பேரிட்டான்; ஆபிராம் அவனைப் பெற்றபோது அவனுக்கு வயது எண்பத்தாறு.

யாசேரின் ஆகமம்

அத்தியாயம் 17

1. அந்நாட்களில், ஆபிராமின் வாழ்நாளில் தொண்ணூற்றோராம் வருடத்திலே, கித்தீமின் பிள்ளைகள் தூபாலின் பிள்ளைகளோடு யுத்தம்பண்ணினார்கள்; ஏனெனில் கர்த்தர் மனுஷகுமாரரைப் பூமியின்மீது சிதறடித்தபோது, கித்தீமின் பிள்ளைகள் புறப்பட்டுப்போய் கனோபியா (Canopia) சமபூமியில் ஒன்றுகூடி, அங்கே தங்களுக்கு நகரங்களைக் கட்டி, திப்ரேயு (Tibreu) நதியருகே குடியிருந்தார்கள். 2. தூபாலின் பிள்ளைகள் துஸ்கானா (Tuscanah) தேசத்தில் குடியிருந்தார்கள், அவர்களுடைய எல்லைகள் திப்ரேயு நதிவரைக்கும் எட்டியிருந்தன; தூபாலின் பிள்ளைகள் துஸ்கானாவில் ஒரு நகரத்தைக் கட்டி, தங்கள் தகப்பனாகிய தூபாலின் குமாரனான சபீனாவின் (Sabinah) பெயரின்படியே அந்த நகரத்திற்குச் சபீனா என்று பேரிட்டு, இந்நாள்வரைக்கும் அங்கே குடியிருந்தார்கள். 3. அக்காலத்தில் கித்தீமின் பிள்ளைகள் தூபாலின் பிள்ளைகளோடு யுத்தம்பண்ணினார்கள்; தூபாலின் பிள்ளைகள் கித்தீமின் பிள்ளைகளுக்கு முன்பாக முறியடிக்கப்பட்டார்கள், கித்தீமின் பிள்ளைகள் தூபாலின் பிள்ளைகளில் முன்னூற்று எழுபது பேரை விழப்பண்ணினார்கள். 4. அக்காலத்தில் தூபாலின் பிள்ளைகள் கித்தீமின் பிள்ளைகளை நோக்கி: நீங்கள் எங்களுக்குள்ளே விவாகம்பண்ணக்கூடாது, ஒரு மனுஷனும் தன் குமாரத்தியைக் கித்தீமின் பிள்ளைகளில் ஒருவனுக்கும் கொடுக்கக்கூடாது என்று ஆணையிட்டார்கள். 5. அந்நாட்களில் தூபாலின் குமாரத்திகள் எல்லாரும் சவுந்தரியவதியாயிருந்தார்கள்; ஏனெனில் பூமி முழுவதிலும் தூபாலின் குமாரத்திகளைப்போலச் சவுந்தரியமுள்ள ஸ்திரீகள் அப்பொழுது காணப்படவில்லை. 6. ஸ்திரீகளின் சவுந்தரியத்தில் பிரியப்பட்டவர்கள் எல்லாரும் தூபாலின் குமாரத்திகளிடத்திற்குப் போய் அவர்களை மனைவிகளாகக் கொண்டார்கள்; ஸ்திரீகளின் சவுந்தரியத்தில் மிகவும் பிரியப்பட்ட மனுஷகுமாரரும், ராஜாக்களும், பிரபுக்களும் அந்நாட்களில் தூபாலின் குமாரத்திகளில் தங்களுக்கு மனைவிகளைக் கொண்டார்கள். 7. தங்கள் குமாரத்திகளை அவர்களுக்கு மனைவிகளாகக் கொடுப்பதில்லை என்று தூபாலின் பிள்ளைகள் கித்தீமின் பிள்ளைகளுக்கு ஆணையிட்ட மூன்று வருஷங்களின் முடிவில், கித்தீமின் பிள்ளைகளில் ஏறக்குறைய இருபது மனுஷர்கள் தூபாலின் குமாரத்திகளில் சிலரைக் கொண்டுவரும்படி போனார்கள், ஆனால் அவர்களுக்கு ஒருவரும் அகப்படவில்லை. 8. ஏனெனில் தூபாலின் பிள்ளைகள் அவர்களோடே விவாகம்பண்ணக்கூடாது என்று தாங்கள் இட்ட ஆணைகளைக் காத்துக்கொண்டார்கள், தங்கள் ஆணைகளை அவர்கள் மீறவில்லை. 9. அறுப்புக்காலத்தில தூபாலின் பிள்ளைகள் தங்கள் அறுப்படைக்கத்

தங்கள் வயல்களுக்குப் போனபோது, கித்தீமின் வாலிபர்கள்
ஒன்றுகூடிச் சபீனா நகரத்திற்குப் போய், ஒவ்வொருவனும் தூபாலின்
குமாரத்திகளிலிருந்து ஒரு கன்னிப்பெண்ணைப் பிடித்துக்கொண்டு
தங்கள் நகரங்களுக்கு வந்தார்கள். 10. தூபாலின் பிள்ளைகள் அதைக்
கேள்விப்பட்டு, அவர்களோடே யுத்தம்பண்ணப் போனார்கள்; ஆனால்
அவர்கள் இருந்த மலை மிகவும் உயரமாயிருந்தபடியால் இவர்களால்
அவர்களை மேற்கொள்ள முடியவில்லை; அவர்களை மேற்கொள்ள
முடியாது என்று கண்டபோது, தங்கள் தேசத்திற்குத் திரும்பினார்கள்.
11. வருஷம் திரும்புகையில், தூபாலின் பிள்ளைகள் தங்களுக்குச்
சமீபமாயிருந்த அந்த நகரங்களிலிருந்து ஏறக்குறைய பத்தாயிரம்
பேரைக் கூலிக்குப் பேசி, கித்தீமின் பிள்ளைகளோடு யுத்தம்பண்ணப்
போனார்கள். 12. தூபாலின் பிள்ளைகள் கித்தீமின் பிள்ளைகளின்
தேசத்தை அழித்து, அவர்களை ஒடுக்கும்படி அவர்களோடே
யுத்தம்பண்ணப் போனார்கள்; இந்த யுத்தத்திலே தூபாலின்
பிள்ளைகள் கித்தீமின் பிள்ளைகளை மேற்கொண்டார்கள்; தாங்கள்
மிகவும் ஒடுக்கப்படுவதைக் கண்ட கித்தீமின் பிள்ளைகள், தூபாலின்
குமாரத்திகளாலே தங்களுக்குப் பிறந்த பிள்ளைகளைத் தூபாலின்
பிள்ளைகளின் கண்களுக்கு முன்பாகக் காணும்படி, கட்டப்பட்டிருந்த
அலங்கத்தின்மேல் தூக்கி நிறுத்தினார்கள். 13. கித்தீமின் பிள்ளைகள்
அவர்களை நோக்கி: உங்கள் சொந்தக் குமாரர்களோடும்
குமாரத்திகளோடும் யுத்தம்பண்ண வந்தீர்களோ? அக்காலம்முதல்
இதுவரைக்கும் நாங்கள் உங்கள் மாம்சமும் எலும்புமாக
எண்ணப்படவில்லையா? என்றார்கள். 14. தூபாலின் பிள்ளைகள்
இதைக் கேட்டபோது, கித்தீமின் பிள்ளைகளோடு யுத்தம்பண்ணுவதை
விட்டுவிட்டுப் போனார்கள். 15. அவர்கள் தங்கள் நகரங்களுக்குத்
திரும்பினார்கள்; அக்காலத்தில் கித்தீமின் பிள்ளைகள் ஒன்றுகூடிச்
சமுத்திரத்தருகே இரண்டு நகரங்களைக் கட்டி, ஒன்றிற்குப் பூர்து
(Purtu) என்றும், மற்றொன்றுக்கு அரிசா (Ariza) என்றும்
பேரிட்டார்கள். 16. அப்பொழுது தேராகின் குமாரனான ஆபிராமுக்கு
வயது தொண்ணூற்றொன்பது. 17. அக்காலத்தில் கர்த்தர் அவனுக்குத்
தரிசனமாகி, அவனை நோக்கி: எனக்கும் உனக்கும் நடுவே என்
உடன்படிக்கையை ஏற்படுத்துவேன், நான் உன் சந்ததியை மிகவும்
பெருகப்பண்ணுவேன்; எனக்கும் உனக்கும் நடுவே நான் ஏற்படுத்தும்
உடன்படிக்கை என்னவென்றால்: ஆண் பிள்ளைகளெல்லாம்
விருத்தசேதனம்பண்ணப்படவேண்டும்; நீயும் உனக்குப்பின்பு உன்
சந்ததியும் இதைச் செய்யவேண்டும். 18. எட்டு நாட்களானபோது அது
விருத்தசேதனம்பண்ணப்படவேண்டும்; இந்த உடன்படிக்கை நித்திய
உடன்படிக்கையாக உங்கள் மாம்சத்தில் இருக்கவேண்டும். 19.
ஆகையால் இப்போது, உன் பெயர் இனி ஆபிராம் என்னப்படாமல்
ஆபிரகாம் என்னப்படும்; உன் மனைவியின் பெயர் இனி சாராய்
என்னப்படாமல் சாராள் என்னப்படும். 20. ஏனெனில் நான் உங்கள்

இருவரையும் ஆசீர்வதித்து, உங்களுக்குப் பின்பு உங்கள் சந்ததியைப்
பெருகப்பண்ணுவேன்; நீங்கள் ஒரு பெரிய ஜாதியாவீர்கள்,
உங்களிடத்திலிருந்து ராஜாக்கள் புறப்படுவார்கள் என்றார்.

அத்தியாயம் *18*

*1. ஆபிரகாம் எழுந்து, தேவன் தனக்குக்
கட்டளையிட்டபடியெல்லாம் செய்தான்; அவன் தன் வீட்டிலுள்ள
வேலைக்காரர்களையும் தன் பணத்தினால் கொள்ளப்பட்டவர்களையும்
அழைத்து, கர்த்தர் தனக்குக் கட்டளையிட்டபடியே அவர்களை
விருத்தசேதனம்பண்ணினான். 2. அவன்
விருத்தசேதனம்பண்ணாதபடிக்கு ஒருவனும் மீதியாயிருக்கவில்லை;
ஆபிரகாமும் அவன் குமாரனான இஸ்மவேலும் தங்கள் நுனித்தோலின்
மாம்சத்தில் விருத்தசேதனம்பண்ணப்பட்டார்கள்; இஸ்மவேல் தன்
நுனித்தோலின் மாம்சத்தில் விருத்தசேதனம்பண்ணப்படும்போது
அவனுக்கு வயது பதின்மூன்று. 3. மூன்றாம் நாளிலே, அவன்
மாம்சத்தின் வலியோடிருக்கையில், ஆபிரகாம் தன் கூடாரத்தை விட்டு
வெளியே வந்து, வெயிலைக் காயும்படி வாசலிலே உட்கார்ந்தான். 4.
மம்ரேயின் சமபூமியிலே கர்த்தர் அவனுக்குத் தரிசனமாகி, அவனைச்
சந்திக்கும்படி தமது பணிவிடைத்தூதர்கள் மூன்றுபேரை அனுப்பினார்;
அவன் கூடார வாசலில் உட்கார்ந்திருந்து, தன் கண்களை ஏறெடுத்துப்
பார்த்தபோது, இதோ, மூன்று புருஷர்கள் தூரத்திலிருந்து வருவதைக்
கண்டான்; அவன் எழுந்து அவர்களை எதிர்கொண்டு ஓடி,
அவர்களைப் பணிந்துகொண்டு தன் வீட்டிற்குள் அழைத்துக்கொண்டு
வந்தான். 5. அவன் அவர்களை நோக்கி: என் ஆண்டவன்மாரே,
உங்கள் கண்களில் எனக்குக் கிருபை கிடைத்ததானால், நீங்கள்
உள்ளே வந்து கொஞ்சம் அப்பம் புசியுங்கள் என்றான்; அவன்
அவர்களை வற்புறுத்தினான், அவர்கள் உள்ளே வந்தார்கள், அவன்
அவர்களுக்குத் தண்ணீர் கொடுத்தான், அவர்கள் தங்கள் கால்களைக்
கழுவினார்கள்; அவன் கூடார வாசலிலிருந்த ஒரு மரத்தின்கீழ்
அவர்களை உட்காரவைத்தான். 6. ஆபிரகாம் ஓடி, மிருதுவும்
நல்லதுமான ஒரு கன்றுக்குட்டியைப் பிடித்து, தீவிரமாய் அதை
அடித்து, அதைச் சமைக்கும்படி தன் வேலைக்காரனான
எலியேசரிடத்தில் கொடுத்தான். 7. ஆபிரகாம் கூடாரத்திலிருந்த
சாராளிடத்தில் வந்து, அவளை நோக்கி: நீ தீவிரமாய் மூன்று படி
மெல்லிய மாவை எடுத்துப் பிசைந்து, மாம்சமிருக்கும் பானையை
மூடும்படி அப்பங்களைச் சுடு என்றான்; அவள் அப்படியே செய்தாள்.
8. கன்றுக்குட்டியின் மாம்சம் நன்றாய் வேகுவதற்கு முன்பாகவே,
ஆபிரகாம் தீவிரமாய் வெண்ணெயையும் பாலையும், மாட்டு
மாம்சத்தையும் ஆட்டு மாம்சத்தையும் கொண்டுவந்து, அவர்கள்*

சாப்பிடும்படி அவர்களுக்கு முன்பாக வைத்தான்; அவர்கள்
சாப்பிட்டார்கள். 9. அவர்கள் சாப்பிட்டு முடித்தபின்பு, அவர்களில்
ஒருவன் அவனை நோக்கி: உற்பவகாலத்திட்டத்தில் நிச்சயமாய்
உன்னிடத்திற்குத் திரும்பிவருவேன்; அப்பொழுது உன் மனைவியாகிய
சாராளுக்கு ஒரு குமாரன் இருப்பான் என்றான். 10. அதன்பின்பு
அந்தப் புருஷர்கள் புறப்பட்டு, தாங்கள் அனுப்பப்பட்ட இடங்களுக்குத்
தங்கள் வழியே போனார்கள். 11. அந்நாட்களில் சோதோம்
கொமோராவின் ஜனங்களும், அந்த ஐந்து பட்டணங்களின்
ஜனங்களும் கர்த்தருக்கு முன்பாக மிகவும் பொல்லாதவர்களும்
பாவிகளுமாயிருந்தார்கள்; அவர்கள் தங்கள் அருவருப்புகளினால்
கர்த்தருக்குக் கோபமூட்டினார்கள்; கர்த்தருக்கு முன்பாக
அருவருப்பாகவும் நிந்தையாகவும் நடந்துகொள்வதில் தங்களைத்
திடப்படுத்திக்கொண்டார்கள், அந்நாட்களில் கர்த்தருக்கு முன்பாக
அவர்களுடைய துன்மார்க்கமும் குற்றங்களும் மிகவும்
பெரிதாயிருந்தன. 12. அவர்களுடைய தேசத்தில் ஏறக்குறைய அரை
நாள் பிரயாண தூரமுள்ள மிகவும் விஸ்தாரமான ஒரு பள்ளத்தாக்கு
இருந்தது; அதிலே நீரூற்றுகளும், தண்ணீரைச் சுற்றிலும் மிகுதியான
புற்பூண்டுகளும் இருந்தன. 13. சோதோம் கொமோராவின் ஜனங்கள்
எல்லாரும் வருடத்திற்கு நான்கு முறை, தங்கள் மனைவிகளோடும்
பிள்ளைகளோடும் தங்களுக்குள்ள யாவற்றோடும் அங்கே போய்,
மேளங்களோடும் நடனங்களோடும் அங்கே
சந்தோஷங்கொண்டாடுவார்கள். 14. அவர்கள்
சந்தோஷங்கொண்டாடும் வேளையில், அவர்கள் எல்லாரும் எழுந்து,
தங்கள் அயலாருடைய மனைவிகளையும், சிலர் தங்கள்
அயலாருடைய கன்னிப்பெண்களான குமாரத்திகளையும்
பிடித்துக்கொண்டு, அவர்களை அனுபவிப்பார்கள்; ஒவ்வொரு
மனுஷனும் தன் மனைவியும் தன் குமாரத்தியும் தன் அயலானின்
கைகளில் இருப்பதைக் கண்டும் ஒரு வார்த்தையும் சொல்லமாட்டான்.
15. அவர்கள் காலைமுதல் இரவுவரைக்கும் இப்படிச் செய்வார்கள்;
அதன்பின்பு ஒவ்வொரு மனுஷனும் தன் வீட்டிற்கும் ஒவ்வொரு
ஸ்திரீயும் தன் கூடாரத்திற்கும் திரும்புவார்கள்; வருடத்திற்கு நான்கு
முறை அவர்கள் எப்பொழுதும் இப்படிச் செய்வார்கள். 16. மேலும்,
ஒரு அந்நியன் அவர்களுடைய பட்டணங்களுக்கு வந்து, அங்கே
விற்கும்படி தான் வாங்கியிருந்த பொருள்களைக் கொண்டுவந்தால்,
இந்தப் பட்டணங்களின் ஜனங்களான புருஷர்கள், ஸ்திரீகள்,
பிள்ளைகள், சிறியோர் மற்றும் பெரியோர் எல்லாரும் கூடிவந்து, அந்த
மனுஷனிடத்திற்குப் போய், அவனுடைய பொருள்களை
வலுக்கட்டாயமாகப் பிடுங்கி, ஒவ்வொருவருக்கும் கொஞ்சம்
கொஞ்சமாகக் கொடுத்து, அந்த உரிமையாளன் தேசத்திற்குக்
கொண்டுவந்த பொருள்கள் எல்லாம் தீர்ந்துபோகும்வரைக்கும்
இப்படிச் செய்வார்கள். 17. அந்தப் பொருள்களின் உரிமையாளன்

அவர்களோடே வாக்குவாதம் பண்ணி: நீங்கள் எனக்குச் செய்த இந்தக் காரியம் என்ன? என்று கேட்டால், அவர்கள் ஒவ்வொருவராக அவனிடத்தில் வந்து, தான் எடுத்த கொஞ்சத்தைக் காண்பித்து: நீ எனக்குக் கொடுத்த இந்தக் கொஞ்சத்தை மாத்திரமே நான் எடுத்தேன் என்று சொல்லி அவனைப் பரியாசம்பண்ணுவார்கள்; அவன் அவர்கள் எல்லாரிடமிருந்தும் இதைக் கேட்கும்போது, அவன் எழுந்து துக்கத்தோடும் மனக்கசப்போடும் அவர்களை விட்டுப் போவான்; அப்பொழுது அவர்கள் எல்லாரும் எழுந்து அவனுக்குப் பின்னே போய், மிகுந்த சத்தத்தோடும் அமளியோடும் அவனைப் பட்டணத்தை விட்டுத்
துரத்திவிடுவார்கள். 18. ஏலாம் தேசத்திலிருந்து ஒரு மனுஷன், தன் கழுதையின்மேல் உட்கார்ந்து வழியிலே மெதுவாகப் பிரயாணம்பண்ணிக்கொண்டிருந்தான்; அந்தக் கழுதை பலவர்ணங்களான ஒரு நேர்த்தியான சால்வையைச் சுமந்துவந்தது, அந்தச் சால்வை ஒரு கயிற்றினால் கழுதையின்மேல்
கட்டப்பட்டிருந்தது. 19. அந்த மனுஷன் பிரயாணம்பண்ணிச் சோதோமின் வீதியைக் கடந்துசெல்லும்போது, சாயங்காலத்தில் சூரியன் அஸ்தமித்தது; அந்த ராத்திரியில் தங்குவதற்காக அவன் அங்கே நின்றான், ஆனால் ஒருவனும் அவனைத் தன் வீட்டிற்குள் சேர்த்துக்கொள்ளவில்லை; அக்காலத்தில் சோதோமிலே பொல்லாதவனும், தீங்குசெய்கிறவனும், பொல்லாப்புச் செய்வதில் கெட்டிக்காரனுமான ஒரு மனுஷன் இருந்தான், அவனுடைய பெயர்
ஏதாத். 20. அவன் தன் கண்களை ஏறெடுத்து, பட்டணத்து வீதியிலே அந்தப் பிரயாணியைக் கண்டு, அவனிடத்தில் வந்து: நீ எங்கிருந்து
வருகிறாய், எங்கே போகிறாய்? என்றான். 21. அந்த மனுஷன் அவனை நோக்கி: நான் எப்ரோனிலிருந்து எனக்குச் சொந்தமான ஏலாமுக்குப் பிரயாணம்பண்ணுகிறேன்; நான் கடந்துசெல்லும்போது சூரியன் அஸ்தமித்துவிட்டது, என்னிடத்தில் அப்பமும் தண்ணீரும், என் கழுதைக்கு வைக்கோலும் தீவனமும் இருக்கிறது, எனக்கு ஒன்றும் குறைவில்லை, அப்படியிருந்தும் ஒருவனும் என்னைத் தன் வீட்டிற்குள்
சேர்த்துக்கொள்ளவில்லை என்றான். 22. ஏதாத் அவனுக்குப் பிரதியுத்தரமாக: உனக்கு வேண்டியதையெல்லாம் நான் தருவேன்,
ஆனால் நீ ராத்திரி முழுவதும் வீதியிலே தங்கக்கூடாது என்றான். 23.
ஏதாத் அவனைத் தன் வீட்டிற்கு அழைத்துக்கொண்டுபோய், கயிற்றோடே கழுதையின்மேலிருந்த சால்வையை எடுத்துத் தன் வீட்டிற்குள் வைத்து, கழுதைக்கு வைக்கோலும் தீவனமும் கொடுத்தான்; அந்தப் பிரயாணி ஏதாதின் வீட்டில் புசித்து குடித்து,
அந்த ராத்திரி அங்கே தங்கினான். 24. காலையிலே அந்தப் பிரயாணி தன் பிரயாணத்தைத் தொடரும்படி அதிகாலையில் எழுந்தான்; அப்பொழுது ஏதாத் அவனை நோக்கி: காத்திரு, கொஞ்சம் அப்பம் புசித்து உன் இருதயத்தைத் தேற்றிக்கொண்டு, பின்பு போ என்றான்; அந்த மனுஷன் அப்படியே செய்தான்; அவன் அவனோடே

தங்கியிருந்தான், பகலில் அவர்கள் இருவரும் ஒன்றாகப் புசித்து
குடித்தார்கள்; பின்பு அந்த மனுஷன் போகும்படி எழுந்தான். 25. ஏதாத்
அவனை நோக்கி: இதோ, பொழுது சாய்கிறதே, உன் இருதயம்
தேறும்படி நீ ராத்திரி முழுவதும் தங்கியிருப்பதே நல்லது என்றான்;
அவன் அவனை வற்புறுத்தினபடியால், அவன் ராத்திரி முழுவதும்
அங்கே தங்கினான்; இரண்டாம் நாளிலே அவன் புறப்பட்டுப்போக
அதிகாலையில் எழுந்தான்; அப்பொழுது ஏதாத் அவனை வற்புறுத்தி:
கொஞ்சம் அப்பம் புசித்து உன் இருதயத்தைத் தேற்றிக்கொண்டு, பின்பு
போ என்றான்; அவன் தங்கியிருந்து, இரண்டாம் நாளிலும்
அவனோடே புசித்தான்; பின்பு அந்த மனுஷன் தன் பிரயாணத்தைத்
தொடரும்படி எழுந்தான். 26. ஏதாத் அவனை நோக்கி: இதோ,
பொழுது சாய்கிறதே, உன் இருதயத்தைத் தேற்றிக்கொள்ள
என்னோடே தங்கியிரு; காலையிலே அதிகாலையில் எழுந்து உன்
வழியே போ என்றான். 27. அந்த மனுஷன் தங்க மனதில்லாமல்,
எழுந்து தன் கழுதைக்குச் சேணமிட்டான்; அவன் தன் கழுதைக்குச்
சேணமிட்டுக்கொண்டிருக்கையில், ஏதாதின் மனைவி தன் புருஷனை
நோக்கி: இதோ, இந்த மனுஷன் இரண்டு நாட்களாக நம்மோடே
தங்கியிருந்து புசித்து குடித்தானே, அவன் நமக்கு ஒன்றும்
கொடுக்கவில்லையே; இப்போது அவன் நமக்கு ஒன்றும் கொடுக்காமல்
நம்மை விட்டுப் போய்விடுவானோ? என்றாள்; ஏதாத் அவளை
நோக்கி: மவுனமாயிரு என்றான். 28. அந்த மனுஷன் போகும்படி தன்
கழுதைக்குச் சேணமிட்டு, அதைக் கழுதையின்மேல் கட்டும்படி
கயிற்றையும் சால்வையையும் தனக்குத் தரும்படி ஏதாதைக் கேட்டான்.
29. ஏதாத் அவனை நோக்கி: நீ என்ன சொல்லுகிறாய்? என்றான்.
அவன் அவனை நோக்கி: என் ஆண்டவனாகிய நீர் அதைப்
பத்திரமாகப் பார்த்துக்கொள்ளும்படி உம்முடைய வீட்டில்
மறைத்துவைத்திருந்த கயிற்றையும், பலவர்ணங்களாலான
சால்வையையும் எனக்குத் தரவேண்டும் என்றான். 30. ஏதாத் அந்த
மனுஷனுக்குப் பிரதியுத்தரமாக: உன் சொப்பனத்தின் அர்த்தம் இதுவே:
நீ கண்ட கயிறு, உன் ஆயுசு ஒரு கயிற்றைப்போல நீடிக்கப்படும்
என்பதை அர்த்தப்படுத்துகிறது; சகலவிதமான வர்ணங்களுள்ள
சால்வையை நீ கண்டது, உனக்கு ஒரு திராட்சத்தோட்டம் உண்டாகும்
என்றும், அதிலே நீ சகலவிதமான கனிகளைத் தரும் விருட்சங்களை
நாட்டுவாய் என்றும் அர்த்தப்படுத்துகிறது என்றான். 31. அந்தப்
பிரயாணி பிரதியுத்தரமாக: என் ஆண்டவனே, அப்படியல்ல; நீர்
எனக்காக அவைகளைப் பத்திரமாக வைக்கும்படி
கழுதையின்மேலிருந்து எடுத்த கயிற்றையும், பலவர்ணங்களால்
நெய்யப்பட்ட சால்வையையும் நான் உம்மிடத்தில் கொடுத்தபோது
நான் விழித்துக்கொண்டிருந்தேனே என்றான்; ஏதாத் பிரதியுத்தரமாக:
நிச்சயமாக உன் சொப்பனத்தின் அர்த்தத்தை நான் உனக்குச்
சொன்னேன், அது ஒரு நல்ல சொப்பனம், இதோ இதுவே அதின்

அர்த்தம் என்றான். 32. சொப்பனங்களுக்கு அர்த்தம் சொல்லுவதற்காக மனுஷகுமாரர் எனக்கு நான்கு வெள்ளிக்காசுகளைக் கொடுப்பார்கள், அதுவே என் கூலி; நான் உன்னிடத்தில் மூன்று வெள்ளிக்காசுகளை மாத்திரமே கேட்கிறேன் என்றான். 33. ஏதாதின் வார்த்தைகளினால் அந்த மனுஷன் கோபமடைந்து, மனக்கசப்போடே சத்தமிட்டு அழுது, சோதோமின் நியாயாதிபதியாகிய சேராக்கிடத்தில் ஏதாதைக் கொண்டுபோனான். 34. அந்த மனுஷன் தன் வழக்கினை நியாயாதிபதியாகிய சேராக்கிற்கு முன்பாக வைத்தான்; அப்பொழுது ஏதாத் பிரதியுத்தரமாக: அப்படியல்ல, காரியம் இப்படித்தான் இருக்கிறது என்றான்; நியாயாதிபதி அந்தப் பிரயாணியை நோக்கி: இந்த ஏதாத் உனக்கு உண்மையைத்தான் சொல்லுகிறான், ஏனெனில் சொப்பனங்களுக்குச் சரியாக அர்த்தம் சொல்லுவதில் இவன் பட்டணங்களில் பெயர் பெற்றவன் என்றான். 35. நியாயாதிபதியின் வார்த்தையைக்கேட்டு அந்த மனுஷன் சத்தமிட்டு: என் ஆண்டவனே, அப்படியல்ல; என் கழுதையின்மேலிருந்த கயிற்றையும் சால்வையையும் அவன் தன் வீட்டில் பத்திரமாக வைக்கும்படி நான் அவனிடத்தில் கொடுத்தது பகலில்தானே என்றான்; ஒருவன் காரியம் இப்படித்தான் நடந்தது என்றும், மற்றவன் அப்படியல்ல என்றும் சொல்லி, அவர்கள் இருவரும் நியாயாதிபதிக்கு முன்பாக வாக்குவாதம் பண்ணினார்கள். 36. ஏதாத் அந்த மனுஷனை நோக்கி: நான் சொப்பனங்களுக்கு அர்த்தம் சொல்லுவதற்காக வாங்குகிற என் கூலியாகிய நான்கு வெள்ளிக்காசுகளை எனக்குக் கொடு; நான் ஒரு காசும் குறைத்துக்கொள்ளமாட்டேன்; மேலும் நீ என் வீட்டில் புசித்த நான்கு வேளைப் போஜனத்திற்கான செலவையும் எனக்குக் கொடு என்றான். 37. அந்த மனுஷன் ஏதாத்தை நோக்கி: நான் உன் வீட்டில் புசித்ததற்காக உண்மையாவே நான் உனக்குப் பணம் கொடுப்பேன், நீ உன் வீட்டில் மறைத்துவைத்திருக்கிற கயிற்றையும் சால்வையையும் மாத்திரம் என்னிடத்தில் கொடு என்றான். 38. ஏதாத் நியாயாதிபதிக்கு முன்பாகப் பிரதியுத்தரமாக அந்த மனுஷனை நோக்கி: நான் உன் சொப்பனத்தின் அர்த்தத்தை உனக்குச் சொல்லவில்லையா? கயிறு என்பது உன் ஆயுசு ஒரு கயிற்றைப்போல நீடிக்கப்படும் என்பதை அர்த்தப்படுத்துகிறது; சால்வை என்பது உனக்கு ஒரு திராட்சத்தோட்டம் உண்டாகும் என்றும், அதிலே நீ சகலவிதமான கனிகளைத் தரும் விருட்சங்களை நாட்டுவாய் என்றும் அர்த்தப்படுத்துகிறது. 39. இதுவே உன் சொப்பனத்தின் சரியான அர்த்தம்; இப்போது என் கூலியாக நான் கேட்கிற நான்கு வெள்ளிக்காசுகளை எனக்குக் கொடு, நான் உனக்கு ஒன்றும் குறைத்துக்கொள்ளமாட்டேன் என்றான். 40. ஏதாதின் வார்த்தைகளைக் கேட்டு அந்த மனுஷன் சத்தமிட்டு அழுதான், அவர்கள் இருவரும் நியாயாதிபதிக்கு முன்பாக வாக்குவாதம் பண்ணினார்கள்; நியாயாதிபதி தன் வேலைக்காரர்களுக்குக்

கட்டளையிட்டான், அவர்கள் இருவரையும் வீட்டிலிருந்து முரட்டுத்தனமாகத் துரத்திவிட்டார்கள். 41. அவர்கள் நியாயாதிபதியிடத்திலிருந்து வாக்குவாதம் பண்ணிக்கொண்டே போனார்கள்; சோதோமின் ஜனங்கள் அதைக் கேட்டபோது, அவர்களைச் சுற்றிலும் கூடி, அந்த அந்நியனுக்கு விரோதமாகச் சத்தமிட்டு, அவனைப் பட்டணத்திலிருந்து முரட்டுத்தனமாகத் துரத்திவிட்டார்கள். 42. அந்த மனுஷன் மனக்கசப்போடே புலம்பி அழுதுகொண்டு, தன் கழுதையின்மேல் ஏறித் தன் பிரயாணத்தைத் தொடர்ந்தான். 43. அவன் வழியே போகும்போது, சீர்கெட்ட சோதோம் பட்டணத்தில் தனக்கு நேரிட்டதைக்குறித்து அழுதான்.

அத்தியாயம் *19*

1. சோதோமின் பட்டணங்களான அந்த நான்கு பட்டணங்களுக்கும் நான்கு நியாயாதிபதிகள் இருந்தார்கள், அவர்களுடைய பெயர்களாவன: சோதோம் பட்டணத்தில் சேராக் (Serak), கொமோராவில் சர்காத் (Sharkad), அத்மாவில் சப்னாக் (Zabnac), செபோயீமில் மேனோன் (Menon). 2. ஆபிராமின் வேலைக்காரனான எலியேசர் அவர்களுக்கு வெவ்வேறு பெயர்களைச் சூட்டினான்; சேராக்கை சக்ரா (Shakra) என்றும், சர்காத்தை சக்ருரா (Shakrura) என்றும், சப்னாக்கை கேசோபிம் (Kezobim) என்றும், மேனோனை மட்ஸ்லோதின் (Matzlodin) என்றும் மாற்றினான். 3. அந்த நான்கு நியாயாதிபதிகளின் விருப்பத்தின்படியே, சோதோம் கொமோராவின் ஜனங்கள் பட்டணத்து வீதிகளில் கட்டில்களைப் போட்டிருந்தார்கள்; ஒரு மனுஷன் அந்த இடங்களுக்கு வந்தால், அவர்கள் அவனைப் பிடித்து, தங்கள் கட்டில்களில் ஒன்றண்டைக்குக் கொண்டுபோய், அவனை வலுக்கட்டாயமாக அதின்மேல் படுக்கவைப்பார்கள். 4. அவன் படுத்திருக்கும்போது, மூன்று மனுஷர்கள் அவன் தலைமாட்டிலும் மூன்று மனுஷர்கள் அவன் கால்மாட்டிலும் நின்று, அவனைக் கட்டிலின் நீளத்திற்கு அளப்பார்கள்; அந்த மனுஷன் கட்டிலின் நீளத்தைவிடக் குட்டையாக இருந்தால், அந்த ஆறு மனுஷர்களும் அவனுடைய இரண்டு பக்கங்களிலும் அவனை இழுப்பார்கள், அவன் அவர்களை நோக்கிக் கூப்பிட்டாலும் அவர்கள் அவனுக்குப் பதிலளிக்கமாட்டார்கள். 5. அவன் கட்டிலின் நீளத்தைவிட நீளமாக இருந்தால், அவன் சாகும்வரைக்கும் கட்டிலின் இரண்டு பக்கங்களிலும் அவனை நெருக்கி அழுத்துவார்கள். 6. அவன் அவர்களை நோக்கித் தொடர்ந்து சத்தமிட்டால், அவர்கள் அவனுக்குப் பிரதியுத்தரமாக: எங்கள் தேசத்திற்கு வருகிற மனுஷனுக்கு இப்படித்தான் செய்யப்படும் என்பார்கள். 7. சோதோம் பட்டணங்களின் ஜனங்கள் செய்கிற இந்தக் காரியங்களையெல்லாம்

மனுஷர்கள் கேள்விப்பட்டபோது, அவர்கள் அங்கே வருவதை விட்டுவிட்டார்கள். 8. ஒரு ஏழை மனுஷன் தங்கள் தேசத்திற்கு வந்தால், அவர்கள் அவனுக்கு வெள்ளியையும் பொன்னையும் கொடுப்பார்கள், ஆனால் அவனுக்கு ஒரு துண்டு அப்பமும் கொடுக்கக்கூடாது என்று பட்டணம் முழுவதும் பறைசாற்றப்பண்ணுவார்கள்; அந்த அந்நியன் சில நாட்கள் அங்கே தங்கி, அவனுக்கு ஒரு துண்டு அப்பமும் கிடைக்காதபடியால் பசியினால் மரித்துப்போனால், அவன் மரித்த பின்பு பட்டணத்து ஜனங்கள் எல்லாரும் வந்து, தாங்கள் அவனுக்குக் கொடுத்திருந்த வெள்ளியையும் பொன்னையும் எடுத்துக்கொள்வார்கள். 9. தாங்கள் அவனுக்குக் கொடுத்திருந்த வெள்ளியையும் பொன்னையும் அடையாளம் கண்டுகொண்டவர்கள் அதைத் திரும்ப எடுத்துக்கொள்வார்கள்; அவன் மரித்த பின்பு அவனுடைய வஸ்திரங்களையும் உரிந்துகொண்டு, அவைகளுக்காக அவர்கள் தங்களுக்குள்ளே சண்டையிடுவார்கள், தன் அயலானை மேற்கொள்கிறவன் அவைகளை எடுத்துக்கொள்வான். 10. அதன்பின்பு அவர்கள் அவனைத் தூக்கிக்கொண்டுபோய் வனாந்தரத்திலுள்ள சில செடிகளின்கீழ் அடக்கம்பண்ணுவார்கள்; தங்களிடத்தில் வந்து தங்கள் தேசத்தில் மரித்துப்போகிற எந்த மனுஷனுக்கும் அவர்கள் எல்லாக் காலங்களிலும் இப்படியே செய்துவந்தார்கள். 11. காலப்போக்கில், சாராள் லோத்தைப் பார்த்து, அவன் சுகசெய்தியை விசாரித்து வரும்படி எலியேசரைச் சோதோமுக்கு அனுப்பினாள். 12. எலியேசர் சோதோமுக்கு வந்தபோது, சோதோமின் மனுஷனொருவன் ஒரு அந்நியனோடே சண்டையிடுவதைக் கண்டான், சோதோமின் மனுஷன் அந்த ஏழை மனுஷனுடைய வஸ்திரங்களையெல்லாம் உரிந்துகொண்டு போய்விட்டான். 13. சோதோமின் மனுஷன் தனக்குச் செய்த காரியத்தினிமித்தம் அந்த ஏழை மனுஷன் எலியேசரை நோக்கிச் சத்தமிட்டு, தமக்குத் தயவுசெய்யும்படி கெஞ்சினான். 14. அவன் அவனை நோக்கி: உன்னுடைய தேசத்திற்கு வந்த ஏழை மனுஷனுக்கு நீ ஏன் இப்படிச் செய்கிறாய்? என்றான். 15. சோதோமின் மனுஷன் எலியேசருக்குப் பிரதியுத்தரமாக: இந்த மனுஷன் உன்னுடைய சகோதரனோ? அல்லது இந்த மனுஷனைக்குறித்துப் பேசுவதற்குச் சோதோமின் ஜனங்கள் இன்றையதினம் உன்னை நியாயாதிபதியாக ஏற்படுத்தினார்களோ? என்றான். 16. அந்த ஏழை மனுஷனினிமித்தம் எலியேசர் சோதோமின் மனுஷனோடே வாக்குவாதம் பண்ணினான்; ஏழை மனுஷனுடைய வஸ்திரங்களைச் சோதோமின் மனுஷனிடமிருந்து திரும்பப் பெற்றுக்கொள்வதற்காக எலியேசர் அவனை அணுகியபோது, அவன் தீவிரமாய் ஒரு கல்லை எடுத்து எலியேசரின் நெற்றியில் அடித்தான். 17. எலியேசரின் நெற்றியிலிருந்து இரத்தம் மிகுதியாய் வழிந்தோடியது; அந்த மனுஷன் இரத்தத்தைக் கண்டபோது,

எலியேசரைப் பிடித்துக்கொண்டு: உன் நெற்றியிலிருந்த இந்தக் கெட்ட இரத்தத்தை நான் அகற்றிவிட்டபடியால், அதற்கான கூலியை எனக்குக் கொடு, ஏனெனில் எங்கள் தேசத்தின் வழக்கமும் நியாயப்பிரமாணமும் இதுவே என்றான். 18. எலியேசர் அவனை நோக்கி: நீ என்னைக் காயப்படுத்திவிட்டு, அதற்கு நான் உனக்குக் கூலி கொடுக்கவேண்டும் என்று கேட்கிறாயே என்றான்; எலியேசர் சோதோமின் மனுஷனுடைய வார்த்தைகளுக்குச் செவிகொடுக்கவில்லை. 19. அந்த மனுஷன் எலியேசரைப் பிடித்து, அவனை நியாயந்தீர்க்கும்படி சோதோமின் நியாயாதிபதியாகிய சக்ராவிடத்திற்குக் கொண்டுபோனான். 20. அந்த மனுஷன் நியாயாதிபதியை நோக்கி: என் ஆண்டவனே, நான் உம்மை வேண்டிக்கொள்ளுகிறேன், இவனுடைய நெற்றியிலிருந்து இரத்தம் வழியும்படிக்கு நான் இவனைக் கல்லால் அடித்தேன், ஆனால் இவன் எனக்குரிய கூலியைக் கொடுக்க மறுக்கிறான் என்றான். 21. நியாயாதிபதி எலியேசரை நோக்கி: இந்த மனுஷன் உன்னிடத்தில் உண்மையைத்தான் சொல்லுகிறான், அவனுடைய கூலியை அவனுக்குக் கொடு, இதுவே எங்கள் தேசத்தின் வழக்கம் என்றான்; எலியேசர் நியாயாதிபதியின் வார்த்தைகளைக் கேட்டபோது, ஒரு கல்லை எடுத்து நியாயாதிபதியை அடித்தான், அந்தக் கல் அவனுடைய நெற்றியில் பட்டது, நியாயாதிபதியின் நெற்றியிலிருந்து இரத்தம் மிகுதியாய் வழிந்தோடியது; அப்பொழுது எலியேசர்: இதுதான் உங்கள் தேசத்தின் வழக்கமானால், நான் இந்த மனுஷனுக்குக் கொடுக்கவேண்டியதை நீர் இவனுக்குக் கொடும், இதுவே உம்முடைய தீர்ப்பு, நீரே இதைத் தீர்மானித்தீர் என்றான். 22. எலியேசர் சோதோமின் மனுஷனை நியாயாதிபதியிடத்தில் விட்டுவிட்டுப் போய்விட்டான். 23. ஏலாமின் ராஜாக்கள் சோதோமின் ராஜாக்களோடே யுத்தம்பண்ணினபோது, ஏலாமின் ராஜாக்கள் சோதோமின் ஆஸ்தி முழுவதையும் சிறைபிடித்தார்கள், லோத்தையும் அவனுடைய ஆஸ்தியோடேகூடச் சிறைபிடித்துக் கொண்டுபோனார்கள்; இது ஆபிராமுக்கு அறிவிக்கப்பட்டபோது, அவன் போய் ஏலாமின் ராஜாக்களோடே யுத்தம்பண்ணி, லோத்தின் ஆஸ்தியையும் சோதோமின் ஆஸ்தியையும் அவர்கள் கையிலிருந்து மீட்டுக்கொண்டான். 24. அக்காலத்தில் லோத்தின் மனைவி அவனுக்கு ஒரு குமாரத்தியைப் பெற்றாள், அவனுக்கு அவன் பல்த்தீத் (Paltith) என்று பேரிட்டான்; ஏனெனில் தேவன் அவனையும் அவனுடைய வீட்டாரனைவரையும் ஏலாமின் ராஜாக்களின் கையிலிருந்து தப்புவித்தார் என்று சொன்னான்; லோத்தின் குமாரத்தியாகிய பல்த்தீத் வளர்ந்தபோது, சோதோமின் மனுஷர்களில் ஒருவன் அவளை மனைவியாகக் கொண்டான். 25. ஒரு ஏழை மனுஷன் தன் பிழைப்பைத் தேடிப் பட்டணத்திற்கு வந்தான், அவன் பட்டணத்தில் சில நாட்கள் தங்கியிருந்தான்; சோதோமின் ஜனங்கள் எல்லாரும்

தங்கள் வழக்கத்தின்படியே, அந்த மனுஷன் செத்துத் தரையில்
விழும்வரைக்கும் அவனுக்கு ஒரு துண்டு அப்பமும் கொடுக்கக்கூடாது
என்று பறைசாற்றப்பண்ணினார்கள், அவர்கள் அப்படியே
செய்தார்கள். 26. லோத்தின் குமாரத்தியாகிய பல்த்தீத், இந்த மனுஷன்
பசியினால் வாடி வீதிகளில் கிடப்பதைக் கண்டாள்; அவன் உயிர்வாழ
ஒருவனும் அவனுக்கு ஒன்றும் கொடுக்கவில்லை, அவன் சாகும்
தருவாயில் இருந்தான். 27. அந்த மனுஷனினிமித்தம் அவளுடைய
ஆத்துமா இரக்கத்தினால் நிறைந்தது, அவள் அநேக நாட்கள் அவனுக்கு
இரகசியமாக அப்பம் கொடுத்துவந்தாள், அந்த மனுஷனுடைய
ஆத்துமா உயிர்மீண்டது. 28. ஏனெனில் அவள் தண்ணீர்
கொண்டுவரப் போகும்போது, தண்ணீர் குடத்திற்குள் அப்பத்தை
வைத்துக்கொண்டு போவாள்; ஏழை மனுஷன் இருந்த இடத்திற்கு
வந்தபோது, குடத்திலிருந்து அப்பத்தை எடுத்து அவனுக்குப் புசிக்கக்
கொடுப்பாள்; இப்படி அநேக நாட்கள் செய்தாள். 29. இந்த மனுஷன்
இத்தனை நாட்களாகப் பசியை எப்படித் தாங்கிக்கொள்ளுகிறான்
என்று சோதோம் கொமோராவின் ஜனங்கள் எல்லாரும்
ஆச்சரியப்பட்டார்கள். 30. அவர்கள் ஒருவரையொருவர் நோக்கி:
அவன் புசித்துக் குடிக்கிறான என்பது நிச்சயமே, ஏனெனில் எந்த
மனுஷனாலும் இத்தனை நாட்கள் பசியைத் தாங்கவோ, முகரூபங்கூட
மாறாமல் இந்த மனுஷனைப்போல உயிர்வாழவோ முடியாது
என்றார்கள்; இந்த ஏழை மனுஷனுக்குப் புசிக்க அப்பம்
கொண்டுவருகிறவர் யார் என்று அறியும்படி, மூன்று மனுஷர்கள் அந்த
ஏழை மனுஷன் இருந்த இடத்திலே தங்களை
மறைத்துக்கொண்டார்கள். 31. லோத்தின் குமாரத்தியாகிய பல்த்தீத்
அன்றையதினம் தண்ணீர் கொண்டுவரப் புறப்பட்டாள், அவள் தன்
தண்ணீர் குடத்திற்குள் அப்பத்தை வைத்துக்கொண்டு, அந்த ஏழை
மனுஷனின் இடத்தருகே தண்ணீர் மொள்ளப் போனாள்;
குடத்திலிருந்து அப்பத்தை எடுத்து அந்த ஏழை மனுஷனுக்குக்
கொடுத்தாள், அவன் அதைப் புசித்தான். 32. பல்த்தீத் அந்த ஏழை
மனுஷனுக்குச் செய்ததை அந்த மூன்று மனுஷர்களும் கண்டு, அவளை
நோக்கி: நீதான் அவனைக் காப்பாற்றி வந்தாய், அதனால்தான் அவன்
பசியால் வாடவும் இல்லை, மற்றவர்களைப்போல முகரூபம் மாறவும்
இல்லை, சாகவுமில்லை என்றார்கள். 33. அந்த மூன்று மனுஷர்களும்
தாங்கள் மறைந்திருந்த இடத்திலிருந்து வெளியே வந்து,
பல்த்தீத்தையும் அந்த ஏழை மனுஷனின் கையிலிருந்த அப்பத்தையும்
பிடித்தார்கள். 34. அவர்கள் பல்த்தீத்தைப் பிடித்து, அவளைத் தங்கள்
நியாயாதிபதிகளுக்கு முன்பாகக் கொண்டுவந்து, அவர்களை நோக்கி:
இவள் இப்படிச் செய்தாள், இவள்தான் அந்த ஏழை மனுஷனுக்கு
அப்பம் கொடுத்தாள், அதனால்தான் இத்தனை நாட்களாக அவன்
சாகவில்லை; ஆகையால் இப்போது, நம்முடைய
நியாயப்பிரமாணத்தை மீறின இந்தப் ஸ்திரீக்குச் செய்யவேண்டிய

தண்டனையை எங்களுக்கு அறிவியுங்கள் என்றார்கள். 35. சோதோம்
கொமோராவின் ஜனங்கள் கூடிவந்து, பட்டணத்து வீதியிலே
நெருப்பை மூட்டி, அந்த ஸ்திரீயைப் பிடித்து நெருப்பிலே
போட்டார்கள், அவள் சாம்பலாகச் சுட்டெரிக்கப்பட்டாள். 36. அத்மா
பட்டணத்தில் ஒரு ஸ்திரீயிருந்தாள், அவளுக்கும் அவர்கள் அப்படியே
செய்தார்கள். 37. ஒரு பிரயாணி அத்மா பட்டணத்திற்கு வந்து, ராத்திரி
முழுவதும் அங்கே தங்கி, காலையிலே தன் வீட்டிற்குப் போகத்
தீர்மானித்து, ஒரு கன்னிப்பெண்ணின் தகப்பனுடைய வீட்டின்
வாசலுக்கு எதிரே உட்கார்ந்தான்; அவன் அந்த இடத்திற்கு வந்தபோது
சூரியன் அஸ்தமித்தபடியால், அங்கே தங்குவதற்காக உட்கார்ந்தான்;
அந்தக் கன்னிப்பெண் அவன் வீட்டின் வாசலருகே
உட்கார்ந்திருப்பதைக் கண்டாள். 38. அவன் குடிக்கத் தண்ணீர்
கேட்டான்; அவள் அவனை நோக்கி: நீ யார்? என்றாள். அவன்
அவளை நோக்கி: இன்றையதினம் நான் வழியிலே பிரயாணம்பண்ணி,
சூரியன் அஸ்தமித்தபோது இங்கே வந்தேன்; ஆகையால் நான் ராத்திரி
முழுவதும் இங்கே தங்குவேன், காலையிலே அதிகாலையில் எழுந்து
என் பிரயாணத்தைத் தொடருவேன் என்றான். 39. அந்தக்
கன்னிப்பெண் வீட்டிற்குள் போய், அந்த மனுஷனுக்குப் புசிக்க
அப்பமும் குடிக்கத் தண்ணீரும் கொண்டுவந்தாள். 40. இந்தக் காரியம்
அத்மாவின் ஜனங்களுக்குத் தெரியவந்தது; அவர்கள் கூடிவந்து, இந்தக்
காரியத்திற்காக அவளை நியாயந்தீர்க்கும்படி, அந்தக்
கன்னிப்பெண்ணை நியாயாதிபதிகளுக்கு முன்பாகக்
கொண்டுவந்தார்கள். 41. நியாயாதிபதி: இந்த ஸ்திரீ நம்முடைய
நியாயப்பிரமாணத்தை மீறினபடியால், மரண தண்டனை இவளுக்குக்
கொடுக்கப்படவேண்டும்; ஆகையால் இவளைக்குறித்த தீர்ப்பு இதுவே
என்றான். 42. அந்தப் பட்டணங்களின் ஜனங்கள் கூடிவந்து, அந்தக்
கன்னிப்பெண்ணை வெளியே கொண்டுவந்து, நியாயாதிபதி
தீர்ப்பளித்தபடியே, அவள் தலைமுதல் கால்வரைக்கும் தேனைப்
பூசினார்கள்; தேனீக்கள் இருந்த கூடுகளுக்கு முன்பாக அவளை
நிறுத்தினார்கள்; தேனீக்கள் அவள் மேல் பறந்துவந்து அவளைக்
கொட்டினபடியால், அவளுடைய உடல் முழுவதும் வீங்கிற்று. 43.
தேனீக்களினிமித்தம் அந்தக் கன்னிப்பெண் சத்தமிட்டு அழுதாள்,
ஆனால் ஒருவனும் அவளைக் கவனிக்கவுமில்லை, அவளுக்கு
இரக்கப்படவுமில்லை; அவளுடைய அழுகுரல் பரலோகத்திற்கு
எட்டியது. 44. இதினிமித்தமும் சோதோமின் பட்டணங்கள் செய்த
எல்லாக் கிரியைகளினிமித்தமும் கர்த்தர் கோபங்கொண்டார்;
ஏனெனில் அவர்களுக்குப் போதிய ஆகாரமும், தங்களுக்குள்ளே
சமாதானமும் இருந்தும், ஏழைகளுக்கும் எளியவர்களுக்கும் அவர்கள்
ஆதரவளிக்கவில்லை; அந்நாட்களில் கர்த்தருக்கு முன்பாக
அவர்களுடைய பொல்லாத செய்கைகளும் பாவங்களும்
பெருகியிருந்தன. 45. சோதோமையும் அதின் பட்டணங்களையும்

அழிக்கும்படி, ஆபிரகாமின் வீட்டிற்கு வந்திருந்த தூதர்களில்
இருவரைக் கர்த்தர் அனுப்பினார். 46. அந்தத் தூதர்கள் புசித்துக்
குடித்த பின்பு, ஆபிரகாமின் கூடார வாசலிலிருந்து எழுந்து,
சாயங்காலத்திலே சோதோமுக்கு வந்தார்கள்; அப்பொழுது லோத்து
சோதோமின் வாசலில் உட்கார்ந்திருந்தான், அவன் அவர்களைக்
கண்டபோது, அவர்களை எதிர்கொண்டு எழுந்து, தரைமட்டும் குனிந்து
பணிந்துகொண்டான். 47. அவன் அவர்களை மிகவும் வற்புறுத்தித் தன்
வீட்டிற்குள் அழைத்துக் கொண்டுபோனான்; அவன் அவர்களுக்குப்
போஜனம் கொடுத்தான், அவர்கள் புசித்தார்கள், அவர்கள் அந்த
ராத்திரி முழுவதும் அவன் வீட்டிலே தங்கினார்கள். 48. தூதர்கள்
லோத்தை நோக்கி: நீ எழுந்து, நீயும் உனக்குள்ள யாவரும் இந்த
இடத்தை விட்டுப் புறப்படுங்கள்; இந்தப் பட்டணத்தின்
அக்கிரமத்தினிமித்தம் நீயும் அழியாதபடிக்கு இப்படிச் செய், ஏனெனில்
கர்த்தர் இந்த இடத்தை அழிப்பார் என்றார்கள். 49. தூதர்கள்
லோத்தின் கையையும் அவன் மனைவியின் கையையும் அவன்
பிள்ளைகளின் கைகளையும் அவனுக்குள்ள யாவருடைய கைகளையும்
பிடித்து, அவனை வெளியே கொண்டுவந்து பட்டணங்களுக்கு
வெளியே விட்டார்கள். 50. அவர்கள் லோத்தை நோக்கி: உன் ஜீவன்
தப்ப ஓடிப்போ என்றார்கள்; அவனும் அவனுக்குள்ள யாவரும்
தப்பியோடினார்கள். 51. அப்பொழுது கர்த்தர் சோதோமின் மேலும்
கொமோராவின் மேலும் இந்தப் பட்டணங்கள் எல்லாவற்றின் மேலும்
கர்த்தராலே வானத்திலிருந்து கந்தகத்தையும் அக்கினியையும்
வர்ஷிக்கப்பண்ணினார். 52. அவர் இந்தப் பட்டணங்களையும், இந்தச்
சமபூமி முழுவதையும், இந்தப் பட்டணங்களின் குடிகள்
அனைவரையும், பூமியில் முளைத்திருந்த எல்லாவற்றையும்
அழித்துப்போட்டார்; லோத்தின் மனைவியாகிய அதோ (Ado),
பட்டணங்கள் அழிக்கப்படுவதைப் பார்க்கத் திரும்பிப் பார்த்தாள்,
ஏனெனில் சோதோமிலே மீதியாயிருந்த தன் குமாரத்திகள்
தன்னோடே வராதபடியால் அவர்கள் மேல் அவள் பரிதாபப்பட்டாள்.
53. அவள் திரும்பிப் பார்த்தபோது உப்புத்தூணானாள், அது
இந்நாள்வரைக்கும் அந்த இடத்திலேயே இருக்கிறது. 54. அந்த
இடத்திலே நின்ற எருதுகள் நாளுக்கு நாள் அதின் கால்களின்
நுனிவரைக்கும் அந்த உப்பை நக்கின, காலையிலே அது புதிதாக
முளைக்கும், அவைகள் மறுபடியும் அதை நக்கும்; இது
இந்நாள்வரைக்கும் நடக்கிறது. 55. லோத்தும் அவனோடே
மீதியாயிருந்த அவனுடைய இரண்டு குமாரத்திகளும் தப்பியோடி,
அதுல்லாம் குகைக்குப் போய், சில காலம் அங்கே தங்கியிருந்தார்கள்.
56. சோதோமின் பட்டணங்களுக்கு என்ன நடந்தது என்று
பார்க்கும்படி ஆபிரகாம் காலையிலே அதிகாலையில் எழுந்தான்;
அவன் பார்த்தபோது, அந்தப் பட்டணங்களின் புகை ஒரு சூளையின்
புகையைப்போல எழும்புகிறதைக் கண்டான். 57. லோத்தும்

அவனுடைய இரண்டு குமாரத்திகளும் குகையிலே தங்கியிருந்தார்கள்; அவர்கள் தங்கள் தகப்பனுக்குத் திராட்சரசம் குடிக்கக்கொடுத்து அவனோடே சயனித்தார்கள்; பூமி முழுவதும் அழிந்துபோயிற்று என்று அவர்கள் நினைத்தபடியால், தங்களுக்கு ஒரு சந்ததியை உண்டாக்க பூமியிலே ஒரு மனுஷனும் இல்லை என்று சொல்லிக்கொண்டார்கள்.
58. அவர்கள் இருவரும் தங்கள் தகப்பனோடே சயனித்தார்கள்,
அவர்கள் கர்ப்பவதியாகிக் குமாரர்களைப் பெற்றார்கள்; மூத்தவள் தன் குமாரனுக்கு மோவாப் என்று பேரிட்டு: என் தகப்பனாலே இவனைக் கர்ப்பந்தரித்தேன் என்றாள்; இவனே இந்நாள்வரைக்கும்
மோவாபியருக்குத் தகப்பன். 59. இளையவளும் தன் குமாரனுக்குப்
பெனாம்மி என்று பேரிட்டாள்; இவனே இந்நாள்வரைக்கும் அம்மோன்
புத்திரருக்குத் தகப்பன். 60. இதன் பின்பு லோத்தும் அவனுடைய
இரண்டு குமாரத்திகளும் அங்கிருந்து புறப்பட்டுப்போனார்கள்; அவனும் அவனுடைய இரண்டு குமாரத்திகளும் அவர்களுடைய குமாரர்களும் யோர்தானுக்கு அக்கரையில் குடியிருந்தார்கள்; லோத்தின் குமாரர்கள் வளர்ந்தபோது, அவர்கள் கானான் தேசத்திற்குப் போய்த் தங்களுக்கு மனைவிகளைக் கொண்டார்கள், அவர்கள் பிள்ளைகளைப் பெற்று, பலுகிப் பெருகினார்கள்.

அத்தியாயம் 20

1. அக்காலத்தில் ஆபிரகாம் மம்ரேயின் சமபூமியிலிருந்து பிரயாணம்பண்ணி, பெலிஸ்தருடைய தேசத்திற்குப் போய் கேராரிலே குடியிருந்தான்; ஆபிரகாம் கானான் தேசத்தில் குடியிருந்த இருபத்தைந்தாம் வருடத்திலும், ஆபிரகாமின் வாழ்நாளில் நூறாம் வருடத்திலும் அவன் பெலிஸ்தருடைய தேசத்திலுள்ள கேராருக்கு
வந்தான். 2. அவர்கள் அந்த தேசத்திற்குள் பிரவேசித்தபோது, அவன்
தன் மனைவியாகிய சாராளை நோக்கி: நாம் இந்த தேசத்தின் குடிகளால் வரும் தீமைக்குத் தப்பும்படிக்கு, உன்னைக் கேட்கிற
எவனிடத்திலும் நீ என் சகோதரி என்று சொல் என்றான். 3.
ஆபிரகாம் பெலிஸ்தருடைய தேசத்தில் குடியிருக்கும்போது, பெலிஸ்தருடைய ராஜாவாகிய அபிமெலேக்கின் வேலைக்காரர்கள் சாராள் மிகவும் சவுந்தரியவதியாயிருப்பதைக் கண்டு, அவளைக்குறித்து ஆபிரகாமிடத்தில் கேட்டார்கள்; அவன்: இவள் என் சகோதரி
என்றான். 4. அபிமெலேக்கின் வேலைக்காரர்கள்
அபிமெலேக்கினிடத்திற்குப் போய்: கானான் தேசத்திலிருந்து ஒரு மனுஷன் இந்த தேசத்தில் குடியிருக்க வந்திருக்கிறான், அவனுக்கு
மிகவும் சவுந்தரியமுள்ள ஒரு சகோதரி இருக்கிறாள் என்றார்கள். 5.
தனக்கு முன்பாகச் சாராளைப் புகழ்ந்துபேசின தன் வேலைக்காரர்களின் வார்த்தைகளை அபிமெலேக்கு கேட்டு, தன்

அதிகாரிகளை அனுப்பினான், அவர்கள் சாராளை ராஜாவுக்கு
முன்பாகக் கொண்டுவந்தார்கள். 6. சாராள் அபிமெலேக்கின் வீட்டிற்கு
வந்தாள்; சாராள் சவுந்தரியவதியாயிருப்பதை ராஜா கண்டான், அவள்
அவனுக்கு மிகவும் பிரியமாயிருந்தாள். 7. அவன் அவளை அணுகி,
அவளை நோக்கி: உன்னோடே எங்கள் தேசத்திற்கு வந்த அந்த
மனுஷனுக்கும் உனக்கும் என்ன உறவு? என்றான்; சாராள்
பிரதியுத்தரமாக: அவன் என் சகோதரன், நாங்கள் தங்குவதற்கு
இடங்கிடைக்கும் இடமெங்கும் குடியிருக்கும்படி கானான்
தேசத்திலிருந்து வந்தோம் என்றாள். 8. அபிமெலேக்கு சாராளை
நோக்கி: இதோ, என் தேசம் உனக்கு முன்பாக இருக்கிறது, இந்த
தேசத்தில் உனக்குப் பிரியமான எந்த இடத்திலாவது உன்
சகோதரனைக் குடியிருக்கச்செய்; அவன் உன்
சகோதரனாயிருக்கிறபடியால் அவனை உயர்த்தி, இந்த தேசத்தின்
ஜனங்கள் எல்லாருக்கும் மேலாக அவனைக் கனப்படுத்துவது எங்கள்
கடமையாயிருக்கும் என்றான். 9. அபிமெலேக்கு ஆபிரகாமை
அழைப்பித்தான், ஆபிரகாம் அபிமெலேக்கினிடத்திற்கு வந்தான். 10.
அபிமெலேக்கு ஆபிரகாமை நோக்கி: இதோ, உன் சகோதரியாகிய
சாராளின் நிமித்தம் நீ விரும்புகிறபடியே கனப்படுத்தப்படும்படி நான்
கட்டளையிட்டிருக்கிறேன் என்றான். 11. ஆபிரகாம்
ராஜாவினிடத்திலிருந்து புறப்பட்டுப்போனான், ராஜாவின் வெகுமதி
அவனுக்குப் பின்னே சென்றது. 12. சாயங்கால வேளையிலே,
மனுஷர்கள் இளைப்பாறப் படுக்கும்முன்பாக, ராஜா தன்
சிங்காசனத்தின்மேல் உட்கார்ந்திருந்தான்; அவனுக்கு அயர்ந்த நித்திரை
வந்தது, அவன் சிங்காசனத்தின்மேல் படுத்துக்கொண்டு
விடியற்காலம்வரைக்கும் தூங்கினான். 13. கர்த்தருடைய தூதனானவர்
உருவின பட்டயத்தைத் தம் கையில் பிடித்துக்கொண்டு
தன்னிடத்திற்கு வருவதாகவும், அந்தத் தூதன் தனக்கு மேலாக நின்று,
அந்தப் பட்டயத்தினால் தன்னைக் கொன்றுபோட விரும்புவதாகவும்
அவன் சொப்பனம் கண்டான்; ராஜா தன் சொப்பனத்திலே
திகிலடைந்து, தூதனை நோக்கி: உமது பட்டயத்தினால் என்னைக்
கொன்றுபோடும்படி நீர் வருவதற்கு, நான் உமக்கு விரோதமாக என்ன
பாவஞ்செய்தேன்? என்றான். 14. தூதன் அபிமெலேக்குக்குப்
பிரதியுத்தரமாக: நேற்றிரவு நீ உன் வீட்டிற்குள் கொண்டுவந்த
ஸ்திரீயினிமித்தம் இதோ நீ சாகிறாய், ஏனெனில் அவள்
விவாகம்பண்ணப்பட்டவள், உன் வீட்டிற்கு வந்த ஆபிரகாமின்
மனைவி; ஆகையால் இப்போது, அந்த மனுஷனுடைய மனைவியை
அவனிடத்தில் திருப்பிக்கொடு, அவள் அவனுடைய மனைவி; நீ
அவளைத் திருப்பிக்கொடுக்காவிட்டால், நீயும் உனக்குள்ள யாவரும்
நிச்சயமாய்ச் சாவீர்கள் என்று அறிந்துகொள் என்றார். 15. அந்த
ராத்திரியிலே பெலிஸ்தருடைய தேசத்தில் ஒரு பெரிய கூக்குரல்
உண்டாயிற்று; ஒரு மனுஷனின் உருவம் தன் கையில் உருவின

பட்டயத்தோடு நிற்பதை அந்த தேசத்தின் குடிகள் கண்டார்கள், அவன் பட்டயத்தினால் தேசத்தின் குடிகளை அடித்தான், ஆம் அவன் தொடர்ந்து அவர்களை அடித்தான். 16. கர்த்தருடைய தூதன் அந்த ராத்திரியிலே பெலிஸ்தரின் தேசம் முழுவதையும் அடித்தார்; அந்த ராத்திரியிலும் மறுநாள் காலையிலும் மிகுந்த கலக்கம் உண்டாயிற்று. 17. ஒவ்வொரு கர்ப்பமும் அடைக்கப்பட்டது, அவர்களுடைய பிறப்புகள் அனைத்தும் அடைக்கப்பட்டன; அபிமெலேக்கு எடுத்துக்கொண்ட ஆபிரகாமின் மனைவியாகிய சாராளினிமித்தம் கர்த்தருடைய கை அவர்கள் மேல் இருந்தது. 18. காலையிலே அபிமெலேக்கு திகிலோடும் கலக்கத்தோடும் மகா பயத்தோடும் எழுந்து, ஆள் அனுப்பித் தன் வேலைக்காரர்களை அழைப்பித்து, தன் சொப்பனத்தை அவர்களுக்கு விவரித்தான்; அந்த ஜனங்கள் மிகவும் பயந்தார்கள். 19. ராஜாவின் வேலைக்காரர்களுக்குள்ளே நின்ற ஒரு மனுஷன் ராஜாவுக்குப் பிரதியுத்தரமாக: ஆண்டவனும் ராஜாவுமானவரே, இந்த ஸ்திரீயை அவளுடைய புருஷனிடத்தில் திருப்பிக்கொடும், அவன் அவளுடைய புருஷன்தான்; ஏனெனில் இந்த மனுஷன் எகிப்திற்கு வந்தபோது எகிப்தின் ராஜாவுக்கும் இப்படியே சம்பவித்தது என்றான். 20. அவன் தன் மனைவியைக்குறித்து: இவள் என் சகோதரி என்றான்; தான் அந்நியனாயிருக்கிற ஒரு தேசத்தில் குடியிருக்க வரும்போது இப்படிச் செய்வதே அவனுடைய வழக்கமாயிருக்கிறது. 21. பார்வோன் ஆள் அனுப்பி அந்த ஸ்திரீயைத் தனக்கு மனைவியாக எடுத்துக்கொண்டான்; அவன் அந்த ஸ்திரீயை அவளுடைய புருஷனிடத்தில் திருப்பிக்கொடுக்கும்வரைக்கும் கர்த்தர் அவன் மேல் கொடிய வாதைகளைக் கொண்டுவந்தார். 22. ஆகையால் இப்போதும் ஆண்டவனும் ராஜாவுமானவரே, நேற்றிரவு தேசம் முழுவதற்கும் என்ன சம்பவித்தது என்று அறிந்துகொள்ளும்; மிகப் பெரிய திகிலும், மகா வேதனையும், புலம்பலும் உண்டாயிற்றே, நீர் எடுத்துக்கொண்ட அந்த ஸ்திரீயினிமித்தமே இது நேரிட்டது என்பதை நாங்கள் அறிவோம். 23. ஆகையால் இப்போது, எகிப்தின் ராஜாவாகிய பார்வோனுக்கும் அவனுடைய குடிகளுக்கும் சம்பவித்ததுபோல நமக்கும் சம்பவியாதபடிக்கும், நாம் சாகாதபடிக்கும் இந்த ஸ்திரீயை அவளுடைய புருஷனிடத்தில் திருப்பிக்கொடும் என்றான்; அபிமெலேக்கு தீவிரமாய் ஆள் அனுப்பிச் சாராளை அழைப்பித்தான், அவள் அவனுக்கு முன்பாக வந்தாள்; அவன் ஆபிரகாமையும் அழைப்பித்தான், அவனும் அவனுக்கு முன்பாக வந்தான். 24. அபிமெலேக்கு அவர்களை நோக்கி: நீங்கள் சகோதரனும் சகோதரியும் என்று சொல்லி, நீங்கள் செய்த இந்தக் காரியம் என்ன? நான் இந்த ஸ்திரீயை மனைவியாக எடுத்துக்கொண்டேனே என்றான். 25. ஆபிரகாம்: என் மனைவியினிமித்தம் நான் கொல்லப்படுவேன் என்று நினைத்தபடியால் இப்படிச் சொன்னேன் என்றான்; அபிமெலேக்கு ஆடுமாடுகளையும், வேலைக்காரர்களையும்

வேலைக்காரிகளையும், ஆயிரம் வெள்ளிக்காசுகளையும் எடுத்து
ஆபிரகாமுக்குக் கொடுத்து, சாராளை அவனிடத்தில்
திருப்பிக்கொடுத்தான். 26. அபிமெலேக்கு ஆபிரகாமை நோக்கி:
இதோ, தேசம் முழுவதும் உனக்கு முன்பாக இருக்கிறது, உனக்குப்
பிரியமான எந்த இடத்திலாவது குடியிரு என்றான். 27. ஆபிரகாமும்
அவன் மனைவியாகிய சாராளும் கனத்தோடும் மரியாதையோடும்
ராஜாவின் சமுகத்தை விட்டுப் புறப்பட்டுப்போய், அந்த தேசத்திலுள்ள
கேராரில் குடியிருந்தார்கள். 28. சாராளினிமித்தம் தூதன் ராத்திரி
முழுவதும் அவர்களுக்கு உண்டாக்கின வாதையினால்,
பெலிஸ்தருடைய தேசத்தின் குடிகள் எல்லாரும் ராஜாவின்
வேலைக்காரர்களும் இன்னும் வேதனையிலிருந்தார்கள். 29.
அபிமெலேக்கு ஆபிரகாமிடத்தில் ஆள் அனுப்பி: இந்த மரணம்
எங்களை விட்டு நீங்கும்படிக்கு, உமது அடியார்களுக்காக இப்போது
உன் தேவனாகிய கர்த்தரை நோக்கி ஜெபம்பண்ணு என்று சொல்லச்
சொன்னான். 30. ஆபிரகாம் அபிமெலேக்குக்காகவும் அவனுடைய
குடிகளுக்காகவும் ஜெபம்பண்ணினான், கர்த்தர் ஆபிரகாமின்
ஜெபத்தைக் கேட்டு, அபிமெலேக்கையும் அவனுடைய குடிகள்
எல்லாரையும் குணமாக்கினார்.

அத்தியாயம் 21

1. ஆபிரகாம் பெலிஸ்தருடைய தேசத்திலுள்ள கேராரில்
குடியிருந்து ஒரு வருஷமும் நான்கு மாதங்களும் முடிந்தபோது, தேவன்
சாராளைச் சந்தித்தார்; கர்த்தர் அவளை நினைத்தருளினார், அவள்
கர்ப்பவதியாகி ஆபிரகாமுக்கு ஒரு குமாரனைப் பெற்றாள். 2. சாராள்
தனக்குப் பெற்ற அந்தக் குமாரனுக்கு ஆபிரகாம் ஈசாக்கு என்று
பேரிட்டான். 3. தேவன் ஆபிரகாமுக்கும் அவனுக்குப் பின் அவன்
சந்ததிக்கும் கட்டளையிட்டிருந்தபடியே, ஆபிரகாம் எட்டு நாளான
தன் குமாரனான ஈசாக்குக்கு விருத்தசேதனம்பண்ணினான்; ஈசாக்கு
அவர்களுக்குப் பிறக்கும்போது ஆபிரகாமுக்கு நூறு வயதும்,
சாராளுக்குத் தொண்ணூறு வயதுமாயிருந்தது. 4. அந்தப் பிள்ளை
வளர்ந்து பால் மறந்தான்; ஈசாக்கு பால் மறந்த நாளிலே ஆபிரகாம்
ஒரு பெரிய விருந்து செய்தான். 5. ஆபிரகாம் தன் குமாரனான
ஈசாக்கு பால் மறந்த நாளிலே செய்த அந்த விருந்தில் புசித்துக்
குடித்துச் சந்தோஷங்கொண்டாடும்படி, சேமும் ஏபேரும், அந்த
தேசத்தின் பெரியவர்கள் எல்லாரும், பெலிஸ்தருடைய ராஜாவாகிய
அபிமெலேக்கும், அவனுடைய வேலைக்காரர்களும், அவனுடைய
சேனைத்தலைவனான பிக்கோலும் வந்தார்கள். 6. ஆபிரகாமின்
தகப்பனாகிய தேராகும், அவன் சகோதரனான நாகோரும்,
அவர்களுக்குள்ள யாவரும் சாராளுக்கு ஒரு குமாரன் பிறந்தான்

என்பதைக் கேள்விப்பட்டு மிகவும் சந்தோஷப்பட்டு, ஆரானிலிருந்து
வந்தார்கள். 7. அவர்கள் ஆபிரகாமிடத்திற்கு வந்து, ஈசாக்கு பால்
மறந்த நாளிலே ஆபிரகாம் செய்த விருந்தில் புசித்துக் குடித்தார்கள்.
8. தேராகும் நாகோரும் ஆபிராமோடேகூடச் சந்தோஷப்பட்டு,
பெலிஸ்தருடைய தேசத்தில் அநேக நாட்கள் அவனோடே
தங்கியிருந்தார்கள். 9. ஆபிரகாமின் குமாரனான ஈசாக்கு பிறந்த
முதலாம் வருடத்திலே, ரகூகின் குமாரனான சேரூக் மரித்தான். 10.
சேரூக்கின் நாட்களெல்லாம் இருநூற்று முப்பத்தொன்பது வருஷங்கள்,
அதன்பின்பு அவன் மரித்தான். 11. அந்நாட்களில் ஆபிரகாமின்
குமாரனான இஸ்மவேல் வளர்ந்திருந்தான்; சாராள் ஆபிரகாமுக்கு
ஈசாக்கைப் பெறும்போது அவனுக்கு வயது பதினான்கு. 12. தேவன்
ஆபிரகாமின் குமாரனான இஸ்மவேலோடே இருந்தார், அவன்
வளர்ந்து, வில்லைப் பயன்படுத்தக் கற்றுக்கொண்டு வில்வித்தையிற்
சிறந்தவனானான். 13. ஈசாக்குக்கு ஐந்து வயதானபோது, அவன்
இஸ்மவேலோடே கூடார வாசலில் உட்கார்ந்திருந்தான். 14.
இஸ்மவேல் ஈசாக்கினிடத்தில் வந்து அவனுக்கு எதிரே உட்கார்ந்து,
வில்லை எடுத்து நாணேற்றி, அதில் அம்பை வைத்து ஈசாக்கைக்
கொன்றுபோட நினைத்தான். 15. இஸ்மவேல் தன் குமாரனான
ஈசாக்குக்குச் செய்ய நினைத்த காரியத்தைச் சாராள் கண்டு, தன்
குமாரனினிமித்தம் மிகவும் துக்கப்பட்டு, ஆபிரகாமை அழைப்பித்து,
அவனை நோக்கி: இந்த அடிமைப் பெண்ணையும் இவள் குமாரனையும்
துரத்திவிடும், இவள் குமாரன் என் குமாரனோடே
சுதந்தரவாளியாயிருக்கக்கூடாது; இன்றையதினம் இவன் அவனுக்கு
இப்படிச் செய்யத் தேடினானே என்றாள். 16. ஆபிரகாம் சாராளின்
சத்தத்திற்குச் செவிகொடுத்து, காலையிலே அதிகாலையில் எழுந்து,
பன்னிரண்டு அப்பங்களையும் ஒரு துருத்தி தண்ணீரையும் எடுத்து,
ஆகாரிடத்தில் கொடுத்து, அவளையும் அவள் குமாரனையும்
அனுப்பிவிட்டான்; ஆகார் தன் குமாரனோடே வனாந்தரத்திற்குப்
போனாள், அவர்கள் பாரான் வனாந்தரத்தில் வனாந்தரவாசிகளோடே
குடியிருந்தார்கள்; இஸ்மவேல் வில்வித்தையிற் சிறந்தவனாயிருந்தான்,
அவன் வனாந்தரத்தில் வெகுகாலம் குடியிருந்தான். 17. அதன்பின்பு
அவனும் அவன் தாயும் எகிப்து தேசத்திற்குப் போய் அங்கே
குடியிருந்தார்கள்; ஆகார் எகிப்திலிருந்து தன் குமாரனுக்கு ஒரு
மனைவியைக் கொண்டாள், அவளுடைய பெயர் மெரிபா *(Meribah)*.
18. இஸ்மவேலின் மனைவி கர்ப்பவதியாகி, நான்கு குமாரர்களையும்
இரண்டு குமாரத்திகளையும் பெற்றாள்; அதன்பின்பு இஸ்மவேலும்,
அவன் தாயும், அவன் மனைவியும், பிள்ளைகளும் புறப்பட்டு
வனாந்தரத்திற்குத் திரும்பினார்கள். 19. அவர்கள் வனாந்தரத்தில்
தங்களுக்குக் கூடாரங்களைப் போட்டுக்கொண்டு, அவைகளில்
குடியிருந்தார்கள்; அவர்கள் மாதந்தோறும் வருஷந்தோறும்
பிரயாணம்பண்ணுவதும் தங்குவதுமாயிருந்தார்கள். 20. தேவன்

அவனுடைய தகப்பனாகிய ஆபிரகாமினிமித்தம் இஸ்மவேலுக்கு
மந்தைகளையும் ஆடுமாடுகளையும் கூடாரங்களையும் கொடுத்தார்;
அந்த மனுஷனுக்கு பிருகஜீவன்கள் பெருகின. 21. இஸ்மவேல்
பாலைவனங்களிலும் கூடாரங்களிலும் குடியிருந்து, வெகுகாலம்
பிரயாணம்பண்ணுவதும் தங்குவதுமாயிருந்தான்; அவன் தன்
தகப்பனின் முகத்தைப் பார்க்கவில்லை. 22. சில காலத்திற்குப் பின்பு
ஆபிரகாம் தன் மனைவியாகிய சாராளை நோக்கி: நான் போய்ப்
பன்னாள் பார்க்காத என் குமாரனான இஸ்மவேலைப் பார்ப்பேன்,
அவனைக் காண விரும்புகிறேன் என்றான். 23. ஆபிரகாம் தன்
ஒட்டகங்களில் ஒன்றின்மேல் ஏறி, தன் குமாரனான இஸ்மவேலைத்
தேடி வனாந்தரத்திற்குப் போனான்; அவன் தனக்குள்ள யாவற்றோடும்
வனாந்தரத்தில் ஒரு கூடாரத்தில் குடியிருக்கிறான் என்று
கேள்விப்பட்டிருந்தான். 24. ஆபிரகாம் வனாந்தரத்திற்குப் போய்,
ஏறக்குறைய நண்பகலில் இஸ்மவேலின் கூடாரத்திற்கு வந்தான்;
அவன் இஸ்மவேலைக்குறித்து விசாரித்தான், இஸ்மவேலின் மனைவி
தன் பிள்ளைகளோடே கூடாரத்தில் உட்கார்ந்திருப்பதைக் கண்டான்;
அவளுடைய புருஷனான இஸ்மவேலும் அவன் தாயும் அவர்களோடே
இல்லை. 25. ஆபிரகாம் இஸ்மவேலின் மனைவியை நோக்கி:
இஸ்மவேல் எங்கே போனான்? என்றான்; அவள்: அவன்
வேட்டையாட வெளிக்குப் போனான் என்றாள். ஆபிரகாம்
ஒட்டகத்தை விட்டுத் தரையில் இறங்கமாட்டேன் என்று தன்
மனைவியாகிய சாராளுக்கு ஆணையிட்டிருந்தபடியால், அவன்
ஒட்டகத்தின்மேலேயே இருந்தான். 26. ஆபிரகாம் இஸ்மவேலின்
மனைவியை நோக்கி: என் மகளே, நான் குடிக்க எனக்குக் கொஞ்சம்
தண்ணீர் கொடு, பிரயாணத்தினால் களைத்திருக்கிறேன் என்றான். 27.
இஸ்மவேலின் மனைவி ஆபிராமுக்குப் பிரதியுத்தரமாக: எங்களிடத்தில்
தண்ணீரும் இல்லை அப்பமும் இல்லை என்றாள்; அவள் கூடாரத்தில்
உட்கார்ந்திருந்து ஆபிராமைக் கவனிக்கவுமில்லை, அவன் யார் என்று
அவனைக் கேட்கவுமில்லை. 28. ஆனால் அவள் கூடாரத்திலே தன்
பிள்ளைகளை அடித்து, அவர்களைச் சபித்து, தன் புருஷனான
இஸ்மவேலையும் சபித்து நிந்தித்தாள்; ஆபிரகாம் இஸ்மவேலின்
மனைவி தன் பிள்ளைகளிடத்தில் சொன்ன வார்த்தைகளைக் கேட்டு,
மிகவும் கோபங்கொண்டு மனமடிவடைந்தான். 29. ஆபிரகாம் அந்த
ஸ்திரீயைக் கூடாரத்திலிருந்து தன்னிடத்திற்கு வெளியே வரும்படி
கூப்பிட்டான்; ஆபிரகாம் ஒட்டகத்தின்மேலேயே இருந்தபடியால், அந்த
ஸ்திரீ வந்து ஆபிராமுக்கு எதிரே நின்றாள். 30. ஆபிராம்
இஸ்மவேலின் மனைவியை நோக்கி: உன் புருஷனான இஸ்மவேல்
வீட்டிற்கு வரும்போது அவனிடத்தில் இந்த வார்த்தைகளைச் சொல்:
31. பெலிஸ்தருடைய தேசத்திலிருந்து முதிர்வயதான ஒரு மனுஷன்
உன்னைத் தேடி இங்கே வந்தான், அவனுடைய தோற்றமும் உருவமும்
இப்படி இருந்தது; நான் அவன் யார் என்று கேட்கவில்லை, நீ இங்கே

இல்லாதபடியால் அவன் என்னிடத்தில் பேசி: உன் புருஷனான இஸ்மவேல் திரும்பி வரும்போது அவனிடத்தில் சொல்லவேண்டியது என்னவென்றால், அந்த மனுஷன் இப்படிச் சொன்னான்: நீ வீட்டிற்கு வரும்போது, நீ இங்கே அடித்திருக்கிற இந்தக் கூடார முளையைப் பிடுங்கிப்போட்டு, அதற்குப் பதிலாக வேறொரு முளையை அடி என்றான் என்று சொல் என்றான்.
32. ஆபிரகாம் அந்த ஸ்திரீக்குக் கற்பித்துமுடித்து, திரும்பி ஒட்டகத்தின்மேல் ஏறித் தன் வீட்டிற்குப் போனான்.
33. அதன்பின்பு இஸ்மவேலும் அவன் தாயும் வேட்டையிலிருந்து கூடாரத்திற்குத் திரும்பினார்கள்; அவன் மனைவி அவனிடத்தில் இந்த வார்த்தைகளைச் சொல்லி:
34. பெலிஸ்தருடைய தேசத்திலிருந்து முதிர்வயதான ஒரு மனுஷன் உன்னைத் தேடி வந்தான், அவனுடைய தோற்றமும் உருவமும் இப்படி இருந்தது; நான் அவன் யார் என்று கேட்கவில்லை, நீ வீட்டில் இல்லாதபடியால் அவன் என்னை நோக்கி: உன் புருஷன் வீட்டிற்கு வரும்போது அவனிடத்தில் சொல், அந்த முதிர்வயதான மனுஷன் இப்படிச் சொன்னான்: நீ இங்கே அடித்திருக்கிற இந்தக் கூடார முளையைப் பிடுங்கிப்போட்டு, அதற்குப் பதிலாக வேறொரு முளையை அடி என்றான் என்றாள்.
35. இஸ்மவேல் தன் மனைவியின் வார்த்தைகளைக் கேட்டபோது, அது தன் தகப்பன் என்றும், தன் மனைவி அவனைக் கனப்படுத்தவில்லை என்றும் அறிந்தான்.
36. இஸ்மவேல் தன் தகப்பன் தன் மனைவியிடத்தில் சொன்ன வார்த்தைகளின் அர்த்தத்தைப் புரிந்துகொண்டு, இஸ்மவேல் தன் தகப்பனின் வார்த்தைக்குச் செவிகொடுத்து, அந்த ஸ்திரீயைத் துரத்திவிட்டான், அவள் போய்விட்டாள்.
37. அதன்பின்பு இஸ்மவேல் கானான் தேசத்திற்குப் போய் வேறொரு ஸ்திரீயை மனைவியாகக் கொண்டு, அவளைத் தான் அப்பொழுது குடியிருந்த இடத்திலுள்ள தன் கூடாரத்திற்குக் கொண்டுவந்தான்.
38. மூன்று வருஷங்களின் முடிவில் ஆபிரகாம்: நான் பன்னாள் பார்க்காத என் குமாரனான இஸ்மவேலைத் திரும்பவும் போய்ப் பார்ப்பேன் என்றான்.
39. அவன் தன் ஒட்டகத்தின்மேல் ஏறி வனாந்தரத்திற்குப் போய், ஏறக்குறைய நண்பகலில் இஸ்மவேலின் கூடாரத்திற்கு வந்தான்.
40. அவன் இஸ்மவேலைக்குறித்து விசாரித்தான், அவன் மனைவி கூடாரத்திலிருந்து வெளியே வந்து: என் ஆண்டவனே, அவன் இங்கே இல்லை, வெளிக்கு வேட்டையாடவும் ஒட்டகங்களை மேய்க்கவும் போனான் என்றாள்; அந்த ஸ்திரீ ஆபிரகாமை நோக்கி: என் ஆண்டவனே, நீர் கூடாரத்திற்குள் வந்து கொஞ்சம் அப்பம் புசியும், பிரயாணத்தினால் உமது ஆத்துமா இளைத்திருக்குமே என்றாள்.
41. ஆபிரகாம் அவளை நோக்கி: என் பிரயாணத்தைத் தொடர நான் அவசரமாயிருக்கிறபடியால் நான் தங்கமாட்டேன், எனக்குத் தாகமாயிருக்கிறபடியால் குடிக்கக் கொஞ்சம் தண்ணீர் மாத்திரம் கொடு என்றான்; அந்த ஸ்திரீ தீவிரமாய்க் கூடாரத்திற்குள் ஓடி,

ஆபிரகாமுக்கு அப்பமும் தண்ணீரும் கொண்டுவந்து அவனுக்கு முன்பாக வைத்து, அவனைப் புசிக்கும்படி வற்புறுத்தினாள்; அவன் புசித்துக் குடித்தான், அவன் இருதயம் தேறிற்று, அவன் தன் குமாரனான இஸ்மவேலை ஆசீர்வதித்தான். 42. அவன் போஜனம்பண்ணி முடித்து, கர்த்தரை ஸ்தோத்திரித்து, இஸ்மவேலின் மனைவியை நோக்கி: இஸ்மவேல் வீட்டிற்கு வரும்போது அவனிடத்தில் இந்த வார்த்தைகளைச் சொல்: 43. பெலிஸ்தருடைய தேசத்திலிருந்து முதிர்வயதான ஒரு மனுஷன் இங்கே வந்து உன்னை விசாரித்தான், நீ இங்கே இல்லை; நான் அவனுக்கு அப்பமும் தண்ணீரும் கொண்டுவந்தேன், அவன் புசித்துக் குடித்தான், அவன் இருதயம் தேறிற்று. 44. அவன் என்னிடத்தில் இந்த வார்த்தைகளைச் சொன்னான்: உன் புருஷனான இஸ்மவேல் வீட்டிற்கு வரும்போது அவனிடத்தில் சொல்: நீ அடித்திருக்கிற கூடார முளை மிகவும் நல்லது, அதைக் கூடாரத்திலிருந்து பிடுங்கிப்போட வேண்டாம் என்றான் என்று சொல் என்றான். 45. ஆபிரகாம் அந்த ஸ்திரீக்குக் கற்பித்துமுடித்து, தன் ஒட்டகத்தின்மேல் ஏறிப் பெலிஸ்தருடைய தேசத்திலுள்ள தன் வீட்டிற்குப் போனான்; இஸ்மவேல் தன் கூடாரத்திற்கு வந்தபோது, அவன் மனைவி சந்தோஷத்தோடும் மகிழ்ச்சியான இருதயத்தோடும் அவனை எதிர்கொண்டு போனாள். 46. அவள் அவனை நோக்கி: பெலிஸ்தருடைய தேசத்திலிருந்து ஒரு முதிர்வயதான மனுஷன் இங்கே வந்தான், அவனுடைய தோற்றம் இப்படி இருந்தது, அவன் உன்னை விசாரித்தான், நீ இங்கே இல்லை; ஆகையால் நான் அவனுக்கு அப்பமும் தண்ணீரும் கொண்டுவந்தேன், அவன் புசித்துக் குடித்தான், அவன் இருதயம் தேறிற்று. 47. அவன் என்னிடத்தில் இந்த வார்த்தைகளைச் சொன்னான்: உன் புருஷனான இஸ்மவேல் வீட்டிற்கு வரும்போது அவனிடத்தில் சொல்: நீ அடித்திருக்கிற கூடார முளை மிகவும் நல்லது, அதைக் கூடாரத்திலிருந்து பிடுங்கிப்போட வேண்டாம் என்றான் என்றாள். 48. அது தன் தகப்பன் என்றும், தன் மனைவி அவனைக் கனப்படுத்தினாள் என்றும் இஸ்மவேல் அறிந்தான்; கர்த்தர் இஸ்மவேலை ஆசீர்வதித்தார்.

அத்தியாயம் 22

1. இஸ்மவேல் எழுந்து, தன் மனைவியையும் தன் பிள்ளைகளையும் தன் மிருகஜீவன்களையும் தனக்குள்ள யாவற்றையும் அழைத்துக்கொண்டு, அங்கிருந்து புறப்பட்டு, பெலிஸ்தருடைய தேசத்திலிருக்கிற தன் தகப்பனிடத்திற்குப் போனான். 2. இஸ்மவேல் விவாகம்பண்ணியிருந்த முந்தின மனைவிக்கு அவளுடைய செய்கையின்படியே சம்பவித்த காரியத்தை ஆபிரகாம் தன் குமாரனான இஸ்மவேலுக்குச் சொன்னான். 3. இஸ்மவேலும் அவன்

பிள்ளைகளும் அந்த தேசத்தில் அநேக நாட்கள் ஆபிரகாமோடே குடியிருந்தார்கள்; ஆபிரகாம் பெலிஸ்தருடைய தேசத்தில் அநேக காலம் குடியிருந்தான். 4. நாட்கள் பெருகி இருபத்தாறு வருஷங்களான பின்பு, ஆபிரகாம் தன் வேலைக்காரர்களோடும் தனக்குள்ள யாவற்றோடும் பெலிஸ்தருடைய தேசத்தை விட்டு வெகுதூரத்திற்குப் பிரயாணம்பண்ணி, எப்ரோனுக்குச் சமீபமாய் வந்து அங்கே தங்கியிருந்தான்; ஆபிரகாமின் வேலைக்காரர்கள் தண்ணீர் உள்ள துரவுகளைத் தோண்டினார்கள், ஆபிரகாமும் அவனுக்குள்ள யாவரும் தண்ணீரின் அருகே குடியிருந்தார்கள்; ஆபிரகாமின் வேலைக்காரர்கள் தேசத்தின் எல்லைகளில் தண்ணீர் உள்ள துரவுகளைத் தோண்டினார்கள் என்னும் செய்தியைப் பெலிஸ்தருடைய ராஜாவாகிய அபிமெலேக்கின் வேலைக்காரர்கள் கேள்விப்பட்டார்கள். 5. அவர்கள் வந்து ஆபிரகாமின் வேலைக்காரர்களோடே வாக்குவாதம் பண்ணி, அவர்கள் தோண்டியிருந்த பெரிய துரவை அவர்களிடமிருந்து பறித்துக்கொண்டார்கள். 6. பெலிஸ்தருடைய ராஜாவாகிய அபிமெலேக்கு இந்தக் காரியத்தைக் கேள்விப்பட்டு, அவன் தன் சேனைத்தலைவனான பிக்கோலோடும் இருபது மனுஷர்களோடும் ஆபிரகாமிடத்திற்கு வந்தான்; அபிமெலேக்கு ஆபிரகாமின் வேலைக்காரர்களைக்குறித்து ஆபிரகாமிடத்தில் பேசினான், ஆபிரகாம் தன் வேலைக்காரர்களிடமிருந்து அபிமெலேக்கின் வேலைக்காரர்கள் பறித்துக்கொண்ட துரவைக்குறித்து அபிமெலேக்கைக் கடிந்துகொண்டான். 7. அபிமெலேக்கு ஆபிரகாமை நோக்கி: பூமி முழுவதையும் சிருஷ்டித்த கர்த்தருடைய ஜீவனைக் கொண்டு சொல்லுகிறேன், என் வேலைக்காரர்கள் உமது வேலைக்காரர்களுக்குச் செய்த இந்தக் காரியத்தை நான் இந்நாள்வரைக்கும் கேள்விப்படவில்லை என்றான். 8. ஆபிரகாம் ஏழு பெண்ணாட்டுக்குட்டிகளைப் பிடித்து அபிமெலேக்குக்குக் கொடுத்து: இந்தத் துரவை நான்தான் தோண்டினேன் என்பதற்குச் சாட்சியாக, நீர் தயவுசெய்து இவைகளை என் கையிலிருந்து வாங்கிக்கொள்ளும் என்றான். 9. ஆபிரகாம் தனக்குக் கொடுத்த ஏழு பெண்ணாட்டுக்குட்டிகளை அபிமெலேக்கு வாங்கிக்கொண்டான்; ஏனெனில் ஆபிரகாம் அவனுக்கு ஏராளமான ஆடுமாடுகளையும் மந்தைகளையும் கொடுத்திருந்தான்; அபிமெலேக்கு அந்தத் துரவைக்குறித்து ஆபிரகாமுக்கு ஆணையிட்டான், அவர்கள் இருவரும் அதைக்குறித்து அங்கே ஆணையிட்டபடியால், அவன் அந்தத் துரவுக்குப் பெயெர்செபா என்று பேரிட்டான். 10. அவர்கள் இருவரும் பெயெர்செபாவிலே உடன்படிக்கை பண்ணினார்கள்; அபிமெலேக்கு தன் சேனைத்தலைவனான பிக்கோலோடும் தன் மனுஷர்கள் எல்லாரோடும் எழுந்து, பெலிஸ்தருடைய தேசத்திற்குத் திரும்பினான்; ஆபிரகாமும் அவனுக்குள்ள யாவரும் பெயெர்செபாவிலே குடியிருந்தார்கள், அவன் அநேக காலம் அந்த தேசத்திலே இருந்தான்.

11. ஆபிரகாம் பெயெர்செபாவிலே ஒரு பெரிய தோப்பை உண்டாக்கி,
பூமியின் நான்கு திசைகளுக்கும் முகமாய் அதற்கு நான்கு வாசல்களை
அமைத்து, அதிலே ஒரு திராட்சத்தோட்டத்தை நாட்டினான்;
பிரயாணிகள் ஆபிரகாமிடத்திற்கு வந்தால், தாங்கள் வரும்
வழியிலுள்ள வாசல் வழியாக நுழைந்து, அங்கே தங்கியிருந்து,
புசித்துக் குடித்துத் திருப்தியடைந்த பின்பு புறப்பட்டுப் போவார்கள்.
12. ஆபிரகாமின் வீட்டிலே புசித்துக் குடிக்க நாளுக்கு நாள் வருகிற
பிரயாணிகளுக்கு, ஆபிரகாமின் வீடு எப்பொழுதும் திறந்தே இருந்தது.
13. பசியுள்ள எந்த மனுஷனாவது ஆபிரகாமின் வீட்டிற்கு வந்தால்,
அவன் புசித்துக் குடித்துத் திருப்தியடையும்படி ஆபிரகாம் அவனுக்கு
அப்பம் கொடுப்பான்; நிர்வாணியாய் அவன் வீட்டிற்கு வருகிற
எவனுக்கும், அவன் விரும்புகிற வஸ்திரங்களை உடுத்தி, அவனுக்கு
வெள்ளியையும் பொன்னையும் கொடுத்து, பூமியில் அவனைச்
சிருஷ்டித்த கர்த்தரை அவனுக்கு அறிவிப்பான்; ஆபிரகாம் தன்
ஜீவகாலமெல்லாம் இப்படிச் செய்துவந்தான். *14.* ஆபிரகாமும் அவன்
பிள்ளைகளும் அவனுக்குள்ள யாவரும் பெயெர்செபாவிலே
குடியிருந்தார்கள், அவன் எப்ரோன்வரைக்கும் தன் கூடாரத்தைப்
போட்டான். *15.* ஆபிரகாமின் சகோதரனான நாகோரும் அவன்
தகப்பனும் அவர்களுக்குள்ள யாவரும் ஆரானில் குடியிருந்தார்கள்,
அவர்கள் ஆபிரகாமோடேகூடக் கானான் தேசத்திற்கு வரவில்லை. *16.*
ஆரானின் குமாரத்தியும் ஆபிராமின் மனைவியாகிய சாராளின்
சகோதரியுமான மில்காள், நாகோருக்குப் பிள்ளைகளைப் பெற்றாள்.
17. அவனுக்குப் பிறந்தவர்களின் பெயர்களாவன: ஊஸ், பூஸ்,
கேமுவேல், கேசேத், ஆசோ, பில்தாஸ், இதிலாப், பெத்துவேல் என்னும்
எட்டு குமாரர்கள்; இவர்களே ஆபிரகாமின் சகோதரனான
நாகோருக்கு மில்காள் பெற்ற பிள்ளைகள். *18.* நாகோருக்கு ரேமா
(Reumah) என்னும் பெயருள்ள ஒரு மறுமனையாட்டி இருந்தாள்,
அவளும் நாகோருக்குத் தேபாக் *(Zebach)*, ககாஸ் *(Gachash)*, தகாஸ்
(Tachash), மாக்கா *(Maacha)* என்னும் நான்கு குமாரர்களைப்
பெற்றாள். *19.* நாகோருக்குப் பிறந்த பிள்ளைகள் அவனுடைய
குமாரத்திகளைத் தவிர பன்னிரண்டு குமாரர்கள்; அவர்களுக்கும்
ஆரானிலே பிள்ளைகள் பிறந்தார்கள். *20.* நாகோரின் மூத்த
குமாரனான ஊசின் பிள்ளைகள்: ஆபி *(Abi)*, கேரேப் *(Cheref)*, காதின்
(Gadin), மெலுஸ் *(Melus)* மற்றும் அவர்கள் சகோதரியாகிய
தெபொராள். *21.* பூசின் குமாரர்கள்: பெராக்கேல் *(Berachel)*, நாமாத்
(Naamath), சேவா *(Sheva)* மற்றும் மாதோனு *(Madonu)*. *22.*
கேமுவேலின் குமாரர்கள்: ஆராம் மற்றும் ரேகோப் *(Rechob)*. *23.*
கேசேதின் குமாரர்கள்: அனாம்லேக்கு *(Anamlech)*, மேஷாய் *(Meshai)*,
பேனோன் *(Benon)* மற்றும் இபி *(Yifi)*; ஆசோவின் குமாரர்கள்:
பில்தாஸ், மேகி *(Mechi)* மற்றும் ஓபேர் *(Opher)*. *24.* பில்தாசின்
குமாரர்கள்: ஆருத் *(Arud)*, சாமுஸ் *(Chamum)*, மேரேத் *(Mered)* மற்றும்

மோலோக் *(Moloch)*. 25. இதிலாபின் குமாரர்கள்: மூஷான் *(Mushan)*, கூஷான் *(Cushan)* மற்றும் முட்சி *(Mutzi)*. 26. பெத்துவேலின் பிள்ளைகள்: சேகார் *(Sechar)*, லாபான் மற்றும் அவர்கள் சகோதரியாகிய ரெபெக்காள். 27. இவர்களே ஆரானிலே நாகோரின் பிள்ளைகளுக்குப் பிறந்த குடும்பங்கள்; கேமுவேலின் குமாரனான ஆராமும் அவன் சகோதரனான ரேகோபும் ஆரானை விட்டுப் புறப்பட்டுப்போய், ஐபிராத்து நதியருகே தேசத்திலே ஒரு பள்ளத்தாக்கைக் கண்டுபிடித்தார்கள். 28. அவர்கள் அங்கே ஒரு நகரத்தைக் கட்டி, ஆராமின் குமாரனான பேத்தோரின் *(Pethor)* பெயரின்படியே அந்த நகரத்திற்குப் பேரிட்டார்கள்; அது இந்நாள்வரைக்கும் ஆராம் நகராயீம் *(Aram Naherayim)* எனப்படுகிறது. 29. கேசேதின் பிள்ளைகளும் தங்களுக்கு இடங்கிடைக்கும் இடத்திலே குடியிருக்கும்படி புறப்பட்டுப்போய், சிநேயார் தேசத்திற்கு எதிரான ஒரு பள்ளத்தாக்கைக் கண்டுபிடித்து, அங்கே குடியிருந்தார்கள். 30. அவர்கள் அங்கே தங்களுக்கு ஒரு நகரத்தைக் கட்டி, தங்கள் தகப்பனின் பெயரின்படியே அந்த நகரத்திற்குக் கேசேத் என்று பேரிட்டார்கள்; அது இந்நாள்வரைக்கும் கஸ்தீம் தேசம் எனப்படுகிறது; கஸ்தீயர்கள் அந்த தேசத்தில் குடியிருந்து பலுகி மிகவும் பெருகினார்கள். 31. நாகோருக்கும் ஆபிராமுக்கும் தகப்பனாகிய தேராகு தன் முதிர்வயதிலே போய் வேறொரு ஸ்திரீயை விவாகம்பண்ணினான், அவள் பெயர் பெலிலாள் *(Pelilah)*; அவள் கர்ப்பவதியாகி அவனுக்கு ஒரு குமாரனைப் பெற்றாள், அவனுக்குச் சோபா *(Zoba)* என்று பேரிட்டான். 32. தேராகு சோபாவைப் பெற்ற பின்பு இருபத்தைந்து வருஷங்கள் உயிரோடிருந்தான். 33. தேராகு அந்த வருடத்திலே, அதாவது ஆபிரகாமின் குமாரனான ஈசாக்கு பிறந்த முப்பத்தைந்தாம் வருடத்திலே மரித்தான். 34. தேராகின் நாட்களெல்லாம் இருநூற்று ஐந்து வருஷங்கள்; அவன் ஆரானிலே அடக்கம்பண்ணப்பட்டான். 35. தேராகின் குமாரனான சோபா முப்பது வருஷம் உயிரோடிருந்து, ஆராம், அக்லிஸ் *(Achlis)*, மெரிக் *(Merik)* என்பவர்களைப் பெற்றான். 36. தேராகின் குமாரனான சோபாவின் குமாரனாகிய ஆராமுக்கு மூன்று மனைவிகள் இருந்தார்கள், அவன் பன்னிரண்டு குமாரர்களையும் மூன்று குமாரத்திகளையும் பெற்றான்; கர்த்தர் சோபாவின் குமாரனான ஆராமுக்கு ஐஸ்வரியத்தையும் ஆஸ்திகளையும், ஏராளமான ஆடுமாடுகளையும் மந்தைகளையும் கொடுத்தார், அவன் மிகவும் பெரியவனானான். 37. சோபாவின் குமாரனான ஆராமும் அவன் சகோதரனும் அவன் வீட்டாரனைவரும் ஆரானிலிருந்து பிரயாணம்பண்ணி, தாங்கள் இடங்கிடைக்கும் இடத்திலே குடியிருக்கும்படி போனார்கள்; ஏனெனில் அவர்களுடைய ஆஸ்தி மிகவும் பெரிதாயிருந்தபடியால் அவர்கள் ஆரானிலே தங்கியிருக்க முடியவில்லை; நாகோரின் பிள்ளைகளாகிய தங்கள் சகோதரர்களுடனே ஆரானிலே தங்கியிருக்க அவர்களால்

முடியவில்லை. 38. சோபாவின். குமாரனான ஆராம் தன் சகோதரர்களோடே போனான், அவர்கள் கிழக்குத் தேசத்திற்கு நேராகத் தூரத்தில் ஒரு பள்ளத்தாக்கைக் கண்டுபிடித்து, அங்கே குடியிருந்தார்கள். 39. அவர்கள் அங்கே ஒரு நகரத்தைக் கட்டி, தங்கள் மூத்த சகோதரனின் பெயரின்படியே அதற்கு ஆராம் என்று பேரிட்டார்கள்; அது இந்நாள்வரைக்கும் ஆராம் சோபா எனப்படுகிறது. 40. அந்நாட்களில் ஆபிரகாமின் குமாரனான ஈசாக்கு வளர்ந்துகொண்டிருந்தான்; கர்த்தரை அறியும்படி கர்த்தருடைய வழியை அவனுடைய தகப்பனாகிய ஆபிரகாம் அவனுக்குப் போதித்தான், கர்த்தர் அவனோடே இருந்தார். 41. ஈசாக்குக்கு முப்பத்தேழு வயதானபோது, அவன் சகோதரனான இஸ்மவேல் அவனோடே கூடாரத்தில் உலாவிக்கொண்டிருந்தான். 42. இஸ்மவேல் ஈசாக்கினிடத்தில் பெருமைபாராட்டி: கர்த்தர் நம்மை விருத்தசேதனம்பண்ணும்படி என் தகப்பனிடத்தில் சொன்னபோது எனக்கு வயது பதின்மூன்று; கர்த்தர் என் தகப்பனிடத்தில் சொன்ன வார்த்தையின்படியே நான் செய்து, கர்த்தருக்கு என் ஆத்துமாவை ஒப்புக்கொடுத்தேன், அவர் என் தகப்பனுக்குக் கட்டளையிட்ட அவருடைய வார்த்தையை நான் மீறவில்லை என்றான். 43. ஈசாக்கு இஸ்மவேலுக்குப் பிரதியுத்தரமாக: கர்த்தர் உனக்குக் கட்டளையிட்டதினிமித்தம் உன் மாம்சத்திலிருந்து நீ வெட்டிப்போட்ட உன் மாம்சத்தின் ஒரு சிறு துண்டைக்குறித்து நீ ஏன் என்னிடத்தில் பெருமைபாராட்டுகிறாய்? 44. என் தகப்பனாகிய ஆபிரகாமின் தேவனாயிருக்கிற கர்த்தருடைய ஜீவனைக் கொண்டு சொல்லுகிறேன்; கர்த்தர் என் தகப்பனை நோக்கி: இப்போது நீ உன் குமாரனான ஈசாக்கை அழைத்துக்கொண்டுபோய், அவனை எனக்கு முன்பாகப் பலியிடு என்று சொன்னால், நான் பின்வாங்காமல் சந்தோஷத்தோடே அதற்குச் சம்மதிப்பேன் என்றான். 45. ஈசாக்கு இஸ்மவேலுக்குச் சொன்ன வார்த்தையைக் கர்த்தர் கேட்டார், அது கர்த்தரின் பார்வைக்கு நல்லதாய்க் கண்டது, அவர் இந்தக் காரியத்தில் ஆபிரகாமைச் சோதிக்க நினைத்தார். 46. தேவகுமாரர் வந்து கர்த்தருடைய சந்நிதியில் நின்ற நாள் வந்தது, சாத்தானும் தேவகுமாரரோடேகூடக் கர்த்தருடைய சந்நிதியில் வந்தான். 47. கர்த்தர் சாத்தானை நோக்கி: நீ எங்கிருந்து வருகிறாய்? என்றார்; சாத்தான் கர்த்தருக்குப் பிரதியுத்தரமாக: நான் பூமியெங்கும் உலாவி, அதில் சுற்றித்திரிந்து வருகிறேன் என்றான். 48. கர்த்தர் சாத்தானை நோக்கி: பூமியின் பிள்ளைகள் எல்லாரையுங்குறித்து நீ எனக்குச் சொல்லும் வார்த்தை என்ன? என்றார்; சாத்தான் கர்த்தருக்குப் பிரதியுத்தரமாக: உம்மைச் சேவிக்கிற பூமியின் பிள்ளைகள் எல்லாரையும் நான் கண்டேன், அவர்கள் உம்மிடத்திலிருந்து ஏதாகிலும் கேட்கும்போது மாத்திரம் உம்மை நினைக்கிறார்கள். 49. அவர்கள் உம்மிடத்திலிருந்து கேட்கிற காரியத்தை நீர் அவர்களுக்குக்

கொடுத்தவுடனே, அவர்கள் தங்கள் சவுகரியத்தில் உட்கார்ந்து உம்மை
விட்டுவிடுகிறார்கள், இனி உம்மை நினைக்கிறதில்லை. 50. தேராகின்
குமாரனான ஆபிரகாமை நீர் கண்டீரோ; முதலில் அவனுக்குப்
பிள்ளைகளில்லை, அவன் உம்மைச் சேவித்து, தான் போன
இடங்களிலெல்லாம் உமக்குப் பலிபீடங்களைக் கட்டி, அவைகளின்
மேல் பலிகளைச் செலுத்தி, பூமியின் பிள்ளைகள் எல்லாருக்கும்
முன்பாக உமது நாமத்தை இடைவிடாமல் பிரஸ்தாபப்படுத்தினான்.
51. இப்போது அவனுக்கு அவன் குமாரனான ஈசாக்கு பிறந்த பின்பு,
அவன் உம்மை விட்டுவிட்டான்; அவன் தேசத்தின் குடிகள்
எல்லாருக்கும் ஒரு பெரிய விருந்து செய்தான், ஆனால் கர்த்தராகிய
உம்மை மறந்துவிட்டான். 52. அவன் செய்த எல்லாவற்றிற்கும் நடுவே
அவன் உமக்கு ஒரு பலியையும் செலுத்தவில்லை; தன் குமாரன் பால்
மறந்த நாளிலே அவன் அடித்த எல்லாவற்றிலுமிருந்து அவன் உமக்குத்
தகனபலியையாகிலும் சமாதானபலியையாகிலும், எருதையாவது
ஆட்டுக்குட்டியையாவது வெள்ளாட்டையாவது செலுத்தவில்லையே.
53. அவனுடைய குமாரன் பிறந்த காலமுதல் இதுவரைக்கும்,
முப்பத்தேழு வருஷங்களாக அவன் உமக்கு முன்பாக ஒரு
பலிபீடத்தையும் கட்டவில்லை, உமக்கு எந்தப் பலியையும்
செலுத்தவில்லை; அவன் உமக்கு முன்பாகக் கேட்டதை நீர்
கொடுத்துவிட்டீர் என்று கண்டு, அவன் உம்மை விட்டுவிட்டான்
என்றான். 54. கர்த்தர் சாத்தானை நோக்கி: என் தாசனாகிய
ஆபிரகாமின் மேல் கவனம் வைத்தாயோ? உத்தமனும் சன்மார்க்கனும்,
தேவனுக்குப் பயந்து பொல்லாப்புக்கு விலகுகிறவனுமாகிய
அவனைப்போலப் பூமியில் ஒருவனுமில்லை; என் ஜீவனைக் கொண்டு
சொல்லுகிறேன், நான் அவனை நோக்கி: உன் குமாரனான ஈசாக்கை
எனக்கு முன்பாகப் பலியிடு என்று சொன்னால், அவன் அவனை
எனக்கு விலக்கமாட்டான்; உன் மந்தையிலிருந்தோ
ஆடுமாடுகளிலிருந்தோ எனக்கு ஒரு தகனபலியைச் செலுத்து என்று
நான் அவனுக்குச் சொன்னால் அவன் எவ்வளவு அதிகமாய்ச்
செய்வான் என்றார். 55. சாத்தான் கர்த்தருக்குப் பிரதியுத்தரமாக:
அப்படியானால் நீர் சொன்னபடியே இப்போது ஆபிரகாமோடே
பேசும்; அவன் இன்றையதினம் உமது வார்த்தைகளை மீறி
அவைகளைத் தள்ளிவிடமாட்டானோ என்று நீர் காண்பீர் என்றான்.

அத்தியாயம் 23

1. அக்காலத்தில் கர்த்தருடைய வார்த்தை ஆபிரகாமுக்கு
உண்டாகி, அவர் அவனை நோக்கி: ஆபிரகாமே என்றார்; அவன்:
இதோ, அடியேன் என்றான். 2. அவர் அவனை நோக்கி: உன்
குமாரனும், நீ நேசிக்கிற உன்னுடைய ஒரே குமாரனுமாகிய ஈசாக்கை

யாசேரின் ஆகமம்

நீ இப்போது அழைத்துக்கொண்டு, மோரியா தேசத்திற்குப் போய், அங்கே நான் உனக்குக் காண்பிக்கும் மலைகளில் ஒன்றின்மேல் அவனைத் தகனபலியாகப் பலியிடு; அங்கே நீ ஒரு மேகத்தையும் கர்த்தருடைய மகிமையையும் காண்பாய் என்றார். 3. ஆபிரகாம் தனக்குள்: என் குமாரனான ஈசாக்கைக் கர்த்தருக்கு முன்பாகத் தகனபலியாகச் செலுத்துவதற்கு, அவனுடைய தாயாகிய சாராளிடத்திலிருந்து நான் அவனை எப்படிப் பிரித்துக்கொண்டு போவேன்? என்றான். 4. ஆபிரகாம் கூடாரத்திற்குள் வந்து, தன் மனைவியாகிய சாராளுக்கு முன்பாக உட்கார்ந்து, அவளிடத்தில் இந்த வார்த்தைகளைப் பேசினான்: 5. என் குமாரனான ஈசாக்கு பெரியவனானான், அவன் தன் தேவனுடைய ஆராதனையைச் சில காலமாகப் படித்துக்கொள்ளவில்லையே; ஆகையால் நாளைக்கு நான் அவனைச் சேமினிடத்திற்கும் அவனுடைய குமாரனான ஏபேரினிடத்திற்கும் கொண்டுபோவேன், அங்கே அவன் கர்த்தருடைய வழிகளைக் கற்றுக்கொள்வான்; அவர்கள் கர்த்தரை அறியும்படிக்கும், அவன் இடைவிடாமல் கர்த்தருக்கு முன்பாக ஜெபம்பண்ணும்போது அவர் அவனுக்குப் பதிலளிப்பார் என்பதை அறியும்படிக்கும் அவனுக்குப் போதிப்பார்கள்; அங்கே அவன் தன் தேவனாகிய கர்த்தரைச் சேவிக்கும் வழியை அறிந்துகொள்வான் என்றான். 6. சாராள்: நீர் நன்றாய்ச் சொன்னீர்; என் ஆண்டவனே, நீர் போய், நீர் சொன்னபடியே அவனுக்குச் செய்யும்; ஆனால் அவனை என்னை விட்டு வெகுதூரம் கொண்டுபோக வேண்டாம், அவனை அங்கே வெகு காலம் தங்கியிருக்கவும் விட வேண்டாம், ஏனெனில் என் ஆத்துமா அவனுடைய ஆத்துமாவோடே இணைக்கப்பட்டிருக்கிறது என்றாள். 7. ஆபிரகாம் சாராளை நோக்கி: என் மகளே, தேவன் நமக்கு நன்மை செய்யும்படி நம்முடைய தேவனாகிய கர்த்தரை நோக்கி ஜெபம்பண்ணுவோம் என்றான். 8. சாராள் தன் குமாரனான ஈசாக்கை அழைத்துக்கொண்டுபோனாள், அந்த ராத்திரி முழுவதும் அவன் அவளோடே தங்கியிருந்தான்; அவள் அவனை முத்தமிட்டு அணைத்துக்கொண்டு, விடியற்காலம்வரைக்கும் அவனுக்குப் புத்திசொன்னாள். 9. அவள் அவனை நோக்கி: என் குமாரனே, என் ஆத்துமா உன்னை விட்டு எப்படிப் பிரியும்? என்றாள்; அவள் தொடர்ந்து அவனை முத்தமிட்டு அணைத்துக்கொண்டாள், அவனைக்குறித்து ஆபிரகாமுக்கும் கட்டளையிட்டாள். 10. சாராள் ஆபிரகாமை நோக்கி: ஓ என் ஆண்டவனே, உம்முடைய குமாரனைப் பத்திரமாய்ப் பார்த்துக்கொள்ளும்; அவன் மேல் உம்முடைய கண்களை வையும் என்று உம்மை வேண்டிக்கொள்ளுகிறேன், ஏனெனில் அவனைத் தவிர எனக்கு வேறொரு குமாரனும் குமாரத்தியும் இல்லையே என்றாள் 11. ஓ, அவனை விட்டுவிட வேண்டாம். அவனுக்குப் பசியாயிருந்தால் அவனுக்கு அப்பம் கொடும், தாகமாயிருந்தால் குடிக்கத் தண்ணீர் கொடும்; அவனை நடந்தே

போகவிட வேண்டாம், வெயிலில் உட்காரவும் விட வேண்டாம். 12.
அவன் வழியிலே தனியாகப் போகவும் விட வேண்டாம்; அவன்
விரும்புவதை விட்டுவிடும்படி அவனை வற்புறுத்தவும் வேண்டாம்,
அவன் உமக்குச் சொல்லுகிறபடியே அவனுக்குச் செய்யும் என்றாள்.
13. ஈசாக்கினிமித்தம் சாராள் அந்த ராத்திரி முழுவதும் மிகவும் அழுது,
விடியற்காலம்வரைக்கும் அவனுக்குப் புத்திசொன்னாள். 14.
காலையிலே, அபிமெலேக்கு தனக்குக் கொடுத்திருந்த வஸ்திரங்களில்
மிகவும் நேர்த்தியானதும் அழகானதுமான ஒரு வஸ்திரத்தைச் சாராள்
தெரிந்துகொண்டாள். 15. அவள் அதைத் தன் குமாரனான ஈசாக்குக்கு
உடுத்தி, அவன் தலையில் ஒரு பாகையை வைத்தாள்; அந்தப்
பாகையின் உச்சியில் விலையேறப்பெற்ற ஒரு ரத்தினத்தை
வைத்தாள்; அவள் அவர்களுக்குப் பிரயாணத்திற்கு வேண்டிய
ஆகாரத்தைக் கொடுத்தாள், அவர்கள் புறப்பட்டார்கள்; ஈசாக்கு தன்
தகப்பனாகிய ஆபிரகாமோடே போனான், அவர்கள் வழியிலே
புறப்பட்டுப்போகும்வரைக்கும் அவர்களை வழியனுப்ப அவர்களுடைய
வேலைக்காரர்கள் சிலரும் அவர்களோடே கூடப் போனார்கள். 16.
சாராளும் அவர்களோடே கூடப் புறப்பட்டு, அவர்களை வழியனுப்ப
வழியிலே அவர்களோடே கூடப் போனாள்; அவர்கள் அவளை
நோக்கி: கூடாரத்திற்குத் திரும்பிப்போ என்றார்கள். 17. சாராள் தன்
குமாரனான ஈசாக்கின் வார்த்தைகளைக் கேட்டபோது மிகவும்
அழுதாள், அவளுடைய புருஷனான ஆபிரகாமும் அவளோடே
அழுதான், அவர்களுடைய குமாரனும் அவர்களோடே மிகவும்
அழுதான்; அவர்களோடே கூடப் போனவர்களும் மிகவும் அழுதார்கள்.
18. சாராள் தன் குமாரனான ஈசாக்கைப் பிடித்துக்கொண்டு,
அவனைத் தன் கைகளில் ஏந்தி, அவனை அணைத்துக்கொண்டு
அவனோடே தொடர்ந்து அழுதாள்; சாராள்: இன்றைய தினத்திற்குப்
பின்பு நான் மறுபடியும் உன்னைப் பார்ப்பேனோ என்று யாருக்குத்
தெரியும்? என்றாள். 19. ஆபிரகாமும் சாராளும் ஈசாக்கும் தொடர்ந்து
ஒன்றாக அழுதார்கள்; வழியிலே அவர்களை வழியனுப்ப வந்தவர்கள்
எல்லாரும் அவர்களோடே அழுதார்கள்; அதன்பின்பு சாராள்
மனக்கசப்போடே அழுதுகொண்டே தன் குமாரனை விட்டுத்
திரும்பினாள், அவளுடைய வேலைக்காரர்களும் வேலைக்காரிகளும்
எல்லாரும் அவளோடே கூடாரத்திற்குத் திரும்பினார்கள். 20. தேவன்
தனக்குக் கட்டளையிட்டபடியே, ஆபிரகாம் தன் குமாரனான
ஈசாக்கைக் கர்த்தருக்கு முன்பாகப் பலியிடும்படி அவனோடே
போனான். 21. ஆபிரகாம் தன்னோடே தன் வேலைக்காரர்களான
இரண்டு வாலிபர்களையும், அதாவது ஆகாரின் குமாரனான
இஸ்மவேலையும் தன் வேலைக்காரனான எலியேசரையும்
கூட்டிக்கொண்டுபோனான்; அவர்கள் எல்லாரும் ஒன்றாகப்
போனார்கள், வழியிலே அவர்கள் நடந்துபோகும்போது அந்த
வாலிபர்கள் தங்களுக்குள்ளே இந்த வார்த்தைகளைப்

பேசிக்கொண்டார்கள்: 22. இஸ்மவேல் எலியேசரை நோக்கி: கர்த்தர் என் தகப்பனுக்குக் கட்டளையிட்டபடியே, என் தகப்பனாகிய ஆபிரகாம் இப்போது ஈசாக்கைக் கர்த்தருக்குத் தகனபலியாகச் செலுத்தும்படி அவனோடே போகிறார். 23. அவர் திரும்பி வரும்போது, நான் அவருடைய மூத்த குமாரனானபடியால், அவருக்குப் பின் சுதந்தரித்துக்கொள்ளும்படி தமக்குள்ள எல்லாவற்றையும் எனக்கே கொடுப்பார் என்றான். 24. எலியேசர் இஸ்மவேலுக்குப் பிரதியுத்தரமாக: ஆபிரகாம் உன்னையும் உன் தாயையும் துரத்திவிட்டு, தமக்குள்ள யாவற்றிலும் நீ ஒன்றையும் சுதந்தரிப்பதில்லை என்று ஆணையிட்டாரே; தம்முடைய வீட்டை உண்மையாய்ப் பார்த்துக்கொண்டு, இரவும் பகலும் தமக்கு ஊழியம்செய்து, தாம் விரும்பினதெல்லாவற்றையும் தமக்குச் செய்த தம்முடைய வேலைக்காரனான எனக்கல்லாமல், வேறே யாருக்குத் தமக்குள்ள யாவற்றையும் தமது பொக்கிஷங்களெல்லாவற்றையும் கொடுப்பார்? அவர் மரிக்கும்போது தமக்குள்ள யாவற்றையும் எனக்கே சுதந்தரமாகக் கொடுப்பார் என்றான். 25. ஆபிரகாம் தன் குமாரனான ஈசாக்கோடே வழியிலே போய்க்கொண்டிருக்கையில், சாத்தான் மிகவும் முதிர்வயதான, தாழ்மையும் நொறுங்குண்ட ஆவியுமுள்ள ஒரு மனுஷனின் ரூபத்தில் வந்து ஆபிரகாமுக்குத் தரிசனமானான்; அவன் ஆபிரகாமை அணுகி, அவனை நோக்கி: நீ புத்தியற்றவனோ, மிருககுணமுள்ளவனோ? இன்றையதினம் உன்னுடைய ஒரே குமாரனுக்கு இந்தக் காரியத்தைச் செய்யப்போகிறாயே என்றான். 26. தேவன் உன்னுடைய பிந்திய நாட்களில், உன்னுடைய முதிர்வயதில் உனக்கு ஒரு குமாரனைக் கொடுத்தார்; அவன் எந்தக் கொடுமையும் செய்யாதிருந்தும் இன்றையதினம் நீ போய் அவனைக் கொல்லுவாயோ? உன்னுடைய ஒரே குமாரனின் ஆத்துமாவைப் பூமியிலிருந்து அழித்துப்போடுவாயோ? 27. இந்தக் காரியம் கர்த்தரிடத்திலிருந்து வந்திருக்கமுடியாது என்பதை நீ அறிந்துகொள்ளவும் புரிந்துகொள்ளவும் இல்லையா? ஏனெனில், கர்த்தர் பூமியில் ஒரு மனுஷனுக்கு: போய் உன் குமாரனைக் கொன்றுபோடு என்று சொல்லி இவ்வளவு பெரிய தீமையைச் செய்யமாட்டார் என்றான். 28. ஆபிரகாம் இதைக் கேட்டபோது, அது தன்னைக் கர்த்தருடைய வழியிலிருந்து விலக்கப்பார்க்கிற சாத்தானின் வார்த்தை என்று அறிந்தான்; ஆனால் ஆபிரகாம் சாத்தானின் சத்தத்திற்குச் செவிகொடுக்கவில்லை, அவன் அவனை விட்டுப்போகும்படி ஆபிரகாம் அவனைக் கடிந்துகொண்டான். 29. சாத்தான் திரும்பி ஈசாக்கினிடத்திற்கு வந்தான்; அவன் ஈசாக்குக்குச் சவுந்தரியமும் சௌந்தரியமுமான ஒரு வாலிபனின் ரூபத்தில் தரிசனமானான். 30. அவன் ஈசாக்கை அணுகி, அவனை நோக்கி: உன்னுடைய புத்தியற்ற முதிர்வயதான தகப்பன் இன்றையதினம் உன்னை வீணாகக் கொல்லும்படி கொண்டுபோகிறார் என்பதை நீ

அறியாயோ, நீ புரிந்துகொள்ளவில்லையோ? 31. ஆகையால் இப்போது என் குமாரனே, நீ அவருக்குச் செவிகொடுக்கவும் வேண்டாம், அவர் சொல்வதைக் கேட்கவும் வேண்டாம்; அவர் புத்தியற்ற முதிர்வயதான மனுஷன், உன்னுடைய விலையேறப்பெற்ற ஆத்துமாவும் உன்னுடைய அழகான ரூபமும் பூமியிலிருந்து அழிந்துபோகாதிருப்பதாக என்றான். 32. ஈசாக்கு இதைக் கேட்டு, ஆபிரகாமை நோக்கி: என் தகப்பனே, இந்த மனுஷன் சொன்னதை நீர் கேட்டீரோ? அவன் இப்படித்தான் சொன்னான் என்றான். 33. ஆபிரகாம் தன் குமாரனான ஈசாக்குக்குப் பிரதியுத்தரமாக: அவனைக்குறித்து எச்சரிக்கையாயிரு, அவன் வார்த்தைகளுக்குச் செவிகொடுக்கவும் வேண்டாம், அவன் சொல்வதைக் கேட்கவும் வேண்டாம்; அவன் சாத்தான், இன்றையதினம் தேவனுடைய கட்டளைகளிலிருந்து நம்மை விலக்கப்பார்க்கிறான் என்றான். 34. ஆபிரகாம் மறுபடியும் சாத்தானைக் கடிந்துகொண்டான், சாத்தான் அவர்களை விட்டுப் போனான்; அவர்களை மேற்கொள்ள முடியாது என்று கண்டபோது, அவன் அவர்களுக்குத் தன்னை மறைத்துக்கொண்டு, வழியிலே அவர்களுக்கு முன்பாகக் கடந்துபோனான்; வழியிலே அவன் தன்னை ஒரு பெரிய நீரோடையாக மாற்றிக்கொண்டான்; ஆபிரகாமும் ஈசாக்கும் அவனுடைய இரண்டு வாலிபர்களும் அந்த இடத்திற்கு வந்தபோது, வல்லமையான தண்ணீரைப்போலப் பெரிதும் வல்லமையுமான ஒரு நீரோடையைக் கண்டார்கள். 35. அவர்கள் அந்த நீரோடைக்குள் இறங்கி அதைக் கடக்கப் போனார்கள், ஆரம்பத்தில் தண்ணீர் அவர்கள் முழங்கால்வரைக்கும் வந்தது. 36. அவர்கள் நீரோடைக்குள் ஆழமாய்ப் போனபோது தண்ணீர் அவர்கள் கழுத்துவரைக்கும் வந்தது, தண்ணீரினிமித்தம் அவர்கள் எல்லாரும் திகிலடைந்தார்கள்; நீரோடையைக் கடந்துபோகும்போது ஆபிரகாம் அந்த இடத்தை அடையாளம் கண்டுகொண்டான், முற்காலத்தில் அங்கே தண்ணீர் இல்லை என்பதை அவன் அறிந்தான். 37. ஆபிரகாம் தன் குமாரனான ஈசாக்கை நோக்கி: நீரோடையோ தண்ணீரோ இல்லாத இந்த இடத்தை நான் அறிவேன்; ஆகையால் இப்போது, இன்றையதினம் தேவனுடைய கட்டளைகளிலிருந்து நம்மை விலக்கும்படி நமக்கு இதையெல்லாம் செய்கிறவன் அந்தச் சாத்தானே என்றான். 38. ஆபிரகாம் அவனைக் கடிந்துகொண்டு, அவனை நோக்கி: சாத்தானே கர்த்தர் உன்னைக் கடிந்துகொள்வாராக; எங்களை விட்டுப் போ, நாங்கள் தேவனுடைய கட்டளைகளின்படியே போகிறோம் என்றான். 39. ஆபிரகாமின் சத்தத்தைக் கேட்டுச் சாத்தான் திகிலடைந்து, அவர்களை விட்டுப் போனான்; அந்த இடம் முதலிருந்ததைப்போலவே மறுபடியும் உலர்ந்த தரையாயிற்று. 40. தேவன் தனக்குச் சொல்லியிருந்த இடத்தை நோக்கி ஆபிரகாம் ஈசாக்கோடே போனான். 41. மூன்றாம் நாளிலே ஆபிரகாம் தன் கண்களை

ஏறெடுத்து, தேவன் தனக்குச் சொல்லியிருந்த இடத்தைத் தூரத்திலே கண்டான். 42. பூமியிலிருந்து வானம்வரைக்கும் எட்டுகிற ஒரு அக்கினித்தம்பம் அவனுக்குத் தரிசனமாயிற்று; மலையின்மேல் ஒரு மகிமையின் மேகம் இருந்தது, அந்த மேகத்தில் கர்த்தருடைய மகிமை காணப்பட்டது. 43. ஆபிரகாம் ஈசாக்கை நோக்கி: என் குமாரனே, தூரத்திலே நாம் காண்கிற அந்த மலையின்மேல் நான் காண்பதை நீயும் காண்கிறாயா? என்றான். 44. ஈசாக்கு தன் தகப்பனுக்குப் பிரதியுத்தரமாக: நான் காண்கிறேன், இதோ ஒரு அக்கினித்தம்பமும் ஒரு மேகமும் இருக்கிறது, அந்த மேகத்தின்மேல் கர்த்தருடைய மகிமை காணப்படுகிறது என்றான். 45. தன் குமாரனான ஈசாக்கு ஒரு தகனபலியாகக் கர்த்தருக்கு முன்பாக அங்கீகரிக்கப்பட்டான் என்பதை ஆபிரகாம் அறிந்தான். 46. ஆபிரகாம் எலியேசரையும் தன் குமாரனான இஸ்மவேலையும் நோக்கி: தூரத்திலிருக்கிற அந்த மலையின்மேல் நாங்கள் காண்பதை நீங்களும் காண்கிறீர்களா? என்றான். 47. அவர்கள் பிரதியுத்தரமாக: பூமியிலுள்ள மற்ற மலைகளைப்போலவே இருக்கிறதேயல்லாமல் நாங்கள் வேறொன்றையும் காணவில்லை என்றார்கள். அவர்களோடே கூடப் போவதற்குக் கர்த்தருக்கு முன்பாக அவர்கள் அங்கீகரிக்கப்படவில்லை என்பதை ஆபிரகாம் அறிந்துகொண்டு, அவர்களை நோக்கி: நான் என் குமாரனான ஈசாக்கோடே அந்த மலைக்குப் போய், கர்த்தருக்கு முன்பாகத் தொழுதுகொண்டு, பின்பு உங்களிடத்திற்குத் திரும்பிவரும்வரைக்கும் நீங்கள் கழுதையோடே இங்கே தங்கியிருங்கள் என்றான். 48. ஆபிரகாம் கட்டளையிட்டபடியே எலியேசரும் இஸ்மவேலும் அந்த இடத்திலேயே தங்கியிருந்தார்கள். 49. ஆபிரகாம் தகனபலிக்குக் கட்டைகளை எடுத்து, தன் குமாரனான ஈசாக்கின்மேல் வைத்து, நெருப்பையும் கத்தியையும் எடுத்துக்கொண்டான்; அவர்கள் இருவரும் அந்த இடத்திற்குப் போனார்கள். 50. அவர்கள் வழியே போகும்போது ஈசாக்கு தன் தகப்பனை நோக்கி: இதோ, நெருப்பும் கட்டையும் இங்கே இருக்கிறதே, ஆனால் கர்த்தருக்கு முன்பாகத் தகனபலியாகச் செலுத்தப்படவேண்டிய ஆட்டுக்குட்டி எங்கே? என்றான். 51. ஆபிரகாம் தன் குமாரனான ஈசாக்குக்குப் பிரதியுத்தரமாக: என் குமாரனே, ஆட்டுக்குட்டிக்குப் பதிலாக உன்னை ஒரு பரிபூரண தகனபலியாகக் கர்த்தர் தெரிந்துகொண்டார் என்றான். 52. ஈசாக்கு தன் தகப்பனை நோக்கி: கர்த்தர் உமக்குச் சொன்னதையெல்லாம் நான் சந்தோஷத்தோடும் மகிழ்ச்சியான இருதயத்தோடும் செய்வேன் என்றான். 53. ஆபிரகாம் மறுபடியும் தன் குமாரனான ஈசாக்கை நோக்கி: இதைக்குறித்து உன் இருதயத்தில் ஏதாவது தகாத எண்ணமோ ஆலோசனையோ இருக்கிறதா? என் குமாரனே, எனக்குச் சொல் என்று உன்னைக் கேட்டுக்கொள்ளுகிறேன்; ஓ என் குமாரனே, அதை என்னிடத்தில் மறைக்காதே என்றான். 54. ஈசாக்கு தன் தகப்பனாகிய ஆபிரகாமுக்குப் பிரதியுத்தரமாக: ஓ என் தகப்பனே,

கர்த்தருடைய ஜீவனையும் உம்முடைய ஆத்துமாவின் ஜீவனையும் கொண்டு சொல்லுகிறேன், அவர் உமக்குச் சொன்ன வார்த்தையை விட்டு வலதுபுறமாவது இடதுபுறமாவது விலகும்படியான எந்த எண்ணமும் என் இருதயத்தில் இல்லை. 55. இதைக்குறித்து என்னுடைய எந்த உறுப்போ தசையோ அசையவுமில்லை சலனப்படவுமில்லை, இதைக்குறித்து என் இருதயத்தில் எந்தப் பொல்லாத எண்ணமோ ஆலோசனையோ இல்லை. 56. ஆனால் இந்தக் காரியத்தில் நான் சந்தோஷமும் மகிழ்ச்சியுமான இருதயமுள்ளவனாயிருக்கிறேன், நான் சொல்லுகிறேன்: இன்றையதினம் தமக்கு முன்பாக ஒரு தகனபலியாக என்னைத் தெரிந்துகொண்ட கர்த்தருக்கு ஸ்தோத்திரம் உண்டாவதாக என்றான். 57. ஈசாக்கின் வார்த்தைகளைக் கேட்டு ஆபிரகாம் மிகவும் சந்தோஷப்பட்டான்; அவர்கள் தொடர்ந்துபோய், கர்த்தர் சொல்லியிருந்த அந்த இடத்திற்கு ஒன்றாக வந்தார்கள். 58. ஆபிரகாம் அந்த இடத்திலே பலிபீடத்தைக் கட்ட அணுகினான், ஆபிரகாம் அழுதுகொண்டிருந்தான்; பலிபீடத்தைக் கட்டிமுடிக்கும்வரைக்கும் ஈசாக்கு கல்லுகளையும் சாந்தையும் எடுத்துக்கொடுத்தான். 59. ஆபிரகாம் கட்டைகளை எடுத்து, தான் கட்டின பலிபீடத்தின்மேல் அடுக்கிவைத்தான். 60. கர்த்தருக்கு முன்பாகத் தகனபலியாகக் கொல்லும்படிக்கு, அவன் தன் குமாரனான ஈசாக்கை பலிபீடத்தின்மேலிருந்த கட்டைகளின்மேல் வைப்பதற்காக அவனைக் கட்டினான். 61. ஈசாக்கு தன் தகப்பனை நோக்கி: என்னை நன்றாகக் கட்டிப் பலிபீடத்தின்மேல் வையும், இல்லாவிட்டால் நான் திரும்பி அசைந்து, என் மாம்சத்தின்மேல் படும் கத்தியின் வேகத்தினால் கட்டவிழ்த்துக்கொண்டு, தகனபலியைத் தீட்டுப்படுத்திவிடுவேனோ என்றான்; ஆபிரகாம் அப்படியே செய்தான். 62. ஈசாக்கு பின்னும் தன் தகப்பனை நோக்கி: ஓ என் தகப்பனே, நீர் என்னைக் கொன்று பலியாகச் சுட்டெரித்த பின்பு, என் சாம்பலில் மீதியாயிருப்பதைக் கொண்டுபோய் என் தாயாகிய சாராளிடத்தில் கொடுத்து, அவளை நோக்கி: இது ஈசாக்கின் சுகந்த வாசனை என்று சொல்லும்; ஆனால் அவள் ஒரு துரவண்டையிலோ அல்லது ஏதாவது உயரமான இடத்திலோ உட்கார்ந்திருந்தால் இதை அவளிடத்தில் சொல்ல வேண்டாம்; இல்லாவிட்டால் அவள் என் பின்னாலே தன் ஆத்துமாவை விட்டுவிட்டு மரித்துப்போவாள் என்றான். 63. ஆபிரகாம் ஈசாக்கின் வார்த்தைகளைக் கேட்டான்; ஈசாக்கு இந்த வார்த்தைகளைப் பேசும்போது ஆபிரகாம் சத்தமிட்டு அழுதான்; ஆபிரகாமின் கண்ணீர் தன் குமாரனான ஈசாக்கின்மேல் வடிந்தது, ஈசாக்கும் மனக்கசப்போடே அழுதான், அவன் தன் தகப்பனை நோக்கி: ஓ என் தகப்பனே, தீவிரமாய் எங்கள் தேவனாகிய கர்த்தர் உமக்குக் கட்டளையிட்டபடியே அவருடைய சித்தத்தை எனக்குச் செய்யும் என்றான். 64. கர்த்தர் தங்களுக்குக் கட்டளையிட்ட இந்தக்

காரியத்தினிமித்தம் ஆபிரகாமின் இருதயமும் ஈசாக்கின் இருதயமும் சந்தோஷப்பட்டது; ஆனால் இருதயம் சந்தோஷப்படும்போது கண் மனக்கசப்போடே அழுதது. 65. ஆபிரகாம் தன் குமாரனான ஈசாக்கைக் கட்டி, பலிபீடத்திலிருக்கிற கட்டைகளின்மேல் வைத்தான்; ஈசாக்கு பலிபீடத்தின்மேல் தன் தகப்பனுக்கு முன்பாகத் தன் கழுத்தை நீட்டினான்; கர்த்தருக்கு முன்பாகத் தகனபலியாகத் தன் குமாரனைக் கொல்லும்படி ஆபிரகாம் கத்தியை எடுக்கத் தன் கையை நீட்டினான். 66. அக்காலத்தில் இரக்கத்தின் தூதர்கள் கர்த்தருடைய சந்நிதியில் வந்து, ஈசாக்கைக்குறித்து அவரிடத்தில் பேசி: 67. ஓ கர்த்தாவே, வானத்திலும் பூமியிலும் நீர் சிருஷ்டித்த எல்லாவற்றின்மேலும் இரக்கமும் மனதுருக்கமுமுள்ள ராஜாவாயிருக்கிறீர், நீர் அவைகளையெல்லாம் ஆதரிக்கிறீர்; ஆகையால் உமது தாசனாகிய ஈசாக்குக்குப் பதிலாக ஒரு மீட்கும்பொருளையும் மீட்பையும் கொடும்; இன்றையதினம் உமது கட்டளைகளை நிறைவேற்றுகிற ஆபிரகாமின் மேலும் அவன் குமாரனான ஈசாக்கின் மேலும் பரிதாபப்பட்டு இரக்கமாயிரும் என்றார்கள். 68. ஓ கர்த்தாவே, உமது தாசனாகிய ஆபிரகாமின் குமாரனான ஈசாக்கு ஒரு மிருகத்தைப்போலக் கொல்லப்படுவதற்குக் கட்டப்பட்டிருப்பதை நீர் கண்டீரோ? ஆகையால் இப்போதும் கர்த்தாவே, அவர்கள் மேல் உமது பரிதாபம் எழும்புவதாக என்றார்கள். 69. அக்காலத்தில் கர்த்தர் ஆபிரகாமுக்குத் தரிசனமாகி, வானத்திலிருந்து அவனைக் கூப்பிட்டு, அவனை நோக்கி: பிள்ளையாண்டான்மேல் உன் கையைப் போடாதே, அவனுக்கு ஒன்றும் செய்யாதே; நீ உன் குமாரனை, உன்னுடைய ஒரே குமாரனை, எனக்கு விலக்காமல் இந்தச் செயலைச் செய்தபடியினால், நீ தேவனுக்குப் பயப்படுகிறவன் என்று இப்போது அறிந்திருக்கிறேன் என்றார். 70. ஆபிரகாம் தன் கண்களை ஏறெடுத்துப் பார்த்தபோது, இதோ, ஒரு ஆட்டுக்கடா தன் கொம்புகளால் ஒரு புதரில் சிக்கிக்கொண்டிருப்பதைக் கண்டான்; தேவனாகிய கர்த்தர் பூமியையும் வானத்தையும் உண்டாக்கின நாளிலே பூமியிலே சிருஷ்டித்த ஆட்டுக்கடா அதுவே. 71. ஏனெனில் ஈசாக்குக்குப் பதிலாக ஒரு தகனபலியாக இருக்கும்படி கர்த்தர் அந்த ஆட்டுக்கடாவை அந்த நாள்முதற்கொண்டே ஆயத்தம்பண்ணியிருந்தார். 72. ஆபிரகாம் தன் குமாரனைக் கொல்லும்படிக்கு அந்த ஆட்டுக்கடா ஆபிரகாமிடத்திற்கு வரமுடியாதபடி சாத்தான் அதைப் பிடித்து அதின் கொம்புகளைப் புதரில் சிக்கவைத்திருந்தான், அது ஆபிரகாமை நோக்கி வந்துகொண்டிருந்தது. 73. ஆட்டுக்கடா தன்னிடத்திற்கு வருவதையும் சாத்தான் அதைத் தடுத்துவைப்பதையும் ஆபிரகாம் கண்டு, அதைப் பிடித்துப் பலிபீடத்திற்கு முன்பாகக் கொண்டுவந்தான்; தன் குமாரனான ஈசாக்கின் கட்டுகளை அவிழ்த்து, அவனுக்குப் பதிலாக அந்த ஆட்டுக்கடாவை வைத்து, ஆபிரகாம் அந்த ஆட்டுக்கடாவைப் பலிபீடத்தின்மேல் கொன்று, தன் குமாரனான ஈசாக்குக்குப் பதிலாக

அதை ஒரு பலியாகச் செலுத்தினான். 74. ஆபிரகாம் ஆட்டுக்கடாவின் இரத்தத்தில் கொஞ்சத்தைப் பலிபீடத்தின்மேல் தெளித்து: இது என் குமாரனுடைய ஸ்தானத்திலிருக்கிறது, கர்த்தருக்கு முன்பாக இன்றையதினம் இது என் குமாரனுடைய இரத்தமாக எண்ணப்படுவதாக என்று சத்தமிட்டுச் சொன்னான். 75. இந்தச் சமயத்தில் பலிபீடத்தண்டையில் ஆபிரகாம் செய்த எல்லாவற்றிற்கும், அவன் சத்தமிட்டு: இது என் குமாரனுக்குப் பதிலாக இருக்கிறது, கர்த்தருக்கு முன்பாக இன்றையதினம் இது என் குமாரனின் ஸ்தானத்தில் எண்ணப்படுவதாக என்று சொல்வான்; ஆபிரகாம் பலிபீடத்தண்டையில் ஆராதனை முழுவதையும் முடித்தான், அந்த ஆராதனை கர்த்தருக்கு முன்பாக அங்கீகரிக்கப்பட்டது, அது ஈசாக்காகவே எண்ணப்பட்டது; கர்த்தர் அந்த நாளிலே ஆபிரகாமையும் அவன் சந்ததியையும் ஆசீர்வதித்தார். 76. சாத்தான் சாராளிடத்திற்குப் போய், மிகவும் தாழ்மையும் சாந்தமுமான ஒரு முதிர்வயதான மனுஷனின் ரூபத்தில் அவளுக்குத் தரிசனமானான்; ஆபிரகாம் இன்னும் கர்த்தருக்கு முன்பாகத் தகனபலி செலுத்துவதில் ஈடுபட்டிருந்தான். 77. அவன் அவளை நோக்கி: இன்றையதினம் ஆபிரகாம் உன்னுடைய ஒரே குமாரனுக்குச் செய்த காரியமெல்லாம் உனக்குத் தெரியாதா? அவன் ஈசாக்கை அழைத்துக்கொண்டுபோய், ஒரு பலிபீடத்தைக் கட்டி, அவனைக் கொன்று, அவனைப் பலிபீடத்தின்மேல் பலியாகச் செலுத்தினான்; ஈசாக்கு தன் தகப்பனுக்கு முன்பாகக் சத்தமிட்டு அழுதான், ஆனால் அவன் அவனைத் திரும்பிப் பார்க்கவுமில்லை, அவன் மேல் இரக்கப்படவுமில்லை என்றான். 78. சாத்தான் இந்த வார்த்தைகளைத் திரும்பத் திரும்பச் சொல்லி அவளை விட்டுப் போனான்; சாராள் சாத்தானின் வார்த்தைகளையெல்லாம் கேட்டு, அவன் தன் குமாரனோடே இருந்த மனுஷகுமாரருக்குள்ளான ஒரு முதிர்வயதான மனுஷன் என்றும், அவன் வந்து இந்தக் காரியங்களைச் சொன்னான் என்றும் நினைத்தாள். 79. சாராள் தன் குமாரனினிமித்தம் சத்தமிட்டு, மனக்கசப்போடே அழுதாள்; அவள் தரையிலே விழுந்து, தன் தலையின்மேல் புழுதியைப் போட்டுக்கொண்டு: ஓ என் குமாரனே, என் குமாரனான ஈசாக்கே, இன்றையதினம் உனக்குப் பதிலாக நான் மரித்திருந்தால் நலமாயிருக்குமே என்றாள். அவள் தொடர்ந்து அழுது: ஓ என் குமாரனே, என் குமாரனான ஈசாக்கே, உனக்காக நான் துக்கப்படுகிறேன், இன்றையதினம் உனக்குப் பதிலாக நான் மரித்திருந்தால் நலமாயிருக்குமே என்றாள். 80. அவள் இன்னும் தொடர்ந்து அழுது: உன்னை வளர்த்து ஆளாக்கின பின்பு உனக்காக நான் துக்கப்படுகிறேன்; உனக்காக ஏங்கி, தொண்ணூறு வயதிலே உன்னைப் பெறும்வரைக்கும் தேவனை நோக்கிக் கூப்பிட்டு ஜெபம்பண்ணின என்னுடைய சந்தோஷம் இப்போது உனக்காகத் துக்கமாக மாறிவிட்டதே; இப்போதோ இன்றையதினம் பலியாகச்

செலுத்தப்படும்படி நீ கத்திக்கும் நெருப்புக்கும் இரையானாயே என்றாள். 81. ஆனாலும் என் குமாரனே, இது கர்த்தருடைய வார்த்தையாயிருக்கிறதே என்று உன்னைக் குறித்து என்னை நானே தேற்றிக்கொள்ளுகிறேன்; ஏனெனில் நீ உன் தேவனுடைய கட்டளையை நிறைவேற்றினாய்; ஜீவனுள்ள சகல பிராணிகளின் ஆத்துமாவும் எவருடைய கைகளில் இருக்கிறதோ, அந்த நம்முடைய தேவனுடைய வார்த்தையை மீறக்கூடியவன் யார்? 82. ஓ நம்முடைய தேவனாகிய கர்த்தாவே, நீர் நீதியுள்ளவர், உமது கிரியைகளெல்லாம் நல்லதும் நீதியுமானவைகள்; நீர் கட்டளையிட்ட உமது வார்த்தையினிமித்தம் நானும் சந்தோஷப்படுகிறேன்; என் கண் மனக்கசப்போடே அழும்போது என் இருதயம் சந்தோஷப்படுகிறது என்றாள். 83. சாராள் தன் தலைவலியைத் தன் வேலைக்காரிகளில் ஒருத்தியின் மார்பில் வைத்து, ஒரு கல்லைப்போல அசைவற்றவளானாள். 84. அதன்பின்பு அவள் எழுந்து, தான் எப்ரோனுக்கு வரும்வரைக்கும் விசாரித்துக்கொண்டே போனாள்; அவள் வழியிலே நடந்துபோகும்போது கண்ட எல்லாரிடத்திலும் விசாரித்தாள், ஆனால் தன் குமாரனுக்கு என்ன சம்பவித்தது என்று ஒருவராலும் அவளுக்குச் சொல்லமுடியவில்லை. 85. அவள் தன் வேலைக்காரிகளோடும் வேலைக்காரர்களோடும் கீரியாத்-அர்பாவாகிய எப்ரோனுக்கு வந்து, தன் குமாரனைக்குறித்து விசாரித்தாள்; ஆபிரகாம் ஈசாக்கோடே எங்கே போனான் என்று தேடும்படி தன் வேலைக்காரர்கள் சிலரை அனுப்பிவிட்டு அவள் அங்கே தங்கியிருந்தாள்; அவர்கள் அவனைத் தேடும்படி சேம், ஏபேர் ஆகியோரின் வீட்டிற்குப் போனார்கள், ஆனால் அவனை அங்கே காணவில்லை; அவர்கள் தேசம் முழுவதும் தேடினார்கள், அவன் அங்கே இல்லை. 86. இதோ, சாத்தான் ஒரு முதிர்வயதான மனுஷனின் ரூபத்தில் சாராளிடத்திற்கு வந்து, அவளுக்கு முன்பாக நின்று, அவளை நோக்கி: நான் உன்னிடத்தில் பொய்சொன்னேன், ஆபிரகாம் தன் குமாரனைக் கொல்லவில்லை, அவன் சாகவுமில்லை என்றான்; அவள் அந்த வார்த்தையைக் கேட்டபோது, தன் குமாரனினிமித்தம் அவளுடைய சந்தோஷம் மிகவும் அதிகமாயிருந்தபடியால், சந்தோஷத்தினாலேயே அவளுடைய ஆத்துமா பிரிந்துபோயிற்று; அவள் மரித்துத் தன் ஜனத்தாரோடே சேர்க்கப்பட்டாள். 87. ஆபிரகாம் தன் ஆராதனையை முடித்த பின்பு, தன் குமாரனான ஈசாக்கோடே தன் வாலிபர்களிடத்திற்குத் திரும்பினான்; அவர்கள் எழுந்து ஒன்றாகப் பெயெர்செபாவுக்குப் போய், தங்கள் வீட்டிற்கு வந்தார்கள். 88. ஆபிரகாம் சாராளைத் தேடினான், ஆனால் அவளைக் காணவில்லை; அவளைக்குறித்து விசாரித்தான், அவர்கள் அவனை நோக்கி: நீங்கள் இருவரும் எங்கே போனீர்கள் என்று தேடும்படி அவள் எப்ரோன்வரைக்கும் போனாள், ஏனெனில் அவளுக்கு அப்படி அறிவிக்கப்பட்டது என்றார்கள். 89. ஆபிரகாமும் ஈசாக்கும் அவளைத்

தேடி எப்ரோனுக்குப் போனார்கள்; அவள் மரித்துப்போனதைக் கண்டபோது, அவர்கள் சத்தமிட்டு அவளுக்காக மனக்கசப்போடே அழுதார்கள்; ஈசாக்கு தன் தாயின் முகத்தின்மேல் விழுந்து, அவளுக்காக அழுது: ஓ என் தாயே, என் தாயே, நீர் என்னை எப்படி விட்டுப்போனீர், நீர் எங்கே போனீர்? ஓ எப்படி, என்னை எப்படி விட்டுப்போனீர்! என்றான். 90. ஆபிரகாமும் ஈசாக்கும் மிகவும் அழுதார்கள், சாராளின் நிமித்தம் அவர்களுடைய வேலைக்காரர்கள் எல்லாரும் அவர்களோடே அழுதார்கள், அவர்கள் அவளுக்காக மிகவும் துக்கங்கொண்டாடினார்கள்.

அத்தியாயம் 24

1. சாராளின் ஆயுசு நாட்கள் நூற்று இருபத்தேழு வருஷங்கள், சாராள் மரித்தாள்; ஆபிரகாம் தன் மனைவியாகிய சாராளை அடக்கம்பண்ணுவதற்காக, ஒரு பிரேதக்குழியைத் தேடும்படி செத்தவளுக்கு முன்பாக இருந்து எழுந்துபோய், அந்த தேசத்தின் குடிகளாகிய ஏத்தின் பிள்ளைகளோடே பேசி: 2. நான் உங்களிடத்தில் அந்நியனும் பரதேசியுமாயிருக்கிறேன்; எனக்கு முன்பாக இருக்கிற என் செத்தவளை நான் அடக்கம்பண்ணும்படிக்கு, உங்கள் தேசத்தில் எனக்குச் சொந்தமாக ஒரு பிரேதக்குழியைக் கொடுங்கள் என்றான். 3. ஏத்தின் பிள்ளைகள் ஆபிரகாமுக்குப் பிரதியுத்தரமாக: இதோ, தேசம் உமக்கு முன்பாக இருக்கிறது, எங்கள் பிரேதக்குழிகளில் சிறந்ததிலே உம்முடைய செத்தவளை அடக்கம்பண்ணும், உம்முடைய செத்தவளை அடக்கம்பண்ணுவதை ஒருவனும் உமக்குத் தடைசெய்யமாட்டான் என்றார்கள். 4. ஆபிரகாம் அவர்களை நோக்கி: இதற்கு உங்களுக்குச் சம்மதமானால், நீங்கள் போய் என் சார்பாகச் சோகாரின் குமாரனான எப்பெரோனிடத்தில் பேசி, அவனுடைய வயலின் ஓரத்திலிருக்கிற அவனுடைய மக்பேலா குகையை எனக்குத் தரும்படி கேளுங்கள்; அவன் அதற்காக என்ன விலை கேட்கிறானோ அதை நான் கொடுத்து அதை வாங்கிக்கொள்ளுவேன் என்றான். 5. எப்பெரோன் ஏத்தின் பிள்ளைகளுக்கு நடுவே குடியிருந்தான், அவர்கள் போய்க் கூப்பிட்டபோது அவன் ஆபிரகாமுக்கு முன்பாக வந்தான்; எப்பெரோன் ஆபிரகாமை நோக்கி: இதோ, நீர் கேட்கிறதெல்லாம் உமது அடியான் செய்வான் என்றான்; ஆபிரகாம்: அப்படியல்ல, என்றென்றைக்கும் எனக்குச் சொந்தமான ஒரு பிரேதக்குழியாக இருக்கும்படிக்கு, நான் உன்னுடைய குகையையும் வயலையும் அதின் விலைக்கே வாங்கிக்கொள்ளுவேன் என்றான். 6. எப்பெரோன் பிரதியுத்தரமாக: இதோ, வயலும் குகையும் உமக்கு முன்பாக இருக்கிறது, நீர் விரும்புகிறதைக் கொடும் என்றான்; ஆபிரகாம்: அதை நான் உன்னிடத்திலிருந்தும், உன் பட்டணத்தின் வாசலில்

நுழைகிறவர்களிடத்திலிருந்தும், என்றென்றைக்கும் உனக்குப் பின்பு
வரும் உன் சந்ததியினிடத்திலிருந்தும் அதின் முழு விலைக்கே
வாங்குவேன் என்றான். 7. எப்பெரோனும் அவன் சகோதரர்கள்
எல்லாரும் இதைக் கேட்டார்கள், ஆபிரகாம் எப்பெரோனின் கையிலும்
அவனுடைய சகோதரர்கள் எல்லாருடைய கையிலுமாக அவனுக்கு
நானூறு சேக்கல் வெள்ளியை நிறுத்துக் கொடுத்தான்; ஆபிரகாம்
இந்தக் காரியத்தை எழுதி, நான்கு சாட்சிகளோடே எழுதி
உறுதிப்படுத்தினான். 8. அந்தச் சாட்சிகளின் பெயர்களாவன:
ஏத்தியனான அபிஸ்னாவின் *(Abishna)* குமாரன் அமிகால் *(Amigal)*,
ஏவியனான அசுனாக்கின் *(Ashunach)* குமாரன் அதிகோரோம்
(Adichorom), கோமேரியனான அகிராமின் *(Achiram)* குமாரன்
அப்தோன் *(Abdon)*, சீதோனியனான அபுதிஷின் *(Abudish)* குமாரன்
பக்தில் *(Bakdil)*. 9. ஆபிரகாம் அந்தப் பத்திரத்தை எடுத்துத் தன்
பொக்கிஷங்களில் வைத்தான், ஆபிரகாம் அந்தப் பத்திரத்தில்
எழுதியிருந்த வார்த்தைகளாவன: 10. ஆபிரகாம் ஏத்தியனான
எப்பெரோனிடத்திலிருந்தும், அவனுடைய சந்ததியினிடத்திலிருந்தும்,
அவனுடைய பட்டணத்திலிருந்து புறப்படுகிறவர்களிடத்திலிருந்தும்,
என்றென்றைக்கும் அவர்களுடைய சந்ததியினிடத்திலிருந்தும்
வாங்கின வயலும் அதிலிருந்த குகையும், ஆபிரகாமுக்கும் அவனுடைய
சந்ததிக்கும் அவனுடைய கர்ப்பப்பிறப்பானவர்களுக்கும்
என்றென்றைக்கும் ஒரு பிரேதக்குழியாக இருப்பதற்குச் சொந்தமாகும்;
அவன் அதில் முத்திரையிட்டு, சாட்சிகளோடே உறுதிப்படுத்தினான்.
11. அந்த வயலும் அதிலிருந்த குகையும் அந்த இடம் முழுவதையும்
ஏத்தின் பிள்ளைகள் ஆபிரகாமுக்கும் அவனுக்குப் பின்பு அவன்
சந்ததிக்கும் நிச்சயப்படுத்திக்கொடுத்தார்கள்; இதோ அது கானான்
தேசத்திலுள்ள எப்ரோனிலிருக்கிற மம்ரேக்கு எதிரே இருக்கிறது. 12.
அதன்பின்பு ஆபிரகாம் தன் மனைவியாகிய சாராளை அங்கே
அடக்கம்பண்ணினான்; அந்த இடமும் அதின் எல்லை முழுவதையும்
ஆபிரகாமுக்கும் அவனுடைய சந்ததிக்கும் ஒரு பிரேதக்குழியாகச்
சொந்தமாயிற்று. 13. ராஜாக்களை அடக்கம்பண்ணும்போது
செய்யப்படும் மிகுந்த ஆடம்பரத்துடனே ஆபிரகாம் சாராளை
அடக்கம்பண்ணினான், அவள் மிகவும் நேர்த்தியானதும்
அழகானதுமான வஸ்திரங்களை உடுத்தி அடக்கம்பண்ணப்பட்டாள்.
14. அவளுடைய பிரேதப்பெட்டியண்டையிலே சேமும், அவனுடைய
குமாரர்களாகிய ஏபேரும் அபிமெலேக்கும், அவர்களோடேகூட ஆநேர்,
எஸ்கோல், மம்ரே என்பவர்களும் இருந்தார்கள்; அந்த தேசத்தின்
பெரியவர்கள் எல்லாரும் அவளுடைய பிரேதப்பெட்டிக்குப் பின்னே
போனார்கள். 15. சாராளின் ஆயுசு நாட்கள் நூற்று இருபத்தேழு
வருஷங்கள், சாராள் மரித்தாள்; ஆபிரகாம் மிகவும் மனக்கசப்போடே
அழுது, ஏழு நாட்கள் அவளுக்காகத் துக்கங்கொண்டாடினான். 16.
அந்த தேசத்தின் குடிகள் எல்லாரும் சாராளினிமித்தம் ஆபிரகாமுக்கும்

அவன் குமாரனான ஈசாக்குக்கும் ஆறுதல் சொன்னார்கள். 17.
அவர்கள் துக்கங்கொண்டாடும் நாட்கள் முடிந்த பின்பு, ஆபிரகாம் தன்
குமாரனான ஈசாக்கை அனுப்பினான்; அவன் கர்த்தருடைய
வழிகளையும் அவருடைய போதனைகளையும் கற்றுக்கொள்ளும்படி
சேம் மற்றும் ஏபேரின் வீட்டிற்குப் போனான், ஆபிரகாம் அங்கே
மூன்று வருஷங்கள் தங்கியிருந்தான். 18. அக்காலத்தில் ஆபிரகாம் தன்
வேலைக்காரர்கள் எல்லாரோடும் எழுந்து புறப்பட்டு,
பெயெர்செபாவிலிருக்கிற தங்கள் வீட்டிற்குத் திரும்பினார்கள்;
ஆபிரகாமும் அவனுடைய வேலைக்காரர்கள் எல்லாரும்
பெயெர்செபாவிலே தங்கியிருந்தார்கள். 19. வருஷம் திரும்புகையில்
அந்த வருடத்திலே பெலிஸ்தருடைய ராஜாவாகிய அபிமெலேக்கு
மரித்தான்; அவன் மரிக்கும்போது அவனுக்கு வயது நூற்றுத்
தொண்ணூற்று மூன்று; ஆபிரகாம் தன் ஜனங்களோடே
பெலிஸ்தருடைய தேசத்திற்குப் போய், அவன் வீட்டாரனைவருக்கும்
அவன் வேலைக்காரர்கள் எல்லாருக்கும் ஆறுதல் சொல்லிவிட்டு,
திரும்பித் தன் வீட்டிற்குப் போனான். 20. அபிமெலேக்கு மரித்த பின்பு,
கேராரின் ஜனங்கள் பன்னிரண்டு வயது மாத்திரமேயான அவனுடைய
குமாரனான பென்மலேக்கை *(Benmalich)* அழைத்து, அவனை அவன்
தகப்பனுடைய ஸ்தானத்தில் ராஜாவாக்கினார்கள். 21. அவர்கள் அவன்
தகப்பனின் பெயரின்படியே அவனுக்கு அபிமெலேக்கு என்று
பேரிட்டார்கள், ஏனெனில் கேராரிலே இப்படிச் செய்வது
வழக்கமாயிருந்தது; அபிமெலேக்கு தன் தகப்பனாகிய அபிமெலேக்கின்
ஸ்தானத்தில் அரசாண்டு, அவன் சிங்காசனத்தின்மேல் வீற்றிருந்தான்.
22. ஈசாக்கின் வாழ்நாளில் முப்பத்தொன்பதாம் வருஷமாகிய
அந்நாட்களில் ஆரானின் குமாரனான லோத்தும் மரித்தான்; லோத்து
உயிரோடிருந்த நாட்களெல்லாம் நூற்று நாற்பது வருஷங்கள்,
அதன்பின்பு அவன் மரித்தான். 23. அவனுடைய குமாரத்திகளாலே
லோத்துக்குப் பிறந்த பிள்ளைகளாவன: மூத்தவனின் பெயர் மோவாப்,
இரண்டாமவனின் பெயர் பெனாம்மி. 24. லோத்தின் இரண்டு
குமாரர்களும் கானான் தேசத்திற்குப் போய்த் தங்களுக்கு
மனைவிகளைக் கொண்டார்கள், அவர்கள் அவர்களுக்குப்
பிள்ளைகளைப் பெற்றார்கள்; மோவாபின் குமாரர்கள் ஏத் *(Ed)*,
மாயோன் *(Mayon)*, தர்சுஸ் *(Tarsus)*, கன்வீல் *(Kanvil)* என்னும் நான்கு
குமாரர்கள், இவர்களே இந்நாள்வரைக்கும் மோவாபின்
பிள்ளைகளுக்குப் பிதாக்கள். 25. லோத்தின் பிள்ளைகளுடைய
குடும்பங்கள் யாவும் தங்களுக்கு இடங்கிடைக்கும் இடத்திலே
குடியிருக்கும்படி போனார்கள், ஏனெனில் அவர்கள் பலுகி மிகவும்
பெருகினார்கள். 26. அவர்கள் தாங்கள் குடியிருந்த தேசத்திலே
தங்களுக்கு நகரங்களைக் கட்டி, தாங்கள் கட்டின நகரங்களுக்குத்
தங்கள் சொந்தப் பெயர்களையே சூட்டினார்கள். 27. தேராகின்
குமாரனும் ஆபிரகாமின் சகோதரனுமாகிய நாகோர் ஈசாக்கின்

வாழ்நாளில் நாற்பதாம் வருஷமாகிய அந்நாட்களில் மரித்தான்; நாகோரின் நாட்களெல்லாம் நூற்று எழுபத்திரண்டு வருஷங்கள், அதன்பின்பு அவன் மரித்து ஆரானிலே அடக்கம்பண்ணப்பட்டான். 28.
தன் சகோதரன் மரித்துப்போனதை ஆபிரகாம் கேள்விப்பட்டபோது மிகவும் துக்கப்பட்டு, அநேக நாட்கள் தன் சகோதரனுக்காகத் துக்கங்கொண்டாடினான். 29. ஆபிரகாம் தன் வீட்டைக் குறித்துக்
கட்டளையிடும்படி தன் பிரதான வேலைக்காரனான எலியேசரை அழைப்பித்தான், அவன் வந்து அவனுக்கு முன்பாக நின்றான். 30.
ஆபிரகாம் அவனை நோக்கி: இதோ, நான் முதிர்வயதானேன், என் மரண நாளை நான் அறியேன்; எனக்கு வயது சென்றுபோனது; ஆகையால் இப்போது நீ எழுந்து புறப்பட்டு, நாங்கள் குடியிருக்கிற கானானியரின் குமாரத்திகளிலிருந்து இந்த இடத்திலும் இந்த தேசத்திலும் என் குமாரனுக்கு ஒரு பெண்ணைக் கொள்ளாதே. 31. நீ
என் தேசத்திற்கும் என் இனத்தாரிடத்திற்கும் போய், அங்கே என் குமாரனுக்கு ஒரு பெண்ணைக் கொள்; என் தகப்பன் வீட்டிலிருந்தும் இந்த இடத்திற்கும் என்னைக் கொண்டுவந்து: உன் சந்ததிக்கு இந்த தேசத்தை என்றென்றைக்கும் சுதந்தரமாகக் கொடுப்பேன் என்று எனக்குச் சொன்ன வானத்துக்கும் பூமிக்கும் தேவனாயிருக்கிற கர்த்தர், நீ என் குடும்பத்தாரிலும் என் தகப்பன் வீட்டிலுமிருந்து என் குமாரனுக்கு ஒரு பெண்ணைக் கொள்ளும்படிக்குத் தம்முடைய தூதனை உனக்கு முன்பாக அனுப்பி, உன் பிரயாணத்தை வாய்க்கப்பண்ணுவார் என்றான். 32. அந்த வேலைக்காரன் தன்
எஜமானாகிய ஆபிரகாமுக்குப் பிரதியுத்தரமாக: இதோ, நான் உம்முடைய இனத்தாரிடத்திற்கும் உம்முடைய தகப்பன் வீட்டிற்கும் போய், அங்கிருந்து உமது குமாரனுக்கு ஒரு பெண்ணைக் கொள்ளுவேன்; ஆனால் அந்த ஸ்திரீ என்னோடே இந்த தேசத்திற்கு வரச் சம்மதியாவிட்டால், உமது குமாரனை உமது இனத்தாரின் தேசத்திற்குத் திரும்பக் கூட்டிக்கொண்டு போகலாமா? என்றான். 33.
ஆபிரகாம் அவனை நோக்கி: என் குமாரனை மறுபடியும் அங்கே கூட்டிக்கொண்டு போகாதபடிக்கு எச்சரிக்கையாயிரு; நான் எவருக்கு முன்பாக நடந்துவந்தேனோ அந்தக் கர்த்தர் தம்முடைய தூதனை உனக்கு முன்பாக அனுப்பி, உன் பிரயாணத்தை வாய்க்கப்பண்ணுவார்
என்றான். 34. ஆபிரகாம் கட்டளையிட்டபடியே எலியேசர்
செய்தான், எலியேசர் இந்தக் காரியத்தைக்குறித்துத் தன் எஜமானாகிய ஆபிரகாமுக்கு ஆணையிட்டான்; எலியேசர் எழுந்து, தன் எஜமானின் ஒட்டகங்களில் பத்து ஒட்டகங்களையும், தன் எஜமானின் வேலைக்காரர்களில் பத்து மனுஷர்களையும் தன்னோடே கூட்டிக்கொண்டு புறப்பட்டு, ஆபிரகாமின் குமாரனான ஈசாக்குக்கு ஒரு பெண்ணைக் கொள்ளும்படி ஆபிரகாம் மற்றும் நாகோரின் பட்டணமான ஆரானுக்குப் போனான்; அவர்கள் போயிருக்கையில் ஆபிரகாம் சேம் மற்றும் ஏபேரின் வீட்டிற்கு ஆள் அனுப்பி, அங்கிருந்து

தன் குமாரனான ஈசாக்கை அழைத்துவரச் செய்தான். 35. எலியேசரும்
அவன் மனுஷர்களும் ஆரானுக்கு வரும்போது, ஈசாக்கு தன்
தகப்பனுடைய வீடாகிய பெயெர்செபாவுக்கு வந்தான்; அவர்கள்
பட்டணத்திலுள்ள தண்ணீர் துறைக்கருகே தங்கி, தண்ணீரின் அருகே
தன் ஒட்டகங்களை முழங்கால்படியிடப்பண்ணினான், அவர்கள்
அங்கே தங்கியிருந்தார்கள். 36. ஆபிரகாமின் வேலைக்காரனான
எலியேசர் ஜெபம்பண்ணி: என் எஜமானாகிய ஆபிரகாமின் தேவனே,
இன்றையதினம் என் பிரயாணத்தை வாய்க்கப்பண்ணி, என்
எஜமானுக்குத் தயவுசெய்து, உமது அடியானாகிய என் எஜமானுடைய
குமாரனுக்கு அவனுடைய குடும்பத்தாரிலிருந்து இன்றையதினம் ஒரு
பெண்ணைக் குறித்தருளும் என்று வேண்டிக்கொள்ளுகிறேன்
என்றான். 37. கர்த்தர் தமது தாசனாகிய ஆபிரகாமினிமித்தம்
எலியேசரின் சத்தத்திற்குச் செவிகொடுத்தார், ஆபிரகாமின்
சகோதரனான நாகோரின் மனைவியாகிய மில்காளின் குமாரனான
பெத்துவேலின் குமாரத்தியை அவன் சந்திக்க நேரிட்டது, எலியேசர்
அவள் வீட்டிற்குப் போனான். 38. எலியேசர் தன்னுடைய
காரியங்களையெல்லாம் அவர்களுக்கு விவரித்தான், தான்
ஆபிரகாமின் வேலைக்காரன் என்றும் சொன்னான், அவர்கள்
அவனைக்குறித்து மிகவும் சந்தோஷப்பட்டார்கள். 39. இந்தக்
காரியத்தை வாய்க்கப்பண்ணின கர்த்தரை அவர்கள் எல்லாரும்
ஸ்தோத்திரித்து, பெத்துவேலின் குமாரத்தியாகிய ரெபெக்காளை
ஈசாக்குக்கு மனைவியாகக் கொடுத்தார்கள். 40. அந்தக் கன்னிப்பெண்
மிகவும் அழகான தோற்றமுடையவளாயிருந்தாள், அவள் ஒரு
கன்னிப்பெண்; ரெபெக்காளுக்கு அந்நாட்களில் பத்து வயது. 41. அந்த
ராத்திரியிலே பெத்துவேலும் லாபானும் அவன் பிள்ளைகளும் ஒரு
விருந்து செய்தார்கள்; எலியேசரும் அவனுடைய மனுஷர்களும் வந்து,
அந்த ராத்திரியிலே அங்கே புசித்துக் குடித்துச் சந்தோஷப்பட்டார்கள்.
42. காலையிலே எலியேசரும் அவனோடே இருந்த மனுஷர்களும்
எழுந்தார்கள்; அவன் பெத்துவேலின் வீட்டாரனைவரையும் கூப்பிட்டு:
நான் என் எஜமானிடத்திற்குப் போகும்படி என்னை அனுப்பிவிடுங்கள்
என்றான்; அவர்கள் எழுந்து ரெபெக்காளையும் அவளுடைய
செவிலித்தாயாகிய ஊசின் குமாரத்தி தெபொராளையும்
அனுப்பிவிட்டு, அவளுக்கு வெள்ளியையும் பொன்னையும்,
வேலைக்காரர்களையும் வேலைக்காரிகளையும் கொடுத்து அவளை
ஆசீர்வதித்தார்கள். 43. அவர்கள் எலியேசரையும் அவனுடைய
மனுஷர்களையும் அனுப்பிவிட்டார்கள்; அந்த வேலைக்காரர்கள்
ரெபெக்காளை அழைத்துக்கொண்டு புறப்பட்டுத் தங்கள்
எஜமானிடத்திற்குக் கானான் தேசத்திற்குத் திரும்பினார்கள். 44.
ஈசாக்கு ரெபெக்காளைக் கூட்டிக்கொண்டுபோனான், அவள்
அவனுக்கு மனைவியானாள், அவன் அவளைக் கூடாரத்திற்குள்
அழைத்துக்கொண்டுபோனான். 45. ஈசாக்கு தன் சிறிய தகப்பனாகிய

பெத்துவேலின் குமாரத்தியாகிய ரெபெக்காளை விவாகம்பண்ணும்போது அவனுக்கு வயது நாற்பது.

அத்தியாயம் 25

1. அக்காலத்தில் ஆபிரகாம் தன் முதிர்வயதில் மறுபடியும் ஒரு மனைவியைக் கொண்டான்; அவளுடைய பெயர் கேத்தூராள், அவள் கானான் தேசத்தாள். 2. அவள் அவனுக்கு சிம்ரான், யக்ஷான், மேதான், மீதியான், இஸ்பாக், சூவாக் என்னும் ஆறு குமாரர்களைப் பெற்றாள். சிம்ரானின் பிள்ளைகள்: அபிகேன் (Abihen), மோலிக் (Molich) மற்றும் நாரீம் (Narim). 3. யக்ஷானின் குமாரர்கள் சேபா மற்றும் தேதான்; மேதானின் குமாரர்கள் அமிதா (Amida), யோவாப் (Joab), கோகி (Gochi), எலிசா (Elisha) மற்றும் நோத்தாக் (Nothach); மீதியானின் குமாரர்கள் ஏப்பா, ஏப்பேர், ஆனோக், அபீதா மற்றும் எல்தாகா. 4. இஸ்பாக்கின் குமாரர்கள்: மாக்கிரோ (Makiro), பேயோதுவா (Beyodua) மற்றும் தத்தோர் (Tator). 5. சூவாக்கின் குமாரர்கள்: பில்தாத் (Bildad), மம்தாத் (Mamdad), முனான் (Munan) மற்றும் மேபான் (Meban); கானானிய ஸ்திரீயாகிய கேத்தூராள் எபிரெயனாகிய ஆபிரகாமுக்குப் பெற்ற பிள்ளைகளின் குடும்பங்கள் இவைகளே. 6. ஆபிரகாம் இவர்களையெல்லாம் அனுப்பிவிட்டான், அவன் அவர்களுக்கு வெகுமதிகளைக் கொடுத்தான்; அவர்கள் தங்களுக்கு இடங்கிடைக்கும் இடத்திலே குடியிருக்கும்படி அவன் குமாரனான ஈசாக்கை விட்டுப் பிரிந்துபோனார்கள். 7. அவர்கள் எல்லாரும் கிழக்கே மலைக்குப்போய், அங்கே தங்களுக்கு ஆறு நகரங்களைக் கட்டி, இந்நாள்வரைக்கும் அவைகளில் குடியிருந்தார்கள். 8. ஆனால் யக்ஷானின் பிள்ளைகளாகிய சேபாவும் தேதானும் அவர்களுடைய பிள்ளைகளும் தங்கள் சகோதரர்களோடே தங்கள் நகரங்களில் குடியிருக்கவில்லை, அவர்கள் பிரயாணம்பண்ணி, இந்நாள்வரைக்கும் தேசங்களிலும் வனாந்தரங்களிலும் பாளையமிறங்கியிருந்தார்கள். 9. ஆபிரகாமின் குமாரனாகிய மீதியானின் பிள்ளைகள் கூஷ் தேசத்திற்குக் கிழக்கே போய், கீழ்த்தேசத்தில் ஒரு பெரிய பள்ளத்தாக்கைக் கண்டுபிடித்து, அங்கே தங்கியிருந்து ஒரு நகரத்தைக் கட்டி அதிலே குடியிருந்தார்கள்; அது இந்நாள்வரைக்கும் மீதியான் தேசம் எனப்படுகிறது. 10. மீதியான் தான் கட்டின நகரத்தில் தானும் தன் ஐந்து குமாரர்களும் தமக்குள்ள யாவருமாக அங்கே குடியிருந்தான். 11. தங்கள் நகரங்களில் தங்கள் பெயர்களின்படியே அழைக்கப்பட்ட மீதியானுடைய குமாரர்களின் பெயர்களாவன: ஏப்பா, ஏப்பேர், ஆனோக், அபீதா, எல்தாகா. 12. ஏப்பாவின் குமாரர்கள்: மேத்தாக் (Methach), மேஷார் (Meshar), ஆவி (Avi) மற்றும் சானுவா (Tzanua); ஏப்பேரின் குமாரர்கள்: எப்பெரோன், சூர், அலீருன் (Alirun) மற்றும் மேதின் (Medin); ஆனோக்கின்

குமாரர்கள்: ரெகுவேல், ரேக்கேம் *(Rekem)*, ஆசி *(Azi)*, அல்யோசுப்
(Alyoshub) மற்றும் ஆலாத் *(Alad)*. 13. அபீதாவின் குமாரர்கள்: ஊர்
(Chur), மெலூத் *(Melud)*, கெரூரி *(Kerury)*, மோல்கி *(Molchi)*;
எல்தாகாவின் குமாரர்கள்: மீகேர் *(Miker)*, ரேபா *(Reba)*, மல்கியா
(Malchiyah) மற்றும் காபோல் *(Gabol)*; மீதியானியர்களின்
குடும்பங்களின்படியான பெயர்கள் இவைகளே; அதன்பின்பு
மீதியானின் குடும்பங்கள் மீதியான் தேசமெங்கும் பரவினார்கள். 14.
சாராளின் வேலைக்காரியாகிய ஆகார் ஆபிரகாமுக்குப் பெற்ற
ஆபிரகாமின் குமாரனான இஸ்மவேலின் வம்சவரலாறு: 15.
இஸ்மவேல் எகிப்து தேசத்திலிருந்து ஒரு மனைவியைக் கொண்டான்,
அவளுடைய பெயர் ரீபா *(Ribah)*, அவள் மெரிபாவுமே *(Meribah)*. 16.
ரீபா இஸ்மவேலுக்கு நெபாயோத், கேதார், அத்பியேல், மிப்சாம்
என்பவர்களையும், அவர்களுடைய சகோதரியாகிய போஸ்மாத்தையும்
(Bosmath) பெற்றாள். 17. இஸ்மவேல் தன் மனைவியாகிய ரீபாவைத்
துரத்திவிட்டான்; அவள் அவனை விட்டுப் புறப்பட்டு, எகிப்திலிருக்கிற
தன் தகப்பன் வீட்டிற்குத் திரும்பி அங்கே குடியிருந்தாள்; ஏனெனில்
அவள் இஸ்மவேலின் கண்களுக்கும் அவன் தகப்பனாகிய ஆபிரகாமின்
கண்களுக்கும் மிகவும் பொல்லாதவளாயிருந்தாள். 18. அதன்பின்பு
இஸ்மவேல் கானான் தேசத்திலிருந்து ஒரு மனைவியைக்
கொண்டான், அவளுடைய பெயர் மல்குத் *(Malchuth)*; அவள்
அவனுக்கு மிஸ்மா, தூமா, மாசா, ஆதாத், தேமா, யெத்தூர், நாபீஸ்,
கேத்மா என்பவர்களைப் பெற்றாள். 19. இஸ்மவேலின் குமாரர்கள்
இவர்களே, அவர்கள் பெயர்கள் இவைகளே; அவர்கள் தங்கள்
ஜாதிகளின்படியே பன்னிரண்டு பிரபுக்களாயிருந்தார்கள்; அதன்பின்பு
இஸ்மவேலின் குடும்பங்கள் பரவினார்கள்; இஸ்மவேல் தன்
பிள்ளைகளையும் தான் சம்பாதித்த ஆஸ்தி முழுவதையும், தன்
வீட்டாரின் ஆத்துமாக்களையும் தனக்குள்ள யாவற்றையும்
அழைத்துக்கொண்டு, தங்களுக்கு இடங்கிடைக்கும் இடத்திலே
குடியிருக்கும்படி போனார்கள். 20. அவர்கள் போய் பாரான்
வனாந்தரத்தருகே குடியிருந்தார்கள்; அவர்கள் குடியிருப்பு ஆவிலா
துவக்கி அசீரியாவுக்குப் போகிற வழியிலிருக்கும் எகிப்துக்கு எதிரான
சூர்மட்டுக்கும் இருந்தது. 21. இஸ்மவேலும் அவன் குமாரர்களும் அந்த
தேசத்தில் குடியிருந்தார்கள், அவர்களுக்குப் பிள்ளைகள் பிறந்தார்கள்,
அவர்கள் பலுகி மிகவும் பெருகினார்கள். 22. இஸ்மவேலின் மூத்த
குமாரனான நெபாயோத்தின் குமாரர்களின் பெயர்களாவன: மேந்த்
(Mend), சேந்த் *(Send)*, மாயோன் *(Mayon)*; கேதாரின் குமாரர்கள்:
அல்யோன் *(Alyon)*, கேசெம் *(Kezem)*, சாமாத் *(Chamad)* மற்றும் ஏலி
(Eli). 23. அத்பியேலின் குமாரர்கள்: சாமாத் *(Chamad)* மற்றும் யாபீன்
(Jabin); மிப்சாமின் குமாரர்கள்: ஒபதியா *(Obadiah)*, எபேத்மெலேக்
(Ebedmelech) மற்றும் யெயூஸ் *(Yeush)*; இஸ்மவேலின் மனைவியாகிய
ரீபாவின் பிள்ளைகளுடைய குடும்பங்கள் இவைகளே. 24.

இஸ்மவேலின் குமாரனான மிஸ்மாவின் குமாரர்கள்: சம்முவா *(Shamua)*, சகரியோன் *(Zecaryon)* மற்றும் ஓபேத் *(Obed)*; தூமாவின் குமாரர்கள்: கேசேத் *(Kezed)*, ஏலி, மக்மாத் *(Machmad)* மற்றும் ஆமேத் *(Amed)*. 25. மாசாவின் குமாரர்கள்: மேலோன் *(Melon)*, மூலா *(Mula)* மற்றும் எபிதாதோன் *(Ebidadon)*; ஆதாத்தின் குமாரர்கள்: ஆசூர் *(Azur)*, மின்சார் *(Minzar)* மற்றும் எபேத்மெலேக்; தேமாவின் குமாரர்கள்: சேயீர் *(Seir)*, சாதோன் *(Sadon)* மற்றும் யாக்கோல் *(Yakol)*. 26. யெத்தூரின் குமாரர்கள்: மெரீத் *(Merith)*, யாயீஷ் *(Yaish)*, அல்யோ *(Alyo)* மற்றும் பாக்கோத் *(Pachoth)*; நாபீசின் குமாரர்கள்: எபேத்-தாமேத் *(Ebed-Tamed)*, அபியாசாப் *(Abiyasaph)* மற்றும் மீர் *(Mir)*; கேத்மாவின் குமாரர்கள்: காலிப் *(Calip)*, தாக்தி *(Tachti)* மற்றும் ஓமீர் *(Omir)*; இவர்கள் தங்கள் குடும்பங்களின்படியே இஸ்மவேலின் மனைவியாகிய மல்குத்தின் பிள்ளைகள். 27. தங்கள் சந்ததிகளின்படியே இஸ்மவேலின் குடும்பங்கள் யாவும் இவைகளே; தாங்கள் தங்களுக்குக் கட்டின நகரங்களையுடைய அந்த தேசங்களில் அவர்கள் இந்நாள்வரைக்கும் குடியிருந்தார்கள். 28. ஆபிரகாமின் குமாரனான ஈசாக்கின் மனைவியாகிய பெத்துவேலின் குமாரத்தி ரெபெக்காள் அந்நாட்களில் மலடியாயிருந்தாள், அவளுக்குப் பிள்ளையில்லை; ஈசாக்கு தன் தகப்பனோடே கானான் தேசத்தில் குடியிருந்தான்; கர்த்தர் ஈசாக்கோடே இருந்தார்; ஈசாக்கின் வாழ்நாளில் நாற்பத்தெட்டாம் வருஷமாகிய அந்நாட்களில் நோவாவின் குமாரனான சேமின் குமாரனாகிய அர்ப்பக்சாத் மரித்தான்; அர்ப்பக்சாத் உயிரோடிருந்த நாட்களெல்லாம் நானூற்று முப்பத்தெட்டு வருஷங்கள், அதன்பின்பு அவன் மரித்தான்.

அத்தியாயம் 26

1. ஆபிரகாமின் குமாரனான ஈசாக்கின் வாழ்நாளில் ஐம்பத்தொன்பதாம் வருடத்திலே, அவன் மனைவியாகிய ரெபெக்காள் அந்நாட்களில் இன்னும் மலடியாயிருந்தாள். 2. ரெபெக்காள் ஈசாக்கை நோக்கி: என் ஆண்டவனே, உமது தாயாகிய சாராள் தன் நாட்களில் மலடியாயிருந்தாள் என்றும், என் ஆண்டவனும் உமது தகப்பனுமாகிய ஆபிரகாம் அவளுக்காக ஜெபம்பண்ணினபோது, அவள் அவராலே கர்ப்பவதியானாள் என்றும் மெய்யாகவே நான் கேள்விப்பட்டிருக்கிறேன். 3. ஆகையால் இப்போது நீர் எழுந்து, நீரும் தேவனை நோக்கி ஜெபம்பண்ணும்; அவர் உமது ஜெபத்தைக் கேட்டு, தமது இரக்கங்களினால் நம்மை நினைத்தருளுவார் என்றாள். 4. ஈசாக்கு தன் மனைவியாகிய ரெபெக்காளுக்குப் பிரதியுத்தரமாக: தம்முடைய சந்ததியைப் பெருகப்பண்ணும்படி ஆபிரகாம் எனக்காக ஏற்கனவே தேவனை நோக்கி ஜெபம்பண்ணியிருக்கிறார், ஆகையால்

இப்போது இந்த மலட்டுத்தன்மை உன்னாலேயே நமக்கு
வந்திருக்கவேண்டும் என்றான். 5. ரெபெக்காள் அவனை நோக்கி:
ஆனாலும் இப்போது நீரும் எழுந்து ஜெபம்பண்ணும்; அப்பொழுது
கர்த்தர் உமது ஜெபத்தைக் கேட்டு, எனக்குப் பிள்ளைகளைத் தருவார்
என்றாள்; ஈசாக்கு தன் மனைவியின் வார்த்தைகளுக்குச்
செவிகொடுத்தான்; ஈசாக்கும் அவன் மனைவியும் எழுந்து, அங்கே
ஜெபம்பண்ணவும் கர்த்தரைத் தேடவும் மோரியா தேசத்திற்குப்
போனார்கள்; அவர்கள் அந்த இடத்தை அடைந்தபோது, ஈசாக்கு
எழுந்துநின்று, தன் மனைவி மலடியாயிருந்தபடியால் அவளுக்காகக்
கர்த்தரை நோக்கி ஜெபம்பண்ணினான். 6. ஈசாக்கு: ஓ வானத்திற்கும்
பூமிக்கும் தேவனாகிய கர்த்தாவே, உம்முடைய நன்மையினாலும்
இரக்கங்களினாலும் பூமி நிறைந்திருக்கிறது; நீர் என் தகப்பனை
அவருடைய தகப்பன் வீட்டிலிருந்தும் அவருடைய பிறந்த
தேசத்திலிருந்தும் அழைத்துக்கொண்டுவந்து, இந்த தேசத்தில் சேர்த்து:
உன் சந்ததிக்கு இந்த தேசத்தைக் கொடுப்பேன் என்று அவருக்குச்
சொல்லி: வானத்தின் நட்சத்திரங்களைப்போலவும் கடற்கரை
மணலைப்போலவும் உன் சந்ததியைப் பெருகப்பண்ணுவேன் என்று
அவருக்கு வாக்குத்தத்தம்பண்ணி அறிவித்தீரே; இப்போது நீர் என்
தகப்பனிடத்தில் சொன்ன உமது வார்த்தைகள் நிறைவேறுவதாக. 7.
நீரே எங்கள் தேவனாகிய கர்த்தர், நீர் எங்களுக்கு
வாக்குத்தத்தம்பண்ணினபடியே எங்களுக்கு ஆண்பிள்ளைகளைத்
தரும்படி எங்கள் கண்கள் உம்மை நோக்கியிருக்கிறது; ஏனெனில் நீரே
எங்கள் தேவனாகிய கர்த்தர், எங்கள் கண்கள் உம்மை மட்டுமே
நோக்கியிருக்கிறது என்றான். 8. கர்த்தர் ஆபிரகாமின் குமாரனான
ஈசாக்கின் ஜெபத்தைக் கேட்டார்; அவன் கர்த்தரை நோக்கிப்
பண்ணின வேண்டுதலை அவர் கேட்டருளினார், அவன்
மனைவியாகிய ரெபெக்காள் கர்ப்பவதியானாள். 9. ஏறக்குறைய ஏழு
மாதங்களுக்குப் பின்பு, பிள்ளைகள் அவளுக்குள்ளே ஒன்றோடொன்று
மோதிக்கொண்டன, அது அவளுக்கு மிகவும்
வேதனையாயிருந்தபடியால் அவள் அவர்களினிமித்தம்
சோர்ந்துபோனாள்; அப்பொழுது தேசத்திலிருந்த ஸ்திரீகள்
எல்லாரையும் அவள் நோக்கி: எனக்கு நேரிட்டதுபோல உங்களுக்கு
நேரிட்டதுண்டா? என்று கேட்டாள்; அவர்கள் அவளை நோக்கி:
இல்லை என்றார்கள். 10. அவள் அவர்களை நோக்கி: பூமியிலுள்ள
எல்லா ஸ்திரீகளிலும் நான் மாத்திரம் ஏன் இப்படி இருக்கிறேன்?
என்றாள்; இதினிமித்தம் கர்த்தரைத் தேடும்படி அவள் மோரியா
தேசத்திற்குப் போனாள்; இந்தக் காரியத்தைக் குறித்து விசாரிக்கவும்,
அவளைக்குறித்து அவர்கள் இந்தக் காரியத்தில் கர்த்தரைத்
தேடும்படிக்கு, சேமினிடத்திற்கும் அவனுடைய குமாரனான
ஏபேரினிடத்திற்கும் போனாள். 11. தனக்கு நேரிட்ட
எல்லாவற்றைக்குறித்தும் கர்த்தரைத் தேடி விசாரிக்கும்படி

ஆபிரகாமையும் அவள் கேட்டுக்கொண்டாள். 12. அவர்கள் எல்லாரும்
இந்தக் காரியத்தைக்குறித்துக் கர்த்தரிடத்தில் விசாரித்தார்கள்;
கர்த்தரிடத்திலிருந்து வார்த்தையைப் பெற்றுவந்து அவளுக்கு
அறிவித்து: இரண்டு பிள்ளைகள் உன் கர்ப்பத்தில் இருக்கிறார்கள்,
அவர்களிலிருந்து இரண்டு ஜாதிகள் தோன்றும்; ஒரு ஜாதி மற்ற
ஜாதியைவிடப் பலத்திருக்கும், மூத்தவன் இளையவனுக்கு
ஊழியஞ்செய்வான் என்றார்கள். 13. அவள் பிரசவிக்கும் காலம்
நிறைவேறினபோது, அவள் முழங்கால்படியிட்டாள்; கர்த்தர்
அவளுக்குச் சொல்லியிருந்தபடியே, இதோ, அவளுடைய கர்ப்பத்தில்
இரட்டைப்பிள்ளைகள் இருந்தன. 14. மூத்தவன் ரோம அங்கிபோல
முழுவதுஞ் சிவந்த நிறமாய் வெளிப்பட்டான்; இவன் கர்ப்பத்திலேயே
முழுமையாக்கப்பட்டவன் என்று சொல்லி, அந்த தேசத்தின் ஜனங்கள்
எல்லாரும் அவனுக்கு ஏசா என்று பேரிட்டார்கள். 15. அதன்பின்பு
அவனுடைய சகோதரன் வெளிப்பட்டான், அவனுடைய கை ஏசாவின்
குதிங்காலைப் பிடித்துக்கொண்டிருந்தது; ஆகையால் அவனுக்கு
யாக்கோபு என்று பேரிட்டார்கள். 16. ஆபிரகாமின் குமாரனான
ஈசாக்கு அவர்களைப் பெற்றபோது அவனுக்கு வயது அறுபது. 17.
அந்தப் பிள்ளைகள் தங்கள் பதினைந்தாம் வயதுவரைக்கும் வளர்ந்து,
மனுஷர்களின் ஐக்கியத்தில் சேர்ந்தார்கள்; ஏசா தந்திரமும்
வஞ்சகமுமான மனுஷனும், வெளியிலே திறமையான
வேட்டைக்காரனுமாயிருந்தான்; யாக்கோபு உத்தமனும் ஞானமுமான
மனுஷனாயிருந்து, கூடாரங்களில் வாசம்பண்ணி, மந்தைகளை
மேய்த்துக்கொண்டு, கர்த்தருடைய போதனைகளையும் தன் தகப்பனும்
தாயும் இட்ட கட்டளைகளையும் கற்றுக்கொண்டிருந்தான். 18. தேவன்
தங்களுக்குக் கட்டளையிட்டபடியே, ஈசாக்கும் அவன் வீட்டாரும்
அவன் தகப்பனாகிய ஆபிரகாமோடே கானான் தேசத்தில்
குடியிருந்தார்கள். 19. ஆபிரகாமின் குமாரனான இஸ்மவேல் தன்
பிள்ளைகளோடும் தனக்குள்ள யாவற்றோடும் ஆவிலா தேசத்திற்குத்
திரும்பிப்போய், அங்கே குடியிருந்தார்கள். 20. ஆபிரகாமின்
மறுமனையாட்டிகளின் பிள்ளைகள் எல்லாரும் கீழ்த்தேசத்தில்
குடியிருக்கும்படி போனார்கள்; ஏனெனில் ஆபிரகாம் தன்
குமாரனிடத்திலிருந்து அவர்களை அனுப்பிவிட்டு, அவர்களுக்கு
வெகுமதிகளைக் கொடுத்திருந்தான், அவர்கள் போய்விட்டார்கள். 21.
ஆபிரகாம் தனக்குண்டான எல்லாவற்றையும் தன் குமாரனான
ஈசாக்குக்குக் கொடுத்தான்; அவன் தன்
பொக்கிஷங்களெல்லாவற்றையும் அவனுக்கே கொடுத்தான். 22.
அவன் அவனுக்குக் கட்டளையிட்டு: வானத்திலும் பூமியிலும் கர்த்தரே
தேவன் என்றும், அவரைத்தவிர வேறொருவரில்லை என்றும் நீ
அறியாமலும் புரிந்துகொள்ளாமலுமிருக்கிறாயோ? 23. அவரே
என்னைத் தகப்பன் வீட்டிலிருந்தும் என் பிறந்த தேசத்திலிருந்தும்
அழைத்துக்கொண்டுவந்து, பூமியிலுள்ள சகல இன்பங்களையும்

எனக்குக் கொடுத்தார்; நான் அவரை நம்பியிருந்தபடியால்,
துன்மார்க்கருடைய ஆலோசனையிலிருந்து என்னை விடுவித்தார். 24.
அவர் என்னை இந்த இடத்திற்குக் கொண்டுவந்தார், அவர் ஊர்
கஸ்தீமிலிருந்து என்னை விடுவித்தார்; அவர் என்னை நோக்கி: உன்
சந்ததிக்கு இந்த தேசங்களையெல்லாம் கொடுப்பேன்; நான் உனக்குக்
கட்டளையிட்டதும், நான் அவர்களுக்குக்
கட்டளையிடப்போகிறதுமான என் கற்பனைகளையும், என்
கட்டளைகளையும், என் நியாயங்களையும் அவர்கள்
கைக்கொள்ளும்போது அவர்கள் இவைக்ளைச்
சுதந்தரித்துக்கொள்வார்கள் என்று சொன்னார். 25. ஆகையால்
இப்போது என் குமாரனே, என் சத்தத்திற்குச் செவிகொடுத்து, நான்
உனக்குக் கட்டளையிட்ட உன் தேவனாகிய கர்த்தரின்
கற்பனைகளைக் கைக்கொள்; உனக்கும் உனக்குப்பின்பு உன்
பிள்ளைகளுக்கும் என்றென்றைக்கும் நன்மையுண்டாயிருக்கும்படிக்கு,
நல்வழியை விட்டு வலதுபுறமாவது இடதுபுறமாவது விலகாதிரு. 26.
கர்த்தருடைய அற்புதமான கிரியைகளையும், நம்முடைய
சத்துருக்களின் கைகளிலிருந்து நம்மை விடுவித்ததின்மூலம் அவர்
நமக்குக் காண்பித்த தயவையும் நினைவுகூரு; நம்முடைய தேவனாகிய
கர்த்தர் அவர்களை நம்முடைய கைகளில் விழப்பண்ணினார்;
ஆகையால் இப்போது, நான் உனக்குக் கட்டளையிட்டதையெல்லாம்
கைக்கொள்; உனக்கும் உனக்குப்பின்பு உன் சந்ததிக்கும்
நன்மையுண்டாயிருக்கும்படிக்கு, உன் தேவனுடைய கற்பனைகளை
விட்டு விலகாமல், அவரைத்தவிர வேறொருவரையும் சேவியாதிரு. 27.
உன் பிள்ளைகளுக்கும் உன் சந்ததிக்கும் கர்த்தருடைய
போதனைகளையும் அவருடைய கற்பனைகளையும் போதித்து,
அவர்கள் என்றென்றைக்கும் நன்றாயிருக்கும்படிக்கு, அவர்கள்
நடக்கவேண்டிய செம்மையான வழியை அவர்களுக்குப்
போதிப்பாயாக என்றான். 28. ஈசாக்கு தன் தகப்பனுக்குப்
பிரதியுத்தரமாக: என் ஆண்டவன் கட்டளையிட்டதை நான்
செய்வேன்; நான் என் தேவனாகிய கர்த்தரின் கட்டளைகளை விட்டு
விலகமாட்டேன், அவர் எனக்குக் கட்டளையிட்டதையெல்லாம்
கைக்கொள்ளுவேன் என்றான்; ஆபிரகாம் தன் குமாரனான
ஈசாக்கையும், அவனுடைய பிள்ளைகளையும் ஆசீர்வதித்தான்;
ஆபிரகாம் யாக்கோபுக்குக் கர்த்தருடைய போதனையையும்
அவருடைய வழிகளையும் போதித்தான். 29. அக்காலத்திலே, ஈசாக்கின்
குமாரர்களாகிய யாக்கோபு ஏசா ஆகியோரின் வாழ்நாளில்
பதினைந்தாம் வருடத்திலே ஆபிரகாம் மரித்தான்; ஆபிரகாமின்
நாட்களெல்லாம் நூற்று எழுபத்தைந்து வருஷங்கள்; அவன் நல்ல
முதிர்வயதிலும், விருத்தாப்பியத்திலும், பூரண ஆயுசிலும் மரித்துத் தன்
ஜனத்தாரோடே சேர்க்கப்பட்டான்; அவனுடைய குமாரர்களாகிய
ஈசாக்கும் இஸ்மவேலும் அவனை அடக்கம்பண்ணினார்கள். 30.

யாசேரின் ஆகமம்

ஆபிரகாம் மரித்ததைக் கானான் தேசத்தின் குடிகள் கேள்விப்பட்டபோது, அவர்கள் எல்லாரும் தங்கள் ராஜாக்களோடும் பிரபுக்களோடும் தங்கள் சகல மனுஷர்களோடும் ஆபிரகாமை அடக்கம்பண்ண வந்தார்கள். 31. ஆரான் தேசத்தின் குடிகள் எல்லாரும், ஆபிரகாமின் வீட்டாரான குடும்பங்கள் யாவும், சகல பிரபுக்களும் பெரியவர்களும், மறுமனையாட்டிகளால் பிறந்த ஆபிரகாமின் குமாரர்களும் ஆபிரகாம் மரித்ததைக் கேள்விப்பட்டபோது வந்தார்கள்; அவர்கள் ஆபிரகாமின் தயவுக்குப் பதிலளித்து, அவன் குமாரனான ஈசாக்குக்கு ஆறுதல் சொன்னார்கள்; ஆபிரகாம் ஏத்தியனான எப்பெரோனிடத்திலிருந்தும் அவன் பிள்ளைகளிடத்திலிருந்தும் ஒரு பிரேதக்குழியாகச் சுதந்தரித்துக்கொள்ளும்படி வாங்கியிருந்த குகையிலே அவனை அடக்கம்பண்ணினார்கள். 32. கானான் தேசத்தின் குடிகள் எல்லாரும் ஆபிரகாமை அறிந்திருந்த எல்லாரும் ஒரு முழு வருஷம் ஆபிரகாமுக்காக அழுதார்கள், புருஷர்களும் ஸ்திரீகளும் அவனுக்காகத் துக்கங்கொண்டாடினார்கள். 33. சிறிறு பிள்ளைகள் எல்லாரும் அந்த தேசத்தின் குடிகள் எல்லாரும் ஆபிரகாமினிமித்தம் அழுதார்கள்; ஏனெனில் ஆபிரகாம் அவர்கள் எல்லாருக்கும் நல்லவனாயிருந்தான், அவன் தேவனுக்கும் மனுஷருக்கும் முன்பாக உத்தமனாயிருந்தான். 34. ஆபிரகாமைப்போல தேவனுக்குப் பயப்படுகிற ஒரு மனுஷனும் எழும்பவில்லை; ஏனெனில் அவன் தன் வாலிப வயதுமுதல் தன் தேவனுக்குப் பயந்து, கர்த்தரைச் சேவித்து, தன் சிறுவயதுமுதல் தன் மரண நாள்வரைக்கும் தன் ஜீவகாலமெல்லாம் அவருடைய வழிகளிலெல்லாம் நடந்தான். 35. கர்த்தர் அவனோடே இருந்து, நிம்ரோத் மற்றும் அவனுடைய ஜனங்களின் ஆலோசனையிலிருந்து அவனை விடுவித்தார்; அவன் ஏலாமின் நான்கு ராஜாக்களோடே யுத்தம்பண்ணினபோது அவர்களை வென்றான். 36. அவன் பூமியின் பிள்ளைகள் எல்லாரையும் தேவனுடைய ஆராதனைக்குக் கொண்டுவந்தான்; அவன் அவர்களுக்குக் கர்த்தருடைய வழிகளைப் போதித்து, அவர்கள் கர்த்தரை அறியும்படி செய்தான். 37. அவன் ஒரு தோப்பை உண்டாக்கி, அதிலே ஒரு திராட்சத்தோட்டத்தை நாட்டினான்; அந்த தேசத்தின் வழியாய்க் கடந்துபோகிறவர்கள் தன் வீட்டிலே திருப்தியடையும்படிக்கு, அவன் எப்பொழுதும் தன் கூடாரத்திலே போஜனத்தையும் பானத்தையும் ஆயத்தம்பண்ணிவைப்பான். 38. தேவனாகிய கர்த்தர் ஆபிரகாமினிமித்தம் பூமி முழுவதையும் தப்புவித்தார். 39. ஆபிரகாம் மரித்த பின்பு, தேவன் அவனுடைய குமாரனான ஈசாக்கையும் அவனுடைய பிள்ளைகளையும் ஆசீர்வதித்தார்; கர்த்தர் அவன் தகப்பனாகிய ஆபிரகாமோடே இருந்ததுபோல ஈசாக்கோடேயும் இருந்தார்; ஏனெனில் தன் தகப்பனாகிய ஆபிரகாம் தனக்குக் கட்டளையிட்டிருந்தபடியே ஈசாக்கு கர்த்தருடைய

கற்பனைகளையெல்லாம் கைக்கொண்டான்; தன் தகப்பன் தனக்குக் கட்டளையிட்டிருந்த செம்மையான வழியை விட்டு அவன் வலதுபுறமாவது இடதுபுறமாவது விலகவில்லை.

அத்தியாயம் 27

1. ஆபிரகாம் மரித்த பின்பு, அக்காலத்திலே ஏசா அடிக்கடி
வெளியிலே வேட்டையாடப் போவான். 2. பாபேலின் ராஜாவாகிய
நிம்ரோத், அதாவது அம்ராபேலும், தன் பராக்கிரமசாலிகளோடே
வெளியிலே வேட்டையாடவும், பகலின் குளிர்ச்சியான வேளையிலே
தன் மனுஷர்களோடே உலாவவும் அடிக்கடிப் போவான். 3. நிம்ரோத்
ஏசாவை எல்லா நாட்களிலும் கவனித்துக்கொண்டிருந்தான்;
ஏனெனில் நிம்ரோத்தின் இருதயத்தில் ஏசாவின் மேல் ஒரு பொறாமை
எல்லா நாட்களிலும் உண்டாயிருந்தது. 4. ஒருநாள் ஏசா வெளியிலே
வேட்டையாடப் போனபோது, நிம்ரோத் தன் இரண்டு
மனுஷர்களோடே வனாந்தரத்தில் உலாவிக்கொண்டிருப்பதைக்
கண்டான். 5. அவனுடைய பராக்கிரமசாலிகளும் அவனுடைய
ஜனங்களும் வனாந்தரத்தில் அவனோடே இருந்தார்கள்; ஆனால்
அவர்கள் அவனை விட்டுத் தூரம் விலகி, வேட்டையாடும்படி
வெவ்வேறு திசைகளில் போயிருந்தார்கள்; ஏசா நிம்ரோத்துக்குத்
தன்னை மறைத்துக்கொண்டு, வனாந்தரத்தில் அவனுக்காகப்
பதிவிருந்தான். 6. நிம்ரோத்துக்கும் அவனோடே இருந்த அவனுடைய
மனுஷர்களுக்கும் அவன் அங்கே இருந்தது தெரியாது; நிம்ரோத்தும்
அவனுடைய மனுஷர்களும் பகலின் குளிர்ச்சியான வேளையில்
வெளியிலே உலாவி, தம்முடைய மனுஷர்கள் வெளியிலே எங்கே
வேட்டையாடுகிறார்கள் என்று பார்க்க அடிக்கடி நடப்பார்கள். 7.
நிம்ரோத்தும் அவனோடே இருந்த அவனுடைய இரண்டு மனுஷர்களும்
அவர்கள் இருந்த இடத்திற்கு வந்தபோது, ஏசா தான் பதிவிருந்த
இடத்திலிருந்து திடீரென்று எழும்பி, தன் பட்டயத்தை உருவி,
தீவிரமாய் நிம்ரோத்தினிடத்திற்கு ஓடி அவனுடைய தலையை
வெட்டிப்போட்டான். 8. நிம்ரோத்தோடே இருந்த அந்த இரண்டு
மனுஷர்களோடும் ஏசா கடுமையாக யுத்தம்பண்ணினான்; அவர்கள்
சத்தமிட்டபோது, ஏசா அவர்கள் பக்கம் திரும்பி, தன் பட்டயத்தினால்
அவர்களை வெட்டிக் கொன்றுபோட்டான். 9. அவனை விட்டு
வனாந்தரத்திற்குப் போயிருந்த நிம்ரோத்தின் பராக்கிரமசாலிகள்
எல்லாரும் தூரத்திலே அந்தக் கூக்குரலைக் கேட்டு, அந்த இரண்டு
மனுஷர்களின் சத்தத்தை அறிந்து, அதின் காரணத்தைத்
தெரிந்துகொள்ள ஓடிவந்தார்கள்; அப்பொழுது தங்கள் ராஜாவும்
அவனோடே இருந்த இரண்டு மனுஷர்களும் வனாந்தரத்தில்
செத்துக்கிடப்பதைக் கண்டார்கள். 10. நிம்ரோத்தின்

பராக்கிரமசாலிகள் தூரத்திலே வருவதை ஏசா கண்டபோது, அவன் தப்பியோடிவிட்டான்; நிம்ரோத்தின் தகப்பன் நிம்ரோத்துக்குக் கொடுத்திருந்ததும், நிம்ரோத் தேசம் முழுவதையும் எதினால் மேற்கொண்டானோ அந்த நிம்ரோத்தின் விலையேறப்பெற்ற வஸ்திரங்களை ஏசா எடுத்துக்கொண்டு ஓடி, அவைகளைத் தன் வீட்டிலே மறைத்துவைத்தான். 11. நிம்ரோத்தின் மனுஷர்களினிமித்தம் ஏசா அந்த வஸ்திரங்களை எடுத்துக்கொண்டு பட்டணத்திற்குள் ஓடினான்; அவன் யுத்தத்தினால் களைத்துச் சோர்ந்துபோய்த் தன் தகப்பனுடைய வீட்டிற்கு வந்தான், அவன் சஞ்சலத்தினால் சாகும் தருவாயில் இருந்தான்; அப்பொழுது அவன் தன் சகோதரனான யாக்கோபினிடத்திற்கு வந்து அவனுக்கு முன்பாக உட்கார்ந்தான். 12. அவன் தன் சகோதரனான யாக்கோபை நோக்கி: இதோ, நான் இன்றையதினம் சாகப்போகிறேனே, இந்தச் சேஷ்டபுத்திரபாகம் எனக்கு எதற்கு? என்றான். யாக்கோபு இந்தக் காரியத்தில் ஏசாவிடத்தில் ஞானமாய் நடந்துகொண்டான், ஏசா தன் சேஷ்டபுத்திரபாகத்தை யாக்கோபுக்கு விற்றான்; இது கர்த்தராலே இப்படிச் சம்பவித்தது. 13. ஒரு பிரேதக்குழியாகச் சுதந்தரித்துக்கொள்ளும்படி ஆபிரகாம் ஏத்தின் பிள்ளைகளிடமிருந்து வாங்கியிருந்த மக்பேலா வயலின் குகையிலிருந்த ஏசாவின் பங்கையும் ஏசா யாக்கோபுக்கு விற்றான்; யாக்கோபு இதற்குரிய விலையைக் கொடுத்து இது முழுவதையும் தன் சகோதரனான ஏசாவிடமிருந்து வாங்கிக்கொண்டான். 14. யாக்கோபு இதை முழுவதையும் ஒரு புஸ்தகத்தில் எழுதி, சாட்சிகளோடே அதை உறுதிப்படுத்தி, முத்திரையிட்டான்; அந்தப் புஸ்தகம் யாக்கோபின் கைகளில் இருந்தது. 15. கூஷின் குமாரனான நிம்ரோத் மரித்தபோது, அவனுடைய மனுஷர்கள் அவனைத் தூக்கிக்கொண்டு, திகிலோடே அவனைக் கொண்டுவந்து அவனுடைய பட்டணத்தில் அடக்கம்பண்ணினார்கள்; நிம்ரோத் உயிரோடிருந்த நாட்களெல்லாம் இருநூற்றுப் பதினைந்து வருஷங்கள், அதன்பின்பு அவன் மரித்தான். 16. நிம்ரோத் தேசத்தின் ஜனங்கள் மேல் அரசாண்ட நாட்கள் நூற்று எண்பத்தைந்து வருஷங்கள்; நிம்ரோத் வெட்கத்தோடும் அவமானத்தோடும் ஏசாவின் பட்டயத்தினால் மரித்தான்; அவன் தன் சொப்பனத்தில் கண்டிருந்தபடியே ஆபிரகாமின் சந்ததி அவனுடைய மரணத்திற்குக் காரணமாயிற்று. 17. நிம்ரோத்தின் மரணத்திலே அவனுடைய ராஜ்யம் அநேக பிரிவுகளாகப் பிரிக்கப்பட்டது; நிம்ரோத் அரசாண்டிருந்த அந்தப் பகுதிகள் யாவும் தேசத்தின் அந்தந்த ராஜாக்களுக்கே திருப்பிக்கொடுக்கப்பட்டன, நிம்ரோத்தின் மரணத்திற்குப் பின்பு அவர்கள் அவைகளைத் திரும்பப் பெற்றுக்கொண்டார்கள்; நிம்ரோத்தின் வீட்டாரான ஜனங்கள் எல்லாரும் தேசத்தின் மற்ற ராஜாக்கள் எல்லாருக்கும் அநேக காலம் அடிமைகளாயிருந்தார்கள்.

யாசேரின் ஆகமம்

அத்தியாயம் 28

1. அந்நாட்களில், ஆபிரகாம் மரித்த பின்பு, அந்த வருடத்திலே
கர்த்தர் தேசத்திலே கொடிய பஞ்சத்தை உண்டாக்கினார்; கானான்
தேசத்தில் பஞ்சம் மிகவும் கொடிதாயிருந்தபடியால், ஈசாக்கு தன்
தகப்பனாகிய ஆபிரகாம் செய்ததுபோல, பஞ்சத்தினிமித்தம்
எகிப்துக்குப் போகப் புறப்பட்டான். 2. கர்த்தர் அந்த ராத்திரியிலே
ஈசாக்குக்குத் தரிசனமாகி, அவனை நோக்கி: நீ எகிப்துக்குப் போக
வேண்டாம், எழுந்து பெலிஸ்தருடைய ராஜாவாகிய
அபிமெலேக்கினிடத்திற்குக் கேராருக்குப் போய், பஞ்சம்
தீரும்வரைக்கும் அங்கே தங்கியிரு என்றார். 3. ஈசாக்கு எழுந்து,
கர்த்தர் தனக்குக் கட்டளையிட்டபடியே கேராருக்குப் போய், ஒரு முழு
வருஷம் அங்கே தங்கியிருந்தான். 4. ஈசாக்கு கேராருக்கு வந்தபோது,
அவன் மனைவியாகிய ரெபெக்காள் சவுந்தரியவதியாயிருப்பதை அந்த
தேசத்தின் ஜனங்கள் கண்டார்கள்; கேராரின் ஜனங்கள்
ஈசாக்கினிடத்தில் அவன் மனைவியைக்குறித்துக் கேட்டபோது, அவன்:
இவள் என் சகோதரி என்றான்; இவள் தன் மனைவி என்று
சொன்னால், அந்த தேசத்தின் ஜனங்கள் இவளினிமித்தம் தம்மைக்
கொன்றுபோடுவார்கள் என்று பயந்தபடியால் அப்படிச் சொன்னான்.
5. அபிமெலேக்கின் பிரபுக்கள் போய், ராஜாவுக்கு முன்பாக அந்த
ஸ்திரீயைப் புகழ்ந்தார்கள்; ஆனால் அவன் அவர்களுக்குப்
பதிலளிக்கவுமில்லை, அவர்கள் வார்த்தைகளைக் கவனிக்கவுமில்லை. 6.
ஆனால் ஈசாக்கு அவளைத் தன் சகோதரி என்று சொன்னதை அவன்
கேள்விப்பட்டான்; ஆகையால் ராஜா இதைத் தன் மனதிலே
வைத்துக்கொண்டான். 7. ஈசாக்கு அந்த தேசத்தில் மூன்று மாதங்கள்
தங்கியிருந்தபோது, அபிமெலேக்கு ஜன்னல் வழியாய்ப் பார்த்தான்;
இதோ, ஈசாக்கு தன் மனைவியாகிய ரெபெக்காளோடே
விளையாடிக்கொண்டிருப்பதைக் கண்டான்; ஈசாக்கு ராஜாவிற்குச்
சொந்தமான வெளி வீட்டிலே குடியிருந்தபடியால், ஈசாக்கின் வீடு
ராஜாவின் வீட்டிற்கு எதிரே இருந்தது. 8. ராஜா ஈசாக்கை நோக்கி:
நீ உன் மனைவியைக்குறித்து: இவள் என் சகோதரி என்று சொல்லி,
நீ எங்களுக்குச் செய்த இந்தக் காரியம் என்ன? ஜனங்களில்
பெரியவர்களிலொருவன் இவளோடே சயனித்திருந்தால், நீ எங்கள்
மேல் பழியைச் சுமத்தியிருப்பாயே என்றான். 9. ஈசாக்கு
அபிமெலேக்குக்குப் பிரதியுத்தரமாக: என் மனைவியினிமித்தம் நான்
சாவேனோ என்று பயந்தபடியால்: இவள் என் சகோதரி என்று
சொன்னேன் என்றான். 10. அக்காலத்தில் அபிமெலேக்கு தன்
பிரபுக்களுக்கும் பெரிய மனுஷர்களுக்கும் கட்டளையிட்டான்; அவர்கள்
ஈசாக்கையும் அவன் மனைவியாகிய ரெபெக்காளையும் ராஜாவின்
முன்பாகக் கொண்டுவந்தார்கள். 11. அவர்களுக்கு ராஜரீகமான

வஸ்திரங்களை உடுத்தி, அவர்களைப் பட்டணத்து வீதிகளில்
உலாவப்பண்ணி: இந்த மனுஷனும் இவன் மனைவியும் இவர்களே;
இந்த மனுஷனையாவது இவன் மனைவியையாவது தொடுகிறவன்
நிச்சயமாகவே கொல்லப்படுவான் என்று அவர்கள் தேசம் முழுவதும்
பறைசாற்றும்படி ராஜா கட்டளையிட்டான். ஈசாக்கு தன்
மனைவியோடே ராஜாவின் வீட்டிற்குத் திரும்பினான்; கர்த்தர்
ஈசாக்கோடே இருந்தார், அவன் மேன்மேலும் பெரியவனானான்,
அவனுக்கு ஒன்றும் குறைவுபடவில்லை. 12. அபிமெலேக்கின்
கண்களிலும் அவனுடைய குடிகள் எல்லாருடைய கண்களிலும்
ஈசாக்குக்குக் கிருபை கிடைக்கும்படி கர்த்தர் செய்தார்; தன்
தகப்பனுக்கும் ஆபிரகாமுக்கும் இருந்த ஆணையையும்
உடன்படிக்கையையும் அபிமெலேக்கு நினைத்தபடியால், அவன்
ஈசாக்கினிடத்தில் நன்மையாக நடந்துகொண்டான். 13. அபிமெலேக்கு
ஈசாக்கை நோக்கி: இதோ, பூமி முழுவதும் உனக்கு முன்பாக
இருக்கிறது; நீ உன் தேசத்திற்குத் திரும்பும்வரைக்கும் உன் கண்களுக்கு
நலமான இடத்திலே குடியிரு என்றான்; பஞ்சம் தீரும்வரைக்கும்
ஈசாக்கு விதைத்து அறுத்து, பூமியின் பலனைப் புசிக்கும்படி
அபிமெலேக்கு ஈசாக்குக்கு வயல்களையும் திராட்சத்தோட்டங்களையும்
கேரார் தேசத்தில் சிறந்த பகுதியையும் கொடுத்தான். 14. ஈசாக்கு அந்த
தேசத்தில் விதைத்தான், அந்த வருடத்திலே நூறுமடங்கு பலன்
பெற்றான்; கர்த்தர் அவனை ஆசீர்வதித்தார். 15. அந்த மனுஷன்
பெரியவனானான்; அவனுக்கு மந்தைகளும், ஆடுமாடுகளும், அநேகம்
வேலைக்காரர்களும் இருந்தார்கள். 16. பஞ்சத்தின் நாட்கள் கடந்த
பின்பு, கர்த்தர் ஈசாக்குக்குத் தரிசனமாகி, அவனை நோக்கி: எழுந்து,
இந்த இடத்தை விட்டுப் புறப்பட்டு, உன் தேசமாகிய கானான்
தேசத்திற்குத் திரும்பிப்போ என்றார்; ஈசாக்கு எழுந்து, கர்த்தர் தனக்குக்
கட்டளையிட்டபடியே, அவனும் அவனுக்குள்ள யாவருமாக கானான்
தேசத்திலுள்ள எப்ரோனுக்குத் திரும்பினார்கள். 17. இதன்பின்பு அந்த
வருடத்திலே, அதாவது யாக்கோபு மற்றும் ஏசாவின் வாழ்நாளில்
பதினெட்டாம் வருடத்திலே, அர்ப்பக்சாத்தின் குமாரனான சாலா
மரித்தான்; சாலா உயிரோடிருந்த நாட்களெல்லாம் நானூற்று
முப்பத்து மூன்று வருஷங்கள், அதன்பின்பு அவன் மரித்தான். 18.
அக்காலத்திலே ஈசாக்கு தன் இளைய குமாரனான யாக்கோபைச் சேம்
மற்றும் ஏபேரின் வீட்டிற்கு அனுப்பினான், அவன் கர்த்தருடைய
போதனைகளைக் கற்றுக்கொண்டான்; யாக்கோபு சேம் மற்றும்
ஏபேரின் வீட்டிலே முப்பத்திரண்டு வருஷங்கள் தங்கியிருந்தான்;
அவனுடைய சகோதரனான ஏசாவோ போகவில்லை, ஏனெனில்
அவனுக்குப் போக விருப்பமில்லை; அவன் கானான் தேசத்திலுள்ள
தன் தகப்பன் வீட்டிலேயே தங்கியிருந்தான். 19. ஏசா இடைவிடாமல்
வெளியிலே வேட்டையாடி, தனக்குக் கிடைத்ததை வீட்டிற்குக்
கொண்டுவருவான்; ஏசா எல்லா நாட்களிலும் இப்படியே

செய்துவந்தான். 20. ஏசா தந்திரமும் வஞ்சகமுமான மனுஷனும், மனுஷர்களின் இருதயங்களை வேட்டையாடி அவர்களை வசப்படுத்துகிறவனுமாயிருந்தான்; ஏசா வெளியிலே பராக்கிரமமுள்ள மனுஷனாயிருந்தான், சில காலத்திற்குப் பின்பு வழக்கம்போல வேட்டையாடப் போனான்; அவன் ஏதோம் எனப்படும் சேயீர் தேசத்தின் வெளிவரைக்கும் போனான். 21. அவன் ஒரு வருஷமும் நான்கு மாதங்களும் சேயீர் தேசத்தில் தங்கி, வெளியிலே வேட்டையாடிக்கொண்டிருந்தான். 22. அங்கே சேயீர் தேசத்திலே ஏசா ஒரு கானானிய மனுஷனின் குமாரத்தியைக் கண்டான்; அவளுடைய பெயர் யூதித் (Jehudith); அவள் கானானின் குமாரனான ஏத்தின் குடும்பங்களைச் சேர்ந்த ஏப்பேரின் குமாரனாகிய பியேரியின் குமாரத்தி. 23. ஏசா அவளை மனைவியாகக் கொண்டு, அவளிடத்தில் சேர்ந்தான்; அவன் அவளை மனைவியாகக் கொள்ளும்போது அவனுக்கு வயது நாற்பது; அவன் அவளைத் தன் தகப்பன் குடியிருந்த தேசமாகிய எப்ரோனுக்குக் கூட்டிக்கொண்டுவந்து, அங்கே குடியிருந்தான். 24. அந்நாட்களில் ஈசாக்கின் வாழ்நாளில் நூற்றுப் பத்தாம் வருடத்திலே, அதாவது யாக்கோபின் வாழ்நாளில் ஐம்பதாம் வருடத்திலே, அந்த வருடத்தில் நோவாவின் குமாரனான சேம் மரித்தான்; சேம் மரிக்கும்போது அவனுக்கு வயது அறுநூறு. 25. சேம் மரித்தபோது யாக்கோபு கானான் தேசத்திலுள்ள எப்ரோனிலிருந்த தன் தகப்பனிடத்திற்குத் திரும்பினான். 26. யாக்கோபின் வாழ்நாளில் ஐம்பத்தாறாம் வருடத்திலே, ஆரானிலிருந்து ஜனங்கள் வந்தார்கள்; ரெபெக்காளுக்கு அவளுடைய சகோதரனும் பெத்துவேலின் குமாரனுமாகிய லாபானைக்குறித்து அறிவிக்கப்பட்டது. 27. லாபானின் மனைவி அந்நாட்களில் மலடியாயிருந்தபடியால் அவளுக்குப் பிள்ளைகளில்லை, அவனுடைய வேலைக்காரிகள் எல்லாரும் அவனுக்குப் பிள்ளைகளைப் பெறவில்லை. 28. அதன்பின்பு கர்த்தர் லாபானின் மனைவியாகிய ஆதீனாளை (Adinah) நினைத்தருளினார்; அவள் கர்ப்பவதியாகி இரட்டைப் பெண்குழந்தைகளைப் பெற்றாள்; லாபான் தன் குமாரத்திகளுக்குப் பேரிட்டான்: மூத்தவளுக்கு லேயாள் என்றும், இளையவளுக்கு ராகேல் என்றும் பேரிட்டான். 29. அந்த ஜனங்கள் வந்து இந்தக் காரியங்களை ரெபெக்காளுக்குச் சொன்னார்கள்; கர்த்தர் தன் சகோதரனைச் சந்தித்து அவனுக்குப் பிள்ளைகளைக் கொடுத்தார் என்று ரெபெக்காள் மிகவும் சந்தோஷப்பட்டாள்.

அத்தியாயம் 29

1. ஆபிரகாமின் குமாரனான ஈசாக்கு முதிர்வயதாகி, அவனுக்கு வயது சென்றுபோனது; வயது முதிர்ந்ததினால் அவனுடைய கண்கள்

மங்கி, பார்வையற்றவனானான். 2. அக்காலத்தில் ஈசாக்கு தன் குமாரனான ஏசாவை அழைத்து: நீ உன் ஆயுதங்களாகிய உன் அம்புறாத்தூணியையும் உன் வில்லையும் எடுத்துக்கொண்டு, வெளியிலே போய், எனக்காக வேட்டையாடி, நான் மரிப்பதற்கு முன்னே உன்னை ஆசீர்வதிக்கும்படிக்கு, எனக்குப் பிரியமான ருசியான உணவைச் சமைத்து நான் புசிக்கும்படி என்னிடத்தில் கொண்டுவா; இதோ, நான் முதிர்வயதாகி நரைத்தவனானேன் என்று நான் உன்னைக் கேட்டுக்கொள்ளுகிறேன் என்றான். 3. ஏசா அப்படியே செய்தான்; அவன் தன் தகப்பன் தனக்குக் கட்டளையிட்டபடியே, அவன் தன்னை ஆசீர்வதிக்கும்படிக்கு, வழக்கம் போலத் தன் தகப்பனுக்குக் கொண்டுவரும்படி ருசியான உணவை வேட்டையாடத் தன் ஆயுதங்களை எடுத்துக்கொண்டு வெளியிலே போனான். 4. ஈசாக்கு ஏசாவிடத்தில் சொன்ன வார்த்தைகளையெல்லாம் ரெபெக்காள் கேட்டு, தீவிரமாய்த் தன் குமாரனான யாக்கோபை அழைத்து: உன் தகப்பன் உன் சகோதரனான ஏசாவிடத்தில் இப்படிச் சொன்னார், நான் அதைக் கேட்டேன்; ஆகையால் இப்போது, நான் உனக்குச் சொல்வதைத் தீவிரமாய்ச் செய் என்றாள். 5. நீ மந்தைக்குப் போய், அங்கிருந்து நல்ல இரண்டு வெள்ளாட்டுக்குட்டிகளை என்னிடத்தில் கொண்டுவா, நான் உன் தகப்பனுக்கு ருசியான உணவைச் சமைப்பேன்; உன் தகப்பன் உன்னை ஆசீர்வதிக்கும்படிக்கு, உன் சகோதரன் வேட்டையிலிருந்து வருவதற்கு முன்பாகவே அவர் புசிக்கும்படி நீ அந்த ருசியான உணவை அவரிடத்தில் கொண்டுபோகவேண்டும் என்று நான் உன்னைக் கேட்டுக்கொள்ளுகிறேன் என்றாள். 6. யாக்கோபு தீவிரமாய்த் தன் தாய் தனக்குக் கட்டளையிட்டபடியே செய்தான்; அவன் ருசியான உணவைச் சமைத்து, ஏசா வேட்டையிலிருந்து வருவதற்கு முன்பாகவே அதைத் தன் தகப்பனுக்கு முன்பாகக் கொண்டுவந்தான். 7. ஈசாக்கு யாக்கோபை நோக்கி: என் குமாரனே, நீ யார்? என்றான். அவன்: நான் உம்முடைய மூத்த குமாரனான ஏசா, நீர் எனக்குக் கட்டளையிட்டபடியே செய்தேன்; ஆகையால் இப்போது நீர் என்னிடத்தில் சொன்னபடியே உம்முடைய ஆத்துமா என்னை ஆசீர்வதிக்கும்படிக்கு, நீர் எழுந்து நான் வேட்டையாடிக் கொண்டுவந்ததைப் புசியும் என்று நான் உம்மைக் கேட்டுக்கொள்ளுகிறேன் என்றான். 8. ஈசாக்கு எழுந்து, புசித்துக் குடித்தான், அவன் இருதயம் தேறிற்று; அவன் யாக்கோபை ஆசீர்வதித்தான், யாக்கோபு தன் தகப்பனை விட்டுப் புறப்பட்டுப்போனான்; ஈசாக்கு யாக்கோபை ஆசீர்வதித்தவுடனும், அவன் அவனை விட்டுப் புறப்பட்டுப்போனவுடனும், இதோ, ஏசா வெளியிலிருந்து வேட்டையாடி வந்தான்; அவனும் ருசியான உணவைச் சமைத்து, தன் தகப்பன் அதைப் புசித்துத் தன்னை ஆசீர்வதிக்கும்படி அதை அவரிடத்தில் கொண்டுவந்தான். 9. ஈசாக்கு

ஏசாவை நோக்கி: நீ வருவதற்கு முன்பாகவே எனக்காக வேட்டையாடி என்னிடத்தில் கொண்டுவந்து, நான் ஆசீர்வதித்தேனே அவன் யார்? என்றான். தன் சகோதரனான யாக்கோபே இதைச் செய்தான் என்று ஏசா அறிந்தான்; அவன் தனக்கு இப்படிச் செய்ததினிமித்தம், ஏசாவின் கோபம் தன் சகோதரனான யாக்கோபின் மேல் மூண்டது. 10. ஏசா: அவனுக்கு யாக்கோபு என்று பேரிட்டது சரியல்லவா? அவன் இரண்டு முறை என்னை மோசம் போக்கினான்; என் சேஷ்டபுத்திரபாகத்தை எடுத்துக்கொண்டான், இதோ இப்போது என் ஆசீர்வாதத்தையும் எடுத்துக்கொண்டான் என்று சொல்லி, ஏசா சத்தமிட்டு அழுதான்; தன் குமாரனான ஏசா அழுகிற சத்தத்தை ஈசாக்கு கேட்டபோது, ஈசாக்கு ஏசாவை நோக்கி: என் குமாரனே, நான் என்ன செய்யமுடியும், உன் சகோதரன் தந்திரமாய் வந்து உன் ஆசீர்வாதத்தை எடுத்துக்கொண்டானே என்றான்; தன் தகப்பன் அவனுக்குக் கொடுத்த ஆசீர்வாதத்தினிமித்தம் ஏசா தன் சகோதரனான யாக்கோபைப் பகைத்தான், அவன் மேல் அவனுக்குக் கடுங்கோபம் மூண்டது. 11. யாக்கோபு தன் சகோதரனான ஏசாவுக்கு மிகவும் பயந்து, எழுந்து சேமின் குமாரனான ஏபேரின் வீட்டிற்கு ஓடிப்போய், தன் சகோதரனினிமித்தம் அங்கே தன்னை மறைத்துக்கொண்டான்; யாக்கோபு எப்ரோனிலிருந்து கானான் தேசத்தை விட்டுப் புறப்படும்போது அவனுக்கு வயது அறுபத்து மூன்று; தன் சகோதரனான ஏசாவினிமித்தம் யாக்கோபு பதினான்கு வருஷங்கள் ஏபேரின் வீட்டிலே மறைந்திருந்தான், அங்கே அவன் தொடர்ந்து கர்த்தருடைய வழிகளையும் அவருடைய கட்டளைகளையும் கற்றுக்கொண்டான். 12. யாக்கோபு தப்பியோடிவிட்டான் என்பதையும், தந்திரமாய் ஆசீர்வாதத்தைப் பெற்றுக்கொண்டான் என்பதையும் ஏசா கண்டபோது, ஏசா மிகவும் துக்கப்பட்டு, தன் தகப்பன் மேலும் தாய் மேலும் சஞ்சலமடைந்தான்; அவனும் எழுந்து, தன் மனைவியை அழைத்துக்கொண்டு, தன் தகப்பனையும் தாயையும் விட்டுச் சேயீர் தேசத்திற்குப் போய், அங்கே குடியிருந்தான்; ஏசா அங்கே ஏத்தியனான ஏலோனின் குமாரத்தி போஸ்மாத் *(Bosmath)* என்னும் பெயருள்ள ஒரு ஸ்திரீயை ஏத்தின் குமாரத்திகளுக்குள்ளே கண்டு, தன் முந்தின மனைவியோடுகூட அவளையும் மனைவியாகக் கொண்டான்; அக்காலத்தில் ஆசீர்வாதம் தன்னை விட்டுப் போய்விட்டது என்று சொல்லி, ஏசா அவளுக்கு ஆதாள் *(Adah)* என்று பேரிட்டான். 13. ஏசா தன் தகப்பனையும் தாயையும் பார்க்காமல் ஆறு மாதங்கள் சேயீர் தேசத்தில் குடியிருந்தான்; அதன்பின்பு ஏசா தன் மனைவிகளை அழைத்துக்கொண்டு எழுந்து கானான் தேசத்திற்குத் திரும்பி, தன் இரண்டு மனைவிகளையும் எப்ரோனிலிருந்த தன் தகப்பனுடைய வீட்டிலே வைத்தான். 14. ஏசாவின் மனைவிகள் கர்த்தருடைய வழிகளில் நடவாமல், தங்கள் தகப்பன் தங்களுக்குப் போதித்தபடியே மரத்தினாலும் கல்லினாலுமான தங்கள்

தகப்பனுடைய தேவர்களைச் சேவித்து வந்தபடியால், அவர்கள் தங்கள் கிரியைகளினாலே ஈசாக்குக்கும் ரெபெக்காளுக்கும் சலிப்பையும் மனநோவையும் உண்டாக்கினார்கள்; அவர்கள் தங்கள் தகப்பனிலும் அதிக துன்மார்க்கராயிருந்தார்கள். 15. அவர்கள் தங்கள் இருதயத்தின் பொல்லாத இச்சைகளின்படியே நடந்து, பாகால்களுக்குப் பலியிட்டுத் தூபங்காட்டி வந்தார்கள்; ஈசாக்கும் ரெபெக்காளும் அவர்களினிமித்தம் சலிப்படைந்தார்கள். 16. ரெபெக்காள்: ஏத்தின் குமாரத்திகளினிமித்தம் என் ஜீவன் எனக்கு வெறுப்பாயிருக்கிறது; இந்த தேசத்தின் குமாரத்திகளாகிய இவர்களைப்போல ஏத்தின் குமாரத்திகளில் யாக்கோபு ஒரு பெண்ணைக் கொண்டால் என் ஜீவனால் எனக்கு என்ன பிரயோஜனம்? என்றாள். 17. அந்நாட்களில் ஏசாவின் மனைவியாகிய ஆதாள் கர்ப்பவதியாகி அவனுக்கு ஒரு குமாரனைப் பெற்றாள்; ஏசா தனக்குப் பிறந்த குமாரனுக்கு எலீப்பாஸ் என்று பேரிட்டான்; அவள் அவனைப் பெறும்போது ஏசாவுக்கு வயது அறுபத்தைந்து. 18. யாக்கோபின் வாழ்நாளில் அறுபத்து நான்காம் வருஷமாகிய அந்நாட்களில் ஆபிரகாமின் குமாரனான இஸ்மவேல் மரித்தான்; இஸ்மவேலின் நாட்களெல்லாம் நூற்று முப்பத்தேழு வருஷங்கள், அதன்பின்பு அவன் மரித்தான். 19. இஸ்மவேல் மரித்ததை ஈசாக்கு கேள்விப்பட்டபோது, அவனுக்காகத் துக்கங்கொண்டாடி, ஈசாக்கு அவனுக்காக அநேக நாட்கள் புலம்பினான். 20. யாக்கோபு ஏபேரின் வீட்டிலே குடியிருந்த பதினான்கு வருஷங்களின் முடிவில், யாக்கோபு தன் தகப்பனையும் தாயையும் காண விரும்பி, எப்ரோனிலிருந்த தன் தகப்பன் மற்றும் தாயின் வீட்டிற்கு வந்தான்; அந்நாட்களில் ஆசீர்வாதத்தைத் தன்னிடமிருந்து எடுத்துக்கொண்டதன் மூலம் யாக்கோபு தனக்குச் செய்ததை ஏசா மறந்திருந்தான். 21. யாக்கோபு தன் தகப்பனிடத்திற்கும் தாயினிடத்திற்கும் வருவதை ஏசா கண்டபோது, யாக்கோபு தனக்குச் செய்ததை அவன் நினைவுகூர்ந்து, அவன் மேல் கடுங்கோபங்கொண்டு அவனைக் கொன்றுபோட வகைதேடினான். 22. ஆபிரகாமின் குமாரனான ஈசாக்கு முதிர்வயதாகி, வயது சென்றுபோனவனாயிருந்தான்; ஏசா: இதோ, என் தகப்பன் மரிக்கும் காலம் சமீபமாயிருக்கிறது, அவர் மரிக்கும்போது நான் என் சகோதரனான யாக்கோபைக் கொன்றுபோடுவேன் என்றான். 23. இது ரெபெக்காளுக்கு அறிவிக்கப்பட்டது, அவள் தீவிரமாய் ஆள் அனுப்பித் தன் குமாரனான யாக்கோபை அழைப்பித்து, அவனை நோக்கி: எழுந்து, ஆரானிலிருக்கிற என் சகோதரனான லாபானிடத்திற்கு ஓடிப்போய், உன் சகோதரனின் கோபம் உன்னை விட்டுத் தணியும்வரைக்கும் சில காலம் அங்கே தங்கியிரு, அதன்பின்பு நீ திரும்பிவரலாம் என்றாள். 24. ஈசாக்கு யாக்கோபை அழைத்து, அவனை நோக்கி: கானானியரின் குமாரத்திகளில் உனக்கு ஒரு மனைவியைக் கொள்ளாதே; ஏனெனில்: உன் சந்ததிக்கு இந்த

தேசத்தைக் கொடுப்பேன் என்று நம்முடைய தகப்பனாகிய ஆபிரகாமுக்குக் கர்த்தர் கட்டளையிட்ட அவருடைய வார்த்தையின்படியே அவர் நமக்குக் கட்டளையிட்டிருக்கிறார்; உன் பிள்ளைகள் நான் உன்னோடே பண்ணின உடன்படிக்கையைக் கைக்கொண்டால், நான் உனக்குச் சொன்னதை உன்பிள்ளைகளுக்கும் நிறைவேற்றுவேன், நான் அவர்களைக் கைவிடமாட்டேன் என்று சொல்லியிருக்கிறாரே. 25. ஆகையால் இப்போது என் குமாரனே, என் சத்தத்திற்குச் செவிகொடுத்து, நான் உனக்குக் கட்டளையிடுகிற யாவற்றையும் செய்; கானானியரின் குமாரத்திகளிலிருந்து உனக்கு ஒரு மனைவியைக் கொள்வதை விட்டுவிடு; நீ எழுந்து, உன் தாயின் தகப்பனாகிய பெத்துவேலின் வீடிருக்கிற ஆரானுக்குப் போய், அங்கே உன் தாயின் சகோதரனான லாபானின் குமாரத்திகளில் உனக்கு ஒரு மனைவியைக் கொள். 26. ஆகையால் நீ போகிற தேசத்திலே உன் தேவனாகிய கர்த்தரையும் அவருடைய வழிகள் எல்லாவற்றையும் மறந்து, அந்த தேசத்தின் ஜனங்களோடு சம்பந்தங்கலந்து, வீணான காரியங்களைப் பின்பற்றி, உன் தேவனாகிய கர்த்தரை விட்டுவிடாதபடிக்கு எச்சரிக்கையாயிரு. 27. ஆனால் நீ அந்த தேசத்திற்கு வரும்போது அங்கே கர்த்தரைச் சேவி; நான் உனக்குக் கட்டளையிட்டதும் நீ கற்றுக்கொண்டதுமான வழியை விட்டு வலதுபுறமாவது இடதுபுறமாவது விலகாதிரு. 28. சர்வவல்லமையுள்ள தேவன் பூமியின் ஜனங்களின் கண்களில் உனக்குக் கிருபை கிடைக்கச் செய்வாராக; நீ அங்கே உன் விருப்பத்தின்படியே, கர்த்தருடைய வழிகளில் நற்குணமும் செம்மையுமான ஒருத்தியை மனைவியாகக் கொள்வாயாக. 29. தேவன் உனக்கும் உன் சந்ததிக்கும் உன் தகப்பனாகிய ஆபிரகாமின் ஆசீர்வாதத்தைக் கொடுத்து, உன்னைப் பலுகிப் பெருகப்பண்ணுவாராக; நீ போகிற தேசத்திலே நீ திரளான ஜனங்களாவாயாக; பிள்ளைகளோடும் மிகுந்த ஐஸ்வரியத்தோடும், சந்தோஷத்தோடும் மகிழ்ச்சியோடும் தேவன் உன்னை உன் தகப்பனுடைய வாசஸ்தலமாகிய இந்த தேசத்திற்குத் திரும்பப்பண்ணுவாராக என்றான். 30. ஈசாக்கு யாக்கோபுக்குக் கட்டளையிட்டு, அவனை ஆசீர்வதித்து முடித்த பின்பு, அவனுக்கு வெள்ளியோடும் பொன்னோடும் அநேக வெகுமதிகளைக் கொடுத்து அவனை அனுப்பிவிட்டான்; யாக்கோபு தன் தகப்பனுக்கும் தாய்க்கும் செவிகொடுத்து, அவர்களை முத்தமிட்டு, எழுந்து பதான்-அராமுக்குப் போனான்; யாக்கோபு கானான் தேசத்திலுள்ள பெயெர்செபாவை விட்டுப் புறப்படும்போது அவனுக்கு வயது எழுபத்தேழு. 31. யாக்கோபு ஆரானுக்குப் போகப் புறப்பட்டபோது, ஏசா தன் குமாரனான எலீப்பாஸை அழைத்து, அவனிடத்தில் இரகசியமாகப் பேசி: இப்போது தீவிரமாய் உன் பட்டயத்தை உன் கையில் எடுத்துக்கொண்டு யாக்கோபைப் பின்தொடர்ந்து, வழியிலே அவனுக்கு முன்பாகக் கடந்துபோய், அவனுக்காகப் பதிவிருந்து, மலைகளில் ஒன்றிலே உன்

பட்டயத்தினால் அவனைக் கொன்றுபோட்டு, அவனுக்குள்ள
எல்லாவற்றையும் எடுத்துக்கொண்டு திரும்பிவா என்றான். 32.
ஏசாவின் குமாரனான எலீப்பாஸ் சுறுசுறுப்பான மனுஷனும், தன்
தகப்பன் தனக்குப் போதித்தபடியே வில்வித்தையில்
நிபுணனுமாயிருந்தான், அவன் வெளியிலே பெயர் பெற்ற
வேட்டைக்காரனும் பராக்கிரமசாலியுமாயிருந்தான். 33. தன் தகப்பன்
தனக்குக் கட்டளையிட்டபடியே எலீப்பாஸ் செய்தான்;
எலீப்பாஸுக்கு அக்காலத்தில் பதின்மூன்று வயது, எலீப்பாஸ் எழுந்து,
தன் தாயின் சகோதரர்களில் பத்து பேரைத் தன்னோடே
கூட்டிக்கொண்டு யாக்கோபைப் பின்தொடர்ந்துபோனான். 34. அவன்
யாக்கோபை நெருக்கமாய்ப் பின்தொடர்ந்து, சீகேம் பட்டணத்திற்கு
எதிரான கானான் தேசத்தின் எல்லையிலே அவனுக்காகப்
பதிவிருந்தான். 35. எலீப்பாஸும் அவனுடைய மனுஷர்களும்
தன்னைப் பின்தொடர்ந்து வருவதை யாக்கோபு கண்டபோது, இது
என்னவென்று அறியும்படி தான் போய்க்கொண்டிருந்த இடத்திலே
நின்றான், ஏனெனில் அந்தக் காரியத்தை அவன் அறியாதிருந்தான்;
எலீப்பாஸ் தன் பட்டயத்தை உருவி, அவனும் அவன் மனுஷர்களும்
யாக்கோபுக்கு நேராக முன்னேறிவந்தார்கள்; யாக்கோபு அவர்களை
நோக்கி: நீங்கள் இங்கே வருவதற்கு உங்களிடத்தில் என்ன காரியம்
இருக்கிறது, நீங்கள் உங்கள் பட்டயங்களோடு பின்தொடருவதன்
அர்த்தம் என்ன? என்றான். 36. எலீப்பாஸ் யாக்கோபினண்டைக்கு
வந்து, அவனுக்குப் பிரதியுத்தரமாக: என் தகப்பன் எனக்கு இப்படிக்
கட்டளையிட்டார்; ஆகையால் இப்போது, என் தகப்பன் எனக்குக்
கொடுத்த கட்டளைகளிலிருந்து நான் விலகமாட்டேன் என்றான்; ஏசா
பலப்பிரயோகம் செய்யும்படி எலீப்பாஸுக்குச் சொல்லியிருக்கிறான்
என்று யாக்கோபு கண்டபோது, யாக்கோபு எலீப்பாஸையும்
அவனுடைய மனுஷர்களையும் அணுகி, அவனை நோக்கி: 37. இதோ,
எனக்குள்ளதும் என் தகப்பனும் தாயும் எனக்குக் கொடுத்ததுமான
யாவற்றையும் நீ எடுத்துக்கொண்டு, என்னைக் கொன்றுபோடாமல்
என்னை விட்டுப் போ என்று உன்னைக் கெஞ்சுகிறேன்; இந்தக்
காரியம் உனக்கு நீதியாக எண்ணப்படுவதாக என்றான். 38. கர்த்தர்
ஏசாவின் குமாரனான எலீப்பாஸின் கண்களிலும் அவனுடைய
மனுஷர்களின் கண்களிலும் யாக்கோபுக்குக் கிருபை கிடைக்கும்படி
செய்தார்; அவர்கள் யாக்கோபின் சத்தத்திற்குச் செவிகொடுத்து
அவனைக் கொன்றுபோடவில்லை; எலீப்பாஸும் அவனுடைய
மனுஷர்களும் யாக்கோபுக்குள்ள யாவற்றையும், அவன்
பெயெர்செபாவிலிருந்து தன்னோடே கொண்டுவந்திருந்த
வெள்ளியையும் பொன்னையும் எடுத்துக்கொண்டார்கள்; அவனுக்கு
ஒன்றும் வைக்காமல் விட்டுவிட்டார்கள். 39. எலீப்பாஸும்
அவனுடைய மனுஷர்களும் அவனை விட்டுப்
பெயெர்செபாவிலிருக்கிற ஏசாவிடத்திற்குத் திரும்பினார்கள்;

யாக்கோபினிடத்தில் தங்களுக்கு நேரிட்ட எல்லாவற்றையும் அவனுக்குச் சொல்லி, தாங்கள் யாக்கோபிடமிருந்து எடுத்த எல்லாவற்றையும் அவனுக்குக் கொடுத்தார்கள். 40. அவர்கள் யாக்கோபைக் கொன்றுபோடாதபடியால், ஏசா தன் குமாரனான எலீப்பாஸின் மேலும் அவனோடே வந்த அவனுடைய மனுஷர்களின் மேலும் கடுங்கோபங்கொண்டான். 41. அவர்கள் ஏசாவுக்குப் பிரதியுத்தரமாக: தன்னைக் கொன்றுபோடவேண்டாம் என்று யாக்கோபு இந்தக் காரியத்தில் எங்களைக் கெஞ்சிக்கொண்டபடியால், எங்கள் பரிதாபம் அவன் மேல் எழும்பினது; நாங்கள் அவனுக்குள்ள யாவற்றையும் எடுத்து உம்மினிடத்திற்குக் கொண்டுவந்தோம் என்றார்கள்; எலீப்பாஸ் யாக்கோபிடமிருந்து எடுத்திருந்த வெள்ளியையும் பொன்னையும் ஏசா எடுத்து, அவைகளைத் தன் வீட்டிலே பத்திரமாக வைத்தான். 42. அக்காலத்தில் ஈசாக்கு யாக்கோபை ஆசீர்வதித்து: நீ கானானியரின் குமாரத்திகளில் ஒருத்தியை மனைவியாகக் கொள்ளக்கூடாது என்று அவனுக்குக் கட்டளையிட்டான் என்பதையும், கானானியரின் குமாரத்திகள் ஈசாக்குக்கும் ரெபெக்காளுக்கும் பிரியமில்லாதவர்கள் என்பதையும் ஏசா கண்டபோது, 43. அவன் தன் சிறிய தகப்பனாகிய இஸ்மவேலின் வீட்டிற்குப் போய், தன் முந்தின மனைவிகளோடுகூட இஸ்மவேலின் குமாரத்தியும் நெபாயோத்தின் சகோதரியுமான மக்லாத்தை (Machlath) மனைவியாகக் கொண்டான்.

அத்தியாயம் 30

1. யாக்கோபு தன் பிரயாணத்தைத் தொடர்ந்து ஆரானுக்குப் போய், மோரியா மலைவரைக்கும் வந்து, லூஸ் பட்டணத்திற்குச் சமீபமாய் அந்த ராத்திரி முழுவதும் அங்கே தங்கினான்; அந்த ராத்திரியிலே கர்த்தர் அங்கே யாக்கோபுக்குத் தரிசனமாகி, அவனை நோக்கி: நான் ஆபிரகாமின் தேவனும் உன் தகப்பனாகிய ஈசாக்கின் தேவனுமாகிய கர்த்தர்; நீ படுத்திருக்கிற பூமியை உனக்கும் உன் சந்ததிக்கும் கொடுப்பேன் என்றார். 2. இதோ, நான் உன்னோடே இருந்து, நீ போகிற இடத்திலெல்லாம் உன்னைக் காப்பேன்; நான் உன் சந்ததியை வானத்தின் நட்சத்திரங்களைப்போலப் பெருகப்பண்ணி, உன் சத்துருக்கள் எல்லாரையும் உனக்கு முன்பாக விழப்பண்ணுவேன்; அவர்கள் உன்னோடே யுத்தம்பண்ணும்போது உன்னை மேற்கொள்ளமாட்டார்கள்; நான் உன்னைச் சந்தோஷத்தோடும் பிள்ளைகளோடும் மிகுந்த ஐஸ்வரியத்தோடும் மறுபடியும் இந்த தேசத்திற்குத் திரும்பப்பண்ணுவேன் என்றார். 3. யாக்கோபு நித்திரையிலிருந்து விழித்து, தான் கண்ட தரிசனத்தினிமித்தம் மிகவும் சந்தோஷப்பட்டு, அந்த இடத்திற்குப்

*பெத்தேல் என்று பேரிட்டான். 4. யாக்கோபு மிகவும்
சந்தோஷத்தோடே அந்த இடத்தை விட்டு எழுந்தான், அவன்
நடக்கும்போது சந்தோஷத்தினால் அவன் கால்கள் அவனுக்கு
இலகுவாயிருந்தன; அவன் அங்கிருந்து கீழ்த்திசைப் புத்திரரின்
தேசத்திற்குப் போய், ஆரானுக்குத் திரும்பி, மேய்ப்பர்களின்
துரவண்டையிலே உட்கார்ந்தான். 5. தங்கள் மந்தைகளை
மேய்க்கும்படி ஆரானிலிருந்து வந்த சில மனுஷர்களை அங்கே
கண்டான்; யாக்கோபு அவர்களை விசாரித்தான், அவர்கள்: நாங்கள்
ஆரானிலிருந்து வந்தோம் என்றார்கள். 6. அவன் அவர்களை நோக்கி:
நாகோரின் குமாரனான லாபானை உங்களுக்குத் தெரியுமா?
என்றான்; அவர்கள்: எங்களுக்குத் தெரியும், இதோ, அவனுடைய
குமாரத்தியாகிய ராகேல் தன் தகப்பனுடைய மந்தையை மேய்க்க
வருகிறாள் என்றார்கள். 7. அவன் அவர்களோடே
பேசிக்கொண்டிருக்கையில், லாபானின் குமாரத்தியாகிய ராகேல் தன்
தகப்பனுடைய ஆடுகளை மேய்க்க வந்தாள், ஏனெனில் அவள்
மேய்ப்பாளியாயிருந்தாள். 8. யாக்கோபு தன் தாயின் சகோதரனாகிய
லாபானின் குமாரத்தியான ராகேலைக் கண்டபோது, அவன் ஓடி,
அவளை முத்தமிட்டு, சத்தமிட்டு அழுதான். 9. தான் அவளுடைய
தகப்பனின் சகோதரியாகிய ரெபெக்காளின் குமாரன் என்று
யாக்கோபு ராகேலுக்குச் சொன்னான்; ராகேல் ஓடித் தன்
தகப்பனுக்குச் சொன்னாள், யாக்கோபு லாபானின் வீட்டிற்குக்
கொண்டுவரத் தன்னிடத்தில் ஒன்றும் இல்லாதபடியால் தொடர்ந்து
அழுதான். 10. தன் சகோதரியின் குமாரனான யாக்கோபு
வந்திருக்கிறான் என்று லாபான் கேள்விப்பட்டபோது, அவன்
ஓடிவந்து, அவனை முத்தமிட்டு அணைத்துக்கொண்டு, அவனை
வீட்டிற்குள் அழைத்துக்கொண்டுபோய் அவனுக்கு அப்பம்
கொடுத்தான், அவன் புசித்தான். 11. தன் சகோதரனான ஏசா தனக்குச்
செய்ததையும், அவன் குமாரனான எலீப்பாஸ் வழியிலே தனக்குச்
செய்ததையும் யாக்கோபு லாபானுக்கு விவரித்தான். 12. யாக்கோபு
லாபானின் வீட்டிலே ஒரு மாதம் தங்கியிருந்தான், யாக்கோபு
லாபானின் வீட்டிலே புசித்துக் குடித்தான்; அதன்பின்பு லாபான்
யாக்கோபை நோக்கி: நீ எனக்குச் சும்மா ஊழியஞ்செய்வானேன், உன்
சம்பளம் என்னவாக இருக்கவேண்டும் எனக்குச் சொல் என்றான். 13.
லாபானுக்குக் குமாரர்கள் இல்லை, குமாரத்திகள் மாத்திரமே
இருந்தார்கள்; அந்நாட்களில் அவனுடைய மற்ற மனைவிகளும்
வேலைக்காரிகளும் இன்னும் மலடிகளாயிருந்தார்கள்; லாபானின்
மனைவியாகிய ஆதீனாள் அவனுக்குப் பெற்ற லாபானின்
குமாரத்திகளுடைய பெயர்களாவன: மூத்தவளின் பெயர் லேயாள்,
இளையவளின் பெயர் ராகேல்; லேயாள் மங்கிய
பார்வையுள்ளவளாயிருந்தாள், ஆனால் ராகேல் அழகானவளும்
சவுந்தரியவதியுமாயிருந்தாள், யாக்கோபு அவளை நேசித்தான். 14.*

யாக்கோபு லாபானை நோக்கி: உம்முடைய இளைய குமாரத்தியாகிய ராகேலுக்காக உமக்கு ஏழு வருஷம் ஊழியஞ்செய்வேன் என்றான்; லாபான் இதற்குச் சம்மதித்தான், யாக்கோபு லாபானின் குமாரத்தியாகிய ராகேலுக்காக ஏழு வருஷம் லாபானுக்கு ஊழியஞ்செய்தான். 15. யாக்கோபு ஆரானில் தங்கியிருந்த இரண்டாம் வருடத்திலே, அதாவது யாக்கோபின் வாழ்நாளில் எழுபத்தொன்பதாம் வருடத்திலே, சேமின் குமாரனான ஏபேர் மரித்தான்; அவன் மரிக்கும்போது அவனுக்கு வயது நானூற்று அறுபத்து நான்கு. 16. ஏபேர் மரித்ததை யாக்கோபு கேள்விப்பட்டபோது மிகவும் துக்கப்பட்டு, அவனுக்காக அநேக நாட்கள் புலம்பித் துக்கங்கொண்டாடினான். 17. யாக்கோபு ஆரானில் தங்கியிருந்த மூன்றாம் வருடத்திலே, இஸ்மவேலின் குமாரத்தியும் ஏசாவின் மனைவியுமாகிய போஸ்மாத் அவனுக்கு ஒரு குமாரனைப் பெற்றாள், ஏசா அவனுக்கு ரெகுவேல் என்று பேரிட்டான். 18. யாக்கோபு லாபானின் வீட்டிலே தங்கியிருந்த நான்காம் வருடத்திலே, யாக்கோபினிமித்தம் கர்த்தர் லாபானைச் சந்தித்து அவனை நினைத்தருளினார்; அவனுக்குக் குமாரர்கள் பிறந்தார்கள், அவனுடைய மூத்தவன் பேயோர் *(Beor)*, இரண்டாமவன் ஆலிப் *(Alib)*, மூன்றாமவன் கோராஸ் *(Chorash)*. 19. கர்த்தர் லாபானுக்கு ஐஸ்வரியத்தையும் கனத்தையும் குமாரர்களையும் குமாரத்திகளையும் கொடுத்தார், யாக்கோபினிமித்தம் அந்த மனுஷன் மிகவும் பெருகினான். 20. அந்நாட்களில் யாக்கோபு லாபானுக்கு வீட்டிலும் வெளியிலும் சகலவிதமான வேலைகளையும் செய்து ஊழியஞ்செய்தான்; லாபானுக்குள்ள எல்லாவற்றின்மேலும் வீட்டிலும் வெளியிலும் கர்த்தருடைய ஆசீர்வாதம் இருந்தது. 21. ஐந்தாம் வருடத்திலே, கானான் தேசத்தில் ஏசாவின் மனைவியும் பியேரியின் குமாரத்தியுமாகிய யூதித் மரித்தாள்; அவளுக்குக் குமாரர்கள் இல்லை, குமாரத்திகள் மாத்திரமே இருந்தார்கள். 22. அவள் ஏசாவுக்குப் பெற்ற குமாரத்திகளுடைய பெயர்களாவன: மூத்தவளின் பெயர் மர்சித் *(Marzith)*, இளையவளின் பெயர் புயித் *(Puith)*. 23. யூதித் மரித்தபோது ஏசா எழுந்து, வழக்கம்போல வெளியிலே வேட்டையாடும்படி சேயீருக்குப் போனான்; ஏசா அநேக காலம் சேயீர் தேசத்தில் குடியிருந்தான். 24. ஆறாம் வருடத்திலே, ஏசா தன் மற்ற மனைவிகளோடுகூட ஏவியனான சிபியோனின் குமாரத்தியாகிய அகோலிபாமாளை மனைவியாகக் கொண்டான், ஏசா அவளைக் கானான் தேசத்திற்குக் கூட்டிக்கொண்டுவந்தான். 25. அகோலிபாமாள் கர்ப்பவதியாகி ஏசாவுக்கு எயூஸ், யாலாம், கோராகு என்னும் மூன்று குமாரர்களைப் பெற்றாள். 26. அந்நாட்களில் கானான் தேசத்தில் ஏசாவின் மேய்ப்பர்களுக்கும் கானான் தேசத்துக் குடிகளின் மேய்ப்பர்களுக்கும் இடையே வாக்குவாதம் உண்டாயிற்று; ஏனெனில் ஏசா தன் தகப்பன் வீட்டிலே கானான் தேசத்தில் தங்கியிருக்க அவனுடைய மிருகஜீவன்களும் பொருள்களும் மிகவும்

மிகுதியாயிருந்தன, அவனுடைய மிருகஜீவன்களினிமித்தம் கானான் தேசம் அவனைத் தாங்கக்கூடாதிருந்தது. 27. கானான் தேசத்துக் குடிகளோடே தன் வாக்குவாதம் பெருகியதை ஏசா கண்டபோது, அவன் எழுந்து, தன் மனைவிகளையும் தன் குமாரர்களையும் தன் குமாரத்திகளையும் தனக்குள்ள யாவற்றையும், தமக்குள்ள மிருகஜீவன்களையும் கானான் தேசத்தில் தான் சம்பாதித்த ஆஸ்தி முழுவதையும் அழைத்துக்கொண்டு, தேசத்தின் குடிகளை விட்டுச் சேயீர் தேசத்திற்குப் போனான்; ஏசாவும் அவனுக்குள்ள யாவரும் சேயீர் தேசத்தில் குடியிருந்தார்கள். 28. ஆனால் ஏசா அவ்வப்போது கானான் தேசத்திலிருக்கிற தன் தகப்பனையும் தாயையும் போய்ப் பார்ப்பான்; ஏசா ஓரியரோடே சம்பந்தங்கலந்து, தன் குமாரத்திகளை ஓரியனான சேயீரின் குமாரர்களுக்குக் கொடுத்தான். 29. அவன் தன் மூத்த குமாரத்தியாகிய மர்சித்தைத் தன் மனைவியின் சகோதரனும் சிபியோனின் குமாரனுமாகிய ஆனாவுக்கும், புயித்தை ஓரியனான பில்கானின் குமாரனாகிய ஆசாருக்கும் கொடுத்தான்; ஏசாவும் அவனுடைய பிள்ளைகளும் மலையிலே குடியிருந்தார்கள், அவர்கள் பலுகிப் பெருகினார்கள்.

அத்தியாயம் 31

1. ஏழாம் வருடத்திலே, யாக்கோபு லாபானுக்குச் செய்த ஊழியம் முடிந்தது; யாக்கோபு லாபானை நோக்கி: என் ஊழியத்தின் நாட்கள் நிறைவேறினபடியால் என் மனைவியை என்னிடத்தில் கொடும் என்றான்; லாபான் அப்படியே செய்தான், லாபானும் யாக்கோபும் அந்த இடத்து ஜனங்கள் எல்லாரையும் கூட்டி ஒரு விருந்து செய்தார்கள். 2. சாயங்காலத்தில் லாபான் வீட்டிற்கு வந்தான், அதன்பின்பு யாக்கோபு விருந்துக்கு வந்த ஜனங்களோடுகூட அங்கே வந்தான், லாபான் வீட்டிலிருந்த விளக்குகளையெல்லாம் அணைத்துப்போட்டான். 3. யாக்கோபு லாபானை நோக்கி: ஏன் எங்களுக்கு இப்படிச் செய்கிறீர்? என்றான்; லாபான்: இந்த தேசத்தில் இப்படிச் செய்வதே எங்கள் வழக்கம் என்றான். 4. அதன்பின்பு லாபான் தன் குமாரத்தியாகிய லேயாளை அழைத்து, அவளை யாக்கோபினிடத்திற்குக் கொண்டுவந்தான்; அவன் அவளிடத்தில் சேர்ந்தான், அவள் லேயாள் என்று யாக்கோபு அறியவில்லை. 5. லாபான் தன் குமாரத்தியாகிய லேயாளுக்குத் தன் வேலைக்காரியாகிய சில்பாளை வேலைக்காரியாகக் கொடுத்தான். 6. லாபான் யாக்கோபுக்குச் செய்த காரியம் விருந்திலிருந்த ஜனங்கள் எல்லாருக்கும் தெரிந்திருந்தது, ஆனால் அவர்கள் அதை யாக்கோபுக்குச் சொல்லவில்லை. 7. அந்த ராத்திரியிலே அயலார் எல்லாரும் யாக்கோபின் வீட்டிற்கு வந்து, புசித்துக் குடித்துச்

சந்தோஷங்கொண்டாடி, லேயாளுக்கு முன்பாக மேளங்களை
வாசித்து நடனம்பண்ணி, யாக்கோபுக்கு முன்பாக: இவள் லேயாள்,
இவள் லேயாள் என்று பாடினார்கள். 8. யாக்கோபு அவர்கள்
வார்த்தைகளைக் கேட்டும் அவைகளின் அர்த்தத்தைப்
புரிந்துகொள்ளவில்லை; அது அந்த தேசத்தின் வழக்கமாக இருக்கலாம்
என்று நினைத்தான். 9. அந்த ராத்திரி முழுவதும் அயலார்
யாக்கோபுக்கு முன்பாக இந்த வார்த்தைகளைப் பேசினார்கள்; லாபான்
அந்த ராத்திரியில் வீட்டிலிருந்த விளக்குகளையெல்லாம்
அணைத்துப்போட்டிருந்தான். 10. காலையிலே வெளிச்சமானபோது
யாக்கோபு தன் மனைவியின் பக்கம் திரும்பிப் பார்த்தான்; இதோ, தன்
மார்பிலே படுத்திருந்தது லேயாள் என்று கண்டு, யாக்கோபு:
நேற்றிரவு அயலார்: இவள் லேயாள் என்று சொன்னதன் அர்த்தம்
இப்போது எனக்குத் தெரிகிறது, நான் அதை அறியாதிருந்தேனே
என்றான். 11. யாக்கோபு லாபானைக் கூப்பிட்டு அவனை நோக்கி: நீர்
எனக்குச் செய்த இந்தக் காரியம் என்ன? நான் ராகேலுக்காகவல்லவா
உமக்கு ஊழியஞ்செய்தேன்; நீர் ஏன் என்னை வஞ்சித்து லேயாளை
எனக்குக் கொடுத்தீர்? என்றான். 12. லாபான் யாக்கோபுக்குப்
பிரதியுத்தரமாக: மூத்தவள் இருக்க இளையவளைக் கொடுப்பது
எங்கள் இடத்து வழக்கமல்ல; ஆகையால் இப்போது நீ இவளுடைய
சகோதரியையும் கொள்ள விரும்பினால், நீ இன்னும் ஏழு வருஷம்
எனக்குச் செய்யும் ஊழியத்திற்காக அவளையும் உனக்குக்
கொடுப்பேன் என்றான். 13. யாக்கோபு அப்படியே செய்து,
ராகேலையும் மனைவியாகக் கொண்டான்; அவன் லாபானுக்கு
இன்னும் ஏழு வருஷம் ஊழியஞ்செய்தான், யாக்கோபு
ராகேலிடத்திலும் சேர்ந்தான்; அவன் லேயாளைப்பார்க்கிலும்
ராகேலை நேசித்தான், லாபான் அவளுக்குத் தன் வேலைக்காரியாகிய
பில்காளை வேலைக்காரியாகக் கொடுத்தான். 14. லேயாள்
வெறுக்கப்பட்டாள் என்று கர்த்தர் கண்டபோது, கர்த்தர் அவள்
கர்ப்பத்தைத் திறந்தார்; அவள் கர்ப்பவதியாகி அந்நாட்களில்
யாக்கோபுக்கு நான்கு குமாரர்களைப் பெற்றாள். 15. அவர்களுடைய
பெயர்கள்: ரூபன், சிமியோன், லேவி, யூதா; அதன்பின்பு அவள்
பிள்ளை பெறுவது நின்றது. 16. அக்காலத்தில் ராகேல்
மலடியாயிருந்தாள், அவளுக்குப் பிள்ளையில்லை; ராகேல் தன்
சகோதரியாகிய லேயாள் மேல் பொறாமைகொண்டாள்; தான்
யாக்கோபுக்குப் பிள்ளைகளைப் பெறவில்லை என்று ராகேல்
கண்டபோது, அவள் தன் வேலைக்காரியாகிய பில்காளைக்
கொடுத்தாள், அவள் யாக்கோபுக்குத் தாண், நப்தலி என்னும் இரண்டு
குமாரர்களைப் பெற்றாள். 17. லேயாளும் தான் பிள்ளை பெறுவது
நின்றதைக் கண்டபோது, தன் வேலைக்காரியாகிய சில்பாளை
யாக்கோபுக்கு மனைவியாகக் கொடுத்தாள்; யாக்கோபு
சில்பாளிடத்திலும் சேர்ந்தான், அவளும் யாக்கோபுக்குக் காத், ஆசேர்

என்னும் இரண்டு குமாரர்களைப் பெற்றாள். 18. லேயாள் மறுபடியும்
கர்ப்பவதியாகி, அந்நாட்களில் யாக்கோபுக்கு இரண்டு குமாரர்களையும்
ஒரு குமாரத்தியையும் பெற்றாள்; அவர்களுடைய பெயர்களாவன:
இசக்கார், செபுலோன் மற்றும் அவர்கள் சகோதரியாகிய தீனாள். 19.
ராகேல் அந்நாட்களில் இன்னும் மலடியாயிருந்தாள்; அக்காலத்தில்
ராகேல் கர்த்தரை நோக்கி ஜெபம்பண்ணி: ஓ கர்த்தராகிய தேவனே,
நான் உம்மைக் கெஞ்சுகிறேன், என்னை நினைத்து என்னைச்
சந்தித்தருளும்; ஏனெனில் நான் என் புருஷனுக்குப் பிள்ளைகளைப்
பெறாதபடியால் அவர் இப்போது என்னைத் தள்ளிவிடுவாரே
என்றாள். 20. இப்போதும் ஓ கர்த்தராகிய தேவனே, உமக்கு முன்பாக
நான் செய்யும் விண்ணப்பத்தைக் கேட்டு, என் சிறுமையைப் பார்த்து,
நான் இனி என் நிந்தையைச் சுமக்காதபடிக்கு வேலைக்காரிகளில்
ஒருத்தியைப்போல எனக்கும் பிள்ளைகளைத் தந்தருளும் என்றாள். 21.
தேவன் அவள் சத்தத்தைக் கேட்டு, அவள் கர்ப்பத்தைத் திறந்தார்;
ராகேல் கர்ப்பவதியாகி ஒரு குமாரனைப் பெற்று: தேவன் என்
நிந்தையை நீக்கிவிட்டார் என்று சொல்லி, கர்த்தர் எனக்கு இன்னும்
ஒரு குமாரனைத் தருவாராக என்று அவனுக்கு யோசேப்பு என்று
பேரிட்டாள்; அவள் அவனைப் பெற்றபோது யாக்கோபுக்கு வயது
தொண்ணூற்றொன்று. 22. அக்காலத்தில் யாக்கோபின் தாயாகிய
ரெபெக்காள் தன் செவிலித்தாயும் ஊசின் குமாரத்தியுமாகிய
தெபொராளையும், ஈசாக்கின் வேலைக்காரர்களில் இரண்டு பேரையும்
யாக்கோபினிடத்திற்கு அனுப்பினாள். 23. அவர்கள் ஆரானிலிருந்த
யாக்கோபினிடத்திற்கு வந்து, அவனை நோக்கி: நீ கானான்
தேசத்திலிருக்கிற உன் தகப்பன் வீட்டிற்குத் திரும்பிவரும்படி
ரெபெக்காள் எங்களை உன்னிடத்திற்கு அனுப்பினாள் என்றார்கள்;
யாக்கோபு தன் தாய் சொல்லியனுப்பினதற்குச் செவிகொடுத்தான்.
24. அக்காலத்திலே, யாக்கோபு ராகேலுக்காக லாபானுக்குச் செய்த
மற்ற ஏழு வருஷ ஊழியமும் முடிந்தது; அவன் ஆரானிலே தங்கியிருந்த
பதினான்கு வருஷங்கள் முடிந்தபோது, யாக்கோபு லாபானை நோக்கி:
நான் என் தேசத்திற்குப் போகும்படி என் மனைவிகளை என்னிடத்தில்
ஒப்புவித்து என்னை அனுப்பிவிடும்; இதோ, நான் என் தகப்பன்
வீட்டிற்குத் திரும்பும்படி என் தாய் கானான் தேசத்திலிருந்து
என்னிடத்திற்கு ஆள் அனுப்பினாளே என்றான். 25. லாபான் அவனை
நோக்கி: அப்படி வேண்டாம் என்று நான் உன்னைக்
கேட்டுக்கொள்ளுகிறேன்; என் கண்களில் உனக்குக் கிருபை
கிடைத்ததானால் என்னை விட்டுப் போகாதே; உனக்கு வேண்டிய
சம்பளம் இவ்வளவு என்று சொல், நான் அதைத் தருவேன்,
என்னோடே தங்கியிரு என்றான். 26. யாக்கோபு அவனை நோக்கி:
நீர் எனக்குக் கொடுக்கவேண்டிய சம்பளம் என்னவென்றால், நான்
இன்றையதினம் உமது மந்தை முழுவதும் கடந்துபோய்,
செம்மறியாடுகளிலும் வெள்ளாடுகளிலும் புள்ளியுள்ளவைகளும்

வரியுள்ளவைகளுமான குட்டிகளையும், கறுப்பானவைகளையும்
பிரித்துக்கொள்ளுவேன்; நீர் எனக்கு இந்தக் காரியத்தைச் செய்தால்,
நான் திரும்பி வந்து உமது மந்தையை முதலிருந்ததைப்போலவே
மேய்த்துக் காப்பேன் என்றான். 27. லாபான் அப்படியே செய்தான்;
லாபான் யாக்கோபு சொன்னவைகளையெல்லாம் தன்
மந்தையிலிருந்து பிரித்து அவனிடத்தில் கொடுத்தான். 28. யாக்கோபு
லாபானின் மந்தையிலிருந்து பிரித்த எல்லாவற்றையும் தன்
குமாரர்களின் கைகளில் ஒப்புவித்தான்; யாக்கோபு லாபானின்
மீதியான மந்தையை மேய்த்துவந்தான். 29. ஈசாக்கு
யாக்கோபினிடத்திற்கு அனுப்பியிருந்த வேலைக்காரர்கள், யாக்கோபு
அப்பொழுது தங்களோடேகூட கானான் தேசத்திலிருக்கிற தன்
தகப்பனிடத்திற்கு வரமாட்டான் என்று கண்டபோது, அவர்கள்
அவனை விட்டு கானான் தேசத்திலிருக்கிற தங்கள் வீட்டிற்குத்
திரும்பினார்கள். 30. தெபொராள் ஆரானிலே யாக்கோபோடே
தங்கியிருந்தாள், அவள் ஈசாக்கின் வேலைக்காரர்களோடே கானான்
தேசத்திற்குத் திரும்பவில்லை; தெபொராள் யாக்கோபின்
மனைவிகளோடும் பிள்ளைகளோடும் ஆரானிலே தங்கியிருந்தாள். 31.
யாக்கோபு லாபானுக்கு இன்னும் ஆறு வருஷம் ஊழியஞ்செய்தான்;
ஆடுகள் குட்டிபோட்டபோது, யாக்கோபு லாபானோடே
தீர்மானித்திருந்தபடியே, அவைகளில் புள்ளியுள்ளவைகளையும்
வரியுள்ளவைகளையும் பிரித்துக்கொண்டான்; யாக்கோபு
லாபானிடத்தில் ஆறு வருஷம் இப்படிச் செய்தான், அந்த மனுஷன்
மிகவும் பெருகி, அவனுக்கு ஆடுமாடுகளும் வேலைக்காரிகளும்
வேலைக்காரர்களும் ஒட்டகங்களும் கழுதைகளும் உண்டாயிற்று. 32.
யாக்கோபுக்கு இருநூறு ஆட்டுமந்தைகள் இருந்தன; அவனுடைய
மிருகஜீவன்கள் பெரியவைகளும் அழகான தோற்றமுடையவைகளும்
மிகவும் பலன் தருகிறவைகளுமாயிருந்தன; மனுஷகுமாரரின்
குடும்பங்கள் யாவும் யாக்கோபின் மந்தைகளில் சிலவற்றை வாங்க
விரும்பினார்கள், ஏனெனில் அவைகள் மிகவும் செழிப்பாயிருந்தன. 33.
மனுஷகுமாரரில் அநேகர் யாக்கோபின் மந்தைகளில் சிலவற்றை
வாங்க வந்தார்கள்; யாக்கோபு ஒரு வேலைக்காரனுக்காகவோ
வேலைக்காரிக்காகவோ அல்லது ஒரு கழுதைக்காகவோ
ஒட்டகத்துக்காகவோ அவர்களுக்கு ஒரு ஆட்டைக் கொடுத்தான்;
அல்லது யாக்கோபு அவர்களிடமிருந்து எதை விரும்பினானோ அதை
அவர்கள் அவனுக்குக் கொடுத்தார்கள். 34. மனுஷகுமாரரோடே செய்த
இந்த வியாபாரங்களினால் யாக்கோபு ஐஸ்வரியத்தையும்
கனத்தையும் ஆஸ்திகளையும் பெற்றான்; லாபானின் பிள்ளைகள்
இந்த கனத்தினிமித்தம் அவன் மேல் பொறாமைகொண்டார்கள். 35.
காலப்போக்கில் லாபானின் குமாரர்கள்: யாக்கோபு நம்முடைய
தகப்பனுக்குரிய எல்லாவற்றையும் எடுத்துக்கொண்டான், நம்முடைய
தகப்பனுக்குரியதிலிருந்தே இவன் இந்த மகிமையையெல்லாம்

அடைந்தான் என்று சொல்லும் வார்த்தைகளை அவன் கேள்விப்பட்டான். 36. யாக்கோபு லாபானின் முகத்தையும் அவன் பிள்ளைகளின் முகத்தையும் பார்த்தான்; இதோ, அது முந்தி இருந்ததுபோல இப்போது அவனுக்கு நேராக இல்லை. 37. அந்த ஆறு வருஷங்களின் முடிவில் கர்த்தர் யாக்கோபுக்குத் தரிசனமாகி: நீ எழுந்து, இந்த தேசத்தை விட்டுப் புறப்பட்டு, உன் பிறந்த தேசத்திற்குத் திரும்பிப்போ, நான் உன்னோடே இருப்பேன் என்றார். 38. அக்காலத்தில் யாக்கோபு எழுந்து, தன் பிள்ளைகளையும் மனைவிகளையும் தனக்குள்ள யாவற்றையும் ஒட்டகங்களின்மேல் ஏற்றி, கானான் தேசத்திலிருக்கிற தன் தகப்பனாகிய ஈசாக்கினிடத்திற்குப் போகப் புறப்பட்டான். 39. யாக்கோபு தன்னை விட்டுப் போய்விட்டான் என்பது லாபானுக்குத் தெரியாது, ஏனெனில் லாபான் அன்றையதினம் ஆடுகளை மயிர்கத்தரிக்கப் போயிருந்தான். 40. ராகேல் தன் தகப்பனுடைய சுரூபங்களைத் திருடி, அவைகளை எடுத்துத் தான் ஏறியிருந்த ஒட்டகத்தின்மேல் மறைத்துவைத்துக்கொண்டு போனாள். 41. அந்தச் சுரூபங்களைச் செய்யும் விதம் என்னவென்றால்: சேஷ்டபுத்திரனான ஒரு மனுஷனைப் பிடித்து அவனைக் கொன்று, அவனுடைய தலையின் மயிரை சிரைத்து, உப்பு எடுத்து அந்தத் தலையில் தடவி, அதை எண்ணெயினால் பூசி, பின்பு ஒரு சிறிய செப்புத் தகட்டையோ அல்லது ஒரு பொன் தகட்டையோ எடுத்து அதின்மேல் பெயரை எழுதி, அந்தத் தகட்டை அவனுடைய நாவின்கீழ் வைத்து, நாவின்கீழே தகட்டைக்கொண்ட அந்தத் தலையை வீட்டிலே வைத்து, அதற்கு முன்பாக விளக்குகளை ஏற்றி, அதைப் பணிந்துகொள்வார்கள். 42. அவர்கள் அதைப் பணிந்துகொள்ளும்போது, அதிலே எழுதப்பட்டிருக்கிற பெயரின் வல்லமையினால், அவர்கள் அதினிடத்தில் கேட்கும் காரியங்களெல்லாவற்றையும் குறித்து அது அவர்களோடே பேசும். 43. சிலர் அவைகளைப் பொன்னினாலும் வெள்ளியினாலும் மனுஷர்களின் உருவங்களில் செய்வார்கள்; தங்களுக்குத் தெரிந்த காலங்களில் அவைகளிடத்திற்குப் போவார்கள், அந்த உருவங்கள் நட்சத்திரங்களின் செல்வாக்கைப் பெற்று, எதிர்காலக் காரியங்களை அவர்களுக்குச் சொல்லும்; ராகேல் தன் தகப்பனிடத்திலிருந்து திருடிய சுரூபங்களும் இந்த விதமானவைகளே. 44. யாக்கோபு எங்கே போனான் என்பதை லாபான் அவைகளின் மூலமாக அறியாதபடிக்கு, ராகேல் தன் தகப்பனுடைய இந்தச் சுரூபங்களைத் திருடினாள். 45. லாபான் வீட்டிற்கு வந்து, யாக்கோபையும் அவன் வீட்டாரையும் குறித்து விசாரித்தான்; அவனை அங்கே காணவில்லை; யாக்கோபு எங்கே போனான் என்று அறியும்படி லாபான் தன் சுரூபங்களைத் தேடினான், ஆனால் அவைகளைக் காணவில்லை; அவன் வேறொரு சுரூபங்களினிடத்திற்குப் போய் அவைகளிடத்தில் விசாரித்தான்;

யாசேரின் ஆகமம்

யாக்கோபு அவனிலிருந்து தப்பியோடி, கானான் தேசத்திலுள்ள தன் தகப்பனிடத்திற்குப் போனான் என்று அவைகள் அவனுக்குச் சொன்னது. 46. அப்பொழுது லாபான் எழுந்து, தன் சகோதரர்களையும் தன் வேலைக்காரர்கள் எல்லாரையும் அழைத்துக்கொண்டு புறப்பட்டு, யாக்கோபைப் பின்தொடர்ந்து, கீலேயாத் மலையிலே அவனைத் தொடர்ந்தான். 47. லாபான் யாக்கோபை நோக்கி: நீ என்னை வஞ்சித்து ஓடிப்போனதும், என் குமாரத்திகளையும் அவர்கள் பிள்ளைகளையும் பட்டயத்தால் சிறைபிடிக்கப்பட்டவர்களைப்போலக் கொண்டுபோனதும், நீ எனக்குச் செய்த இந்தக் காரியம் என்ன? 48. நான் அவர்களை முத்தமிட்டு, சந்தோஷத்தோடே அவர்களை வழியனுப்ப நீ எனக்கு இடங்கொடுக்கவில்லையே; நீ என் தேவர்களையும் திருடிக்கொண்டு போய்விட்டாயே என்றான். 49. யாக்கோபு லாபானுக்குப் பிரதியுத்தரமாக: நீர் உம்முடைய குமாரத்திகளை வலுக்கட்டாயமாக என்னிடமிருந்து எடுத்துக்கொள்ளுவீரோ என்று நான் பயந்தேன்; இப்போதும் உம்முடைய தேவர்கள் எவனிடத்தில் காணப்படுகிறதோ அவன் சாகக்கடவன் என்றான். 50. லாபான் அந்தச் சுரூபங்களைத் தேடி, யாக்கோபின் கூடாரங்கள் எல்லாவற்றிலும் தட்டுமுட்டுகளிலும் சோதித்துப் பார்த்தான், ஆனால் அவைகளைக் காணவில்லை. 51. லாபான் யாக்கோபை நோக்கி: நாம்போய் இருவரும் ஒரு உடன்படிக்கை பண்ணிக்கொள்ளுவோம், அது எனக்கும் உனக்கும் இடையே சாட்சியாக இருக்கும்; நீ என் குமாரத்திகளைச் சிறுமைப்படுத்தினாலும், என் குமாரத்திகளையல்லாமல் வேறே மனைவிகளைக் கொண்டாலும், இந்தக் காரியத்தில் தேவன் தாமே எனக்கும் உனக்கும் இடையே சாட்சியாயிருப்பார் என்றான். 52. அவர்கள் கல்லுகளை எடுத்து ஒரு குவியலாக்கினார்கள்; லாபான்: இந்தக் குவியல் எனக்கும் உனக்கும் சாட்சி என்று சொல்லி, அந்த இடத்திற்குக் கீலேயாத் என்று பேரிட்டான். 53. யாக்கோபும் லாபானும் அந்த மலையிலே பலியிட்டு, அங்கே குவியலண்டையிலே போஜனம்பண்ணி, ராத்திரி முழுவதும் மலையிலே தங்கினார்கள்; லாபான் காலையிலே அதிகாலையில் எழுந்து, தன் குமாரத்திகளுக்காக அழுது, அவர்களை முத்தமிட்டுத் தன் இடத்திற்குத் திரும்பினான். 54. அவன் தீவிரமாய் நாகோரின் குமாரனான ஊசின் குமாரன் அபிகோரோப்போடும் (Abichorof), பதினேழு வயதான தன் குமாரனான பேயோரோடும் பத்து மனுஷர்களை அனுப்பினான். 55. அவர்கள் தீவிரமாய்ப் புறப்பட்டு, வழியிலே யாக்கோபுக்கு முன்பாகக் கடந்துபோய், வேறொரு வழியாய்ச் சேயீர் தேசத்திற்கு வந்தார்கள். 56. அவர்கள் ஏசாவிடத்திற்கு வந்து அவனை நோக்கி: உமது சகோதரனும் உறவினனும், உமது தாயின் சகோதரனுமாகிய பெத்துவேலின் குமாரன் லாபான் சொல்லுகிறது என்னவென்றால்: 57. முதலில் நிர்வாணியாயும் வெறுமையாயும் என்னிடத்தில் வந்த உமது

யாசேரின் ஆகமம்

சகோதரன் யாக்கோபு எனக்குச் செய்ததை நீர் கேள்விப்பட்டீரோ? நான் அவனை எதிர்கொண்டுபோய், கனத்தோடே என் வீட்டிற்கு அழைத்துக்கொண்டுவந்து, அவனைப் பெரியவனாக்கி, என் இரண்டு குமாரத்திகளையும் இரண்டு வேலைக்காரிகளையும் அவனுக்கு மனைவிகளாகக் கொடுத்தேன். 58. என்னிமித்தம் தேவன் அவனை ஆசீர்வதித்தார், அவன் மிகவும் பெருகி, அவனுக்குக் குமாரர்களும் குமாரத்திகளும் வேலைக்காரிகளும் உண்டாயிற்று. 59. அவனுக்கு ஏராளமான மந்தைகளும் ஆடுமாடுகளும் ஒட்டகங்களும் கழுதைகளும் மிகுந்த வெள்ளியும் பொன்னும் இருக்கிறது; அவனுடைய ஐஸ்வரியம் பெருகினதைக் கண்டபோது, நான் ஆடுகளை மயிர்கத்தரிக்கப் போயிருந்த வேளையில் என்னை விட்டுவிட்டு, எழுந்து இரகசியமாக ஓடிப்போனான். 60. அவன் தன் மனைவிகளையும் பிள்ளைகளையும் ஒட்டகங்களின்மேல் ஏற்றி, என் தேசத்தில் தான் சம்பாதித்த மிருகஜீவன்களையும் ஆஸ்திகளையும் கூட்டிக்கொண்டு, தன் தகப்பனாகிய ஈசாக்கினிடத்திற்குக் கானான் தேசத்திற்குப் போகத் தன் முகத்தைத் திருப்பினான். 61. அவன் நான் என் குமாரத்திகளையும் அவர்கள் பிள்ளைகளையும் முத்தமிட எனக்கு இடங்கொடுக்கவில்லை, பட்டயத்தால் சிறைபிடிக்கப்பட்டவர்களைப்போல என் குமாரத்திகளைக் கூட்டிக்கொண்டு போனான்; அவன் என் தேவர்களையும் திருடிக்கொண்டு தப்பியோடினான். 62. இதோ இப்போது நான் அவனையும் அவனுக்குள்ள யாவற்றையும் யாபோக் ஆற்றின் மலையிலே விட்டுவந்தேன்; அவனுக்கு ஒரு குறையுமில்லை. 63. நீர் அவனிடத்திற்குப் போக விரும்பினால், போம்; நீர் அவனை அங்கே காண்பீர், உம்முடைய ஆத்துமா விரும்புகிறபடியே நீர் அவனுக்குச் செய்யலாம் என்று லாபானின் ஸ்தானாபதிகள் வந்து ஏசாவுக்கு எல்லாவற்றையும் சொன்னார்கள். 64. ஏசா லாபானின் ஸ்தானாபதிகளின் வார்த்தைகளையெல்லாம் கேட்டபோது, யாக்கோபின் மேல் அவனுடைய கோபம் மிகவும் மூண்டது; அவன் தன் பகையை நினைத்துக்கொண்டான், அவனுக்குள் கோபம் பற்றியெரிந்தது. 65. ஏசா தீவிரமாய்த் தன் பிள்ளைகளையும் வேலைக்காரர்களையும் தன் வீட்டாரின் ஆத்துமாக்களுமாகிய அறுபது மனுஷர்களை அழைத்துக்கொண்டுபோய், ஓரியனான சேயீரின் பிள்ளைகள் எல்லாரையும் அவர்களுடைய ஜனங்களாகிய முன்னூற்று நாற்பது மனுஷர்களையும் கூட்டி, உருவின பட்டயங்களுள்ள மொத்தம் நானூறு மனுஷர்களைக் கூட்டிக்கொண்டு, யாக்கோபை முறியடிக்கும்படி அவனிடத்திற்குப் போனான். 66. ஏசா இந்தத் தொகையைப் பல பிரிவுகளாகப் பிரித்து, தன் பிள்ளைகளும் வேலைக்காரர்களும் தன் வீட்டாரின் ஆத்துமாக்களுமாகிய அந்த அறுபது மனுஷர்களை ஒரு தலைமையான பிரிவாக ஆக்கி, அவர்களைத் தன் மூத்த குமாரனான எலீப்பாஸின் கையில் ஒப்புவித்தான். 67. மீதியான தலைமையான பிரிவுகளை ஓரியனான

யாசேரின் ஆகமம்

சேயீரின் ஆறு குமாரர்களின் கைகளில் ஒப்புவித்தான்; ஒவ்வொரு மனுஷனையும் அவனவன் சந்ததிகளுக்கும் பிள்ளைகளுக்கும் மேலாக ஏற்படுத்தினான். 68. இந்தப் பாளையம் முழுவதும் அப்படியே புறப்பட்டது; ஏசா அவர்களுக்கு நடுவே யாக்கோபுக்கு நேராகப் போனான், அவன் அவர்களைத் தீவிரமாய் நடத்தினான். 69. லாபானின் ஸ்தானாபதிகள் ஏசாவை விட்டுப் புறப்பட்டுக் கானான் தேசத்திற்குப் போய், யாக்கோபுக்கும் ஏசாவுக்கும் தாயாகிய ரெபெக்காளின் வீட்டிற்கு வந்தார்கள். 70. அவர்கள் அவளை நோக்கி: இதோ, உம்முடைய குமாரனான ஏசா, தன் சகோதரனான யாக்கோபு வருவதைக் கேள்விப்பட்டு, அவனோடே யுத்தம்பண்ணி, அவனை முறியடித்து, அவனுக்குள்ள எல்லாவற்றையும் எடுத்துக்கொள்ளும்படி நானூறு மனுஷர்களோடே அவனுக்கு விரோதமாகப் புறப்பட்டுப்போனான் என்றார்கள். 71. ரெபெக்காள் தீவிரமாய் ஈசாக்கின் வேலைக்காரர்களில் எழுபத்திரண்டு பேரை யாக்கோபை வழியிலே எதிர்கொண்டுபோக அனுப்பினாள்; ஏனெனில் அவள்: ஒருவேளை ஏசா அவனைச் சந்திக்கும்போது வழியிலே யுத்தம்பண்ணுவான் என்றாள். 72. இந்த ஸ்தானாபதிகள் வழியிலே யாக்கோபை எதிர்கொண்டுபோய், யாபோக் ஆற்றின் மறுகரையிலுள்ள ஆற்றின் வழியிலே அவனைச் சந்தித்தார்கள்; யாக்கோபு அவர்களைக் கண்டபோது: இந்தப் பாளையம் தேவனால் எனக்காக நியமிக்கப்பட்டது என்று சொல்லி, யாக்கோபு அந்த இடத்திற்கு மகனாயீம் என்று பேரிட்டான். 73. யாக்கோபு தன் தகப்பனின் ஜனங்கள் எல்லாரையும் அறிந்துகொண்டு, அவர்களை முத்தமிட்டு அணைத்துக்கொண்டு, அவர்களோடே கூட வந்தான்; யாக்கோபு தன் தகப்பனையும் தாயையுங்குறித்து அவர்களை விசாரித்தான், அவர்கள்: சுகமாயிருக்கிறார்கள் என்றார்கள். 74. இந்த ஸ்தானாபதிகள் யாக்கோபை நோக்கி: உம்முடைய தாயாகிய ரெபெக்காள் எங்களை உமது இடத்திற்கு அனுப்பி: என் குமாரனே, உன் சகோதரனான ஏசா, ஓரியனான சேயீரின் பிள்ளைகளிலிருந்து மனுஷரைக் கூட்டிக்கொண்டு, வழியிலே உனக்கு விரோதமாகப் புறப்பட்டிருக்கிறான் என்று நான் கேள்விப்பட்டேன். 75. ஆகையால் என் குமாரனே, என் சத்தத்திற்குச் செவிகொடுத்து, நீ என்ன செய்வாய் என்று உன் ஆலோசனையோடு கவனித்துக்கொள்; அவன் உன்னிடத்திற்கு வரும்போது அவனிடத்தில் கெஞ்சிக்கொள், அவனிடத்தில் முரட்டுத்தனமாய்ப் பேசாதே, உனக்குள்ளவைகளிலிருந்தும் தேவன் உனக்கு அநுக்கிரகம்பண்ணினவைகளிலிருந்தும் அவனுக்கு ஒரு வெகுமதியைக் கொடு. 76. அவன் உன்னுடைய காரியங்களைக்குறித்து உன்னைக் கேட்கும்போது, அவனிடத்தில் ஒன்றையும் மறைக்காதே; ஒருவேளை அவன் உன் மேலுள்ள கோபத்தை விட்டுத் திரும்புவான், அதினாலே நீயும் உனக்குள்ள யாவரும் உங்களைக் காப்பாற்றிக்கொள்ளலாம்;

அவனைக் கனப்படுத்துவது உன் கடமை, ஏனெனில் அவன் உன் மூத்த சகோதரன் என்று சொல்லச் சொன்னாள் என்றார்கள். 77. ஸ்தானாபதிகள் தமக்குச் சொன்ன தன் தாயின் வார்த்தைகளை யாக்கோபு கேட்டபோது, யாக்கோபு சத்தமிட்டு மனக்கசப்போடே அழுது, தன் தாய் தமக்குக் கட்டளையிட்டபடியே செய்தான்.

அத்தியாயம் 32

1. அக்காலத்தில் யாக்கோபு தன் சகோதரனான ஏசாவிடத்திற்குச் சேயீர் தேசத்திற்கு நேராக ஸ்தானாபதிகளை அனுப்பி, அவனோடே கெஞ்சும் வார்த்தைகளைப் பேசினான். 2. அவன் அவர்களுக்குக் கட்டளையிட்டு: நீங்கள் என் ஆண்டவனாகிய ஏசாவுக்குச் சொல்லவேண்டியது என்னவென்றால், உமது அடியானாகிய யாக்கோபு சொல்லுகிறான்: என் தகப்பன் என்னை ஆசீர்வதித்த ஆசீர்வாதம் எனக்கு நன்மையாக முடிந்தது என்று என் ஆண்டவன் நினைக்க வேண்டாம். 3. இதோ, நான் இந்த இருபது வருஷங்களாக லாபானிடத்தில் இருந்தேன், அவன் என்னை வஞ்சித்து, என் சம்பளத்தைப் பத்து முறை மாற்றினான் என்பது என் ஆண்டவனுக்கு முன்பாக ஏற்கனவே சொல்லப்பட்டிருக்கிறதே. 4. நான் அவனுடைய வீட்டில் மிகவும் பிரயாசப்பட்டு அவனுக்கு ஊழியஞ்செய்தேன், அதன்பின்பு தேவன் என் சிறுமையையும், என் பிரயாசத்தையும், என் கைகளின் வேலையையும் பார்த்து, அவன் கண்களில் எனக்குக் கிருபையும் தயவும் கிடைக்கும்படி செய்தார். 5. அதன்பின்பு நான் தேவனுடைய மகா இரக்கத்தினாலும் தயவினாலும் எருதுகளையும், கழுதைகளையும், ஆடுமாடுகளையும், வேலைக்காரர்களையும், வேலைக்காரிகளையும் சம்பாதித்தேன். 6. இப்போதோ, நான் கானான் தேசத்திலிருக்கிற என் தகப்பனிடத்திற்கும் தாயினிடத்திற்கும் என் தேசத்திற்கும் என் வீட்டிற்கும் வருகிறேன்; நான் என் சுயமாய்ப் பொருள்களைச் சம்பாதித்தேன் என்றோ, அல்லது என் தகப்பன் என்னை ஆசீர்வதித்த ஆசீர்வாதம் எனக்கு நன்மையாக முடிந்தது என்றோ என் ஆண்டவன் நினைக்காதபடிக்கு, என் ஆண்டவனின் கண்களில் எனக்குக் கிருபை கிடைக்கும்படி இதையெல்லாம் என் ஆண்டவனுக்குத் தெரியப்படுத்தும்படி ஆள் அனுப்பினேன் என்று சொல்லுங்கள் என்றான். 7. அந்த ஸ்தானாபதிகள் ஏசாவிடத்திற்குப் போய், ஏதோம் தேசத்தின் எல்லையிலே அவன் யாக்கோபுக்கு நேராக வருவதைக் கண்டார்கள்; ஓரியனான சேயீரின் பிள்ளைகளான நானூறு மனுஷர்களும் உருவின பட்டயங்களோடே அவனோடே நின்றார்கள். 8. யாக்கோபின் ஸ்தானாபதிகள் யாக்கோபு ஏசாவைக்குறித்துத் தங்களுக்குச் சொன்ன வார்த்தைகளையெல்லாம் ஏசாவுக்குச் சொன்னார்கள். 9. ஏசா அவர்களுக்குப் பெருமையோடும்

அவமதிப்போடும் பிரதியுத்தரமாக: யாக்கோபு லாபானுக்குச் செய்ததை நான் நிச்சயமாய்க் கேள்விப்பட்டேன், அது உண்மையாகவே எனக்குச் சொல்லப்பட்டது; லாபான் அவனைத் தன் வீட்டில் உயர்த்தி, தன் குமாரத்திகளை அவனுக்கு மனைவிகளாகக் கொடுத்தான், அவன் குமாரர்களையும் குமாரத்திகளையும் பெற்று, அவன் மூலமாக லாபானின் வீட்டிலே மிகுந்த பொருள்களையும் ஐஸ்வரியத்தையும் சம்பாதித்தான். 10. தன் பொருள்கள் பெருகி, தன் ஐஸ்வரியம் பெரியதானதைக் கண்டபோது, அவனுக்குள்ள யாவற்றோடும் லாபானின் வீட்டை விட்டுத் தப்பியோடினான்; லாபானுக்குச் சொல்லாமல் அவனுடைய குமாரத்திகளை அவர்கள் தகப்பனுக்கு முன்பாகப் பட்டயத்தால் சிறைபிடிக்கப்பட்டவர்களைப்போலக் கூட்டிக்கொண்டு போனான். 11. யாக்கோபு லாபானுக்கு மாத்திரமல்ல எனக்கும் இப்படிச் செய்து, என்னை இரண்டு முறை மோசம்போக்கினானே, நான் மவுனமாயிருப்பேனோ? 12. ஆகையால் இப்போது நான் அவனைச் சந்திக்கும்படி இன்றையதினம் என் பாளையங்களோடே வந்திருக்கிறேன், என் இருதயத்தின் விருப்பத்தின்படியே அவனுக்குச் செய்வேன் என்றான். 13. ஸ்தானாபதிகள் திரும்பி யாக்கோபினிடத்திற்கு வந்து, அவனை நோக்கி: நாங்கள் உமது சகோதரனாகிய ஏசாவிடத்திற்குப் போய், உமது வார்த்தைகளையெல்லாம் அவனுக்குச் சொன்னோம், அவன் எங்களுக்கு இப்படிப் பிரதியுத்தரஞ்சொன்னான்; இதோ, அவன் நானூறு மனுஷர்களோடே உம்மைச் சந்திக்க வருகிறான் என்றார்கள். 14. ஆகையால் இப்போது, நீர் என்ன செய்வீர் என்று அறிந்துகொள்ளும், அவனுடைய கையிலிருந்து உம்மை விடுவிக்கும்படி தேவனுக்கு முன்பாக ஜெபம்பண்ணும் என்றார்கள். 15. தன் சகோதரன் தன் ஸ்தானாபதிகளிடத்தில் சொன்ன வார்த்தைகளை யாக்கோபு கேட்டபோது, அவன் மிகவும் பயந்து கலங்கினான். 16. யாக்கோபு தன் தேவனாகிய கர்த்தரை நோக்கி ஜெபம்பண்ணி: ஓ என் பிதாக்களாகிய ஆபிரகாம் ஈசாக்கு என்பவர்களின் தேவனாகிய கர்த்தாவே, நான் என் தகப்பன் வீட்டை விட்டுப் போகும்போது நீர் என்னை நோக்கி: 17. நான் உன் தகப்பனாகிய ஆபிரகாமின் தேவனும் ஈசாக்கின் தேவனுமாயிருக்கிறேன், உனக்கும் உனக்குப்பின்பு உன் சந்ததிக்கும் இந்த தேசத்தைக் கொடுப்பேன், நான் உன் சந்ததியை வானத்தின் நட்சத்திரங்களைப்போல ஆக்குவேன், நீ வானத்தின் நான்கு திசைகளுக்கும் பரவுவாய், உனக்குள்ளும் உன் சந்ததிக்குள்ளும் பூமியின் வம்சங்களெல்லாம் ஆசீர்வதிக்கப்படும் என்று சொன்னீரே. 18. நீர் உமது வார்த்தைகளை நிலைப்படுத்தி, எனக்கு ஐஸ்வரியத்தையும் பிள்ளைகளையும் ஆடுமாடுகளையும் கொடுத்தீர், உமது அடியானுக்கு என் இருதயத்தின் முழு விருப்பத்தின்படியே கொடுத்தீர்; எனக்கு ஒரு குறையுமிராதபடிக்கு நான் உம்மிடத்தில் கேட்டதையெல்லாம் எனக்குக் கொடுத்தீர். 19. அதன்பின்பு நீர்

என்னை நோக்கி: உன் பெற்றோரிடத்திற்கும் உன் பிறந்த தேசத்திற்கும் திரும்பிப்போ, நான் உனக்கு நன்மை செய்வேன் என்று சொன்னீரே. 20. இப்போதோ, நான் வந்தேன், லாபானின் கையிலிருந்து நீர் என்னை விடுவித்தீர்; இப்போது ஏசாவின் கைகளில் விழுவேன், அவன் என்னையும் என் பிள்ளைகளின் தாய்களையும் கொன்றுபோடுவானே. 21. ஆகையால் இப்போதும் ஓ கர்த்தராகிய தேவனே, என் சகோதரனான ஏசாவின் கைகளிலிருந்தும் என்னை விடுவியும் என்று நான் உம்மை வேண்டிக்கொள்ளுகிறேன், ஏனெனில் நான் அவனுக்கு மிகவும் பயப்படுகிறேன். 22. என்னிடத்தில் நீதி இல்லாவிட்டாலும், ஆபிரகாமினிமித்தமும் என் தகப்பனாகிய ஈசாக்கினிமித்தமும் இதைச் செய்தருளும். 23. உம்முடைய தயவினாலும் இரக்கத்தினாலுமே நான் இந்தப் பொருள்களைச் சம்பாதித்தேன் என்று அறிவேன்; ஆகையால் இப்போது, இன்றையதினம் உமது தயவினால் என்னை விடுவித்து எனக்குப் பதிலளிக்கும்படி உம்மை வேண்டிக்கொள்ளுகிறேன் என்றான். 24. யாக்கோபு கர்த்தரை நோக்கி ஜெபம்பண்ணி முடித்த பின்பு, தன்னோடிருந்த ஜனங்களையும் மந்தைகளையும் ஆடுமாடுகளையும் இரண்டு பாளையங்களாகப் பிரித்து, ஒரு பாளையத்தையும் தன் பிள்ளைகளையும் ஆபிரகாமின் வேலைக்காரனான எலியேசரின் குமாரனாகிய தமேசேக்கின் *(Damesek)* கையில் ஒப்புவித்தான்; மற்றப் பாளையத்தையும் தன் பிள்ளைகளையும் எலியேசரின் குமாரனாகிய அவனுடைய சகோதரன் எலியானுசின் *(Elianus)* கையில் ஒப்புவித்தான். 25. அவன் அவர்களுக்குக் கட்டளையிட்டு: உங்கள் பாளையங்களோடே தூரமாயிருங்கள், ஒன்றோடொன்று மிகவும் சமீபமாய் வராதீர்கள்; ஏசா ஒரு பாளையத்தண்டைக்கு வந்து அதை அழித்துப்போட்டால், அதிலிருந்து தூரத்திலிருக்கிற மற்றப் பாளையம் தப்பித்துக்கொள்ளும் என்றான். 26. யாக்கோபு அந்த ராத்திரியிலே அங்கே தங்கியிருந்தான்; ராத்திரி முழுவதும் அவன் தன் வேலைக்காரர்களுக்குப் படைகளைக்குறித்தும் தன் பிள்ளைகளைக்குறித்தும் கட்டளைகளைக் கொடுத்துக்கொண்டிருந்தான். 27. அன்றையதினம் கர்த்தர் யாக்கோபின் ஜெபத்தைக் கேட்டார்; கர்த்தர் அப்பொழுது யாக்கோபைத் தன் சகோதரனான ஏசாவின் கைகளிலிருந்து விடுவித்தார். 28. கர்த்தர் பரலோகத்தின் தூதர்களில் மூன்று தூதர்களை அனுப்பினார்; அவர்கள் ஏசாவுக்கு முன்பாகப் போய் அவனிடத்திற்கு வந்தார்கள். 29. இந்தத் தூதர்கள் சகலவிதமான யுத்த ஆயுதங்களையுடைய குதிரைகளின்மேல் ஏறியிருந்த இரண்டாயிரம் மனுஷர்களைப்போல ஏசாவுக்கும் அவன் ஜனங்களுக்கும் தரிசனமானார்கள்; அவர்கள் ஏசாவுக்கும் அவனுடைய மனுஷர்கள் எல்லாருக்கும் முன்பாக நான்கு பாளையங்களாகப் பிரிக்கப்பட்டவர்களாகவும், அவர்களுக்கு நான்கு தலைவர்கள்

இருப்பவர்களாகவும் காணப்பட்டார்கள். 30. ஒரு பாளையம் முன்னேறினபோது, ஏசா நானூறு மனுஷர்களோடே தன் சகோதரனான யாக்கோபினிடத்திற்கு வருவதைக் கண்டார்கள்; இந்தப் பாளையம் ஏசாவுக்கும் அவன் ஜனங்களுக்கும் நேராக ஓடி அவர்களைத் திகிலடையப்பண்ணினது; ஏசா பயத்தினால் குதிரையிலிருந்து கீழே விழுந்தான், அவனுடைய மனுஷர்கள் எல்லாரும் மிகவும் பயந்தபடியால் அந்த இடத்திலே அவனை விட்டுச் சிதறிப்போனார்கள். 31. அவர்கள் ஏசாவை விட்டுத் தப்பியோடினபோது, பாளையம் முழுவதுமானவர்கள் அவர்கள் பின்னே சத்தமிட்டார்கள்; அந்த யுத்தவீரர்கள் எல்லாரும் பிரதியுத்தரமாக: 32. நிச்சயமாக நாங்கள் தேவனுடைய தாசனாகிய யாக்கோபின் வேலைக்காரர்கள், எங்களுக்கு விரோதமாக யார் நிற்கக்கூடும்? என்றார்கள். ஏசா அவர்களை நோக்கி: அப்படியானால், நான் இருபது வருஷங்களாகப் பார்க்காத என் ஆண்டவனும் சகோதரனுமாகிய யாக்கோபு உங்களுக்கு ஆண்டவனாயிருக்கிறானே; இப்போதோ இன்றையதினம் நான் அவனைப் பார்க்க வந்தேன், நீங்கள் எனக்கு இப்படிச் செய்கிறீர்களே? என்றான். 33. தூதர்கள் அவனுக்குப் பிரதியுத்தரமாக: கர்த்தருடைய ஜீவனைக் கொண்டு சொல்லுகிறோம், நீ சொல்லுகிற யாக்கோபு உன் சகோதரனாயிராவிட்டால், உன்னிலும் உன் ஜனங்களிலும் ஒருவனையும் நாங்கள் மீதியாக வைத்திருக்கமாட்டோம்; யாக்கோபினிமித்தமே நாங்கள் அவர்களுக்கு ஒன்றும் செய்யவில்லை என்றார்கள். 34. இந்தப் பாளையம் ஏசாவையும் அவனுடைய மனுஷர்களையும் விட்டுக் கடந்துபோனது; ஏசாவும் அவனுடைய மனுஷர்களும் அவர்களை விட்டு ஏறக்குறைய ஒரு லீக் (league) தூரம் போனபோது, இரண்டாம் பாளையம் சகலவிதமான ஆயுதங்களோடும் அவனுக்கு நேராக வந்தது; முந்தின பாளையம் ஏசாவுக்கும் அவனுடைய மனுஷர்களுக்கும் செய்ததுபோலவே இவர்களும் செய்தார்கள். 35. அவர்கள் போகும்படி அவர்களை விட்டபோது, இதோ மூன்றாம் பாளையம் அவனுக்கு நேராக வந்தது, அவர்கள் எல்லாரும் திகிலடைந்தார்கள்; ஏசா குதிரையிலிருந்து கீழே விழுந்தான், பாளையம் முழுவதுமானவர்கள் சத்தமிட்டு: நிச்சயமாக நாங்கள் தேவனுடைய தாசனாகிய யாக்கோபின் வேலைக்காரர்கள், எங்களுக்கு விரோதமாக யார் நிற்கக்கூடும்? என்றார்கள். 36. ஏசா மறுபடியும் அவர்களுக்குப் பிரதியுத்தரமாக: ஓ அப்படியானால், எனக்கும் உங்களுக்கும் ஆண்டவனாயிருக்கிற யாக்கோபு என் சகோதரன்; இருபது வருஷங்களாக நான் அவன் முகத்தைப் பார்க்கவில்லை, இன்றையதினம் அவன் வருகிறான் என்று கேள்விப்பட்டு, இன்றையதினம் நான் அவனை எதிர்கொள்ள வந்தேன், நீங்கள் எனக்கு இப்படிச் செய்கிறீர்களே? என்றான். 37. அவர்கள் அவனுக்குப் பிரதியுத்தரமாக: கர்த்தருடைய ஜீவனைக்

கொண்டு சொல்லுகிறோம், நீ சொன்னபடியே யாக்கோபு உன் சகோதரனாயிராவிட்டால், உன்னிலும் உன் மனுஷர்களிலும் ஒருவரையும் நாங்கள் மீதியாக வைத்திருக்கமாட்டோம்; நீ சொல்லுகிற யாக்கோபு உன் சகோதரனாயிருக்கிறபடியால், நாங்கள் உன்னையோ உன் மனுஷர்களையோ ஒன்றும் செய்யமாட்டோம் என்றார்கள். 38.
மூன்றாம் பாளையமும் அவர்களை விட்டுக் கடந்துபோனது; அவன் தன் மனுஷர்களோடே யாக்கோபுக்கு நேராகத் தன் பிரயாணத்தைத் தொடர்ந்துகொண்டிருக்கையில், நான்காம் பாளையம் அவனுக்கு நேராக வந்தது; மற்றவர்கள் அவனுக்கும் அவனுடைய மனுஷர்களுக்கும் செய்ததுபோலவே இவர்களும் செய்தார்கள். 39.
நான்கு தூதர்களும் தனக்கும் தன் மனுஷர்களுக்கும் செய்த தீங்கினை ஏசா கண்டபோது, அவன் தன் சகோதரனான யாக்கோபுக்கு மிகவும் பயந்து, அவனைச் சமாதானத்தோடே எதிர்கொள்ளப் போனான். 40.
தன் சகோதரனான யாக்கோபினிமித்தம் தன் ஜீவனுக்குப் பயந்தபடியாலும், தான் சந்தித்த அந்த நான்கு பாளையங்களும் யாக்கோபின் வேலைக்காரர்கள் என்று நினைத்தபடியாலும் ஏசா யாக்கோபின் மேலிருந்த தன் பகையை மறைத்துக்கொண்டான். 41.
யாக்கோபு அந்த ராத்திரியிலே தன் வேலைக்காரர்களோடே தங்கள் பாளையங்களில் தங்கியிருந்தான்; தன்னிடத்திலிருக்கிற யாவற்றிலும் தனக்குள்ள ஆஸ்திகளெல்லாவற்றிலும் ஏசாவுக்கு ஒரு வெகுமதியைக் கொடுக்கத் தன் வேலைக்காரர்களோடே தீர்மானித்தான்; காலையிலே யாக்கோபும் அவன் மனுஷர்களும் எழுந்து, ஏசாவுக்கு ஒரு வெகுமதியைக் கொடுக்க மிருகஜீவன்களிலிருந்து தெரிந்துகொண்டார்கள். 42. யாக்கோபு தன் சகோதரனான ஏசாவுக்குக் கொடுக்கும்படி தன் மந்தையிலிருந்து தெரிந்துகொண்ட வெகுமதியின் தொகையாவது: அவன் மந்தைகளிலிருந்து இருநூற்று நாற்பது ஆடுகளையும், ஒட்டகங்களிலும் கழுதைகளிலும் வகைக்கு முப்பதையும், மாடுகளில் ஐம்பது பசுக்களையும் தெரிந்துகொண்டான்.
43. அவன் அவைகளையெல்லாம் பத்து மந்தைகளாகப் பிரித்து, ஒவ்வொரு வகையையும் தனித்தனியாக வைத்து, ஒவ்வொரு மந்தையையும் தனித்தனியாகத் தன் வேலைக்காரர்களில் பத்து பேரின் கைகளில் ஒப்புவித்தான். 44. அவன் அவர்களுக்குக் கட்டளையிட்டு: நீங்கள் ஒருவரையொருவர் விட்டுத் தூரமாயிருங்கள், மந்தைகளுக்கு நடுவே இடைவெளி விடுங்கள்; ஏசாவும் அவனோடே இருக்கிறவர்களும் உங்களைச் சந்தித்து: நீங்கள் யாருடையவர்கள், எங்கே போகிறீர்கள், உங்களுக்கு முன்பாக இருக்கிற இவையெல்லாம் யாருடையவைகள்? என்று உங்களைக் கேட்டால், நீங்கள் அவர்களுக்கு: நாங்கள் யாக்கோபின் வேலைக்காரர்கள், நாங்கள் சமாதானத்தோடே ஏசாவைச் சந்திக்க வந்தோம், இதோ யாக்கோபும் எங்களுக்குப் பின்னே வருகிறார் என்று சொல்லுங்கள் என்றான். 45.
எங்களுக்கு முன்பாக இருக்கிற இவைகள் யாக்கோபு தன்

சகோதரனான ஏசாவுக்கு அனுப்பின வெகுமதி. 46. தன் சகோதரனைச்
சந்திக்கவும் அவன் முகத்தைப் பார்க்கவும் வராமல், அவன் ஏன்
உங்களுக்குப் பின்னே தாமதிக்கிறான் என்று அவர்கள் உங்களைக்
கேட்டால், அப்பொழுது நீங்கள் அவர்களுக்கு: நிச்சயமாக அவர் தன்
சகோதரனைச் சந்திக்க எங்களுக்குப் பின்னே சந்தோஷத்தோடே
வருகிறார், ஏனெனில்: நான் அவனுக்கு முன்னாகப் போகிற
வெகுமதியினால் அவனைச் சாந்தப்படுத்தி, அதன்பின்பு அவன்
முகத்தைப் பார்ப்பேன், ஒருவேளை அவன் என்னை
ஏற்றுக்கொள்வான் என்று அவர் சொன்னார் என்று சொல்லுங்கள்
என்றான். 47. அப்படியே அந்த வெகுமதி முழுவதும் அவனுடைய
வேலைக்காரர்களின் கைகளில் அவனுக்கு முன்பாக அன்றையதினம்
கடந்துபோனது; அவன் அந்த ராத்திரியிலே தன்
பாளையங்களோடுகூட யாபோக் ஆற்றின் கரையிலே
தங்கியிருந்தான்; அவன் நடுராத்திரியிலே எழுந்து, தன்
மனைவிகளையும் தன் வேலைக்காரிகளையும் தனக்குள்ள
யாவற்றையும் அழைத்துக்கொண்டு, அந்த ராத்திரியிலே அவர்களை
யாபோக் துறையைக் கடக்கப்பண்ணினான். 48. தனக்குள்ள
யாவற்றையும் ஆற்றைக் கடக்கப்பண்ணின பின்பு, யாக்கோபு
தனித்திருந்தான்; ஒரு புருஷன் அவனைச் சந்தித்து,
விடியற்காலம்வரைக்கும் அந்த ராத்திரி முழுவதும் அவனோடே
போராடினான்; அவனோடே போராடினதினால் யாக்கோபின்
தொடைக்கீல் சுளுக்கிற்று. 49. விடியற்காலத்திலே அந்தப் புருஷன்
யாக்கோபை அங்கே விட்டு, அவனை ஆசீர்வதித்துப் போனான்;
யாக்கோபு விடியற்காலத்திலே ஆற்றைக் கடந்துபோனான், அவன்
தன் தொடையிலே முடவனானான். 50. அவன் ஆற்றைக்
கடந்துபோனபோது சூரியன் உதித்தது; அவன் தன் மிருகஜீவன்களும்
பிள்ளைகளும் இருந்த இடத்திற்கு வந்தான். 51. அவர்கள்
நண்பகல்வரைக்கும் பிரயாணம்பண்ணினார்கள்; அவர்கள்
போய்க்கொண்டிருக்கையில் வெகுமதி அவர்களுக்கு முன்பாகப்
போய்க்கொண்டிருந்தது. 52. யாக்கோபு தன் கண்களை ஏறெடுத்துப்
பார்த்தபோது, இதோ, ஏசா தூரத்திலே ஏறக்குறைய நானூறு
மனுஷர்களோடே வருவதைக் கண்டான்; யாக்கோபு தன்
சகோதரனுக்கு மிகவும் பயந்தான். 53. யாக்கோபு தீவிரமாய்த் தன்
பிள்ளைகளைத் தன் மனைவிகளிடத்திலும் தன்
வேலைக்காரிகளிடத்திலும் பிரித்துக்கொடுத்தான்; தன் குமாரத்தியாகிய
தீனாளை ஒரு பெட்டிக்குள் வைத்து, அவளைத் தன்
வேலைக்காரர்களின் கைகளில் ஒப்புவித்தான். 54. அவன் தன்
பிள்ளைகளுக்கும் மனைவிகளுக்கும் முன்பாகக் கடந்துபோய்த் தன்
சகோதரனைச் சந்தித்து, தரைமட்டும் குனிந்து, தன்
சகோதரனண்டைக்குச் சேரும்வரைக்கும் ஏழு முறை குனிந்து
வணங்கினான்; கர்த்தர் யாக்கோபின் ஜெபத்தைக்

கேட்டிருந்தபடியால், தேவன் யாக்கோபுக்கு ஏசாவின் கண்களிலும் அவனுடைய மனுஷர்களின் கண்களிலும் கிருபையும் தயவும் கிடைக்கும்படி செய்தார். 55. யாக்கோபைக் குறித்த பயமும் திகிலும் அவன் சகோதரனான ஏசாவின் மேல் விழுந்தது; தேவனுடைய தூதர்கள் ஏசாவுக்குச் செய்த காரியத்தினிமித்தம் ஏசா யாக்கோபுக்கு மிகவும் பயந்தான், யாக்கோபின் மேலிருந்த ஏசாவின் கோபம் தயவாக மாறியது. 56. யாக்கோபு தன்னை நோக்கி ஓடிவருவதை ஏசா கண்டபோது, அவனும் அவனை நோக்கி ஓடிவந்து, அவனை அணைத்துக்கொண்டு, அவன் கழுத்தின்மேல் விழுந்தான்; அவர்கள் முத்தமிட்டு அழுதார்கள். 57. தேவன் யாக்கோபைக் குறித்த பயத்தையும் தயவையும் ஏசாவோடே வந்த மனுஷர்களின் இருதயங்களில் வைத்தார்; அவர்களும் யாக்கோபை முத்தமிட்டு அணைத்துக்கொண்டார்கள். 58. ஏசாவின் குமாரனான எலீப்பாஸும், ஏசாவின் குமாரர்களான அவனுடைய நான்கு சகோதரர்களும் யாக்கோபோடே அழுதார்கள்; அவர்கள் அவனை முத்தமிட்டு அணைத்துக்கொண்டார்கள், ஏனெனில் யாக்கோபைக் குறித்த பயம் அவர்கள் எல்லார்மேலும் விழுந்திருந்தது. 59. ஏசா தன் கண்களை ஏறெடுத்துப் பார்த்தபோது, ஸ்திரீகளும் யாக்கோபின் பிள்ளைகளும் யாக்கோபுக்குப் பின்னே நடந்துவருவதையும், அவர்கள் ஏசாவுக்கு முன்பாக வழியிலே குனிந்து வணங்குவதையும் கண்டான். 60. ஏசா யாக்கோபை நோக்கி: என் சகோதரனே, உன்னோடே இருக்கிற இவர்கள் யார், இவர்கள் உன் பிள்ளைகளோ அல்லது உன் வேலைக்காரர்களோ? என்றான்; யாக்கோபு ஏசாவுக்குப் பிரதியுத்தரமாக: தேவன் உமது அடியானுக்குக் கிருபையாய் அருளின என் பிள்ளைகள் என்றான். 61. யாக்கோபு ஏசாவோடும் அவனுடைய மனுஷர்களோடும் பேசிக்கொண்டிருக்கையில், ஏசா பாளையம் முழுவதையும் பார்த்து, யாக்கோபை நோக்கி: நேற்றிரவு நான் சந்தித்த அந்தப் பாளையம் முழுவதையும் நீ எங்கிருந்து பெற்றாய்? என்றான்; யாக்கோபு: என் ஆண்டவனின் கண்களில் எனக்குக் கிருபை கிடைக்கும்படியாக, தேவன் உமது அடியானுக்குக் கிருபையாய் அருளினவைகளே என்றான். 62. வெகுமதி ஏசாவுக்கு முன்பாக வந்தது, யாக்கோபு ஏசாவை வற்புறுத்தி: நான் என் ஆண்டவனுக்குக் கொண்டுவந்த வெகுமதியை நீர் வாங்கிக்கொள்ளும் என்று நான் உம்மைக் கேட்டுக்கொள்ளுகிறேன் என்றான்; ஏசா: எனக்கு இது எதற்கு? உனக்குள்ளதை நீயே வைத்துக்கொள் என்றான். 63. யாக்கோபு: நீர் சமாதானத்தோடே இன்னும் உயிரோடிருக்கிறதைக் கண்டு, நான் உம்முடைய முகத்தைப் பார்த்தபடியால், இதையெல்லாம் உமக்குக் கொடுக்கவேண்டியது என் கடமை என்றான். 64. ஏசா அந்த வெகுமதியை வாங்க மறுத்தான்; யாக்கோபு அவனை நோக்கி: என் ஆண்டவனே, நான் உம்மைக் கெஞ்சுகிறேன்; உமது கண்களில் எனக்குக் கிருபை கிடைத்ததானால், என் வெகுமதியை என்

கையிலிருந்து வாங்கிக்கொள்ளும்; நீர் என்மேல் பிரியமாயிருந்தபடியால், ஒரு தேவனின் முகத்தைப் பார்ப்பதுபோல நான் உம்முடைய முகத்தைப் பார்த்தேனே என்றான். 65. ஏசா அந்த வெகுமதியை வாங்கிக்கொண்டான்; யாக்கோபு ஏசாவுக்கு வெள்ளியையும் பொன்னையும் குங்கிலியத்தையும் கொடுத்தான், அவன் அவனை மிகவும் வற்புறுத்தினபடியால் அவன் அவைகளை வாங்கிக்கொண்டான். 66. ஏசா பாளையத்திலிருந்த மிருகஜீவன்களைப் பிரித்து, பாதியைத் தன்னோடே வந்த மனுஷர்களுக்குக் கொடுத்தான், ஏனெனில் அவர்கள் கூலிக்காக வந்திருந்தார்கள்; மற்றப் பாதியைத் தன் பிள்ளைகளின் கைகளில் ஒப்புவித்தான். 67. வெள்ளியையும் பொன்னையும் குங்கிலியத்தையும் தன் மூத்த குமாரனான எலீப்பாஸின் கைகளில் கொடுத்தான்; ஏசா யாக்கோபை நோக்கி: நாங்கள் உன்னோடே தங்கியிருப்போம், நீ என்னோடே என் இடத்திற்கு வரும்வரைக்கும் நாங்கள் உன்னோடே மெதுவாக வருவோம், நாம் அங்கே ஒன்றாகக் குடியிருக்கலாம் என்றான். 68. யாக்கோபு தன் சகோதரனுக்குப் பிரதியுத்தரமாக: என் ஆண்டவன் என்னிடத்தில் சொல்லுகிறபடியே நான் செய்வேன், ஆனால் பிள்ளைகள் இளமையானவர்கள் என்றும், கறவைகளான ஆடுமாடுகள் என்னோடே இருக்கிறது என்றும் என் ஆண்டவன் அறிவார்; அவைகள் மெதுவாகவே போகவேண்டும், அவைகளை வேகமாக ஓட்டினால் அவைகளெல்லாம் செத்துப்போகும்; அவைகளின் பாரத்தையும் அவைகளின் களைப்பையும் நீர் அறிவீரே. 69. ஆகையால் என் ஆண்டவன் உமது அடியானுக்கு முன்னே கடந்துபோகட்டும்; நான் பிள்ளைகளுக்காகவும் மந்தைக்காகவும் மெதுவாக நடந்து, சேயீரிலுள்ள என் ஆண்டவனின் இடத்திற்கு வருவேன் என்றான். 70. ஏசா யாக்கோபை நோக்கி: நான் வழியிலே உன்னைப் பத்திரமாய்ப் பார்த்துக்கொள்ளும்படிக்கும், உன் களைப்பையும் பாரத்தையும் சுமக்கும்படிக்கும், என்னோடே இருக்கிற ஜனங்களில் சிலரை உன்னோடே விட்டுவைப்பேன் என்றான்; அவன்: என் ஆண்டவனின் கண்களில் எனக்குக் கிருபை கிடைத்ததானால் அதெதற்கு? 71. நீர் சொன்னபடியே அங்கே ஒன்றாகக் குடியிருக்கும்படிக்கு இதோ நான் சேயீருக்கு உம்மிடத்தில் வருவேன்; நீரும் உமது ஜனங்களோடும் போம், நான் உமக்குப் பின்னே வருவேன் என்றான். 72. யாக்கோபு ஏசாவையும் அவனுடைய மனுஷர்களையும் தன்னை விட்டு அனுப்புவதற்காகவே யாக்கோபு ஏசாவிடத்தில் இப்படிச் சொன்னான்; அதன்பின்பு யாக்கோபு கானான் தேசத்திலிருக்கிற தன் தகப்பன் வீட்டிற்குப் போகலாம் என்று நினைத்தான். 73. ஏசா யாக்கோபின் சத்தத்திற்குச் செவிகொடுத்து, ஏசா தன்னோடே வந்த நானூறு மனுஷர்களோடே சேயீருக்குப் போகத் திரும்பினான்; யாக்கோபும் அவனுக்குள்ள யாவரும்

அன்றையதினம் கானான் தேசத்தின் எல்லைகளின் முடிவுமட்டுக்கும் போய், அங்கே சில காலம் தங்கியிருந்தார்கள்.

அத்தியாயம் 33

1. சில காலத்திற்குப் பின்பு யாக்கோபு தேசத்தின் எல்லைகளை விட்டுப் புறப்பட்டு, கானான் தேசத்திலுள்ள சீகேம் பட்டணமாகிய சாலேம் (Shalem) தேசத்திற்கு வந்து, பட்டணத்திற்கு முன்பாகத் தங்கியிருந்தான். 2. அவன் அங்கே இருந்த ஒரு துண்டு வயலை, அந்த தேசத்தின் ஜனங்களாகிய ஏமோரின் பிள்ளைகளிடமிருந்து நூறு வெள்ளிக்காசுக்கு வாங்கினான். 3. யாக்கோபு அங்கே தனக்காக ஒரு வீட்டைக் கட்டி, அங்கே தன் கூடாரத்தைப் போட்டு, தன் மிருகஜீவன்களுக்காகக் கொட்டாரங்களை உண்டாக்கினான்; ஆகையால் அவன் அந்த இடத்திற்குச் சுக்கோத் என்று பேரிட்டான். 4. யாக்கோபு சுக்கோத்திலே ஒரு வருஷமும் ஆறு மாதங்களும் தங்கியிருந்தான். 5. அக்காலத்தில் அந்த தேசத்தின் குடிகளான ஸ்திரீகளில் சிலர், பட்டணத்தின் குமாரத்திகளோடே நடனம்பண்ணிச் சந்தோஷங்கொண்டாடும்படி சீகேம் பட்டணத்திற்குப் போனார்கள்; அவர்கள் புறப்பட்டுப்போனபோது, பட்டணத்தின் குமாரத்திகள் சந்தோஷங்கொண்டாடுவதைப் பார்ப்பதற்காக யாக்கோபின் மனைவிகளாகிய ராகேலும் லேயாளும் தங்கள் குடும்பத்தாரோடுகூடப் போனார்கள். 6. யாக்கோபின் குமாரத்தியாகிய தீனாளும் அவர்களோடே கூடப் போய், பட்டணத்தின் குமாரத்திகளைப் பார்த்தாள்; பட்டணத்தின் ஜனங்கள் எல்லாரும் அந்தக் குமாரத்திகளின் சந்தோஷத்தைப் பார்க்க அவர்கள் அருகே நின்றுகொண்டிருக்கையில், இவர்களும் அங்கே அந்தக் குமாரத்திகளுக்கு முன்பாக நின்றார்கள்; பட்டணத்தின் பெரியவர்கள் எல்லாரும் அங்கே இருந்தார்கள். 7. தேசத்தின் பிரபுவாகிய ஏமோரின் குமாரனான சீகேமும் அவர்களைப் பார்க்க அங்கே நின்றுகொண்டிருந்தான். 8. பட்டணத்தின் குமாரத்திகளுக்கு முன்பாக யாக்கோபின் குமாரத்தியாகிய தீனாள் தன் தாயோடே உட்கார்ந்திருப்பதைச் சீகேம் கண்டான்; அந்தக் கன்னிப்பெண் அவனுக்கு மிகவும் பிரியமாயிருந்தாள், அவன் அங்கே தன் நண்பர்களையும் தன் ஜனங்களையும் நோக்கி: ஸ்திரீகளுக்குள்ளே உட்கார்ந்திருக்கிற இவள் யாருடைய குமாரத்தி? இந்தப் பட்டணத்தில் நான் இவளை அறியேனே என்றான். 9. அவர்கள் அவனுக்குப் பிரதியுத்தரமாக: நிச்சயமாக இவள் சில காலமாக இந்தப் பட்டணத்தில் குடியிருக்கிற எபிரெயனான ஈசாக்கின் குமாரனாகிய யாக்கோபின் குமாரத்தி; தேசத்தின் குமாரத்திகள் சந்தோஷங்கொண்டாடப் போகிறார்கள் என்று கேள்விப்பட்டபோது, இவளும் தன் தாயோடும்

வேலைக்காரிகளோடும் நீ காண்கிறபடியே அவர்களுக்குள்ளே உட்காரும்படி வந்தாள் என்றார்கள். 10. சீகேம் யாக்கோபின் குமாரத்தியாகிய தீனாளைக் கண்டான்; அவன் அவளைப் பார்த்தபோது, அவனுடைய ஆத்துமா தீனாளின் மேல் பற்றுதலாயிற்று. 11. அவன் ஆள் அனுப்பி அவளை வலுக்கட்டாயமாகப் பிடித்துவரும்படி செய்தான்; தீனாள் சீகேமின் வீட்டிற்கு வந்தாள், அவன் அவளை வலுக்கட்டாயமாகப் பிடித்து, அவளோடே சயனித்து அவளைத் தீட்டுப்படுத்தினான்; அவன் அவளை மிகவும் நேசித்து, அவளைத் தன் வீட்டிலே வைத்துக்கொண்டான். 12. அவர்கள் வந்து இந்தக் காரியத்தை யாக்கோபுக்குச் சொன்னார்கள்; சீகேம் தன் குமாரத்தியாகிய தீனாளைத் தீட்டுப்படுத்தினான் என்று யாக்கோபு கேள்விப்பட்டபோது, சீகேமின் வீட்டிலிருந்து தீனாளைக் கூட்டிக்கொண்டுவரும்படி யாக்கோபு தன் வேலைக்காரர்களில் பன்னிரண்டு பேரை அனுப்பினான்; அவர்கள் போய், தீனாளை அங்கிருந்து கூட்டிக்கொண்டுவரும்படி சீகேமின் வீட்டிற்கு வந்தார்கள். 13. அவர்கள் வந்தபோது சீகேம் தன் மனுஷர்களோடே புறப்பட்டு வந்து, அவர்களைத் தன் வீட்டிலிருந்து துரத்தினான்; அவர்கள் தீனாளுக்கு முன்பாக வர அவன் இடங்கொடாமல், அவர்கள் கண்களுக்கு முன்பாகவே சீகேம் தீனாளோடே உட்கார்ந்து, அவளை முத்தமிட்டு அணைத்துக்கொண்டிருந்தான். 14. யாக்கோபின் வேலைக்காரர்கள் திரும்பிவந்து அவனிடத்தில்: நாங்கள் வந்தபோது அவனும் அவன் மனுஷர்களும் எங்களைத் துரத்திவிட்டார்கள், சீகேம் எங்கள் கண்களுக்கு முன்பாகவே தீனாளுக்கு இப்படிச் செய்தான் என்றார்கள். 15. சீகேம் தன் குமாரத்தியைத் தீட்டுப்படுத்தினான் என்பதை யாக்கோபு அறிந்திருந்தும், அவன் ஒன்றும் சொல்லவில்லை; அவனுடைய குமாரர்கள் வெளியிலே அவனுடைய மிருகஜீவன்களை மேய்த்துக்கொண்டிருந்தார்கள், அவர்கள் திரும்பிவரும்வரைக்கும் யாக்கோபு மவுனமாயிருந்தான். 16. அவனுடைய குமாரர்கள் வீட்டிற்கு வருவதற்கு முன்பாக, சீகேமின் வீட்டிலிருக்கிற தீனாளைப் பத்திரமாய்ப் பார்த்துக்கொள்ளவும், அவளோடே தங்கியிருக்கவும் யாக்கோபு தன் வேலைக்காரர்களின் குமாரத்திகளிலிருந்து இரண்டு கன்னிப்பெண்களை அனுப்பினான்; சீகேம் தன் நண்பர்களில் மூன்று பேரைத் தன் தகப்பனாகிய பேரேதின் (Pered) குமாரனான கிதேகேமின் (Chiddekem) குமாரனான ஏமோரிடத்திற்கு அனுப்பி: இந்தக் கன்னிப்பெண்ணை எனக்கு மனைவியாகக் கொண்டுகொடு என்று சொல்லச் சொன்னான். 17. ஏவியனான கிதேகேமின் குமாரனாகிய ஏமோர் தன் குமாரனான சீகேமின் வீட்டிற்கு வந்து, அவனுக்கு முன்பாக உட்கார்ந்தான்; ஏமோர் தன் குமாரனை நோக்கி: சீகேமே, உன் ஜனத்தாரல்லாத எபிரெய ஸ்திரீயை மனைவியாகக் கொள்ளும்படிக்கு, உன்னுடைய ஜனத்தாரின் குமாரத்திகளுக்குள்ளே ஒரு ஸ்திரீயும் இல்லையா? என்றான். 18. சீகேம் அவனுக்குப்

*பிரதியுத்தரமாக: அவளை மாத்திரம் எனக்குக் கொண்டுகொடும், அவள்
என் கண்களுக்குப் பிரியமாயிருக்கிறாள் என்றான்; அவன் தன்
குமாரனை மிகவும் நேசித்தபடியால், ஏமோர் தன் குமாரனுடைய
வார்த்தையின்படியே செய்தான். 19. ஏமோர் இந்தக்
காரியத்தைக்குறித்து யாக்கோபோடே பேசும்படி அவனிடத்திற்குப்
புறப்பட்டான்; அவன் தன் குமாரனான சீகேமின் வீட்டை விட்டுப்
புறப்பட்டு, யாக்கோபோடே பேசும்படி அவனிடத்திற்கு வருவதற்கு
முன்பாகவே, ஏமோரின் குமாரனான சீகேம் செய்த காரியத்தைக்
கேள்விப்பட்டவுடனே, இதோ யாக்கோபின் குமாரர்கள்
வெளியிலிருந்து வந்தார்கள். 20. அந்த மனுஷர்கள் தங்கள்
சகோதரியினிமித்தம் மிகவும் துக்கப்பட்டு, தங்கள் மிருகஜீவன்களைக்
கூட்டிச் சேர்க்கும் நேரத்திற்கு முன்பாகவே கோபத்தால் பற்றியெரிந்து
வீட்டிற்கு வந்தார்கள். 21. அவர்கள் வந்து தங்கள் தகப்பனுக்கு
முன்பாக உட்கார்ந்து, கடுங்கோபத்தோடே அவனிடத்தில் பேசி: ஒரு
மனுஷன் ஒருக்காலும் கொள்ளையடிக்கவோ விபசாரஞ்செய்யவோ
கூடாது என்று பூமி முழுவதுக்கும் தேவனாகிய கர்த்தர் நோவாவுக்கும்
அவன் பிள்ளைகளுக்கும் கட்டளையிட்டாரே; இப்போதோ இதோ,
சீகேம் எங்கள் சகோதரியைக் கொள்ளையடித்ததும் அல்லாமல்
அவளோடே வேசித்தனமுஞ்செய்தானே, பட்டணத்தின் ஜனங்கள்
எல்லாரிலும் ஒருவனும் அவனுக்கு ஒரு வார்த்தையும்
சொல்லவில்லையே; ஆகையால் இந்த மனுஷனுக்கும் அவன்
வீட்டாருக்கும் மரண தண்டனை தீர்க்கப்படுவது நிச்சயமாகவே
தகுதியானது. 22. சீகேம் செய்த இந்தக் காரியத்தினிமித்தம்
அவனுக்கும், அவன் தகப்பனுக்கும், பட்டணம் முழுவதுக்கும் மரண
தண்டனை தீர்க்கப்படுவது தகுதியானது என்பதை நீர் நிச்சயமாக
அறிவீர், நீர் புரிந்துகொள்ளுவீர் என்றார்கள். 23. அவர்கள் இந்தக்
காரியத்தைக்குறித்துத் தங்கள் தகப்பனுக்கு முன்பாகப்
பேசிக்கொண்டிருக்கையில், இதோ, சீகேமின் தகப்பனாகிய ஏமோர்
தீனாளைக்குறித்துத் தன் குமாரன் சொன்ன வார்த்தைகளை
யாக்கோபிடத்தில் பேசும்படி வந்து, யாக்கோபுக்கும் அவன்
குமாரர்களுக்கும் முன்பாக உட்கார்ந்தான். 24. ஏமோர் அவர்களோடே
பேசி: என் குமாரனான சீகேமின் ஆத்துமா உங்கள் குமாரத்தியின்
மேல் ஆசையாயிருக்கிறது; அவளை அவனுக்கு மனைவியாகக்
கொடுத்து, எங்களோடே சம்பந்தங்கலக்கவேண்டும் என்று நான்
உங்களைக் கேட்டுக்கொள்ளுகிறேன்; உங்கள் குமாரத்திகளை
எங்களுக்குக் கொடுங்கள், எங்கள் குமாரத்திகளை நாங்கள்
உங்களுக்குக் கொடுப்போம்; நீங்கள் எங்கள் தேசத்தில் எங்களோடே
குடியிருந்து, நாமெல்லாரும் தேசத்தில் ஒரே ஜனமாயிருப்போம். 25.
எங்கள் தேசம் மிகவும் விஸ்தாரமானது; ஆகையால் நீங்கள் அதில்
குடியிருந்து வியாபாரம்பண்ணி, அதிலே ஆஸ்திகளைச் சம்பாதித்து,
உங்கள் விருப்பத்தின்படியே செய்யுங்கள்; உங்களுக்கு விரோதமாக*

ஒரு வார்த்தையும் சொல்லி ஒருவனும் உங்களைத்
தடைசெய்யமாட்டான் என்றான். *26.* ஏமோர் யாக்கோபோடும் அவன்
குமாரர்களோடும் பேசிமுடித்தான்; இதோ அவனுடைய குமாரனான
சீகேம் அவனுக்குப் பின்னே வந்து அவர்களுக்கு முன்பாக
உட்கார்ந்தான். *27.* சீகேம் யாக்கோபுக்கும் அவன் குமாரர்களுக்கும்
முன்பாகப் பேசி: உங்கள் கண்களில் எனக்குக் கிருபை கிடைத்து,
உங்கள் குமாரத்தியை எனக்குக் கொடுப்பீர்களானால், அவளுக்காக
நீங்கள் என்னிடத்தில் சொல்லுவதையெல்லாம் செய்வேன். *28.*
திரளான பரிசத்தையும் வெகுமதியையும் கேளுங்கள், நான்
கொடுப்பேன், நீங்கள் என்னிடத்தில் சொல்லுவதையெல்லாம்
செய்வேன்; உங்கள் கட்டளைகளுக்கு விரோதமாகக்
கலகம்பண்ணுகிறவன் எவனாயிருந்தாலும் அவன் சாவான்; அந்தக்
கன்னிப்பெண்ணை மாத்திரம் எனக்கு மனைவியாகக் கொடுங்கள்
என்றான். *29.* சிமியோனும் லேவியும் ஏமோருக்கும் அவன் குமாரனான
சீகேமுக்கும் தந்திரமாய்ப் பிரதியுத்தரமாக: நீங்கள் எங்களிடத்தில்
சொன்னபடியெல்லாம் நாங்கள் உங்களுக்குச் செய்வோம். *30.* இதோ
எங்கள் சகோதரி உங்கள் வீட்டிலிருக்கிறாள், ஆனால் நாங்கள்
இந்தக் காரியத்தைக்குறித்து எங்கள் தகப்பனாகிய ஈசாக்கினிடத்திற்கு
ஆள் அனுப்பும்வரைக்கும் நீங்கள் அவளை விட்டு விலகியிருங்கள்;
ஏனெனில் அவர் சம்மதியில்லாமல் நாங்கள் ஒன்றும் செய்யமுடியாது.
31. அவர் எங்கள் தகப்பனாகிய ஆபிரகாமின் வழிகளை
அறிந்திருக்கிறார்; அவர் எங்களுக்குச் சொல்லுகிறதையெல்லாம்
நாங்கள் உங்களுக்குச் சொல்லுவோம், உங்களிடத்தில் ஒன்றையும்
மறைக்கமாட்டோம் என்றார்கள். *32.* சிமியோனும் லேவியும் ஒரு
சாக்குப்போக்கைக் கண்டுபிடிக்கவும், இந்தக் காரியத்தில் சீகேமுக்கும்
அவன் பட்டணத்திற்கும் என்ன செய்யலாம் என்று ஆலோசனை
கேட்கவுமே சீகேமிடத்திலும் அவன் தகப்பனிடத்திலும் இப்படிப்
பேசினார்கள். *33.* சீகேமும் அவன் தகப்பனும் சிமியோன் லேவி
என்பவர்களின் வார்த்தைகளைக் கேட்டபோது, அது அவர்கள்
பார்வைக்கு நல்லதாய்க் கண்டது; சீகேமும் அவன் தகப்பனும்
வீட்டிற்குப் போகப் புறப்பட்டார்கள். *34.* அவர்கள் போன பின்பு,
யாக்கோபின் குமாரர்கள் தங்கள் தகப்பனை நோக்கி: தேவன்
நோவாவுக்கும் அவன் பிள்ளைகளுக்கும் அவர்களுக்குப் பின்பு அவர்கள்
சந்ததிக்கும் கட்டளையிட்டதை இவர்கள் மீறினபடியால், இந்தப்
பொல்லாதவர்களுக்கும் இவர்கள் பட்டணத்திற்கும் மரண தண்டனை
தீர்க்கப்படவேண்டும் என்று அறிவோம். *35.* மேலும், சீகேம் எங்கள்
சகோதரியாகிய தீனாளைத் தீட்டுப்படுத்தி இந்தக் காரியத்தைச்
செய்தபடியாலும் அவர்களுக்கு மரண தண்டனை
தீர்க்கப்படவேண்டும்; ஏனெனில் இப்படிப்பட்ட ஈனச்செயல்
எங்களுக்குள்ளே ஒருக்காலும் செய்யப்படக்கூடாது. *36.* ஆகையால்
இப்போது நீங்கள் என்ன செய்வீர்கள் என்று பார்த்துத்

தெரிந்துகொள்ளுங்கள்; இந்தப் பட்டணத்தின் குடிகள் எல்லாரையும் கொன்றுபோடும்படிக்கு, அவர்களுக்கு என்ன செய்யலாம் என்று ஆலோசனையையும் சாக்குப்போக்கையும் தேடுங்கள் என்றார்கள். 37. சிமியோன் அவர்களை நோக்கி: உங்களுக்குத் தகுதியான ஒரு ஆலோசனை இங்கே இருக்கிறது: நாங்கள் விருத்தசேதனம்பண்ணப்பட்டிருக்கிறதுபோல உங்களுக்குள்ளிருக்கிற ஆண்பிள்ளைகளெல்லாம் விருத்தசேதனம்பண்ணப்படவேண்டும் என்று அவர்களுக்குச் சொல்லுங்கள்; அவர்கள் இதைச் செய்ய விரும்பாமல்போனால், நாங்கள் எங்கள் குமாரத்தியை அவர்களிடமிருந்து கூட்டிக்கொண்டு போய்விடுவோம். 38. அவர்கள் இதைச் செய்யச் சம்மதித்து இதைச் செய்தால், அவர்கள் வலியினால் சோர்ந்துபோயிருக்கும்போது, நாங்கள் ஒரு அமைதியான சமாதானமான பட்டணத்தின்மேல் பாய்வதுபோல, எங்கள் பட்டயங்களோடு அவர்கள் மேல் பாய்ந்து, அவர்களுக்குள்ளிருக்கிற ஒவ்வொரு ஆண்பிள்ளையையும் கொன்றுபோடுவோம் என்றான். 39. சிமியோனின் ஆலோசனை அவர்களுக்குப் பிரியமாயிருந்தது; சிமியோனும் லேவியும் உத்தேசித்தபடியே அவர்களுக்குச் செய்யத் தீர்மானித்தார்கள். 40. மறுநாள் காலையிலே சீகேமும் அவன் தகப்பனாகிய ஏமோரும், தீனாளைக்குறித்துப் பேசவும், யாக்கோபின் குமாரர்கள் தங்கள் வார்த்தைகளுக்கு என்ன பதிலளிப்பார்கள் என்று கேட்கவும் மறுபடியும் யாக்கோபினிடத்திற்கும் அவன் குமாரர்களிடத்திற்கும் வந்தார்கள். 41. யாக்கோபின் குமாரர்கள் தந்திரமாய் அவர்களுக்குப் பிரதியுத்தரமாக: நாங்கள் உங்கள் வார்த்தைகளையெல்லாம் எங்கள் தகப்பனாகிய ஈசாக்குக்குச் சொன்னோம், உங்கள் வார்த்தைகள் அவருக்குப் பிரியமாயிருந்தது. 42. ஆனால் அவர் எங்களை நோக்கி: பூமியனைத்துக்கும் தேவனாயிருக்கிற கர்த்தரிடமிருந்து அவனுடைய தகப்பனாகிய ஆபிரகாம் அவனுக்குக் கட்டளையிட்டது என்னவென்றால், அவனுடைய சந்ததியைச் சேராத எவனாவது அவனுடைய குமாரத்திகளில் ஒருத்தியை மனைவியாகக் கொள்ள விரும்பினால், நாங்கள் விருத்தசேதனம்பண்ணப்பட்டிருக்கிறதுபோல அவனுக்குள்ள ஆண்பிள்ளைகளையெல்லாம் விருத்தசேதனம்பண்ணவேண்டும், அதன்பின்பு நாங்கள் எங்கள் குமாரத்தியை அவனுக்கு மனைவியாகக் கொடுக்கலாம் என்றார். 43. விருத்தசேதனமில்லாத ஒரு மனுஷனுக்கு எங்கள் குமாரத்தியைக் கொடுக்கும் இந்தக் காரியத்தை நாங்கள் செய்யக்கூடாது, ஏனெனில் அது எங்களுக்கு நிந்தை; ஆகையால் எங்கள் தகப்பன் எங்களிடத்தில் சொன்ன எங்கள் வழிகளையெல்லாம் இப்போது உங்களுக்குத் தெரியப்படுத்தினோம். 44. நீங்கள் எங்களுக்குச் செவிகொடுத்து, நாங்கள் விருத்தசேதனம்பண்ணப்பட்டிருக்கிறதுபோல உங்களுக்குள்ள ஆண்பிள்ளைகளையெல்லாம் விருத்தசேதனம்பண்ணி

எங்களைப்போலாவதற்குச் சம்மதித்தால், நீங்கள் சொன்னபடியே எங்கள் குமாரத்தியை உங்களுக்குக் கொடுக்கவும், நாங்கள் உங்கள் குமாரத்திகளைக் கொள்ளவும், உங்களுக்குள்ளே குடியிருந்து ஒரே ஜனமாயிருக்கவும் இதிலே நாங்கள் உங்களுக்குச் சம்மதிப்போம். 45.
நாங்கள் கட்டளையிட்டபடியே, நாங்கள் விருத்தசேதனம்பண்ணப்பட்டிருக்கிறதுபோல ஆண்பிள்ளைகளையெல்லாம் விருத்தசேதனம்பண்ணும்படி நீங்கள் எங்களுக்குச் செவிகொடாமற்போனால், நாங்கள் உங்களிடத்தில் வந்து, எங்கள் குமாரத்தியை உங்களிடமிருந்து கூட்டிக்கொண்டு போய்விடுவோம் என்றார்கள். 46.
யாக்கோபின் குமாரர்களுடைய வார்த்தைகளைச் சீகேமும் அவன் தகப்பனாகிய ஏமோரும் கேட்டார்கள், அந்த வார்த்தைகள் அவர்களுக்கு மிகவும் பிரியமாயிருந்தது; சீகேமும் அவன் தகப்பனாகிய ஏமோரும் யாக்கோபின் குமாரர்களின் விருப்பத்தின்படியே செய்யத் தீவிரப்பட்டார்கள், ஏனெனில் சீகேம் தீனாளின் மேல் மிகவும் பிரியமாயிருந்தான், அவனுடைய ஆத்துமா அவளோடே இணைக்கப்பட்டிருந்தது. 47.
சீகேமும் அவன் தகப்பனாகிய ஏமோரும் பட்டணத்து வாசலுக்குத் தீவிரமாய்ப் போய், தங்கள் பட்டணத்தின் மனுஷர்கள் எல்லாரையும் கூட்டி, யாக்கோபின் குமாரர்களின் வார்த்தைகளை அவர்களுக்குச் சொல்லி: 48.
நாங்கள் யாக்கோபின் குமாரர்களாகிய இந்த மனுஷர்களிடத்தில் வந்து, அவர்கள் குமாரத்தியைக்குறித்து அவர்களோடே பேசினோம்; இந்த மனுஷர்கள் எங்கள் விருப்பத்தின்படியே செய்யச் சம்மதிப்பார்கள்; இதோ, அவர்கள் குடியிருக்க எங்கள் தேசம் மிகவும் விஸ்தாரமாயிருக்கிறது, அவர்கள் அதிலே குடியிருந்து வியாபாரம்பண்ணுவார்கள், நாம் ஒரே ஜனமாயிருப்போம்; நாம் அவர்கள் குமாரத்திகளைக் கொள்வோம், நம்முடைய குமாரத்திகளை அவர்களுக்கு மனைவிகளாகக் கொடுப்போம். 49.
அவர்கள் தேவன் அவர்களுக்குக் கட்டளையிட்டபடியே, அவர்கள் விருத்தசேதனம்பண்ணப்பட்டிருக்கிறதுபோல நமக்குள்ளிருக்கிற ஆண்பிள்ளைகளெல்லாம் விருத்தசேதனம்பண்ணப்படவேண்டும் என்கிற இந்த நிபந்தனையின்பேரில் மாத்திரமே, இந்த மனுஷர்கள் இந்தக் காரியத்தைச் செய்யச் சம்மதிப்பார்கள்; விருத்தசேதனம்பண்ணப்படவேண்டும் என்கிற அவர்கள் கட்டளைகளின்படியே நாம் செய்யும்போது, அவர்கள் தங்கள் மிருகஜீவன்களோடும் ஆஸ்திகளோடும் நமக்குள்ளே குடியிருப்பார்கள், நாமும் அவர்களோடே ஒரே ஜனமாயிருப்போம் என்றார்கள். 50.
பட்டணத்தின் மனுஷர்கள் எல்லாரும் சீகேமும் அவன் தகப்பனாகிய ஏமோரும் சொன்ன வார்த்தைகளைக் கேட்டபோது, தங்கள் பட்டணத்தின் மனுஷர்கள் எல்லாரும் இந்த ஆலோசனைக்குச் சம்மதித்து, விருத்தசேதனம்பண்ணப்படுவதற்கு ஒப்புக்கொண்டார்கள்;

ஏனெனில் சீகேமும் அவன் தகப்பனாகிய ஏமோரும் தேசத்தின் பிரபுக்களாயிருந்தபடியால், அவர்களால் மிகவும் மதிக்கப்பட்டார்கள்.
51. மறுநாளிலே சீகேமும் அவன் தகப்பனாகிய ஏமோரும் காலையிலே அதிகாலையில் எழுந்து, தங்கள் பட்டணத்தின் மனுஷர்கள் எல்லாரையும் பட்டணத்தின் நடுவிலே கூட்டி, யாக்கோபின் குமாரர்களைக் கூப்பிட்டார்கள்; அவர்கள் அன்றையதினமும் மறுநாளும் அவர்களுக்குள்ளிருந்த ஒவ்வொரு ஆண்பிள்ளையையும் விருத்தசேதனம்பண்ணினார்கள்.
52. அவர்கள் சீகேமையும் அவன் தகப்பனாகிய ஏமோரையும், சீகேமின் ஐந்து சகோதரர்களையும் விருத்தசேதனம்பண்ணினார்கள்; அதன்பின்பு ஒவ்வொருவரும் எழுந்து வீட்டிற்குப் போனார்கள்; கர்த்தர் சீகேம் பட்டணத்தை யாக்கோபின் இரண்டு குமாரர்களின் கைகளில் ஒப்புக்கொடுக்கும்படிக்கு, இந்தக் காரியம் சீகேம் பட்டணத்திற்கு விரோதமாகக் கர்த்தராலே உண்டானது, இந்தக் காரியத்தில் சிமியோனின் ஆலோசனை கர்த்தராலே வந்தது.

அத்தியாயம் 34

1. விருத்தசேதனம்பண்ணப்பட்ட ஆண்பிள்ளைகளின் எண்ணிக்கை அறுநூற்று நாற்பத்தைந்து புருஷர்களும், இருநூற்று நாற்பத்தாறு பிள்ளைகளுமாகும்.
2. ஆனால் ஏமோரின் தகப்பனாகிய பேரேதின் குமாரனான கிதேகேமும், அவனுடைய ஆறு சகோதரர்களும் சீகேமுக்கும் அவன் தகப்பனாகிய ஏமோருக்கும் செவிகொடாமல், விருத்தசேதனம்பண்ணப்படவுமில்லை; ஏனெனில் யாக்கோபின் குமாரர்களுடைய ஆலோசனை அவர்கள் பார்வைக்கு அருவருப்பாயிருந்தது, பட்டணத்தின் ஜனங்கள் தங்களுக்குச் செவிகொடாததினிமித்தம் அவர்கள் மேல் அவர்களுக்குக் கடுங்கோபம் மூண்டது.
3. இரண்டாம் நாளின் சாயங்காலத்திலே, அவர்கள் விருத்தசேதனம்பண்ணப்படாத எட்டுச் சிறு பிள்ளைகளைக் கண்டுபிடித்தார்கள்; ஏனெனில் அந்தப் பிள்ளைகளின் தாய்கள் சீகேமுக்கும் அவன் தகப்பனாகிய ஏமோருக்கும், பட்டணத்து மனுஷர்களுக்கும் தெரியாமல் அவர்களை மறைத்துவைத்திருந்தார்கள்.
4. சீகேமும் அவன் தகப்பனாகிய ஏமோரும் அவர்களை விருத்தசேதனம்பண்ணும்படி தங்களுக்கு முன்பாகக் கொண்டுவரும்படி ஆள் அனுப்பினார்கள்; அப்பொழுது கிதேகேமும் அவன் ஆறு சகோதரர்களும் தங்கள் பட்டயங்களோடு அவர்கள் மேல் பாய்ந்து, அவர்களைக் கொன்றுபோட வகைதேடினார்கள்.
5. இந்தக் காரியத்தினிமித்தம் அவர்கள் சீகேமையும் அவன் தகப்பனாகிய ஏமோரையும் கொன்றுபோட வகைதேடினார்கள், அவர்களோடேகூடத் தீனாளையும் கொன்றுபோட

வகைதேடினார்கள். 6. அவர்கள் அவர்களை நோக்கி: நீங்கள் செய்த இந்தக் காரியம் என்ன? உங்கள் சகோதரர்களாகிய கானானியரின் குமாரத்திகளுக்குள்ளே ஸ்திரீகள் இல்லையா, நீங்கள் முன்னே அறியாத எபிரெயரின் குமாரத்திகளை உங்களுக்கு மனைவிகளாகக் கொள்ள விரும்புகிறீர்களே; உங்கள் பிதாக்கள் ஒருக்காலும் உங்களுக்குக் கட்டளையிடாத இந்தக் காரியத்தை நீங்கள் செய்வீர்களோ? 7. நீங்கள் செய்த இந்தக் காரியத்தினால் நீங்கள் சித்தியடைவீர்கள் என்று நினைக்கிறீர்களோ? நாளைக்கு வந்து இந்தக் காரியத்தைக் குறித்து உங்களைக் கேட்கப்போகிற உங்கள் சகோதரர்களாகிய கானானியர்களுக்கு இந்தக் காரியத்தில் நீங்கள் என்ன பதில் சொல்லுவீர்கள்? 8. நீங்கள் செய்த காரியம் அவர்கள் பார்வைக்கு நீதியும் நன்மையுமாய்க் காணப்படாவிட்டால், நீங்கள் எங்கள் சத்தத்திற்குச் செவிகொடாதபடியால், உங்கள் ஜீவனுக்காகவும் எங்கள் ஜீவனுக்காகவும் நீங்கள் என்ன செய்வீர்கள்? 9. தேசத்தின் குடிகளும் காமின் பிள்ளைகளாகிய உங்கள் சகோதரர்கள் எல்லாரும் நீங்கள் செய்ததைக் கேள்விப்பட்டு: 10. ஒரு எபிரெய ஸ்திரீயினிமித்தம் சீகேமும் அவன் தகப்பனாகிய ஏமோரும், அவர்கள் பட்டணத்தின் குடிகள் எல்லாரும் தாங்கள் அறியாததும் தங்கள் பிதாக்கள் தங்களுக்கு ஒருக்காலும் கட்டளையிடாததுமான காரியத்தைச் செய்தார்களே என்று சொன்னால், கானான் தேசத்தின் குடிகளாகிய உங்கள் சகோதரர்களுக்கு முன்பாக உங்கள் நாட்களிலெல்லாம் நீங்கள் எங்கே ஓடிப்போவீர்கள், அல்லது உங்கள் வெட்கத்தை எங்கே மறைப்பீர்கள்? 11. ஆகையால் இப்போது நீங்கள் செய்த இந்தக் காரியத்தை நாங்கள் தாங்கிக்கொள்ளமுடியாது; எங்கள் பிதாக்கள் எங்களுக்குக் கட்டளையிடாத இந்த நுகத்தை எங்கள் மேல் சுமத்தவும் முடியாது. 12. இதோ, நாளைக்கு நாங்கள் போய், தேசத்தில் குடியிருக்கிற கானானியரான எங்கள் சகோதரர்கள் எல்லாரையும் கூட்டுவோம்; நாங்களெல்லாரும் வந்து, உங்களிலோ அவர்களிலோ ஒருவனும் மீதியாயிராதபடிக்கு உங்களையும் உங்களை நம்பியிருக்கிற எல்லாரையும் முறியடிப்போம் என்றார்கள். 13. ஏமோரும் அவன் குமாரனான சீகேமும் பட்டணத்தின் ஜனங்கள் எல்லாரும் கிதேகேம் மற்றும் அவனுடைய சகோதரர்களுடைய வார்த்தைகளைக் கேட்டபோது, அவர்கள் வார்த்தைகளினிமித்தம் தங்கள் ஜீவனுக்காக மிகவும் பயந்து, தாங்கள் செய்ததைக்குறித்து மனஸ்தாபப்பட்டார்கள். 14. சீகேமும் அவன் தகப்பனாகிய ஏமோரும் தங்கள் தகப்பனாகிய கிதேகேமுக்கும் அவனுடைய சகோதரர்களுக்கும் பிரதியுத்தரமாக: நீங்கள் எங்களிடத்தில் சொன்ன வார்த்தைகளெல்லாம் உண்மைதான். 15. இப்போதோ, எபிரெயரின் மேலுள்ள அன்பினிமித்தமே நம்முடைய பிதாக்கள் நமக்குக் கட்டளையிடாத இந்தக் காரியத்தை நாங்கள் செய்தோம் என்று நீங்கள் சொல்லவும் வேண்டாம், உங்கள் இருதயங்களில் நினைக்கவும்

வேண்டாம். 16. ஆனால், இந்த நிபந்தனையின்பேரிலல்லாமல், அவர்கள் குமாரத்தியை நாங்கள் கொள்வதற்கு எங்கள் விருப்பத்திற்குச் சம்மதிப்பது அவர்கள் நோக்கமும் விருப்பமுமாயிருக்கவில்லை என்று நாங்கள் கண்டபடியால், நாங்கள் அவர்கள் விருப்பத்தை அடைவதற்காக அவர்கள் சத்தத்திற்குச் செவிகொடுத்து, நீங்கள் கண்ட இந்தக் காரியத்தைச் செய்தோம். 17.
நாங்கள் கேட்டதை அவர்களிடமிருந்து பெற்ற பின்பு, நாங்கள் அவர்களிடத்திற்குத் திரும்பிப்போய், நீங்கள் எங்களிடத்தில் சொல்லுகிறபடியே அவர்களுக்குச் செய்வோம். 18. ஆகையால்,
எங்கள் மாம்சம் குணமாகி நாங்கள் மறுபடியும் பெலனடையும்வரைக்கும் நீங்கள் காத்திருக்கும்படி உங்களைக் கெஞ்சுகிறோம்; அதன்பின்பு நாம் ஒன்றாக அவர்களுக்கு விரோதமாகப் போய், உங்கள் இருதயங்களிலும் எங்கள் இருதயங்களிலும் இருக்கிறபடியே அவர்களுக்குச் செய்வோம் என்றார்கள். 19.
கிதேகேமும் அவன் சகோதரர்களும் சொன்ன வார்த்தைகளையெல்லாம், ஏமோரும் அவன் குமாரனான சீகேமும் அவர்கள் பட்டணத்தின் ஜனங்களும் அவர்களுக்குச் சொன்ன பதிலையெல்லாம் யாக்கோபின் குமாரத்தியாகிய தீனாள் கேட்டாள்.
20. அவள் தீவிரமாய்த் தன் தகப்பன் சீகேமின் வீட்டிலே தன்னைப் பத்திரமாய்ப் பார்த்துக்கொள்ளும்படி அனுப்பியிருந்த தன் வேலைக்காரிகளில் ஒருத்தியைத் தன் தகப்பனாகிய யாக்கோபினிடத்திற்கும் தன் சகோதரர்களிடத்திற்கும் அனுப்பி: 21.
கிதேகேமும் அவன் சகோதரர்களும் உங்களைக்குறித்து இப்படி ஆலோசனை பண்ணினார்கள். ஏமோரும் சீகேமும் பட்டணத்தின் ஜனங்களும் அவர்களுக்கு இப்படிப் பதிலளித்தார்கள் என்று சொல்லச் சொன்னாள். 22. யாக்கோபு இந்த வார்த்தைகளைக் கேட்டபோது, கோபத்தால் நிறைந்து, அவர்கள் மேல் சினங்கொண்டான்; அவனுடைய கோபம் அவர்கள் மேல் மூண்டது. 23. சிமியோனும் லேவியும் ஆணையிட்டு: பூமி முழுவதுக்கும் தேவனாகிய கர்த்தருடைய ஜீவனைக் கொண்டு சொல்லுகிறோம், நாளைக்கு இந்நேரத்தில் பட்டணம் முழுவதிலும் ஒருவனும் மீதியாயிராது என்றார்கள். 24.
விருத்தசேதனம்பண்ணப்படாத இருபது வாலிபர்கள் தங்களை மறைத்துவைத்திருந்தார்கள்; இந்த வாலிபர்கள் சிமியோனுக்கும் லேவிக்கும் விரோதமாக யுத்தம்பண்ணினார்கள், சிமியோனும் லேவியும் அவர்களில் பதினெட்டு பேரைக் கொன்றுபோட்டார்கள்; இரண்டு பேர் அவர்களை விட்டுத் தப்பியோடிப் பட்டணத்திலிருந்த சில சுண்ணாம்புக்குழிகளுக்குள் தப்பிக் கொண்டார்கள்; சிமியோனும் லேவியும் அவர்களைத் தேடினார்கள், ஆனால் அவர்களைக் காணவில்லை. 25. சிமியோனும் லேவியும் தொடர்ந்து பட்டணத்தில் சுற்றித்திரிந்து, பட்டணத்தின் ஜனங்கள் எல்லாரையும் பட்டயக்கருக்கினால் கொன்றுபோட்டார்கள், ஒருவனையும் அவர்கள்

மீதியாக வைக்கவில்லை. 26. பட்டணத்தின் நடுவிலே மிகுந்த திகில் உண்டாயிற்று, பட்டணத்து ஜனங்களின் கூக்குரல் வானத்திற்கு எட்டியது, ஸ்திரீகள் மற்றும் பிள்ளைகள் எல்லாரும் சத்தமிட்டு அழுதார்கள். 27. சிமியோனும் லேவியும் பட்டணம் முழுவதையும் முறியடித்தார்கள்; பட்டணம் முழுவதிலும் ஒரு ஆண்பிள்ளையையும் அவர்கள் மீதியாக வைக்கவில்லை. 28. அவர்கள் ஏமோரையும் அவன் குமாரனான சீகேமையும் பட்டயக்கருக்கினால் கொன்றுபோட்டு, சீகேமின் வீட்டிலிருந்து தீனாளைக் கூட்டிக்கொண்டு அங்கிருந்து போனார்கள். 29. யாக்கோபின் குமாரர்கள் போய்த் திரும்பி வந்து, கொலையுண்டவர்கள் மேல் விழுந்து, பட்டணத்திலும் வெளியிலுமிருந்த அவர்கள் ஆஸ்திகளையெல்லாம் கொள்ளையிட்டார்கள். 30. அவர்கள் கொள்ளையடித்துக்கொண்டிருக்கையில், முன்னூறு மனுஷர்கள் எழும்பி அவர்கள் மேல் புழுதியைத் தூவி, கல்லுகளால் அவர்களை அடித்தார்கள்; அப்பொழுது சிமியோன் அவர்கள் பக்கம் திரும்பி, அவர்கள் எல்லாரையும் பட்டயக்கருக்கினால் கொன்றுபோட்டான்; சிமியோன் லேவிக்கு முன்பாகத் திரும்பிப் பட்டணத்திற்குள் வந்தான். 31. அவர்கள் அவர்களுடைய ஆடுகளையும் எருதுகளையும் மிருகஜீவன்களையும், மீதியாயிருந்த ஸ்திரீகளையும் சிறு பிள்ளைகளையும் எடுத்துக்கொண்டுபோனார்கள்; இவர்களையெல்லாம் கூட்டிக்கொண்டு, ஒரு வாசலைத் திறந்து, வெளியே போய், பலத்தோடே தங்கள் தகப்பனாகிய யாக்கோபினிடத்திற்கு வந்தார்கள். 32. அவர்கள் பட்டணத்திற்குச் செய்த எல்லாவற்றையும், அவர்களிடமிருந்து அவர்கள் எடுத்த கொள்ளையையும் யாக்கோபு கண்டபோது, யாக்கோபு அவர்கள் மேல் மிகவும் கோபங்கொண்டான்; யாக்கோபு அவர்களை நோக்கி: நீங்கள் எனக்குச் செய்த இந்தக் காரியம் என்ன? இதோ, தேசத்தின் குடிகளாகிய கானானியருக்குள்ளே நான் இளைப்பாறுதல் அடைந்திருந்தேன், அவர்களில் ஒருவனும் என்னைக் கலக்கவில்லை. 33. இப்போதோ, தேசத்தின் குடிகளாகிய கானானியருக்கும் பெரிசியருக்கும் முன்பாக என்னை அருவருப்பானவனாக்கும்படிச் செய்தீர்கள்; நானோ கொஞ்ச ஜனங்களையுடையவன், அவர்கள் தங்கள் சகோதரர்களுக்கு நீங்கள் செய்த காரியத்தைக் கேள்விப்படும்போது, அவர்கள் எல்லாரும் எனக்கு விரோதமாகக் கூடிவந்து என்னைக் கொன்றுபோடுவார்கள்; நானும் என் வீட்டாரும் அழிக்கப்படுவோமே என்றான். 34. சிமியோனும் லேவியும் அவர்களோடிருந்த அவர்கள் சகோதரர்கள் எல்லாரும் தங்கள் தகப்பனாகிய யாக்கோபுக்குப் பிரதியுத்தரமாக: இதோ, நாம் தேசத்தில் குடியிருக்கிறோம், சீகேம் நம்முடைய சகோதரிக்கு இப்படிச் செய்வதா? சீகேம் செய்த எல்லாவற்றிற்கும் நீர் ஏன் மவுனமாயிருக்கிறீர்? அவன் வீதிகளில் ஒரு வேசியைப்போல

நம்முடைய சகோதரியை நடத்தலாமா? என்றார்கள். 35. சிமியோனும் லேவியும் சீகேம் பட்டணத்திலிருந்து சிறைபிடித்துக் கொண்டுவந்த, தாங்கள் கொன்றுபோடாத, புருஷனை அறியாத ஸ்திரீகளின் எண்ணிக்கை எண்பத்தைந்து. 36. அவர்களுக்குள்ளே பூனா (Bunah) என்னும் பெயருள்ள, அழகான தோற்றமும் சவுந்தரியமுமான ஒரு கன்னிப்பெண் இருந்தாள், சிமியோன் அவளை மனைவியாகக் கொண்டான்; அவர்கள் சிறைபிடித்து, கொன்றுபோடாத ஆண்பிள்ளைகளின் எண்ணிக்கை நாற்பத்தேழு, மீதியானவர்களை அவர்கள் கொன்றுபோட்டார்கள். 37. சிமியோனும் லேவியும் சீகேம் பட்டணத்திலிருந்து சிறைபிடித்த வாலிபர்களும் ஸ்திரீகளும் எல்லாரும், யாக்கோபின் குமாரர்கள் எகிப்து தேசத்திலிருந்து புறப்படும் நாள்வரைக்கும் யாக்கோபின் குமாரர்களுக்கும் அவர்களுக்குப் பின்பு அவர்கள் பிள்ளைகளுக்கும் வேலைக்காரர்களாயிருந்தார்கள். 38. சிமியோனும் லேவியும் பட்டணத்தை விட்டுப் புறப்பட்ட பின்பு, பட்டணத்தில் தங்களை மறைத்துக்கொண்டு, பட்டணத்து ஜனங்களுக்குள்ளே சாகாமல் மீதியாயிருந்த அந்த இரண்டு வாலிபர்களும் எழுந்து பட்டணத்திற்குள் போய், அதில் சுற்றித்திரிந்தார்கள்; பட்டணம் மனுஷனில்லாமல் பாழாயிருப்பதையும், ஸ்திரீகள் மாத்திரம் அழுதுகொண்டிருப்பதையும் அவர்கள் கண்டார்கள்; அந்த வாலிபர்கள் சத்தமிட்டு: இதோ, எபிரெயனான யாக்கோபின் குமாரர்கள் இன்றையதினம் கானானியரின் பட்டணங்களில் ஒன்றை அழித்து, கானான் தேசத்தார் எல்லாருடைய ஜீவனுக்கும் பயப்படாமல் இந்தப் பட்டணத்திற்குச் செய்த தீமை இதுவே என்றார்கள். 39. இந்த மனுஷர்கள் பட்டணத்தை விட்டுத் தப்னாக் (Tapnach) பட்டணத்திற்குப் போய், அங்கே வந்து, தங்களுக்கு நேரிட்ட எல்லாவற்றையும் யாக்கோபின் குமாரர்கள் சீகேம் பட்டணத்திற்குச் செய்த எல்லாவற்றையும் தப்னாக் குடிகளுக்குச் சொன்னார்கள். 40. இந்தச் செய்தி தப்னாக்கின் ராஜாவாகிய யாசூபுக்கு (Jashub) எட்டினது, அவன் அந்த வாலிபர்களைப் பார்க்கும்படி சீகேம் பட்டணத்திற்கு மனுஷர்களை அனுப்பினான்; ஏனெனில் ராஜா அவர்கள் சொன்ன செய்தியை நம்பவில்லை; அவன்: இரண்டு மனுஷர்கள் சீகேமைப்போன்ற ஒரு பெரிய பட்டணத்தை எப்படிப் பாழாக்கக்கூடும்? என்றான். 41. யாசூபின் ஸ்தானாபதிகள் திரும்பிவந்து, அவனை நோக்கி: நாங்கள் பட்டணத்திற்கு வந்தோம், அது அழிக்கப்பட்டிருக்கிறது, அங்கே ஒரு மனுஷனுமில்லை; அழுகிற ஸ்திரீகள் மாத்திரமே இருக்கிறார்கள்; அங்கே ஒரு மந்தையோ மிருகஜீவனோ இல்லை ஏனெனில் பட்டணத்திலிருந்த எல்லாவற்றையும் யாக்கோபின் குமாரர்கள் எடுத்துக்கொண்டு போய்விட்டார்கள் என்றார்கள். 42. யாசூப் இதைக்குறித்து ஆச்சரியப்பட்டு: இவ்வளவு பெரிய பட்டணத்தை அழிப்பதற்கு இரண்டு மனுஷர்களால் எப்படி முடிந்தது, அவர்களுக்கு விரோதமாக

நிற்க ஒரு மனுஷனாலும் முடியவில்லையா? என்றான். 43.
நிம்ரோத்தின் நாட்கள் முதற்கொண்டு இப்படிப்பட்ட காரியம்
நடந்ததில்லையே, பூர்வ காலங்கள் முதற்கொண்டும் இப்படிப்பட்ட
காரியம் நடந்ததில்லையே என்று தப்னாக்கின் ராஜாவாகிய யாசூப்
தன் ஜனங்களை நோக்கிச் சொல்லி: தைரியமாயிருங்கள், நாம் போய்
இந்த எபிரெயரோடே யுத்தம்பண்ணி, அவர்கள் பட்டணத்திற்குச்
செய்ததுபோலவே நாமும் அவர்களுக்குச் செய்து, பட்டணத்து
ஜனங்களுக்காகப் பழிவாங்குவோம் என்றான். 44. தப்னாக்கின்
ராஜாவாகிய யாசூப் இந்தக் காரியத்தைக்குறித்துத் தன்
ஆலோசனைக்காரர்களோடே ஆலோசனை பண்ணினான்;
அவனுடைய ஆலோசனைக்காரர்கள் அவனை நோக்கி: நீர் தனியாக
எபிரெயரை மேற்கொள்ளமுடியாது, ஏனெனில் பட்டணம்
முழுவதுக்கும் இந்தக் காரியத்தைச் செய்தவர்கள்
பலசாலிகளாயிருக்கவேண்டும். 45. அவர்களில் இரண்டு பேர்
பட்டணம் முழுவதையும் பாழாக்கியிருக்க, ஒருவனும் அவர்களுக்கு
விரோதமாக நிற்கவில்லையென்றால், நிச்சயமாகவே நீர் அவர்களுக்கு
விரோதமாகப் போனால், அவர்கள் எல்லாரும் நமக்கு விரோதமாக
எழும்பி நம்மையும் அழித்துப்போடுவார்கள். 46. ஆனால் நீர் நம்மைச்
சுற்றியிருக்கிற எல்லா ராஜாக்களுக்கும் ஆள் அனுப்பி, அவர்களை
ஒன்றாகக் கூடிவரப்பண்ணினால், அப்பொழுது நாம் அவர்களோடே
போய் யாக்கோபின் குமாரர்களோடே யுத்தம்பண்ணுவோம்;
அப்பொழுது நீர் அவர்களை மேற்கொள்வீர் என்றார்கள். 47. யாசூப்
தன் ஆலோசனைக்காரர்களின் வார்த்தைகளைக் கேட்டான், அவர்கள்
வார்த்தைகள் அவனுக்கும் அவனுடைய ஜனங்களுக்கும்
பிரியமாயிருந்தது, அவன் அப்படியே செய்தான்; தப்னாக்கின்
ராஜாவாகிய யாசூப் சீகேமையும் தப்னாக்கையும் சுற்றியிருந்த
எமோரியரின் ராஜாக்கள் எல்லாருக்கும் ஆள் அனுப்பி: 48.
என்னோடே வந்து எனக்கு உதவி செய்யுங்கள்; நாம் எபிரெயனான
யாக்கோபையும் அவனுடைய குமாரர்கள் எல்லாரையும் முறியடித்து,
அவர்களைப் பூமியிலிருந்து அழித்துப்போடுவோம்; ஏனெனில் அவன்
சீகேம் பட்டணத்திற்கு இப்படிச் செய்தான், அதை நீங்கள்
அறியீர்களோ? என்று சொல்லச் சொன்னான். 49. யாக்கோபின்
குமாரர்கள் சீகேம் பட்டணத்திற்குச் செய்த தீமையை எமோரியரின்
ராஜாக்கள் எல்லாரும் கேள்விப்பட்டபோது, அவர்கள் மிகவும்
ஆச்சரியப்பட்டார்கள். 50. எமோரியரின் ஏழு ராஜாக்களும் தங்கள்
சேனைகள் அனைத்தோடும், உருவின பட்டயங்களையுடைய
ஏறக்குறைய பத்தாயிரம் மனுஷர்களோடும் கூடிவந்து, யாக்கோபின்
குமாரர்களோடே யுத்தம்பண்ண வந்தார்கள்; எமோரியரின் ராஜாக்கள்
தன் குமாரர்களோடே யுத்தம்பண்ணக் கூடிவந்திருக்கிறார்கள் என்று
யாக்கோபு கேள்விப்பட்டபோது, யாக்கோபு மிகவும் பயந்து
கலங்கினான். 51. யாக்கோபு சிமியோனையும் லேவியையும் நோக்கிச்

சத்தமிட்டு: நீங்கள் செய்த இந்தக் காரியம் என்ன? என்னையும் என் வீட்டாரையும் அழித்துப்போடும்படி கானானின் பிள்ளைகள் எல்லாரையும் எனக்கு விரோதமாக வரப்பண்ணி, நீங்கள் எனக்கு ஏன் தீங்கு செய்தீர்கள்? நானும் என் வீட்டாரும் இளைப்பாறுதல் அடைந்திருந்தோமே, நீங்கள் எனக்கு இந்தக் காரியத்தைச் செய்து, உங்கள் செயல்களினால் தேசத்தின் குடிகளை எனக்கு விரோதமாகக் கோபமூட்டினீர்களே என்றான்.
52. யூதா தன் தகப்பனுக்குப் பிரதியுத்தரமாக: என் சகோதரர்களாகிய சிமியோனும் லேவியும் சீகேமின் குடிகள் எல்லாரையும் வீணாகவா கொன்றுபோட்டார்கள்? சீகேம் நம்முடைய சகோதரியைச் சிறுமைப்படுத்தி, நோவாவுக்கும் அவனுடைய பிள்ளைகளுக்கும் நம்முடைய தேவன் இட்ட கட்டளையை மீறினபடியினால்தானே; ஏனெனில் சீகேம் நம்முடைய சகோதரியை வலுக்கட்டாயமாகக் கூட்டிக்கொண்டு போய், அவளோடே விபசாரஞ்செய்தான்.
53. சீகேம் இந்தப் பொல்லாப்பையெல்லாம் செய்தும், அவன் பட்டணத்தின் குடிகளில் ஒருவனும்: நீ ஏன் இப்படிச் செய்கிறாய் என்று சொல்லி அவனைக் கண்டிக்கவில்லையே; நிச்சயமாக இதற்காகவே என் சகோதரர்கள் போய்ப் பட்டணத்தை முறியடித்தார்கள்; பட்டணத்தின் குடிகள் நம்முடைய தேவனுடைய கட்டளைகளை மீறினபடியால் கர்த்தர் அதை அவர்கள் கைகளில் ஒப்புக்கொடுத்தார். அவர்கள் இதையெல்லாம் வீணாகவா செய்தார்கள்?
54. இப்போதோ, நீர் ஏன் பயப்படுகிறீர் அல்லது கலங்குகிறீர், என் சகோதரர்கள் மேல் நீர் ஏன் சலிப்படைகிறீர், உமது கோபம் அவர்கள் மேல் மூண்டது ஏன்?
55. சீகேம் பட்டணத்தையும் அதின் ஜனங்களையும் அவர்கள் கைகளில் ஒப்புக்கொடுத்த நம்முடைய தேவன், நமக்கு விரோதமாக வருகிற கானானிய ராஜாக்கள் எல்லாரையும் நம்முடைய கைகளில் ஒப்புக்கொடுப்பார்; என் சகோதரர்கள் சீகேமுக்குச் செய்ததுபோலவே நாமும் அவர்களுக்குச் செய்வோம்.
56. இப்போது அவர்களைக்குறித்து அமைதியாயிரும், உம்முடைய பயங்களை அகற்றிவிடும்; நம்முடைய தேவனாகிய கர்த்தரை நம்பி, நமக்கு உதவிசெய்யவும் நம்மை விடுவிக்கவும், நம்முடைய சத்துருக்களை நம்முடைய கைகளில் ஒப்புக்கொடுக்கவும் அவரை நோக்கி ஜெபம்பண்ணும் என்றான்.
57. யூதா தன் தகப்பனுடைய வேலைக்காரர்களில் ஒருவனைக் கூப்பிட்டு: நமக்கு விரோதமாக வருகிற அந்த ராஜாக்கள் தங்கள் சேனைகளோடே எங்கே தங்கியிருக்கிறார்கள் என்று இப்போது நீ போய்ப் பார் என்றான்.
58. அந்த வேலைக்காரன் போய், தூரத்திலே பார்த்து, சீகோன் (Sihon) மலைக்கு நேராக ஏறிப்போனான்; ராஜாக்களின் பாளையங்களெல்லாம் வயல்களில் நிற்பதைக் கண்டான்; அவன் யூதாவிடத்திற்குத் திரும்பி: இதோ, ராஜாக்கள் தங்கள் பாளையங்கள் அனைத்தோடும் வயலில் தங்கியிருக்கிறார்கள், கடற்கரை மணலைப்போல மிகவும் திரளான

ஜனங்களாயிருக்கிறார்கள் என்றான். 59. யூதா சிமியோனையும் லேவியையும் தன் சகோதரர்கள் எல்லாரையும் நோக்கி: தங்களைத் திடப்படுத்திக்கொண்டு பராக்கிரமசாலிகளாயிருங்கள்; நம்முடைய தேவனாகிய கர்த்தர் நம்மோடே இருக்கிறார், அவர்களுக்குப் பயப்பட வேண்டாம். 60. ஒவ்வொருவரும் தங்கள் யுத்த ஆயுதங்களாகிய வில்லையும் பட்டயத்தையும் தரித்துக்கொண்டு நில்லுங்கள்; நாம் போய் இந்த விருத்தசேதனமில்லாத மனுஷர்களோடே யுத்தம்பண்ணுவோம்; கர்த்தர் நம்முடைய தேவன், அவர் நம்மை இரட்சிப்பார் என்றான். 61. அவர்கள் எழுந்தார்கள், யாக்கோபின் பதினொரு குமாரர்களும், அவர்களோடே யாக்கோபின் வேலைக்காரர்கள் எல்லாரும் சிறியதும் பெரியதுமான தங்கள் யுத்த ஆயுதங்களைத் தரித்துக்கொண்டார்கள். 62. எப்ரோனில் ஈசாக்கோடிருந்த ஈசாக்கின் வேலைக்காரர்கள் எல்லாரும் சகலவிதமான யுத்த ஆயுதங்களோடும் அவர்களிடத்திற்கு வந்தார்கள்; யாக்கோபின் குமாரர்களும் அவர்கள் வேலைக்காரர்களுமாகிய நூற்றுப் பன்னிரண்டு மனுஷர்கள் இந்த ராஜாக்களுக்கு நேராகப் போனார்கள், யாக்கோபும் அவர்களோடே கூடப் போனான். 63. யாக்கோபின் குமாரர்கள் எப்ரோன் என்னும் கீரியாத்-அர்பாவிலிருக்கிற ஆபிரகாமின் குமாரனான தங்கள் தகப்பனாகிய ஈசாக்கினிடத்திற்கு ஆள் அனுப்பி: 64. நமக்கு விரோதமாக வருகிற கானானியரின் கைகளிலிருந்து நம்மைக் காக்கவும், அவர்களை நம்முடைய கைகளில் ஒப்புக்கொடுக்கவும், எங்களுக்காக நம்முடைய தேவனாகிய கர்த்தரை நோக்கி ஜெபம்பண்ணும் என்று நாங்கள் உம்மைக் கேட்டுக்கொள்ளுகிறோம் என்று சொல்லச் சொன்னார்கள். 65. ஆபிரகாமின் குமாரனான ஈசாக்கு தன் குமாரர்களுக்காகக் கர்த்தரை நோக்கி ஜெபம்பண்ணி: ஓ கர்த்தராகிய தேவனே, என் தகப்பனை நோக்கி: உன் சந்ததியை வானத்தின் நட்சத்திரங்களைப்போலப் பெருகப்பண்ணுவேன் என்று வாக்குத்தத்தம்பண்ணினீர், எனக்கும் வாக்குத்தத்தம்பண்ணினீர்; இப்போது கானானின் ராஜாக்கள் எந்தக் கொடுமையும் செய்யாத என் பிள்ளைகளோடே யுத்தம்பண்ணக் கூடிவருகிறபடியால் உமது வார்த்தையை நிலைப்படுத்தும். 66. ஆகையால் இப்போதும் ஓ கர்த்தராகிய தேவனே, பூமியனைத்துக்கும் தேவனே, இந்த ராஜாக்கள் என் குமாரர்களோடே யுத்தம்பண்ணாதபடிக்கு, அவர்களுடைய ஆலோசனையை முறியடியும் என்று நான் உம்மை வேண்டிக்கொள்ளுகிறேன். 67. இந்த ராஜாக்களும் அவர்களுடைய ஜனங்களும் என் குமாரர்களைக் குறித்த திகிலினால் நிறைந்து, அவர்களுடைய பெருமையைத் தாழ்த்தி, அவர்கள் என் குமாரர்களை விட்டு விலகும்படி செய்யும். 68. உமது பலத்த கையினாலும் ஓங்கிய புயத்தினாலும் என் குமாரர்களையும் அவர்கள் வேலைக்காரர்களையும் அவர்களிடமிருந்து விடுவியும்; இதையெல்லாம் செய்வதற்கு

வல்லமையும் பராக்கிரமமும் உமது கைகளில் இருக்கிறதே என்றான். 69. யாக்கோபின் குமாரர்களும் அவர்கள் வேலைக்காரர்களும் இந்த ராஜாக்களுக்கு நேராகப் போனார்கள், அவர்கள் தங்கள் தேவனாகிய கர்த்தரை நம்பியிருந்தார்கள்; அவர்கள் போய்க்கொண்டிருக்கையில், அவர்கள் தகப்பனாகிய யாக்கோபும் கர்த்தரை நோக்கி ஜெபம்பண்ணி: பூர்வ காலங்கள் முதற்கொண்டும், அதுமுதல் இந்நாள்வரைக்கும் என்றென்றைக்கும் அரசாண்டிருக்கிற ஓ கர்த்தராகிய தேவனே, வல்லமையும் மகிமையுமுள்ள தேவனே; 70. யுத்தங்களை எழுப்பிக் கிளப்பி, அவைகளை ஓயப்பண்ணுகிறவர் நீரே; உயர்த்துவதற்கும் தாழ்த்துவதற்கும் வல்லமையும் பராக்கிரமமும் உமது கையில் இருக்கிறதே; நீர் உமது இரக்கங்களினால் என்னிடத்திற்குத் திரும்பும்படிக்கு, என் ஜெபம் உமக்கு முன்பாக அங்கீகரிக்கப்படுவதாக; இந்த ராஜாக்களும் அவர்களுடைய ஜனங்களும் என் குமாரர்களைக் குறித்த திகிலினால் நிறைந்து, அவர்களையும் அவர்கள் பாளையங்களையும் திகிலடையப்பண்ணி, உம்மை நம்பியிருக்கிற எல்லாரையும் உமது மகா தயவினால் விடுவித்தருளும்; ஏனெனில் ஜனங்களை எங்களுக்குக் கீழ்ப்படுத்தவும், ஜாதிகளை எங்கள் அதிகாரத்திற்குட்படுத்தவும் உம்மாலே மாத்திரமே கூடும் என்றான்.

அத்தியாயம் 35

1. எமோரியரின் ராஜாக்கள் எல்லாரும் வந்து, யாக்கோபின் குமாரர்களுக்கு என்ன செய்யலாம் என்று தங்கள் ஆலோசனைக்காரர்களோடே ஆலோசனை பண்ணும்படி வயலிலே நின்றார்கள்; ஏனெனில்: இதோ, அவர்களில் இரண்டு பேர் சீகேம் பட்டணம் முழுவதையும் முறியடித்தார்களே என்று சொல்லி, அவர்கள் இன்னும் அவர்களுக்குப் பயந்திருந்தார்கள். 2. கர்த்தர் ஈசாக்கு மற்றும் யாக்கோபின் ஜெபங்களைக் கேட்டு, இந்த ராஜாக்களின் ஆலோசனைக்காரர்கள் எல்லாருடைய இருதயங்களையும் மிகுந்த பயத்தினாலும் திகிலினாலும் நிரப்பினார்; அவர்கள் ஏகமாய் சத்தமிட்டு: 3. எபிரெயரோடே யுத்தம்பண்ணுவதற்கு இன்றையதினம் நீங்கள் புத்தியற்றவர்களானீர்களோ, அல்லது உங்களுக்குப் புத்தியில்லையோ; இன்றையதினம் உங்கள் சொந்த அழிவில் நீங்கள் ஏன் பிரியப்படுகிறீர்கள்? 4. இதோ, அவர்களில் இரண்டு பேர் பயமோ திகிலோ இல்லாமல் சீகேம் பட்டணத்திற்கு வந்து, பட்டணத்தின் குடிகள் எல்லாரையும் கொன்றுபோட்டார்களே, ஒரு மனுஷனும் அவர்களுக்கு விரோதமாக நிற்கவில்லையே; நீங்கள் அவர்கள் எல்லாரோடும் எப்படி யுத்தம்பண்ணக்கூடும்? 5. நிச்சயமாகவே அவர்களுடைய தேவன் அவர்கள் மேல் மிகவும் பிரியமாயிருக்கிறார் என்பதையும், பூர்வ காலங்கள் முதற்கொண்டு செய்யப்படாத பெரிய

காரியங்களை அவர் அவர்களுக்காகச் செய்திருக்கிறார் என்பதையும்,
ஜாதிகளுடைய எல்லா தேவர்களிலும் அவருடைய வல்லமையான
கிரியைகளுக்கு ஒப்பானதைச் செய்யத்தக்கவர் ஒருவருமில்லை
என்பதையும் நீங்கள் அறிவீர்கள். 6. அநேக முறை அவனைக்
கொன்றுபோட வகைதேடின நிம்ரோத்தின் கையிலிருந்தும்
அவனுடைய ஜனங்கள் எல்லாருடைய கையிலிருந்தும்
எபிரெயனாகிய அவர்கள் தகப்பன் ஆபிரகாமை அவர் விடுவித்தாரே.
7. நிம்ரோத் ராஜா அவனைப் போட்ட நெருப்பிலிருந்தும் அவனை
விடுவித்தார், அவனுடைய தேவன் அதிலிருந்து அவனை விடுவித்தார்.
8. அதைப்போலச் செய்ய வேறே யாரால் கூடும்? அந்நாட்களில்
சோதோமில் குடியிருந்த அவனுடைய சகோதரனின் குமாரனை
அவர்கள் தொட்டபோது, ஏலாமின் ஐந்து ராஜாக்களையும்
கொன்றுபோட்டவன் ஆபிரகாம் தானே. 9. தன் வீட்டிலே
உண்மையாயிருந்த தன் வேலைக்காரனையும் சில மனுஷர்களையும்
கூட்டிக்கொண்டுபோய், ஏலாமின் ராஜாக்களை ஒரே ராத்திரியிலே
பின்தொடர்ந்து, அவர்களைக் கொன்றுபோட்டு, அவர்கள்
அவனிடமிருந்து எடுத்திருந்த ஆஸ்தி முழுவதையும் தன் சகோதரனின்
குமாரனுக்குத் திருப்பிக்கொடுத்தான். 10. நிச்சயமாகவே இந்த
எபிரெயரின் தேவன் அவர்கள் மேல் மிகவும் பிரியமாயிருக்கிறார்
என்பதையும், அவர்களும் அவர் மேல் பிரியமாயிருக்கிறார்கள்
என்பதையும் நீங்கள் அறிவீர்கள்; ஏனெனில் அவர் தங்களை எல்லாச்
சத்துருக்களின் கைகளிலிருந்தும் விடுவித்தார் என்று அவர்கள்
அறிவார்கள். 11. இதோ, தன் தேவன் மேலுள்ள அன்பினிமித்தம்,
ஆபிரகாம் விலையேறப்பெற்ற தன்னுடைய ஒரே குமாரனை
அழைத்துக்கொண்டுபோய், அவனைத் தன் தேவனுக்குத்
தகனபலியாகச் செலுத்த நினைத்தானே; இதைச் செய்யாதபடிக்குத்
தேவன் அவனைத் தடுத்திராவிட்டால், அவன் தன் தேவன் மேலுள்ள
அன்பினிமித்தம் அப்பொழுதே அதைச் செய்திருப்பான். 12. தேவன்
அவனுடைய கிரியைகளையெல்லாம் கண்டு, அவனுக்கு ஆணையிட்டு,
அவனுடைய குமாரர்களையும் அவனுடைய சந்ததியார் எல்லாரையும்
அவர்களுக்கு நேரிடும் எல்லாத் துன்பங்களிலிருந்தும் விடுவிப்பதாக
அவனுக்கு வாக்குத்தத்தம்பண்ணினார்; ஏனெனில் அவன் இந்தக்
காரியத்தைச் செய்ததினிமித்தமும், தன் தேவன் மேலுள்ள
அன்பினிமித்தமும் தன் பிள்ளையின் மேலுள்ள தன் பரிதாபத்தை
அடக்கிக்கொண்டான். 13. ஆபிரகாமின் மனைவியினிமித்தம், அவர்கள்
அவளினிமித்தம் தம்மைக் கொன்றுபோடுவார்களோ என்று பயந்து:
இவள் என் சகோதரி என்று அவளைக்குறித்துச் சொல்லியிருந்தும்,
அவளை மனைவியாகக் கொள்ள நினைத்த எகிப்து ராஜாவாகிய
பார்வோனுக்கும், கேராரின் ராஜாவாகிய அபிமெலேக்குக்கும்
அவர்களுடைய தேவன் செய்ததை நீங்கள் கேள்விப்படவில்லையா?
தேவன் அவர்களுக்கும் அவர்களுடைய ஜனங்களுக்கும்

செய்ததையெல்லாம் நீங்கள் கேள்விப்பட்டீர்களே. 14. இதோ,
யாக்கோபின் சகோதரனான ஏசா, யாக்கோபு தன்னிடம் இருந்து தன்
தகப்பனின் ஆசீர்வாதத்தை எடுத்துக்கொண்டதை
நினைத்துக்கொண்டு, அவனைக் கொன்றுபோடும் எண்ணத்தோடு
நானூறு மனுஷர்களோடே அவனிடத்திற்கு வந்ததை நாமே
நம்முடைய கண்களால் கண்டோமே. 15. அவன் சீரியாவிலிருந்து
வந்தபோது, பிள்ளைகளோடே தாயையும் முறியடிக்கும்படி அவனைச்
சந்திக்கப் போனான்; அவன் நம்பியிருந்த அவனுடைய தேவனையன்றி
வேறே யார் அவனை அவன் கைகளிலிருந்து விடுவித்தார்கள்? அவர்
அவனை அவன் சகோதரனின் கையிலிருந்தும் அவனுடைய
சத்துருக்களின் கைகளிலிருந்தும் விடுவித்தார், நிச்சயமாக அவர்
மறுபடியும் அவர்களைக் காப்பாற்றுவார். 16. நீங்கள் கேள்விப்பட்ட
அந்தத் தீமையைச் சீகேம் பட்டணத்திற்குச் செய்வதற்கு அவர்களுக்குப்
பலத்தைக் கொடுத்தது அவர்களுடைய தேவன் தான் என்பதை
அறியாதவன் யார்? 17. அவர்கள் நம்பியிருந்த அவர்களுடைய
தேவனாலல்லாமல், சீகேமைப்போன்ற இவ்வளவு பெரிய
பட்டணத்தை அழிக்க இரண்டு மனுஷர்களால் தங்கள் சொந்தப்
பலத்தினால் முடியுமோ? அந்தப் பட்டணத்தின் குடிகளை அவர்கள்
பட்டணத்திலேயே கொன்றுபோடும்படி அவர் அவர்களுக்குச்
சொல்லியிருந்தார், எல்லாவற்றையும் செய்தார். 18. இன்னும் ஆயிரம்
மடங்கு அதிகமானவர்கள் உங்கள் உதவிக்கு வந்தாலும், அவர்கள்
எல்லாரோடும் யுத்தம்பண்ணும்படி உங்கள் பட்டணத்திலிருந்து
ஒன்றாகப் புறப்பட்டு வந்திருக்கிற உங்களால் அவர்களை
மேற்கொள்ளமுடியுமோ? 19. நிச்சயமாகவே நீங்கள் அவர்களோடே
யுத்தம்பண்ண வரவில்லை, அவர்களைத் தெரிந்துகொண்ட
அவர்களுடைய தேவனோடே யுத்தம்பண்ண வந்திருக்கிறீர்கள்
என்பதையும், ஆகையால் நீங்கள் எல்லாரும் இன்றையதினம்
அழிக்கப்பட வந்திருக்கிறீர்கள் என்பதையும் நீங்கள் அறிவீர்கள்,
நீங்கள் புரிந்துகொள்ளுவீர்கள். 20. ஆகையால் இப்போது, உங்கள்
மேல் நீங்கள் வருவித்துக்கொள்ளப் பார்க்கிற இந்தப் பொல்லாப்பை
விட்டுவிடுங்கள்; அவர்களுடைய தேவன் அவர்களோடே
இருக்கிறபடியால், அவர்கள் கொஞ்ச ஜனங்களாயிருந்தாலும் நீங்கள்
அவர்களோடே யுத்தத்திற்குப் போகாதிருப்பதே உங்களுக்கு நல்லது
என்றார்கள். 21. எமோரியரின் ராஜாக்கள் தங்கள்
ஆலோசனைக்காரர்களின் வார்த்தைகளையெல்லாம் கேட்டபோது,
அவர்கள் இருதயங்கள் திகிலினால் நிறைந்தது; அவர்கள் யாக்கோபின்
குமாரர்களுக்குப் பயந்து, அவர்களுக்கு விரோதமாக
யுத்தம்பண்ணவில்லை. 22. அவர்கள் தங்கள் ஆலோசனைக்காரர்களின்
வார்த்தைகளுக்குச் செவிகொடுத்து, அவர்கள்
வார்த்தைகளையெல்லாம் கேட்டார்கள்; ஆலோசனைக்காரர்களின்
வார்த்தைகள் ராஜாக்களுக்கு மிகவும் பிரியமாயிருந்தது, அவர்கள்

அப்படியே செய்தார்கள். 23. ராஜாக்கள் திரும்பி, யாக்கோபின் குமாரர்களை விட்டு விலகினார்கள்; அவர்களோடே யுத்தம்பண்ண அவர்களை அணுக அவர்களுக்குத் தைரியமில்லை, ஏனெனில் அவர்கள் அவர்களுக்கு மிகவும் பயந்திருந்தார்கள், அவர்களுக்குப் பயந்ததினால் அவர்கள் இருதயங்கள் அவர்களுக்குள்ளே கரைந்துபோயிற்று. 24. அவர்கள் அவரை நம்பியிருந்தபடியால், அவர் தமது தாசர்களாகிய ஈசாக்கு மற்றும் யாக்கோபின் ஜெபங்களைக் கேட்டதினால், இது கர்த்தராலே அவர்களுக்கு உண்டானது; இந்த ராஜாக்கள் எல்லாரும் அன்றையதினம் தங்கள் பாளையங்களோடுகூடத் தங்கள் தங்கள் பட்டணங்களுக்குத் திரும்பினார்கள், அக்காலத்தில் அவர்கள் யாக்கோபின் குமாரர்களோடே யுத்தம்பண்ணவில்லை. 25. யாக்கோபின் குமாரர்கள் அன்றையதினம் சாயங்காலம்வரைக்கும் சீகோன் மலைக்கு நேராகத் தங்கள் நிலையிலே நின்றார்கள்; இந்த ராஜாக்கள் தங்களுக்கு விரோதமாக யுத்தம்பண்ண வரவில்லை என்று கண்டு, யாக்கோபின் குமாரர்கள் வீட்டிற்குத் திரும்பினார்கள்.

அத்தியாயம் 36

1. அக்காலத்தில் கர்த்தர் யாக்கோபுக்குத் தரிசனமாகி: நீ எழுந்து பெத்தேலுக்குப் போய், அங்கே தங்கியிருந்து, உன்னையும் உன் குமாரர்களையும் உபத்திரவத்திலிருந்து விடுவித்து, உனக்குத் தரிசனமான கர்த்தருக்கு அங்கே ஒரு பலிபீடத்தை உண்டாக்கு என்றார். 2. யாக்கோபும் அவனுடைய குமாரர்களும் அவனுக்குள்ள யாவரும் எழுந்து, கர்த்தருடைய வார்த்தையின்படியே புறப்பட்டுப் பெத்தேலுக்கு வந்தார்கள். 3. யாக்கோபு பெத்தேலுக்குப் போனபோது அவனுக்கு வயது தொண்ணூற்றொன்பது; யாக்கோபும் அவன் குமாரர்களும் அவனோடிருந்த ஜனங்கள் எல்லாரும் லூஸ் என்னும் பெத்தேலிலே தங்கியிருந்தார்கள், தனக்குத் தரிசனமான கர்த்தருக்கு அவன் அங்கே ஒரு பலிபீடத்தைக் கட்டினான்; யாக்கோபும் அவன் குமாரர்களும் பெத்தேலில் ஆறு மாதங்கள் தங்கியிருந்தார்கள். 4. அக்காலத்தில் யாக்கோபோடிருந்த ரெபெக்காளின் செவிலித்தாயும் ஊசின் குமாரத்தியுமாகிய தெபொராள் மரித்தாள்; யாக்கோபு அவளைப் பெத்தேலுக்குக் கீழே அங்கேயிருந்த ஒரு கர்வாலி மரத்தின்கீழ் அடக்கம்பண்ணினான். 5. யாக்கோபின் தாயும் பெத்துவேலின் குமாரத்தியுமாகிய ரெபெக்காளும் அக்காலத்தில் கீரியாத்-அர்பா என்னும் எப்ரோனிலே மரித்தாள்; ஆபிரகாம் ஏத்தின் பிள்ளைகளிடமிருந்து வாங்கியிருந்த மக்பேலா குகையில் அவள் அடக்கம்பண்ணப்பட்டாள். 6. ரெபெக்காளின் ஆயுசு நாட்கள் நூற்று முப்பத்து மூன்று வருஷங்கள், அவள் மரித்தாள்; தன் தாயாகிய ரெபெக்காள் மரித்ததை யாக்கோபு கேள்விப்பட்டபோது, தன்

தாயினிமித்தம் சத்தமிட்டு மனக்கசப்போடே அழுது, அவளுக்காகவும் கர்வாலி மரத்தின்கீழ் அடக்கம்பண்ணப்பட்ட அவளுடைய செவிலித்தாயாகிய தெபொராளுக்காகவும் மிகவும் துக்கங்கொண்டாடி, அந்த இடத்திற்கு அல்லோன்-பாகூத் *(Allon-bachuth)* என்று பேரிட்டான். 7. சீரியனான லாபான் அந்நாட்களில் மரித்தான்; ஏனெனில் அவனுக்கும் யாக்கோபுக்கும் இடையிலிருந்த உடன்படிக்கையை அவன் மீறினபடியால் தேவன் அவனை அடித்தார். 8. கர்த்தர் யாக்கோபுக்குத் தரிசனமாகி, அவனை ஆசீர்வதித்து, அவனுக்கு இஸ்ரவேல் என்று பேரிட்டபோது அவனுக்கு வயது நூறு; யாக்கோபின் மனைவியாகிய ராகேல் அந்நாட்களில் கர்ப்பவதியானாள். 9. அக்காலத்தில் யாக்கோபும் அவனுக்குள்ள யாவரும் பெத்தேலிலிருந்து பிரயாணம்பண்ணி, எப்ரோனிலிருக்கிற தன் தகப்பன் வீட்டிற்குப் போனார்கள். 10. அவர்கள் வழியிலே போய்க்கொண்டிருக்கையில், எப்ராத்தாவுக்கு வர இன்னும் கொஞ்சம் தூரம் இருக்கும்போது, ராகேல் ஒரு குமாரனைப் பெற்றாள், அவளுக்குப் பிரசவவேதனை கடினமாயிருந்தது, அவள் மரித்தாள். 11. யாக்கோபு அவளை பெத்லகேம் என்னும் எப்ராத்தாவுக்குப் போகிற வழியிலே அடக்கம்பண்ணி, அவள் பிரேதக்குழியின்மேல் ஒரு தூணை நிறுத்தினான், அது இந்நாள்வரைக்கும் அங்கே இருக்கிறது; ராகேலின் நாட்கள் நாற்பத்தைந்து வருஷங்கள், அவள் மரித்தாள். 12. ராகேல் தனக்குப் பெற்ற அந்தத் தன் குமாரனுக்கு யாக்கோபு பென்யமீன் என்று பேரிட்டான்; ஏனெனில் அவன் வலதுபுறமான தேசத்தில் அவனுக்குப் பிறந்தான். 13. ராகேல் மரித்த பின்பு, யாக்கோபு அவளுடைய வேலைக்காரியாகிய பில்காளின் கூடாரத்தில் தன் கூடாரத்தைப் போட்டான். 14. இதினிமித்தம் ரூபன் தன் தாயாகிய லேயாளுக்காகப் பொறாமைகொண்டு, கோபத்தால் நிறைந்து, தன் கோபத்திலே எழுந்துபோய்ப் பில்காளின் கூடாரத்திற்குள் நுழைந்து, அங்கிருந்த தன் தகப்பனுடைய படுக்கையை அகற்றிப்போட்டான். 15. அவன் தன் தகப்பனுடைய படுக்கையைத் தீட்டுப்படுத்தினபடியால், அக்காலத்தில் சேஷ்டபுத்திரபாகமும், ராஜரீக மற்றும் ஆசாரியத்துவப் பதவிகளும் ரூபனின் குமாரர்களிடமிருந்து நீக்கப்பட்டது; ரூபன் தன் தகப்பனுடைய படுக்கையைத் தீட்டுப்படுத்தினபடியால், சேஷ்டபுத்திரபாகம் யோசேப்புக்கும், ராஜரீகப் பதவி யூதாவுக்கும், ஆசாரியத்துவம் லேவிக்கும் கொடுக்கப்பட்டது. 16. பதான்-அராமிலே யாக்கோபுக்குப் பிறந்த அவனுடைய சந்ததியார் இவர்களே; யாக்கோபின் குமாரர்கள் பன்னிரண்டு பேர். 17. லேயாளின் குமாரர்கள்: மூத்தவனாகிய ரூபன், சிமியோன், லேவி, யூதா, இசக்கார், செபுலோன் மற்றும் அவர்கள் சகோதரியாகிய தீனாள்; ராகேலின் குமாரர்கள்: யோசேப்பு மற்றும் பென்யமீன். 18. லேயாளின் வேலைக்காரியாகிய சில்பாவின் குமாரர்கள்: காத் மற்றும் ஆசேர்; ராகேலின் வேலைக்காரியாகிய பில்காளின் குமாரர்கள்: தாண் மற்றும்

நப்தலி; பதான்-அராமிலே யாக்கோபுக்குப் பிறந்த அவனுடைய
குமாரர்கள் இவர்களே. 19. யாக்கோபும் அவனுடைய குமாரர்களும்
அவனுக்குள்ள யாவரும் பிரயாணம்பண்ணி, ஆபிரகாமும் ஈசாக்கும்
தங்கியிருந்த எப்ரோனிலுள்ள கீரியாத்-அர்பா என்னும் மம்ரேக்கு
வந்தார்கள்; யாக்கோபும் அவனுடைய குமாரர்களும் அவனுக்குள்ள
யாவரும் எப்ரோனிலே தன் தகப்பனோடே குடியிருந்தார்கள். 20.
அவனுடைய சகோதரனான ஏசாவும் அவனுடைய குமாரர்களும்
அவனுக்குள்ள யாவரும் சேயீர் தேசத்திற்குப் போய் அங்கே
குடியிருந்து, சேயீர் தேசத்தில் ஆஸ்திகளைச் சம்பாதித்தார்கள்;
ஏசாவின் பிள்ளைகள் சேயீர் தேசத்திலே பலுகி மிகவும்
பெருகினார்கள். 21. கானான் தேசத்திலே ஏசாவுக்குப் பிறந்த
அவனுடைய சந்ததியார் இவர்களே; ஏசாவின் குமாரர்கள் ஐந்து பேர்.
22. ஆதாள் ஏசாவுக்கு அவனுடைய மூத்த குமாரனான எலீப்பாஸைப்
பெற்றாள், அவள் அவனுக்கு ரெகுவேலையும் பெற்றாள்;
அகோலிபாமாள் அவனுக்கு எயூஸ், யாலாம், கோராகு
என்பவர்களைப் பெற்றாள். 23. கானான் தேசத்திலே ஏசாவுக்குப்
பிறந்த பிள்ளைகள் இவர்களே; ஏசாவின் குமாரனான எலீப்பாஸின்
குமாரர்கள் தேமான், ஓமார், செப்போ, கத்தாம், கேனாஸ், அமலேக்கு
என்பவர்கள்; ரெகுவேலின் குமாரர்கள் நகத், செராக், சம்மா, மீசா
என்பவர்கள். 24. எயூசின் குமாரர்கள் திம்னா, அல்வா, எத்தேத்
என்பவர்கள்; யாலாமின் குமாரர்கள் ஆலா, பினோர் (Phinor),
கேனாஸ் என்பவர்கள். 25. கோராகின் குமாரர்கள் தேமான், மிப்சார்,
மக்தியேல், ஈராம் (Eram) என்பவர்கள்; சேயீர் தேசத்திலே தங்கள்
பிரபுக்களின்படியே ஏசாவின் குமாரர்களுடைய குடும்பங்கள்
இவைகளே. 26. சேயீர் தேசத்தின் குடிகளாகிய ஓரியனான சேயீரின்
குமாரர்களுடைய பெயர்களாவன: லோத்தான், சோபால், சிபியோன்,
ஆனா, திசான், ஏத்சேர், திசோன் என்னும் ஏழு குமாரர்கள். 27.
லோத்தானின் பிள்ளைகள் ஓரி, ஏமான் மற்றும் அவர்கள்
சகோதரியாகிய திம்னா; இந்தத் திம்னாவே யாக்கோபினிடத்திற்கும்
அவன் குமாரர்களிடத்திற்கும் வந்தவள், அவர்கள் அவளுக்குச்
செவிகொடாதபடியால், அவள் போய் ஏசாவின் குமாரனான
எலீப்பாஸுக்கு மறுமனையாட்டியாகி, அவனுக்கு அமலேக்கைப்
பெற்றாள். 28. சோபாலின் குமாரர்கள் அல்வான், மனாகாத், ஏபால்,
செப்போ, ஓனாம் என்பவர்கள்; சிபியோனின் குமாரர்கள் அயா,
ஆனா என்பவர்கள்; தன் தகப்பனாகிய சிபியோனின் கழுதைகளை
மேய்க்கும்போது வனாந்தரத்தில் யேமீம்களைக் (Yemim) கண்டுபிடித்த
ஆனா இவனே. 29. அவன் தன் தகப்பனுடைய கழுதைகளை
மேய்க்கும்போது, அவைகளை மேய்க்கும்படி வெவ்வேறு காலங்களில்
அவைகளை வனாந்தரத்திற்குக் கூட்டிக்கொண்டுபோவான். 30.
ஒருநாள் அவன் அவைகளை ஜனங்களின் வனாந்தரத்திற்கு எதிரே
கடற்கரையோரத்திலுள்ள ஒரு பாலைவனத்திற்குக் கொண்டுவந்தான்;

*அவன் அவைகளை மேய்த்துக்கொண்டிருக்கையில், இதோ
சமுத்திரத்தின் அக்கரையிலிருந்து மிகவும் பலத்த ஒரு புயல் வந்து
அங்கே மேய்ந்துகொண்டிருந்த கழுதைகளின்மேல் வீசியது,
அவைகளெல்லாம் அப்படியே நின்றன. 31. அதன்பின்பு சமுத்திரத்தின்
அக்கரையிலுள்ள வனாந்தரத்திலிருந்து ஏறக்குறைய நூற்று இருபது
பெரியதும் பயங்கரமுமான மிருகங்கள் புறப்பட்டு, கழுதைகள் இருந்த
இடத்திற்கு வந்து அங்கே நின்றன. 32. அந்த மிருகங்கள் தங்கள்
இடுப்புக்குக் கீழே மனுஷகுமாரரின் உருவமாயும், தங்கள் இடுப்புக்கு
மேலே சில கரடிகளின் சாயலாயும், சில கீபாஸ்களின் (keephas)
சாயலாயும் இருந்தன; அவைகளின் தோள்களுக்கு இடையிலிருந்து
பூமிவரைக்கும் எட்டும் துக்கீபாத்தின் (ducheephath)
வால்களைப்போன்ற வால்கள் அவைகளுக்குப் பின்னால் இருந்தன;
இந்த மிருகங்கள் வந்து அந்தக் கழுதைகளின்மேல் ஏறிச் சவாரிசெய்து,
அவைகளை நடத்திக்கொண்டு இந்நாள்வரைக்கும் காணாதபடிக்குத்
தப்பியோடிவிட்டன. 33. இந்த மிருகங்களில் ஒன்று ஆனாவை
அணுகி, தன் வாலினால் அவனை அடித்துவிட்டு, அந்த இடத்தை
விட்டு ஓடிப்போயிற்று. 34. அவன் இந்தக் காரியத்தைக் கண்டபோது
தன் ஜீவனுக்காக மிகவும் பயந்து, ஓடிப்போய்ப் பட்டணத்திற்குத்
தப்பினான். 35. தனக்கு நேரிட்ட எல்லாவற்றையும் அவன் தன்
குமாரர்களுக்கும் சகோதரர்களுக்கும் விவரித்தான்; அநேக மனுஷர்கள்
அந்தக் கழுதைகளைத் தேடப்போனார்கள், ஆனால் அவைகளைக்
காணவில்லை; ஆனாவுக்கும் அவனுடைய சகோதரர்களுக்கும் தங்கள்
ஜீவன் மேல் மகா பயம் உண்டானபடியால், அந்த நாள்முதல் அவர்கள்
அந்த இடத்திற்குப் போகவேயில்லை. 36. சேயீரின் குமாரனான
ஆனாவின் பிள்ளைகள் திசோன் மற்றும் அவன் சகோதரியாகிய
அகோலிபாமாள்; திசோனின் பிள்ளைகள் எம்தான, எஸ்பான்,
இத்தரான், கேரான் என்பவர்கள்; ஏத்சேரின் பிள்ளைகள் பில்கான்,
சாவான், ஆக்கான் என்பவர்கள்; திசானின் பிள்ளைகள் ஊஸ், அரான்
என்பவர்கள். 37. சேயீர் தேசத்திலே தங்கள் பிரபுக்களின்படியே
ஓரியனான சேயீரின் பிள்ளைகளுடைய குடும்பங்கள் இவைகளே. 38.
ஏசாவும் அவனுடைய பிள்ளைகளும் தேசத்தின் குடியாகிய ஓரியனான
சேயீர் தேசத்திலே குடியிருந்து, அதிலே ஆஸ்திகளைச் சம்பாதித்து,
பலுகி மிகவும் பெருகினார்கள்; கர்த்தர் தங்கள் தகப்பனாகிய
ஆபிரகாமுக்குக் கட்டளையிட்டபடியே, யாக்கோபும் அவனுடைய
பிள்ளைகளும் அவனுக்குள்ள யாவரும் கானான் தேசத்தில் தங்கள்
தகப்பனாகிய ஈசாக்கோடே குடியிருந்தார்கள்.*

யாசேரின் ஆகமம்

அத்தியாயம் 37

*1. யாக்கோபின் வாழ்நாளில் நூற்றைந்தாம் வருடத்திலே,
அதாவது யாக்கோபு தன் பிள்ளைகளோடே கானான் தேசத்தில்
குடியிருந்த ஒன்பதாம் வருடத்திலே, அவன் பதான்-அராமிலிருந்து
வந்தான். 2. அந்நாட்களில் யாக்கோபு தன் பிள்ளைகளோடே
எப்ரோனிலிருந்து பிரயாணம்பண்ணி, அவர்களும் அவர்களுக்குள்ள
யாவரும் சீகேம் பட்டணத்திற்குத் திரும்பிப்போய், அங்கே
குடியிருந்தார்கள்; ஏனெனில் சீகேம் பட்டணம் அப்பொழுது திரும்பக்
கட்டப்பட்டிருந்தபடியால் யாக்கோபின் பிள்ளைகள் தங்கள்
மிருகஜீவன்களுக்காகச் சீகேம் பட்டணத்திலே நல்ல செழிப்பான
மேய்ச்சல் நிலத்தைக் கண்டார்கள்; அப்பொழுது அங்கே ஏறக்குறைய
முன்னூறு புருஷர்களும் ஸ்திரீகளும் இருந்தார்கள். 3. சிமியோனும்
லேவியும் பட்டணத்தை முறியடிப்பதற்கு முன்பாக, தான் பதான்-
அராமிலிருந்து வந்தபோது சீகேமின் தகப்பனாகிய
ஏமோரிடத்திலிருந்து யாக்கோபு வாங்கியிருந்த வயலின் பகுதியிலே,
யாக்கோபும் அவன் பிள்ளைகளும் அவனுக்குள்ள யாவரும்
குடியிருந்தார்கள். 4. யாக்கோபின் குமாரர்கள் மறுபடியும் சீகேமுக்கு
வந்து அங்கே குடியிருக்கிறார்கள் என்று சீகேம் பட்டணத்தைச்
சுற்றியிருந்த கானானிய மற்றும் எமோரிய ராஜாக்கள் எல்லாரும்
கேள்விப்பட்டார்கள். 5. அவர்கள்: எபிரெயனான யாக்கோபின்
குமாரர்கள் அந்தப் பட்டணத்தின் குடிகளை முறியடித்து அவர்களைத்
துரத்திவிட்ட பின்பு, மறுபடியும் அந்தப் பட்டணத்திற்கு வந்து அதிலே
குடியிருக்கலாமா? அவர்கள் இப்போது திரும்பிவந்து, பட்டணத்தில்
குடியிருக்கிறவர்களையும் துரத்திவிடவோ அல்லது
கொன்றுபோடவோ வந்திருக்கிறார்களோ? என்றார்கள். 6.
கானானின் ராஜாக்கள் எல்லாரும் மறுபடியும் கூடிவந்து,
யாக்கோபோடும் அவன் குமாரர்களோடும் யுத்தம்பண்ண ஒன்றாகச்
சேர்ந்தார்கள். 7. தப்னாக்கின் ராஜாவாகிய யாசூப், தன் அயல்
ராஜாக்களாகிய காசின் ராஜாவான ஏலானுக்கும், சீலோவின்
ராஜாவான இகுரிக்கும், ஆசாரின் ராஜாவான பராத்தோனுக்கும்,
சார்தோனின் ராஜாவான சூசிக்கும், பெத்கோரானின் ராஜாவான
லாபானுக்கும், ஒத்னாய்-மாவின் ராஜாவான சாபீருக்கும் ஆள்
அனுப்பி: 8. என்னிடத்திற்கு வந்து எனக்கு உதவி செய்யுங்கள்; நாம்
எபிரெயனான யாக்கோபையும் அவன் குமாரர்களையும்
அவனுக்குள்ள யாவரையும் முறியடிப்போம்; ஏனெனில் அவர்கள்
சீகேமைச் சுதந்தரித்துக்கொள்ளவும், முந்தி செய்ததுபோலவே அதின்
குடிகளைக் கொன்றுபோடவும் மறுபடியும் வந்திருக்கிறார்கள் என்று
சொல்லச் சொன்னான். 9. இந்த ராஜாக்கள் எல்லாரும் ஒன்றாகக்
கூடி, தங்கள் பாளையங்கள் அனைத்தோடும் வந்தார்கள், அவர்கள்*

கடற்கரை மணலைப்போல மிகவும் திரளான ஜனங்களாயிருந்தார்கள்,
அவர்கள் எல்லாரும் தப்னாக்குக்கு எதிராக இருந்தார்கள். 10.
தப்னாக்கின் ராஜாவாகிய யாசூப் தன் சேனை அனைத்தோடும்
புறப்பட்டு அவர்களிடத்திற்குப் போய், பட்டணத்திற்கு வெளியே
தப்னாக்குக்கு எதிராக அவர்களோடே பாளையமிறங்கினான்; இந்த
ராஜாக்கள் எல்லாரும் யாக்கோபின் குமாரர்களுக்கு விரோதமாக ஏழு
பிரிவுகளாகப் பிரிக்கப்பட்டு, ஏழு பாளையங்களாயிருந்தார்கள். 11.
அவர்கள் யாக்கோபுக்கும் அவன் குமாரர்களுக்கும் ஒரு அறிவிப்பை
அனுப்பி: நீங்கள் எல்லாரும் புறப்பட்டு எங்களிடத்திற்கு வாருங்கள்,
நாம் சமபூமியிலே ஒருவரையொருவர் சந்தித்து, நீங்கள் அவர்கள்
பட்டணத்தில் கொன்றுபோட்ட சீகேமின் மனுஷர்களுக்காகப்
பழிவாங்குவோம்; முந்தி செய்ததுபோலவே அதின் குடிகளைக்
கொன்றுபோடவும், அதிலே குடியிருக்கவும் நீங்கள் மறுபடியும் சீகேம்
பட்டணத்திற்கு வந்திருக்கிறீர்களே என்று சொல்லச் சொன்னார்கள்.
12. யாக்கோபின் குமாரர்கள் இதைக் கேள்விப்பட்டார்கள், கானான்
ராஜாக்களின் வார்த்தைகளினிமித்தம் அவர்கள் கோபம் மிகவும்
மூண்டது; யாக்கோபின் குமாரர்களில் பத்து பேர் தீவிரமாய் எழுந்து,
ஒவ்வொருவரும் தங்கள் யுத்த ஆயுதங்களைத் தரித்துக்கொண்டார்கள்;
அணிவகுத்து நின்ற அவர்களுடைய வேலைக்காரர்களில் நூற்று
இரண்டு பேர் அவர்களோடே இருந்தார்கள். 13. யாக்கோபின்
குமாரர்களாகிய இந்த மனுஷர்கள் எல்லாரும் தங்கள்
வேலைக்காரர்களோடே இந்த ராஜாக்களுக்கு நேராகப் போனார்கள்,
அவர்கள் தகப்பனாகிய யாக்கோபும் அவர்களோடே இருந்தான்,
அவர்கள் எல்லாரும் சீகேமின் மேட்டிலே நின்றார்கள். 14. யாக்கோபு
தன் குமாரர்களுக்காகக் கர்த்தரை நோக்கி ஜெபம்பண்ணி, கர்த்தருக்கு
நேராகத் தன் கைகளை விரித்து: ஓ தேவனே, நீர் சர்வவல்லமையுள்ள
தேவன், நீர் எங்கள் பிதா, நீர் எங்களை உருவாக்கினீர், நாங்கள்
உமது கைகளின் கிரியைகளாயிருக்கிறோம்; இன்றையதினம் என்
குமாரர்களோடே யுத்தம்பண்ண வருகிற அவர்களுடைய
சத்துருக்களின் கையிலிருந்து உமது இரக்கத்தினால் அவர்களை
விடுவித்து, அவர்கள் கையிலிருந்து அவர்களை இரட்சித்தருளும்
என்று உம்மை வேண்டிக்கொள்ளுகிறேன்; அநேகரிடமிருந்து சிலரை
இரட்சிப்பதற்கு வல்லமையும் பராக்கிரமமும் உமது கையில்
இருக்கிறதே என்றான். 15. உமது தாசர்களாகிய என் குமாரர்கள்
தங்கள் சத்துருக்களோடே யுத்தம்பண்ணவும், அவர்களைக்
கீழ்ப்படுத்தவும் அவர்களுக்கு இருதயத்தின் பெலனையும்
பராக்கிரமத்தையும் கொடுத்து, அவர்களுடைய சத்துருக்களை
அவர்களுக்கு முன்பாக விழப்பண்ணும்; என் குமாரர்களும் அவர்கள்
வேலைக்காரர்களும் கானானின் பிள்ளைகளின் கைகளால்
மரித்துப்போகவிடாதிரும். 16. ஆனாலும் என் குமாரர்களின்
ஜீவனையும் அவர்கள் வேலைக்காரர்களின் ஜீவனையும்

எடுத்துக்கொள்வது உமது கண்களுக்குப் பிரியமாயிருந்தால், அவர்கள் இன்றையதினம் எமோரியரின் ராஜாக்களின் கைகளால் மரித்துப்போகாதபடிக்கு, உமது ஊழியக்காரர்களின் கைகளினால் உமது மகா இரக்கத்திலே அவர்களை எடுத்துக்கொள்ளும் என்றான்.
17. யாக்கோபு கர்த்தரை நோக்கி ஜெபம்பண்ணி முடித்தபோது, பூமி தன் இடத்திலிருந்து அதிர்ந்தது, சூரியன் இருண்டது; இந்த ராஜாக்கள் எல்லாரும் திகிலடைந்தார்கள், அவர்களை ஒரு பெரிய கலக்கம்
பிடித்தது. 18. கர்த்தர் யாக்கோபின் ஜெபத்தைக் கேட்டார்; கர்த்தர் அந்த ராஜாக்கள் எல்லாருடைய இருதயங்களையும் அவர்கள் சேனைகளையும் யாக்கோபின் குமாரர்களைக்குறித்த திகிலினாலும்
பயத்தினாலும் நிரப்பினார். 19. ஏனெனில் யாக்கோபின் குமாரர்களிடமிருந்து இரதங்களின் சத்தத்தையும், பலத்த குதிரைகளின் சத்தத்தையும், அவர்களோடே வருகிற ஒரு பெரிய சேனையின்
சத்தத்தையும் அவர்கள் கேட்கும்படி கர்த்தர் செய்தார். 20. இந்த ராஜாக்கள் யாக்கோபின் குமாரர்களினிமித்தம் மிகுந்த திகிலினால் பீடிக்கப்பட்டார்கள்; அவர்கள் தங்கள் பாளையங்களில் நின்றுகொண்டிருக்கையில், இதோ, யாக்கோபின் குமாரர்கள் நூற்றுப் பன்னிரண்டு மனுஷர்களோடே மகா பயங்கரமான ஆரவாரத்துடனே
அவர்கள் மேல் முன்னேறிவந்தார்கள். 21. யாக்கோபின் குமாரர்கள் தங்களுக்கு நேராக முன்னேறிவருவதை ராஜாக்கள் கண்டபோது, அவர்கள் இன்னும் அதிகமாய்த் திகிலடைந்து, அவர்களோடே யுத்தம்பண்ணாமல், முதலாவதுபோலவே யாக்கோபின் குமாரர்களுக்கு
முன்பாகப் பின்வாங்க மனதாயிருந்தார்கள். 22. ஆனால் அவர்கள் பின்வாங்காமல்: இப்படி இரண்டு முறை எபிரெயருக்கு முன்பாகப்
பின்வாங்குவது நமக்கு அவமானமாயிருக்கும் என்றார்கள். 23.
யாக்கோபின் குமாரர்கள் சமீபமாய் வந்து, இந்த ராஜாக்கள் எல்லாருக்கும் அவர்கள் சேனைகளுக்கும் விரோதமாக முன்னேறினார்கள்; அவர்கள் பார்த்தபோது, இதோ, அவர்கள் சமுத்திர மணலைப்போல எண்ணிறந்த மகா பலத்த ஜனங்களாயிருந்தார்கள்.
24. யாக்கோபின் குமாரர்கள் கர்த்தரை நோக்கிக் கூப்பிட்டு: ஓ கர்த்தாவே, எங்களுக்கு உதவி செய்யும், எங்களுக்கு உதவி செய்து எங்களுக்குப் பதிலளியும்; நாங்கள் உம்மை நம்பியிருக்கிறோம், இன்றையதினம் எங்களுக்கு விரோதமாக வந்திருக்கிற இந்த விருத்தசேதனமில்லாத மனுஷர்களின் கைகளால் நாங்கள்
மரித்துப்போகவிடாதிரும் என்றார்கள். 25. யாக்கோபின் குமாரர்கள் தங்கள் யுத்த ஆயுதங்களைத் தரித்துக்கொண்டார்கள், ஒவ்வொருவரும் தங்கள் கேடகத்தையும் ஈட்டியையும் கைகளில் எடுத்துக்கொண்டு
யுத்தத்திற்கு அணுகினார்கள். 26. யாக்கோபின் குமாரனான யூதா தன் சகோதரர்களுக்கு முன்பாக முந்தி ஓடினான், அவனுடைய பத்து வேலைக்காரர்களும் அவனோடே இருந்தார்கள்; அவன் இந்த
ராஜாக்களுக்கு நேராகப் போனான். 27. தப்னாக்கின் ராஜாவாகிய

யாகூபும் யூதாவுக்கு முன்பாகத் தன் சேனையோடே முந்தி வந்தான்;
யாகூபும் அவன் சேனையும் தனக்கு நேராக வருவதை யூதா கண்டான்,
யூதாவின் கோபம் மூண்டது, அவனுக்குள்ளே சினம் பற்றியெரிந்தது,
யூதா தன் ஜீவனைத் துச்சமாக மதித்து யுத்தத்திற்கு அணுகினான். 28.
யாகூபும் அவன் சேனை முழுவதும் யூதாவுக்கு நேராக
முன்னேறிவந்தார்கள்; அவன் மிகவும் பலத்த வல்லமையான ஒரு
குதிரையின்மேல் ஏறியிருந்தான், யாகூப் மிகவும் பராக்கிரமசாலி,
தலைமுதல் கால்வரைக்கும் இரும்பினாலும் வெண்கலத்தினாலும்
மூடப்பட்டிருந்தான். 29. அவன் தன் எல்லா யுத்தங்களிலும்
செய்வதுபோல, குதிரையின்மேல் இருக்கும்போதே முன்னும் பின்னும்
இரண்டு கைகளாலும் அம்புகளை எய்தான்; அவன் அம்புகளை எய்த
குறி ஒருபோதும் தப்பியதில்லை. 30. யாகூப் யூதாவோடே
யுத்தம்பண்ண வந்து, யூதாவுக்கு விரோதமாக அநேக அம்புகளை
எய்தபோது, கர்த்தர் யாகூபின் கையைக் கட்டினார்; அவன் எய்த
அம்புகளெல்லாம் அவனுடைய மனுஷர்களின் மேலேயே திரும்பப்
பட்டன. 31. அப்படியிருந்தும், யாகூப் அம்புகளினால் அவனை
எதிர்க்கும்படி யூதாவுக்கு நேராக முன்னேறிவந்தான், ஆனால்
அவர்களுக்கிடையேயான தூரம் ஏறக்குறைய முப்பது முழமாயிருந்தது;
யாகூப் தனக்கு விரோதமாக அம்புகளை எய்வதை யூதா கண்டபோது,
தன் கோபத்தினால் எழுந்த பலத்தோடே அவனுக்கு நேராக ஓடினான்.
32. யூதா தரையிலிருந்து ஒரு பெரிய கல்லை எடுத்தான், அதின் நிறை
அறுபது சேக்கலாயிருந்தது; யூதா யாகூபுக்கு நேராக ஓடி, அந்தக்
கல்லினால் அவனுடைய கேடகத்தில் அடித்தான்; அந்த அடியினால்
யாகூப் திகைத்துப்போய், தன் குதிரையிலிருந்து தரையிலே
விழுந்தான். 33. கேடகம் யாகூபின் கையிலிருந்து சிதறிப்போய், அந்த
அடியின் வேகத்தினால் ஏறக்குறைய பதினைந்து முழத் தூரத்திற்குத்
தெறித்து, இரண்டாம் பாளயத்திற்கு முன்பாக விழுந்தது. 34.
யாகூபோடே வந்த ராஜாக்கள் யாக்கோபின் குமாரனான யூதாவின்
பலத்தையும், அவன் யாகூபுக்குச் செய்ததையும் தூரத்திலே கண்டு,
யூதாவுக்கு மிகவும் பயந்தார்கள். 35. அவனுடைய கலக்கத்தைக் கண்டு
அவர்கள் யாகூபின் பாளயத்தருகே கூடினார்கள்; யூதா தன்
பட்டயத்தை உருவி, யாகூபின் பாளயத்திலே நாற்பத்திரண்டு
மனுஷர்களை முறியடித்தான்; யாகூபின் பாளயம் முழுவதும்
யூதாவுக்கு முன்பாகத் தப்பியோடிற்று, ஒரு மனுஷனும் அவனுக்கு
விரோதமாக நிற்கவில்லை; அவர்கள் யாகூபை விட்டுத்
தப்பியோடினார்கள், யாகூப் இன்னும் தரையிலே விழுந்துகிடந்தான்.
36. தன் பாளயத்தின் மனுஷர்கள் எல்லாரும் தன்னை விட்டுத்
தப்பியோடினதைக் கண்டு, யாகூப் திகிலடைந்து தீவிரமாய் யூதாவுக்கு
விரோதமாக எழுந்து, யூதாவுக்கு எதிரே தன் காலூன்றி நின்றான். 37.
யாகூப் யூதாவோடே தனித்து யுத்தம்பண்ணி, கேடகத்திற்குக் கேடகம்
வைத்துப் போராடினான்; யாகூபின் மனுஷர்கள் எல்லாரும் யூதாவுக்கு

மிகவும் பயந்தபடியால் அவர்கள் எல்லாரும் தப்பியோடினார்கள். 38.
யூதாவின் தலையிலே அடிக்கும்படி யாசூப் தன் ஈட்டியைத் தன்
கையில் எடுத்தான்; ஆனால் யூதா தீவிரமாய் யாசூபின் ஈட்டிக்கு
எதிராகத் தன் கேடகத்தைத் தன் தலைக்கு நேராகப் பிடித்தான்,
ஆகையால் யாசூபின் ஈட்டியின் அடி யூதாவின் கேடகத்தில் பட்டது,
கேடகம் இரண்டாகப் பிளந்தது. 39. தன் கேடகம் பிளந்ததைக்
கண்டபோது, யூதா தீவிரமாய்த் தன் பட்டயத்தை உருவி, யாசூபின்
கரண்டைக்கால்களில் வெட்டி, அவன் பாதங்களைத் துண்டித்தான்;
யாசூப் தரையிலே விழுந்தான், ஈட்டி அவன் கையிலிருந்து விழுந்தது.
40. யூதா தீவிரமாய் யாசூபின் ஈட்டியை எடுத்து, அதினால்
அவனுடைய தலையைத் துண்டித்து, அதை அவனுடைய பாதங்களுக்கு
அருகில் போட்டான். 41. யூதா யாசூபுக்குச் செய்ததை யாக்கோபின்
குமாரர்கள் கண்டபோது, அவர்கள் எல்லாரும் மற்ற ராஜாக்களின்
அணிகளுக்குள் ஓடினார்கள்; யாக்கோபின் குமாரர்கள் யாசூபின்
சேனையோடும் அங்கே இருந்த எல்லா ராஜாக்களின்
சேனைகளோடும் யுத்தம்பண்ணினார்கள். 42. யாக்கோபின்
குமாரர்கள் அவர்களுடைய மனுஷர்களில் பதினையாயிரம் பேரை
விழப்பண்ணினார்கள்; சுரைக்காய்களை வெட்டுவதுபோல அவர்களை
முறியடித்தார்கள், மற்றவர்கள் தங்கள் ஜீவனுக்காகத்
தப்பியோடினார்கள். 43. யூதா இன்னும் யாசூபின்
சரீரத்தண்டையிலே நின்று, யாசூபின் கவசத்தை உரிந்துகொண்டான்.
44. யாசூபைச் சுற்றியிருந்த இரும்பையும் வெண்கலத்தையும் யூதா
கழற்றினான்; இதோ, யாசூபின் சேனைத்தலைவர்களில் ஒன்பது பேர்
யூதாவோடே யுத்தம்பண்ண வந்தார்கள். 45. யூதா தீவிரமாய்த்
தரையிலிருந்து ஒரு கல்லை எடுத்து, அதினால் அவர்களில்
ஒருவனுடைய தலையில் அடித்தான்; அவனுடைய மண்டை
உடைந்தது, அந்தச் சரீரமும் குதிரையிலிருந்து தரையிலே விழுந்தது.
46. மீதியாயிருந்த எட்டுச் சேனைத்தலைவர்கள் யூதாவின் பலத்தைக்
கண்டு மிகவும் பயந்து தப்பியோடினார்கள்; யூதா தன் பத்து
மனுஷர்களோடே அவர்களைப் பின்தொடர்ந்து, அவர்களைப்
பிடித்துக் கொன்றுபோட்டான். 47. யாக்கோபின் குமாரர்கள் இன்னும்
ராஜாக்களின் சேனைகளை முறியடித்துக்கொண்டிருக்கையில்,
அவர்களில் அநேகரைக் கொன்றுபோட்டார்கள்; ஆனால் அந்த
ராஜாக்கள் தங்கள் சேனைத்தலைவர்களோடே தைரியமாய் நின்று,
தங்கள் இடங்களை விட்டுப் பின்வாங்கவில்லை; யாக்கோபின்
குமாரர்களுக்கு முன்பாகத் தப்பியோடின தங்கள் சேனையின்
மனுஷர்களைப் பார்த்துக் கத்தினார்கள், ஆனால் ஒருவனும்
அவர்களுக்குச் செவிகொடுக்கவில்லை; ஏனெனில் அவர்கள் தாங்கள்
செத்துப்போவோம் என்று தங்கள் ஜீவனுக்குப் பயந்திருந்தார்கள். 48.
யாக்கோபின் குமாரர்கள் எல்லாரும் ராஜாக்களின் சேனைகளை
முறியடித்த பின்பு, திரும்பி யூதாவுக்கு முன்பாக வந்தார்கள்; யூதா

இன்னும் யாகூபின் எட்டுச் சேனைத்தலைவர்களைக் கொன்று, அவர்களுடைய வஸ்திரங்களை உரிந்துகொண்டிருந்தான். 49. காசின் ராஜாவாகிய ஏலான் தன்னை முறியடிக்கும்படி தன் பதினான்கு சேனைத்தலைவர்களோடே தனக்கு நேராக முன்னேறிவருவதை லேவி கண்டான்; ஆனால் லேவிக்கு அது நிச்சயமாகத் தெரியவில்லை. 50. ஏலானும் அவனுடைய சேனைத்தலைவர்களும் சமீபமாய் வந்தார்கள், லேவி திரும்பிப் பார்த்தபோது, தனக்குப் பின்னால் யுத்தம் நடந்துகொண்டிருப்பதைக் கண்டான்; லேவி தன் பன்னிரண்டு வேலைக்காரர்களோடே ஓடி, அவர்கள் போயிட்டு ஏலானையும் அவனுடைய சேனைத்தலைவர்களையும் பட்டயக்கருக்கினால் கொன்றுபோட்டார்கள்.

அத்தியாயம் 38

1. சீலோவின் ராஜாவாகிய இகுரி (Ihuri) ஏலானுக்கு உதவிசெய்ய வந்து, யாக்கோபை நெருங்கினான்; அப்பொழுது யாக்கோபு தன் கையிலிருந்த வில்லை நாணேற்றி, ஒரு அம்பினால் இகுரியை அடித்தான், அதினால் அவன் மரித்தான். 2. சீலோவின் ராஜாவாகிய இகுரி மரித்தபோது, மீதியாயிருந்த நான்கு ராஜாக்களும் மற்றச் சேனைத்தலைவர்களோடும் தங்கள் நிலைகளை விட்டுத் தப்பியோடி: நம்மைவிடப் பலசாலிகளாயிருந்த மூன்று ராஜாக்களையும் அவர்களுடைய சேனைத்தலைவர்களையும் அவர்கள் கொன்றுபோட்ட பின்பு, இந்த எபிரெயரோடே நிற்க நமக்கு இனியும் பெலனில்லை என்று சொல்லிப் பின்வாங்கப் பார்த்தார்கள். 3. மீதியாயிருந்த ராஜாக்கள் தங்கள் நிலைகளை விட்டுப் பின்வாங்கினதை யாக்கோபின் குமாரர்கள் கண்டபோது, அவர்களைப் பின்தொடர்ந்தார்கள்; யாக்கோபும் தான் நின்றுகொண்டிருந்த சீகேமின் மேட்டிலிருந்து வந்து, அவர்கள் தங்கள் வேலைக்காரர்களோடே அந்த ராஜாக்களுக்குப் பின்னே போய் அவர்களை நெருங்கினார்கள். 4. யாக்கோபின் குமாரர்கள் தங்களை நெருங்கிவருவதை அந்த ராஜாக்களும் சேனைத்தலைவர்களும் மீதியான தங்கள் சேனைகளோடும் கண்டபோது, தங்கள் ஜீவனுக்காகப் பயந்து தப்பியோடி, ஆசார் (Chazar) பட்டணம்வரைக்கும் போனார்கள். 5. யாக்கோபின் குமாரர்கள் ஆசார் பட்டணத்து வாசல்வரைக்கும் அவர்களைப் பின்தொடர்ந்து, அந்த ராஜாக்களுக்கும் அவர்கள் சேனைகளுக்கும் நடுக்கே ஏறக்குறைய நாலாயிரம் மனுஷர்களை மகா சங்காரமாக முறியடித்தார்கள்; அவர்கள் ராஜாக்களின் சேனையை முறியடித்துக்கொண்டிருக்கையில், யாக்கோபு தன் வில்லை எடுத்து ராஜாக்களை மாத்திரம் அடிப்பதில் கவனமாயிருந்து, அவர்கள் எல்லாரையும் கொன்றுபோட்டான். 6.

யாசேரின் ஆகமம்

அவன் ஆசாரின் ராஜாவாகிய பராத்தோனை ஆசார் பட்டணத்து வாசலிலே கொன்றுபோட்டான்; அதன்பின்பு சார்தோனின் ராஜாவாகிய சூசியையும், பெத்கோரானின் ராஜாவாகிய லாபானையும், மக்னாய்-மாவின் ராஜாவாகிய சாபீரையும் ஒவ்வொருவனுக்கும் ஒவ்வொரு அம்பாக எய்து கொன்றுபோட்டான், அவர்கள் எல்லாரும் மரித்தார்கள். 7. ராஜாக்கள் எல்லாரும் மரித்துப்போனார்கள் என்றும், அவர்கள் சிதறிப்போய்ப் பின்வாங்குகிறார்கள் என்றும் யாக்கோபின் குமாரர்கள் கண்டு, ஆசார் வாசலுக்கு எதிரே ராஜாக்களின் சேனைகளோடே தொடர்ந்து யுத்தம்பண்ணி, அவர்கள் மனுஷர்களில் இன்னும் ஏறக்குறைய நானூறு பேரை முறியடித்தார்கள். 8. அந்த யுத்தத்திலே யாக்கோபின் வேலைக்காரர்களில் மூன்று மனுஷர்கள் விழுந்தார்கள்; தன் வேலைக்காரர்களில் மூன்று பேர் மரித்ததை யூதா கண்டபோது, அவன் மிகவும் துக்கப்பட்டு, எமோரியருக்கு விரோதமாக அவன் கோபம் அவனுக்குள்ளே பற்றியெரிந்தது. 9. ராஜாக்களின் சேனைகளில் மீதியாயிருந்த மனுஷர்கள் எல்லாரும் தங்கள் ஜீவனுக்காக மிகவும் பயந்து, ஓடிப்போய் ஆசார் பட்டணத்தின் அலங்கத்தின் வாசலை உடைத்துக்கொண்டு, தங்கள் தற்காப்புக்காகப் பட்டணத்திற்குள் நுழைந்தார்கள். 10. ஆசார் பட்டணம் மிகவும் பெரியதும் விஸ்தாரமுமாயிருந்தபடியால், ஆசார் பட்டணத்தின் நடுவிலே தங்களை மறைத்துக்கொண்டார்கள்; இந்தச் சேனைகளெல்லாம் பட்டணத்திற்குள் நுழைந்தபோது, யாக்கோபின் குமாரர்கள் அவர்களுக்குப் பின்னே பட்டணத்திற்குள் ஓடினார்கள். 11. யுத்தத்தில் பழகின நான்கு பராக்கிரமசாலிகள் பட்டணத்திலிருந்து புறப்பட்டு, உருவின பட்டயங்களையும் ஈட்டிகளையும் தங்கள் கைகளில் பிடித்துக்கொண்டு பட்டணத்தின் வாசலுக்கு எதிராக நின்று, யாக்கோபின் குமாரர்களுக்கு எதிராகத் தங்களை நிறுத்தி, அவர்களைப் பட்டணத்திற்குள் நுழைய விடாதபடி தடுத்தார்கள். 12. நப்தலி ஓடி, அவர்களுக்கு நடுவே வந்து, தன் பட்டயத்தினால் அவர்களில் இரண்டு பேரை அடித்து, ஒரே வெட்டில் அவர்கள் தலைகளைத் துண்டித்தான். 13. அவன் மற்ற இரண்டு பேர் பக்கம் திரும்பினான், இதோ அவர்கள் தப்பியோடிவிட்டார்கள்; அவன் அவர்களைப் பின்தொடர்ந்து பிடித்து, அவர்களை வெட்டிக் கொன்றுபோட்டான். 14. யாக்கோபின் குமாரர்கள் பட்டணத்திற்கு வந்தபோது, இதோ, பட்டணத்திற்கு வேறொரு அங்கம் இருப்பதைக் கண்டார்கள்; அவர்கள் அந்த அலங்கத்தின் வாசலைத் தேடினார்கள், ஆனால் அதைக் காணவில்லை; யூதா அலங்கத்தின்மேல் பாய்ந்தான், சிமியோனும் லேவியும் அவனுக்குப் பின்னே போனார்கள்; அவர்கள் மூவரும் அலங்கத்திலிருந்து பட்டணத்திற்குள் இறங்கினார்கள். 15. தற்காப்புக்காகப் பட்டணத்திற்குள் ஓடிவந்த மனுஷர்கள் எல்லாரையும், பட்டணத்தின் குடிகளையும் அவர்கள் மனைவிகளோடும் சிறு

பிள்ளைகளோடும் சிமியோனும் லேவியும் பட்டயக்கருக்கினால் கொன்றுபோட்டார்கள்; பட்டணத்தின் கூக்குரல் வானத்திற்கு எட்டியது. 16. புலம்பலின் சத்தத்திற்கு என்ன காரணம் என்று பார்க்கத் தாணும் நப்தலியும் அலங்கத்தின்மேல் பாய்ந்தார்கள், ஏனெனில் யாக்கோபின் குமாரர்கள் தங்கள் சகோதரர்களைக்குறித்துக் கவலையாயிருந்தார்கள்; பட்டணத்தின் குடிகள் அழுது கெஞ்சிக்கொண்டு: பட்டணத்தில் எங்களுக்குள்ள யாவற்றையும் எடுத்துக்கொண்டு போய்விடுங்கள், எங்களை மாத்திரம் கொன்றுபோட வேண்டாம் என்று சொல்வதை அவர்கள் கேட்டார்கள். 17. யூதாவும் சிமியோனும் லேவியும் பட்டணத்தின் குடிகளை முறியடிப்பதை நிறுத்தின பின்பு, அவர்கள் அலங்கத்தின்மேல் ஏறி, அலங்கத்தின்மேலிருந்த தாணையும் நப்தலியையும் மற்றத் தங்கள் சகோதரர்களையும் கூப்பிட்டார்கள்; சிமியோனும் லேவியும் பட்டணத்திற்குள் நுழையும் வழியை அவர்களுக்கு அறிவித்தார்கள், யாக்கோபின் குமாரர்கள் எல்லாரும் கொள்ளையடிக்க வந்தார்கள். 18. யாக்கோபின் குமாரர்கள் ஆசார் பட்டணத்தின் கொள்ளையையும், ஆடுமாடுகளையும், ஆஸ்திகளையும் எடுத்தார்கள்; தங்களுக்குக் கிடைத்ததையெல்லாம் எடுத்துக்கொண்டு அன்றையதினம் பட்டணத்தை விட்டுப் போனார்கள். 19. மறுநாளிலே யாக்கோபின் குமாரர்கள் சார்தோனுக்குப் போனார்கள்; ஏனெனில் தாங்கள் தங்கள் ராஜாவைக் கொன்றுபோட்டபடியால், பட்டணத்திலே மீதியாயிருந்த சார்தோனின் மனுஷர்கள் தங்களோடே யுத்தம்பண்ணக் கூடிவருகிறார்கள் என்று கேள்விப்பட்டார்கள்; சார்தோன் மிகவும் உயரமும் அரணானதுமான ஒரு பட்டணம், அந்தப் பட்டணத்தைச் சுற்றிலும் ஆழமான ஒரு அகழி இருந்தது. 20. அந்த அகழியின் சுவர் ஏறக்குறைய ஐம்பது முழ உயரமும் நாற்பது முழ அகலமுமாயிருந்தது; அந்த அகழியினிமித்தம் ஒரு மனுஷன் பட்டணத்திற்குள் நுழைய எந்த வழியுமில்லை, யாக்கோபின் குமாரர்கள் பட்டணத்தின் அகழியைக் கண்டு, அதற்குள் நுழையும் வழியைத் தேடினார்கள், ஆனால் காணவில்லை. 21. ஏனெனில் பட்டணத்திற்குள் நுழையும் வாசல் பின்புறத்தில் இருந்தது; பட்டணத்திற்குள் வர விரும்புகிற எந்த மனுஷனும் அந்த வழியாய் வந்து பட்டணம் முழுவதையும் சுற்றி, அதன்பின்பு பட்டணத்திற்குள் நுழைவான். 22. யாக்கோபின் குமாரர்கள் பட்டணத்துக்குள் செல்லும் வழியைக் காணாமல் போனதால், அவர்கள் மிகுந்த கோபமடைந்தார்கள்; யாக்கோபின் குமாரர்கள் தங்களிடம் வருவதைப் பட்டணவாசிகள் கண்டபோது, அவர்கள் மிகவும் பயந்தார்கள், ஏனெனில் அவர்கள் இவர்களுடைய பலத்தையும் ஆசாருக்கு இவர்கள் செய்ததையும் பற்றிக் கேள்விப்பட்டிருந்தார்கள். 23. சார்தோன் பட்டணத்தின் குடிகள் யாக்கோபின் குமாரர்களுக்கு விரோதமாக யுத்தம்பண்ணப் பட்டணத்தில் கூடிவந்தபோதிலும், அவர்களை எதிர்கொண்டு

புறப்படமுடியவில்லை; அப்படிச் செய்தால் அவர்கள் பட்டணத்திற்குள் நுழைந்துவிடுவார்களோ என்று பயந்தார்கள்; அவர்கள் தங்களுக்கு நேராக வருவதைக் கண்டபோது, அவர்கள் மிகவும் பயந்தார்கள், ஏனெனில் அவர்கள் இவர்களுடைய பலத்தையும் ஆசாருக்கு இவர்கள் செய்ததையும் பற்றிக் கேள்விப்பட்டிருந்தார்கள். 24. ஆகையால்
சார்தோனின் குடிகள் யாக்கோபின் குமாரர்கள் வருவதற்கு முன்பாகவே, பட்டணத்து வழியின் பாலத்தை அதின் இடத்திலிருந்து தீவிரமாய் எடுத்து, அதைப் பட்டணத்திற்குள் கொண்டுபோனார்கள்.
25. யாக்கோபின் குமாரர்கள் வந்து பட்டணத்திற்குள் நுழையும் வழியைத் தேடினார்கள், ஆனால் காணவில்லை; பட்டணத்தின் குடிகள் அலங்கத்தின்மேல் ஏறிப் பார்த்தார்கள், இதோ, யாக்கோபின் குமாரர்கள் பட்டணத்திற்குள் நுழையும் வழியைத் தேடிக்கொண்டிருந்தார்கள். 26. பட்டணத்தின் குடிகள்
அலங்கத்தின்மேலிருந்து யாக்கோபின் குமாரர்களை நிந்தித்துச் சபித்தார்கள்; யாக்கோபின் குமாரர்கள் அந்த நிந்தைகளைக் கேட்டபோது மிகவும் கோபங்கொண்டார்கள், அவர்கள் கோபம் அவர்களுக்குள்ளே பற்றியெரிந்தது. 27. யாக்கோபின் குமாரர்கள்
அவர்கள் மேல் கடுங்கோபங்கொண்டு, அவர்கள் எல்லாரும் எழும்பித் தங்கள் பலத்தின் வேகத்தினால் அகழியின்மேல் பாய்ந்து, தங்கள் பராக்கிரமத்தினால் அகழியின் நாற்பது முழ அகலத்தைக் கடந்தார்கள்.
28. அகழியைக் கடந்த பின்பு, அவர்கள் பட்டணத்தின் அலங்கத்தின் கீழே நின்றார்கள்; பட்டணத்தின் வாசல்களெல்லாம் இரும்புத் கதவுகளால் அடைக்கப்பட்டிருந்ததைக் கண்டார்கள். 29. பட்டணத்து
வாசல்களின் கதவுகளை உடைக்கும்படி யாக்கோபின் குமாரர்கள் அணுகினார்கள், ஆனால் குடிகள் அவர்களை விடவில்லை; ஏனெனில் அலங்கத்தின்மேலிருந்து அவர்கள் மேல் கல்லுகளையும் அம்புகளையும் எறிந்துகொண்டிருந்தார்கள். 30. அலங்கத்தின்மேலிருந்த ஜனங்களின்
எண்ணிக்கை ஏறக்குறைய நானூறு பேர்; பட்டணத்தின் மனுஷர்கள் பட்டணத்து வாசல்களைத் திறக்க விடமாட்டார்கள் என்று யாக்கோபின் குமாரர்கள் கண்டபோது, அவர்கள் பாய்ந்து அலங்கத்தின்மேல் ஏறினார்கள்; முதலாவது யூதா பட்டணத்தின் கீழ்ப்புறத்தில் ஏறினான். 31. அவனுக்குப் பின்னே காத்தும் ஆசேரும்
பட்டணத்தின் மேற்கு மூலையிலும், சிமியோனும் லேவியும் வடக்கிலும், தாணும் ரூபனும் தெற்கிலும் ஏறினார்கள். 32. யாக்கோபின் குமாரர்கள்
தங்களிடத்திற்கு ஏறிவருவதை அலங்கத்தின்மேலிருந்த மனுஷர்களாகிய பட்டணத்து குடிகள் கண்டபோது, அவர்கள் எல்லாரும் அலங்கத்தை விட்டுத் தப்பியோடி, பட்டணத்திற்குள் இறங்கி, பட்டணத்தின் நடுவிலே தங்களை மறைத்துக்கொண்டார்கள்.
33. அலங்கத்தின்கீழ் மீதியாயிருந்த இசக்காரும் நப்தலியும் அணுகிப் பட்டணத்து வாசல்களை உடைத்து, பட்டணத்து வாசல்களில் நெருப்பை மூட்டினார்கள், அதனால் இரும்பு உருகிற்று; யாக்கோபின்

குமாரர்கள் எல்லாரும் தங்கள் மனுஷர்களோடே பட்டணத்திற்குள் வந்து, சார்தோன் பட்டணத்தின் குடிகளோடே யுத்தம்பண்ணி, அவர்களைப் பட்டயக்கருக்கினால் முறியடித்தார்கள், ஒரு மனுஷனும் அவர்களுக்கு முன்பாக நிற்கவில்லை. 34. ஏறக்குறைய இருநூறு மனுஷர்கள் பட்டணத்திலிருந்து தப்பியோடி, அவர்கள் எல்லாரும் பட்டணத்திலிருந்த ஒரு கோபுரத்திற்குள் போய் ஒளித்துக்கொண்டார்கள்; யூதா கோபுரம்வரைக்கும் அவர்களைப் பின்தொடர்ந்து, கோபுரத்தை இடித்துப்போட்டான், அது அந்த மனுஷர்கள் மேல் விழுந்தது, அவர்கள் எல்லாரும் மரித்தார்கள். 35. யாக்கோபின் குமாரர்கள் அந்தக் கோபுரத்தின் கூரை வழியே ஏறிப் பார்த்தார்கள்; இதோ, பட்டணத்திலே தூரத்திலே பலத்த உயரமான வேறொரு கோபுரம் இருந்தது, அதின் உச்சி வானம்வரைக்கும் எட்டியிருந்தது; யாக்கோபின் குமாரர்கள் தீவிரமாய் இறங்கி, தங்கள் மனுஷர்களோடே அந்தக் கோபுரத்திற்குப் போனார்கள்; அது ஏறக்குறைய முன்னூறு புருஷர்களாலும் ஸ்திரீகளாலும் சிறு பிள்ளைகளாலும் நிறைந்திருப்பதைக் கண்டார்கள். 36. யாக்கோபின் குமாரர்கள் அந்தக் கோபுரத்திலிருந்த மனுஷர்களுக்குள்ளே மகா சங்காரமாக முறியடித்தார்கள்; அவர்கள் அவர்களை விட்டு ஓடித் தப்பினார்கள். 37. சிமியோனும் லேவியும் அவர்களைப் பின்தொடர்ந்தார்கள்; அப்பொழுது அவர்கள் மறைந்திருந்த இடத்திலிருந்து பலத்த பராக்கிரமசாலிகளான பன்னிரண்டு மனுஷர்கள் அவர்களுக்கு விரோதமாக வந்தார்கள். 38. அந்தப் பன்னிரண்டு மனுஷர்களும் சிமியோனுக்கும் லேவிக்கும் விரோதமாகக் கடுமையான யுத்தம்பண்ணினார்கள்; சிமியோனும் லேவியும் அவர்களை மேற்கொள்ளமுடியவில்லை; அந்தப் பராக்கிரமசாலிகள் சிமியோன் லேவி என்பவர்களுடைய கேடகங்களை உடைத்தார்கள்; அவர்களில் ஒருவன் லேவியின் தலையிலே தன் பட்டயத்தால் அடித்தான்; லேவி பட்டயத்திற்குப் பயந்து தீவிரமாய்த் தன் கையைத் தன் தலையின்மேல் வைத்தான், பட்டயம் லேவியின் கையில் பட்டது, லேவியின் கை துண்டிக்கப்படுவதற்குச் சற்றே தப்பிற்று. 39. லேவி அந்தப் பராக்கிரமசாலியின் பட்டயத்தைத் தன் கையில் பிடித்து, அதை அவனிடத்திலிருந்து பலவந்தமாகப் பறித்து, அதினாலே அந்தப் பலசாலியின் தலையிலே அடித்து, அவன் தலையைத் துண்டித்தான். 40. தங்களில் ஒருவன் கொல்லப்பட்டதைக் கண்ட பதினொரு மனுஷர்களும் லேவியோடே யுத்தம்பண்ண அணுகினார்கள்; யாக்கோபின் குமாரர்கள் யுத்தம்பண்ணினார்கள், ஆனால் யாக்கோபின் குமாரர்களால் அவர்களை மேற்கொள்ளமுடியவில்லை, ஏனெனில் அந்த மனுஷர்கள் மிகவும் பலசாலிகளாயிருந்தார்கள். 41. தாங்கள் அவர்களை மேற்கொள்ளமுடியவில்லை என்று யாக்கோபின் குமாரர்கள் கண்டபோது, சிமியோன் மகா பயங்கரமாய் உரக்கக் கத்தினான்; சிமியோனுடைய கூக்குரலின் சத்தத்தினாலே அந்தப்

பதினொரு பலசாலிகளான மனுஷர்களும் திகைத்துப்போனார்கள். 42.
தூரத்திலிருந்த யூதா சிமியோனுடைய சத்தத்தை அறிந்து, நப்தலியும்
யூதாவும் தங்கள் கேடகங்களோடே சிமியோன் லேவி
என்பவர்களிடத்திற்கு ஓடிவந்தார்கள்; அவர்கள் அந்தப்
பலசாலிகளான மனுஷர்களோடே யுத்தம்பண்ணுவதையும், தங்கள்
கேடகங்கள் உடைந்தபடியால் அவர்களை மேற்கொள்ளமுடியாமல்
இருப்பதையும் கண்டார்கள். 43. சிமியோன் லேவி என்பவர்களுடைய
கேடகங்கள் உடைந்திருப்பதை நப்தலி கண்டு, தன்
வேலைக்காரர்களிடத்திலிருந்து இரண்டு கேடகங்களை எடுத்து
சிமியோனுக்கும் லேவிக்கும் கொண்டுவந்தான். 44. சிமியோன், லேவி,
யூதா ஆகிய மூவரும் அன்றையதினம் சூரியன் அஸ்தமிக்கும்வரைக்கும்
அந்தப் பதினொரு பராக்கிரமசாலிகளான மனுஷர்களோடே
யுத்தம்பண்ணினார்கள், ஆனால் அவர்களை
மேற்கொள்ளமுடியவில்லை. 45. இது யாக்கோபுக்கு
அறிவிக்கப்பட்டது, அவன் மிகவும் துக்கப்பட்டு, கர்த்தரை நோக்கி
ஜெபம்பண்ணினான்; அவனும் அவன் குமாரனான நப்தலியும் இந்தப்
பராக்கிரமசாலிகளான மனுஷர்களுக்கு விரோதமாகப் போனார்கள்.
46. யாக்கோபு அணுகித் தன் வில்லை நாணேற்றி, அந்தப்
பராக்கிரமசாலிகளான மனுஷர்களண்டைக்கு வந்து, வில்லியினால்
அவர்கள் மனுஷர்களில் மூன்று பேரைக் கொன்றுபோட்டான்;
மீதியாயிருந்த எட்டுப் பேர் பின்வாங்கினார்கள்; இதோ, முன்னும்
பின்னும் தங்களுக்கு விரோதமாக யுத்தம் நடப்பதைக் கண்டு, அவர்கள்
தங்கள் ஜீவனுக்காக மிகவும் பயந்து, யாக்கோபின் குமாரர்களுக்கு
முன்பாக நிற்கமுடியாமல், அவர்களுக்கு முன்பாகத்
தப்பியோடினார்கள். 47. அவர்கள் தப்பியோடும்போது, தங்களுக்கு
நேராக வந்த தாணையும் ஆசேரையும் சந்தித்தார்கள்; தாணும்
ஆசேரும் திடீரென்று அவர்கள் மேல் பாய்ந்து, அவர்களோடே
யுத்தம்பண்ணி, அவர்களில் இரண்டு பேரைக் கொன்றுபோட்டார்கள்;
யூதாவும் அவனுடைய சகோதரர்களும் அவர்களைப் பின்தொடர்ந்து,
மீதியாயிருந்தவர்களை அடித்துக் கொன்றுபோட்டார்கள். 48.
யாக்கோபின் குமாரர்கள் எல்லாரும் திரும்பிப் பட்டணத்திலே
சுற்றித்திரிந்து, மனுஷர்களைக் கண்டுபிடிக்கமுடியுமா என்று
தேடினார்கள்; பட்டணத்திலிருந்த ஒரு குகையிலே ஏறக்குறைய
இருபது வாலிபர்களைக் கண்டுபிடித்தார்கள், காத்தும் ஆசேரும்
அவர்கள் எல்லாரையும் முறியடித்தார்கள்; இரண்டாம்
கோபுரத்திலிருந்து தப்பியோடின மீதியான மனுஷர்களைத் தாணும்
நப்தலியும் கண்டுபிடித்து, அவர்கள் எல்லாரையும் முறியடித்தார்கள்.
49. யாக்கோபின் குமாரர்கள் சார்தோன் பட்டணத்தின் குடிகள்
எல்லாரையும் முறியடித்தார்கள்; ஆனால் ஸ்திரீகளையும் சிறு
பிள்ளைகளையும் அவர்கள் பட்டணத்திலே விட்டுவிட்டார்கள்,
அவர்களைக் கொன்றுபோடவில்லை. 50. சார்தோன் பட்டணத்தின்

குடிகள் எல்லாரும் பலசாலிகளான மனுஷர்களாயிருந்தார்கள்;
அவர்களில் ஒருவன் ஆயிரம்பேரைத் துரத்துவான், அவர்களில்
இரண்டு பேர் மற்றப் பத்தாயிரம் பேருக்கு முன்பாகப்
பின்வாங்கமாட்டார்கள் 51. யாக்கோபின் குமாரர்கள் சார்தோன்
பட்டணத்தின் குடிகள் எல்லாரையும் பட்டயக்கருக்கினால்
கொன்றுபோட்டார்கள், ஒரு மனுஷனும் அவர்களுக்கு விரோதமாக
நிற்கவில்லை; ஸ்திரீகளைப் பட்டணத்திலே விட்டுவிட்டார்கள். 52.
யாக்கோபின் குமாரர்கள் பட்டணத்தின் கொள்ளையையெல்லாம்
எடுத்து, தாங்கள் விரும்பியதைப் பிடித்துக்கொண்டு,
பட்டணத்திலிருந்து ஆடுமாடுகளையும் ஆஸ்திகளையும் எடுத்தார்கள்;
யாக்கோபின் குமாரர்கள் ஆசாருக்கும் அதின் குடிகளுக்கும்
செய்ததுபோலவே சார்தோனுக்கும் அதின் குடிகளுக்கும் செய்து,
திரும்பிப் போனார்கள்.

அத்தியாயம் 39

1. யாக்கோபின் குமாரர்கள் சார்தோன் பட்டணத்தை விட்டுப்
புறப்பட்டு ஏறக்குறைய இருநூறு முழத் தூரம் போனபோது, தப்னாக்
பட்டணத்தின் குடிகள் தங்களுக்கு நேராக வருவதைக் கண்டார்கள்;
யாக்கோபின் குமாரர்கள் தப்னாக்கின் ராஜாவையும் அவனுடைய
மனுஷர்கள் எல்லாரையும் கொன்றுபோட்டபடியால், அவர்கள்
யாக்கோபின் குமாரர்களோடே யுத்தம்பண்ணப் புறப்பட்டு வந்தார்கள்.
2. தப்னாக் பட்டணத்தில் மீதியாயிருந்தவர்கள் எல்லாரும்
யாக்கோபின் குமாரர்களோடே யுத்தம்பண்ணப் புறப்பட்டு வந்து,
அவர்கள் ஆசாரிலிருந்தும் சார்தோனிலிருந்தும் சிறைபிடித்துக்
கொண்டுவந்த கொள்ளைகளையும் ஆஸ்திகளையும் திரும்ப
எடுத்துக்கொள்ள நினைத்தார்கள். 3. தப்னாக்கின் மீதியான
மனுஷர்கள் அந்த இடத்திலே யாக்கோபின் குமாரர்களோடே
யுத்தம்பண்ணினார்கள்; யாக்கோபின் குமாரர்கள் அவர்களை
முறியடித்தார்கள், அவர்கள் அவர்களுக்கு முன்பாகத்
தப்பியோடினார்கள்; அவர்கள் அவர்களை அர்பேலான் (Arbelan)
பட்டணம்வரைக்கும் பின்தொடர்ந்தார்கள், அவர்கள் எல்லாரும்
யாக்கோபின் குமாரர்களுக்கு முன்பாக விழுந்தார்கள். 4. யாக்கோபின்
குமாரர்கள் திரும்பித் தப்னாக்கின் கொள்ளைகளை எடுக்கும்படி
தப்னாக்குக்கு வந்தார்கள்; அவர்கள் தப்னாக்குக்கு வந்தபோது,
அர்பேலானின் ஜனங்கள் தங்கள் சகோதரர்களின் கொள்ளைகளைக்
காப்பாற்ற அவர்களை எதிர்கொண்டு புறப்பட்டு வந்தார்கள் என்று
கேள்விப்பட்டார்கள்; யாக்கோபின் குமாரர்கள் பட்டணத்தைக்
கொள்ளையிடும்படி தங்கள் மனுஷர்களில் பத்து பேரைத்
தப்னாக்கிலே விட்டுவிட்டு, அர்பேலான் ஜனங்களுக்கு நேராகப்

புறப்பட்டார்கள். 5. அர்பேலான் மனுஷர்கள் தங்கள்
மனைவிகளோடே யாக்கோபின் குமாரர்களோடே யுத்தம்பண்ணப்
புறப்பட்டார்கள், ஏனெனில் அவர்கள் மனைவிகளும் யுத்தத்தில்
பழக்கப்பட்டவர்களாயிருந்தார்கள்; புருஷர்களும் ஸ்திரீகளுமாக
ஏறக்குறைய நானூறு பேர் புறப்பட்டார்கள். 6. யாக்கோபின்
குமாரர்கள் எல்லாரும் மகா பயங்கரமான சத்தத்தோடே உரக்கக் கத்தி,
எல்லாரும் அர்பேலான் குடிகளுக்கு நேராக ஓடினார்கள். 7.
அர்பேலான் குடிகள் யாக்கோபின் குமாரர்களுடைய ஆரவாரத்தின்
சத்தத்தையும், சிங்கங்களின் கெர்ச்சிப்பைப் போன்றதும் சமுத்திரத்தின்
அலைகளின் இரைச்சலைப் போன்றதுமான அவர்கள் சத்தத்தையும்
கேட்டார்கள். 8. யாக்கோபின் குமாரர்களினிமித்தம் பயமும் திகிலும்
அவர்கள் இருதயங்களைப் பிடித்தது; அவர்கள் அவர்களுக்கு மிகவும்
பயந்து, பின்வாங்கி அவர்களுக்கு முன்பாகப் பட்டணத்திற்குள்
தப்பியோடினார்கள்; யாக்கோபின் குமாரர்கள் அவர்களைப்
பட்டணத்து வாசல்வரைக்கும் பின்தொடர்ந்து, பட்டணத்திற்குள்
அவர்களை நெருங்கினார்கள். 9. யாக்கோபின் குமாரர்கள்
பட்டணத்திலே அவர்களோடே யுத்தம்பண்ணினார்கள்,
அவர்களுடைய ஸ்திரீகள் எல்லாரும் யாக்கோபின் குமாரர்களுக்கு
விரோதமாகக் கவண் எறிவதில் ஈடுபட்டிருந்தார்கள்; அன்றையதினம்
சாயங்காலம்வரைக்கும் அவர்களுக்குள்ளே யுத்தம் மிகவும்
கடுமையாயிருந்தது. 10. யாக்கோபின் குமாரர்களால் அவர்களை
மேற்கொள்ளமுடியவில்லை, யாக்கோபின் குமாரர்கள் அந்த
யுத்தத்திலே சாகும் தருவாயிலிருந்தார்கள்; யாக்கோபின் குமாரர்கள்
கர்த்தரை நோக்கிக் கூப்பிட்டார்கள், சாயங்கால வேளையிலே
அவர்களுக்கு மிகவும் பலன் உண்டானது, யாக்கோபின் குமாரர்கள்
அர்பேலான் குடிகளான புருஷர்கள் ஸ்திரீகள் மற்றும் சிறு பிள்ளைகள்
எல்லாரையும் பட்டயக்கருக்கினால் முறியடித்தார்கள். 11.
சார்தோனிலிருந்து தப்பியோடி மீதியாயிருந்த ஜனங்களையும்
யாக்கோபின் குமாரர்கள் அர்பேலானிலே முறியடித்தார்கள்;
யாக்கோபின் குமாரர்கள் ஆசாருக்கும் சார்தோனுக்கும்
செய்ததுபோலவே அர்பேலானுக்கும் தப்னாக்குக்கும் செய்தார்கள்;
புருஷர்கள் எல்லாரும் மரித்துப்போனார்கள் என்று ஸ்திரீகள்
கண்டபோது, அவர்கள் பட்டணத்து மேடைகளின்மேல் ஏறி,
யாக்கோபின் குமாரர்களின் மேல் மழையைப்போலக் கல்லுகளை
எறிந்து அவர்களை அடித்தார்கள். 12. யாக்கோபின் குமாரர்கள்
தீவிரமாய்ப் பட்டணத்திற்குள் வந்து, ஸ்திரீகள் எல்லாரையும் பிடித்துப்
பட்டயக்கருக்கினால் அவர்களை முறியடித்தார்கள்; யாக்கோபின்
குமாரர்கள் கொள்ளையையும் ஆஸ்தியையும் மந்தைகளையும்
ஆடுமாடுகளையும் மிருகஜீவன்களையும் எடுத்துக்கொண்டார்கள். 13.
யாக்கோபின் குமாரர்கள் தப்னாக்குக்கும் ஆசாருக்கும் சீலோவுக்கும்
செய்ததுபோலவே மக்னாய்-மாவுக்கும் செய்து, அங்கிருந்து திரும்பிப்

போனார்கள். 14. ஐந்தாம் நாளிலே யாக்கோபின் குமாரர்கள் தங்கள் ராஜாவையும் தங்கள் சேனைத்தலைவர்களையும் கொன்றுபோட்டபடியால் காசின் ஜனங்கள் தங்களுக்கு விரோதமாக யுத்தம்பண்ணக் கூடிவந்திருக்கிறார்கள் என்று கேள்விப்பட்டார்கள்; ஏனெனில் காஸ் பட்டணத்திலே பதினான்கு சேனைத்தலைவர்கள் இருந்தார்கள், யாக்கோபின் குமாரர்கள் முதல் யுத்தத்திலேயே அவர்கள் எல்லாரையும் கொன்றுபோட்டிருந்தார்கள். 15.
யாக்கோபின் குமாரர்கள் அன்றையதினம் தங்கள் யுத்த ஆயுதங்களைத் தரித்துக்கொண்டு, காசின் குடிகளுக்கு விரோதமாக யுத்தம்பண்ண நடந்தார்கள்; காசிலே எமோரிய ஜனங்களில் பலத்த பராக்கிரமமுள்ள ஜனங்கள் இருந்தார்கள், எமோரியரின் பட்டணங்களிலெல்லாம் காஸ் மிகவும் பலத்ததும் அரணானதுமான பட்டணமாயிருந்தது, அதற்கு மூன்று அங்கங்கள் இருந்தன. 16.
யாக்கோபின் குமாரர்கள் காசக்கு வந்தபோது, பட்டணத்து வாசல்கள் அடைக்கப்பட்டிருப்பதையும், ஏறக்குறைய ஐந்நூறு மனுஷர்கள் வெளிப்புற அலங்கத்தின்மேல் நிற்பதையும் கண்டார்கள்; சமுத்திர மணலைப்போல எண்ணிறந்த ஜனங்கள் பட்டணத்திற்கு வெளியே பின்புறத்தில் யாக்கோபின் குமாரர்களுக்காகப் பதிவிருந்தார்கள். 17.
யாக்கோபின் குமாரர்கள் பட்டணத்து வாசல்களைத் திறக்க அணுகினார்கள்; அவர்கள் கிட்டிவருகையில், இதோ பட்டணத்தின் பின்புறத்தில் பதிவிருந்தவர்கள் தங்கள் இடங்களிலிருந்து புறப்பட்டு, யாக்கோபின் குமாரர்களை வளைந்துகொண்டார்கள். 18.
யாக்கோபின் குமாரர்கள் காசின் ஜனங்களுக்குள்ளே அடைபட்டார்கள், அவர்களுக்கு முன்னும் பின்னும் யுத்தம் நடந்தது; அலங்கத்தின்மேலிருந்த மனுஷர்கள் எல்லாரும் அலங்கத்திலிருந்து அவர்கள் மேல் அம்புகளையும் கல்லுகளையும் எறிந்துகொண்டிருந்தார்கள். 19. காசின் மனுஷர்கள் தங்களுக்கு மிஞ்சிப்போகிறார்கள் என்று யூதா கண்டு, மிகவும் பயங்கரமாய் உரக்கக் கத்தினான்; யூதாவின் கூக்குரலின் சத்தத்தினாலே காசின் மனுஷர்கள் எல்லாரும் திகிலடைந்தார்கள், அவனுடைய பலத்த கூக்குரலினாலே மனுஷர்கள் அலங்கத்திலிருந்து கீழே விழுந்தார்கள்; பட்டணத்திற்கு வெளியிலும் உள்ளுமிருந்தவர்கள் எல்லாரும் தங்கள் ஜீவனுக்காக மிகவும் பயந்தார்கள். 20. யாக்கோபின் குமாரர்கள் பட்டணத்து வாசல்களை உடைக்க இன்னும் கிட்டிவந்தார்கள்; அப்பொழுது காசின் மனுஷர்கள் அலங்கத்தின்மேலிருந்து அவர்கள் மேல் கல்லுகளையும் அம்புகளையும் எறிந்து, அவர்களை வாசலிலிருந்து ஓடப்பண்ணினார்கள். 21. யாக்கோபின் குமாரர்கள் பட்டணத்திற்கு வெளியே தங்களோடிருந்த காசின் மனுஷர்களுக்கு விரோதமாகத் திரும்பி, அவர்களைச் சுரைக்காய்களை வெட்டுவதுபோல மகா சங்காரமாக முறியடித்தார்கள்; யூதாவின் கூக்குரலினாலே பயமும் திகிலும் அவர்களைப் பிடித்திருந்தபடியால்,

அவர்கள் யாக்கோபின் குமாரர்களுக்கு முன்பாக நிற்கமுடியவில்லை.
22. யாக்கோபின் குமாரர்கள் பட்டணத்திற்கு வெளியிலிருந்த அந்த மனுஷர்கள் எல்லாரையும் கொன்றுபோட்டார்கள்; யாக்கோபின் குமாரர்கள் பட்டணத்திற்குள் நுழைவதற்கும், பட்டணத்தின் அலங்கத்தின்கீழே யுத்தம்பண்ணுவதற்கும் இன்னும் கிட்டிவந்தார்கள்; ஆனால் பட்டணத்தில் மீதியாயிருந்த காசின் குடிகள் எல்லாரும் காசின் அங்கங்களை எல்லாத் திசைகளிலும் சூழ்ந்துகொண்டிருந்தபடியால் யாக்கோபின் குமாரர்களால் அது முடியாமற்போயிற்று; ஆகையால் யாக்கோபின் குமாரர்கள் அவர்களோடே யுத்தம்பண்ணப் பட்டணத்தை அணுகமுடியவில்லை.
23. யாக்கோபின் குமாரர்கள் அலங்கத்தின்கீழே யுத்தம்பண்ண ஒரு மூலைக்குக் கிட்டிவந்தார்கள்; காசின் குடிகள் அவர்கள் மேல் மழையைப்போல அம்புகளையும் கல்லுகளையும் எறிந்தார்கள், அவர்கள் அலங்கத்தின்கீழிருந்து ஓடிப்போனார்கள். 24.
அலங்கத்தின்கீழிருந்து யாக்கோபின் குமாரர்களால் தங்களை மேற்கொள்ளமுடியவில்லை என்று அலங்கத்தின்மேலிருந்த காசின் ஜனங்கள் கண்டபோது, யாக்கோபின் குமாரர்களை நிந்தித்து: 25.
யுத்தத்தில் உங்களால் மேற்கொள்ளமுடியாமற்போவதற்கு உங்களுக்கு என்ன நேரிட்டது? அந்தப் பலமில்லாத எமோரியரின் பட்டணங்களுக்குச் செய்ததுபோலவே இந்தப் பலத்த காஸ் பட்டணத்திற்கும் அதின் குடிகளுக்கும் உங்களால் செய்யக்கூடுமோ? எங்களில் பலவீனர்களாயிருந்தவர்களுக்கு மாத்திரமே நீங்கள் அப்படிச் செய்து, அவர்களைப் பட்டணத்து வாசலிலே கொன்றுபோட்டீர்கள்; ஏனெனில் அவர்கள் உங்கள் கூக்குரலின் சத்தத்தினாலே திகிலடைந்தபோது அவர்களுக்குப்
பலமில்லாமற்போயிற்று. 26. இப்போதோ நீங்கள் இந்த இடத்திலே
யுத்தம்பண்ணமுடியுமோ? நிச்சயமாக நீங்கள் எல்லாரும் இங்கே செத்துப்போவீர்கள், நீங்கள் பாழாக்கின அந்தப் பட்டணங்களுக்காக
நாங்கள் பழிவாங்குவோம் என்றார்கள். 27. காசின் குடிகள்
யாக்கோபின் குமாரர்களை மிகவும் நிந்தித்து, தங்கள் தேவர்களைக் கொண்டு அவர்களைச் சபித்தார்கள்; அலங்கத்தின்மேலிருந்து அவர்கள் மேல் தொடர்ந்து அம்புகளையும் கல்லுகளையும்
எறிந்தார்கள். 28. யூதாவும் அவனுடைய சகோதரர்களும் காசின்
குடிகளின் வார்த்தைகளைக் கேட்டபோது அவர்கள் கோபம் மிகவும் மூண்டது; இந்தக் காரியத்தில் யூதா தன் தேவனுக்காக வைராக்கியங்கொண்டு, சத்தமிட்டு: ஓ கர்த்தாவே, எங்களுக்கு உதவி செய்யும், எங்களுக்கும் எங்கள் சகோதரர்களுக்கும் உதவி செய்யும்
என்றான். 29. அவன் தன் பட்டயத்தை உருவித் தன் கையில்
பிடித்துக்கொண்டு, தன் முழுப் பலத்தோடே தூரத்திலிருந்து ஓடிவந்து, தரையிலிருந்து பாய்ந்து, தன் பலத்தின் வேகத்தினால் அலங்கத்தின்மேல் ஏறினான், அவன் பட்டயம் அவன் கையிலிருந்து

கீழே விழுந்தது. 30. யூதா அலங்கத்தின்மேலிருந்து சத்தமிட்டான்; அலங்கத்தின்மேலிருந்த மனுஷர்கள் எல்லாரும் திகிலடைந்தார்கள், அவர்களில் சிலர் அலங்கத்திலிருந்து பட்டணத்திற்குள் விழுந்து மரித்தார்கள்; அலங்கத்தின்மேல் இன்னும் இருந்தவர்கள் யூதாவின் பலத்தைக் கண்டபோது, அவர்கள் மிகவும் பயந்து, தங்கள் ஜீவனைத் தற்காத்துக்கொள்ளப் பட்டணத்திற்குள் தப்பியோடினார்கள். 31. சிலர் அலங்கத்தின்மேல் யூதாவோடே யுத்தம்பண்ணத் தைரியங்கொண்டார்கள்; யூதாவின் கையில் பட்டயமில்லை என்று அவர்கள் கண்டபோது, அவனைக் கொன்றுபோட அணுகி, அவனை அலங்கத்திலிருந்து அவனுடைய சகோதரர்களிடத்தில் தள்ளிவிட நினைத்தார்கள்; பட்டணத்து மனுஷர்களில் இருபது பேர் அவர்களுக்கு உதவிசெய்ய ஏறிவந்தார்கள். அவர்கள் யூதாவைச் சூழ்ந்துகொண்டு எல்லாரும் அவனுக்கு விரோதமாகச் சத்தமிட்டு, உருவின பட்டயங்களோடே அவனை அணுகி யூதாவைத் திகிலடையப்பண்ணினார்கள்; யூதா அலங்கத்தின்மேலிருந்து தன் சகோதரர்களைக் கூப்பிட்டான். 32. யாக்கோபும் அவனுடைய குமாரர்களும் அலங்கத்தின்கீழிருந்து வில்லை நாணேற்றி, அலங்கத்தின்மேலிருந்த மனுஷர்களில் மூன்று பேரைக் கொன்றுபோட்டார்கள்; யூதா தொடர்ந்து சத்தமிட்டு: ஓ கர்த்தாவே, எங்களுக்கு உதவி செய்யும், ஓ கர்த்தாவே, எங்களை விடுவியும் என்று சொல்லி, அலங்கத்தின்மேலிருந்து மகா சத்தமாய்க் கூப்பிட்டான், அந்தக் கூக்குரல் வெகு தூரத்திற்கு எட்டியது. 33. அந்தக் கூக்குரலுக்குப் பின்பு அவன் மறுபடியும் தொடர்ந்து கத்தினான்; அலங்கத்தின்மேல் யூதாவைச் சூழ்ந்திருந்த மனுஷர்கள் எல்லாரும் திகிலடைந்தார்கள்; யூதாவின் கூக்குரலின் சத்தத்தினாலும் அவனுடைய நடுக்கத்தினாலும் அவர்கள் ஒவ்வொருவரும் தங்கள் பட்டயத்தைத் தங்கள் கையிலிருந்து கீழே போட்டுவிட்டுத் தப்பியோடினார்கள். 34. அவர்கள் கைகளிலிருந்து கீழே விழுந்த பட்டயங்களை யூதா எடுத்து, அவர்களோடே யுத்தம்பண்ணி, அலங்கத்தின்மேல் அவர்கள் மனுஷர்களில் இருபது பேரைக் கொன்றுபோட்டான். 35. இன்னும் ஏறக்குறைய எண்பது புருஷர்களும் ஸ்திரீகளும் பட்டணத்திலிருந்து அலங்கத்தின்மேல் ஏறிவந்து, எல்லாரும் யூதாவைச் சூழ்ந்துகொண்டார்கள்; கர்த்தர் யூதாவைப்பற்றிய பயத்தை அவர்கள் இருதயங்களில் வைத்தபடியால், அவர்களால் அவனை அணுகமுடியவில்லை. 36. யாக்கோபும் அவனோடே இருந்த எல்லாரும் அலங்கத்தின்கீழிருந்து வில்லை நாணேற்றி, அலங்கத்தின்மேல் இருந்த பத்து மனுஷர்களைக் கொன்றுபோட்டார்கள்; அவர்கள் அலங்கத்தின்கீழே யாக்கோபுக்கும் அவன் குமாரர்களுக்கும் முன்பாக விழுந்தார்கள். 37. தங்கள் மனுஷர்களில் இருபது பேர் விழுந்ததை அலங்கத்தின்மேலிருந்த ஜனங்கள் கண்டபோது, இன்னும் உருவின பட்டயங்களோடே

யூதாவுக்கு நேராக ஓடினார்கள்; ஆனால் யூதாவின் பலத்தினிமித்தம் அவர்கள் மிகவும் திகிலடைந்திருந்தபடியால் அவனை அணுகமுடியவில்லை. 38. ஆருத் (Arud) என்னும் பெயருள்ள அவர்களுடைய பராக்கிரமசாலிகளிலொருவன் தன் பட்டயத்தினால் யூதாவின் தலையிலே அடிக்க அணுகினான்; யூதா தீவிரமாய்த் தன் கேடகத்தைத் தன் தலைக்கு நேராகப் பிடித்தான், பட்டயம் கேடகத்தில் பட்டது, அது இரண்டாகப் பிளந்தது. 39. இந்தப் பராக்கிரமசாலி யூதாவை அடித்த பின்பு, யூதாவைக் குறித்த பயத்தினால் தன் ஜீவனுக்காக ஓடினான்; அலங்கத்தின்மேல் அவன் கால்கள் சறுக்கி, அலங்கத்தின்கீழேயிருந்த யாக்கோபின் குமாரர்களுக்குள்ளே விழுந்தான், யாக்கோபின் குமாரர்கள் அவனை அடித்துக் கொன்றுபோட்டார்கள். 40. அந்தப் பராக்கிரமசாலியின் அடியினால் யூதாவின் தலை வலித்தது; அதினால் யூதா சாகும் தருவாயிலிருந்தான். 41. அந்த அடியினால் உண்டான வலியினிமித்தம் யூதா அலங்கத்தின்மேலிருந்து சத்தமிட்டான்; தாண் அதைக் கேட்டபோது, அவனுக்குள்ளே கோபம் பற்றியெரிந்தது; அவனும் எழுந்து தூரத்திற்குப் போய், ஓடிவந்து தரையிலிருந்து பாய்ந்து, தன் கோபத்தின் பலத்தினால் அலங்கத்தின்மேல் ஏறினான். 42. தாண் யூதாவண்டைக்கு அலங்கத்தின்மேல் வந்தபோது, யூதாவுக்கு விரோதமாக நின்ற அலங்கத்தின்மேலிருந்த மனுஷர்கள் எல்லாரும் தப்பியோடி, இரண்டாம் அங்கத்தின்மேல் ஏறினார்கள்; அவர்கள் இரண்டாம் அங்கத்தின்மேலிருந்து தாணும் யூதாவும் மேலும் அம்புகளையும் கல்லுகளையும் எறிந்து, அவர்களை அலங்கத்திலிருந்து துரத்திவிடப் பார்த்தார்கள். 43. அம்புகளும் கல்லுகளும் தாணையும் யூதாவையும் அடித்தது, அவர்கள் அலங்கத்தின்மேல் கொலையுண்ணுவதற்குச் சற்றே தப்பினார்கள்; தாணும் யூதாவும் அலங்கத்தின்மேல் எங்கே ஓடினாலும், இரண்டாம் அங்கத்திலிருந்து அம்புகளினாலும் கல்லுகளினாலும் தாக்கப்பட்டார்கள். 44. யாக்கோபும் அவன் குமாரர்களும் இன்னும் முதலாம் அலங்கத்தின்கீழ்ப் பட்டணத்து வாசலிலே நின்றார்கள்; பட்டணத்தின் குடிகள் இரண்டாம் அங்கத்தின்மேலிருந்தபடியால் இவர்களால் அவர்களைப் பார்க்கமுடியாததினால், அவர்களுக்கு விரோதமாகத் தங்கள் வில்லை நாணேற்ற முடியவில்லை. 45. இரண்டாம் அங்கத்திலிருந்து தங்கள் மேல் விழுந்த கல்லுகளையும் அம்புகளையும் தாணாலும் யூதாவாலும் இனியும் தாங்கமுடியாமற்போனபோது, அவர்கள் இருவரும் பட்டணத்து ஜனங்களண்டைக்கு இரண்டாம் அங்கத்தின்மேல் பாய்ந்தார்கள்; தாணும் யூதாவும் இரண்டாம் அங்கத்தின்மேல் தங்களிடத்திற்கு வந்ததை இரண்டாம் அங்கத்தின்மேலிருந்த பட்டணத்தின் குடிகள் கண்டபோது, அவர்கள் எல்லாரும் சத்தமிட்டு இரண்டு அங்கங்களுக்கும் நடுவே கீழே இறங்கினார்கள். 46. பட்டணத்தின் குடிகளின் கூக்குரலின் சத்தத்தை யாக்கோபும் அவன்

குமாரர்களும் கேட்டார்கள், அவர்கள் இன்னும் பட்டணத்து வாசலிலே நின்றார்கள்; இரண்டாம் அங்கத்தின்மேலிருந்தபடியால் தங்களால் பார்க்கமுடியாத தாணையும் யூதாவையுங்குறித்து அவர்கள் கவலையாயிருந்தார்கள். 47. நப்தலி தன் கோபத்தின் பலத்தோடு ஏறி, தாங்கள் பட்டணத்திலே கேட்ட கூக்குரலின் சத்தத்திற்கு என்ன காரணம் என்று பார்க்க முதலாம் அலங்கத்தின்மேல் பாய்ந்தான்; இசக்காரும் செபுலோனும் பட்டணத்து வாசல்களை உடைக்க அணுகி, பட்டணத்து வாசல்களைத் திறந்து பட்டணத்திற்குள் நுழைந்தார்கள். 48. நப்தலி முதலாம் அலங்கத்திலிருந்து இரண்டாம் அங்கத்தின்மேல் பாய்ந்து, தன் சகோதரர்களுக்கு உதவிசெய்ய வந்தான்; நப்தலி தன் சகோதரர்களுக்கு உதவிசெய்ய வந்த மூன்றாமவன் என்று அலங்கத்தின்மேலிருந்த காசின் குடிகள் கண்டபோது, அவர்கள் எல்லாரும் தப்பியோடிப் பட்டணத்திற்குள் இறங்கினார்கள்; யாக்கோபும் அவன் குமாரர்கள் எல்லாரும், அவர்களுடைய வாலிபர்கள் எல்லாரும் அவர்களுக்குள்ளே பட்டணத்திற்குள் வந்தார்கள். 49. யூதாவும் தாணும் நப்தலியும் அலங்கத்திலிருந்து பட்டணத்திற்குள் இறங்கி, பட்டணத்தின் குடிகளைப் பின்தொடர்ந்தார்கள்; சிமியோனும் லேவியும் பட்டணத்திற்கு வெளியே இருந்தார்கள், வாசல் திறக்கப்பட்டது என்று அறியாமல், அவர்கள் அங்கிருந்து அலங்கத்தின்மேல் ஏறி, பட்டணத்திற்குள் தங்கள் சகோதரர்களிடத்திற்கு இறங்கினார்கள். 50. பட்டணத்தின் குடிகள் எல்லாரும் பட்டணத்திற்குள் இறங்கியிருந்தார்கள், யாக்கோபின் குமாரர்கள் பல திசைகளிலும் அவர்களிடத்திற்கு வந்தார்கள்; அவர்களுக்கு முன்னும் பின்னும் யுத்தம் நடந்தது; யாக்கோபின் குமாரர்கள் அவர்களை மகா சங்காரமாக முறியடித்து, அவர்களில் புருஷர்களும் ஸ்திரீகளுமாகிய ஏறக்குறைய இருபதாயிரம் பேரைக் கொன்றுபோட்டார்கள் ஒருவனும் யாக்கோபின் குமாரர்களுக்கு முன்பாக நிற்கமுடியவில்லை. 51. பட்டணத்திலே இரத்தம் மிகுதியாய் ஓடிற்று, அது ஒரு நீரோடையைப்போல இருந்தது; அந்த இரத்தம் பட்டணத்தின் வெளிப்பக்கம்வரைக்கும் நீரோடையைப்போல ஓடி, பெத்கோரின் பாலைவனத்தை எட்டியது. 52. பெத்கோரின் ஜனங்கள் காஸ் பட்டணத்திலிருந்து இரத்தம் ஓடிவருவதைத் தூரத்திலே கண்டு, அந்த இரத்தத்தைப் பார்க்க அவர்களில் ஏறக்குறைய எழுபது மனுஷர்கள் ஓடி, இரத்தம் இருந்த இடத்திற்கு வந்தார்கள். 53. அவர்கள் இரத்தத்தின் வழியையே பின்தொடர்ந்து காஸ் பட்டணத்தின் அங்கத்தண்டைக்கு வந்தார்கள்; பட்டணத்திலிருந்து இரத்தம் புறப்படுவதைக் கண்டார்கள், காசின் குடிகளின் அழுகுரலையும் கேட்டார்கள், ஏனெனில் அது வானத்திற்கு எட்டியது; இரத்தம் ஒரு நீரோடையைப்போல மிகுதியாய் ஓடிக்கொண்டேயிருந்தது. 54. யாக்கோபின் குமாரர்கள் எல்லாரும் இன்னும் காசின் குடிகளை முறியடித்துக்கொண்டு,

சாயங்காலம்வரைக்கும் ஏறக்குறைய இருபதாயிரம் புருஷர்களையும் ஸ்திரீகளையும் கொன்றுபோடுவதில் ஈடுபட்டிருந்தார்கள்; கோரின் ஜனங்கள்: எமோரியரின் பட்டணங்களிலெல்லாம் அவர்கள் இன்னும் யுத்தம்பண்ணிக்கொண்டிருக்கிறபடியால், இது நிச்சயமாக எபிரெயரின் செயலாகத்தான் இருக்கவேண்டும் என்றார்கள். 55. அந்த ஜனங்கள் தீவிரமாய்ப் பெத்கோரினுக்கு ஓடிவந்து, ஒவ்வொருவரும் தங்கள் யுத்த ஆயுதங்களை எடுத்துக்கொண்டு, பெத்கோரின் குடிகள் எல்லாரையும் கூப்பிட்டார்கள்; அவர்களும் யாக்கோபின் குமாரர்களோடே யுத்தம்பண்ணப் போகும்படி தங்கள் யுத்த ஆயுதங்களைத் தரித்துக்கொண்டார்கள். 56. யாக்கோபின் குமாரர்கள் காசின் குடிகளை முறியடித்து முடித்த பின்பு, கொலையுண்டவர்களையெல்லாம் கொள்ளையிடும்படி பட்டணத்திலே சுற்றித்திரிந்து, பட்டணத்தின் உட்புறத்திற்கும் அதற்கும் அப்புறத்திற்கும் வந்தபோது, மிகவும் பலசாலிகளான மூன்று மனுஷர்களைக் கண்டார்கள், அவர்கள் கைகளில் பட்டயமில்லை. 57. யாக்கோபின் குமாரர்கள் அவர்கள் இருந்த இடத்திற்கு வந்தபோது, அந்தப் பலசாலிகளான மனுஷர்கள் ஓடினார்கள்; அவர்களில் ஒருவன் சிறியவனும் குட்டையானவனுமாகிய செபுலோனைக் கண்டு, அவனைப் பிடித்துத் தன் பலத்தினால் தரையில் மோதினான். 58. யாக்கோபு தன் பட்டயத்தோடே அவனிடத்திற்கு ஓடிவந்து, தன் பட்டயத்தினால் அவன் இடுப்புக்குக் கீழே வெட்டி அவனை இரண்டு துண்டாக்கினான்; அந்தச் சரீரம் செபுலோனின்மேல் விழுந்தது. 59. இரண்டாமவன் அணுகி, யாக்கோபைத் தரையிலே தள்ளும்படி அவனைப் பிடித்தான்; யாக்கோபு அவன் பக்கம் திரும்பிச் சத்தமிட்டான், சிமியோனும் லேவியும் ஓடிவந்து, பட்டயத்தினால் அவனுடைய இடுப்பில் வெட்டி அவனைத் தரையிலே தள்ளினார்கள். 60. அந்தப் பலசாலியான மனுஷன் தன் கோபத்தின் பலத்தோடே தரையிலிருந்து எழுந்தான்; அவன் நிற்பதற்கு முன்பாகவே யூதா அவனிடத்திற்கு வந்து, தன் பட்டயத்தினால் அவன் தலையிலே அடித்தான், அவன் தலை பிளந்து மரித்தான். 61. மூன்றாம் பலசாலியான மனுஷன் தன் தோழர்கள் கொல்லப்பட்டதைக் கண்டு, யாக்கோபின் குமாரர்களுக்கு முன்பாக ஓடினான்; யாக்கோபின் குமாரர்கள் பட்டணத்திலே அவனைப் பின்தொடர்ந்தார்கள்; அந்தப் பலசாலியான மனுஷன் ஓடிக்கொண்டிருக்கையில், பட்டணத்து குடிகளின் பட்டயங்களில் ஒன்றைக் கண்டு, அதை எடுத்து, யாக்கோபின் குமாரர்களுக்கு நேராகத் திரும்பி அந்தப் பட்டயத்தினால் அவர்களோடே யுத்தம்பண்ணினான். 62. அந்தப் பலசாலியான மனுஷன் தன் பட்டயத்தினால் யூதாவின் தலையிலே அடிக்கும்படி அவனிடத்திற்கு ஓடினான், யூதாவின் கையில் கேடகமில்லை; அவன் அவனை அடிக்கக் குறிவைக்கும்போது, நப்தலி தீவிரமாய்த் தன் கேடகத்தை எடுத்து யூதாவின் தலைக்கு நேராகப் பிடித்தான்; அந்தப்

பலசாலியான மனுஷனின் பட்டயம் நப்தலியின் கேடகத்தில் பட்டது, யூதா பட்டயத்திற்குத் தப்பினான். 63. சிமியோனும் லேவியும் தங்கள் பட்டயங்களோடே அந்தப் பலசாலியான மனுஷனிடத்திற்கு ஓடி, தங்கள் பட்டயங்களினால் அவனைப் பலமாய் அடித்தார்கள்; அந்த இரண்டு பட்டயங்களும் அந்தப் பலசாலியான மனுஷனின் சரீரத்திற்குள் நுழைந்து, அதை நீளவாக்கில் இரண்டு துண்டாக்கின. 64. அக்காலத்திலே, யாக்கோபின் குமாரர்கள் அந்த மூன்று பராக்கிரமசாலிகளோடு காசின் குடிகள் எல்லாரையும் முறியடித்தார்கள்; அப்பொழுது பொழுது சாயும் நேரமாயிருந்தது. 65. யாக்கோபின் குமாரர்கள் காசிலே சுற்றித்திரிந்து, பட்டணத்தின் கொள்ளையையெல்லாம் எடுத்தார்கள்; சிறு பிள்ளைகளையும் ஸ்திரீகளையுங்கூட உயிரோடிருக்க விடவில்லை; யாக்கோபின் குமாரர்கள் சார்தோனுக்கும் சீலோவுக்கும் செய்ததுபோலவே காசுக்கும் செய்தார்கள்.

அத்தியாயம் 40

1. யாக்கோபின் குமாரர்கள் காசின் கொள்ளையையெல்லாம் கூட்டிக்கொண்டு, ராத்திரியிலே பட்டணத்தை விட்டுப் புறப்பட்டார்கள். 2. அவர்கள் பெத்கோரின் கோட்டையை நோக்கி நடந்துபோய்க்கொண்டிருந்தார்கள், பெத்கோரின் குடிகள் அவர்களை எதிர்கொள்ளும்படி கோட்டைக்குப் போய்க்கொண்டிருந்தார்கள்; அந்த ராத்திரியிலே யாக்கோபின் குமாரர்கள் பெத்கோரின் குடிகளோடே பெத்கோரின் கோட்டையிலே யுத்தம்பண்ணினார்கள். 3. பெத்கோரின் குடிகள் எல்லாரும் பராக்கிரமசாலிகளாயிருந்தார்கள், அவர்களில் ஒருவன் ஆயிரம் மனுஷர்களுக்கு முன்பாகப் பின்வாங்கமாட்டான்; அவர்கள் அந்த ராத்திரியிலே கோட்டையின்மேல் யுத்தம்பண்ணினார்கள், அவர்களுடைய ஆரவாரம் அந்த ராத்திரியிலே தூரத்திலே கேட்கப்பட்டது, அவர்களுடைய ஆரவாரத்தினால் பூமி அதிர்ந்தது. 4. யாக்கோபின் குமாரர்கள் எல்லாரும் அந்த மனுஷர்களுக்குப் பயந்தார்கள், ஏனெனில் இருட்டிலே யுத்தம்பண்ண அவர்களுக்குப் பழக்கமில்லை, அவர்கள் மிகவும் கலங்கினார்கள்; யாக்கோபின் குமாரர்கள் கர்த்தரை நோக்கிக் கூப்பிட்டு: ஓ கர்த்தாவே, எங்களுக்கு உதவிசெய்யும், நாங்கள் இந்த விருத்தசேதனமில்லாத மனுஷர்களின் கைகளால் மரித்துப்போகாதபடிக்கு எங்களை விடுவியும் என்றார்கள். 5. கர்த்தர் யாக்கோபின் குமாரர்களுடைய சத்தத்தைக் கேட்டார்; கர்த்தர் பெத்கோரின் ஜனங்களைப் பெரிய திகிலினாலும் கலக்கத்தினாலும் பீடிக்கப்பண்ணினார்; ராத்திரியின் இருட்டிலே அவர்கள் ஒருவரோடொருவர் தங்களுக்குள்ளே யுத்தம்பண்ணி, தங்களில் அநேகரை முறியடித்தார்கள். 6. கர்த்தர் அந்த

மனுஷர்களுக்குள்ளே ஒரு மாறுபாடான ஆவியை அனுப்பியிருக்கிறார்
என்றும், ஒவ்வொரு மனுஷனும் தன் அயலானோடே
யுத்தம்பண்ணுகிறான் என்றும் யாக்கோபின் குமாரர்கள்
அறிந்துகொண்டு, பெத்கோரின் ஜனங்களின் கூட்டத்திலிருந்து
புறப்பட்டு, பெத்கோரின் கோட்டையின் கீழ்ப்புறம்வரைக்கும் அதற்கு
அப்புறமும் போய், அந்த ராத்திரியிலே தங்கள் வாலிபர்களோடே
அங்கே பத்திரமாய்த் தங்கியிருந்தார்கள். 7. பெத்கோரின் ஜனங்கள்
ராத்திரி முழுவதும் ஒவ்வொரு மனுஷனும் தன் சகோதரனோடும் தன்
அயலானோடும் யுத்தம்பண்ணி, கோட்டையின்மேல் எல்லாத்
திசைகளிலும் கத்தினார்கள், அவர்களுடைய கூக்குரல் தூரத்திலே
கேட்கப்பட்டது; அவர்கள் பூமியின் ஜனங்கள் எல்லாரிலும்
பலசாலிகளாயிருந்தபடியால், அவர்களுடைய சத்தத்தினால் பூமி
முழுவதும் அதிர்ந்தது. 8. கானானியர், ஏத்தியர், எமோரியர்,
ஏவியருடைய பட்டணங்களின் குடிகள் எல்லாரும், கானானின்
ராஜாக்கள் எல்லாரும், யோர்தானுக்கு அக்கரையில் இருந்தவர்களும்
அந்த ராத்திரியிலே ஆரவாரத்தின் சத்தத்தைக் கேட்டார்கள். 9.
அவர்கள்: தங்களை நெருங்கிவந்த ஏழு பட்டணங்களோடும்
யுத்தம்பண்ணுகிற எபிரெயரின் யுத்தங்கள் நிச்சயமாக இவைகளே;
அந்த எபிரெயருக்கு விரோதமாக யார் நிற்கக்கூடும்? என்றார்கள். 10.
கானானியரின் பட்டணங்களின் குடிகள் எல்லாரும், யோர்தானுக்கு
அக்கரையில் இருந்தவர்கள் எல்லாரும் யாக்கோபின் குமாரர்களுக்கு
மிகவும் பயந்து: அந்தப் பட்டணங்களுக்குச் செய்யப்பட்டதுபோலவே
நமக்கும் செய்யப்படும், ஏனெனில் அவர்களுடைய பலத்த
பராக்கிரமத்திற்கு விரோதமாக யார் நிற்கக்கூடும்? என்றார்கள். 11.
கோரின் ஜனங்களின் கூக்குரல் அந்த ராத்திரியிலே மிகவும்
பெரியதாயிருந்தது, அது தொடர்ந்து அதிகரித்தது; அவர்கள்
விடியற்காலம்வரைக்கும் ஒருவரையொருவர் முறியடித்தார்கள்,
அவர்களில் அநேகர் கொலையுண்டார்கள். 12.
விடியற்காலமானபோது, யாக்கோபின் குமாரர்கள் எல்லாரும்
பொழுதுவிடிகையில் எழுந்து கோட்டைக்கு ஏறிப்போய், கோரின்
ஜனங்களில் மீதியாயிருந்தவர்களை மகா சங்காரமாக
முறியடித்தார்கள், அவர்கள் எல்லாரும் கோட்டையிலே
கொலையுண்டார்கள். 13. ஆறாம் நாள் வந்தபோது, கானானின்
குடிகள் எல்லாரும் தூரத்திலே பெத்கோரின் ஜனங்கள் எல்லாரும்
பெத்கோரின் கோட்டையிலே செத்துக்கிடப்பதையும்,
ஆட்டுக்குட்டிகள் மற்றும் வெள்ளாடுகளின் பிரேதங்களைப்போலச்
சிதறிக்கிடப்பதையும் கண்டார்கள். 14. யாக்கோபின் குமாரர்கள்
தாங்கள் காசிலிருந்து சிறைபிடித்த கொள்ளையையெல்லாம்
கூட்டிக்கொண்டு பெத்கோரினுக்குப் போனார்கள்; பட்டணம் சமுத்திர
மணலைப்போல ஜனங்களால் நிறைந்திருப்பதைக் கண்டார்கள்,
அவர்களோடே யுத்தம்பண்ணினார்கள்; யாக்கோபின் குமாரர்கள்

சாயங்கால வேளைவரைக்கும் அங்கே அவர்களை முறியடித்தார்கள்.
15. யாக்கோபின் குமாரர்கள் காசுக்கும் தப்னாக்குக்கும்
செய்ததுபோலவே, ஆசாருக்கும் சார்தோனுக்கும் சீலோவுக்கும்
செய்ததுபோலவே பெத்கோரினுக்கும் செய்தார்கள். 16. யாக்கோபின்
குமாரர்கள் பெத்கோரின் கொள்ளையையும் பட்டணங்களின்
கொள்ளையையெல்லாம் தங்களோடே எடுத்துக்கொண்டு,
அன்றையதினம் சீகேமிலிருக்கிற தங்கள் வீட்டிற்குப் போனார்கள். 17.
யாக்கோபின் குமாரர்கள் சீகேம் பட்டணத்திலிருக்கிற வீட்டிற்கு வந்து,
பட்டணத்திற்கு வெளியே தங்கியிருந்தார்கள்; அங்கே யுத்தத்தை
விட்டு இளைப்பாறி, அந்த ராத்திரி முழுவதும் அங்கே
தங்கியிருந்தார்கள். 18. தங்கள் வேலைக்காரர்கள் எல்லாரையும்,
தாங்கள் பட்டணங்களிலிருந்து எடுத்த கொள்ளையையெல்லாம்
பட்டணத்திற்கு வெளியே விட்டுவிட்டார்கள், அவர்கள்
பட்டணத்திற்குள் நுழையவில்லை; ஏனெனில் அவர்கள்: ஒருவேளை
நமக்கு விரோதமாக இன்னும் அதிக யுத்தம் நடக்குமோ, அவர்கள்
சீகேமிலே நம்மை முற்றிக்கைபோட வருவார்களோ என்றார்கள். 19.
யாக்கோபும் அவன் குமாரர்களும் அவர்கள் வேலைக்காரர்களும் அந்த
ராத்திரியிலும் மறுநாளிலும், யாக்கோபு ஏமோரிடத்திலிருந்து நூறு
வெள்ளிக்காசுக்கு வாங்கியிருந்த வயலின் பகுதியிலே
தங்கியிருந்தார்கள்; தாங்கள் சிறைபிடித்ததெல்லாம் அவர்களோடே
இருந்தது. 20. யாக்கோபின் குமாரர்கள் சிறைபிடித்த
கொள்ளையெல்லாம் சமுத்திர மணலைப்போல மிகவும் திரளாய் அந்த
வயலின் பகுதியிலே இருந்தது. 21. தேசத்தின் குடிகள் தூரத்திலே
அவர்களைக் கவனித்தார்கள், தேசத்தின் குடிகள் எல்லாரும் இந்தக்
காரியத்தைச் செய்த யாக்கோபின் குமாரர்களுக்குப் பயந்தார்கள்;
ஏனெனில் பூர்வ காலங்கள் முதற்கொண்டு எந்த ராஜாவும் இப்படிச்
செய்ததில்லை. 22. யாக்கோபின் குமாரர்களினிமித்தம் தங்கள்
ஜீவனுக்கு மிகவும் பயந்தபடியால், கானானியரின் ஏழு ராஜாக்களும்
யாக்கோபின் குமாரர்களோடே சமாதானம்பண்ணத்
தீர்மானித்தார்கள். 23. அன்றையதினம், அதாவது ஏழாம் நாளிலே,
எப்ரோனின் ராஜாவாகிய யாப்பியா (Japhia) ஆயி ராஜாவிற்கும்,
கிபியோன் ராஜாவிற்கும், சாலேம் ராஜாவிற்கும், அதுல்லாம்
ராஜாவிற்கும், லாகீஸ் ராஜாவிற்கும், ஆசார் ராஜாவிற்கும்,
தங்களுக்குக் கீழ்ப்பட்டிருந்த கானானிய ராஜாக்கள் எல்லாருக்கும்
இரகசியமாய் ஆள் அனுப்பி: 24. என்னோடே ஏறிவாருங்கள்,
என்னிடத்திற்கு வாருங்கள்; நாம் யாக்கோபின் குமாரர்களிடத்திற்குப்
போய், நான் அவர்களோடே சமாதானம்பண்ணி, அவர்களோடே ஒரு
உடன்படிக்கை பண்ணுவேன்; நீங்கள் கேள்விப்பட்டும் கண்டும்
இருக்கிறபடியே, அவர்கள் சீகேமுக்கும் அதைச் சுற்றியுள்ள
பட்டணங்களுக்கும் செய்ததுபோல, உங்கள் தேசங்களெல்லாம்
யாக்கோபின் குமாரர்களுடைய பட்டயங்களால் அழிக்கப்படாதபடிக்கு

இப்படிச் செய்வேன். 25. நீங்கள் என்னிடத்திற்கு வரும்போது, அநேக மனுஷர்களோடே வராதீர்கள்; ஒவ்வொரு ராஜாவும் தன் மூன்று பிரதான சேனைத்தலைவர்களையும், ஒவ்வொரு சேனைத்தலைவனும் தன் அதிகாரிகளில் மூன்று பேரையும் கூட்டிக்கொண்டு வரட்டும். 26. நீங்கள் எல்லாரும் எப்ரோனுக்கு வாருங்கள், நாம் ஒன்றாக யாக்கோபின் குமாரர்களிடத்திற்குப் போய், அவர்கள் நம்மோடே சமாதான உடன்படிக்கை பண்ணும்படி அவர்களைக் கெஞ்சிக்கொள்ளுவோம் என்று சொல்லச் சொன்னான். 27. அந்த ராஜாக்கள் எல்லாரும் எப்ரோனின் ராஜா தங்களுக்கு ஆள் அனுப்பினபடியே செய்தார்கள்; ஏனெனில் அவர்கள் எல்லாரும் அவனுடைய ஆலோசனைக்கும் கட்டளைக்கும் கீழ்ப்பட்டிருந்தார்கள்; கானானின் ராஜாக்கள் எல்லாரும் யாக்கோபின் குமாரர்களோடே சமாதானம்பண்ணும்படி அவர்களிடத்திற்குப் போகக் கூடிவந்தார்கள்; யாக்கோபின் குமாரர்கள் தேசத்தின் ராஜாக்களை நம்பாதபடியால், திரும்பிச் சீகேமிலிருக்கிற வயலின் பகுதிக்குப் போனார்கள். 28. யாக்கோபின் குமாரர்கள் திரும்பி அந்த வயலின் பகுதியிலே பத்து நாட்கள் தங்கியிருந்தார்கள், அவர்களோடே யுத்தம்பண்ண ஒருவரும் வரவில்லை. 29. யுத்தம் வருவதற்கான அறிகுறி ஏதுமில்லை என்று யாக்கோபின் குமாரர்கள் கண்டபோது, அவர்கள் எல்லாரும் கூடிச் சீகேம் பட்டணத்திற்குப் போனார்கள்; யாக்கோபின் குமாரர்கள் சீகேமிலே தங்கியிருந்தார்கள். 30. நாற்பது நாட்கள் முடிவிலே, எமோரியரின் ராஜாக்கள் எல்லாரும் தங்கள் எல்லா இடங்களிலுமிருந்து கூடி, எப்ரோனின் ராஜாவாகிய யாப்பியாவிடத்திற்கு எப்ரோனுக்கு வந்தார்கள். 31. யாக்கோபின் குமாரர்களோடே சமாதானம்பண்ண எப்ரோனுக்கு வந்த ராஜாக்களின் எண்ணிக்கை இருபத்தொரு ராஜாக்கள்; அவர்களோடே வந்த சேனைத்தலைவர்களின் எண்ணிக்கை அறுபத்தொன்பது; அவர்களுடைய மனுஷர்கள் நூற்றெண்பத்தொன்பது பேர்; இந்த ராஜாக்களும் அவர்களுடைய மனுஷர்களும் எல்லாரும் எப்ரோன் மலையருகே தங்கியிருந்தார்கள். 32. எப்ரோனின் ராஜா தன் மூன்று சேனைத்தலைவர்களோடும் ஒன்பது மனுஷர்களோடும் புறப்பட்டான்; இந்த ராஜாக்கள் யாக்கோபின் குமாரர்களோடே சமாதானம்பண்ணப் போகத் தீர்மானித்தார்கள். 33. அவர்கள் எப்ரோனின் ராஜாவை நோக்கி: நீர் உம்முடைய மனுஷர்களோடே எங்களுக்கு முன்னே போய், யாக்கோபின் குமாரர்களிடத்தில் எங்களுக்காகப் பேசும்; நாங்கள் உமக்குப் பின்னே வந்து உமது வார்த்தைகளை உறுதிப்படுத்துவோம் என்றார்கள், எப்ரோனின் ராஜா அப்படியே செய்தான். 34. கானானின் ராஜாக்கள் எல்லாரும் கூடிவந்து எப்ரோனிலே தங்கியிருக்கிறார்கள் என்று யாக்கோபின் குமாரர்கள் கேள்விப்பட்டார்கள்; யாக்கோபின் குமாரர்கள் தங்கள் வேலைக்காரர்களில் நான்கு பேரை வேவுகாரர்களாக அனுப்பி: நீங்கள்

போய்ப் பார்த்து, இந்த ராஜாக்கள் கொஞ்ச ஜனங்களா அல்லது
திரளான ஜனங்களா என்று அவர்கள் மனுஷர்களை வேவுபார்த்துச்
சோதியுங்கள்; அவர்கள் கொஞ்ச ஜனங்களாயிருந்தால், அவர்கள்
எல்லாரையும் எண்ணிவிட்டுத் திரும்பிவாருங்கள் என்றார்கள். 35.
யாக்கோபின் வேலைக்காரர்கள் இரகசியமாய் இந்த
ராஜாக்களிடத்திற்குப் போய், யாக்கோபின் குமாரர்கள் தங்களுக்குக்
கட்டளையிட்டபடியே செய்தார்கள்; அவர்கள் அன்றையதினம்
யாக்கோபின் குமாரர்களிடத்திற்குத் திரும்பிவந்து, அவர்களை நோக்கி:
நாங்கள் அந்த ராஜாக்களிடத்திற்குப் போனோம், அவர்கள் கொஞ்ச
ஜனங்களே; நாங்கள் அவர்கள் எல்லாரையும் எண்ணினோம், இதோ
ராஜாக்களும் மனுஷர்களுமாக இருநூற்று எண்பத்தெட்டு பேர்
இருந்தார்கள் என்றார்கள். 36. யாக்கோபின் குமாரர்கள்: அவர்கள்
கொஞ்ச ஜனங்களே, ஆகையால் நாமெல்லாரும் அவர்களை
எதிர்கொண்டு போகவேண்டியதில்லை என்றார்கள்; காலையிலே
யாக்கோபின் குமாரர்கள் எழுந்து, தங்கள் மனுஷர்களில்
அறுபத்திரண்டு பேரைத் தெரிந்துகொண்டார்கள், யாக்கோபின்
குமாரர்களில் பத்து பேர் அவர்களோடே போனார்கள்; அவர்கள்
தங்கள் யுத்த ஆயுதங்களைத் தரித்துக்கொண்டார்கள், ஏனெனில்
அவர்கள் தங்களோடே சமாதானம்பண்ண வருகிறார்கள் என்று
அறியாதபடியால், அவர்கள் தங்களோடே யுத்தம்பண்ண வருகிறார்கள்
என்று நினைத்தார்கள். 37. யாக்கோபின் குமாரர்கள் தங்கள்
வேலைக்காரர்களோடே சீகேம் வாசலுக்குப் போய், அந்த
ராஜாக்களுக்கு நேராகப் போனார்கள், அவர்கள் தகப்பனாகிய
யாக்கோபும் அவர்களோடே இருந்தான். 38. அவர்கள்
புறப்பட்டபோது, இதோ, எப்ரோனின் ராஜாவும் அவனுடைய மூன்று
சேனைத்தலைவர்களும் அவனோடே ஒன்பது மனுஷர்களும் வழியிலே
யாக்கோபின் குமாரர்களுக்கு நேராக வந்துகொண்டிருந்தார்கள்;
யாக்கோபின் குமாரர்கள் தங்கள் கண்களை ஏறெடுத்துப்
பார்த்தபோது, எப்ரோனின் ராஜாவாகிய யாப்பியா தன்
சேனைத்தலைவர்களோடே தூரத்திலே தங்களுக்கு நேராக வருவதைக்
கண்டார்கள்; யாக்கோபின் குமாரர்கள் சீகேம் வாசலண்டையிலே
தங்கள் நிலையிலே நின்று, மேலே போகவில்லை. 39. எப்ரோனின்
ராஜாவும் அவனுடைய சேனைத்தலைவர்களும் யாக்கோபின்
குமாரர்களண்டைக்கு வரும்வரைக்கும் முன்னேறிவந்தார்கள்; அவனும்
அவனுடைய சேனைத்தலைவர்களும் தரைமட்டும் குனிந்து அவர்களை
வணங்கினார்கள், எப்ரோனின் ராஜா தன் சேனைத்தலைவர்களோடே
யாக்கோபுக்கும் அவன் குமாரர்களுக்கும் முன்பாக உட்கார்ந்தான். 40.
யாக்கோபின் குமாரர்கள் அவனை நோக்கி: எப்ரோனின் ராஜாவே,
உனக்கு என்ன நேரிட்டது? இன்றையதினம் நீ ஏன் எங்களிடத்திற்கு
வந்தாய்? எங்களிடத்தில் உனக்கு என்ன காரியம் இருக்கிறது?
என்றார்கள்; எப்ரோனின் ராஜா யாக்கோபை நோக்கி: என்

ஆண்டவனே, நான் உம்மைக் கெஞ்சுகிறேன்; கானானியரின்
ராஜாக்கள் எல்லாரும் இன்றையதினம் உங்களோடே
சமாதானம்பண்ண வந்திருக்கிறார்கள் என்றான். 41. யாக்கோபின்
குமாரர்கள் எப்ரோன் ராஜாவின் வார்த்தைகளைக் கேட்டார்கள்,
ஆனால் அவர்கள் அவன் ஆலோசனைகளுக்குச் சம்மதிக்கவில்லை;
ஏனெனில் யாக்கோபின் குமாரர்கள் அவனை நம்பவில்லை,
எப்ரோனின் ராஜா தங்களோடே தந்திரமாய்ப் பேசினான் என்று
யாக்கோபின் குமாரர்கள் நினைத்தார்கள். 42. யாக்கோபின்
குமாரர்களுடைய வார்த்தைகளிலிருந்து அவர்கள் தன் வார்த்தைகளை
நம்பவில்லை என்று எப்ரோனின் ராஜா அறிந்துகொண்டான்;
எப்ரோனின் ராஜா யாக்கோபினண்டைக்கு இன்னும் கிட்டிவந்து,
அவனை நோக்கி: என் ஆண்டவனே, இந்த ராஜாக்கள் எல்லாரும்
சமாதான வார்த்தைகளோடே உங்களிடத்திற்கு வந்திருக்கிறார்கள்
என்று நிச்சயமாயிரும் என்று நான் உம்மைக் கெஞ்சுகிறேன்;
ஏனெனில் அவர்கள் தங்கள் மனுஷர்கள் எல்லாரோடும் வரவில்லை,
தங்கள் யுத்த ஆயுதங்களையும் தங்களோடே கொண்டுவரவில்லை;
அவர்கள் என் ஆண்டவனிடத்திலும் அவருடைய குமாரர்களிடத்திலும்
சமாதானம் தேடவே வந்திருக்கிறார்கள் என்றான். 43. யாக்கோபின்
குமாரர்கள் எப்ரோனின் ராஜாவுக்குப் பிரதியுத்தரமாக: நீ இந்த
ராஜாக்கள் எல்லாருக்கும் ஆள் அனுப்பு; நீ எங்களிடத்தில்
உண்மையைத்தான் பேசுகிறாயானால், அவர்கள் ஒவ்வொருவரும்
தனித்தனியாக எங்களுக்கு முன்பாக வரட்டும்; அவர்கள்
ஆயுதமில்லாமல் எங்களிடத்திற்கு வந்தால், அவர்கள் எங்களிடத்தில்
சமாதானம் தேடுகிறார்கள் என்று நாங்கள் அறிந்துகொள்ளுவோம்
என்றார்கள். 44. எப்ரோனின் ராஜாவாகிய யாப்பியா தன்
மனுஷர்களில் ஒருவனை ராஜாக்களிடத்திற்கு அனுப்பினான், அவர்கள்
எல்லாரும் யாக்கோபின் குமாரர்களுக்கு முன்பாக வந்து, தரைமட்டும்
குனிந்து அவர்களை வணங்கினார்கள்; இந்த ராஜாக்கள்
யாக்கோபுக்கும் அவன் குமாரர்களுக்கும் முன்பாக உட்கார்ந்து,
அவர்களை நோக்கி: 45. நீங்கள் எமோரியரின் ராஜாக்களுக்கு உங்கள்
பட்டயத்தினாலும் மிகவும் பலத்த புயத்தினாலும் செய்ததையெல்லாம்
நாங்கள் கேள்விப்பட்டோம், ஒரு மனுஷனும் உங்களுக்கு முன்பாக
நிற்கமுடியவில்லையே; அவர்களுக்கு நேரிட்டதுபோல எங்களுக்கும்
நேரிடுமோ என்று நாங்கள் எங்கள் ஜீவனுக்காக உங்களுக்குப்
பயந்தோம். 46. ஆகையால் நமக்குள்ளே ஒரு சமாதான உடன்படிக்கை
பண்ணும்படி உங்களிடத்திற்கு வந்தோம்; ஆகையால் இப்போது,
நாங்கள் உங்களுக்கு விரோதமாக ஒன்றும் செய்யாதபடியால்,
நீங்களும் எங்களுக்கு விரோதமாக ஒன்றும் செய்யாதபடிக்கு
எங்களோடே சமாதானமும் உண்மையுமான ஒரு உடன்படிக்கை
பண்ணுங்கள் என்றார்கள். 47. அவர்கள் உண்மையாவே
தங்களிடத்தில் சமாதானம் தேட வந்திருக்கிறார்கள் என்று

யாக்கோபின் குமாரர்கள் அறிந்துகொண்டார்கள்; யாக்கோபின் குமாரர்கள் அவர்களுக்குச் செவிகொடுத்து, அவர்களோடே ஒரு உடன்படிக்கை பண்ணினார்கள். 48. யாக்கோபின் குமாரர்கள் அவர்களுக்கு விரோதமாக ஒன்றும் செய்யமாட்டோம் என்று அவர்களுக்கு ஆணையிட்டார்கள், கானானியரின் ராஜாக்கள் எல்லாரும் அவர்களுக்கும் ஆணையிட்டார்கள்; யாக்கோபின் குமாரர்கள் அந்த நாள்முதல் அவர்களைப் பகுதி கட்டுகிறவர்களாக்கினார்கள். 49. இதன்பின்பு இந்த ராஜாக்களின் சேனைத்தலைவர்கள் எல்லாரும் தங்கள் மனுஷர்களோடே யாக்கோபுக்கும் அவன் குமாரர்களுக்கும் கைகளில் வெகுமதிகளைக் கொண்டுவந்து யாக்கோபுக்கு முன்பாக வந்து, தரைமட்டும் குனிந்து அவனை வணங்கினார்கள். 50. அதன்பின்பு இந்த ராஜாக்கள் யாக்கோபின் குமாரர்களை வற்புறுத்தி, எமோரியரின் ஏழு பட்டணங்களிலிருந்து தாங்கள் சிறைபிடித்த கொள்ளைகளையெல்லாம் திரும்பக் கொடுக்கும்படி அவர்களைக் கேட்டுக்கொண்டார்கள்; யாக்கோபின் குமாரர்கள் அப்படியே செய்து, தாங்கள் சிறைபிடித்திருந்த ஸ்திரீகளையும், சிறு பிள்ளைகளையும், ஆடுமாடுகளையும், தாங்கள் எடுத்திருந்த எல்லாக் கொள்ளைகளையும் திரும்பக் கொடுத்து அவர்களை அனுப்பிவிட்டார்கள், அவர்கள் ஒவ்வொருவரும் தங்கள் பட்டணத்திற்குப் போனார்கள். 51. இந்த ராஜாக்கள் எல்லாரும் மறுபடியும் யாக்கோபின் குமாரர்களைக் குனிந்து வணங்கினார்கள்; அந்நாட்களில் அவர்கள் அவர்களுக்கு அநேக வெகுமதிகளை அனுப்பினார்கள் அல்லது கொண்டுவந்தார்கள்; யாக்கோபின் குமாரர்கள் இந்த ராஜாக்களையும் அவர்கள் மனுஷர்களையும் அனுப்பிவிட்டார்கள், அவர்கள் சமாதானத்தோடே அவர்களை விட்டுத் தங்கள் பட்டணங்களுக்குப் போனார்கள், யாக்கோபின் குமாரர்களும் சீகேமிலிருக்கிற தங்கள் வீட்டிற்குத் திரும்பினார்கள். 52. இஸ்ரவேல் புத்திரர் கானான் தேசத்தைச் சுதந்தரித்துக்கொள்ள வரும்வரைக்கும், அந்த நாள்முதல் யாக்கோபின் குமாரர்களுக்கும் கானானியரின் ராஜாக்களுக்கும் இடையே சமாதானம் உண்டாயிருந்தது.

அத்தியாயம் 41

1. வருஷம் திரும்புகையில் யாக்கோபின் குமாரர்கள் சீகேமிலிருந்து பிரயாணம்பண்ணி, எப்ரோனிலிருக்கிற தங்கள் தகப்பனாகிய ஈசாக்கினிடத்திற்கு வந்து அங்கே குடியிருந்தார்கள்; ஆனால் அவர்கள் தங்கள் மந்தைகளையும் ஆடுமாடுகளையும் நாளுக்கு நாள் சீகேமிலே மேய்த்துவந்தார்கள், ஏனெனில் அந்நாட்களில் அங்கே நல்ல செழிப்பான மேய்ச்சல் இருந்தது; யாக்கோபும் அவன் குமாரர்களும்

யாசேரின் ஆகமம்

அவர்கள் வீட்டாரனைவரும் எப்ரோன் பள்ளத்தாக்கிலே குடியிருந்தார்கள். 2. அந்நாட்களில், யாக்கோபின் வாழ்நாளில் நூற்று ஆறாம் வருடத்திலே, அதாவது யாக்கோபு பதான்-அராமிலிருந்து வந்த பத்தாம் வருடத்திலே, யாக்கோபின் மனைவியாகிய லேயாள் மரித்தாள்; அவள் எப்ரோனிலே மரிக்கும்போது அவளுக்கு வயது ஐம்பத்தொன்று. 3. ஆபிரகாம் ஏத்தின் பிள்ளைகளிடமிருந்து ஒரு பிரேதக்குழியாகச் சுதந்தரித்துக்கொள்ளும்படி வாங்கியிருந்த எப்ரோனிலுள்ள மக்பேலா வயலின் குகையிலே யாக்கோபும் அவன் குமாரர்களும் அவளை அடக்கம்பண்ணினார்கள். 4. யாக்கோபின் குமாரர்கள் தங்கள் தகப்பனோடே எப்ரோன் பள்ளத்தாக்கிலே குடியிருந்தார்கள்; தேசத்தின் குடிகள் எல்லாரும் அவர்களுடைய பலத்தை அறிந்திருந்தார்கள், அவர்களுடைய கீர்த்தி தேசமெங்கும் பரவியிருந்தது. 5. யாக்கோபின் மனைவியாகிய ராகேலின் குமாரர்களான யாக்கோபின் குமாரன் யோசேப்பும் அவனுடைய சகோதரனான பென்யமீனும் அந்நாட்களில் இன்னும் இளையவர்களாயிருந்தார்கள்; எமோரியரின் பட்டணங்களிலெல்லாம் அவர்கள் சகோதரர்கள் செய்த யுத்தங்களுக்கு அவர்கள் அவர்களோடே புறப்பட்டுப்போகவில்லை. 6. யோசேப்பு தன் சகோதரர்களின் பலத்தையும் அவர்களுடைய மேன்மையையும் கண்டபோது, அவர்களைப் புகழ்ந்து அவர்களை உயர்த்தினான்; ஆனால் அவன் அவர்களைவிடத் தன்னை மேன்மையாக எண்ணி, அவர்களுக்கு மேலாகத் தன்னை உயர்த்தினான்; அவனுடைய தகப்பனாகிய யாக்கோபும் தன் குமாரர்கள் எல்லாரிலும் அவனை அதிகமாக நேசித்தான், ஏனெனில் அவன் அவனுடைய முதிர்வயதின் குமாரனாயிருந்தான்; அவன் மேலுள்ள அன்பினிமித்தம் அவனுக்குப் பலவர்ணங்களாலான ஒரு அங்கியை உண்டாக்கினான். 7. தன் சகோதரர்களைப்பார்க்கிலும் தன் தகப்பன் தன்னை அதிகமாக நேசிப்பதை யோசேப்பு கண்டபோது, அவன் தன் சகோதரர்களுக்கு மேலாகத் தன்னைத் தொடர்ந்து உயர்த்திக்கொண்டு, அவர்களைக்குறித்துத் தன் தகப்பனிடத்தில் பொல்லாத செய்திகளைக் கொண்டுவந்தான். 8. தங்களுக்கு நேராக யோசேப்பு நடந்துகொள்ளும் விதத்தையெல்லாம் யாக்கோபின் குமாரர்கள் கண்டார்கள்; தன் குமாரர்கள் எல்லாரிலும் தங்கள் தகப்பன் அவனை அதிகமாக நேசிப்பதைக் கண்டு, அவர்கள் அவனைப் பகைத்தார்கள், எல்லா நாட்களிலும் அவர்களால் அவனோடே சமாதானமாய்ப் பேசமுடியவில்லை. 9. யோசேப்புக்கு வயது பதினேழு; அவன் இன்னும் தன் சகோதரர்களுக்கு மேலாகத் தன்னை மகிமைப்படுத்திக்கொண்டு, அவர்களுக்கு மேலாகத் தன்னை உயர்த்திக்கொள்ள நினைத்தான். 10. அக்காலத்தில் அவன் ஒரு சொப்பனத்தைக் கண்டு, தன் சகோதரர்களிடத்திற்கு வந்து தன் சொப்பனத்தை அவர்களுக்குச் சொன்னான்; அவன் அவர்களை நோக்கி: நான் ஒரு சொப்பனம்

கண்டேன்; இதோ, நாமெல்லாரும் வயலிலே அறி கட்டிக்கொண்டிருந்தோம், என் அறி எழுந்து தரையிலே நின்றது, உங்கள் அறிகளெல்லாம் அதைச் சுற்றி நின்று அதை வணங்கின
என்றான். 11. அவனுடைய சகோதரர்கள் அவனுக்குப் பிரதியுத்தரமாக: நீ கண்ட இந்தச் சொப்பனத்தின் அர்த்தம் என்ன? எங்கள் மேல் ஆளவோ அரசாழவோ உன் இருதயத்தில் நினைக்கிறாயோ?
என்றார்கள். 12. அவன் மறுபடியும் வந்து, இந்தக் காரியத்தைத் தன் தகப்பனாகிய யாக்கோபுக்குச் சொன்னான்; யாக்கோபு இந்த வார்த்தைகளை அவன் வாயிலிருந்து கேட்டபோது யோசேப்பை
முத்தமிட்டு, யாக்கோபு யோசேப்பை ஆசீர்வதித்தான். 13. தங்கள் தகப்பன் யோசேப்பை ஆசீர்வதித்து முத்தமிட்டதையும், அவன் அவனை மிகவும் நேசிப்பதையும் யாக்கோபின் குமாரர்கள் கண்டபோது, அவர்கள் அவன் மேல் பொறாமைகொண்டு, அவனை
இன்னும் அதிகமாய்ப் பகைத்தார்கள். 14. அதன்பின்பு யோசேப்பு வேறொரு சொப்பனத்தைக் கண்டு, தன் சகோதரர்களுக்கு முன்பாக அந்தச் சொப்பனத்தைத் தன் தகப்பனுக்கு விவரித்தான்; யோசேப்பு தன் தகப்பனையும் சகோதரர்களையும் நோக்கி: இதோ, நான் மறுபடியும் ஒரு சொப்பனம் கண்டேன்; இதோ, சூரியனும் சந்திரனும்
பதினொரு நட்சத்திரங்களும் என்னை வணங்கின என்றான். 15.
அவனுடைய தகப்பன் யோசேப்பின் வார்த்தைகளையும் அவன் சொப்பனத்தையும் கேட்டான்; இந்தக் காரியத்தினிமித்தம் அவனுடைய சகோதரர்கள் யோசேப்பைப் பகைப்பதைக் கண்டு, யாக்கோபு இந்தக் காரியத்தினிமித்தம் தன் குமாரர்களுக்கு முன்பாக யோசேப்பைக் கடிந்துகொண்டு: நீ கண்ட இந்தச் சொப்பனத்தின் அர்த்தம் என்ன? உன்னிலும் மூத்தவர்களான உன் சகோதரர்களுக்கு முன்பாக நீ
உன்னை மகிமைப்படுத்துகிறாயே என்றான். 16. நானும் உன் தாயும் உன்னுடைய பதினொரு சகோதரர்களும் வந்து உன்னை வணங்குவோம் என்று உன் இருதயத்தில் நினைத்துக்கொண்டு நீ
இந்தக் காரியங்களைப் பேசுகிறாயோ? என்றான். 17. அவனுடைய வார்த்தைகளினிமித்தமும் சொப்பனங்களினிமித்தமும் அவனுடைய சகோதரர்கள் அவன் மேல் பொறாமைகொண்டு, தொடர்ந்து அவனைப் பகைத்தார்கள்; யாக்கோபு அந்தச் சொப்பனங்களைத் தன்
இருதயத்திலே வைத்துக்கொண்டான். 18. யாக்கோபின் குமாரர்கள் ஒருநாள் தங்கள் தகப்பனுடைய மந்தையை மேய்க்கும்படி சீகேமுக்குப் போனார்கள், ஏனெனில் அவர்கள் அந்நாட்களில் இன்னும் மந்தை மேய்க்கிறவர்களாயிருந்தார்கள்; யாக்கோபின் குமாரர்கள் அன்றையதினம் சீகேமிலே மந்தையை மேய்த்துக்கொண்டிருக்கையில் தாமதித்தார்கள், மிருகஜீவன்களைக் கூட்டிச் சேர்க்கும் நேரம் கடந்தும்
அவர்கள் வரவில்லை. 19. யாக்கோபு தன் குமாரர்கள் சீகேமிலே தாமதிப்பதைக் கண்டு, யாக்கோபு தனக்குள்ளே: ஒருவேளை சீகேமின் ஜனங்கள் அவர்களுக்கு விரோதமாக யுத்தம்பண்ண

எழும்பியிருப்பார்களோ, அதனால்தான் அவர்கள் இன்றையதினம் வரத் தாமதிக்கிறார்களோ என்றான். 20. யாக்கோபு தன் குமாரனான யோசேப்பைக் கூப்பிட்டு, அவனுக்குக் கட்டளையிட்டு: இதோ, உன் சகோதரர்கள் இன்றையதினம் சீகேமிலே மந்தையை மேய்த்துக்கொண்டிருக்கிறார்கள், இதோ அவர்கள் இன்னும் திரும்பிவரவில்லையே; ஆகையால் இப்போது நீ போய், அவர்கள் எங்கே இருக்கிறார்கள் என்று பார்த்து, உன் சகோதரர்களின் சுகசெய்தியையும் மந்தையின் சுகசெய்தியையும் எனக்குத் திரும்பக் கொண்டுவா என்றான். 21. யாக்கோபு தன் குமாரனான யோசேப்பை எப்ரோன் பள்ளத்தாக்கிற்கு அனுப்பினான்; யோசேப்பு தன் சகோதரர்களைத் தேடிச் சீகேமுக்கு வந்தான், அவர்களைக் காணவில்லை; யோசேப்பு தன் சகோதரர்கள் எங்கே திரும்பினார்கள் என்று பார்க்கச் சீகேமுக்குச் சமீபமாயிருந்த வயலிலே சுற்றித்திரிந்தான், அவன் வனாந்தரத்திலே வழிதப்பி, எந்த வழியாய்ப் போகவேண்டும் என்று அறியாதிருந்தான். 22. கர்த்தருடைய தூதன் ஒருவன் அவன் வயலுக்குப் போகிற வழியிலே அலைந்துதிரிவதைக் கண்டு; யோசேப்பு கர்த்தருடைய தூதனை நோக்கி: நான் என் சகோதரர்களைத் தேடுகிறேன்; அவர்கள் எங்கே மேய்க்கிறார்கள் என்று நீர் கேள்விப்படவில்லையா? என்றான்; கர்த்தருடைய தூதன் யோசேப்பை நோக்கி: உன் சகோதரர்கள் இங்கே மேய்ப்பதை நான் கண்டேன், அவர்கள் தோத்தானுக்கு மேய்க்கப் போவோம் என்று சொல்வதைக் கேட்டேன் என்றான். 23. யோசேப்பு கர்த்தருடைய தூதனின் சத்தத்திற்குச் செவிகொடுத்து, தோத்தானிலிருந்த தன் சகோதரர்களிடத்திற்குப் போனான்; அவர்கள் தோத்தானிலே மந்தையை மேய்த்துக்கொண்டிருக்கையில் அவர்களைக் கண்டான். 24. யோசேப்பு தன் சகோதரர்களிடத்தில் கிட்டிவந்தான்; அவன் அவர்களுக்குச் சமீபமாய் வருவதற்கு முன்பாகவே, அவர்கள் அவனைக் கொன்றுபோடத் தீர்மானித்தார்கள். 25. சிமியோன் தன் சகோதரர்களை நோக்கி: இதோ, சொப்பனக்காரன் இன்றையதினம் நம்மிடத்திற்கு வருகிறான்; ஆகையால் இப்போது வாருங்கள், நாம் அவனைக் கொன்று, வனாந்தரத்திலிருக்கிற குழிகளில் ஒன்றில் அவனைப் போட்டுவிடுவோம்; அவனுடைய தகப்பன் அவனைக் குறித்து நம்மிடத்தில் கேட்கும்போது, ஒரு துஷ்ட மிருகம் அவனைப் பட்சித்துப்போட்டது என்று சொல்லுவோம் என்றான். 26. ரூபன் தன் சகோதரர்கள் யோசேப்பைக் குறித்துப் பேசின வார்த்தைகளைக் கேட்டு, அவர்களை நோக்கி: நீங்கள் இந்தக் காரியத்தைச் செய்யக்கூடாது; நாம் நம்முடைய தகப்பனாகிய யாக்கோபின் முகத்தில் எப்படி விழிப்போம்? அவன் அங்கே மரித்துப்போகும்படி அவனைக் குழியிலே போடுங்கள், ஆனால் அவன் இரத்தத்தைச் சிந்தும்படி அவன் மேல் உங்கள் கையைப் போடாதீர்கள் என்றான்; ரூபன் அவனை அவர்கள் கையிலிருந்து விடுவித்து, அவனுடைய

தகப்பனிடத்திற்குக் கொண்டுபோகும் நோக்கத்தோடேயே இதைச் சொன்னான். 27. யோசேப்பு தன் சகோதரர்களிடத்திற்கு வந்தபோது, அவன் அவர்களுக்கு முன்பாக உட்கார்ந்தான்; அவர்கள் அவன் மேல் எழும்பி, அவனைப் பிடித்துத் தரையிலே மோதி, அவன் உடுத்தியிருந்த பலவர்ணங்களாலான அங்கியைக் கழற்றினார்கள். 28. அவர்கள் அவனைப் பிடித்து ஒரு குழியிலே போட்டார்கள், அந்தக் குழியிலே தண்ணீர் இல்லை, ஆனால் பாம்புகளும் தேள்களும் இருந்தன. குழியிலிருந்த பாம்புகளுக்கும் தேள்களுக்கும் யோசேப்பு பயந்தான். யோசேப்பு சத்தமிட்டுக் கூப்பிட்டான், கர்த்தர் பாம்புகளையும் தேள்களையும் குழியின் பக்கங்களில் மறையப்பண்ணினார், அவைகள் யோசேப்புக்கு ஒரு தீங்கும் செய்யவில்லை. 29. யோசேப்பு குழியிலிருந்து தன் சகோதரர்களை நோக்கிக் கூப்பிட்டு, அவர்களை நோக்கி: நான் உங்களுக்கு என்ன செய்தேன், நான் என்ன பாவம் செய்தேன்? என்னைப்பற்றிக் கர்த்தருக்கு நீங்கள் ஏன் பயப்படாமலிருக்கிறீர்கள்? நான் உங்கள் எலும்பும் மாம்சமுமாயிருக்கவில்லையா, உங்கள் தகப்பனாகிய யாக்கோபு என் தகப்பனல்லவா? இன்றையதினம் நீங்கள் ஏன் எனக்கு இந்தக் காரியத்தைச் செய்கிறீர்கள், நம்முடைய தகப்பனாகிய யாக்கோபின் முகத்தில் நீங்கள் எப்படி விழிப்பீர்கள்? என்றான். 30. அவன் தொடர்ந்து சத்தமிட்டு குழியிலிருந்து தன் சகோதரர்களை நோக்கிக் கூப்பிட்டு: ஓ யூதா, சிமியோன், லேவி, என் சகோதரர்களே, நீங்கள் என்னைப் போட்டிருக்கிற இருளான இடத்திலிருந்து என்னைத் தூக்கிவிடுங்கள்; கர்த்தருடைய பிள்ளைகளே, என் தகப்பனாகிய யாக்கோபின் குமாரர்களே, இன்றையதினம் வந்து என்மேல் பரிதாபப்படுங்கள். நான் உங்களுக்கு விரோதமாகப் பாவஞ்செய்திருந்தாலும், நீங்கள் ஆபிரகாம் ஈசாக்கு யாக்கோபு என்பவர்களின் குமாரர்களல்லவா? அவர்கள் ஒரு அநாதையைக் கண்டால் அவன் மேல் பரிதாபப்படுவார்களே, அல்லது பசியாயிருக்கிறவனுக்குப் புசிக்க அப்பம் கொடுப்பார்களே, தாகமாயிருக்கிறவனுக்குக் குடிக்கத் தண்ணீர் கொடுப்பார்களே, நிர்வாணியாயிருக்கிறவனுக்கு வஸ்திரங்களை உடுத்துவார்களே! 31. நான் உங்கள் மாம்சமும் எலும்புமாயிருக்க, நீங்கள் உங்கள் சகோதரனின் மேல் பரிதாபப்படாமலிருப்பீர்களோ? நான் உங்களுக்கு விரோதமாகப் பாவஞ்செய்திருந்தாலும், என் தகப்பனிமித்தமாவது நீங்கள் இப்படிச் செய்வீர்களே! என்றான். 32. யோசேப்பு குழியிலிருந்து இந்த வார்த்தைகளைப் பேசினான்; அவனுடைய சகோதரர்களால் அவனுக்குச் செவிகொடுக்கமுடியவில்லை, யோசேப்பின் வார்த்தைகளுக்குத் தங்கள் செவிகளைச் சாய்க்கவுமில்லை; யோசேப்பு குழியிலே சத்தமிட்டு அழுதுகொண்டிருந்தான். 33. யோசேப்பு: இன்றையதினம் என் சகோதரர்கள் எனக்குச் செய்த காரியத்தையும், இன்றையதினம்

அவர்கள் என்னிடத்தில் பேசின வார்த்தைகளையும் என் தகப்பன் அறிந்திருந்தால் எவ்வளவோ நலமாயிருக்கும் என்றான். 34. குழியிலே அவன் கூக்குரலையும் அழுகையையும் அவன் சகோதரர்கள் எல்லாரும் கேட்டார்கள்; யோசேப்பின் கூக்குரலையும் குழியிலே அவன் அழுகையையும் கேட்காதபடிக்கு, அவனுடைய சகோதரர்கள் குழியை விட்டுத் தூரம்போனார்கள்.

அத்தியாயம் 42

1. அவர்கள் போய் ஏறக்குறைய ஒரு வில்லெயும் தூரத்திலே, குழியின் மறுபக்கத்திலே உட்கார்ந்து, அங்கே அப்பம் புசிக்கும்படி உட்கார்ந்தார்கள்; அவர்கள் புசித்துக்கொண்டிருக்கையில், அவனைக் கொன்றுபோடலாமா அல்லது அவன் தகப்பனிடத்திற்குக் கூட்டிக்கொண்டுபோகலாமா என்று அவனுக்கு என்ன செய்யலாம் என்று தங்களுக்குள்ளே ஆலோசனை பண்ணினார்கள். 2. அவர்கள் ஆலோசனை பண்ணிக்கொண்டிருக்கையில், தங்கள் கண்களை ஏறெடுத்துப் பார்த்தபோது, இதோ இஸ்மவேலருடைய கூட்டமொன்று எகிப்துக்குப் போகிற வழியாய்க் கீலேயாத்திலிருந்து வருவதைக் கண்டார்கள். 3. யூதா அவர்களை நோக்கி: நம்முடைய சகோதரனைக் கொன்றுபோடுவதினால் நமக்கு என்ன லாபம்? ஒருவேளை தேவன் அவன் இரத்தப்பழியை நம்மிடத்தில் கேட்பார்; ஆகையால் அவனுக்குச் செய்யவேண்டிய காரியத்தைக்குறித்து நான் சொல்லுகிற ஆலோசனையாவது: இதோ எகிப்துக்குப் போகிற இந்த இஸ்மவேலருடைய கூட்டம் வருகிறது; 4. ஆகையால் இப்போது வாருங்கள், இவனை அவர்களுக்கு விற்றுப்போடுவோம், நம்முடைய கை அவன் மேல் படாதிருப்பதாக; அவர்கள் அவனைத் தங்களோடே கூட்டிக்கொண்டுபோவார்கள், தேசத்தின் ஜனங்களுக்குள்ளே அவன் காணாமற்போவான், நம்முடைய சொந்தக் கைகளினாலே நாம் அவனைக் கொன்றுபோடமாட்டோம் என்றான். இந்த ஆலோசனை அவன் சகோதரர்களுக்குப் பிரியமாயிருந்தது, அவர்கள் யூதாவின் வார்த்தையின்படியே செய்தார்கள். 5. அவர்கள் இந்தக் காரியத்தைக்குறித்துப் பேசிக்கொண்டிருக்கையில், இஸ்மவேலருடைய கூட்டம் அவர்களிடத்திற்கு வருவதற்கு முன்பாகவே, மீதியானியரான ஏழு வியாபாரிகள் அவர்களைக் கடந்துபோனார்கள்; அவர்கள் கடந்துபோகும்போது தாகமாயிருந்தார்கள், தங்கள் கண்களை ஏறெடுத்துப் பார்த்தபோது, யோசேப்பு அடைக்கப்பட்டிருந்த குழியைக் கண்டு, அங்கே போய்ப் பார்த்தார்கள்; இதோ சகலவிதமான பட்சிகளும் அவன் மேல் மொய்த்திருந்தன. 6. அந்த மீதியானியர் தண்ணீர் குடிக்க அந்தக் குழிக்கு ஓடினார்கள், ஏனெனில் அதில் தண்ணீர் இருக்கும் என்று நினைத்தார்கள்; குழிக்கு முன்பாக

வந்தபோது, யோசேப்பு குழியிலே சத்தமிட்டு அழுதுகொண்டிருப்பதைக் கேட்டார்கள், அவர்கள் குழிக்குள் எட்டிப்பார்த்தபோது, இதோ அழகான தோற்றமும் சவுந்தரியமுமான ஒரு வாலிபன் அங்கே இருப்பதைக் கண்டார்கள். 7. அவர்கள் அவனைக் கூப்பிட்டு: நீ யார், உன்னை இங்கே கொண்டுவந்தவர் யார், வனாந்தரத்திலிருக்கிற இந்தக் குழியிலே உன்னைப் போட்டவர் யார்? என்றார்கள்; அவர்கள் எல்லாரும் சேர்ந்து யோசேப்பைக் குழியிலிருந்து தூக்கியெடுத்து அவனை அழைத்துக்கொண்டு தங்கள் பிரயாணத்தைத் தொடர்ந்து, அவனுடைய சகோதரர்களைக் கடந்துபோனார்கள். 8. அவர்கள் இவர்களை நோக்கி: எங்கள் வேலைக்காரனை எங்களிடமிருந்து எடுத்துக்கொண்டு போகும்படி நீங்கள் ஏன் இப்படிச் செய்கிறீர்கள்? இந்த வாலிபன் எங்களுக்கு விரோதமாகக் கலகம்பண்ணினபடியால்தானே நாங்கள் இவனைக் குழியிலே போட்டோம்; நீங்களோ வந்து அவனைத் தூக்கியெடுத்துக் கூட்டிக்கொண்டுபோகிறீர்களே; ஆகையால் இப்போது எங்கள் வேலைக்காரனை எங்களிடத்தில் திரும்பக் கொடுங்கள் என்றார்கள். 9. மீதியானியர் யாக்கோபின் குமாரர்களுக்குப் பிரதியுத்தரமாக: இவன் உங்கள் வேலைக்காரனா, அல்லது இந்த மனுஷன் உங்களுக்கு ஊழியஞ்செய்கிறானா? ஒருவேளை நீங்கள் எல்லாரும் இவனுடைய வேலைக்காரர்களாயிருக்கலாம், ஏனெனில் இவன் உங்களெல்லாரிலும் அழகானவனும் சவுந்தரியமுமானவனாயிருக்கிறானே; நீங்கள் எல்லாரும் ஏன் எங்களிடத்தில் பொய்சொல்லுகிறீர்கள்? என்றார்கள். 10. ஆகையால் இப்போது நாங்கள் உங்கள் வார்த்தைகளுக்குச் செவிகொடுக்கமாட்டோம், உங்களைக் கவனிக்கவும்மாட்டோம்; நாங்கள் இந்த வாலிபனை வனாந்தரத்திலிருக்கிற குழியிலே கண்டுபிடித்து அவனை எடுத்துக்கொண்டோம்; ஆகையால் நாங்கள் போவோம் என்றார்கள். 11. யாக்கோபின் குமாரர்கள் எல்லாரும் அவர்களை அணுகி, அவர்கள் மேல் எழும்பி, அவர்களை நோக்கி: எங்கள் வேலைக்காரனை எங்களிடத்தில் திரும்பக் கொடுங்கள், நீங்கள் எல்லாரும் ஏன் பட்டயக்கருக்கினால் சாகவேண்டும்? என்றார்கள்; மீதியானியர் அவர்களுக்கு விரோதமாகக் கூக்குரலிட்டு, தங்கள் பட்டயங்களை உருவி, யாக்கோபின் குமாரர்களோடே யுத்தம்பண்ண அணுகினார்கள். 12. இதோ சிமியோன் தான் உட்கார்ந்திருந்த இடத்திலிருந்து அவர்களுக்கு விரோதமாக எழும்பி, தரையிலே பாய்ந்து, தன் பட்டயத்தை உருவி, மீதியானியரை அணுகி, அவர்களுக்கு முன்பாக மகா பயங்கரமாய்க் கத்தினான்; அவனுடைய கூக்குரல் தூரத்திலே கேட்கப்பட்டது, சிமியோனுடைய கூக்குரலினால் பூமி அதிர்ந்தது. 13. சிமியோனினிமித்தமும் அவனுடைய கூக்குரலின் சத்தத்தினிமித்தமும் மீதியானியர் திகிலடைந்து, முகங்குப்புற விழுந்து, மிகவும் பயந்தார்கள். 14. சிமியோன் அவர்களை நோக்கி: மெய்யாகவே நான் எபிரெயனான யாக்கோபின் குமாரன் சிமியோன்;

நான் என் சகோதரனோடே மாத்திரம் சேர்ந்து சீகேம்
பட்டணத்தையும் எமோரியரின் பட்டணங்களையும் அழித்தேன்;
மீதியான் ஜனங்களாகிய உங்கள் சகோதரர்கள் எல்லாரும் கானானின்
ராஜாக்களும்கூட உங்களோடே வந்தாலும், அவர்கள் என்னோடே
யுத்தம்பண்ணமுடியாது, அப்படி நான் செய்தால் தேவன் எனக்கு
எப்படி வேண்டுமானாலும் செய்யக்கடவர் என்றான். 15. ஆகையால்
இப்போது, நீங்கள் எடுத்த வாலிபனை எங்களிடத்தில் திரும்பக்
கொடுங்கள், இல்லாவிட்டால் உங்கள் மாம்சத்தை ஆகாயத்துப்
பட்சிகளுக்கும் பூமியின் மிருகங்களுக்கும் இரையாகக் கொடுப்பேன்
என்றான். 16. மீதியானியர் சிமியோனுக்கு மிகவும் பயந்து, திகிலோடும்
நடுக்கத்தோடும் பரிதாபமான வார்த்தைகளோடும் யாக்கோபின்
குமாரர்களை அணுகி: 17. அந்த வாலிபன் உங்கள் வேலைக்காரன்
என்றும், அவன் உங்களுக்கு விரோதமாகக் கலகம்பண்ணினான்
என்றும், அதனாலே நீங்கள் அவனைக் குழியிலே போட்டீர்கள்
என்றும் சொன்னீர்களே; தன் எஜமானுக்கு விரோதமாகக்
கலகம்பண்ணுகிற வேலைக்காரனுக்கு நீங்கள் என்ன செய்வீர்கள்?
ஆகையால் இப்போது அவனை எங்களுக்கு விற்றுப்போடுங்கள்,
அவனுக்காக நீங்கள் கேட்கிறதையெல்லாம் நாங்கள் உங்களுக்குக்
கொடுப்போம் என்றார்கள்; யாக்கோபின் குமாரர்கள் தங்கள்
சகோதரனைக் கொன்றுபோடாதபடிக்கு கர்த்தர் இப்படிச் செய்யப்
பிரியமாயிருந்தார். 18. யோசேப்பு அழகான தோற்றமும்
சவுந்தரியமுமானவன் என்று மீதியானியர் கண்டு, தங்கள்
இருதயங்களில் அவனை விரும்பி, அவனை அவனுடைய
சகோதரர்களிடமிருந்து வாங்கும்படி வற்புறுத்தினார்கள். 19.
யாக்கோபின் குமாரர்கள் மீதியானியருக்குச் செவிகொடுத்து, தங்கள்
சகோதரனான யோசேப்பை இருபது வெள்ளிக்காசுக்கு அவர்களுக்கு
விற்றார்கள்; அவர்கள் சகோதரனான ரூபன் அவர்களோடே
இருக்கவில்லை; மீதியானியர் யோசேப்பை அழைத்துக்கொண்டு,
கீலேயாத்திற்குத் தங்கள் பிரயாணத்தைத் தொடர்ந்தார்கள். 20.
அவர்கள் வழியிலே போய்க்கொண்டிருக்கையில், அந்த வாலிபனை
வாங்கியதினிமித்தம் மீதியானியர் தாங்கள் செய்ததைக்குறித்து
மனஸ்தாபப்பட்டு, ஒருவரையொருவர் நோக்கி: அழகான தோற்றமும்
சவுந்தரியமுமான இந்த வாலிபனை எபிரெயரிடமிருந்து வாங்கி, நாம்
செய்த இந்தக் காரியம் என்ன? என்றார்கள். 21. ஒருவேளை இந்த
வாலிபன் எபிரெயருடைய தேசத்திலிருந்து
திருடப்பட்டவனாயிருக்கலாம், நாம் ஏன் இந்தக் காரியத்தைச்
செய்தோம்? ஒருவேளை அவனைத் தேடி நம்முடைய கைகளில்
கண்டுபிடித்தால், அவனிமித்தம் நாம் சாவோமே. 22. நிச்சயமாகக்
கடினமான பலசாலியான மனுஷர்களே அவனை நமக்கு விற்றார்கள்,
அவர்களில் ஒருவனுடைய பலத்தை நீங்கள் இன்றையதினம்
கண்டீர்களே; ஒருவேளை அவர்கள் அவனைத் தங்கள் பலத்தினாலும்

தங்கள் பலத்த புயத்தினாலும் அவன் தேசத்திலிருந்து திருடி, நாம் அவர்களுக்குக் கொடுத்த அந்தச் சிறு தொகைக்காக அவனை நமக்கு விற்றிருப்பார்களோ என்றார்கள். 23. அவர்கள் இப்படித் தங்களுக்குள்ளே பேசிக்கொண்டிருக்கையில், அவர்கள் பார்த்தார்கள்; இதோ, முதலில் வந்துகொண்டிருந்த, யாக்கோபின் குமாரர்கள் கண்டிருந்த அந்த இஸ்மவேலருடைய கூட்டம் மீதியானியருக்கு நேராக வந்துகொண்டிருந்தது: மீதியானியர் ஒருவரையொருவர் நோக்கி: வாருங்கள், நமக்கு நேராக வருகிற இஸ்மவேலருடைய கூட்டத்திற்கு இந்த வாலிபனை விற்றுப்போடுவோம், அவனுக்காக நாம் கொடுத்த அந்தச் சிறு தொகையையே அவனுக்காக வாங்கிக்கொள்ளுவோம், அவன் மூலமாய் வரக்கூடிய பொல்லாப்பிலிருந்து நாம் தப்பித்துக்கொள்ளுவோம் என்றார்கள். 24. அவர்கள் அப்படியே செய்து, இஸ்மவேலரை நெருங்கினார்கள்; மீதியானியர் யோசேப்பை அவன் சகோதரர்களுக்குக் கொடுத்த அதே இருபது வெள்ளிக்காசுக்கு இஸ்மவேலருக்கு விற்றார்கள். 25. மீதியானியர் கீலேயாத்திற்குத் தங்கள் வழியே போனார்கள்; இஸ்மவேலர் யோசேப்பை அழைத்துக்கொண்டு, அவனை ஒட்டகங்களில் ஒன்றின்மேல் ஏற்றி, அவனை எகிப்திற்குக் கூட்டிக்கொண்டுபோனார்கள். 26. இஸ்மவேலர் எகிப்திற்குப் போகிறார்கள் என்று யோசேப்பு கேள்விப்பட்டபோது, தான் கானான் தேசத்தையும் தன் தகப்பனையும் விட்டு இவ்வளவு தூரம் கொண்டுபோகப்படுகிறதைக்குறித்து யோசேப்பு புலம்பி அழுதான்; அவன் ஒட்டகத்தின்மேல் சவாரிசெய்யும்போது மனக்கசப்போடே அழுதான், அவர்கள் மனுஷர்களில் ஒருவன் அவனைக் கவனித்து, அவனை ஒட்டகத்திலிருந்து கீழே இறக்கி நடந்தே வரும்படி செய்தான்; அப்படியிருந்தும் யோசேப்பு தொடர்ந்து சத்தமிட்டு அழுது: ஓ என் தகப்பனே, என் தகப்பனே என்றான். 27. இஸ்மவேலரில் ஒருவன் எழுந்து யோசேப்பின் கன்னத்தில் அறைந்தான், அப்படியும் அவன் தொடர்ந்து அழுதான்; யோசேப்பு வழியிலே களைத்துப்போய், தன் ஆத்துமாவின் கசப்பினிமித்தம் இனி நடக்கமுடியாதவனானான், அவர்கள் எல்லாரும் வழியிலே அவனை அடித்துத் துன்பப்படுத்தினார்கள், அவன் அழுகையை நிறுத்தும்படி அவனைத் திகிலடையப்பண்ணினார்கள். 28. கர்த்தர் யோசேப்பின் ஆசையையும் அவனுடைய உபத்திரவத்தையும் கண்டார்; கர்த்தர் அந்த மனுஷர்கள் மேல் இருளையும் கலக்கத்தையும் கொண்டுவந்தார், அவனை அடித்த ஒவ்வொருவனுடைய கையும் சூம்பிப்போயிற்று. 29. அவர்கள் ஒருவரையொருவர் நோக்கி: தேவன் வழியிலே நமக்குச் செய்த இந்தக் காரியம் என்ன? என்றார்கள்; யோசேப்பினிமித்தமே இது தங்களுக்கு நேரிட்டது என்று அவர்கள் அறியாதிருந்தார்கள். அந்த மனுஷர்கள் வழியிலே பிரயாணம்பண்ணி, ராகேல் அடக்கம்பண்ணப்பட்டிருந்த எப்ராத்தாவின் வழியாய்க் கடந்துபோனார்கள். 30. யோசேப்பு தன் தாயின்

பிரேதக்குழியண்டைக்கு வந்தான், யோசேப்பு தீவிரமாய்த் தன் தாயின்
பிரேதக்குழியண்டைக்கு ஓடி, பிரேதக்குழியின்மேல் விழுந்து அழுதான்.
31. யோசேப்பு தன் தாயின் பிரேதக்குழியின்மேல் சத்தமிட்டு அழுது:
ஓ என் தாயே, என் தாயே, என்னைப் பெற்றெடுத்தவரே, இப்போது
விழித்து, எழுந்து உம்முடைய குமாரனைப் பாரும்; அவன் ஒரு
அடிமையாக எப்படி விற்கப்பட்டான் என்றும், அவன் மேல்
பரிதாபப்பட ஒருவருமில்லை என்றும் பாரும் என்றான். 32. ஓ எழுந்து
உம்முடைய குமாரனைப் பாரும், என் உபத்திரவங்களுக்காக
என்னோடே அழும், என் சகோதரர்களின் இருதயத்தைப் பாரும். 33.
எழுந்திரும் என் தாயே, எழுந்திரும், எனக்காக உம்முடைய
நித்திரையிலிருந்து விழித்து, என் சகோதரர்களுக்கு விரோதமாக
உம்முடைய யுத்தங்களை நடத்தும். ஓ அவர்கள் எப்படி என்
அங்கியைக் கழற்றி, ஒரு அடிமையாக என்னை ஏற்கனவே இரண்டு
முறை விற்று, என் தகப்பனிடத்திலிருந்து என்னைப் பிரித்தார்கள்
என்றும், என்மேல் பரிதாபப்பட ஒருவருமில்லை என்றும் பாரும். 34.
எழுந்து அவர்களுக்கு விரோதமான உம்முடைய வழக்கினை
தேவனுக்கு முன்பாக வையும்; நியாயத்தீர்ப்பிலே தேவன் யாரை
நீதிமானாக்குவார் என்றும், யாரைக் குற்றவாளியாக்குவார் என்றும்
பாரும். 35. எழுந்திரும், ஓ என் தாயே, எழுந்திரும், உம்முடைய
நித்திரையிலிருந்து விழித்து என் தகப்பனைப் பாரும்; அவனுடைய
ஆத்துமா இன்றையதினம் என்னோடே எப்படியிருக்கிறது என்று
பார்த்து, அவனுக்கு ஆறுதல் சொல்லி அவன் இருதயத்தைத் தேற்றும்
என்றான். 36. யோசேப்பு தொடர்ந்து இந்த வார்த்தைகளைப்
பேசினான், யோசேப்பு தன் தாயின் பிரேதக்குழியின்மேல் சத்தமிட்டு
மனக்கசப்போடே அழுதான்; அவன் பேசுவதை நிறுத்தி, இருதயத்தின்
கசப்பினால் பிரேதக்குழியின்மேல் ஒரு கல்லைப்போல
அசைவற்றவனானான். 37. தரையின்கீழிருந்து ஒரு சத்தம் தன்னுடனே
பேசுவதை யோசேப்பு கேட்டான்; அது இருதயத்தின் கசப்போடும்,
அழுகையும் ஜெபமுமான சத்தத்தோடும் அவனுக்குப் பிரதியுத்தரமாக
இந்த வார்த்தைகளைச் சொன்னது: 38. என் குமாரனே, என்
குமாரனான யோசேப்பே, உன் அழுகையின் சத்தத்தையும் உன்
புலம்பலின் சத்தத்தையும் நான் கேட்டேன்; உன் கண்ணீரைக்
கண்டேன்; என் குமாரனே, உன் உபத்திரவங்களை நான் அறிவேன்,
உன்னிமித்தம் நான் துக்கப்படுகிறேன், என் துக்கத்தோடே திரளான
துக்கம் சேர்ந்திருக்கிறது. 39. ஆகையால் இப்போது என் குமாரனே,
என் குமாரனான யோசேப்பே, கர்த்தருக்குக் காத்திரு, அவருக்காகக்
காத்திரு, பயப்படாதே; ஏனெனில் கர்த்தர் உன்னோடே இருக்கிறார்,
அவர் எல்லா உபத்திரவங்களிலிருந்தும் உன்னை விடுவிப்பார். 40.
எழுந்திரு என் குமாரனே, உன் எஜமான்களோடே எகிப்திற்குக் கீழே
போ, பயப்படாதே; ஏனெனில் என் குமாரனே, கர்த்தர் உன்னோடே
இருக்கிறார் என்றது. அது தொடர்ந்து இந்த வார்த்தைகளைப்

போலவே யோசேப்போடே பேசிற்று, பின்பு அது அமைதியாயிற்று.
41. யோசேப்பு இதைக் கேட்டு, இதைக்குறித்து மிகவும்
ஆச்சரியப்பட்டு, தொடர்ந்து அழுதான்; இதன்பின்பு இஸ்மவேலரில்
ஒருவன் அவன் பிரேதக்குழியின்மேல் சத்தமிட்டு அழுவதைக்
கவனித்து, அவன் மேல் கோபங்கொண்டு, அவனை அங்கிருந்து
துரத்தி, அவனை அடித்துச் சபித்தான். 42. யோசேப்பு அந்த
மனுஷர்களை நோக்கி: என்னைத் திரும்ப என் தகப்பன் வீட்டிற்குக்
கூட்டிக்கொண்டுபோக உங்கள் கண்களில் எனக்குக் கிருபை
கிடைக்கக்கடவது, அவர் உங்களுக்கு மிகுதியான ஐஸ்வரியத்தைக்
கொடுப்பார் என்றான். 43. அவர்கள் அவனுக்குப் பிரதியுத்தரமாக: நீ
ஒரு அடிமையல்லவா, உன் தகப்பன் எங்கே? உனக்கு ஒரு தகப்பன்
இருந்தால், இவ்வளவு கொஞ்ச விலைக்கு நீ ஏற்கனவே இரண்டு
முறை ஒரு அடிமையாக விற்கப்பட்டிருக்கமாட்டாயே என்றார்கள்;
அவர்கள் கோபம் இன்னும் அவன் மேல் மூண்டது, அவர்கள்
தொடர்ந்து அவனை அடித்துத் தண்டித்தார்கள், யோசேப்பு
மனக்கசப்போடே அழுதான். 44. கர்த்தர் யோசேப்பின்
உபத்திரவத்தைக் கண்டார்; கர்த்தர் மறுபடியும் இந்த மனுஷர்களை
அடித்து அவர்களைத் தண்டித்தார்; கர்த்தர் பூமியின்மேல் அவர்களைச்
சுற்றிலும் இருளைக் கொண்டுவந்தார், மின்னல் வெட்டிற்று, இடி
முழங்கிற்று, இடியின் சத்தத்தினாலும் பலத்த காற்றினாலும் பூமி
அதிர்ந்தது, அந்த மனுஷர்கள் திகிலடைந்து, எங்கே போவது என்று
அறியாதிருந்தார்கள். 45. மிருகஜீவன்களும் ஒட்டகங்களும் அப்படியே
நின்றன, அவர்கள் அவைகளை நடத்தினார்கள், ஆனால் அவைகள்
போகவில்லை; அவர்கள் அவைகளை அடித்தார்கள், அவைகள்
தரையிலே படுத்துக்கொண்டன; அந்த மனுஷர்கள் ஒருவரையொருவர்
நோக்கி: தேவன் நமக்குச் செய்த இந்தக் காரியம் என்ன? இந்தக்
காரியம் நமக்கு இப்படி நேரிடுவதற்கு நம்முடைய மீறுதல்கள் என்ன,
நம்முடைய பாவங்கள் என்ன? என்றார்கள். 46. அவர்களிலொருவன்
அவர்களுக்குப் பிரதியுத்தரமாக: ஒருவேளை இந்த அடிமையைத்
துன்பப்படுத்தின பாவத்தினிமித்தமே இந்தக் காரியம் இன்றையதினம்
நமக்கு நேரிட்டிருக்கலாம்; ஆகையால் இப்போது, நம்மை
மன்னிக்கும்படி அவனை மிகவும் கெஞ்சிக்கொள்ளுங்கள்; அப்பொழுது
இந்தப் பொல்லாப்பு யாருடைய நிமித்தம் நமக்கு நேரிடுகிறது என்று
நாம் அறிந்துகொள்ளுவோம்; தேவன் நம்மீது பரிதாபப்பட்டால், இந்த
அடிமையைத் துன்பப்படுத்தின பாவத்தினிமித்தமே இதெல்லாம் நமக்கு
வருகிறது என்று நாம் அறிந்துகொள்ளுவோம் என்றான். 47. அந்த
மனுஷர்கள் அப்படியே செய்து, யோசேப்பைக் கெஞ்சி, தங்களை
மன்னிக்கும்படி அவனை வற்புறுத்தினார்கள்; அவர்கள்: நாங்கள்
கர்த்தருக்கும் உனக்கும் விரோதமாகப் பாவஞ்செய்தோம்; ஆகையால்
இப்போது, இந்த மரணத்தை எங்களை விட்டு அகற்றும்படி உன்
தேவனை வேண்டிக்கொள்ளத் தயவுசெய், ஏனெனில் நாங்கள்

அவருக்கு விரோதமாகப் பாவஞ்செய்தோம் என்றார்கள். 48.
யோசேப்பு அவர்கள் வார்த்தைகளின்படியே செய்தான், கர்த்தர் யோசேப்பின் சத்தத்திற்குச் செவிகொடுத்தார்; யோசேப்பினிமித்தம் அந்த மனுஷர்களுக்குத் தாம் வருவித்திருந்த வாதையைக் கர்த்தர் அகற்றினார், மிருகஜீவன்கள் தரையிலிருந்து எழுந்தன, அவர்கள் அவைகளை நடத்தினார்கள், அவைகள் நடந்தன; கொந்தளித்த புயல் தணிந்தது, பூமி அமைதியாயிற்று, அந்த மனுஷர்கள் எகிப்திற்குக் கீழே போகத் தங்கள் பிரயாணத்தைத் தொடர்ந்தார்கள், யோசேப்பினிமித்தமே இந்தப் பொல்லாப்பு தங்களுக்கு நேரிட்டது என்று அந்த மனுஷர்கள் அறிந்திருந்தார்கள். 49.
அவர்கள் ஒருவரையொருவர் நோக்கி: இதோ, இவனுடைய உபத்திரவத்தினிமித்தமே இந்தப் பொல்லாப்பு நமக்கு நேரிட்டது என்று நாம் அறிவோம்; ஆகையால் இப்போது, இந்த மரணத்தை நாம் ஏன் நம்முடைய ஆத்துமாக்களின் மேல் வருவித்துக்கொள்ளவேண்டும்? இந்த அடிமைக்கு என்ன செய்யலாம் என்று நாம் ஆலோசனை பண்ணுவோம் என்றார்கள். 50.
ஒருவன் பிரதியுத்தரமாக: நிச்சயமாகவே அவன் தன்னைத் தன் தகப்பனிடத்திற்குத் திரும்பக் கூட்டிக்கொண்டுபோகும்படி நம்மிடத்தில் சொன்னானே; ஆகையால் இப்போது வாருங்கள், நாம் அவனைத் திரும்பக் கூட்டிக்கொண்டுபோய், அவன் நமக்குச் சொல்லும் இடத்திற்குப் போய், அவனுக்காக நாம் கொடுத்த விலையை அவன் குடும்பத்தாரிடமிருந்து வாங்கிக்கொண்டு, அதன்பின்பு நாம் போய்விடுவோம் என்றான். 51.
இன்னொருவன் மறுபடியும் பிரதியுத்தரமாக: இதோ, இந்த ஆலோசனை மிகவும் நல்லது, ஆனால் நாம் அப்படிச் செய்யமுடியாது; ஏனெனில் அந்த வழி நமக்கு மிகவும் தூரமாயிருக்கிறது, நம்முடைய வழியை விட்டு நாம் விலகிப்போகமுடியாது என்றான். 52.
இன்னொருவன் அவர்களுக்குப் பிரதியுத்தரமாக: இதுவே நாம் ஏற்றுக்கொள்ளவேண்டிய ஆலோசனை, நாம் இதிலிருந்து விலகமாட்டோம்; இதோ, நாம் இன்றையதினம் எகிப்திற்குப் போகிறோம்; நாம் எகிப்திற்கு வந்த பின்பு, அவனை அங்கே அதிக விலைக்கு விற்றுப்போடுவோம், அவனால் வரும் பொல்லாப்பிலிருந்து நாம் தப்பித்துக்கொள்ளுவோம் என்றான். 53.
இந்தக் காரியம் அந்த மனுஷர்களுக்குப் பிரியமாயிருந்தது, அவர்கள் அப்படியே செய்தார்கள்; அவர்கள் யோசேப்போடே எகிப்திற்குத் தங்கள் பிரயாணத்தைத் தொடர்ந்தார்கள்.

யாசேரின் ஆகமம்

அத்தியாயம் 43

1. யாக்கோபின் குமாரர்கள் தங்கள் சகோதரனான யோசேப்பை மீதியானியருக்கு விற்ற பின்பு, அவனினிமித்தம் அவர்கள் இருதயங்கள் குத்தப்பட்டன, தாங்கள் செய்த காரியத்தைக்குறித்து அவர்கள் மனஸ்தாபப்பட்டு, அவனைத் திரும்பக் கூட்டிக்கொண்டுவரும்படி அவனைத் தேடினார்கள், ஆனால் அவனைக் காணவில்லை. 2. ரூபன் யோசேப்பைத் தூக்கியெடுத்துத் தன் தகப்பனிடத்தில் திரும்பக் கொண்டுபோகும்படி, யோசேப்பு போடப்பட்டிருந்த குழிக்குத் திரும்பினான்; ரூபன் குழிக்கு முன்பாக நின்று: யோசேப்பே! யோசேப்பே! என்று கூப்பிட்டான், ஆனால் ஒரு சத்தமும் கேட்கவில்லை, ஒருவனும் பதிலளிக்கவுமில்லை, ஒரு வார்த்தையும் சொல்லவுமில்லை. 3. ரூபன்: யோசேப்பு பயத்தினால் செத்துப்போனான், அல்லது ஏதோ ஒரு பாம்பு அவனைக் கொன்றுபோட்டது என்று சொல்லி; ரூபன் குழியிலே இறங்கி யோசேப்பைத் தேடினான், ஆனால் அவனைக் குழியிலே காணாமல் மறுபடியும் வெளியே வந்தான். 4. ரூபன் தன் வஸ்திரங்களைக் கிழித்துக்கொண்டு: அந்தப் பிள்ளை அங்கே இல்லையே, அவன் செத்துப்போயிருந்தால் அவனைக் குறித்து என் தகப்பனுக்கு நான் எப்படிச் சமாதானஞ்சொல்லுவேன்? என்று சொல்லி; அவன் தன் சகோதரர்களிடத்திற்குப் போய், அவர்கள் யோசேப்பினிமித்தம் துக்கப்பட்டு, அவனைக் குறித்துத் தங்கள் தகப்பனுக்கு எப்படிச் சமாதானஞ்சொல்லுவது என்று தங்களுக்குள்ளே ஆலோசனை பண்ணிக்கொண்டிருப்பதைக் கண்டான்; ரூபன் தன் சகோதரர்களை நோக்கி: நான் குழிக்கு வந்தேன், இதோ யோசேப்பு அங்கே இல்லையே, ஆகையால் நாம் நம்முடைய தகப்பனுக்கு என்ன சொல்லுவோம், ஏனெனில் என் தகப்பன் என்னிடத்தில்தானே அந்தப் பிள்ளையைக் கேட்பார் என்றான். 5. அவனுடைய சகோதரர்கள் அவனுக்குப் பிரதியுத்தரமாக: நாங்கள் இப்படி இப்படிச் செய்தோம், இந்தக் காரியத்தினிமித்தம் எங்கள் இருதயங்கள் எங்களைக் குத்தினது; நாங்களும் எங்கள் தகப்பனுக்கு எப்படிச் சமாதானஞ்சொல்லுவது என்று சாக்குப்போக்குத் தேட உட்கார்ந்திருக்கிறோம் என்றார்கள். 6. ரூபன் அவர்களை நோக்கி: நம்முடைய தகப்பனின் நரைமயிரைத் துக்கத்தோடே பாதாளத்தில் இறங்கப்பண்ண நீங்கள் செய்த இந்தக் காரியம் என்ன? நீங்கள் செய்த காரியம் நல்லதல்ல என்றான். 7. ரூபன் அவர்களோடே உட்கார்ந்தான், அவர்கள் எல்லாரும் எழுந்து, இந்தக் காரியத்தை யாக்கோபுக்குச் சொல்வதில்லை என்று ஒருவருக்கொருவர் ஆணையிட்டுக்கொண்டு, அவர்கள் எல்லாரும்: இந்த மனுஷன் இதை நம்முடைய தகப்பனுக்கோ அவர் வீட்டாருக்கோ சொன்னால், அல்லது

தேசத்தின் பிள்ளைகளில் யாருக்காவது இதை அறிவித்தால்,
நாமெல்லாரும் அவனுக்கு விரோதமாக எழும்பி அவனைப்
பட்டயக்கருக்கினால் கொன்றுபோடுவோம் என்றார்கள். 8.
சிறியவன்முதல் பெரியவன்வரைக்கும் யாக்கோபின் குமாரர்கள் இந்தக்
காரியத்திலே ஒருவருக்கொருவர் பயந்தார்கள், ஒருவனும் ஒரு
வார்த்தையும் சொல்லவில்லை, இந்தக் காரியத்தைத் தங்கள்
இருதயங்களில் மறைத்துவைத்தார்கள். 9. அதன்பின்பு அவர்கள்
உட்கார்ந்து, இந்தக் காரியங்களையெல்லாம் குறித்துத் தங்கள்
தகப்பனாகிய யாக்கோபுக்கு என்ன சொல்வது என்று தீர்மானிக்கவும்
ஒரு சாக்குப்போக்கைக் கண்டுபிடிக்கவும் யோசித்தார்கள். 10.
இசக்கார் அவர்களை நோக்கி: உங்களுக்கு ஒரு ஆலோசனை
சொல்லுகிறேன், இந்தக் காரியத்தைச் செய்வது உங்கள் கண்களுக்கு
நல்லதாய்க் கண்டால், யோசேப்புக்குரிய அங்கியை எடுத்து அதைக்
கிழித்து, வெள்ளாட்டுக்குட்டிகளில் ஒரு குட்டியைக் கொன்று, அதின்
இரத்தத்தில் அந்த அங்கியைத் தோய்த்து, 11. அதை நம்முடைய
தகப்பனுக்கு அனுப்புவோம்; அவர் அதைக் காணும்போது ஒரு துஷ்ட
மிருகம் அவனைப் பட்சித்துப்போட்டது என்பார்; ஆகையால் நீங்கள்
அவனுடைய அங்கியைக் கிழியுங்கள், இதோ அவனுடைய இரத்தம்
அவனுடைய அங்கியின்மேல் இருக்கும்; நீங்கள் இப்படிச்
செய்வதினால் நம்முடைய தகப்பனுடைய முறுமுறுப்புகளிலிருந்து நாம்
தப்பித்துக்கொள்ளுவோம் என்றான். 12. இசக்காரின் ஆலோசனை
அவர்களுக்குப் பிரியமாயிருந்தது, அவர்கள் அவனுக்குச்
செவிகொடுத்து, இசக்கார் தங்களுக்குச் சொன்ன
ஆலோசனையின்படியே செய்தார்கள். 13. அவர்கள் தீவிரமாய்
யோசேப்பின் அங்கியை எடுத்து அதைக் கிழித்து,
வெள்ளாட்டுக்குட்டிகளில் ஒரு குட்டியைக் கொன்று, அந்தக்
குட்டியின் இரத்தத்தில் அந்த அங்கியைத் தோய்த்து, பின்பு அதைப்
புழுதியில் மிதித்து, அந்த அங்கியை நப்தலியின் கையிலே தங்கள்
தகப்பனாகிய யாக்கோபுக்கு அனுப்பி, அவனுக்குக் கட்டளையிட்டு: 14.
நாங்கள் மந்தைகளைக் கூட்டிச் சேர்த்துக்கொண்டு, சீகேமுக்குப்
போகிற வழிவரைக்கும், அதற்கு அப்புறமும் வந்தபோது,
வனாந்தரத்திலே வழியிலே இரத்தத்திலும் புழுதியிலும்
தோய்க்கப்பட்டிருந்த இந்த அங்கியைக்கண்டோம்; ஆகையால்
இப்போது இது உம்முடைய குமாரனின் அங்கியோ அல்லவோ என்று
பாரும் என்று சொல் என்றார்கள். 15. நப்தலி போய், தன்
தகப்பனிடத்திற்கு வந்து அவனுக்கு அந்த அங்கியைக் கொடுத்தான்,
தன் சகோதரர்கள் தனக்குக் கட்டளையிட்ட வார்த்தைகளையெல்லாம்
அவனிடத்தில் சொன்னான். 16. யாக்கோபு யோசேப்பின்
அங்கியைக்கண்டு, அதை அறிந்துகொண்டு, தன் முகங்குப்புறத்
தரையிலே விழுந்து, ஒரு கல்லைப்போல அசைவற்றவனானான்;
அதன்பின்பு அவன் எழுந்து, சத்தமிட்டு அழுது: இது என் குமாரனான

யோசேப்பின் அங்கிதான்! என்றான். 17. யாக்கோபு தீவிரமாய்த் தன்
வேலைக்காரர்களில் ஒருவனைத் தன் குமாரர்களிடத்திற்கு
அனுப்பினான்; அவன் அவர்களிடத்திற்குப் போய், அவர்கள்
மந்தையோடே வழியிலே வருவதைக் கண்டான். 18. யாக்கோபின்
குமாரர்கள் சாயங்கால வேளையிலே தங்கள் தகப்பனிடத்திற்கு
வந்தார்கள்; இதோ அவர்கள் வஸ்திரங்கள் கிழிந்திருந்தன, அவர்கள்
தலைகளில் புழுதி இருந்தது; தங்கள் தகப்பன் சத்தமிட்டு
அழுதுகொண்டிருப்பதைக் கண்டார்கள். 19. யாக்கோபு தன்
குமாரர்களை நோக்கி: இன்றையதினம் திடீரென்று நீங்கள் எனக்கு
வருவித்த பொல்லாப்பு என்ன என்று உண்மையாய் எனக்குச்
சொல்லுங்கள் என்றான்; அவர்கள் தங்கள் தகப்பனாகிய
யாக்கோபுக்குப் பிரதியுத்தரமாக: இன்றையதினம் மந்தையைக் கூட்டிச்
சேர்த்த பின்பு நாங்கள் வந்துகொண்டிருந்தோம், வனாந்தரத்திலுள்ள
வழியாய்ச் சீகேம் பட்டணம்வரைக்கும் வந்தோம்; இரத்தக் கறையுள்ள
இந்த அங்கி தரையிலே கிடக்கக்கண்டோம், அதை நாங்கள்
அறிந்துகொண்டு, நீர் அதை அறிந்துகொள்ளக்கூடுமா என்று உமக்கு
அனுப்பினோம் என்றார்கள். 20. யாக்கோபு தன் குமாரர்களின்
வார்த்தைகளைக் கேட்டபோது, அவன் சத்தமிட்டுக் கத்தி: இது என்
குமாரனின் அங்கிதான், ஒரு துஷ்ட மிருகம் அவனைப்
பட்சித்துப்போட்டது; யோசேப்பு பீறுண்டுபோனான்; ஏனெனில்
நீங்கள் சுகமாயிருக்கிறீர்களா என்றும் மந்தைகள் சுகமாயிருக்கிறதா
என்றும் பார்த்து, உங்களிடத்திலிருந்து எனக்குத் திரும்பச் செய்தி
கொண்டுவரும்படி நான் இன்றையதினம் அவனை அனுப்பினேன்;
நான் அவனுக்குக் கட்டளையிட்டபடியே அவன் போனான், என்
குமாரன் உங்களோடே இருக்கிறான் என்று நான்
நினைத்துக்கொண்டிருக்கையில், இன்றையதினம் அவனுக்கு இப்படி
நேரிட்டதே என்றான். 21. யாக்கோபின் குமாரர்கள் பிரதியுத்தரமாக:
அவன் எங்களிடத்திற்கு வரவில்லை, நாங்கள் உம்மை விட்டுப்
புறப்பட்ட காலம்முதல் இதுவரைக்கும் நாங்கள் அவனைக்
காணவில்லை என்றார்கள். 22. யாக்கோபு அவர்கள் வார்த்தைகளைக்
கேட்டபோது, மறுபடியும் சத்தமிட்டுக் கத்தி, எழுந்து தன்
வஸ்திரங்களைக் கிழித்துக்கொண்டு, தன் இடுப்பிலே
இரட்டைக்கட்டிக்கொண்டு, மனக்கசப்போடே அழுது, தன் சத்தத்தை
உயர்த்தி அழுது, புலம்பி இந்த வார்த்தைகளைச் சொன்னான்: 23. என்
குமாரனான யோசேப்பே, ஓ என் குமாரனான யோசேப்பே, உன்
சகோதரர்களின் சுகசெய்தியை அறியும்படி நான் இன்றையதினம்
உன்னை அனுப்பினேனே; இதோ நீ பீறுண்டுபோனாய்; என்
கையினாலே என் குமாரனுக்கு இப்படி நேரிட்டதே. 24. என்
குமாரனான யோசேப்பே உனக்காக நான் துக்கப்படுகிறேன்,
உனக்காக நான் துக்கப்படுகிறேன்; நீ உயிரோடிருந்த காலத்தில்
எனக்கு எவ்வளவு இனிமையாயிருந்தாய், இப்போதோ உன் மரணம்

எனக்கு எவ்வளவு கசப்பாயிருக்கிறது. 25. என் குமாரனான
யோசேப்பே, உனக்குப் பதிலாக நான் மரித்திருந்தால்
நலமாயிருக்குமே; என் குமாரனே, ஓ என் குமாரனே, என் குமாரனே
உனக்காக நான் மிகவும் துக்கப்படுகிறேனே. என் குமாரனான
யோசேப்பே நீ எங்கே இருக்கிறாய், நீ எங்கே
இழுத்துக்கொண்டுபோகப்பட்டாய்? உன் இடத்திலிருந்து விழித்து,
விழித்து வந்து, ஓ என் குமாரனான யோசேப்பே உனக்காக நான்
துக்கப்படுவதைப் பார். 26. இப்போது வந்து, என் கண்களிலிருந்து
என் கன்னங்களில் வழியும் கண்ணீரின் துளிகளை எண்ணி,
கர்த்தருடைய கோபம் என்னை விட்டுத் திரும்பும்படி அவைகளை
அவருக்கு முன்பாகக் கொண்டுவா. 27. ஓ என் குமாரனான
யோசேப்பே, உலகத்தின் ஆரம்பமுதல் இந்நாள்வரைக்கும் ஒருவனும்
விழாதபடியாக நீ எப்படி விழுந்தாய்? கொடுமையுள்ள ஒரு
சத்துருவின் அடியினாலே நீ கொலையுண்டாயே; ஆனால்
என்னுடைய அக்கிரமங்களின் மிகுதியினாலேயே உனக்கு இப்படி
நேரிட்டது என்று நான் நிச்சயமாக அறிவேன். 28. இப்போதாவது
விழித்து, என் குமாரனே உனக்காக என் உபத்திரவம் எவ்வளவு
கசப்பாயிருக்கிறது என்று பார்; நான் உன்னை வளர்க்கவும் இல்லை,
உன்னை உருவாக்கவும் இல்லை, உனக்குச் சுவாசத்தையும்
ஆத்துமாவையும் கொடுக்கவும் இல்லை; தேவனே உன்னை உருவாக்கி,
உன் எலும்புகளைக் கட்டி, அவைகளை மாம்சத்தினால் மூடி, உன்
நாசிகளிலே ஜீவசுவாசத்தை ஊதி, அதன்பின்பு அவர் உன்னை
எனக்குக் கொடுத்தார். 29. இப்போதோ மெய்யாகவே உன்னை
எனக்குக் கொடுத்த தேவன் உன்னை என்னிடத்திலிருந்து
எடுத்துக்கொண்டார், உனக்கு இப்படி நேரிட்டது என்றான். 30.
யாக்கோபு யோசேப்பைக்குறித்து இந்த வார்த்தைகளைப்போலவே
தொடர்ந்து பேசி, மனக்கசப்போடே அழுதான்; அவன் தரையிலே
விழுந்து அசைவற்றவனானான். 31. யாக்கோபின் குமாரர்கள்
எல்லாரும் தங்கள் தகப்பனின் உபத்திரவத்தைக் கண்டு, தாங்கள்
செய்ததைக்குறித்து மனஸ்தாபப்பட்டு, அவர்களும் மனக்கசப்போடே
அழுதார்கள். 32. யூதா எழுந்து, தன் தகப்பனின் தலையைத்
தரையிலிருந்து தூக்கித் தன் மடியிலே வைத்துக்கொண்டு, தன்
தகப்பனின் கன்னங்களிலிருந்து கண்ணீரைத் துடைத்தான்; தன்
தகப்பனின் தலை தன் மடியிலே ஒரு கல்லைப்போல
அசைவற்றிருக்கையில், யூதா மிகவும் அழுது துக்கங்கொண்டாடினான்.
33. யாக்கோபின் குமாரர்கள் தங்கள் தகப்பனின் உபத்திரவத்தைக்
கண்டு, தங்கள் சத்தத்தை உயர்த்தித் தொடர்ந்து அழுதார்கள்;
யாக்கோபு இன்னும் தரையிலே ஒரு கல்லைப்போல அசைவற்றுப்
படுத்திருந்தான். 34. அவனுடைய குமாரர்களும் அவனுடைய
வேலைக்காரர்களும் அவன் வேலைக்காரர்களின் பிள்ளைகளும்
எல்லாரும் எழுந்து, அவனுக்கு ஆறுதல் சொல்ல அவனைச் சுற்றிலும்

நின்றார்கள்; ஆனால் அவன் ஆறுதலடைய மறுத்தான். 35.
யாக்கோபின் வீட்டாரனைவரும் எழுந்து யோசேப்பினிமித்தமும்
தங்கள் தகப்பனின் உபத்திரவத்தினிமித்தமும் மிகவும்
துக்கங்கொண்டாடினார்கள்; ஆபிரகாமின் குமாரனும் யாக்கோபின்
தகப்பனுமாகிய ஈசாக்குக்குச் செய்தி எட்டினது; அவனும் அவன்
வீட்டாரனைவரும் யோசேப்பினிமித்தம் மனக்கசப்போடே
அழுதார்கள்; எப்ரோனில் தான் குடியிருந்த இடத்தை விட்டு,
அவனோடே இருந்த தன் மனுஷர்களோடே புறப்பட்டுப்போய், தன்
குமாரனான யாக்கோபுக்கு ஆறுதல் சொன்னான், ஆனால் அவன்
ஆறுதலடைய மறுத்தான். 36. இதன்பின்பு, யாக்கோபு தரையிலிருந்து
எழுந்தான், அவன் கண்ணீர் அவன் கன்னங்களில்
வடிந்துகொண்டிருந்தது; அவன் தன் குமாரர்களை நோக்கி: நீங்கள்
எழுந்து, உங்கள் பட்டயங்களையும் உங்கள் விற்களையும்
எடுத்துக்கொண்டு, வெளியிலே போய், என் குமாரனின் சரீரத்தை
உங்களால் கண்டுபிடிக்கமுடியுமா என்று தேடி, நான் அதை
அடக்கம்பண்ணும்படி என்னிடத்தில் கொண்டுவாருங்கள் என்றான்.
37. மிருகஜீவன்களுக்குள்ளேயும் தேடி அவைகளை
வேட்டையாடுங்கள், முதலாவது உங்களுக்கு முன்பாக வருகிறதைப்
பிடித்து என்னிடத்தில் கொண்டுவாருங்கள்; ஒருவேளை கர்த்தர்
இன்றையதினம் என் உபத்திரவத்தின் மேல் பரிதாபப்பட்டு, என்
குமாரனைப் பீறின மிருகத்தை உங்களுக்கு முன்பாகக்
கிடைக்கப்பண்ணுவார், அதை என்னிடத்தில் கொண்டுவாருங்கள்,
நான் என் குமாரனுக்காகப் பழிவாங்குவேன் என்று உங்களைக்
கேட்டுக்கொள்ளுகிறேன் என்றான். 38. அவனுடைய குமாரர்கள்
தங்கள் தகப்பன் தங்களுக்குக் கட்டளையிட்டபடியே செய்தார்கள்;
அவர்கள் காலையிலே அதிகாலையில் எழுந்து, ஒவ்வொருவரும்
தங்கள் பட்டயத்தையும் வில்லையும் தங்கள் கைகளில்
எடுத்துக்கொண்டு, மிருகங்களை வேட்டையாட வெளியிலே
போனார்கள். 39. யாக்கோபு இன்னும் சத்தமிட்டு அழுது,
வீட்டிற்குள்ளே அங்குமிங்கும் நடந்து, தன் கைகளை
ஒன்றோடொன்று தட்டிக்கொண்டு: என் குமாரனான யோசேப்பே,
என் குமாரனான யோசேப்பே என்றான். 40. யாக்கோபின் குமாரர்கள்
மிருகங்களைப் பிடிக்க வனாந்தரத்திற்குப் போனார்கள்; இதோ ஒரு
ஓநாய் அவர்களுக்கு நேராக வந்தது, அவர்கள் அதைப் பிடித்துத்
தங்கள் தகப்பனிடத்திற்குக் கொண்டுவந்து, அவனை நோக்கி: நாங்கள்
கண்டுபிடித்த முதலாவது மிருகம் இதுவே, நீர் எங்களுக்குக்
கட்டளையிட்டபடியே நாங்கள் இதை உம்மிடத்திற்குக்
கொண்டுவந்தோம், உமது குமாரனின் சரீரத்தை எங்களால்
காணமுடியவில்லை என்றார்கள். 41. யாக்கோபு தன் குமாரர்களின்
கைகளிலிருந்து அந்த மிருகத்தை வாங்கி, அதைத் தன் கையில்
பிடித்துக்கொண்டு, சத்தமிட்டு அழுது, கசப்பான இருதயத்தோடே

அந்த மிருகத்தை நோக்கி: நீ ஏன் என் குமாரனான யோசேப்பைப் பட்சித்துப்போட்டாய், பூமியின் தேவனுக்காவது, அல்லது என் குமாரனான யோசேப்பினிமித்தம் எனக்கு உண்டான உபத்திரவத்திற்காவது நீ ஏன் பயப்படாமற்போனாய்? என்றான். 42. அவன் எந்தக் கொடுமையும் செய்யாதிருந்தும் நீ வீணாக என் குமாரனைப் பட்சித்துப்போட்டு, அவனினிமித்தம் என்னைக் குற்றவாளியாக்கினாயே; ஆகையால் தேவன் துன்புறுத்தப்பட்டவனுக்காகப் பழிவாங்குவார் என்றான். 43. அந்த மிருகம் தன் வார்த்தைகளினால் யாக்கோபுக்கு ஆறுதல் சொல்லும்படிக்குக் கர்த்தர் அதின் வாயைத் திறந்தார்; அது யாக்கோபுக்குப் பிரதியுத்தரமாக இந்த வார்த்தைகளை அவனுக்குச் சொன்னது: 44. பூமியில் எங்களைச் சிருஷ்டித்த தேவன் ஜீவனோடிருப்பதுபோலவும், என் ஆண்டவனே உமது ஆத்துமா ஜீவனோடிருப்பதுபோலவும், நான் உமது குமாரனைக் காணவுமில்லை, அவனைப் பீறவுமில்லை; இன்றையதினம் என்னை விட்டுப்போன என் குமாரனைத் தேடவே நானும் ஒரு தூர தேசத்திலிருந்து வந்தேன், அவன் உயிரோடிருக்கிறானோ செத்துப்போனானோ என்று நான் அறியேன். 45. இன்றையதினம் நான் என் குமாரனைத் தேட வெளியிலே வந்தேன்; உமது குமாரர்கள் என்னைக் கண்டுபிடித்துப் பிடித்து, என் துக்கத்தை அதிகமாக்கி, இன்றையதினம் என்னை உமக்கு முன்பாகக் கொண்டுவந்தார்கள்; நான் இப்போது என் வார்த்தைகளையெல்லாம் உமக்குச் சொல்லிவிட்டேன். 46. ஆகையால் இப்போது, ஓ மனுஷகுமாரனே, நான் உமது கைகளில் இருக்கிறேன், உமது கண்களுக்கு நலமாய்த் தோன்றுகிறபடியே இன்றையதினம் எனக்குச் செய்யும்; ஆனால் என்னைச் சிருஷ்டித்த தேவன் மேல் ஆணையாக, நான் உமது குமாரனைக் காணவுமில்லை, அவனைப் பீறவுமில்லை; என் ஜீவிய நாளெல்லாம் மனுஷ மாம்சம் என் வாய்க்குள் நுழைந்ததேயில்லை என்றது. 47. யாக்கோபு அந்த மிருகத்தின் வார்த்தைகளைக் கேட்டபோது மிகவும் ஆச்சரியப்பட்டு, அந்த மிருகத்தைத் தன் கையிலிருந்து அனுப்பிவிட்டான், அது தன் வழியே போயிற்று. 48. யாக்கோபு இன்னும் நாளுக்கு நாள் யோசேப்பினிமித்தம் சத்தமிட்டு அழுது, அநேக நாட்கள் தன் குமாரனுக்காகத் துக்கங்கொண்டாடினான்.

அத்தியாயம் 44

1. யோசேப்பை மீதியானியரிடமிருந்து விலைக்கு வாங்கியிருந்த இஸ்மவேலருடைய குமாரர்கள், யோசேப்பை அழைத்துக்கொண்டு எகிப்திற்குப் போனார்கள்; அவர்கள் எகிப்தின் எல்லைகளுக்கு வந்தபோது, எகிப்து தேசத்திலிருந்து பிரயாணம்பண்ணி வருகிற

யாசேரின் ஆகமம்

ஆபிரகாமின் குமாரனான மீதியானின் குமாரர்களான நான்கு
மனுஷர்களைச் சந்தித்தார்கள். 2. இஸ்மவேலர் அவர்களை நோக்கி:
இந்த அடிமையை எங்களிடத்திலிருந்து விலைக்கு வாங்க
விரும்புகிறீர்களா? என்றார்கள்; அவர்கள்: அவனை எங்களிடத்தில்
ஒப்புவியுங்கள் என்றார்கள்; அவர்கள் யோசேப்பை அவர்களிடத்தில்
ஒப்புவித்தார்கள், அவன் மிகவும் அழகான வாலிபனாயிருப்பதைக்
கண்டு, அவனை இருபது சேக்கலுக்கு விலைக்கு வாங்கினார்கள். 3.
இஸ்மவேலர் எகிப்திற்குத் தங்கள் பிரயாணத்தைத் தொடர்ந்தார்கள்,
மீதியானியரும் அன்றையதினம் எகிப்திற்குத் திரும்பினார்கள்;
மீதியானியர் ஒருவரையொருவர் நோக்கி: பார்வோனின் பிரதானியும்
தலையாரிகளுக்கு அதிபதியுமாகிய போத்திபார், தனக்கு முன்பாக
நின்று தனக்கு ஊழியஞ்செய்யவும், தன் வீட்டிற்கும் தனக்குள்ள
எல்லாவற்றிற்கும் அவனை விசாரணைக்காரனாக்கவும் ஒரு நல்ல
வேலைக்காரனைத் தேடுகிறான் என்று கேள்விப்பட்டோமே. 4.
ஆகையால் இப்போது வாருங்கள், அவனுக்காக நாம் கேட்கிறதை
அவன் நமக்குக் கொடுக்கக்கூடுமானால், நாம் விரும்புகிற விலைக்கு
அவனை அவனுக்கு விற்றுப்போடுவோம் என்றார்கள். 5. இந்த
மீதியானியர் போத்திபாரின் வீட்டிற்குப் போய், அவனை நோக்கி:
உமக்கு ஊழியஞ்செய்ய ஒரு நல்ல வேலைக்காரனை நீர் தேடுகிறீர்
என்று கேள்விப்பட்டோம்; இதோ, உமக்குப் பிரியமான ஒரு
வேலைக்காரன் எங்களிடத்தில் இருக்கிறான்; நாங்கள் விரும்புகிறதை
நீர் எங்களுக்குக் கொடுத்தால், நாங்கள் அவனை உமக்கு
விற்றுப்போடுவோம் என்றார்கள். 6. போத்திபார்: அவனை எனக்கு
முன்பாகக் கொண்டுவாருங்கள், நான் அவனைப் பார்க்கிறேன்; அவன்
எனக்குப் பிரியமாயிருந்தால், அவனுக்காக நீங்கள் கேட்கிறதை நான்
உங்களுக்குக் கொடுப்பேன் என்றான். 7. மீதியானியர் போய்
யோசேப்பைக் கொண்டுவந்து, போத்திபாருக்கு முன்பாக
நிறுத்தினார்கள்; அவன் அவனைக் கண்டான், அவன் அவனுக்கு மிகவும்
பிரியமாயிருந்தான்; போத்திபார் அவர்களை நோக்கி: இந்த
வாலிபனுக்காக நீங்கள் என்ன கேட்கிறீர்கள் என்று எனக்குச்
சொல்லுங்கள் என்றான். 8. அவர்கள்: அவனுக்காக நாங்கள் நானூறு
வெள்ளிக்காசு கேட்கிறோம் என்றார்கள்; போத்திபார்: அவனை
நீங்கள் விலைக்கு வாங்கின பத்திரத்தை என்னிடத்தில் கொண்டுவந்து,
அவனுடைய வரலாற்றை எனக்குச் சொன்னால் நான் அதை
உங்களுக்குக் கொடுப்பேன்; ஏனெனில் ஒருவேளை அவன்
திருடப்பட்டவனாயிருக்கலாம், இந்த வாலிபன் ஒரு அடிமையுமல்ல,
ஒரு அடிமையின் குமாரனுமல்ல, நல்லவனும் சவுந்தரியமுமான
ஒருவனின் சாயலை இவனிடத்தில் காண்கிறேன் என்றான். 9.
மீதியானியர் போய், அவனைத் தங்களுக்கு விற்ற இஸ்மவேலரை
அவனிடத்திற்குக் கொண்டுவந்தார்கள்; அவர்கள் அவனை நோக்கி:
இவன் ஒரு அடிமை, நாங்கள்தான் இவனை இவர்களுக்கு விற்றோம்

என்றார்கள். *10.* போத்திபார் இஸ்மவேலரின் வார்த்தைகளைக் கேட்டு, வெள்ளியை மீதியானியருக்குக் கொடுத்தான்; மீதியானியர் வெள்ளியை எடுத்துக்கொண்டு தங்கள் பிரயாணத்தைத் தொடர்ந்தார்கள், இஸ்மவேலரும் தங்கள் வீட்டிற்குத் திரும்பினார்கள். *11.* போத்திபார் யோசேப்பை அழைத்து, அவன் தனக்கு ஊழியஞ்செய்யும்படி அவனைத் தன் வீட்டிற்குக் கொண்டுவந்தான்; யோசேப்புக்குப் போத்திபாரின் கண்களில் கிருபை கிடைத்தது, அவன் அவன் மேல் நம்பிக்கைக வைத்து, அவனைத் தன் வீட்டிற்கு விசாரணைக்காரனாக்கி, தனக்குள்ள எல்லாவற்றையும் அவன் கையில் ஒப்புவித்தான். *12.* கர்த்தர் யோசேப்போடே இருந்தார், அவன் காரியசித்தியுள்ளவனானான்; கர்த்தர் யோசேப்பினிமித்தம் போத்திபாரின் வீட்டை ஆசீர்வதித்தார். *13.* போத்திபார் தனக்குள்ள எல்லாவற்றையும் யோசேப்பின் கையில் ஒப்புவித்தான்; யோசேப்பு காரியங்களை வரப்பண்ணுகிறவனும் போகப்பண்ணுகிறவனுமாயிருந்தான், போத்திபாரின் வீட்டிலே அவனுடைய விருப்பத்தின்படியே எல்லாம் ஒழுங்குபடுத்தப்பட்டது. *14.* யோசேப்புக்கு வயது பதினெட்டு, அவன் அழகான கண்களையும் சவுந்தரியமான தோற்றத்தையுமுடைய வாலிபனாயிருந்தான்; எகிப்து தேசம் முழுவதிலும் அவனுக்கு ஒப்பானவன் ஒருவனுமில்லை. *15.* அக்காலத்தில் அவன் தன் எஜமானின் வீட்டிலே உள்ளும் புறம்புமாய்ப் போய் தன் எஜமானுக்கு ஊழியஞ்செய்துகொண்டிருக்கையில், அவன் எஜமானின் மனைவியாகிய செலிக்காள் *(Zelicah)* யோசேப்பின் மேல் தன் கண்களை ஏறெடுத்து அவனைப் பார்த்தாள்; இதோ அவன் அழகான தோற்றமும் சவுந்தரியமுமான வாலிபனாயிருந்தான். *16.* அவள் தன் இருதயத்திலே அவனுடைய சவுந்தரியத்தை இச்சித்தாள், அவளுடைய ஆத்துமா யோசேப்பின் மேல் பற்றுதலாயிற்று; அவள் நாளுக்கு நாள் அவனுக்கு இச்சகம்பேசி, செலிக்காள் நாளுக்கு நாள் யோசேப்பை இணங்கப்பண்ணப்பார்த்தாள்; ஆனால் யோசேப்பு தன் எஜமானின் மனைவியைப் பார்க்கத் தன் கண்களை ஏறெடுக்கவில்லை. *17.* செலிக்காள் அவனை நோக்கி: உன் தோற்றமும் ரூபமும் எவ்வளவு அழகாயிருக்கிறது; மெய்யாகவே நான் அடிமைகள் எல்லாரையும் பார்த்திருக்கிறேன், உன்னைப்போல இவ்வளவு அழகான ஒரு அடிமையை நான் கண்டதேயில்லை என்றாள்; யோசேப்பு அவளை நோக்கி: என் தாயின் கர்ப்பத்திலே என்னைச் சிருஷ்டித்தவரே மனுஷர் எல்லாரையும் சிருஷ்டித்தார் என்றான். *18.* அவள் அவனை நோக்கி: எகிப்தின் குடிகளாகிய புருஷர்கள் ஸ்திரீகள் எல்லாருடைய கண்களையும் பறிக்கும்படியான உன் கணண்கள் எவ்வளவு அழகாயிருக்கிறது என்றாள்; அவன் அவளை நோக்கி: நாம் உயிரோடிருக்கும்போது அவைகள் எவ்வளவு அழகாயிருக்கிறது, ஆனால் நீ அவைகளைக் கல்லறையிலே பார்த்தால், நிச்சயமாகவே நீ அவைகளை விட்டு விலகிப்போவாய் என்றான். *19.*

அவள் அவனை நோக்கி: உன் வார்த்தைகளெல்லாம் எவ்வளவு அழகாயும் இனிமையாயுமிருக்கிறது; நான் உன்னைக் கேட்டுக்கொள்ளுகிறேன், வீட்டிலிருக்கிற சுரமண்டலத்தை எடுத்து உன் கைகளினால் வாசி, உன் வார்த்தைகளை நாங்கள் கேட்கட்டும் என்றாள். 20. அவன் அவளை நோக்கி: நான் என் தேவனுடைய துதியையும் அவருடைய மகிமையையும் பேசும்போது என் வார்த்தைகள் எவ்வளவு அழகாயும் இனிமையாயுமிருக்கிறது என்றான்; அவள் அவனை நோக்கி: உன் தலைமயிர் எவ்வளவு அழகாயிருக்கிறது, இதோ வீட்டிலிருக்கிற பொன் சீப்பை எடுத்து, உன் தலைமயிரைச் சீவிக்கொள் என்று நான் உன்னைக் கேட்டுக்கொள்ளுகிறேன் என்றாள். 21. அவன் அவளை நோக்கி: நீ எம்மட்டும் இந்த வார்த்தைகளைப் பேசுவாய்? இந்த வார்த்தைகளை என்னிடத்தில் பேசுவதை விட்டுவிட்டு, எழுந்து உன் வீட்டுக்காரியங்களைக் கவனி என்றான். 22. அவள் அவனை நோக்கி: என் வீட்டிலே ஒருவருமில்லை, உன் வார்த்தைகளுக்கும் உன் விருப்பத்திற்கும் செவிகொடுப்பதைத் தவிர எனக்குக் கவனிக்க வேறொன்றுமில்லை என்றாள்; இவையெல்லாமிருந்தும், அவளால் யோசேப்பைத் தன்னிடத்திற்கு இணங்கப்பண்ணமுடியவில்லை, அவன் தன் கண்களை அவள் மேல் வைக்காமல், தன் கண்களைத் தரையை நோக்கியே வைத்திருந்தான். 23. அவன் தன்னோடே சயனிக்கவேண்டும் என்று செலிக்காள் தன் இருதயத்திலே யோசேப்பை இச்சித்தாள்; யோசேப்பு தன் வேலையைச் செய்து வீட்டிலே உட்கார்ந்திருக்கும் வேளையில், செலிக்காள் வந்து அவனுக்கு முன்பாக உட்கார்ந்து, அவன் தன்னோடே சயனிக்கவோ அல்லது தன்னை ஒருமுறையாவது பார்க்கவோ தன் வார்த்தைகளினாலே நாளுக்கு நாள் அவனுக்கு இச்சகம்பேசி வந்தாள்; ஆனால் யோசேப்பு அவளுக்குச் செவிகொடுக்கவில்லை. 24. அவள் அவனை நோக்கி: நீ என் வார்த்தைகளின்படி செய்யாவிட்டால், நான் உன்னை மரண தண்டனையினால் தண்டித்து, உன் மேல் இருப்பு நுகத்தைச் சுமத்துவேன் என்றாள். 25. யோசேப்பு அவளை நோக்கி: மனுஷனைச் சிருஷ்டித்த தேவன் சிறைப்பட்டவர்களின் கட்டுகளை அவிழ்க்கிறார்; உன் சிறையிலிருந்தும் உன் நியாயத்தீர்ப்பிலிருந்தும் என்னை விடுவிப்பவர் அவரே என்றான். 26. அவளால் அவனை மேற்கொள்ளவும் அவனை இணங்கப்பண்ணவும் முடியாதபோது, அவளுடைய ஆத்துமா இன்னும் அவன் மேல் பற்றுதலாயிருந்தபடியால், அவளுடைய இச்சை அவளைக் கொடிய வியாதியில் தள்ளினது. 27. எகிப்தின் ஸ்திரீகள் எல்லாரும் அவளைப் பார்க்க வந்து, அவளை நோக்கி: உனக்கு ஒரு குறையுமில்லையே, நீ ஏன் இப்படி மெலிந்துபோகிறாய்? நிச்சயமாகவே உன் புருஷன் ராஜாவுக்கு முன்பாகப் பெரியவனும் மதிக்கப்படுகிறவனுமான பிரபுவாயிருக்கிறானே, உன் இருதயம் விரும்புகிற எதிலாவது உனக்குக்

குறைவுண்டோ? என்றார்கள். 28. செலிக்காள் அவர்களுக்குப் பிரதியுத்தரமாக: நீங்கள் என்னைக் காண்கிற இந்த வியாதி எங்கிருந்து உற்பத்தியாகிறது என்று இன்றையதினம் உங்களுக்குத் தெரியப்படுத்தப்படும் என்று சொல்லி; ஸ்திரீகள் எல்லாருக்கும் போஜனம் ஆயத்தம்பண்ணும்படி தன் வேலைக்காரிகளுக்குக் கட்டளையிட்டு, அவர்களுக்கு ஒரு விருந்து செய்தாள், ஸ்திரீகள் எல்லாரும் செலிக்காளின் வீட்டிலே புசித்தார்கள். 29. அவர்கள் புசிப்பதற்கு எலுமிச்சம்பழங்களின் தோலை உரிக்கும்படி அவர்களுக்குக் கத்திகளைக் கொடுத்து, யோசேப்புக்கு விலையேறப்பெற்ற வஸ்திரங்களை உடுத்தி, அவன் அவர்களுக்கு முன்பாக வரும்படி கட்டளையிட்டாள்; யோசேப்பு அவர்கள் கண்களுக்கு முன்பாக வந்தான், ஸ்திரீகள் எல்லாரும் யோசேப்பைப் பார்த்தார்கள், அவர்களால் தங்கள் கண்களை அவனை விட்டுத் திருப்பமுடியவில்லை; அவர்கள் எல்லாரும் தங்கள் கைகளிலிருந்த கத்திகளால் தங்கள் கைகளை வெட்டிக்கொண்டார்கள், அவர்கள் கைகளிலிருந்த எலுமிச்சம்பழங்களெல்லாம் இரத்தத்தினால் நிறைந்தன. 30. தாங்கள் செய்ததை அவர்கள் அறியாமல், யோசேப்பின் சவுந்தரியத்தைத் தொடர்ந்து பார்த்துக்கொண்டிருந்தார்கள், தங்கள் கண்களை அவனை விட்டுத் திருப்பவில்லை. 31. அவர்கள் செய்ததைச் செலிக்காள் கண்டு, அவர்களை நோக்கி: நீங்கள் செய்த இந்தக் காரியம் என்ன? இதோ நான் உங்களுக்குப் புசிக்க எலுமிச்சம்பழங்களைக் கொடுத்தேன், நீங்கள் எல்லாரும் உங்கள் கைகளை வெட்டிக்கொண்டீர்களே என்றாள். 32. ஸ்திரீகள் எல்லாரும் தங்கள் கைகளைப் பார்த்தார்கள், இதோ அவைகள் இரத்தத்தினால் நிறைந்திருந்தன, அவர்கள் இரத்தம் அவர்கள் வஸ்திரங்களின்மேல் வடிந்தது; அவர்கள் அவளை நோக்கி: உன் வீட்டிலிருக்கிற இந்த அடிமை எங்களை மேற்கொண்டுவிட்டான், அவனுடைய சவுந்தரியத்தினிமித்தம் எங்களால் எங்கள் கண்களை அவனை விட்டுத் திருப்பமுடியவில்லை என்றார்கள். 33. அவள் அவர்களை நோக்கி: நீங்கள் அவனைப் பார்த்த அந்த ஒரு நிமிஷத்தில் நிச்சயமாக இது உங்களுக்கு நேரிட்டதே, உங்களால் அவனை விட்டு விலகமுடியவில்லையே; அவன் எப்போதும் என் வீட்டிலிருக்க, நான் நாளுக்கு நாள் அவன் என் வீட்டிற்குள் உள்ளும் புறம்புமாய்ப் போவதைக் காணும்போது என்னால் எப்படி விலகியிருக்கமுடியும்? இதினிமித்தம் நான் மெலிந்துபோகாமலும் செத்துப்போகாமலும் எப்படி இருப்பேன்? என்றாள். 34. அவர்கள் அவளை நோக்கி: இந்த வார்த்தைகள் உண்மைதான்; வீட்டின்மேல் இவ்வளவு அழகான ரூபத்தைக் கண்டும் அவனை விட்டு விலகியிருக்க யாரால் கூடும்? அவன் உன் அடிமையும் உன் வீட்டிலே உனக்கு ஊழியஞ்செய்கிறவனுமாயிருக்கிறானே, உன் இருதயத்திலிருக்கிறதை நீ ஏன் அவனுக்குச் சொல்லாமல், இந்தக்

காரியத்தினிமித்தம் உன் ஆத்துமா செத்துப்போக இடங்கொடுக்கிறாய்? என்றார்கள். 35. அவள் அவர்களை நோக்கி: நான் நாளுக்கு நாள் அவனை இணங்கப்பண்ணப் பார்க்கிறேன், ஆனால் அவன் என் விருப்பத்திற்குச் சம்மதிக்கமாட்டேன் என்கிறான்; நான் அவனுக்கு நல்லதெல்லாவற்றையும் வாக்குத்தத்தம்பண்ணியும், அவனிடத்திலிருந்து எனக்கு ஒரு பதிலும் கிடைக்கவில்லை; ஆகையால் நீங்கள் காண்கிறபடியே நான் மெலிந்துபோகிறேன் என்றாள். 36. யோசேப்பின் மேலிருந்த இச்சையினிமித்தம் செலிக்காள் மிகவும் வியாதிப்பட்டாள்; அவனினிமித்தம் அவள் தீவிரமான காமநோயினால் பீடிக்கப்பட்டாள், செலிக்காள் யோசேப்பின் மேலிருந்த அன்பினிமித்தம் வியாதிப்பட்டிருக்கிறாள் என்கிற இந்தக் காரியத்தைச் செலிக்காளின் வீட்டாரும் அவள் புருஷனும் அறியாதிருந்தார்கள். 37. அவளுடைய வீட்டாரனைவரும் அவளை நோக்கி: உனக்கு ஒரு குறையுமில்லாதிருக்க நீ ஏன் வியாதிப்பட்டு மெலிந்துபோகிறாய்? என்றார்கள்; அவள் அவர்களை நோக்கி: நாளுக்கு நாள் என்மேல் அதிகரிக்கிற இந்தக் காரியம் எனக்குத் தெரியாது என்றாள். 38. ஸ்திரீகள் எல்லாரும் அவளுடைய சிநேகிதிகளும் நாளுக்கு நாள் அவளைப் பார்க்க வந்து, அவளோடே பேசினார்கள்; அவள் அவர்களை நோக்கி: இது யோசேப்பின் மேலிருக்கிற அன்பினாலேயே வந்திருக்கவேண்டும் என்றாள்; அவர்கள் அவளை நோக்கி: நீ அவனுக்கு இச்சகம்பேசி அவனை இரகசியமாய்ப் பிடித்துக்கொள், ஒருவேளை அவன் உனக்குச் செவிகொடுத்து, இந்த மரணத்தை உன்னை விட்டு அகற்றுவான் என்றார்கள். 39. யோசேப்பின் மேலிருந்த அன்பினிமித்தம் செலிக்காளின் வியாதி அதிகமாயிற்று, நிற்பதற்கும் பெலனில்லாதபடிக்கு அவள் தொடர்ந்து மெலிந்துபோனாள். 40. ஒருநாள் யோசேப்பு தன் எஜமானின் வேலையை வீட்டிலே செய்துகொண்டிருக்கையில், செலிக்காள் இரகசியமாய் வந்து திடீரென்று அவன் மேல் விழுந்தாள்; யோசேப்பு அவளுக்கு விரோதமாக எழும்பி, அவளைவிடப் பலசாலியாயிருந்தபடியால், அவளைத் தரையிலே தள்ளினான். 41. செலிக்காள் அவன் மேலிருந்த தன் இருதயத்தின் இச்சையினிமித்தம் அழுது, அவனைக் கெஞ்சி அழுதாள், அவள் கண்ணீர் அவள் கன்னங்களில் வடிந்தது, அவள் கெஞ்சும் சத்தத்தோடும் ஆத்துமாவின் கசப்போடும் அவனோடே பேசி: 42. என்னைப் போல அழகான ஒரு ஸ்திரீயை, அல்லது என்னைவிடச் சிறந்த ஒருத்தியை நீ எப்போதாவது கேட்டதுண்டா, கண்டதுண்டா அல்லது அறிந்ததுண்டா? நான் நாளுக்கு நாள் உன்னோடே பேசி, உன் மேலுள்ள அன்பினிமித்தம் மெலிந்துபோய், இந்த கனத்தையெல்லாம் உனக்குக் கொடுத்தும், நீ என் சத்தத்திற்குச் செவிகொடாயோ? 43. உன் எஜமான் உன்னைத் தண்டிப்பான் என்று அவனுக்குப் பயந்து நீ இப்படிச் செய்தால், ராஜாவின் ஜீவனைக் கொண்டு சொல்லுகிறேன்,

இந்தக் காரியத்தினிமித்தம் உன் எஜமானால் உனக்கு ஒரு தீங்கும் வராது; ஆகையால் இப்போது, தயவுசெய்து எனக்குச் செவிகொடுத்து, நான் உனக்குக் கொடுத்த கனத்தினிமித்தம் சம்மதித்து, இந்த மரணத்தை என்னை விட்டு அகற்று; உன்னிமித்தம் நான் ஏன் சாகவேண்டும்? என்று சொல்லிப் பேச்சை நிறுத்தினாள். 44. யோசேப்பு அவளுக்குப் பிரதியுத்தரமாக: என்னை விட்டு விலகு, இந்தக் காரியத்தை என் எஜமானிடத்தில் விட்டுவிடு; இதோ, வீட்டிலே என்னிடத்திலிருக்கிறது என்னவென்று என் எஜமான் அறியார், தனக்குள்ள எல்லாவற்றையும் அவர் என் கையில் ஒப்புவித்திருக்கிறார்; நான் என் எஜமானின் வீட்டிலே இந்தக் காரியங்களை எப்படிச் செய்வேன்? 45. அவர் தன் வீட்டிலே என்னை மிகவும் கனப்படுத்தி, தன் வீட்டிற்கு என்னை விசாரணைக்காரனாக்கி, என்னை உயர்த்தியிருக்கிறார்; இந்த வீட்டிலே என்னிலும் பெரியவன் ஒருவனுமில்லை, அவருடைய மனைவியாகிய உன்னைத் தவிர வேறொன்றையும் என் எஜமான் எனக்கு விலக்கிவைக்கவில்லையே; அப்படியிருக்க, நீ எப்படி இந்த வார்த்தைகளை என்னிடத்தில் பேசலாம்? தேவனுக்கும் உன் புருஷனுக்கும் விரோதமாக நான் எப்படி இந்தப் பெரிய பொல்லாப்பையும் பாவத்தையும் செய்வேன்? 46. ஆகையால் இப்போது என்னை விட்டு விலகு, இதுபோல இனி ஒரு வார்த்தையும் பேசாதே, நான் உன் வார்த்தைகளுக்குச் செவிகொடுக்கமாட்டேன் என்றான். யோசேப்பு இந்த வார்த்தைகளை அவளிடத்தில் பேசினபோது செலிக்காள் அவனுக்குச் செவிகொடுக்கவில்லை, ஆனால் தனக்குச் செவிகொடுக்கும்படி அவள் நாளுக்கு நாள் அவனுக்கு இச்சகம்பேசி வந்தாள். 47. இதன்பின்பு எகிப்தின் நதி அதின் கரைகளையெல்லாம் தாண்டிப் பெருக்கெடுத்து ஓடிற்று, எகிப்தின் குடிகள் எல்லாரும் புறப்பட்டார்கள்; ராஜாவும் பிரபுக்களும் மேளங்களோடும் நடனங்களோடும் புறப்பட்டார்கள், ஏனெனில் சீகோர் *(Sihor)* சமுத்திரப் பெருக்கெடுத்து ஓடும்போது அது எகிப்திலே ஒரு பெரிய சந்தோஷமும் பண்டிகையுமாயிருந்தது, நாள்முழுவதும் சந்தோஷங்கொண்டாடும்படி அவர்கள் அங்கே போனார்கள். 48. எகிப்தியர் தங்கள் வழக்கத்தின்படியே சந்தோஷங்கொண்டாடும்படி நதிக்குப் போனபோது, போத்திபாரின் வீட்டாரனைவரும் அவர்களோடே போனார்கள்; ஆனால் செலிக்காள் அவர்களோடே போகவில்லை, ஏனெனில் அவள்: எனக்கு உடம்பு சரியில்லை என்றாள்; அவள் வீட்டிலே தனியாயிருந்தாள், அவளோடே வேறொருவரும் வீட்டிலே இல்லை. 49. அவள் எழுந்து வீட்டிலிருந்த தன் மாளிகைக்கு ஏறிப்போய், ராஜரீகமான வஸ்திரங்களை உடுத்திக்கொண்டு, தன் தலையிலே வெள்ளியிலும் பொன்னிலும் பதிக்கப்பட்ட விலையேறப்பெற்ற கோமேதகக் கற்களை வைத்து, சகலவிதமான ஸ்திரீகளின் சுத்திகரிப்புத் திரவியங்களினால் தன் முகத்தையும் சருமத்தையும் அழகுபடுத்தி,

லவங்கப்பட்டையினாலும் சாம்பிராணியினாலும் மாளிகைக்கும் வீட்டிற்கும் தூபங்காட்டி, வெள்ளைப்போளத்தையும் அகிலையும் பரப்பி, அதன்பின்பு மாளிகையின் வாசலிலே, யோசேப்பு தன் வேலையைச் செய்யப் போகும் வீட்டின் வழியிலே உட்கார்ந்தாள்; இதோ யோசேப்பு வெளியிலிருந்து வந்து, தன் எஜமானின் வேலையைச் செய்ய வீட்டிற்குள் நுழைந்தான். 50. அவன் கடந்துபோகவேண்டிய இடத்திற்கு வந்தான்; செலிக்காளின் செய்கைகளையெல்லாம் கண்டு அவன் திரும்பிப்போனான். 51. யோசேப்பு தன்னை விட்டுத் திரும்பிப்போவதைச் செலிக்காள் கண்டு, அவனைக் கூப்பிட்டு: யோசேப்பே உனக்கு என்ன நேரிட்டது? உன் வேலைக்கு வா, இதோ நீ உன் இடத்திற்குக் கடந்துபோகும்வரைக்கும் நான் உனக்கு வழிவிடுகிறேன் என்றாள். 52. யோசேப்பு திரும்பி வீட்டிற்கு வந்து, அங்கிருந்து தன் இடத்திற்குக் கடந்துபோய், வழக்கம்போலத் தன் எஜமானின் வேலையைச் செய்ய உட்கார்ந்தான்; இதோ செலிக்காள் அவனிடத்திற்கு வந்து, ராஜரீகமான வஸ்திரங்களோடே அவனுக்கு முன்பாக நின்றாள், அவளுடைய வஸ்திரங்களின் வாசனை தூரம்வரைக்கும் பரவியது. 53. அவள் தீவிரமாய் யோசேப்பையும் அவனுடைய வஸ்திரங்களையும் பிடித்துக்கொண்டு, அவனை நோக்கி: ராஜாவின் ஜீவனைக் கொண்டு சொல்லுகிறேன், நீ என் விருப்பத்தின்படி செய்யாவிட்டால் இன்றையதினம் சாவாய் என்று சொல்லி; தீவிரமாய்த் தன் மற்றக் கையை நீட்டி, தன் வஸ்திரங்களுக்குக் கீழிருந்து ஒரு பட்டயத்தை உருவி, அதை யோசேப்பின் கழுத்தின்மேல் வைத்து: எழுந்து என் விருப்பத்தின்படி செய், இல்லாவிட்டால் இன்றையதினம் சாவாய் என்றாள். 54. அவள் இப்படிச் செய்ததைக் கண்டு யோசேப்பு அவளுக்குப் பயந்து, அவளை விட்டு ஓடும்படி எழுந்தான்; அவள் அவனுடைய வஸ்திரங்களின் முன்பக்கத்தைப் பிடித்துக்கொண்டாள், அவன் ஓடிய வேகத்தினாலும் திகிலினாலும் செலிக்காள் பிடித்திருந்த வஸ்திரம் கிழிந்தது; யோசேப்பு வஸ்திரத்தைச் செலிக்காளின் கையில் விட்டுவிட்டு, பயந்து வெளியே ஓடிப்போனான். 55. யோசேப்பின் வஸ்திரம் கிழிந்திருப்பதையும், அவன் அதைத் தன் கையில் விட்டுவிட்டு ஓடிப்போனதையும் செலிக்காள் கண்டபோது, தன்னைக்குறித்த செய்தி பரவுமோ என்று தன் ஜீவனுக்காகப் பயந்து, எழுந்து தந்திரமாய்ச் செயல்பட்டு, தான் உடுத்தியிருந்த வஸ்திரங்களைக் கழற்றிவிட்டு, தன் மற்ற வஸ்திரங்களை உடுத்திக்கொண்டாள். 56. அவள் யோசேப்பின் வஸ்திரத்தை எடுத்துத் தன் பக்கத்திலே வைத்துக்கொண்டு, தன் வீட்டாரனைவரும் நதிக்குப் போவதற்கு முன்பாக, தன் வியாதியில் தான் உட்கார்ந்திருந்த இடத்திலே போய்த் தன் வியாதியில் தான் உட்கார்ந்திருந்த இடத்திலே போய் உட்கார்ந்து, அப்பொழுது வீட்டிலிருந்த ஒரு சிறு பையனைக் கூப்பிட்டு, வீட்டாரைத் தன்னிடத்திற்குக் கூப்பிடும்படி அவனுக்குக்

கட்டளையிட்டாள். 57. அவள் அவர்களைக் கண்டபோது, மகா சத்தத்தோடும் புலம்பலோடும் அவர்களை நோக்கி: உங்கள் எஜமான் வீட்டிற்குள் எனக்குக் கொண்டுவந்திருக்கிற ஒரு எபிரெயனைப் பாருங்கள்; அவன் இன்றையதினம் என்னோடே சயனிக்கும்படி வந்தான். 58. நீங்கள் வெளியே போன பின்பு அவன் வீட்டிற்கு வந்தான்; வீட்டிலே ஒருவருமில்லை என்று கண்டு, அவன் என்னிடத்திற்கு வந்து, என்னோடே சயனிக்கும் நோக்கத்தோடே என்னைப் பிடித்தான். 59. நான் அவன் வஸ்திரங்களைப் பிடித்துக் கிழித்து, அவனுக்கு விரோதமாக மகா சத்தமாய்க் கத்தினேன்; நான் என் சத்தத்தை உயர்த்தினபோது அவன் தன் ஜீவனுக்குப் பயந்து, தன் வஸ்திரத்தை எனக்கு முன்பாக விட்டுவிட்டு ஓடிப்போனான் என்றாள். 60. அவள் வீட்டாரில் ஒருவனும் ஒன்றும் சொல்லவில்லை, ஆனால் அவர்கள் கோபம் யோசேப்பின் மேல் மிகவும் மூண்டது; அவர்கள் அவன் எஜமானிடத்திற்குப் போய்த் தன் மனைவியின் வார்த்தைகளை அவனுக்குச் சொன்னார்கள். 61. போத்திபார் கோபத்தோடே வீட்டிற்கு வந்தான்; அவன் மனைவி அவனைக் நோக்கிக் கூப்பிட்டு: ஒரு எபிரெய வேலைக்காரனை என் வீட்டிற்குள் கொண்டுவந்து நீ எனக்குச் செய்த இந்தக் காரியம் என்ன? அவன் இன்றையதினம் என்னோடே விளையாட வந்தானே; இன்றையதினம் அவன் எனக்கு இப்படிச் செய்தான் என்றாள். 62. போத்திபார் தன் மனைவியின் வார்த்தைகளைக் கேட்டு, யோசேப்பைக் கொடிய அடிகளால் தண்டிக்கும்படி கட்டளையிட்டான், அவர்கள் அவனுக்கு அப்படியே செய்தார்கள். 63. அவர்கள் அவனை அடித்துக்கொண்டிருக்கையில், யோசேப்பு மகா சத்தமாய்க் கூப்பிட்டு, தன் கண்களை வானத்திற்கு ஏறெடுத்து: ஓ கர்த்தராகிய தேவனே, இவைகளிலெல்லாம் நான் குற்றமற்றவன் என்று நீர் அறிவீர்; உமக்குத் தெரிந்த இந்த விருத்தசேதனமில்லாத துன்மார்க்கமான மனுஷர்களின் கையால் நான் இன்றையதினம் பொய்க்காக ஏன் சாகவேண்டும்? என்றான். 64. போத்திபாரின் மனுஷர்கள் யோசேப்பை அடித்துக்கொண்டிருக்கையில், அவன் தொடர்ந்து சத்தமிட்டு அழுதுகொண்டிருந்தான்; அங்கே பதினொரு மாதமான ஒரு குழந்தை இருந்தது, கர்த்தர் அந்தக் குழந்தையின் வாயைத் திறந்தார், யோசேப்பை அடித்துக்கொண்டிருந்த போத்திபாரின் மனுஷர்களுக்கு முன்பாக அது இந்த வார்த்தைகளைப் பேசிற்று: 65. நீங்கள் இந்த மனுஷனிடத்தில் என்ன கேட்கிறீர்கள், நீங்கள் ஏன் அவனுக்கு இந்தப் பொல்லாப்பைச் செய்கிறீர்கள்? என் தாய் பொய்சொல்லுகிறாள், பொய்களை உரைக்கிறாள்; காரியம் இப்படித்தான் நடந்தது என்றது. 66. நடந்த எல்லாவற்றையும் அந்தக் குழந்தை அவர்களுக்குத் திட்டமாகச் சொன்னது; நாளுக்கு நாள் செலிக்காள் யோசேப்பினிடத்தில் சொன்ன வார்த்தைகளையெல்லாம் அது அவர்களுக்கு அறிவித்தது. 67. மனுஷர்கள் எல்லாரும் அந்தக்

குழந்தையின் வார்த்தைகளைக் கேட்டு, அந்தக் குழந்தையின் வார்த்தைகளைக்குறித்து மிகவும் ஆச்சரியப்பட்டார்கள்; அந்தக் குழந்தை பேசுவதை நிறுத்தி அமைதியாயிற்று. 68. போத்திபார் தன் குமாரனுடைய வார்த்தைகளினிமித்தம் மிகவும் வெட்கப்பட்டு, யோசேப்பை இனி அடிக்கவேண்டாம் என்று தன் மனுஷர்களுக்குக் கட்டளையிட்டான், மனுஷர்கள் யோசேப்பை அடிப்பதை நிறுத்தினார்கள். 69. இந்தக் காரியத்தைக்குறித்து அவனை நியாயந்தீர்க்கும்படிக்கு, ராஜாவின் நியாயாதிபதிகளாயிருந்த ஆசாரியர்களுக்கு முன்பாக அவனை நியாயந்தீர்க்கக் கொண்டுவரும்படி போத்திபார் யோசேப்பைக் கூட்டிக்கொண்டு கட்டளையிட்டான். 70. போத்திபாரும் யோசேப்பும் ராஜாவின் நியாயாதிபதிகளான ஆசாரியர்களுக்கு முன்பாக வந்தார்கள்; அவன் அவர்களை நோக்கி: ஒரு வேலைக்காரனுக்கு என்ன நியாயத்தீர்ப்புத் தகுதியானது என்று தீர்மானியுங்கள் என்று உங்களைக் கேட்டுக்கொள்ளுகிறேன், ஏனெனில் அவன் இப்படிச் செய்தான் என்றான். 71. ஆசாரியர்கள் யோசேப்பை நோக்கி: நீ ஏன் உன் எஜமானுக்கு இந்தக் காரியத்தைச் செய்தாய்? என்றார்கள்; யோசேப்பு அவர்களுக்குப் பிரதியுத்தரமாக: என் ஆண்டவன்மாரே அப்படியல்ல, காரியம் இப்படித்தான் நடந்தது என்றான்; போத்திபார் யோசேப்பை நோக்கி: நிச்சயமாகவே எனக்குள்ள எல்லாவற்றையும் நான் உன் கைகளில் ஒப்புவித்தேன், என் மனைவியைத் தவிர வேறொன்றையும் நான் உனக்கு விலக்கிவைக்கவில்லையே, நீ எப்படி இந்தப் பொல்லாப்பைச் செய்தாய்? என்றான். 72. யோசேப்பு பிரதியுத்தரமாக: என் ஆண்டவனே அப்படியல்ல, கர்த்தருடைய ஜீவனையும் உமது ஆத்துமாவின் ஜீவனையும் கொண்டு சொல்லுகிறேன் என் ஆண்டவனே, உமது மனைவியிடத்திலிருந்து நீர் கேட்ட வார்த்தை உண்மையல்ல; இன்றையதினம் காரியம் இப்படித்தான் நடந்தது. 73. நான் உமது வீட்டிற்கு வந்து ஒரு வருஷமாயிற்று; நீர் என்னிடத்தில் ஏதாவது அக்கிரமத்தையோ, அல்லது நீர் என் ஜீவனைக் கேட்கும்படியான ஏதாவது காரியத்தையோ கண்டதுண்டா? என்றான். 74. ஆசாரியர்கள் போத்திபாரை நோக்கி: கிழிந்த யோசேப்பின் வஸ்திரத்தை எங்களுக்கு முன்பாகக் கொண்டுவர ஆள் அனுப்பி, அதிலிருக்கிற கிழிசலை நாங்கள் பார்க்கட்டும் என்று உன்னைக் கேட்டுக்கொள்ளுகிறோம்; கிழிசல் வஸ்திரத்தின் முன்பக்கத்தில் இருந்தால், அவன் முகம் அவளுக்கு நேராக இருந்திருக்கவேண்டும், அவள் அவனண்டைக்கு வரும்படி அவனைப் பிடித்திருக்கவேண்டும், அப்படியானால் உன் மனைவி தான் சொன்னதையெல்லாம் வஞ்சகமாகவே செய்தாள் என்றார்கள். 75. நியாயாதிபதிகளான ஆசாரியர்களுக்கு முன்பாக யோசேப்பின் வஸ்திரத்தைக் கொண்டுவந்தார்கள்; அவர்கள் பார்த்தார்கள், இதோ கிழிசல் யோசேப்பின் முன்பக்கத்தில் இருந்தது; அவள் அவனை

வற்புறுத்தினாள் என்று நியாயந்தீர்க்கிற ஆசாரியர்கள் எல்லாரும் அறிந்துகொண்டு: இந்த அடிமைக்கு மரண தண்டனை தகுதியானதல்ல, ஏனெனில் அவன் ஒன்றும் செய்யவில்லை; ஆனால் இவனினிமித்தம் உன் மனைவிக்கு விரோதமாகப் பரவின செய்தியினிமித்தம், இவன் காவல்கிடங்கில் வைக்கப்படவேண்டும் என்பதே இவனுக்கான நியாயத்தீர்ப்பு என்றார்கள். 76. போத்திபார் அவர்கள் வார்த்தைகளைக் கேட்டு, ராஜாவின் கைதிகள் அடைக்கப்பட்டிருக்கிற இடமாகிய காவல்கிடங்கில் அவனை வைத்தான்; யோசேப்பு பன்னிரண்டு வருஷங்கள் சிறைச்சாலையிலிருந்தான். 77. அப்படியிருந்தும், அவன் எஜமானின் மனைவி அவனை விட்டுத் திரும்பவில்லை, அவள் நாளுக்கு நாள் அவனுக்கு இச்சகம்பேசி அவனோடே பேசுவதை நிறுத்தவில்லை; மூன்று மாதங்கள் முடிவிலே செலிக்காள் நாளுக்கு நாள் காவல்கிடங்கிற்கு யோசேப்பினிடத்திற்குத் தொடர்ந்து வந்து, அவனுக்கு இச்சகம்பேசி: நீ இன்னும் எவ்வளவு காலம் இந்த வீட்டிலிருப்பாய்? இப்போதாவது என் சத்தத்திற்குச் செவிகொடு, நான் உன்னை இந்த வீட்டிலிருந்து வெளியே கொண்டுவருவேன் என்றாள். 78. யோசேப்பு அவளுக்குப் பிரதியுத்தரமாக: உன் வார்த்தைகளுக்குச் செவிகொடுத்து தேவனுக்கு விரோதமாகப் பாவஞ்செய்வதைவிட, நான் இந்த வீட்டிலிருப்பதே எனக்கு நல்லது என்றான்; அவள் அவனை நோக்கி: நீ என் விருப்பத்தின்படி செய்யாவிட்டால், நான் உன் கண்களைப் பிடுங்கி, உன் கால்களில் விலங்குகளைப் போட்டு, நீ முன்னே அறியாதவர்களின் கைகளில் உன்னை ஒப்புக்கொடுப்பேன் என்றாள். 79. யோசேப்பு அவளுக்குப் பிரதியுத்தரமாக: இதோ, பூமியனைத்துக்கும் தேவனாயிருக்கிறவர் நீ எனக்குச் செய்யக்கூடிய எல்லாவற்றிலுமிருந்து என்னை விடுவிக்க வல்லவராயிருக்கிறார்; ஏனெனில் அவர் குருடரின் கண்களைத் திறக்கிறார், கட்டப்பட்டவர்களை விடுவிக்கிறார், தேசத்தை அறியாத அந்நியர்கள் எல்லாரையும் காப்பாற்றுகிறார் என்றான். 80. செலிக்காளால் யோசேப்பைத் தனக்குச் செவிகொடுக்க இணங்கப்பண்ணமுடியாதபோது, அவள் அவனுக்கு இச்சகம்பேசி வருவதை விட்டுவிட்டாள்; யோசேப்பு இன்னும் காவல்கிடங்கிலேயே அடைக்கப்பட்டிருந்தான். யோசேப்பின் தகப்பனாகிய யாக்கோபும் கானான் தேசத்திலிருந்த அவனுடைய சகோதரர்கள் எல்லாரும் அந்நாட்களில் யோசேப்பினிமித்தம் இன்னும் துக்கங்கொண்டாடி அழுதார்கள்; ஏனெனில் யாக்கோபு தன் குமாரனான யோசேப்பினிமித்தம் ஆறுதலடைய மறுத்தான், யாக்கோபு அந்த நாட்களிலெல்லாம் சத்தமிட்டு அழுது துக்கங்கொண்டாடினான்.

யாசேரின் ஆகமம்

அத்தியாயம் 45

1. அக்காலத்திலே, அதாவது யோசேப்பை அவனுடைய
சகோதரர்கள் விற்ற பின்பு அவன் எகிப்திற்குக் கொண்டுபோகப்பட்ட
அந்த வருடத்திலே, யாக்கோபின் குமாரனான ரூபன் திம்னாவுக்குப்
போய், கானானியனான ஆவியின் (Avi) குமாரத்தியாகிய
எலியூராமைத் (Eliuram) தனக்கு மனைவியாகக் கொண்டு,
அவளிடத்தில் சேர்ந்தான். 2. ரூபனின் மனைவியாகிய எலியூராம்
கர்ப்பவதியாகி, ஏனோக்கு, பல்லூ, எஸ்ரோன், கர்மி என்னும் நான்கு
குமாரர்களை அவனுக்குப் பெற்றாள்; அவனுடைய சகோதரனான
சிமியோன் தன் சகோதரியாகிய தீனாளை மனைவியாகக்
கொண்டான், அவள் அவனுக்கு மெமுவேல், யாமீன், ஓகாத், யாக்கீன்,
சோகார் என்னும் ஐந்து குமாரர்களைப் பெற்றாள். 3. அதன்பின்பு
அவன் கானானிய ஸ்திரீயாகிய பூனாளிடத்திலும் (Bunah) சேர்ந்தான்;
இவள் சிமியோன் சீகேம் பட்டணத்திலிருந்து சிறைபிடித்துக்
கொண்டுவந்த அதே பூனாவே; பூனா தீனாளுக்கு முன்பாக இருந்து
அவளுக்கு ஊழியஞ்செய்துவந்தாள், சிமியோன் அவளிடத்தில்
சேர்ந்தான், அவள் அவனுக்குச் சவுலைப் பெற்றாள். 4. அக்காலத்திலே
யூதா அதுல்லாமுக்குப் போய், ஈரா என்னும் பெயருள்ள
அதுல்லாமியனான ஒரு மனுஷனிடத்தில் வந்தான்; அங்கே யூதா
கானான் தேசத்து மனுஷனான சூவாவின் குமாரத்தியைக் கண்டான்,
அவளுடைய பெயர் அலியாத் (Aliyath); அவன் அவளை
மனைவியாகக் கொண்டு அவளிடத்தில் சேர்ந்தான்; அலியாத்
யூதாவுக்கு ஏர், ஓனான், ஷைலோ (சேலா) என்னும் மூன்று
குமாரர்களைப் பெற்றாள். 5. லேவியும் இசக்காரும் கீழ்த்தேசத்திற்குப்
போய், ஏபேரின் குமாரனான யொக்தானின் குமாரனாகிய
யோபாபின் குமாரத்திகளைத் தங்களுக்கு மனைவிகளாகக்
கொண்டார்கள்; யொக்தானின் குமாரனான யோபாபுக்கு இரண்டு
குமாரத்திகள் இருந்தார்கள், மூத்தவளின் பெயர் அதீனாள் (Adinah),
இளையவளின் பெயர் அரீதாள் (Aridah). 6. லேவி அதீனாளையும்,
இசக்கார் அரீதாளையும் மனைவிகளாகக் கொண்டார்கள், அவர்கள்
கானான் தேசத்திலிருக்கிற தங்கள் தகப்பன் வீட்டிற்கு வந்தார்கள்;
அதீனாள் லேவிக்கு கெர்சோன், கோகாத், மெராரி என்னும் மூன்று
குமாரர்களைப் பெற்றாள். 7. அரீதாள் இசக்காருக்குத் தோலா, பூவா,
யோபு, சிம்ரோன் என்னும் நான்கு குமாரர்களைப் பெற்றாள்; தாண்
மோவாப் தேசத்திற்குப் போய், மோவாபியனான சமுதானின்
குமாரத்தியாகிய அப்லாலேத்தை (Aphlaleth) மனைவியாகக் கொண்டு,
அவளைக் கானான் தேசத்திற்குக் கூட்டிக்கொண்டுவந்தான். 8.
அப்லாலேத் மலடியாயிருந்தாள், அவளுக்குப் பிள்ளையில்லை;
அதன்பின்பு தேவன் தாணின் மனைவியாகிய அப்லாலேத்தை

நினைத்தருளினார்; அவள் கர்ப்பவதியாகி ஒரு குமாரனைப் பெற்று,
அவனுக்கு ஊசிம் என்று பேரிட்டாள். 9. காத்தும் நப்தலியும்
ஆரானுக்குப் போய், அங்கிருந்து நாகோரின் குமாரனான ஊசின்
குமாரனாகிய அமுராமின் *(Amuram)* குமாரத்திகளை மனைவிகளாகக்
கொண்டார்கள். 10. அமுராமின் குமாரத்திகளுடைய பெயர்களாவன:
மூத்தவளின் பெயர் மெரிமா, இளையவளின் பெயர் ஊசித்; நப்தலி
மெரிமாவையும், காத் ஊசித்தையும் மனைவிகளாகக் கொண்டு,
அவர்களைக் கானான் தேசத்திலிருக்கிற தங்கள் தகப்பன் வீட்டிற்குக்
கூட்டிக்கொண்டுவந்தார்கள். 11. மெரிமா நப்தலிக்கு யாத்சியேல்,
கூனி, எயேசேர், சல்லூம் என்னும் நான்கு குமாரர்களைப் பெற்றாள்;
ஊசித் காத்துக்குச் சிப்பியோன், ஆகி, சூனி, எஸ்போன், ஏரி, அரோதி,
அரேலி என்னும் ஏழு குமாரர்களைப் பெற்றாள். 12. ஆசேர்
புறப்பட்டுப்போய், இஸ்மவேலின் குமாரனான ஆதாத்தின்
குமாரனாகிய அப்லாலின் குமாரத்தி அதோனை *(Adon)* மனைவியாகக்
கொண்டு, அவளைக் கானான் தேசத்திற்குக் கூட்டிக்கொண்டுவந்தான்.
13. அந்நாட்களில் ஆசேரின் மனைவியாகிய அதோன் மரித்தாள்;
அவளுக்குப் பிள்ளையில்லை; அதோன் மரித்த பின்பு ஆசேர் நதிக்கு
அக்கரையில் போய், சேமின் குமாரனான ஏபேரின் குமாரனாகிய
அபிமாவேலின் குமாரத்தி அதுராளைத் *(Hadurah)* தனக்கு
மனைவியாகக் கொண்டான். 14. அந்த ஸ்திரீ அழகான தோற்றமும்
புத்தியுமுள்ளவளாயிருந்தாள்; அவள் சேமின் குமாரனான ஏலாமின்
குமாரனாகிய மல்கியேலின் மனைவியாயிருந்தவள். 15. அதுராள்
மல்கியேலுக்கு ஒரு குமாரத்தியைப் பெற்றாள், அவளுக்குச் சேராக்
என்று பேரிட்டான்; இதன்பின்பு மல்கியேல் மரித்தான், அதுராள்
போய்த் தன் தகப்பன் வீட்டிலே தங்கியிருந்தாள். 16. ஆசேரின்
மனைவி மரித்த பின்பு, அவன் போய்த் அதுராளை மனைவியாகக்
கொண்டு, அவளைக் கானான் தேசத்திற்குக் கூட்டிக்கொண்டுவந்தான்;
அவளுடைய குமாரத்தியாகிய சேராக்கையும் அவர்களோடே
கூட்டிக்கொண்டுவந்தான், அப்பொழுது அவளுக்கு வயது மூன்று;
அந்தப் பெண் யாக்கோபின் வீட்டிலே வளர்க்கப்பட்டாள். 17. அந்தப்
பெண் அழகான தோற்றமுடையவளாயிருந்து, யாக்கோபின்
பிள்ளைகளுடைய பரிசுத்தமான வழிகளில் நடந்தாள்; அவளுக்கு ஒரு
குறையுமில்லாதிருந்தது, கர்த்தர் அவளுக்கு ஞானத்தையும் புத்தியையும்
கொடுத்தார். 18. ஆசேரின் மனைவியாகிய அதுராள் கர்ப்பவதியாகி
அவனுக்கு இம்னா, இஸ்வா, இஸ்வி, பெரீயா என்னும் நான்கு
குமாரர்களைப் பெற்றாள். 19. செபுலோன் மீதியானுக்குப் போய்,
மீதியானின் குமாரனான அபீதாவின் குமாரனாகிய மோலாதின்
குமாரத்தி மெரிஷாவைத் *(Merishah)* தனக்கு மனைவியாகக் கொண்டு,
அவளைக் கானான் தேசத்திற்குக் கூட்டிக்கொண்டுவந்தான். 20.
மெரிஷா செபுலோனுக்குச் சேரேத், ஏலோன், யக்லேல் என்னும்
மூன்று குமாரர்களைப் பெற்றாள். 21. யாக்கோபு தேராகின்

குமாரனான சோபாவின் குமாரனாகிய ஆராமிடத்திற்கு ஆள் அனுப்பி, தன் குமாரனான பென்யமீனுக்கு ஆராமின் குமாரத்தியாகிய மெகலியாவை *(Mechalia)* மனைவியாகக் கொண்டான்; அவள் கானான் தேசத்திலிருக்கிற யாக்கோபின் வீட்டிற்கு வந்தாள்; பென்யமீன் ஆராமின் குமாரத்தியாகிய மெகலியாவை மனைவியாகக் கொள்ளும்போது அவனுக்கு வயது பத்து. 22. மெகலியா கர்ப்பவதியாகி பென்யமீனுக்கு பேலா, பெகேர், அஸ்பேல், கேரா, நாகமான் என்னும் ஐந்து குமாரர்களைப் பெற்றாள்; பென்யமீனுக்குப் பதினெட்டு வயதானபோது, அவன் தன் முந்தின மனைவியோடுகூட ஆபிரகாமின் குமாரனான சிம்ரோனின் குமாரத்தியாகிய அறிபாத்தையும் மனைவியாகக் கொண்டான்; அறிபாத் பென்யமீனுக்கு ஏகி, ரோஷ் *(Vosh)*, முப்பீம், குப்பீம், அர்து *(Ord)* என்னும் ஐந்து குமாரர்களைப் பெற்றாள். 23. அந்நாட்களில் யூதா சேமின் வீட்டிற்குப் போய், சேமின் குமாரனான ஏலாமின் குமாரத்தியாகிய தாமாரைத் தன் மூத்த குமாரனான ஏருக்கு மனைவியாகக் கொண்டான். 24. ஏர் தன் மனைவியாகிய தாமாரிடத்தில் சேர்ந்தான், அவள் அவனுக்கு மனைவியானாள்; அவன் அவளிடத்தில் சேர்ந்தபோது தன் விந்தை வெளியே வீணாக்கிப்போட்டான்; அவனுடைய செயல் கர்த்தரின் பார்வைக்குப் பொல்லாததாயிருந்தது, கர்த்தர் அவனைக் கொன்றுபோட்டார். 25. யூதாவின் மூத்த குமாரனான ஏர் மரித்த பின்பு, யூதா ஓனானை நோக்கி: நீ உன் சகோதரன் மனைவியினிடத்தில் போய், சுதந்தரவாளியாக அவளை விவாகம்பண்ணி, உன் சகோதரனுக்குச் சந்ததியை உண்டாக்கு என்றான். 26. ஓனான் தாமாரை மனைவியாகக் கொண்டு அவளிடத்தில் சேர்ந்தான்; ஓனானும் தன் சகோதரன் செய்ததுபோலவே செய்தான், அவனுடைய செயலும் கர்த்தரின் பார்வைக்குப் பொல்லாததாயிருந்தது, அவர் அவனையும் கொன்றுபோட்டார். 27. ஓனான் மரித்த பின்பு, யூதா தாமாரை நோக்கி: என் குமாரனான ஷைலோ பெரியவனாகும்வரைக்கும் நீ உன் தகப்பன் வீட்டிலே இரு என்றான்; இவனும் தன் சகோதரர்களைப்போலச் செத்துப்போவான் என்று அவன் நினைத்தபடியால், யூதா அவளை ஷைலோவுக்குக் கொடுக்க விரும்பவில்லை. 28. தாமார் எழுந்து தன் தகப்பன் வீட்டிற்குப் போய் அங்கே தங்கியிருந்தாள்; தாமார் சில காலம் தன் தகப்பன் வீட்டிலே இருந்தாள். 29. வருஷம் திரும்புகையில், யூதாவின் மனைவியாகிய அலியாத் மரித்தாள்; தன் மனைவிக்காகத் துக்கங்கொண்டாடித் தேறின பின்பு, யூதா அலியாத் மரித்த பின்பு தன் சிநேகிதனான ஈராவுடனே தன் ஆடுகளை மயிர்கத்தரிக்கத் திம்னாவுக்குப் போனான். 30. யூதா ஆடுகளை மயிர்கத்தரிக்கத் திம்னாவுக்குப் போகிறான் என்பதையும், ஷைலோ பெரியவனான பின்பு யூதா தன்னை அவனுக்குக் கொடுக்க விரும்பவில்லை என்பதையும் தாமார்

கேள்விப்பட்டாள். 31. தாமார் எழுந்து, தன் கைம்மை வஸ்திரங்களை நீக்கி, ஒரு முக்காட்டைப் போட்டுக்கொண்டு, தன்னை முழுவதுமாய் மூடி, திம்னாவுக்குப் போகிற வழியிலுள்ள நடுத்தெருவிலே போய் உட்கார்ந்தாள். 32. யூதா அந்த வழியாய்க் கடந்துபோகும்போது, அவளைக் கண்டு, அவளை அழைத்து அவளிடத்தில் சேர்ந்தான்; அவள் அவனாலே கர்ப்பவதியானாள்; பிரசவிக்கும் காலம் வந்தபோது, இதோ அவள் கர்ப்பத்தில் இரட்டைப்பிள்ளைகள் இருந்தன; அவன் மூத்தவனுக்குப் பேரேஸ் என்றும், இளையவனுக்குச் சேராக் என்றும் பேரிட்டான்.

அத்தியாயம் 46

1. அந்நாட்களில் யோசேப்பு இன்னும் எகிப்து தேசத்திலுள்ள காவல்கிடங்கிலே அடைக்கப்பட்டிருந்தான். 2. அக்காலத்தில் பார்வோனின் வேலைக்காரர்களான எகிப்தின் ராஜாவின் பானபாத்திரக்காரரின் தலைவனும் சுயம்பாகிகளின் தலைவனும் அவனுக்கு முன்பாக நின்றார்கள். 3. பானபாத்திரக்காரன் திராட்சரசத்தை எடுத்து, ராஜா குடிக்கும்படி அவனுக்கு முன்பாக வைத்தான், சுயம்பாகி அப்பத்தை எடுத்து, ராஜா புசிக்கும்படி அவனுக்கு முன்பாக வைத்தான்; ராஜாவும், ராஜாவின் பந்தியிலே புசித்த அவனுடைய வேலைக்காரர்களும் பிரதானிகளும் அந்தத் திராட்சரசத்தைக் குடித்து அந்த அப்பத்தைப் புசித்தார்கள். 4. அவர்கள் புசித்துக் குடித்துக்கொண்டிருக்கையில், பானபாத்திரக்காரனும் சுயம்பாகியும் அங்கே நின்றார்கள்; பானபாத்திரக்காரன் கொண்டுவந்த திராட்சரசத்தில் பார்வோனின் பிரதானிகள் அநேகம் ஈக்களைக் கண்டார்கள், சுயம்பாகியின் அப்பத்தில் வெடியுப்புக் கற்கள் காணப்பட்டன. 5. தலையாரிகளுக்கு அதிபதி யோசேப்பைப் பார்வோனின் பிரதானிகளுக்கு ஊழியஞ்செய்யும்படி வைத்தான்; பார்வோனின் பிரதானிகள் ஒரு வருஷம் காவலில் வைக்கப்பட்டார்கள். 6. ஒரு வருஷம் முடிந்த பின்பு, அவர்கள் அடைக்கப்பட்டிருந்த காவல்கிடங்கிலே அவர்கள் இருவரும் ஒரே ராத்திரியிலே சொப்பனம் கண்டார்கள்; காலையிலே யோசேப்பு வழக்கம்போல அவர்களுக்கு ஊழியஞ்செய்யும்படி அவர்களிடத்திற்கு வந்து, அவர்களைப் பார்த்தான், இதோ அவர்கள் முகங்கள் வாடியும் துக்கமாயும் இருந்தன. 7. யோசேப்பு அவர்களை நோக்கி: இன்றையதினம் உங்கள் முகங்கள் ஏன் வாடியும் துக்கமாயும் இருக்கின்றன? என்றான்; அவர்கள் அவனுக்குப் பிரதியுத்தரமாக: நாங்கள் ஒரு சொப்பனம் கண்டோம், அதற்கு அர்த்தம் சொல்லுகிறவன் ஒருவனுமில்லை என்றார்கள்; யோசேப்பு அவர்களை நோக்கி: உங்கள் சொப்பனத்தை எனக்கு விவரியுங்கள் என்று

உங்களைக் கேட்டுக்கொள்ளுகிறேன்; தேவன் நீங்கள் விரும்புகிறபடியே உங்களுக்குச் சமாதானமான மறுமொழியைக் கொடுப்பார் என்றான். 8. பானபாத்திரக்காரன் தன் சொப்பனத்தை யோசேப்புக்கு விவரித்து: நான் என் சொப்பனத்திலே கண்டது என்னவென்றால், இதோ ஒரு பெரிய திராட்சச்செடி எனக்கு முன்பாக இருந்தது; அந்தத் திராட்சச்செடியிலே மூன்று கொடிகளைக் கண்டேன், அந்தத் திராட்சச்செடி தீவிரமாய்த் துளிர்த்துப் பூத்து மிகவும் உயரமாய் வளர்ந்தது, அதின் குலைகள் பழுத்துத் திராட்சப்பழங்களாயின. 9. நான் அந்தத் திராட்சப்பழங்களைப் பறித்து, ஒரு பாத்திரத்தில் பிழிந்து, அதைப் பார்வோனின் கையிலே கொடுத்தேன், அவன் குடித்தான் என்றான்; யோசேப்பு அவனை நோக்கி: அந்தத் திராட்சச்செடியிலிருந்த மூன்று கொடிகளும் மூன்று நாட்கள் என்றான். 10. இன்னும் மூன்று நாட்களுக்குள்ளே, ராஜா உன்னை வெளியே கொண்டுவரும்படி கட்டளையிட்டு, உன்னை உன்னுடைய உத்தியோகத்தில் திரும்ப நிலைநிறுத்துவார்; நீ முந்தி அவருடைய பானபாத்திரக்காரனாயிருந்தபோது செய்ததுபோலவே, ராஜா குடிக்கும்படிக்கு அவருடைய திராட்சரசத்தை அவருக்குக் கொடுப்பாய்; ஆனால் உனக்குக் கிருபை கிடைக்கும்போதும் உனக்கு நன்மை உண்டாயிருக்கும்போதும் நீ என்னை நினைத்து, எனக்குத் தயவுசெய்து, இந்தக் காவல்கிடங்கிலிருந்து என்னை வெளியே கொண்டுவரும்படி பார்வோனுக்கு என்னைப்பற்றி நினைப்பூட்டு; ஏனெனில் நான் கானான் தேசத்திலிருந்து திருடப்பட்டு, இந்த இடத்திலே ஒரு அடிமையாக விற்கப்பட்டேன் என்றான். 11. என் எஜமானின் மனைவியைக்குறித்து உனக்குச் சொல்லப்பட்டதும் பொய்யே; அவர்கள் என்னை வீணாகவே இந்தத் துரவிலே போட்டார்கள் என்றான்; பானபாத்திரக்காரன் யோசேப்புக்குப் பிரதியுத்தரமாக: நீ எனக்கு அர்த்தம் சொன்னபடியே ராஜா முந்தி இருந்ததுபோலவே எனக்கு நன்மை செய்தால், நான் நீ விரும்புகிறபடியெல்லாம் செய்து, உன்னை இந்தத் துரவிலிருந்து வெளியே கொண்டுவருவேன் என்றான். 12. யோசேப்பு பானபாத்திரக்காரனின் சொப்பனத்திற்குச் சரியாக அர்த்தம் சொன்னதைச் சுயம்பாகி கண்டபோது, அவனும் கிட்டிவந்து, தன் சொப்பனம் முழுவதையும் யோசேப்புக்கு விவரித்தான். 13. அவன் அவனை நோக்கி: என் சொப்பனத்திலே நான் கண்டது என்னவென்றால், இதோ மூன்று வெள்ளைக் கூடைகள் என் தலையின்மேல் இருந்தன; நான் பார்த்தபோது, இதோ, மேலிருந்த கூடையிலே பார்வோனுக்காகச் சுடப்பட்ட சகலவிதமான போஜனபதார்த்தங்களும் இருந்தன; இதோ, பட்சிகள் என் தலையின்மேலிருந்து அவைகளைப் பட்சித்துக்கொண்டிருந்தன என்றான். 14. யோசேப்பு அவனை நோக்கி: நீ கண்ட மூன்று கூடைகளும் மூன்று நாட்கள்; இன்னும் மூன்று நாட்களுக்குள்ளே

பார்வோன் உன் தலையை வெட்டி, உன்னை ஒரு மரத்திலே தூக்கிப்போடுவான்; நீ உன் சொப்பனத்தில் கண்டபடியே பட்சிகள் உன் மாம்சத்தை உன்னிலிருந்து பட்சித்துப்போடும் என்றான். 15. அந்நாட்களில் ராஜாத்திக்கு பிரசவ காலம் சமீபமாயிருந்தது, அந்த நாளிலே அவள் எகிப்தின் ராஜாவுக்கு ஒரு குமாரனைப் பெற்றாள்; ராஜாவுக்கு முதற்பேறான குமாரன் பிறந்தான் என்று அவர்கள் பறைசாற்றினார்கள், எகிப்தின் ஜனங்கள் எல்லாரும் பார்வோனின் பிரதானிகளோடும் வேலைக்காரர்களோடும் மிகவும் சந்தோஷப்பட்டார்கள். 16. அவன் பிறந்த மூன்றாம் நாளிலே, பார்வோன் தன் பிரதானிகளுக்கும் வேலைக்காரர்களுக்கும், சோவார் தேசத்தின் சேனைகளுக்கும் எகிப்து தேசத்தின் சேனைகளுக்கும் ஒரு விருந்து செய்தான். 17. எகிப்தின் ஜனங்கள் எல்லாரும் பார்வோனின் வேலைக்காரர்களும், அவன் குமாரனின் விருந்திலே ராஜாவோடே புசித்துக் குடிக்கவும், ராஜாவின் சந்தோஷத்தில் சந்தோஷப்படவும் வந்தார்கள். 18. ராஜாவின் பிரதானிகள் எல்லாரும் அவனுடைய வேலைக்காரர்களும் அக்காலத்தில் அந்த விருந்திலே எட்டு நாட்கள் சந்தோஷங்கொண்டாடினார்கள்; அவர்கள் எட்டு நாட்கள் ராஜாவின் வீட்டிலே சகலவிதமான கீதவாத்தியங்களோடும் மேளங்களோடும் நடனங்களோடும் சந்தோஷப்பட்டார்கள். 19. யோசேப்பு எவனுக்கு அவன் சொப்பனத்தின் அர்த்தத்தைச் சொன்னானோ அந்தப் பானபாத்திரக்காரன் யோசேப்பை மறந்துவிட்டான்; அவன் தான் வாக்குத்தத்தம்பண்ணியிருந்தபடியே ராஜாவினிடத்தில் அவனைக்குறித்துப் பேசவில்லை; யோசேப்பு மனுஷனை நம்பியிருந்தபடியால், அவனைத் தண்டிக்கும்படிக்கு இந்தக் காரியம் கர்த்தராலே உண்டானது. 20. இதன்பின்பு யோசேப்பு பன்னிரண்டு வருஷங்களை நிறைவாக்கும்படி இன்னும் இரண்டு வருஷங்கள் காவல்கிடங்கில் இருந்தான்.

அத்தியாயம் 47

1. அந்நாட்களில் ஆபிரகாமின் குமாரனான ஈசாக்கு இன்னும் கானான் தேசத்திலே உயிரோடிருந்தான்; அவன் நூற்று எண்பது வயதுள்ளவனாய் மிகவும் முதிர்வயதானவனாயிருந்தான்; அவனுடைய குமாரனும் யாக்கோபின் சகோதரனுமாகிய ஏசா ஏதோம் தேசத்திலிருந்தான், அவனும் அவனுடைய குமாரர்களும் சேயீரின் பிள்ளைகளுக்குள்ளே ஆஸ்திகளைச் சுதந்தரித்திருந்தார்கள். 2. தன் தகப்பனின் மரண காலம் சமீபமாயிற்று என்று ஏசா கேள்விப்பட்டு, அவனும் அவனுடைய குமாரர்களும் அவன் வீட்டாரும் கானான் தேசத்திலிருக்கிற தன் தகப்பன் வீட்டிற்கு வந்தார்கள்; யாக்கோபும் அவன் குமாரர்களும் எப்ரோனிலே தாங்கள் குடியிருந்த இடத்தை

விட்டுப் புறப்பட்டு, அவர்கள் எல்லாரும் தங்கள் தகப்பனாகிய
ஈசாக்கினிடத்திற்கு வந்தார்கள்; ஏசாவும் அவன் குமாரர்களும்
கூடாரத்திலிருப்பதைக் கண்டார்கள். 3. யாக்கோபும் அவன்
குமாரர்களும் தன் தகப்பனாகிய ஈசாக்குக்கு முன்பாக
உட்கார்ந்தார்கள்; யாக்கோபு தன் குமாரனான யோசேப்பினிமித்தம்
இன்னும் துக்கங்கொண்டாடிக் கொண்டிருந்தான். 4. ஈசாக்கு
யாக்கோபை நோக்கி: உன் குமாரர்களை என்னிடத்தில் கொண்டுவா,
நான் அவர்களை ஆசீர்வதிப்பேன் என்றான்; யாக்கோபு தன்
பதினொரு பிள்ளைகளையும் தன் தகப்பனாகிய ஈசாக்குக்கு முன்பாகக்
கொண்டுவந்தான். 5. ஈசாக்கு யாக்கோபின் குமாரர்கள்
எல்லார்மேலும் தன் கைகளை வைத்து, அவர்களைப் பிடித்து
அணைத்துக்கொண்டு, ஒவ்வொருவரையும் முத்தமிட்டான்;
அன்றையதினம் ஈசாக்கு அவர்களை ஆசீர்வதித்து, அவர்களை நோக்கி:
உங்கள் பிதாக்களின் தேவன் உங்களை ஆசீர்வதித்து, உங்கள்
சந்ததியை வானத்தின் நட்சத்திரங்களைப்போல எண்ணிறந்ததாகப்
பெருகப்பண்ணுவாராக என்றான். 6. ஈசாக்கு ஏசாவின்
குமாரர்களையும் ஆசீர்வதித்து: உங்களைக் காண்கிற எல்லாருக்கும்,
உங்கள் சத்துருக்கள் எல்லாருக்கும் தேவன் உங்களைத் திகிலும்
பயமுமாக ஆக்குவாராக என்றான். 7. ஈசாக்கு யாக்கோபையும் அவன்
குமாரர்களையும் கூப்பிட்டான், அவர்கள் எல்லாரும் வந்து ஈசாக்குக்கு
முன்பாக உட்கார்ந்தார்கள்; ஈசாக்கு யாக்கோபை நோக்கி:
பூமியனைத்துக்கும் தேவனாயிருக்கிற கர்த்தர் என்னை நோக்கி: உன்
பிள்ளைகள் என் கட்டளைகளையும் என் வழிகளையும்
கைக்கொண்டால், நான் உன் சந்ததிக்கு இந்த தேசத்தைச்
சுதந்தரமாகக் கொடுத்து, உன் தகப்பனாகிய ஆபிரகாமுக்கு நான்
இட்ட ஆணையை அவர்களுக்கு நிறைவேற்றுவேன் என்று
சொன்னார். 8. ஆகையால் இப்போது என் குமாரனே, கர்த்தருக்குப்
பயப்படவும், உன் தேவனாகிய கர்த்தருக்குப் பிரியமான நல்வழியில்
நடக்கவும் உன் பிள்ளைகளுக்கும் உன் பிள்ளைகளின்
பிள்ளைகளுக்கும் போதி; ஏனெனில் நீங்கள் கர்த்தருடைய
வழிகளையும் அவருடைய கட்டளைகளையும் கைக்கொண்டால்,
கர்த்தர் ஆபிரகாமுக்குச் செய்த தம்முடைய உடன்படிக்கையையும்
உனக்குக் காத்து, உனக்கும் உன் சந்ததிக்கும் எல்லா நாட்களிலும்
நன்மை செய்வார் என்றான். 9. ஈசாக்கு யாக்கோபுக்கும் அவன்
குமாரர்களுக்கும் கட்டளையிட்டு முடித்த பின்பு, அவன் ஜீவனை
விட்டு மரித்து, தன் ஜனத்தாரோடே சேர்க்கப்பட்டான். 10.
யாக்கோபும் ஏசாவும் தங்கள் தகப்பனாகிய ஈசாக்கின் முகத்தின்மேல்
விழுந்து அழுதார்கள்; ஈசாக்கு கானான் தேசத்திலுள்ள எப்ரோனிலே
மரிக்கும்போது அவனுக்கு வயது நூற்று எண்பது; ஆபிரகாம் ஏத்தின்
பிள்ளைகளிடமிருந்து ஒரு பிரேதக்குழியாகச்
சுதந்தரித்துக்கொள்ளும்படி வாங்கியிருந்த மக்பேலா குகையிலே

அவன் குமாரர்கள் அவனைக் கொண்டுபோனார்கள். 11. கானான் தேசத்தின் ராஜாக்கள் எல்லாரும் ஈசாக்கை அடக்கம்பண்ணும்படி யாக்கோபோடும் ஏசாவோடும் கூடப் போனார்கள்; கானானின் ராஜாக்கள் எல்லாரும் ஈசாக்குக்கு அவன் மரணத்திலே மிகுந்த கனத்தைச் செய்தார்கள். 12. யாக்கோபின் குமாரர்களும் ஏசாவின் குமாரர்களும் வெறுங்கால்களோடே சுற்றி நடந்து, கீரியாத்-அர்பாவுக்கு வரும்வரைக்கும் நடந்து புலம்பினார்கள். 13. யாக்கோபும் ஏசாவும் தங்கள் தகப்பனாகிய ஈசாக்கை எப்ரோனிலுள்ள கீரியாத்-அர்பாவிலிருக்கிற மக்பேலா குகையிலே அடக்கம்பண்ணினார்கள்; ராஜாக்களின் அடக்கப்பண்டிகையில் நடப்பதுபோல அவர்கள் அவனுக்கு மிகவும் பெரிய கனத்தைச் செய்து அவனை அடக்கம்பண்ணினார்கள். 14. யாக்கோபும் அவன் குமாரர்களும், ஏசாவும் அவன் குமாரர்களும், கானானின் ராஜாக்கள் எல்லாரும் மிகவும் பெரியதும் கனமான துக்கமுமாகக் கொண்டாடி, அவனை அடக்கம்பண்ணி அவனுக்காக அநேக நாட்கள் துக்கங்கொண்டாடினார்கள். 15. ஈசாக்கு மரித்தபோது, தன் மிருகஜீவன்களையும் தன் ஆஸ்திகளையும் தனக்குள்ள எல்லாவற்றையும் தன் குமாரர்களுக்கு விட்டுப்போனான்; ஏசா யாக்கோபை நோக்கி: இதோ நான் உன்னைக் கேட்டுக்கொள்ளுகிறேன், நம்முடைய தகப்பன் விட்டுப்போன எல்லாவற்றையும் இரண்டு பங்குகளாகப் பிரிப்போம், நான் தெரிந்துகொள்ளுவேன் என்றான்; யாக்கோபு: அப்படியே செய்வோம் என்றான். 16. ஈசாக்கு கானான் தேசத்திலே விட்டுப்போன மிருகஜீவன்களையும் ஆஸ்திகளையெல்லாம் யாக்கோபு எடுத்து, ஏசாவுக்கும் அவன் குமாரர்களுக்கும் முன்பாக அவைகளை இரண்டு பங்குகளாக வைத்து, ஏசாவை நோக்கி: இதோ இவைகளெல்லாம் உனக்கு முன்பாக இருக்கிறது, நீ எடுக்க விரும்புகிற பாதியை உனக்காகத் தெரிந்துகொள் என்றான். 17. யாக்கோபு ஏசாவை நோக்கி: நான் உன்னிடத்தில் சொல்லப்போகிறதை நீ கேள் என்று உன்னைக் கேட்டுக்கொள்ளுகிறேன்: வானத்திற்கும் பூமிக்கும் தேவனாயிருக்கிற கர்த்தர் நம்முடைய பிதாக்களாகிய ஆபிரகாமிடத்திலும் ஈசாக்கிடத்திலும் பேசி: உன் சந்ததிக்கு இந்த தேசத்தை என்றென்றைக்கும் சுதந்தரமாகக் கொடுப்பேன் என்று சொன்னாரே. 18. ஆகையால் இப்போது, நம்முடைய தகப்பன் விட்டுப்போனதெல்லாம் உனக்கு முன்பாக இருக்கிறது; இதோ தேசம் முழுவதுமே உனக்கு முன்பாக இருக்கிறது; அவைகளிலிருந்து நீ விரும்புகிறதை உனக்காகத் தெரிந்துகொள். 19. நீ தேசம் முழுவதையும் விரும்பினால், அதையும் உனக்காகவும் உன் பிள்ளைகளுக்காகவும் என்றென்றைக்கும் எடுத்துக்கொள், நான் இந்த ஐஸ்வரியத்தை எடுத்துக்கொள்ளுகிறேன்; நீ ஐஸ்வரியத்தை விரும்பினால் அதை எடுத்துக்கொள், நான் இந்த தேசத்தை எனக்கும் என்

பிள்ளைகளுக்கும் என்றென்றைக்கும் சுதந்தரமாக
எடுத்துக்கொள்ளுகிறேன் என்றான். 20. இஸ்மவேலின் குமாரனான
நெபாயோத் அப்பொழுது தன் பிள்ளைகளோடே தேசத்திலிருந்தான்;
ஏசா அன்றையதினம் அவனிடத்திற்குப் போய் அவனோடே
ஆலோசனைபண்ணி: 21. யாக்கோபு என்னிடத்தில் இப்படிச்
சொன்னான், எனக்கு இப்படிப் பதிலளித்தான்; இப்போது உன்
ஆலோசனையைச் சொல், நாங்கள் கேட்போம் என்றான். 22.
நெபாயோத்: யாக்கோபு உன்னிடத்தில் சொன்னது என்ன? இதோ
கானானின் பிள்ளைகளெல்லாரும் தங்கள் தேசத்தில் பத்திரமாய்க்
குடியிருக்கிறார்களே, யாக்கோபோ தன் சந்ததியாரோடே அதை
எல்லா நாட்களிலும் சுதந்தரித்துக்கொள்ளுவேன் என்று
சொல்லுகிறானே. 23. ஆகையால் இப்போது நீ போய், உன்
தகப்பனுடைய ஐஸ்வரியத்தையெல்லாம் எடுத்துக்கொண்டு, உன்
சகோதரனான யாக்கோபு சொன்னபடியே அவனை தேசத்திலே
விட்டுவிடு என்றான். 24. ஏசா எழுந்து யாக்கோபினிடத்திற்குத்
திரும்பி வந்து, இஸ்மவேலின் குமாரனான நெபாயோத் ஆலோசனை
சொன்னபடியெல்லாம் செய்தான்; ஏசா ஈசாக்கு விட்டுப்போன
ஐஸ்வரியம் முழுவதையும், ஆத்துமாக்களையும், மிருகஜீவன்களையும்,
ஆடுமாடுகளையும், ஆஸ்திகளையும், ஐஸ்வரியம் முழுவதையும்
எடுத்துக்கொண்டான்; அவன் தன் சகோதரனான யாக்கோபுக்கு
ஒன்றும் கொடுக்கவில்லை; யாக்கோபு எகிப்தின் நதிமுதல் ஐபிராத்து
நதிமட்டுமுள்ள கானான் தேசம் முழுவதையும் எடுத்துக்கொண்டான்,
அவன் அதை நித்திய சுதந்தரமாகவும், தனக்கும் தன் பிள்ளைகளுக்கும்
தனக்குப் பின்பு தன் சந்ததிக்கும் என்றென்றைக்கும் சுதந்தரமாக
எடுத்துக்கொண்டான். 25. யாக்கோபு தன் சகோதரனான
ஏசாவிடத்திலிருந்து எப்ரோனிலிருக்கிற மக்பேலா குகையையும்
எடுத்துக்கொண்டான்; ஆபிரகாம் அதையும் அதிலிருக்கிற குகையையும்
தனக்கும் தன் சந்ததிக்கும் என்றென்றைக்கும் ஒரு பிரேதக்குழியாகச்
சுதந்தரித்துக்கொள்ளும்படி எப்பெரோனிடமிருந்து வாங்கியிருந்தான்.
26. யாக்கோபு இந்தக் காரியங்களையெல்லாம் கிரயப்பத்திரத்திலே
எழுதி, அதில் கையெழுத்திட்டு, நாலு உண்மையான சாட்சிகளோடே
இதையெல்லாம் உறுதிப்படுத்தினான். 27. யாக்கோபு புஸ்தகத்திலே
எழுதின வார்த்தைகளாவன: எகிப்தின் நதிமுதல் ஐபிராத்து
நதிமட்டுமுள்ள ஏத்தியர், ஏவியர், எபூசியர், எமோரியர், பெரிசியர்,
கிர்காசியர் ஆகிய ஏழு ஜாதிகளுடைய கானான் தேசமும் அதிலுள்ள
பட்டணங்களெல்லாமும்; 28. எப்ரோன் என்னும் கீரியாத்-அர்பா
பட்டணமும், அதிலிருக்கிற குகையும், இது முழுவதையும் யாக்கோபு
தன் சகோதரனான ஏசாவிடத்திலிருந்து கிரயத்திற்குக் கொண்டான்;
தனக்கும் தனக்குப் பின்பு தன் சந்ததிக்கும் என்றென்றைக்கும்
சுதந்தரமாகவும் உரிமையாகவும் கொண்டான். 29. யாக்கோபு
கிரயப்பத்திரத்தையும், கையெழுத்தையும், கட்டளையையும்,

பிரமாணங்களையும், வெளிப்படுத்தப்பட்ட புஸ்தகத்தையும் எடுத்து,
அவைகள் வெகுகாலம் நிலைத்திருக்கும்படிக்கு அவைகளை ஒரு
மண்பாண்டத்திலே வைத்து, அவைகளைத் தன் பிள்ளைகளின்
கைகளில் ஒப்புவித்தான். 30. தன் தகப்பன் மரித்த பின்பு அவன்
தனக்கு விட்டுப்போன எல்லாவற்றையும் ஏசா தன் சகோதரனான
யாக்கோபிடத்திலிருந்து எடுத்துக்கொண்டான்; மனுஷரிலும்
மிருகஜீவன்களிலும், ஒட்டகத்திலும் கழுதையிலும், எருதிலும்
ஆட்டுக்குட்டியிலும், வெள்ளியிலும் பொன்னிலும், ரத்தினங்களிலும்
குங்கிலியத்திலும் உள்ள ஆஸ்திகள் முழுவதையும், ஆபிரகாமின்
குமாரனான ஈசாக்குக்குரியதாயிருந்த ஐஸ்வரியம் முழுவதையும்
எடுத்துக்கொண்டான்; ஈசாக்கு மரித்த பின்பு விட்டுப்போன
எல்லாவற்றிலும் ஏசா தனக்காக எடுத்துக்கொள்ளாதது ஒன்றுமில்லை.
31. ஏசா இதையெல்லாம் எடுத்துக்கொண்டு, அவனும் அவனுடைய
பிள்ளைகளும் தன் சகோதரனான யாக்கோபையும் அவன்
பிள்ளைகளையும் விட்டு, ஓரியனான சேயீர் தேசத்திலிருக்கிற தங்கள்
வீட்டிற்குப் போனார்கள். 32. ஏசா சேயீரின் பிள்ளைகளுக்குள்ளே
ஆஸ்திகளைச் சுதந்தரித்திருந்தான்; ஏசா அந்த நாள்முதல் கானான்
தேசத்திற்குத் திரும்பிவரவேயில்லை. 33. கானான் தேசம் முழுவதும்
இஸ்ரவேல் புத்திரருக்கு நித்திய சுதந்தரமாயிற்று; ஏசாவும் அவனுடைய
பிள்ளைகள் எல்லாரும் சேயீர் மலையைச்
சுதந்தரித்துக்கொண்டார்கள்.

அத்தியாயம் 48

1. அந்நாட்களில், ஈசாக்கு மரித்த பின்பு, கர்த்தர் பூமியெங்கும் ஒரு
பஞ்சத்தை உண்டாக்கக் கட்டளையிட்டார். 2. அக்காலத்திலே
எகிப்தின் ராஜாவாகிய பார்வோன் எகிப்து தேசத்திலே தன்
சிங்காசனத்தின்மேல் வீற்றிருந்தான்; அவன் தன் படுக்கையிலே
படுத்துக்கொண்டு சொப்பனங்களைக் கண்டான்; பார்வோன் தன்
சொப்பனத்திலே தான் எகிப்தின் நதியோரத்தில் நிற்பதைக் கண்டான்.
3. அவன் நின்றுகொண்டிருக்கையில், இதோ, கொழுத்த சரீரமும்
அழகான தோற்றமுமான ஏழு பசுக்கள் நதியிலிருந்து ஏறிவருவதைக்
கண்டான். 4. அவைகளுக்குப் பின்னே மெலிந்த சரீரமும்
அவலட்சணமுமான வேறே ஏழு பசுக்கள் ஏறிவந்தன; அந்த
அவலட்சணமான ஏழு பசுக்களும் அந்த அழகான பசுக்களை
விழுங்கின, அப்படியிருந்தும் அவைகளின் தோற்றம்
முதலிலிருந்ததைப்போலவே அவலட்சணமாயிருந்தது. 5. அவன்
விழித்துக்கொண்டான்; மறுபடியும் தூங்கி இரண்டாம் விசை
சொப்பனம் கண்டான்; இதோ, ஒரே தாளிலே செழுமையும்
நன்மையுமான ஏழு கதிர்கள் தோன்றி வளர்ந்தன; அவைகளுக்குப்

யாசேரின் ஆகமம்

பின்னே கீழ்காற்றினால் சருகான சாவியான ஏழு கதிர்கள் முளைத்தன; அந்தச் சாவியான கதிர்கள் அந்த நிறைவான கதிர்களை விழுங்கின, பார்வோன் தன் சொப்பனத்திலிருந்து விழித்துக்கொண்டான். 6. காலையிலே ராஜா தன் சொப்பனங்களை நினைவுகூர்ந்தான், அவன் சொப்பனங்களினிமித்தம் அவன் ஆவி மிகவும் கலங்கிற்று; ராஜா தீவிரமாய் ஆள் அனுப்பி, எகிப்தின் மந்திரவாதிகள் எல்லாரையும் ஞானிகளையும் அழைப்பித்தான், அவர்கள் வந்து பார்வோனுக்கு முன்பாக நின்றார்கள். 7. ராஜா அவர்களை நோக்கி: நான் சொப்பனங்களைக் கண்டேன், அவைகளுக்கு அர்த்தம் சொல்ல ஒருவனுமில்லை என்றான்; அவர்கள் ராஜாவை நோக்கி: உமது தாசர்களுக்கு உமது சொப்பனங்களை விவரியும், நாங்கள் அவைகளைக் கேட்கட்டும் என்றார்கள். 8. ராஜா தன் சொப்பனங்களை அவர்களுக்கு விவரித்தான்; அவர்கள் எல்லாரும் ஏகசத்தமாய் ராஜாவுக்குப் பிரதியுத்தரமாக: ராஜா என்றென்றைக்கும் வாழ்க; உமது சொப்பனங்களின் அர்த்தமாவது: 9. நீர் கண்ட ஏழு நல்ல பசுக்களும் கடைசி நாட்களில் உமக்குப் பிறக்கப்போகிற ஏழு குமாரத்திகளைக் குறிக்கும்; அவைகளுக்குப் பின்னே ஏறிவந்து அவைகளை விழுங்கினதாக நீர் கண்ட ஏழு பசுக்களும், உமக்குப் பிறக்கப்போகிற குமாரத்திகள் எல்லாரும் ராஜாவின் ஜீவிய காலத்திலேயே மரித்துப்போவார்கள் என்பதற்கான ஒரு அடையாளம். 10. நீர் கண்ட இரண்டாம் சொப்பனத்தில் ஒரே தாளிலே தோன்றி வளர்ந்த நிறைவான ஏழு நல்ல கதிர்களின் அர்த்தமாவது: கடைசி நாட்களில் எகிப்து தேசம் முழுவதிலும் உமக்காக ஏழு பட்டணங்களைக் கட்டுவீர்; உமது கண்களால் நீர் பார்த்துக்கொண்டிருக்கையில் அவைகளுக்குப் பின்னே முளைத்து அவைகளை விழுங்கின சருகான ஏழு கதிர்கள், நீர் கட்டும் பட்டணங்களெல்லாம் கடைசி நாட்களில் ராஜாவின் ஜீவிய காலத்திலேயே அழிக்கப்படும் என்பதற்கான ஒரு அடையாளம் என்றார்கள். 11. அவர்கள் இந்த வார்த்தைகளைச் சொன்னபோது, ராஜா அவர்கள் வார்த்தைகளுக்குத் தன் செவியைச் சாய்க்கவில்லை, தன் இருதயத்தில் அவைகளை வைத்துக்கொள்ளவுமில்லை; ஏனெனில் அவர்கள் சொப்பனங்களுக்குச் சரியான அர்த்தத்தைச் சொல்லவில்லை என்று ராஜா தன் ஞானத்தினால் அறிந்திருந்தான்; அவர்கள் ராஜாவுக்கு முன்பாகப் பேசிமுடித்த பின்பு, ராஜா அவர்களுக்குப் பிரதியுத்தரமாக: நீங்கள் என்னிடத்தில் சொன்ன இந்தக் காரியம் என்ன? நிச்சயமாக நீங்கள் பொய்யானதை உரைத்துப் பொய்களைச் சொன்னீர்கள்; ஆகையால் நீங்கள் சாகாதபடிக்கு இப்போது என் சொப்பனங்களுக்குச் சரியான அர்த்தத்தைச் சொல்லுங்கள் என்றான். 12. இதன்பின்பு ராஜா கட்டளையிட்டு, மறுபடியும் வேறே ஞானிகளை அழைப்பித்தான், அவர்கள் வந்து ராஜாவுக்கு முன்பாக நின்றார்கள்; ராஜா தன் சொப்பனங்களை அவர்களுக்கு விவரித்தான்; அவர்கள் எல்லாரும்

முந்தின அர்த்தத்தின்படியே அவனுக்குப் பதிலளித்தார்கள், ராஜாவின் கோபம் மூண்டு அவன் மிகவும் சினங்கொண்டான்; ராஜா அவர்களை நோக்கி: நிச்சயமாக நீங்கள் சொல்லியிருக்கிற காரியத்தில் பொய்களைப் பேசி, பொய்யானதை உரைக்கிறீர்கள் என்றான். 13. ராஜா எகிப்து தேசம் முழுவதும் ஒரு அறிவிப்பைப் பறைசாற்றும்படிக் கட்டளையிட்டான்; அதாவது: சொப்பனங்களின் அர்த்தத்தை அறிந்து புரிந்துகொள்ளக்கூடிய எந்த ஞானியாவது இன்றையதினம் ராஜாவுக்கு முன்பாக வராமல் போனால் அவன் சாவான் என்று ராஜாவாலும் அவனுடைய பெரிய மனுஷர்களாலும் தீர்மானிக்கப்பட்டது. 14. ராஜாவின் சொப்பனங்களுக்குச் சரியான அர்த்தத்தை ராஜாவுக்கு அறிவிக்கிற மனுஷன் எவனோ, அவன் ராஜாவிடத்தில் கேட்கிறதெல்லாம் அவனுக்குக் கொடுக்கப்படும். எகிப்து தேசத்தின் ஞானிகள் எல்லாரும், எகிப்திலும் கோசேனிலும், ராமசேசிலும், தக்பானேசிலும், சோவாரிலும், எகிப்தின் எல்லைகளிலுள்ள எல்லா இடங்களிலுமிருந்த எல்லா மந்திரவாதிகளோடும் சூனியக்காரர்களோடும் ராஜாவுக்கு முன்பாக வந்து நின்றார்கள். 15. ராஜாவின் பிரபுக்கள், அதிபதிகள், வேலைக்காரர்கள் எல்லாரும் எகிப்தின் எல்லாப் பட்டணங்களிலுமிருந்து ஒன்றாகக் கூடிவந்து ராஜாவுக்கு முன்பாக உட்கார்ந்தார்கள்; ராஜா ஞானிகளுக்கும் பிரபுக்களுக்கும் முன்பாகத் தன் சொப்பனங்களை விவரித்தான், ராஜாவுக்கு முன்பாக உட்கார்ந்திருந்த எல்லாரும் அந்தத் தரிசனத்தைக் கேட்டு மிகவும் ஆச்சரியப்பட்டார்கள். 16. ராஜாவுக்கு முன்பாக இருந்த ஞானிகள் எல்லாரும் அவனுடைய சொப்பனங்களின் அர்த்தத்தில் மிகவும் பிளவுபட்டிருந்தார்கள்; அவர்களில் சிலர் ராஜாவுக்கு அர்த்தம் சொல்லி: அந்த ஏழு நல்ல பசுக்களும் எகிப்தின்மேல் ராஜாவின் சந்ததியிலிருந்து எழும்பப்போகிற ஏழு ராஜாக்கள். 17. அந்த ஏழு கெட்ட பசுக்களும் கடைசி நாட்களில் அவர்களுக்கு விரோதமாக எழும்பி அவர்களை அழிக்கப்போகிற ஏழு பிரபுக்கள்; ஏழு கதிர்களும் எகிப்தைச் சேர்ந்த ஏழு பெரிய பிரபுக்கள், அவர்கள் நம்முடைய ஆண்டவனாகிய ராஜாவின் யுத்தங்களில் தங்கள் சத்துருக்களான பலவீனமான ஏழு பிரபுக்களின் கைகளில் விழுவார்கள் என்றார்கள். 18. அவர்களில் சிலர் ராஜாவுக்கு இந்த விதமாய் அர்த்தம் சொல்லி: ஏழு நல்ல பசுக்களும் எகிப்தின் பலத்த பட்டணங்கள், ஏழு கெட்ட பசுக்களும் கடைசி நாட்களில் எகிப்தின் ஏழு பட்டணங்களுக்கு விரோதமாக வந்து அவைகளை அழிக்கப்போகிற கானான் தேசத்தின் ஏழு ஜாதிகள். 19. இரண்டாம் சொப்பனத்தில் நீர் கண்ட ஏழு நல்ல மற்றும் கெட்ட கதிர்கள், எகிப்தின் அரசாங்கம் முதலாவதுபோலவே மறுபடியும் உமது சந்ததியாருக்குத் திரும்பும் என்பதற்கான ஒரு அடையாளம். 20. அவனுடைய ஆட்சியில் எகிப்தின் பட்டணங்களின் ஜனங்கள் தங்களைவிடப் பலத்தவர்களான கானானின் ஏழு

பட்டணங்களுக்கு விரோதமாகத் திரும்பி, அவைகளை அழிப்பார்கள், எகிப்தின் அரசாங்கம் உமது சந்ததிக்குத் திரும்பும் என்றார்கள். 21. அவர்களில் சிலர் ராஜாவை நோக்கி: உமது சொப்பனங்களின் அர்த்தமாவது: ஏழு நல்ல பசுக்களும் கடைசி நாட்களில் நீர் மனைவிகளாகக் கொள்ளப்போகிற ஏழு ராஜாத்திகள்; ஏழு கெட்ட பசுக்களும் அந்த ஸ்திரீகள் எல்லாரும் ராஜாவின் ஜீவிய காலத்திலேயே மரித்துப்போவார்கள் என்பதைக் குறிக்கும். 22. நீர் இரண்டாம் சொப்பனத்தில் கண்ட ஏழு நல்ல மற்றும் கெட்ட கதிர்களும் பதினான்கு பிள்ளைகள்; கடைசி நாட்களில் அவர்கள் எழும்பித் தங்களுக்குள்ளே யுத்தம்பண்ணுவார்கள், அவர்களில் ஏழு பேர் அதிக பலமுள்ள ஏழு பேரை முறியடிப்பார்கள் என்றார்கள். 23. அவர்களில் சிலர் ராஜாவுக்கு இந்த வார்த்தைகளைச் சொல்லி: ஏழு நல்ல பசுக்களும் உமக்கு ஏழு பிள்ளைகள் பிறப்பார்கள் என்பதைக் குறிக்கும், அவர்கள் கடைசி நாட்களில் உமது பிள்ளைகளின் பிள்ளைகளான ஏழு பேரைக் கொன்றுபோடுவார்கள்; நீர் இரண்டாம் சொப்பனத்தில் கண்ட ஏழு நல்ல கதிர்களும், கடைசி நாட்களில் பலவீனமான வேறே ஏழு பிரபுக்கள் யுத்தம்பண்ணி அழித்துப் பழிவாங்கப்போகிற பிரபுக்கள், அரசாங்கம் மறுபடியும் உமது சந்ததிக்குத் திரும்பும் என்றார்கள். 24. ராஜா எகிப்தின் ஞானிகளுடைய எல்லா வார்த்தைகளையும் அவர்கள் தன் சொப்பனங்களுக்குச் சொன்ன அர்த்தத்தையும் கேட்டான்; அவைகளில் ஒன்றும் ராஜாவுக்குப் பிரியமாயிருக்கவில்லை. 25. இந்த வார்த்தைகளிலெல்லாம் அவர்கள் முற்றிலும் சரியாகப் பேசவில்லை என்று ராஜா தன் ஞானத்தினால் அறிந்திருந்தான்; யோசேப்பு காவல்கிடங்கிலிருந்து வெளியே வரும்படிக்கும், அவன் எகிப்திலே பெரியவனாகும்பாடிக்கும், எகிப்தின் ஞானிகளின் வார்த்தைகளை வீணாக்க இது கர்த்தராலே உண்டானது. 26. எகிப்தின் ஞானிகளிலும் மந்திரவாதிகளிலும் ஒருவனும் தனக்குச் சரியாகப் பேசவில்லை என்று ராஜா கண்டபோது, ராஜாவின் கோபம் மூண்டது, அவனுக்குள்ளே சினம் பற்றியெரிந்தது. 27. ஞானிகளும் மந்திரவாதிகளும் எல்லாரும் தனக்கு முன்பாக இருந்து வெளியே போகும்படி ராஜா கட்டளையிட்டான்; அவர்கள் எல்லாரும் வெட்கத்தோடும் அவமானத்தோடும் ராஜாவுக்கு முன்பாக இருந்து வெளியே போனார்கள். 28. எகிப்திலிருக்கிற மந்திரவாதிகளை எல்லாரையும் கொன்றுபோடும்படிக்கும், அவர்களில் ஒருவனையும் உயிரோடிருக்க விடாதபடிக்கும் எகிப்து முழுவதும் ஒரு அறிவிப்பை அனுப்ப ராஜா கட்டளையிட்டான். 29. ராஜாவினுடைய தலையாரிகளுக்கு அதிபதிகள் எழும்பி, ஒவ்வொருவரும் தங்கள் பட்டயத்தை உருவி, எகிப்தின் மந்திரவாதிகளையும் ஞானிகளையும் முறியடிக்கத் தொடங்கினார்கள். 30. இதன்பின்பு ராஜாவின் பிரதான பானபாத்திரக்காரனாகிய மெரோத் வந்து, ராஜாவுக்கு முன்பாகக்

குனிந்து வணங்கி அவனுக்கு முன்பாக உட்கார்ந்தான். 31.
பானபாத்திரக்காரன் ராஜாவை நோக்கி: ராஜா என்றென்றைக்கும்
வாழ்க, தேசத்தில் அவனுடைய அரசாங்கம் உயர்த்தப்படுவதாக. 32.
இரண்டு வருஷங்களுக்கு முன்னே அந்நாட்களில் நீர் உமது தாசன்
மேல் கோபங்கொண்டு என்னைக் காவலில் வைத்தீர்; நானும் பிரதான
சுயம்பாகியும் சில காலம் காவலில் இருந்தோம். 33. அங்கே
எங்களோடே தலையாரிகளுக்கு அதிபதியின் வேலைக்காரனான ஒரு
எபிரெயன் இருந்தான், அவன் பெயர் யோசேப்பு; அவனுடைய
எஜமான் அவன் மேல் கோபங்கொண்டு அவனைக் காவல்கிடங்கில்
வைத்திருந்தான், அவன் அங்கே எங்களுக்கு ஊழியஞ்செய்தான். 34.
நாங்கள் காவலில் இருக்கும்போது சில காலத்திற்குப் பின்பு, நானும்
பிரதான சுயம்பாகியும் ஒரே ராத்திரியிலே சொப்பனங்களைக்
கண்டோம்; ஒவ்வொருவனும் தன் தன் சொப்பனத்தின்
அர்த்தத்தின்படியே சொப்பனம் கண்டோம். 35. நாங்கள் காலையிலே
வந்து அவைகளை அந்த வேலைக்காரனுக்குச் சொன்னோம், அவன்
எங்கள் சொப்பனங்களுக்கு அர்த்தம் சொன்னான்;
ஒவ்வொருவனுக்கும் அவனவன் சொப்பனத்தின்படியே சரியாக
அர்த்தம் சொன்னான். 36. அவன் எங்களுக்கு அர்த்தம் சொன்னபடியே
காரியம் நடந்தது; அவனுடைய வார்த்தைகளில் ஒன்றும் தரையிலே
விழுந்துபோகவில்லை. 37. ஆகையால் இப்போது என் ஆண்டவனும்
ராஜாவுமானவரே, எகிப்தின் ஜனங்களை வீணாகக்
கொன்றுபோடாதிரும்; இதோ அந்த அடிமை இன்னும் அவனுடைய
எஜமானாகிய தலையாரிகளுக்கு அதிபதியினால் காவல்கிடங்கிலே
அடைக்கப்பட்டிருக்கிறான். 38. ராஜாவுக்குச் சித்தமானால் அவனுக்கு
ஆள் அனுப்பும், அவன் உமக்கு முன்பாக வருவான், நீர் கண்ட
சொப்பனத்தின் சரியான அர்த்தத்தை அவன் உமக்குத்
தெரியப்படுத்துவான் என்றான். 39. ராஜா பிரதான
பானபாத்திரக்காரனின் வார்த்தைகளைக் கேட்டான்; எகிப்தின்
ஞானிகளைக் கொன்றுபோடவேண்டாம் என்று ராஜா
கட்டளையிட்டான். 40. யோசேப்பைத் தனக்கு முன்பாகக்
கொண்டுவரும்படி ராஜா தன் வேலைக்காரர்களுக்குக் கட்டளையிட்டு,
அவர்களை நோக்கி: நீங்கள் அவனிடத்திற்குப் போய் அவனைத்
திகிலடையப்பண்ணாதீர்கள்; அப்படிச் செய்தால் அவன்
கலங்கிப்போய்ச் சரியாகப் பேசத் தெரியாதிருப்பான் என்றான். 41.
ராஜாவின் வேலைக்காரர்கள் யோசேப்பினிடத்திற்குப் போய்,
அவனைத் தீவிரமாய்த் துரவிலிருந்து வெளியே கொண்டுவந்தார்கள்;
ராஜாவின் வேலைக்காரர்கள் அவனைச் சவரம்பண்ணினார்கள்,
அவன் தன் சிறைச்சாலை வஸ்திரங்களை மாற்றி ராஜாவுக்கு முன்பாக
வந்தான். 42. ராஜா தன் ராஜரீகச் சிங்காசனத்தின்மேல் ஒரு
ராஜவஸ்திரத்தை உடுத்தி, ஒரு பொன் ஏபோத்தை இடுப்பில்
கட்டிக்கொண்டு உட்கார்ந்திருந்தான்; அதின்மேலிருந்த பசும்பொன்

மின்னினது; கோமேதகமும், மாணிக்கமும், மரகதமும், ராஜாவின் தலையின்மேலிருந்த எல்லா விலையேறப்பெற்ற கற்களும்கூடக் கண்களைப் பறிக்கும்படியாயிருந்தன; யோசேப்பு ராஜாவைக் கண்டு மிகவும் ஆச்சரியப்பட்டான். 43. ராஜா உட்கார்ந்திருந்த சிங்காசனம் பொன்னினாலும் வெள்ளியினாலும் கோமேதகக் கற்களினாலும் மூடப்பட்டிருந்தது, அதற்கு எழுபது படிகள் இருந்தன. 44. எகிப்து தேசம் முழுவதிலும் அவர்கள் வழக்கம் என்னவென்றால்: ராஜாவோடே பேசவருகிற எந்த மனுஷனாவது ஒரு பிரபுவாகவோ அல்லது ராஜாவின் பார்வையில் மதிக்கப்படுகிறவனாகவோ இருந்தால், அவன் ராஜாவின் சிங்காசனத்தின் முப்பத்தோராம் படிவரைக்கும் ஏறுவான், ராஜா முப்பத்தாறாம் படிவரைக்கும் இறங்கி வந்து அவனோடே பேசுவான். 45. அவன் சாதாரண ஜனங்களில் ஒருவனாயிருந்தால், அவன் மூன்றாம் படிவரைக்கும் ஏறுவான், ராஜா நான்காம் படிவரைக்கும் இறங்கி வந்து அவனோடே பேசுவான்; மேலும், எழுபது பாஷைகளிலும் பேசத் தெரிந்த எந்த மனுஷனும் எழுபது படிகளிலும் ஏறி, ராஜாவை எட்டும்வரைக்கும் போய்ப் பேசுவான் என்பது அவர்களுடைய வழக்கம். 46. எழுபது பாஷைகளையும் முழுமையாய் அறியாத எந்த மனுஷனும், தான் பேச அறிந்திருக்கிற பாஷைகளின் எண்ணிக்கைக்குச் சமமான படிகள்வரைக்கும் ஏறுவான். 47. எழுபது பாஷைகளிலும் பேசத் தெரிந்தவனேயல்லாமல் வேறொருவனும் தங்களை அரசாளக்கூடாது என்பது அந்நாட்களில் எகிப்தில் வழக்கமாயிருந்தது. 48. யோசேப்பு ராஜாவுக்கு முன்பாக வந்தபோது தரைமட்டும் குனிந்து ராஜாவை வணங்கி, மூன்றாம் படிவரைக்கும் ஏறினான், ராஜா நான்காம் படியில் உட்கார்ந்து யோசேப்போடே பேசினான். 49. ராஜா யோசேப்பை நோக்கி: நான் ஒரு சொப்பனம் கண்டேன், அதற்குச் சரியாக அர்த்தம் சொல்ல ஒருவனுமில்லை; எகிப்தின் மந்திரவாதிகளும் அதின் ஞானிகளும் எனக்கு முன்பாக வரும்படி நான் இன்றையதினம் கட்டளையிட்டு, என் சொப்பனங்களை அவர்களுக்கு விவரித்தேன், ஒருவனும் எனக்குச் சரியாக அர்த்தம் சொல்லவில்லை. 50. இதன்பின்பு நீ ஒரு ஞானியென்றும், நீ கேட்கிற எந்தச் சொப்பனத்திற்கும் சரியாக அர்த்தம் சொல்வாய் என்றும் உன்னைக்குறித்து நான் இன்றையதினம் கேள்விப்பட்டேன் என்றான். 51. யோசேப்பு பார்வோனுக்குப் பிரதியுத்தரமாக: பார்வோன் தான் கண்ட சொப்பனங்களை விவரிக்கட்டும்; நிச்சயமாக அர்த்தங்கள் தேவனுக்குரியவைகள் என்றான்; பார்வோன் தன் சொப்பனங்களை, அதாவது பசுக்களின் சொப்பனத்தையும் கதிர்களின் சொப்பனத்தையும் யோசேப்புக்கு விவரித்து, பேச்சை நிறுத்தினான். 52. அப்பொழுது யோசேப்பு ராஜாவுக்கு முன்பாகத் தேவனுடைய ஆவியால் தரிக்கப்பட்டான்; அந்த நாள்முதல் ராஜாவுக்கு நேரிடப்போகிற காரியங்களையெல்லாம் அவன் அறிந்துகொண்டான்; ராஜாவின் சொப்பனத்தின் சரியான

அர்த்தத்தை அறிந்து, ராஜாவுக்கு முன்பாகப் பேசினான். 53.
யோசேப்புக்கு ராஜாவின் கண்களில் கிருபை கிடைத்தது, ராஜா தன்
செவிகளையும் தன் இருதயத்தையும் சாய்த்து, யோசேப்பின்
வார்த்தைகளையெல்லாம் கேட்டான். யோசேப்பு ராஜாவை நோக்கி:
அவைகள் இரண்டு சொப்பனங்கள் என்று நினைக்கவேண்டாம், அது
ஒரே சொப்பனந்தான்; தேவன் தேசமெங்கும் செய்யச்
சித்தமாயிருக்கிறதை அவர் ராஜாவுக்கு அவருடைய சொப்பனத்திலே
காண்பித்திருக்கிறார்; உமது சொப்பனத்தின் சரியான அர்த்தமாவது:
54. ஏழு நல்ல பசுக்களும் கதிர்களும் ஏழு வருஷங்கள்; ஏழு கெட்ட
பசுக்களும் கதிர்களும் வேறே ஏழு வருஷங்கள்; அது ஒரே
சொப்பனந்தான். 55. இதோ வரப்போகிற ஏழு வருஷங்களும்
தேசமெங்கும் மகா பரிபூரணமுண்டாகும்; அதன்பின்பு ஏழு வருஷப்
பஞ்சம் அவைகளைத் தொடர்ந்து வரும், அது மிகவும் கொடிய
பஞ்சமாயிருக்கும்; தேசத்தில் பரிபூரணமெல்லாம் மறக்கப்பட்டுப்போம்,
பஞ்சம் தேசத்தின் குடிகளைப் பட்சித்துப்போடும். 56. ராஜா கண்டது
ஒரே சொப்பனந்தான்; இந்தக் காரியம் தேவனால்
நிச்சயிக்கப்பட்டபடியாலும், தேவன் இதைச் சீக்கிரத்தில்
செய்யப்போகிறபடியாலும் இது பார்வோனுக்கு இரட்டித்துத் திரும்பக்
காண்பிக்கப்பட்டது. 57. ஆகையால் இப்போது உமது ஆத்துமாவையும்
தேசத்தின் குடிகளின் ஆத்துமாக்களையும் பஞ்சத்தின்
பொல்லாப்பிலிருந்து விடுவிக்கும்படி நான் உமக்கு ஒரு ஆலோசனை
சொல்லுகிறேன்: உமது ராஜ்யமெங்கும் விவேகமும்
ஞானமுமுள்ளவனும், அரசாங்கக் காரியங்களையெல்லாம்
அறிந்தவனுமான ஒரு மனுஷனைத் தேடி, அவனை எகிப்து
தேசத்தின்மேல் அதிகாரியாக வையும். 58. நீர் எகிப்தின்மேல்
அதிகாரியாக வைக்கிற மனுஷன் தனக்குக்கீழே அதிகாரிகளை
ஏற்படுத்தட்டும்; அவர்கள் வரப்போகிற நல்ல வருஷங்களின்
தானியத்தையெல்லாம் கூட்டிச் சேர்த்து, தானியத்தைக் குவித்து, நீர்
நியமித்த களஞ்சியங்களில் அதைச் சேர்த்துவைக்கட்டும். 59.
பஞ்சத்தின் ஏழு வருஷங்களுக்காக அவர்கள் அந்தத் தானியத்தைக்
காத்துவைக்கட்டும்; அது உமக்கும் உமது ஜனங்களுக்கும் உமது தேசம்
முழுவதற்கும் கிடைக்கும்படியாகவும், நீரும் உமது தேசமும்
பஞ்சத்தினால் அழிந்துபோகாதபடியாகும் அப்படிச் செய்யட்டும். 60.
தேசத்தின் குடிகள் எல்லாரும் நல்ல ஏழு வருஷங்களிலே
ஒவ்வொருவனும் தன் வயலின் விளைச்சலாகிய சகலவிதமான
ஆகாரத்தையும் கூட்டிச் சேர்த்து, அவைகளைத் தங்கள்
களஞ்சியங்களில் சேர்த்துவைக்கும்படி கட்டளையிடப்படட்டும்;
பஞ்சத்தின் நாட்களிலே அவைகள் அவர்களுக்குக்
கிடைக்கும்படியாகவும், அதைக் கொண்டு அவர்கள்
பிழைக்கும்படியாகவும் அப்படிச் செய்யப்படட்டும். 61. உமது
சொப்பனத்தின் சரியான அர்த்தம் இதுவே; உமது ஆத்துமாவையும்

உமது குடிகள் எல்லாருடைய ஆத்துமாக்களையும் காப்பாற்றுவதற்காகக் கொடுக்கப்பட்ட ஆலோசனை இதுவே என்றான். 62. ராஜா யோசேப்புக்குப் பிரதியுத்தரமாக: உன் வார்த்தைகள் சரியானது என்று யார் சொல்லக்கூடும், யார் அறியக்கூடும்? என்றான்; அவன் ராஜாவை நோக்கி: என்னுடைய வார்த்தைகளெல்லாம் சத்தியம் என்பதற்கும், என் ஆலோசனை உமக்கு நல்லது என்பதற்கும் இதுவே உமக்கு ஒரு அடையாளமாயிருக்கும்: 63. இதோ, உமது மனைவி இன்றையதினம் பிரசவப் பீடத்தின்மேல் உட்கார்ந்திருக்கிறாள்; அவள் உமக்கு ஒரு குமாரனைப் பெறுவாள், நீர் அவனோடே சந்தோஷப்படுவீர்; உம்முடைய பிள்ளை தன் தாயின் கர்ப்பத்திலிருந்து புறப்படும்போது, இந்த இரண்டு வருஷங்களுக்கு முன்னே உமக்குப் பிறந்த முதற்பேறான குமாரன் செத்துப்போவான்; இன்றையதினம் உமக்குப் பிறக்கப்போகிற பிள்ளையினாலே நீர் ஆறுதலடைவீர் என்றான். 64. யோசேப்பு இந்த வார்த்தைகளை ராஜாவுக்குச் சொல்லி முடித்த பின்பு, அவன் ராஜாவைக் குனிந்து வணங்கி வெளியே போனான்: யோசேப்பு ராஜாவின் சமுகத்திலிருந்து வெளியே போனபோது, யோசேப்பு ராஜாவுக்குச் சொன்ன அந்த அடையாளங்கள் அன்றையதினமே நிறைவேறின. 65. ராஜாத்தி அன்றையதினம் ஒரு குமாரனைப் பெற்றாள்; ராஜா தன் குமாரனைக்குறித்த நற்செய்தியைக் கேட்டுச் சந்தோஷப்பட்டான்; செய்தி சொன்னவன் ராஜாவின் சமுகத்திலிருந்து வெளியே போனபோது, ராஜாவின் வேலைக்காரர்கள் ராஜாவின் முதற்பேறான குமாரன் தரையிலே செத்துக்கிடப்பதைக் கண்டார்கள். 66. ராஜாவின் வீட்டிலே மிகுந்த புலம்பலும் சத்தமும் உண்டாயிற்று; ராஜா அதைக் கேட்டு: வீட்டிலே நான் கேட்கிற சத்தமும் புலம்பலும் என்ன? என்றான்; அவனுடைய முதற்பேறான குமாரன் மரித்துப்போனான் என்று அவர்கள் ராஜாவுக்குச் சொன்னார்கள்; அப்பொழுது யோசேப்பு சொன்ன அவனுடைய வார்த்தைகளெல்லாம் சரியானது என்று ராஜா அறிந்துகொண்டான்; யோசேப்பு சொன்னபடியே, அன்றையதினம் தனக்குப் பிறந்த பிள்ளையினாலே ராஜா தன் குமாரனுக்காக ஆறுதலடைந்தான்.

அத்தியாயம் 49

1. இந்தக் காரியங்களுக்குப் பின்பு ராஜா ஆள் அனுப்பி, தன் வேலைக்காரர்களையும் பிரதானிகள் எல்லாரையும் ராஜாவைச் சேர்ந்த பிரபுக்களையும் பெரிய மனுஷர்களையும் கூட்டிவரப்பண்ணினான், அவர்கள் எல்லாரும் ராஜாவுக்கு முன்பாக வந்தார்கள். 2. ராஜா அவர்களை நோக்கி: இதோ, இந்த எபிரெய மனுஷனின் வார்த்தைகளெல்லாவற்றையும், அவன் சம்பவிக்கும் என்று

அறிவித்த அடையாளங்களெல்லாவற்றையும் நீங்கள் கண்டும்
கேட்டும் இருக்கிறீர்கள், அவனுடைய வார்த்தைகளில் ஒன்றும்
தரையிலே விழுந்துபோகவில்லை. 3. அவன் சொப்பனத்திற்குச்
சரியான அர்த்தம் சொல்லியிருக்கிறான் என்பதையும், அது
நிச்சயமாகவே சம்பவிக்கும் என்பதையும் நீங்கள் அறிவீர்கள்;
ஆகையால் இப்போது ஆலோசனை பண்ணி, நீங்கள் என்ன
செய்வீர்கள் என்றும், தேசம் பஞ்சத்திலிருந்து எப்படித்
தப்பித்துக்கொள்ளும் என்றும் அறிந்துகொள்ளுங்கள். 4. இப்போது
தேடி, இவனைப்போலத் தன் இருதயத்தில் ஞானமும் புத்தியுமுள்ள
ஒருவனைக் கண்டுபிடிக்கக்கூடுமா என்று பாருங்கள், நான் அவனை
தேசத்தின்மேல் அதிகாரியாக வைப்பேன். 5. தேசத்தைப்
பஞ்சத்திலிருந்து காப்பாற்ற இந்த எபிரெய மனுஷன் இதற்கு என்ன
ஆலோசனை சொன்னான் என்று நீங்கள் கேட்டீர்களே; எனக்கு
ஆலோசனை சொன்ன இந்த எபிரெய மனுஷனின்
ஆலோசனையினாலல்லாமல் தேசம் பஞ்சத்திலிருந்து
தப்பித்துக்கொள்ளாது என்று நான் அறிவேன் என்றான். 6. அவர்கள்
எல்லாரும் ராஜாவுக்குப் பிரதியுத்தரமாக: எபிரெயன் இதைக்குறித்துச்
சொன்ன ஆலோசனை நல்லதுதான்; ஆகையால் இப்போது, எங்கள்
ஆண்டவனும் ராஜாவுமானவரே, இதோ தேசம் முழுவதுமே உமது
கையில் இருக்கிறது, உமது கண்களுக்கு நலமாய்த் தோன்றுகிறபடியே
செய்யும். 7. நீர் தெரிந்துகொள்ளுகிறவனும், உமது ஞானத்தினால் தன்
ஞானத்தினாலே தேசத்தைக் காப்பாற்ற வல்லவனும் ஞானியுமான
ஒருவனை ராஜா தனக்குக் கீழே தேசத்தின்மேல் அதிகாரியாக
வைக்கட்டும் என்றார்கள். 8. ராஜா பிரதானிகள் எல்லாரையும்
நோக்கி: தேவன் இந்த எபிரெய மனுஷனுக்கு அவன் பேசின
எல்லாவற்றையும் தெரியப்படுத்தினபடியால், தேசம் முழுவதிலும்
அவனைப்போல விவேகமும் ஞானமுமுள்ளவன் வேறொருவனும்
இல்லை என்று நான் நினைக்கிறேன்; உங்கள் கண்களுக்கு அது
நல்லதாய்க் கண்டால், நான் அவனை தேசத்தின்மேல் அதிகாரியாக
வைப்பேன், ஏனெனில் அவன் தன் ஞானத்தினால் தேசத்தைக்
காப்பாற்றுவான் என்றான். 9. பிரதானிகள் எல்லாரும் ராஜாவுக்குப்
பிரதியுத்தரமாக: ஆனால் மனுஷகுமாரரின் பாஷைகள்
எல்லாவற்றையும் அறிந்தவனேயல்லாமல் வேறொரு மனுஷனும்
எகிப்தின்மேல் அரசாளவோ ராஜாவுக்கு இரண்டாவதாகவோ
இருக்கக்கூடாது என்று எகிப்தின் பிரமாணங்களில்
எழுதப்பட்டிருக்கிறதே, அது மீறப்படக்கூடாதே. 10. ஆகையால்
இப்போது எங்கள் ஆண்டவனும் ராஜாவுமானவரே, இதோ இந்த
எபிரெய மனுஷனால் எபிரெய பாஷையை மாத்திரமே பேசமுடியும்,
நம்முடைய பாஷையையுங்கூட அறியாத ஒரு மனுஷன் எப்படி நமக்கு
மேலாக அரசாங்கத்தில் இரண்டாவதாக இருக்கமுடியும்? 11.
ஆகையால் இப்போது, அவனுக்கு ஆள் அனுப்பி, அவனை உமக்கு

முன்பாக வரப்பண்ணி, எல்லாவற்றிலும் அவனைச் சோதித்து, உமக்குச் சித்தமானபடியே செய்யும் என்று உம்மை வேண்டிக்கொள்ளுகிறோம் என்றார்கள். 12. ராஜா: இது நாளைக்குச் செய்யப்படும், நீங்கள் சொன்ன காரியம் நல்லது என்றான்; பிரதானிகள் எல்லாரும் அன்றையதினம் ராஜாவுக்கு முன்பாக வந்தார்கள். 13. அந்த ராத்திரியிலே கர்த்தர் தமக்கு ஊழியம் செய்கிற தூதர்களில் ஒருவனை அனுப்பினார், அவன் எகிப்து தேசத்திலே யோசேப்பினிடத்திற்கு வந்தான், கர்த்தருடைய தூதன் யோசேப்பின்மேல் நின்றான்; இதோ யோசேப்பு தன் எஜமானின் வீட்டிலுள்ள காவல்கிடங்கிலே ராத்திரியிலே படுக்கையில் படுத்திருந்தான், ஏனெனில் அவன் எஜமான் தன் மனைவியினிமித்தம் அவனை மறுபடியும் காவல்கிடங்கில் போட்டிருந்தான். 14. தூதன் அவனை அவனுடைய நித்திரையிலிருந்து எழுப்பினான், யோசேப்பு எழுந்து தன் காலூன்றி நின்றான், இதோ கர்த்தருடைய தூதன் அவனுக்கு எதிரே நின்றுகொண்டிருந்தான்; கர்த்தருடைய தூதன் யோசேப்போடே பேசி, அந்த ராத்திரியிலே மனுஷரின் பாஷைகளையெல்லாம் அவனுக்குப் போதித்து, அவனுக்கு யோசேப்பு *(Jehoseph)* என்று பேரிட்டான். 15. கர்த்தருடைய தூதன் அவனை விட்டுப் போனான், யோசேப்பு திரும்பித் தன் படுக்கையின்மேல் படுத்துக்கொண்டான்; யோசேப்பு தான் கண்ட தரிசனத்தைக்குறித்து மிகவும் ஆச்சரியப்பட்டான். 16. காலையானபோது, ராஜா தன் பிரதானிகள் வேலைக்காரர்கள் எல்லாருக்கும் ஆள் அனுப்பினான், அவர்கள் எல்லாரும் வந்து ராஜாவுக்கு முன்பாக உட்கார்ந்தார்கள்; யோசேப்பைக் கொண்டுவரும்படி ராஜா கட்டளையிட்டான், ராஜாவின் வேலைக்காரர்கள் போய்ப் பார்வோனுக்கு முன்பாக யோசேப்பைக் கொண்டுவந்தார்கள். 17. ராஜா புறப்பட்டு வந்து சிங்காசனத்தின் படிகளில் ஏறினான், யோசேப்பு ராஜாவோடே எல்லாப் பாஷைகளிலும் பேசினான்; யோசேப்பு அவனிடத்திற்கு ஏறி, எழுபதாம் படியில் ராஜாவுக்கு முன்பாக வரும்வரைக்கும் ராஜாவோடே பேசி, ராஜாவுக்கு முன்பாக உட்கார்ந்தான். 18. ராஜா யோசேப்பினிமித்தம் மிகவும் சந்தோஷப்பட்டான்; ராஜாவின் பிரதானிகள் எல்லாரும் யோசேப்பின் வார்த்தைகளையெல்லாம் கேட்டபோது ராஜாவோடே மிகவும் சந்தோஷப்பட்டார்கள் 19. யோசேப்பை எகிப்து தேசம் முழுவதிலும் ராஜாவுக்கு இரண்டாவதாக வைப்பது ராஜாவுக்கும் பிரதானிகளுக்கும் பிரியமாயிருந்தது; ராஜா யோசேப்போடே பேசி: 20. இப்போது, தன் ஞானத்தினால் தேசத்தைப் பஞ்சத்திலிருந்து காப்பாற்றும்படி, எகிப்து தேசத்தின்மேல் ஒரு ஞானியை வைக்கும்படி நீ எனக்கு ஆலோசனை சொன்னாயே; ஆகையால் இப்போது, தேவன் இதையெல்லாவற்றையும், நீ பேசின வார்த்தைகளையெல்லாவற்றையும் உனக்குத் தெரியப்படுத்தினபடியால், தேசம் முழுவதிலும் உன்னைப்போல

விவேகமும் ஞானமுமுள்ள ஒரு மனுஷனில்லை. 21. உன் பெயர் இனி யோசேப்பு என்னப்படாமல், சாப்நாத்பன்னேயா என்னப்படும்; நீ எனக்கு இரண்டாவதாயிருப்பாய், என் அரசாங்கத்தின் காரியங்களெல்லாம் உன் வார்த்தையின்படியே நடக்கும், என் ஜனங்கள் உன் வார்த்தையின்படியே போக்கும் வரத்துமாயிருப்பார்கள். 22. என் வேலைக்காரர்களுக்கும் பிரதானிகளுக்கும் மாதம் மாதம் கொடுக்கப்படுகிற அவர்களுடைய சம்பளத்தையும் அவர்கள் உன் கையிலிருந்தே பெற்றுக்கொள்ளுவார்கள்; தேசத்தின் ஜனங்கள் எல்லாரும் உன்னை வணங்குவார்கள்; என் சிங்காசனத்தில் மாத்திரமே நான் உன்னிலும் பெரியவனாயிருப்பேன் என்றான். 23. ராஜா தன் கையிலிருந்த தன் மோதிரத்தைக் கழற்றி, அதை யோசேப்பின் கையிலே போட்டு, யோசேப்புக்கு ராஜரீகமான வஸ்திரங்களை உடுத்தி, அவன் தலையின்மேல் ஒரு பொன் கிரீடத்தை வைத்து, அவன் கழுத்திலே ஒரு பொன் சங்கிலியைப் போட்டான். 24. ராஜா தன் வேலைக்காரர்களுக்குக் கட்டளையிட்டான்; ராஜாவின் இரதத்திற்கு எதிரே சென்ற ராஜாவிற்குச் சொந்தமான இரண்டாம் இரதத்தின்மேல் அவனை ஏற்றி, ராஜாவின் குதிரைகளிலிருந்து பெரியதும் பலத்ததுமான ஒரு குதிரையின்மேல் அவனை ஏறிச் சவாரிசெய்யப்பண்ணி, எகிப்து தேசத்தின் வீதிகள்வழியாய் அவனை நடத்தினார்கள். 25. மேளங்களையும், சுரமண்டலங்களையும், மற்றக் கீதவாத்தியங்களையும் வாசிக்கிறவர்கள் எல்லாரும் யோசேப்புக்கு முன்பாகப் புறப்பட்டுப்போகும்படி ராஜா கட்டளையிட்டான்; ஆயிரம் மேளங்களும், ஆயிரம் மெகோலோத்களும் *(mecholoth)*, ஆயிரம் நெபாலிம்களும் *(nebalim)* அவனுக்குப் பின்னே போயின. 26. தங்கள் கைகளில் மின்னும் உருவின பட்டயங்களையுடைய ஐயாயிரம் மனுஷர்கள் யோசேப்புக்கு முன்பாக அணிவகுத்து வாசித்துக்கொண்டு போனார்கள்; பொன்னால் மூடப்பட்ட தோற்கச்சைகளைக் கட்டியிருந்த ராஜாவின் பெரிய மனுஷர்களில் இருபதாயிரம் பேர் யோசேப்பின் வலதுபுறத்திலும், இருபதாயிரம் பேர் அவன் இடதுபுறத்திலும் அணிவகுத்துப்போனார்கள்; ஸ்திரீகளும் கன்னிப்பெண்களும் எல்லாரும் வீடுகளின் கூரைகளின்மேல் போயும், வீதிகளில் நின்றும் யோசேப்புக்காக வாசித்தும் சந்தோஷப்பட்டும், யோசேப்பின் தோற்றத்தையும் அவன் சவுந்தரியத்தையும் உற்றுப்பார்த்தார்கள். 27. ராஜாவின் ஜனங்கள் அவனுக்கு முன்னும் பின்னும் போய், சாம்பிராணியினாலும், லவங்கப்பட்டையினாலும், சகலவிதமான நறுமணவர்க்கங்களினாலும் வழியை நறுமணமாக்கி, வழியெங்கும் வெள்ளைப்போளத்தையும் அகிலையும் பரப்பினார்கள்; இருபது மனுஷர்கள் தேசமெங்கும் அவனுக்கு முன்பாக மகா சத்தமாய் இந்த வார்த்தைகளைப் பறைசாற்றினார்கள்: 28. ராஜா தனக்கு இரண்டாவதாகத் தெரிந்துகொண்ட இந்த மனுஷனைப் பாருங்கள்;

அரசாங்கத்தின் காரியங்களெல்லாம் இவராலேயே ஒழுங்குபடுத்தப்படும்; இவர் கட்டளைகளை மீறுகிறவனும், இவரைத் தரைமட்டும் குனிந்து வணங்காதவனும் சாவான்; ஏனெனில் அவன் ராஜாவுக்கும் அவனுக்கு இரண்டாவதானவருக்கும் விரோதமாகக் கலகம்பண்ணுகிறவனாவான் என்றார்கள்.
29. பறைசாற்றுகிறவர்கள் பறைசாற்றி முடித்தபோது, எகிப்தின் ஜனங்கள் எல்லாரும் யோசேப்புக்கு முன்டாகத் தரைமட்டும் குனிந்து வணங்கி: ராஜா வாழ்க, அவனுக்கு இரண்டாவதானவரும் வாழ்க என்றார்கள்; எகிப்தின் குடிகள் எல்லாரும் வழியெங்கும் குனிந்து வணங்கினார்கள்; பறைசாற்றுகிறவர்கள் அவர்களை நெருங்கும்போது, அவர்கள் குனிந்து வணங்கி, யோசேப்புக்கு முன்பாகச் சகலவிதமான மேளங்களோடும் மெகோலோடுகளோடும் *(mechol)* நெபாலிம்களோடும் *(nebalim)* சந்தோஷப்பட்டார்கள்.
30. குதிரையின்மேலிருந்த யோசேப்பு தன் கண்களை வானத்திற்கு ஏறெடுத்து, சத்தமிட்டு: அவர் எளியவனைப் புழுதியிலிருந்து தூக்கிவிடுகிறார், சிறுமையானவனைக் குப்பையிலிருந்து உயர்த்துகிறார். சேனைகளின் கர்த்தாவே, உம்மை நம்புகிற மனுஷன் பாக்கியவான் என்றான்.
31. யோசேப்பு பார்வோனின் வேலைக்காரர்களோடும் பிரதானிகளோடும் எகிப்து தேசமெங்கும் சுற்றிவந்தான்; அவர்கள் எகிப்து தேசம் முழுவதையும் ராஜாவின் பொக்கிஷங்களெல்லாவற்றையும் அவனுக்குக் காண்பித்தார்கள்.
32. யோசேப்பு திரும்பி அன்றையதினம் பார்வோனுக்கு முன்பாக வந்தான்; ராஜா யோசேப்புக்கு எகிப்து தேசத்திலே ஒரு சுதந்தரத்தையும், வயல்களையும் திராட்சத்தோட்டங்களையும் சுதந்தரமாகக் கொடுத்தான்; ராஜா யோசேப்புக்கு மூவாயிரம் தாலந்து வெள்ளியையும், ஆயிரம் தாலந்து பொன்னையும், கோமேதகக் கற்களையும், குங்கிலியத்தையும், அநேக வெகுமதிகளையும் கொடுத்தான்.
33. மறுநாளிலே ராஜா எகிப்தின் ஜனங்கள் எல்லாரும் யோசேப்புக்குக் காணிக்கைகளையும் வெகுமதிகளையும் கொண்டுவரும்படிக்கும், ராஜாவின் கட்டளையை மீறுகிறவன் சாவான் என்றும் கட்டளையிட்டான்; அவர்கள் பட்டணத்து வீதியிலே ஒரு மேடையை உண்டாக்கி, அங்கே வஸ்திரங்களை விரித்தார்கள்; யோசேப்புக்கு எதையாகிலும் கொண்டுவந்தவன் அதை அந்த மேடையின்மேல் வைத்தான்.
34. எகிப்தின் ஜனங்கள் எல்லாரும் மேடையின்மேல் எதையாகிலும் போட்டார்கள்; ஒருவன் ஒரு பொன் கடுக்கனையும், வேறொருவன் மோதிரங்களையும் கடுக்கன்களையும், பொன்னிலும் வெள்ளியிலுமான வெவ்வேறு பாத்திரங்களையும், கோமேதகக் கற்களையும், குங்கிலியத்தையும் மேடையின்மேல் போட்டான்; ஒவ்வொருவனும் தனக்குள்ளதிலிருந்து எதையாகிலும் கொடுத்தான்.
35. யோசேப்பு இவைகளையெல்லாம் எடுத்துத் தன் பொக்கிஷ அறைகளில் வைத்தான்; ராஜாவின் பிரதானிகளும் பெரிய

மனுஷர்களும் எல்லாரும் யோசேப்பை உயர்த்தி, ராஜா அவனைத் தனக்கு இரண்டாவதாகத் தெரிந்துகொண்டதைக் கண்டு, அவனுக்கு அநேக வெகுமதிகளைக் கொடுத்தார்கள். *36.* ராஜா ஓன் பட்டணத்து ஆசாரியனான அகிராமின் குமாரனான போத்திபிராவுக்கு ஆள் அனுப்பி, அவனுடைய இளைய குமாரத்தியாகிய ஆஸ்னாத்தை *(Osnath)* யோசேப்புக்கு மனைவியாகக் கொண்டுகொடுத்தான். *37.* அந்தப் பெண் புருஷனை அறியாத கன்னிப்பெண்ணும் மிகவும் சவுந்தரியமுமானவளாயிருந்தாள், யோசேப்பு அவளை மனைவியாகக் கொண்டான்; ராஜா யோசேப்பை நோக்கி: நான் பார்வோன், ஆனாலும் எகிப்து தேசம் முழுவதிலும் என் ஜனங்களை ஒழுங்குபடுத்த உன்னையல்லாமல் வேறொருவனும் தன் கையையாவது தன் காலையாவது அசைக்கத் துணியக்கூடாது என்றான். *38.* யோசேப்பு பார்வோனுக்கு முன்பாக நின்றபோது அவனுக்கு வயது முப்பது; யோசேப்பு ராஜாவின் சமுகத்திலிருந்து வெளியே போய், எகிப்திலே ராஜாவுக்கு இரண்டாவதானான். *39.* யோசேப்புக்கு அவன் வீட்டிலே ஊழியஞ்செய்ய ராஜா நூறு வேலைக்காரர்களைக் கொடுத்தான்; யோசேப்பும் ஆள் அனுப்பி அநேக வேலைக்காரர்களை விலைக்கு வாங்கினான், அவர்கள் யோசேப்பின் வீட்டிலே இருந்தார்கள். *40.* யோசேப்பு தனக்காக ராஜாவின் அரண்மனைப் பிராகாரத்திற்கு முன்பாக ராஜாக்களின் வீடுகளைப்போல மிகவும் மகிமையான ஒரு வீட்டைக் கட்டினான்; வீட்டின் நடுவிலே மிகவும் அழகான தோற்றமும் தன் வாசஸ்தலத்திற்கு வசதியுமான ஒரு பெரிய மாளிகையை உண்டாக்கினான்; யோசேப்பு தன் வீட்டைக் கட்டிமுடிக்க மூன்று வருஷங்களாயிற்று. *41.* யோசேப்பு தனக்காக மிகுதியான பொன்னினாலும் வெள்ளியினாலும் மிகவும் அழகான ஒரு சிங்காசனத்தை உண்டாக்கி, அதைக் கோமேதகக் கற்களினாலும் குங்கிலியத்தினாலும் மூடி, அதின்மேல் எகிப்து தேசம் முழுவதின் சாயலையும், எகிப்து தேசம் முழுவதற்கும் தண்ணீர் பாய்ச்சுகிற எகிப்தின் நதியின் சாயலையும் உண்டாக்கினான்; யோசேப்பு தன் வீட்டிலே தன் சிங்காசனத்தின்மேல் பத்திரமாய் வீற்றிருந்தான், கர்த்தர் யோசேப்பின் ஞானத்தைப் பெருகப்பண்ணினார். *42.* எகிப்தின் குடிகள் எல்லாரும் பார்வோனின் வேலைக்காரர்களும் அவனுடைய பிரபுக்களும் யோசேப்பை மிகவும் நேசித்தார்கள்; ஏனெனில் இந்தக் காரியம் கர்த்தராலே யோசேப்புக்கு உண்டானது. *43.* ராஜாவுக்கும் யோசேப்புக்கும் உதவிசெய்ய, சத்துருக்களுக்கு விரோதமாகப் படைகளாகவும் அணிகளாகவும் புறப்படுகிற நாற்பதாயிரத்து அறுநூறு மனுஷர்களைக் கொண்ட யுத்தம்பண்ணுகிற ஒரு சேனை யோசேப்புக்கு இருந்தது; இவர்களல்லாமல் ராஜாவின் பிரதானிகளும் அவனுடைய வேலைக்காரர்களும் எண்ணிறந்த எகிப்தின் குடிகளும் இருந்தார்கள். *44.* யோசேப்பு தன் பராக்கிரமசாலிகளுக்கும் தன் சேனை முழுவதற்கும் கேடகங்களையும், ஈட்டிகளையும்,

தலைக்கவசங்களையும், மார்க்கவசங்களையும், கவண் எறியக் கல்லுகளையும் கொடுத்தான்.

அத்தியாயம் 50

1. அக்காலத்தில் தர்ஷீசின் பிள்ளைகள் இஸ்மவேலின் குமாரர்களுக்கு விரோதமாக வந்து, அவர்களோடே யுத்தம்பண்ணினார்கள்; தர்ஷீசின் பிள்ளைகள் இஸ்மவேலரை அநேக காலம் கொள்ளையடித்தார்கள். 2. அந்நாட்களில் இஸ்மவேலின் பிள்ளைகள் கொஞ்ச ஜனங்களாயிருந்தபடியால், அவர்களால் தர்ஷீசின் பிள்ளைகளை மேற்கொள்ளமுடியவில்லை, அவர்கள் மிகவும் ஒடுக்கப்பட்டார்கள். 3. இஸ்மவேலரின் மூப்பர்கள் எகிப்தின் ராஜாவுக்கு ஒரு கடிதம் அனுப்பி: தர்ஷீசின் பிள்ளைகளுக்கு விரோதமாக யுத்தம்பண்ண உமது தாசர்களாகிய எங்களுக்கு உதவிசெய்ய, உமது அதிகாரிகளையும் சேனைகளையும் அனுப்பும் என்று உம்மை வேண்டிக்கொள்ளுகிறோம்; ஏனெனில் நாங்கள் அநேக காலமாக அழிந்துகொண்டிருக்கிறோம் என்று சொல்லச் சொன்னார்கள். 4. பார்வோன் யோசேப்பையும் அவனோடிருந்த பராக்கிரமசாலிகளையும் சேனையையும், ராஜாவின் வீட்டிலிருந்த தன் பராக்கிரமசாலிகளையுங்கூட அனுப்பினான். 5. அவர்கள் தர்ஷீசின் பிள்ளைகளுக்கு விரோதமாக இஸ்மவேலின் பிள்ளைகளுக்கு உதவிசெய்யும்படி ஆவிலா தேசத்திலிருக்கிற இஸ்மவேலின் பிள்ளைகளிடத்திற்குப் போனார்கள்; இஸ்மவேலின் பிள்ளைகள் தர்ஷீசின் பிள்ளைகளோடே யுத்தம்பண்ணினார்கள், யோசேப்பு தர்ஷீசின் ஜனங்களை முறியடித்து அவர்கள் தேசம் முழுவதையும் கீழ்ப்படுத்தினான்; இஸ்மவேலின் பிள்ளைகள் இந்நாள்வரைக்கும் அதிலே குடியிருக்கிறார்கள். 6. தர்ஷீசின் தேசம் கீழ்ப்படுத்தப்பட்டபோது, தர்ஷீசின் ஜனங்கள் எல்லாரும் தப்பியோடி, தங்கள் சகோதரர்களாகிய யாவானின் பிள்ளைகளுடைய எல்லையிலே வந்தார்கள்; யோசேப்பும் அவனுடைய பராக்கிரமசாலிகளான சகல சேனையும் எகிப்திற்குத் திரும்பினார்கள், அவர்களில் ஒரு மனுஷனும் குறையவில்லை. 7. வருஷம் திரும்புகையில், யோசேப்பு எகிப்தின்மேல் அதிகாரம் செலுத்தின இரண்டாம் வருடத்திலே, யோசேப்பு சொல்லியிருந்தபடியே கர்த்தர் தேசம் முழுவதும் ஏழு வருஷங்களுக்கு மகா பரிபூரணத்தைக் கொடுத்தார்; ஏனெனில் கர்த்தர் அந்நாட்களில் ஏழு வருஷங்களுக்குப் பூமியின் விளைச்சலையெல்லாம் ஆசீர்வதித்தார், அவர்கள் புசித்து மிகவும் திருப்தியடைந்தார்கள். 8. அக்காலத்தில் யோசேப்புக்குக் கீழே அதிகாரிகள் இருந்தார்கள்; அவர்கள் நல்ல வருஷங்களின் ஆகாரத்தையெல்லாம் சேர்த்து, வருஷந்தோறும் தானியத்தைக்

குவித்து, அதை யோசேப்பின் பொக்கிஷ அறைகளில் வைத்தார்கள். 9.
அவர்கள் ஆகாரத்தைச் சேர்க்கும் எந்த நேரத்திலும், தானியத்தைக்
கதிர்களோடே கொண்டுவரும்படிக்கும், அது கெட்டுப்போகாதபடிக்கு
அதனோடே வயலின் மண்ணில் கொஞ்சத்தைக்
கொண்டுவரும்படிக்கும் யோசேப்பு கட்டளையிட்டான். 10. யோசேப்பு
வருஷந்தோறும் இதின்படியே செய்து, சமுத்திர மணலைப்போல
மிகுதியான தானியத்தைக் குவித்தான்; அவனுடைய களஞ்சியங்கள்
அளவற்றதாயிருந்தபடியால், அந்த மிகுதியை எண்ணமுடியாதிருந்தது.
11. எகிப்தின் குடிகள் எல்லாரும் அந்த நல்ல ஏழு வருஷங்களில்
சகலவிதமான ஆகாரத்தையும் தங்கள் களஞ்சியங்களில் மிகவும்
மிகுதியாகச் சேர்த்துவைத்தார்கள், ஆனால் அவர்கள் யோசேப்பு
செய்ததுபோல அதற்குச் செய்யவில்லை. 12. யோசேப்பும் எகிப்தியரும்
பரிபூரணமான ஏழு வருஷங்களில் சேர்த்த ஆகாரமெல்லாம், தேசம்
முழுவதையும் போஷிக்கும்படியாக, பஞ்சத்தின் ஏழு வருஷங்களுக்காக
தேசத்திலே களஞ்சியங்களில் பத்திரப்படுத்தப்பட்டது. 13. எகிப்தின்
குடிகள் பஞ்ச காலத்தில் போஷிப்பிற்காக ஒவ்வொருவனும் தன்
களஞ்சியத்தையும் தன் மறைவிடத்தையும் தானியத்தினால்
நிரப்பினான். 14. யோசேப்பு தான் சேர்த்த ஆகாரத்தையெல்லாம்
எகிப்தின் எல்லாப் பட்டணங்களிலும் வைத்து, எல்லாக்
களஞ்சியங்களையும் பூட்டி அவைகளுக்குக் காவலாளிகளை
வைத்தான். 15. போத்திபிராவின் குமாரத்தியாகிய யோசேப்பின்
மனைவி ஆஸ்னாத் அவனுக்கு மனாசே, எப்பிராயீம் என்னும் இரண்டு
குமாரர்களைப் பெற்றாள்; அவர்களைப் பெறும்போது யோசேப்புக்கு
வயது முப்பத்து நான்கு. 16. அந்தப் பிள்ளைகள்
பெரியவர்களானார்கள், அவர்கள் அவனுடைய வழிகளிலும்
அவனுடைய போதனைகளிலும் நடந்தார்கள்; தங்கள் தகப்பன்
தங்களுக்குப் போதித்த வழியை விட்டு அவர்கள் வலதுபுறமாவது
இடதுபுறமாவது விலகவில்லை. 17. கர்த்தர் அந்தப் பிள்ளைகளோடே
இருந்தார்; அவர்கள் பெரியவர்களானார்கள், சகல ஞானத்திலும்
அரசாங்கத்தின் எல்லாக் காரியங்களிலும் புத்தியும் திறமையும்
உள்ளவர்களாயிருந்தார்கள்; ராஜாவின் அதிகாரிகளும் எகிப்தின்
குடிகளிலுள்ள அவனுடைய பெரிய மனுஷர்களும் எல்லாரும் அந்தப்
பிள்ளைகளை உயர்த்தினார்கள், அவர்கள் ராஜாவின்
பிள்ளைகளுக்குள்ளே வளர்க்கப்பட்டார்கள். 18. தேசமெங்கும்
உண்டாயிருந்த பரிபூரணமான ஏழு வருஷங்கள் முடிந்தது; யோசேப்பு
சொல்லியிருந்தபடியே அவைகளுக்குப் பின்பு பஞ்சத்தின் ஏழு
வருஷங்கள் வந்தது, தேசமெங்கும் பஞ்சம் உண்டாயிற்று. 19. எகிப்து
தேசத்தில் பஞ்சம் தொடங்கிற்று என்று எகிப்தின் ஜனங்கள் எல்லாரும்
கண்டார்கள்; பஞ்சம் அவர்கள் மேல் மிகவும் கொடிதாயிருந்தபடியால்
எகிப்தின் ஜனங்கள் எல்லாரும் தங்கள் தானியக் களஞ்சியங்களைத்
திறந்தார்கள். 20. தங்கள் களஞ்சியங்களிலிருந்த ஆகாரமெல்லாம்

பூச்சிகள் நிறைந்து புசிக்கத் தகாததாயிருப்பதைக் கண்டார்கள்;
தேசமெங்கும் பஞ்சம் கொடிதாயிருந்தது, எகிப்தின் குடிகள் எல்லாரும்
வந்து பார்வோனுக்கு முன்பாகக் கூக்குரலிட்டார்கள், பஞ்சம் அவர்கள்
மேல் பாரமாயிருந்தது 21. அவர்கள் பார்வோனை நோக்கி: உமது
தாசர்களுக்கு ஆகாரம் கொடும்; நாங்களும் எங்கள் சிறு பிள்ளைகளும்
உமது கண்களுக்கு முன்பாகப் பசியினால் ஏன் சாகவேண்டும்?
என்றார்கள். 22. பார்வோன் அவர்களுக்குப் பிரதியுத்தரமாக: நீங்கள்
ஏன் என்னை நோக்கிக் கூக்குரலிடுகிறீர்கள்? பஞ்சத்தின்
வருஷங்களுக்காகப் பரிபூரணமான ஏழு வருஷங்களில் தானியத்தைச்
சேர்த்துவைக்கவேண்டும் என்று யோசேப்பு கட்டளையிடவில்லையா?
நீங்கள் ஏன் அவன் சத்தத்திற்குச் செவிகொடுக்கவில்லை? என்றான்.
23. எகிப்தின் ஜனங்கள் ராஜாவிற்குப் பிரதியுத்தரமாக: எங்கள்
ஆண்டவனே உமது ஆத்துமா ஜீவனோடிருப்பதுபோல, உமது
தாசர்கள் யோசேப்பு கட்டளையிட்டபடியெல்லாம் செய்தார்கள்;
உமது தாசர்களும் பரிபூரணமான ஏழு வருஷங்களில் தங்கள்
வயல்களின் விளைச்சலையெல்லாம் சேர்த்து இந்நாள்வரைக்கும்
களஞ்சியங்களில் வைத்திருக்கிறார்கள். 24. உமது தாசர்கள் மேல்
பஞ்சம் கொடிதாயிருந்தபோது நாங்கள் எங்கள் களஞ்சியங்களைத்
திறந்தோம், இதோ எங்கள் விளைச்சலெல்லாம் பூச்சிகள் நிறைந்து
ஆகாரத்திற்குத் தகாததாயிருக்கிறது என்றார்கள். 25. எகிப்தின்
குடிகளுக்கு நேரிட்ட எல்லாவற்றையும் ராஜா கேட்டபோது, ராஜா
பஞ்சத்தினிமித்தம் மிகவும் பயந்து, மிகவும் திகிலடைந்தான்; ராஜா
எகிப்தின் ஜனங்களுக்குப் பிரதியுத்தரமாக: இதெல்லாம் உங்களுக்கு
நேரிட்டபடியால், யோசேப்பினிடத்திற்குப் போங்கள், அவன்
உங்களுக்குச் சொல்லுகிறபடியெல்லாம் செய்யுங்கள், அவன்
கட்டளைகளை மீறாதீர்கள் என்றான். 26. எகிப்தின் ஜனங்கள்
எல்லாரும் புறப்பட்டு யோசேப்பினிடத்திற்கு வந்து, அவனை நோக்கி:
எங்களுக்கு ஆகாரம் கொடும், நாங்கள் உமக்கு முன்பாகப் பசியினால்
ஏன் சாகவேண்டும்? நீர் கட்டளையிட்டபடியே நாங்கள் ஏழு
வருஷங்களில் எங்கள் விளைச்சலைச் சேர்த்து, அதைக் களஞ்சியத்தில்
வைத்தோம், எங்களுக்கு இப்படி நேரிட்டதே என்றார்கள். 27. எகிப்து
ஜனங்களின் வார்த்தைகளையெல்லாம், அவர்களுக்கு நேரிட்டதையும்
யோசேப்பு கேட்டபோது, யோசேப்பு விளைச்சலுள்ள தன்
களஞ்சியங்களையெல்லாம் திறந்து, அதை எகிப்தின் ஜனங்களுக்கு
விற்றான். 28. தேசமெங்கும் பஞ்சம் கொடிதாயிருந்தது, எல்லாத்
தேசங்களிலும் பஞ்சம் உண்டாயிருந்தது; ஆனால் எகிப்து தேசத்திலே
விற்பனைக்கு விளைச்சல் இருந்தது. 29. எகிப்தின் குடிகள் எல்லாரும்
தானியம் வாங்க யோசேப்பினிடத்திற்கு வந்தார்கள், ஏனெனில்
பஞ்சம் அவர்கள் மேல் கொடிதாயிருந்தது, அவர்களுடைய
தானியமெல்லாம் கெட்டுப்போயிற்று; யோசேப்பு நாளுக்கு நாள்
எகிப்தின் ஜனங்கள் எல்லாருக்கும் அதை விற்றான். 30. கானான்

தேசத்தின் குடிகள் எல்லாரும், பெலிஸ்தரும், யோர்தானுக்கு
அக்கரையில் இருந்தவர்களும், கீழ்த்திசையின் பிள்ளைகளும்,
தூரத்திலும் சமீபத்திலுமுள்ள தேசங்களின் பட்டணத்தார் எல்லாரும்
எகிப்திலே தானியம் உண்டென்று கேள்விப்பட்டு, பஞ்சம் அவர்கள்
மேல் கொடிதாயிருந்தபடியால் தானியம் வாங்க எகிப்திற்கு
வந்தார்கள். 31. யோசேப்பு தானியக் களஞ்சியங்களைத் திறந்து
அவைகளுக்கு அதிகாரிகளை வைத்தான்; அவர்கள் நாளுக்கு நாள்
நின்று வந்தவர்கள் எல்லாருக்கும் விற்றார்கள். 32. பூமியெங்கும்
பஞ்சம் கொடிதாயிருந்தபடியால், தன் சகோதரர்களும் தானியம்
வாங்க எகிப்திற்கு வருவார்கள் என்று யோசேப்பு அறிந்திருந்தான்.
யோசேப்பு தன் ஜனங்கள் எல்லாருக்கும் கட்டளையிட்டு, அவர்கள்
எகிப்து தேசம் முழுவதும் பறைசாற்றும்படி சொன்னதாவது: 33.
எகிப்திலே தானியம் வாங்க விரும்புகிற எந்த மனுஷனும் தானியம்
வாங்கத் தன் வேலைக்காரர்களை எகிப்திற்கு அனுப்பாமல், தன்
குமாரர்களை அனுப்பவேண்டும்; மேலும், எகிப்திலே தானியம் வாங்கி
எந்தக் களஞ்சியத்திலாவது புறப்பட்டு வந்து, தேசமெங்கும் அதை
விற்கப்போகிற எகிப்தியனானாலும் கானானியனானாலும் அவன்
சாவான்; எவனும் தன் வீட்டார் போஷிப்பிற்காகவேயல்லாமல்
வேறெதற்காகவும் வாங்கக்கூடாது என்பது ராஜாவுக்கும், அவருக்கு
இரண்டாவதானவருக்கும், அவர்களுடைய பெரிய மனுஷர்களுக்கும்
சித்தமாயிருக்கிறது. 34. இரண்டு அல்லது மூன்று மிருகஜீவன்களைக்
கூட்டிக்கொண்டுவருகிற எந்த மனுஷனும் சாவான், ஒரு மனுஷன் தன்
சொந்த மிருகஜீவனை மாத்திரமே கூட்டிக்கொண்டுவரவேண்டும். 35.
யோசேப்பு எகிப்தின் வாசல்களில் காவலாளிகளை வைத்து,
அவர்களுக்குக் கட்டளையிட்டு: தானியம் வாங்க வருகிற எந்த
மனுஷனும், அவனுடைய பெயரும், அவன் தகப்பனின் பெயரும்,
அவன் தகப்பனுடைய தகப்பனின் பெயரும் எழுதப்படும்வரைக்கும்
அவனை உள்ளே நுழைய விடாதீர்கள்; பகலிலே எழுதப்படுகிற
எல்லாவற்றையும், நான் அவர்கள் பெயர்களை அறியும்படி
சாயங்காலத்தில் அவர்கள் பெயர்களை என்னிடத்திற்கு அனுப்புங்கள்
என்றான். 36. யோசேப்பு எகிப்து தேசமெங்கும் அதிகாரிகளை
வைத்து, இந்தக் காரியங்களையெல்லாம் செய்யும்படி அவர்களுக்குக்
கட்டளையிட்டான். 37. தன் சகோதரர்கள் எகிப்திற்குத் தானியம்
வாங்க வரும்போது தான் அறியும்படியாக யோசேப்பு இந்தக்
காரியங்களையெல்லாம் செய்து, இந்தக் கட்டளைகளை
ஏற்படுத்தினான்; யோசேப்பு கட்டளையிட்ட இந்த
வார்த்தைகளின்படியும் கட்டளைகளின்படியும் யோசேப்பின்
ஜனங்கள் நாளுக்கு நாள் எகிப்திலே பறைசாற்றினார்கள். 38.
கிழக்கிலும் மேற்கிலுமுள்ள தேசத்தின் குடிகள் எல்லாரும், பூமியிலுள்ள
எல்லாரும் யோசேப்பு எகிப்திலே ஏற்படுத்தியிருந்த கட்டளைகளையும்
விதிகளையும் கேள்விப்பட்டார்கள்; பூமியின் எல்லைகளிலுள்ள

குடிகள் வந்து, நாளுக்கு நாள் எகிப்திலே தானியம் வாங்கிப் போனார்கள். 39. எகிப்தின் அதிகாரிகள் எல்லாரும் யோசேப்பு கட்டளையிட்டபடியே செய்தார்கள்; தானியம் வாங்க எகிப்திற்கு வந்த எல்லார் பெயர்களையும், அவர்கள் தகப்பன்மார் பெயர்களையும் வாசல் காவலாளிகள் எழுதி, சாயங்காலத்தில் நாளுக்கு நாள் அவைகளை யோசேப்புக்கு முன்பாகக் கொண்டுவந்தார்கள்.

அத்தியாயம் 51

1. எகிப்திலே தானியம் உண்டென்று யாக்கோபு கேள்விப்பட்டு, பஞ்சம் அவர்கள் மேலும் கொடிதாயிருந்தபடியால், தானியம் வாங்க எகிப்திற்குப் போகும்படி தன் குமாரர்களை அழைத்தான்; அவன் தன் குமாரர்களைக் கூப்பிட்டு: 2. இதோ, எகிப்திலே தானியம் உண்டென்று நான் கேள்விப்படுகிறேன், பூமியின் ஜனங்கள் எல்லாரும் அங்கே வாங்கப்போகிறார்களே; ஆகையால் இப்போது நீங்கள் ஏன் பூமியிலுள்ள எல்லாருக்கும் முன்பாக உங்களைத் திருப்தியானவர்களாகக் காண்பிக்கிறீர்கள்? நாமும் சாகாதபடிக்கு நீங்களும் எகிப்திற்குக் கீழே போய், அங்கே வருகிறவர்களுக்குள்ளே நமக்குக் கொஞ்சம் தானியம் வாங்குங்கள் என்றான். 3. யாக்கோபின் குமாரர்கள் தங்கள் தகப்பனின் சத்தத்திற்குச் செவிகொடுத்து, அங்கே வந்த மற்றவர்களோடு தானியம் வாங்குவதற்காக எகிப்திற்குக் கீழே போகப் புறப்பட்டார்கள். 4. அவர்கள் தகப்பனாகிய யாக்கோபு அவர்களுக்குக் கட்டளையிட்டு: நீங்கள் பட்டணத்திற்குள் வரும்போது தேசத்தின் குடிகளினிமித்தம் எல்லாரும் ஒரே வாசலாய் நுழைய வேண்டாம் என்றான். 5. யாக்கோபின் குமாரர்கள் புறப்பட்டு எகிப்திற்குப் போனார்கள், யாக்கோபின் குமாரர்கள் தங்கள் தகப்பன் தங்களுக்குக் கட்டளையிட்டபடியெல்லாம் செய்தார்கள்; யாக்கோபு பென்யமீனை அனுப்பவில்லை, ஏனெனில்: அவனுடைய சகோதரனுக்கு நேரிட்டதுபோல வழியிலே அவனுக்கும் ஏதாவது ஆபத்து நேரிடும் என்று அவன் சொன்னான்; யாக்கோபின் குமாரர்களில் பத்து பேர் புறப்பட்டுப் போனார்கள். 6. யாக்கோபின் குமாரர்கள் வழியிலே போய்க்கொண்டிருக்கையில், யோசேப்புக்குத் தாங்கள் செய்ததைக்குறித்து மனஸ்தாபப்பட்டு, ஒருவரோடொருவர் பேசி: நம்முடைய சகோதரனான யோசேப்பு எகிப்திற்குக் கீழே போனான் என்று நாம் அறிவோமே, இப்போது நாம் போகிற இடத்திலே அவனைத் தேடுவோம், அவனை நாம் கண்டுபிடித்தால் அவனுடைய எஜமானிடத்திலிருந்து மீட்கும்பொருளுக்காக அவனை அழைத்துவருவோம்; இல்லாவிட்டால், பலவந்தமாக அழைத்துவருவோம், அவனுக்காக நாம் சாவோம் என்றார்கள். 7. யாக்கோபின் குமாரர்கள் இந்தக் காரியத்திற்குச் சம்மதித்து,

யோசேப்பினிமித்தம் அவனை அவனுடைய எஜமானின் கையிலிருந்து
விடுவிக்கும்படி தங்களைத் திடப்படுத்திக்கொண்டு, யாக்கோபின்
குமாரர்கள் எகிப்திற்குப் போனார்கள்; அவர்கள் எகிப்திற்குச் சமீபமாய்
வந்தபோது, அவர்கள் ஒருவரையொருவர் விட்டுப் பிரிந்து, எகிப்தின்
பத்து வாசல்கள் வழியாய் வந்தார்கள்; வாசல் காவலாளிகள்
அன்றையதினம் அவர்கள் பெயர்களை எழுதி, சாயங்காலத்திலே
அவைகளை யோசேப்பினிடத்திற்குக் கொண்டுவந்தார்கள். 8.
யோசேப்பு பட்டணத்து வாசல் காவலாளிகளின் கையிலிருந்து
பெயர்களை வாசித்தான்; தன் சகோதரர்கள் பட்டணத்தின் பத்து
வாசல்களின் வழியாய் நுழைந்திருக்கிறார்கள் என்று கண்டான்;
அப்பொழுது யோசேப்பு எகிப்து தேசம் முழுவதும் பறைசாற்றும்படிக்
கட்டளையிட்டு: 9. களஞ்சியங்களைக் காக்கிறவர்களே, நீங்கள்
எல்லாரும் புறப்பட்டுப்போய், தானியக் களஞ்சியங்களையெல்லாம்
மூடி, வருகிறவர்கள் வாங்குவதற்கு ஒன்றை மாத்திரம்
திறந்துவையுங்கள் என்றான். 10. யோசேப்பின் அதிகாரிகள்
எல்லாரும் அக்காலத்தில் அப்படியே செய்து,
களஞ்சியங்களையெல்லாம் மூடி, ஒன்றை மாத்திரம்
திறந்துவைத்தார்கள். 11. யோசேப்பு தன் சகோதரர்களின் பெயர்கள்
எழுதியிருந்த சீட்டைத் திறந்திருந்த களஞ்சியத்தின்மேல்
வைக்கப்பட்டிருந்தவனிடத்தில் கொடுத்து, அவனை நோக்கி:
உன்னிடத்தில் தானியம் வாங்க வருகிறவன் எவனோ அவன்
பெயரைக் கேள், இந்தப் பெயர்களையுடைய மனுஷர்கள் உனக்கு
முன்பாக வரும்போது, அவர்களைப் பிடித்து என்னிடத்திற்கு அனுப்பு
என்றான், அவர்கள் அப்படியே செய்தார்கள். 12. யாக்கோபின்
குமாரர்கள் பட்டணத்திற்குள் வந்தபோது, தாங்கள் தானியம்
வாங்குவதற்கு முன்பாக யோசேப்பைத் தேடும்படி பட்டணத்திலே
ஒன்றாகக் கூடினார்கள். 13. அவர்கள் வேசிகளின் தெருக்களுக்குப்
போய், வேசிகளின் தெருக்களிலே மூன்று நாட்கள் யோசேப்பைத்
தேடினார்கள்; ஏனெனில் யோசேப்பு மிகவும் அழகான தோற்றமும்
சவுந்தரியமுமான வாலிபனாயிருந்தபடியால், யோசேப்பு வேசிகளின்
தெருக்களுக்கு வருவான் என்று அவர்கள் நினைத்தார்கள்;
யாக்கோபின் குமாரர்கள் மூன்று நாட்கள் யோசேப்பைத் தேடியும்
அவனைக் காணவில்லை. 14. திறந்திருந்த களஞ்சியத்தின்மேல்
வைக்கப்பட்டிருந்த மனுஷன் யோசேப்பு தன்னிடம் கொடுத்திருந்த
அந்தப் பெயர்களைத் தேடினான், ஆனால் அவர்களைக் காணவில்லை.
15. அவன் யோசேப்பினிடத்திற்கு ஆள் அனுப்பி: இந்த மூன்று
நாட்கள் கடந்துபோயிற்று, நீர் எனக்குக் கொடுத்திருந்த
பெயர்களையுடைய அந்த மனுஷர்கள் வரவில்லையே என்றான்;
எகிப்து முழுவதிலும் அந்த மனுஷர்களைத் தேடி, அவர்களை
யோசேப்புக்கு முன்பாகக் கொண்டுவரும்படி யோசேப்பு
வேலைக்காரர்களை அனுப்பினான். 16. யோசேப்பின்

வேலைக்காரர்கள் போய்க் கண்டுபிடிக்கும்படி எகிப்திற்குள்
வந்தார்கள், அவர்களைக் காணவில்லை; கோசேனுக்குப் போனார்கள்,
அங்கே அவர்கள் இல்லை; அதன்பின்பு ராமசேஸ் பட்டணத்திற்குப்
போனார்கள், அவர்களைக் காணவில்லை. 17. யோசேப்பு தன்
சகோதரர்களைத் தேடும்படி தொடர்ந்து பதினாறு வேலைக்காரர்களை
அனுப்பினான்; அவர்கள் போய்ப் பட்டணத்தின் நாலு திசைகளிலும்
பிரிந்துபோனார்கள், நாலு வேலைக்காரர்கள் வேசிகளின் வீட்டிற்குள்
போனார்கள், அங்கே அந்தப் பத்து மனுஷர்களும் தங்கள்
சகோதரனைத் தேடிக்கொண்டிருப்பதைக் கண்டார்கள். 18. அந்த
நாலு மனுஷர்களும் அவர்களை அழைத்துக் கொண்டுவந்து அவனுக்கு
முன்பாக விட்டார்கள், அவர்கள் தரைமட்டும் குனிந்து அவனை
வணங்கினார்கள்; யோசேப்பு ராஜரீகமான வஸ்திரங்களை உடுத்தித்
தன் மாளிகையிலே தன் சிங்காசனத்தின்மேல் வீற்றிருந்தான், அவன்
தலையின்மேல் ஒரு பெரிய பொன் கிரீடம் இருந்தது,
பராக்கிரமசாலிகள் எல்லாரும் அவனைச் சுற்றிலும்
உட்கார்ந்திருந்தார்கள். 19. யாக்கோபின் குமாரர்கள் யோசேப்பைக்
கண்டார்கள்; அவனுடைய உருவமும் சவுந்தரியமும் முகத்தின்
மகிமையும் அவர்கள் கண்களுக்கு ஆச்சரியமாயிருந்தது, அவர்கள்
மறுபடியும் தரைமட்டும் குனிந்து அவனை வணங்கினார்கள். 20.
யோசேப்பு தன் சகோதரர்களைக் கண்டான், அவன் அவர்களை
அறிந்துகொண்டான், ஆனால் அவர்கள் அவனை அறியவில்லை;
ஏனெனில் யோசேப்பு அவர்கள் கண்களுக்கு மிகவும்
பெரியவனாயிருந்தான், ஆகையால் அவர்கள் அவனை அறியவில்லை.
21. யோசேப்பு அவர்களோடே பேசி: நீங்கள் எங்கிருந்து
வருகிறீர்கள்? என்றான்; அவர்கள் எல்லாரும் பிரதியுத்தரமாக:
தேசமெங்கும் பஞ்சம் கொடிதாயிருக்கிறபடியால், உமது தாசர்கள்
கானான் தேசத்திலிருந்து தானியம் வாங்க வந்தோம்; எகிப்திலே
தானியம் உண்டென்று உமது தாசர்கள் கேள்விப்பட்டார்கள்,
ஆகையால் எங்கள் போஷிப்பிற்காகத் தானியம் வாங்க அங்கே
வருகிற மற்றவர்களோடு நாங்களும் வந்தோம் என்றார்கள். 22.
யோசேப்பு அவர்களுக்குப் பிரதியுத்தரமாக: நீங்கள் சொல்லுகிறபடியே
வாங்க வந்தீர்களானால், பட்டணத்தின் பத்து வாசல்கள் வழியாய்
ஏன் வந்தீர்கள்? தேசத்தை உற்றுப்பார்க்கவே நீங்கள்
வந்திருக்கவேண்டும் என்றான். 23. அவர்கள் எல்லாரும் ஏகமாய்
யோசேப்புக்குப் பிரதியுத்தரமாக: என் ஆண்டவனே அப்படியல்ல,
நாங்கள் நேர்மையானவர்கள், உமது தாசர்கள் வேவுகாரரல்ல; உமது
தாசர்கள் எல்லாரும் கானான் தேசத்திலிருக்கிற ஒரு மனுஷனின்
குமாரர்களாகிய சகோதரர்கள், நாங்கள் தானியம் வாங்கவே
வந்தோம்; எங்கள் தகப்பன் எங்களுக்குக் கட்டளையிட்டு: நீங்கள்
பட்டணத்திற்குள் வரும்போது தேசத்தின் குடிகளினிமித்தம் எல்லாரும்
ஒரே வாசலாய் நுழைய வேண்டாம் என்று சொன்னார் என்றார்கள்.

24. யோசேப்பு மறுபடியும் அவர்களுக்குப் பிரதியுத்தரமாக: நான்
உங்களிடத்தில் சொன்னது இதுதான், நீங்கள் தேசத்தை
உற்றுப்பார்க்கவே வந்தீர்கள், ஆகையால்தான் நீங்கள் எல்லாரும்
பட்டணத்தின் பத்து வாசல்கள் வழியாய் வந்தீர்கள்; தேசத்தின்
நிர்வாணத்தைப் பார்க்கவே வந்தீர்கள் என்றான். 25. நிச்சயமாகவே
தானியம் வாங்க வருகிற ஒவ்வொருவனும் தன் வழியே போகிறான்;
நீங்களோ தேசத்தில் ஏற்கனவே மூன்று நாட்களாயிருக்கிறீர்கள், இந்த
மூன்று நாட்களாக நீங்கள் இருக்கிற வேசிகளின் தெருக்களிலே
நீங்கள் என்ன செய்கிறீர்கள்? வேவுகாரர்கள்தான் நிச்சயமாக
இப்படிப்பட்ட காரியங்களைச் செய்வார்கள் என்றான். 26. அவர்கள்
யோசேப்பை நோக்கி: அப்படிச் சொல்லுவது எங்கள் ஆண்டவனுக்குத்
தூரமாயிருப்பதாக; எபிரெயனான ஆபிரகாமின் குமாரனாகிய
ஈசாக்கின் குமாரனான கானான் தேசத்திலிருக்கிற எங்கள்
தகப்பனாகிய யாக்கோபின் குமாரர்களாகிய நாங்கள் பன்னிரண்டு
சகோதரர்கள்; இதோ இளையவன் இன்றையதினம் கானான்
தேசத்திலிருக்கிற எங்கள் தகப்பனோடே இருக்கிறான், ஒருவனைக்
காணோம், ஏனெனில் அவன் எங்களை விட்டுப் பிரிந்துபோனான்;
ஒருவேளை அவன் இந்த தேசத்திலிருப்பானோ என்று நினைத்து,
தேசமெங்கும் அவனைத் தேடுகிறோம், வேசிகளின் வீடுகளிலும்கூட
அவனைத் தேட வந்தோம் என்றார்கள். 27. யோசேப்பு அவர்களை
நோக்கி: நீங்கள் பூமியெங்கும் அவனைத் தேடியும், அவனைத் தேட
எகிப்து மாத்திரமா உங்களுக்கு மீதியாயிருந்தது? மேலும், உங்கள்
சகோதரன் எகிப்திலிருந்தாலும் வேசிகளின் வீடுகளில் என்ன
செய்வான்? நீங்கள் எபிரெயனான ஆபிரகாமின் குமாரனாகிய
ஈசாக்கின் குமாரர்கள் என்று சொல்லவில்லையா, அப்படியானால்
யாக்கோபின் குமாரர்கள் வேசிகளின் வீடுகளில் என்ன செய்வார்கள்?
என்றான். 28. அவர்கள் அவனுக்குப் பிரதியுத்தரமாக: இஸ்மவேலர்
அவனை எங்களிடமிருந்து திருடிக்கொண்டுபோனார்கள் என்றும்,
அவர்கள் அவனை எகிப்திலே விற்றுப்போட்டார்கள் என்றும்
எங்களுக்குச் சொல்லப்பட்டதைக் கேட்டோம்; எங்கள் சகோதரனான
உமது தாசன் மிகவும் அழகான தோற்றமும் சவுந்தரியமுமானவன்,
ஆகையால் அவன் நிச்சயமாக வேசிகளின் வீடுகளில் இருப்பான்
என்று நினைத்தோம், ஆகையால் உமது தாசர்கள் அங்கே போய்
அவனைத் தேடி அவனுக்காக மீட்கும்பொருள் கொடுக்கப்
போனார்கள் என்றார்கள். 29. யோசேப்பு இன்னும் அவர்களுக்குப்
பிரதியுத்தரமாக: நிச்சயமாக நீங்கள் பொய்களைப் பேசி,
பொய்யானதை உரைக்கிறீர்கள், உங்களை நீங்களே ஆபிரகாமின்
குமாரர்கள் என்று சொல்லுகிறீர்களே; பார்வோனின் ஜீவனைக்
கொண்டு சொல்லுகிறேன் நீங்கள் வேவுகாரர்கள், ஆகையால்தான்
நீங்கள் அறியப்படாதபடிக்கு வேசிகளின் வீடுகளுக்கு வந்தீர்கள்
என்றான். 30. யோசேப்பு அவர்களை நோக்கி: இப்போதும் நீங்கள்

அவனைக் கண்டுபிடித்தால், அவனுடைய எஜமான் உங்களிடத்தில் பெரிய தொகையைக் கேட்டால், அவனுக்காக அதைக் கொடுப்பீர்களா? என்றான்; அவர்கள்: அதைக் கொடுப்போம் என்றார்கள்.
31. அவன் அவர்களை நோக்கி: அவனுடைய எஜமான் பெரிய தொகையைக் கொடுத்தாலும் அவனை விட்டுக்கொடுக்கச் சம்மதியாவிட்டால், அவனிமித்தம் அவனுக்கு என்ன செய்வீர்கள்? என்றான்; அவர்கள் அவனுக்குப் பிரதியுத்தரமாக: அவன் அவனை எங்களுக்குக் கொடுக்காவிட்டால் நாங்கள் அவனைக் கொன்றுபோட்டு, எங்கள் சகோதரனை அழைத்துக் கொண்டுபோவோம் என்றார்கள்.
32. யோசேப்பு அவர்களை நோக்கி: நான் உங்களிடத்தில் சொன்ன காரியம் இதுதான்; நீங்கள் வேவுகாரர்கள், தேசத்தின் குடிகளைக் கொன்றுபோடவே வந்தீர்கள்; ஏனெனில் உங்கள் சகோதரியினிமித்தம் உங்கள் சகோதரர்களில் இரண்டு பேர் கானான் தேசத்திலிருக்கிற சீகேமின் குடிகள் எல்லாரையும் முறியடித்தார்கள் என்று நாங்கள் கேள்விப்பட்டோம், இப்போது நீங்கள் உங்கள் சகோதரனினிமித்தம் எகிப்திலும் அதுபோலவே செய்ய வந்திருக்கிறீர்கள் என்றான்.
33. இதினாலே நீங்கள் உண்மையானவர்கள் என்று நான் அறிவேன்; உங்கள் இளைய சகோதரனை உங்கள் தகப்பனிடத்திலிருந்து கூட்டிக்கொண்டுவரும்படியும், அவனை இங்கே என்னிடத்திற்குக் கொண்டுவரும்படியும் உங்களில் ஒருவனை உங்கள் வீட்டிற்கு அனுப்பினால், நீங்கள் இந்தக் காரியத்தைச் செய்வதினால் நீங்கள் நேர்மையானவர்கள் என்று நான் அறிவேன் என்றான்.
34. யோசேப்பு தன் பராக்கிரமசாலிகளிலே எழுபது பேரைக் கூப்பிட்டு, அவர்களை நோக்கி: இந்த மனுஷர்களைப் பிடித்துக் காவலில் வையுங்கள் என்றான்.
35. அந்தப் பராக்கிரமசாலிகள் அந்தப் பத்து மனுஷர்களைப் பிடித்தார்கள், அவர்கள் அவர்களைப் பிடித்துக் காவலில் வைத்தார்கள்; அவர்கள் மூன்று நாட்கள் காவலில் இருந்தார்கள்.
36. மூன்றாம் நாளிலே யோசேப்பு அவர்களைக் காவலிலிருந்து வெளியே கொண்டுவரும்படி செய்து, அவர்களை நோக்கி: நீங்கள் பிழைக்கும்படிக்கும், நீங்கள் உண்மையானவர்களென்றால் உங்களுக்காக இதைச் செய்யுங்கள்; உங்கள் சகோதரர்களில் ஒருவன் காவலில் அடைக்கப்பட்டிருக்கட்டும், நீங்களோ கானான் தேசத்திலிருக்கிற உங்கள் வீட்டாருக்குத் தானியத்தைக் கொண்டுபோய், உங்கள் இளைய சகோதரனை அழைத்து இங்கே என்னிடத்திற்குக் கொண்டுவாருங்கள்; நீங்கள் இந்தக் காரியத்தைச் செய்யும்போது நீங்கள் உண்மையானவர்கள் என்று நான் அறிவேன் என்றான்.
37. யோசேப்பு அவர்களை விட்டுப் புறப்பட்டுத் தன் அறைக்குள் போய், மிகவும் சத்தமிட்டு அழுதான்; ஏனெனில் அவர்கள் மேல் அவனுக்குப் பரிதாபம் உண்டாயிற்று, அவன் தன் முகத்தைக் கழுவி, மறுபடியும் அவர்களிடத்திற்குத் திரும்பி வந்து, அவர்களிலிருந்து

சிமியோனை அழைத்து, அவனைக் கட்டும்படி கட்டளையிட்டான்; ஆனால் சிமியோன் அப்படிச் செய்யச் சம்மதிக்கவில்லை, ஏனெனில் அவன் மிகவும் பலசாலியான மனுஷனாயிருந்தான், அவர்களால் அவனைக் கட்டமுடியவில்லை. 38. யோசேப்பு தன் பராக்கிரமசாலிகளைக் கூப்பிட்டான், எழுபது பராக்கிரமசாலிகளான மனுஷர்கள் தங்கள் கைகளில் உருவின பட்டயங்களோடே அவனுக்கு முன்பாக வந்தார்கள், யாக்கோபின் குமாரர்கள் அவர்களைக் கண்டு திகிலடைந்தார்கள். 39. யோசேப்பு அவர்களை நோக்கி: இந்த மனுஷனைப் பிடித்து, இவனுடைய சகோதரர்கள் இவனிடத்திற்கு வரும்வரைக்கும் இவனைச் சிறைச்சாலையிலே வையுங்கள் என்றான்; யோசேப்பின் பராக்கிரமசாலிகளான மனுஷர்கள் தீவிரமாய் வந்து, சிமியோனைக் கட்டும்படி எல்லாரும் அவனைப் பிடித்தார்கள்; சிமியோன் மகா பயங்கரமாய் உரக்கக் கத்தினான், அந்தக் கூக்குரல் தூரத்திலே கேட்கப்பட்டது. 40. யோசேப்பின் பராக்கிரமசாலிகளான மனுஷர்கள் எல்லாரும் அந்தக் கூக்குரலின் சத்தத்தினாலே திகிலடைந்து, தங்கள் முகங்குப்புற விழுந்தார்கள், அவர்கள் மிகவும் பயந்து தப்பியோடினார்கள். 41. யோசேப்போடிருந்த மனுஷர்கள் எல்லாரும் தப்பியோடினார்கள், ஏனெனில் அவர்கள் தங்கள் ஜீவனுக்காக மிகவும் பயந்தார்கள்; யோசேப்பும் அவனுடைய குமாரனான மனாசேயும் மாத்திரமே அங்கே மீதியாயிருந்தார்கள்; யோசேப்பின் குமாரனான மனாசே சிமியோனின் பலத்தைக் கண்டான், அவன் மிகவும் சினங்கொண்டான். 42. யோசேப்பின் குமாரனான மனாசே சிமியோனுக்கு விரோதமாக எழும்பி, மனாசே தன் முஷ்டியினால் சிமியோனின் பிடரியில் பலமாய் அடித்தான், சிமியோனின் கோபம் அடங்கிற்று. 43. மனாசே சிமியோனைப் பிடித்து பலவந்தமாய் அவனைப் பிடித்துக் கட்டி, அவனைக் காவல்கிடங்கிற்குக் கொண்டுவந்தான்; யாக்கோபின் குமாரர்கள் எல்லாரும் அந்த வாலிபனின் செய்கையைக் கண்டு ஆச்சரியப்பட்டார்கள். 44. சிமியோன் தன் சகோதரர்களை நோக்கி: இது ஒரு எகிப்தியனின் அடியல்ல, இது என் தகப்பன் வீட்டாரின் அடி என்று உங்களில் யாரும் சொல்லக்கூடாது என்றான். 45. இதன்பின்பு யோசேப்பு களஞ்சியத்தின்மேல் வைக்கப்பட்டவனை அழைப்பித்து, அவர்கள் சுமக்கக்கூடிய மட்டும் அவர்கள் சாக்குகளைத் தானியத்தினால் நிரப்பவும், ஒவ்வொருவனுடைய பணத்தையும் அவனவன் சாக்கிலே திரும்பப் போடவும், வழிக்கான ஆகாரத்தை அவர்களுக்குக் கொடுக்கவும் கட்டளையிட்டான், அவன் அவர்களுக்கு அப்படியே செய்தான். 46. யோசேப்பு அவர்களுக்குக் கட்டளையிட்டு: நான் உங்களிடத்தில் சொன்னபடியே உங்கள் சகோதரனைக் கொண்டுவரும்படி என் கட்டளைகளை மீறாதபடிக்கு எச்சரிக்கையாயிருங்கள்; நீங்கள் உங்கள் சகோதரனை இங்கே என்னிடத்திற்குக் கொண்டுவரும்போது, நீங்கள் உண்மையானவர்கள்

என்று நான் அறிவேன்; நீங்கள் தேசத்திலே வியாபாரம்பண்ணலாம்,
நான் உங்கள் சகோதரனை உங்களிடத்தில் திரும்பக் கொடுப்பேன்,
நீங்கள் சமாதானத்தோடே உங்கள் தகப்பனிடத்திற்குத் திரும்புவீர்கள்
என்றான். 47. அவர்கள் எல்லாரும் பிரதியுத்தரமாக: எங்கள்
ஆண்டவன் சொல்லுகிறபடியே செய்வோம் என்று சொல்லி,
தரைமட்டும் குனிந்து அவனை வணங்கினார்கள். 48. ஒவ்வொரு
மனுஷனும் தன் தானியத்தைத் தன் கழுதையின்மேல் ஏற்றி, கானான்
தேசத்திலிருக்கிற தங்கள் தகப்பனிடத்திற்குப் போகப் புறப்பட்டார்கள்;
அவர்கள் சத்திரத்திற்கு வந்தார்கள், லேவி தன் கழுதைக்குப்
புல்லுக்கொடுக்கத் தன் சாக்கைத் திறந்தபோது, இதோ தன் பணம்
நிறை குறையாமல் இன்னும் தன் சாக்கிலே இருப்பதைக் கண்டான்.
49. அந்த மனுஷன் மிகவும் பயந்து, தன் சகோதரர்களை நோக்கி: என்
பணம் திரும்பக் கொடுக்கப்பட்டிருக்கிறது, இதோ அது என்
சாக்கிலேயேயிருக்கிறது என்றான்; அந்த மனுஷர்கள் மிகவும் பயந்து:
தேவன் நமக்குச் செய்த இந்தக் காரியம் என்ன? என்றார்கள். 50.
அவர்கள் எல்லாரும்: கர்த்தர் நம்மை எகிப்து ராஜாவின் கைகளில்
ஒப்புக்கொடுத்து நமக்கு விரோதமாகக் காரியங்களைச்
செய்யும்படிக்கு, நம்முடைய பிதாக்களாகிய ஆபிரகாம் ஈசாக்கு
யாக்கோபு என்பவர்களிடத்திலிருந்த கர்த்தருடைய கிருபை எங்கே?
என்றார்கள். 51. யூதா அவர்களை நோக்கி: நம்முடைய சொந்த
மாம்சமாகிய நம்முடைய சகோதரனை விற்றதினிமித்தம் நாம்
நம்முடைய தேவனாகிய கர்த்தருக்கு முன்பாகக் குற்றவாளிகளான
பாவிகளாயிருக்கிறோம்; அப்படியிருக்க: நம்முடைய
பிதாக்களிடத்திலிருந்த கர்த்தருடைய கிருபை எங்கே என்று நீங்கள்
ஏன் சொல்லுகிறீர்கள்? என்றான். 52. ரூபன் அவர்களை நோக்கி:
அந்தப் பிள்ளைக்கு விரோதமாகப் பாவஞ்செய்யாதீர்கள் என்று நான்
உங்களிடத்தில் சொல்லவில்லையா, நீங்கள் எனக்குச்
செவிகொடுக்கவில்லையே? இப்போது தேவன் அவன் இரத்தப்பழியை
நம்மிடத்தில் கேட்கிறார்; நீங்கள் கர்த்தருக்கு விரோதமாகப்
பாவஞ்செய்திருக்க, நம்முடைய பிதாக்களிடத்திலிருந்த கர்த்தருடைய
கிருபை எங்கே என்று சொல்ல உங்களுக்கு எப்படித் தைரியம்
வந்தது? என்றான். 53. அவர்கள் அந்த ராத்திரியிலே அந்த இடத்திலே
தங்கியிருந்தார்கள்; காலையிலே அதிகாலையில் எழுந்து தங்கள்
கழுதைகளின்மேல் தங்கள் தானியத்தை ஏற்றிக்கொண்டு, அவைகளை
நடத்திக்கொண்டுபோய் கானான் தேசத்திலிருக்கிற தங்கள் தகப்பன்
வீட்டிற்கு வந்தார்கள். 54. யாக்கோபும் அவன் வீட்டாரும் தன்
குமாரர்களை எதிர்கொண்டுபோனார்கள்; யாக்கோபு பார்த்தான்,
இதோ அவர்கள் சகோதரனான சிமியோன் அவர்களோடே இல்லை;
யாக்கோபு தன் குமாரர்களை நோக்கி: உங்கள் சகோதரனான
சிமியோன் எங்கே, நான் அவனைக் காணவில்லையே? என்றான்;

அவனுடைய குமாரர்கள் எகிப்திலே தங்களுக்கு நேரிட்ட எல்லாவற்றையும் அவனுக்குச் சொன்னார்கள்.

அத்தியாயம் 52

*1. அவர்கள் தங்கள் வீட்டிற்கு வந்தார்கள், ஒவ்வொரு மனுஷனும் தன் சாக்கைத் திறந்தான்; அவர்கள் பார்த்தார்கள், இதோ ஒவ்வொரு மனுஷனுடைய பணமுடிச்சும் அங்கே இருந்தது; அதைக் கண்டு அவர்களும் அவர்கள் தகப்பனும் மிகவும் திகிலடைந்தார்கள். 2.
யாக்கோபு அவர்களை நோக்கி: நீங்கள் எனக்குச் செய்த இந்தக் காரியம் என்ன? உங்கள் சகோதரனான யோசேப்பை உங்கள் சுகசெய்தியை அறியும்படி நான் அனுப்பினேன், நீங்கள் ஒரு துஷ்ட மிருகம் அவனைப் பட்சித்துப்போட்டது என்று என்னிடத்தில் சொன்னீர்கள். 3. ஆகாரம் வாங்க சிமியோன் உங்களோடே
போனான், எகிப்தின் ராஜா அவனைக் காவலில் அடைத்துவைத்தான் என்று சொல்லுகிறீர்கள்; இப்போது பென்யமீனையுங்கூடக் கொன்றுபோடவும், பென்யமீனினிமித்தமும் அவன் சகோதரனான யோசேப்பினிமித்தமும் என் நரைமயிரைத் துக்கத்தோடே பாதாளத்தில் இறங்கப்பண்ணவும் அவனைக் கூட்டிக்கொண்டுபோக விரும்புகிறீர்கள். 4. ஆகையால் இப்போது, என் குமாரன்
உங்களோடே கீழே வரமாட்டான், ஏனெனில் அவன் சகோதரன் செத்துப்போனான், இவன் ஒருவன் மாத்திரமே மீதியாயிருக்கிறான்; அவன் சகோதரனுக்கு நேரிட்டதுபோல நீங்கள் போகிற வழியிலே இவனுக்கும் ஏதாவது ஆபத்து நேரிடலாம் என்றான். 5. ரூபன் தன்
தகப்பனை நோக்கி: நான் உமது குமாரனைக் கூட்டிக்கொண்டுவந்து உமக்கு முன்பாக நிறுத்தாவிட்டால், நீர் என் இரண்டு குமாரர்களையும் கொன்றுபோடும் என்றான்; யாக்கோபு தன் குமாரர்களை நோக்கி: நீங்கள் இங்கே தங்கியிருங்கள், எகிப்திற்குக் கீழே போக வேண்டாம்; ஏனெனில் என் குமாரன் உங்களோடே எகிப்திற்குக் கீழே போகமாட்டான், அவன் சகோதரனைப்போலச் சாகவும் மாட்டான்
என்றான். 6. யூதா அவர்களை நோக்கி: தானியம் தீர்ந்துபோகும்வரைக்கும் நீங்கள் அவரிடத்தில் ஒன்றும் சொல்லாதிருங்கள்; பஞ்சத்தினால் தன் ஜீவனுக்கும் தன் வீட்டாரின் ஜீவனுக்கும் ஆபத்தாயிருப்பதை அவர் காணும்போது: உங்கள் சகோதரனைக் கீழே கூட்டிக்கொண்டுபோங்கள் என்று அவரே
சொல்லுவார் என்றான். 7. அந்நாட்களில் தேசமெங்கும் பஞ்சம் கொடிதாயிருந்தது, பூமியின் ஜனங்கள் எல்லாரும் ஆகாரம் வாங்க எகிப்திற்குப் போய்வந்தார்கள்; ஏனெனில் பஞ்சம் அவர்கள் மேல் மிகவும் கொடிதாயிருந்தது, யாக்கோபின் குமாரர்கள் தங்கள் தானியம் தீர்ந்துபோகும்வரைக்கும் ஒரு வருஷமும் இரண்டு மாதங்களும்*

*கானானிலே தங்கியிருந்தார்கள். 8. அவர்கள் தானியம் தீர்ந்துபோன
பின்பு, யாக்கோபின் வீட்டாரனைவரும் பசியினால் வாடினார்கள்;
யாக்கோபின் குமாரர்களுடைய பிள்ளைகள் எல்லாரும் கூடி,
யாக்கோபண்டைக்கு வந்து, அவர்கள் எல்லாரும் அவனைச்
சூழ்ந்துகொண்டு, அவனை நோக்கி: எங்களுக்கு அப்பம் கொடும்;
நாங்கள் எல்லாரும் ஏன் உமக்கு முன்பாகப் பசியினால்
மடிந்துபோகவேண்டும்? என்றார்கள். 9. யாக்கோபு தன் குமாரர்களின்
பிள்ளைகளுடைய வார்த்தைகளைக் கேட்டபோது, மகா சத்தமிட்டு
அழுதான், அவர்கள் மேல் அவனுக்குப் பரிதாபம் உண்டாயிற்று;
யாக்கோபு தன் குமாரர்களைக் கூப்பிட்டான், அவர்கள் எல்லாரும்
வந்து அவனுக்கு முன்பாக உட்கார்ந்தார்கள். 10. யாக்கோபு
அவர்களை நோக்கி: உங்கள் பிள்ளைகள் இன்றையதினம்: எங்களுக்கு
அப்பம் கொடும், அங்கே ஒன்றுமில்லையே என்று சொல்லி என்மேல்
அழுவதை நீங்கள் காணவில்லையா? ஆகையால் இப்போது
திரும்பிப்போய், நமக்குக் கொஞ்சம் ஆகாரம் வாங்குங்கள் என்றான்.
11. யூதா தன் தகப்பனுக்குப் பிரதியுத்தரமாக: நீர் எங்கள் சகோதரனை
எங்களோடே அனுப்பினால், நாங்கள் கீழே போய் உமக்குத் தானியம்
வாங்குவோம்; நீர் அவனை அனுப்பாமல்போனால், நாங்கள் கீழே
போகமாட்டோம்; ஏனெனில்: உங்கள் சகோதரன் உங்களோடே
இருந்தாலொழிய நீங்கள் என் முகத்தைப் பார்க்கக்கூடாது என்று
எகிப்தின் ராஜா எங்களுக்கு உறுதியாய்க் கட்டளையிட்டான்;
எகிப்தின் ராஜா பலமும் பராக்கிரமமுமுள்ள ஒரு ராஜா, இதோ
நாங்கள் எங்கள் சகோதரன் இல்லாமல் அவனிடத்திற்குப் போனால்
நாமெல்லாரும் கொலையுண்டுபோவோம். 12. இந்த ராஜா மிகவும்
பலவானும் ஞானியுமாயிருக்கிறான் என்பதையும், பூமியெங்கும்
அவனுக்கு ஒப்பானவன் ஒருவனுமில்லை என்பதையும் நீர் அறியீரோ,
நீர் கேள்விப்படவில்லையோ? இதோ நாங்கள் பூமியின் ராஜாக்கள்
எல்லாரையும் பார்த்திருக்கிறோம், எகிப்தின் ராஜாவாகிய அந்த
ராஜாவைப்போல ஒருவனை நாங்கள் கண்டதில்லை; நிச்சயமாகவே
பூமியின் ராஜாக்கள் எல்லாரிலும் பெலிஸ்தரின் ராஜாவாகிய
அபிமெலேக்கிலும் பெரியவன் ஒருவனுமில்லை, அப்படியிருந்தும்
எகிப்தின் ராஜா அவனிலும் பெரியவனும்
பராக்கிரமசாளியுமாயிருக்கிறான், அபிமெலேக்கை அவனுடைய
அதிகாரிகளில் ஒருவனுக்கு மாத்திரமே ஒப்பிடலாம். 13. தகப்பனே, நீர்
அவனுடைய அரண்மனையையும் அவனுடைய சிங்காசனத்தையும்,
அவனுக்கு முன்பாக நிற்கிற அவனுடைய வேலைக்காரர்கள்
எல்லாரையும் காணவில்லையே; அந்த ராஜா தன்
சிங்காசனத்தின்மேல் தன் ஆடம்பரத்தோடும் ராஜரீகத்
தோற்றத்தோடும், ராஜவஸ்திரங்களை உடுத்தித் தன் தலையின்மேல்
ஒரு பெரிய பொன் கிரீடத்தை வைத்துக்கொண்டு வீற்றிருப்பதை நீர்
காணவில்லையே; தேவன் அவனுக்குக் கொடுத்திருக்கிற கனத்தையும்*

மகிமையையும் நீர் காணவில்லையே, ஏனெனில் பூமியெங்கும் அவனுக்கு ஒப்பானவன் ஒருவனுமில்லை. 14. தகப்பனே, தேவன் அவன் இருதயத்தில் கொடுத்திருக்கிற ஞானத்தையும், புத்தியையும், அறிவையும் நீர் காணவில்லையே, அவன் எங்களோடே பேசினபோது அவனுடைய இனிமையான சத்தத்தை நீர் கேட்கவுமில்லையே. 15.
தகப்பனே, எங்கள் பெயர்களையும் எங்களுக்கு நேரிட்ட எல்லாவற்றையும் அவனுக்குத் தெரியப்படுத்தினது யார் என்று எங்களுக்குத் தெரியவில்லை, அப்படியிருந்தும் அவன் உம்மைக்குறித்தும் கேட்டு: உங்கள் தகப்பன் இன்னும் உயிரோடிருக்கிறாரா, அவர் சுகமாயிருக்கிறாரா? என்று கேட்டானே.
16. அவன் தன் ஆண்டவனாகிய பார்வோனிடத்தில் விசாரிக்காமலேயே எகிப்தின் அரசாங்கக் காரியங்களை ஒழுங்குபடுத்துவதை நீர் காணவில்லையே; எகிப்தியர் எல்லார்மேலும் அவன் உண்டாக்கியிருக்கிற பயத்தையும் நடுக்கத்தையும் நீர் காணவில்லையே. 17. மேலும் நாங்கள் அவனிடத்திலிருந்து போனபோது, எமோரியரின் மற்றப் பட்டணங்களுக்குச் செய்ததுபோலவே எகிப்துக்கும் செய்வோம் என்று பயமுறுத்தினோம், எங்களை வேவுகாரர்கள் என்று சொல்லி அவன் பேசின அவனுடைய வார்த்தைகள் எல்லாவற்றினிமித்தமும் நாங்கள் மிகவும் சினங்கொண்டோம்; இப்போதோ நாங்கள் மறுபடியும் அவனுக்கு முன்பாகப் போகும்போது அவனைக் குறித்த திகில் எங்கள் எல்லார்மேலும் விழும், எங்களில் ஒருவனால் அவனோடே ஒரு சிறிய காரியத்தையோ அல்லது பெரிய காரியத்தையோ பேசமுடியாது. 18.
ஆகையால் இப்போது தகப்பனே, அந்தப் பிள்ளையை எங்களோடே அனுப்பும் என்று உம்மை வேண்டிக்கொள்ளுகிறோம்; நாங்கள் பசியினால் சாகாதபடிக்குக் கீழே போய், நம்முடைய போஷிப்பிற்காக உமக்கு ஆகாரம் வாங்குவோம் என்றான். யாக்கோபு: உங்களுக்கு ஒரு சகோதரன் இருக்கிறான் என்று அந்த ராஜாவுக்குச் சொல்லி, ஏன் எனக்கு இந்தத் தீமையைச் செய்தீர்கள்? நீங்கள் எனக்குச் செய்த இந்தக் காரியம் என்ன? என்றான். 19. யூதா தன் தகப்பனாகிய யாக்கோபை நோக்கி: அந்தப் பிள்ளையை என் கையில் ஒப்புவியும்; நாமெல்லாரும் எழுந்து, எகிப்திற்குக் கீழே போய், தானியம் வாங்கித் திரும்புவோம்; நாங்கள் திரும்பும்போது அந்தப் பிள்ளை எங்களோடே இல்லாவிட்டால், நான் என்றென்றைக்கும் உமது பழியைச் சுமப்பேன்.
20. உமது பிள்ளைகளெல்லாரும் பசியினால் உமதுமேல் அழுவதை நீர் காணவில்லையா, அவர்களைத் திருப்தியாக்க உமது கையில் பெலனில்லையே? இப்போது அவர்கள் மேல் உமது பரிதாபம் எழும்பட்டும், எங்கள் சகோதரனை எங்களோடே அனுப்பும், நாங்கள் போவோம். 21. எகிப்தின் ராஜா உமது குமாரனை எடுத்துக்கொள்ளுவான் என்று நீர் சொல்லும்போது, நம்முடைய பிதாக்களுக்குக் கர்த்தர் செய்த கிருபை உமக்கு எப்படி வெளிப்படும்?

கர்த்தருடைய ஜீவனைக் கொண்டு சொல்லுகிறேன், நான் அவனைக் கூட்டிக்கொண்டுவந்து உமக்கு முன்பாக நிறுத்தும்வரைக்கும் அவனை விட்டுவிடமாட்டேன்; எகிப்தின் ராஜாவுக்கும் அவனுடைய மனுஷர்களுக்கும் முன்பாக நாங்கள் தயவோடும் கிருபையோடும் ஏற்றுக்கொள்ளப்படும்படிக்கு, அவர் எங்களுக்குத் தயவுசெய்யும்படி கர்த்தரை நோக்கி எங்களுக்காக ஜெபம்பண்ணும்; நாங்கள் தாமதியாதிருந்தால், நிச்சயமாகவே இப்போது உமது குமாரனோடே இரண்டாம் விசை திரும்பியிருப்போமே என்றான். 22. யாக்கோபு தன் குமாரர்களை நோக்கி: அவர் உங்களை விடுவித்து, எகிப்து ராஜாவின் கண்களிலும் அவனுடைய மனுஷர்கள் எல்லாருடைய கண்களிலும் உங்களுக்குக் கிருபை கிடைக்கும்படி நான் தேவனாகிய கர்த்தரை நம்புகிறேன். 23. ஆகையால் இப்போது எழுந்து, அந்த மனுஷனிடத்திற்குப் போங்கள்; தேசத்தில் கிடைக்கக்கூடியவைகளிலிருந்து ஒரு வெகுமதியை அவனுக்காக உங்கள் கைகளில் எடுத்துக்கொண்டுபோய், அவனுக்கு முன்பாகக் கொண்டுவாருங்கள்; சர்வவல்லமையுள்ள தேவன் உங்கள் சகோதரர்களாகிய பென்யமீனையும் சிமியோனையும் உங்களோடே அனுப்பும்படிக்கு, அவருக்கு முன்பாக உங்களுக்கு இரக்கத்தைக் கட்டளையிடுவாராக என்றான். 24. அந்த மனுஷர்கள் எல்லாரும் எழுந்து, தங்கள் சகோதரனான பென்யமீனை அழைத்துக்கொண்டு, தேசத்தின் சிறந்தவைகளில் ஒரு பெரிய வெகுமதியைத் தங்கள் கைகளில் எடுத்துக்கொண்டு, இரண்டு மடங்கு வெள்ளியையும் எடுத்துக்கொண்டார்கள். 25. யாக்கோபு தன் குமாரர்களுக்குப் பென்யமீனைக்குறித்துக் கண்டிப்பாய்க் கட்டளையிட்டு: நீங்கள் போகிற வழியிலே அவனைக் கவனமாய்ப் பார்த்துக்கொள்ளுங்கள், வழியிலேயாவது எகிப்திலேயாவது அவனை விட்டுப் பிரியாதிருங்கள் என்றான். 26. யாக்கோபு தன் குமாரர்களை விட்டு எழுந்து, தன் கைகளை விரித்துத் தன் குமாரர்களுக்காகக் கர்த்தரை நோக்கி ஜெபம்பண்ணி: வானத்திற்கும் பூமிக்கும் தேவனாகிய கர்த்தாவே, எங்கள் தகப்பனாகிய ஆபிரகாமோடே பண்ணின உமது உடன்படிக்கையை நினைத்தருளும், என் தகப்பனாகிய ஈசாக்கோடே பண்ணினதை நினைத்தருளி, என் குமாரர்களுக்குத் தயவுசெய்து, அவர்களை எகிப்து ராஜாவின் கைகளில் ஒப்புக்கொடாதிரும்; ஓ தேவனே, உமது இரக்கங்களினிமித்தம் இதைச் செய்தருளும் என்று நான் உம்மை வேண்டிக்கொள்ளுகிறேன்; என் பிள்ளைகளெல்லாரையும் மீட்டு, அவர்களை எகிப்தியருடைய அதிகாரத்திலிருந்து தப்புவித்து, அவர்களுடைய இரண்டு சகோதரர்களையும் அவர்களுக்கு அனுப்பிவிடும் என்றான். 27. யாக்கோபின் குமாரர்களுடைய மனைவிகள் எல்லாரும் அவர்களுடைய பிள்ளைகளும் தங்கள் கண்களை வானத்திற்கு ஏறெடுத்து, அவர்கள் எல்லாரும் கர்த்தருக்கு முன்பாக அழுது, தங்கள்

தகப்பன்மாரை எகிப்து ராஜாவின் கையிலிருந்து விடுவிக்கும்படி
அவரை நோக்கிக் கூக்குரலிட்டார்கள். 28. யாக்கோபு எகிப்து
ராஜாவுக்கு ஒரு கடிதம் எழுதி, அதை யூதாவின் கையிலும் அவன்
குமாரர்களின் கைகளிலும் எகிப்து ராஜாவிற்குக் கொடுத்தான், அவன்
எழுதியதாவது: 29. எபிரெயனான ஆபிரகாமின் குமாரனாகிய
ஈசாக்கின் குமாரனும், தேவனுடைய பிரபுவுமாகிய உமது தாசனாகிய
யாக்கோபு, இரகசியங்களை வெளிப்படுத்துகிற பலமும் ஞானமுமுள்ள
எகிப்தின் ராஜாவுக்கு வாழ்த்துக்கள். 30. எகிப்தின் ராஜாவாகிய என்
ஆண்டவனுக்குத் தெரியப்படுத்துவதாவது: கானான் தேசத்திலே பஞ்சம்
எங்கள் மேல் கொடிதாயிருந்தது, எங்கள் போஷிப்பிற்காக
உம்மிடத்திலிருந்து கொஞ்சம் ஆகாரம் வாங்க என் குமாரர்களை
உம்மிடத்திற்கு அனுப்பினேன். 31. ஏனெனில் என் குமாரர்கள்
என்னைச் சூழ்ந்துகொண்டார்கள்; நான் மிகவும்
முதிர்வயதானவனாயிருப்பதால் என் கண்களால்
பார்க்கமுடியவில்லை, ஏனெனில் வயதினாலும், என்னை விட்டுப்
பிரிந்துபோன என் குமாரனான யோசேப்பினிமித்தம் நாளுக்கு நாள்
அழுததினாலும் என் கணண்கள் மிகவும் மங்கலாயின; என் குமாரர்கள்
எகிப்திற்கு வரும்போது தேசத்தின் குடிகளினிமித்தம் பட்டணத்து
வாசல்களுக்குள் நுழைய வேண்டாம் என்று நான் அவர்களுக்குக்
கட்டளையிட்டிருந்தேன். 32. என் குமாரனான யோசேப்பைத்
தேடும்படி எகிப்து எங்கும் சுற்றித்திரியும்படியும் நான் அவர்களுக்குக்
கட்டளையிட்டிருந்தேன்; ஒருவேளை அவர்கள் அவனை அங்கே
கண்டுபிடிக்கலாம் என்று நினைத்தேன்; அவர்கள் அப்படியே
செய்தார்கள், நீரோ அவர்களை தேசத்தின் வேவுகாரர்களாக
எண்ணினீர். 33. நீர் பார்வோனின் சொப்பனத்திற்கு அர்த்தம்
சொல்லி, அவனிடத்தில் உண்மையாய்ப் பேசினீர் என்று நாங்கள்
உம்மைக்குறித்துக் கேள்விப்படவில்லையா? அப்படியிருக்க என்
குமாரர்கள் வேவுகாரர்களா அல்லவா என்று உமது ஞானத்தினால் நீர்
அறியாமற்போனதென்ன? 34. ஆகையால் இப்போது, என்
ஆண்டவனும் ராஜாவுமானவரே, நீர் என் குமாரர்களிடத்தில்
சொன்னபடியே, இதோ என் குமாரனை உமக்கு முன்பாக
அனுப்பியிருக்கிறேன்; அவன் தன் சகோதரர்களோடே சமாதானமாய்
என்னிடத்திற்குத் திரும்பிவரும்வரைக்கும் உமது கண்களை அவன் மேல்
வைக்கும்படி நான் உம்மை வேண்டிக்கொள்ளுகிறேன். 35. பார்வோன்
என் தாயாகிய சாராளை எடுத்துக்கொண்டபோது நம்முடைய தேவன்
அவனுக்குச் செய்ததையும், அவளினிமித்தம் பெலிஸ்தரின் ராஜாவாகிய
அபிமெலேக்குக்கு அவர் செய்ததையும், மேலும் நம்முடைய
தகப்பனாகிய ஆபிரகாம் ஏலாமின் ஒன்பது ராஜாக்களுக்குச்
செய்ததையும், அவனோடிருந்த கொஞ்ச மனுஷர்களோடே அவன்
அவர்கள் எல்லாரையும் முறியடித்ததையும் நீர் அறியீரோ, அல்லது நீர்
கேள்விப்படவில்லையோ? 36. மேலும் என் இரண்டு குமாரர்களான

சிமியோனும் லேவியும் எமோரியரின் எட்டுப் பட்டணங்களுக்குச் செய்ததையும், தங்கள் சகோதரியாகிய தீனாளினிமித்தம் அவர்கள் அவைகளை எப்படி அழித்தார்கள் என்பதையும் நீர் அறியீரோ? 37.
மேலும் தங்கள் சகோதரனான பென்யமீனினிமித்தம் அவர்கள் தங்கள் சகோதரனான யோசேப்பின் இழப்பிற்காக ஆறுதலடைந்திருக்கிறார்கள்; அவனினிமித்தம் எந்த ஜனத்தின் கையாவது தங்களை மேற்கொள்வதை அவர்கள் கண்டால், அவர்கள் அவனுக்காக என்ன செய்வார்கள்? 38. தேவனுடைய வல்லமை
எங்களோடே இருக்கிறது என்பதையும், தேவன் எப்போதுமே எங்கள் ஜெபங்களைக் கேட்கிறார், எங்களை எல்லா நாட்களிலும் கைவிடுவதில்லை என்பதையும் எகிப்தின் ராஜாவே நீர் அறியீரோ?
39. நீர் அவர்களை நடத்தின விதத்தை என் குமாரர்கள் எனக்குச் சொன்னபோது, உமது நிமித்தம் நான் கர்த்தரை நோக்கிக் கூப்பிட்டதில்லை; அப்படிச் செய்திருந்தால் என் குமாரனான பென்யமீன் உமக்கு முன்பாக வருவதற்கு முன்னே நீரும் உமது மனுஷர்களும் அழிந்துபோயிருப்பீர்கள்; ஆனால் என் குமாரனான சிமியோன் உமது வீட்டிலே இருந்தபடியால், ஒருவேளை நீர் அவனுக்குத் தயவுசெய்வீர் என்று நினைத்து, நான் உமக்கு இந்தக் காரியத்தைச் செய்யவில்லை. 40. ஆகையால் இப்போது இதோ, என்
குமாரனான பென்யமீன் என் குமாரர்களோடே உம்மிடத்திற்கு வருகிறான்; அவனைக் கவனித்து உமது கண்களை அவன் மேல் வையும், அப்பொழுது தேவன் உமது மேலும் உமது ராஜ்யம் முழுவதின்மேலும் தமது கண்களை வைப்பார். *41.* இப்போது என்
இருதயத்திலிருப்பதையெல்லாம் நான் உமக்குச் சொல்லிவிட்டேன்; இதோ என் குமாரர்கள் தங்கள் சகோதரனோடே உம்மிடத்திற்கு வருகிறார்கள்; அவனினிமித்தம் பூமி முழுவதின் முகத்தையும் ஆராய்ந்து பார்த்து, அவர்களைத் தங்கள் சகோதரர்களோடே சமாதானமாய்த் திரும்ப அனுப்பும். *42.* யாக்கோபு அந்தப் கடிதத்தை எகிப்து
ராஜாவிற்குக் கொடுக்கும்படி யூதாவின் பொறுப்பில் தன் குமாரர்களிடத்தில் கொடுத்தான்.

அத்தியாயம் 53

1. யாக்கோபின் குமாரர்கள் எழுந்து, பென்யமீனையும் அந்த
வெகுமதிகள் முழுவதையும் எடுத்துக்கொண்டு, எகிப்திற்குப் புறப்பட்டுப் போய், யோசேப்புக்கு முன்பாக நின்றார்கள். *2.*
யோசேப்பு தன் சகோதரனான பென்யமீன் அவர்களோடே இருப்பதைக் கண்டு, அவர்களை வாழ்த்தினான்; அந்த மனுஷர்கள் யோசேப்பின் வீட்டிற்கு வந்தார்கள். *3.* யோசேப்பு தன் வீட்டின்
விசாரணைக்காரனை நோக்கி, தன் சகோதரர்களுக்குப் போஜனம்

கொடுக்கக் கட்டளையிட்டான், அவன் அவர்களுக்கு அப்படியே
செய்தான். 4. மத்தியான வேளையிலே யோசேப்பு அந்த
மனுஷர்களைப் பென்யமீனோடே தனக்கு முன்பாக வரும்படி
அழைப்பித்தான்; அந்த மனுஷர்கள் தங்கள் சாக்குகளில் திரும்பக்
கொடுக்கப்பட்ட வெள்ளியைக் குறித்து யோசேப்பின் வீட்டின்
விசாரணைக்காரனிடத்தில் சொன்னார்கள், அவன் அவர்களை
நோக்கி: உங்களுக்குச் சமாதானமுண்டாவதாக, பயப்பட வேண்டாம்
என்று சொல்லி, அவர்கள் சகோதரனான சிமியோனை
அவர்களிடத்திற்குக் கொண்டுவந்தான். 5. சிமியோன் தன்
சகோதரர்களை நோக்கி: எகிப்தியரின் ஆண்டவன் என்னிடத்தில்
மிகவும் தயவாய் நடந்துகொண்டார்; உங்கள் கண்களால் நீங்கள்
கண்டபடி அவர் என்னைக் கட்டப்பட்டவனாக வைத்திருக்கவில்லை,
நீங்கள் பட்டணத்தை விட்டுப் புறப்பட்டவுடனே அவர் என்னை
அவிழ்த்துவிட்டு, தன் வீட்டிலே என்னிடத்தில் தயவாய்
நடந்துகொண்டார் என்றான். 6. யூதா பென்யமீனைக் கையைப்
பிடித்து அழைத்துக்கொண்டு யோசேப்புக்கு முன்பாக வந்தான்,
அவர்கள் தரைமட்டும் குனிந்து அவனை வணங்கினார்கள். 7. அந்த
மனுஷர்கள் யோசேப்புக்கு வெகுமதியைக் கொடுத்தார்கள், அவர்கள்
எல்லாரும் அவனுக்கு முன்பாக உட்கார்ந்தார்கள்; யோசேப்பு
அவர்களை நோக்கி: நீங்கள் சுகமாயிருக்கிறீர்களா, உங்கள்
பிள்ளைகள் சுகமாயிருக்கிறார்களா, முதிர்வயதான உங்கள் தகப்பன்
சுகமாயிருக்கிறாரா? என்றான்; அவர்கள்: சுகமாயிருக்கிறார்கள்
என்றார்கள்; யாக்கோபு அனுப்பியிருந்த கடிதத்தை யூதா எடுத்து,
அதை யோசேப்பின் கையில் கொடுத்தான். 8. யோசேப்பு அந்தக்
கடிதத்தை வாசித்து, தன் தகப்பனின் கையெழுத்தை
அறிந்துகொண்டான்; அவன் அழ மனதாய், ஒரு உள் அறைக்குள்ளே
போய் மகா சத்தமிட்டு அழுதான்; அதன்பின்பு வெளியே வந்தான். 9.
அவன் தன் கண்களை ஏறெடுத்துத் தன் சகோதரனான
பென்யமீனைப் பார்த்து: நீங்கள் என்னிடத்தில் சொன்ன உங்கள்
சகோதரன் இவன்தானா? என்றான். பென்யமீன் யோசேப்பண்டைக்கு
வந்தான், யோசேப்பு தன் கையை அவன் தலையின்மேல் வைத்து,
அவனை நோக்கி: என் குமாரனே, தேவன் உனக்குக்
கிருபையாயிருப்பாராக என்றான். 10. யோசேப்பு தன் தாயின்
குமாரனான தன் சகோதரனைக் கண்டபோது, மறுபடியும் அழ
மனதாய், அறைக்குள்ளே போய் அங்கே அழுதான்; அவன் தன்
முகத்தைக் கழுவிக்கொண்டு வெளியே வந்து, தன்னை
அடக்கிக்கொண்டு: போஜனம் பரிமாறுங்கள் என்றான். 11. யோசேப்பு
குடிக்கிற ஒரு பாத்திரம் அவனிடத்தில் இருந்தது, அது
வெள்ளியினாலானது, கோமேதகக் கற்களும் குங்கிலியமும் அதில்
அழகாய்ப் பதிக்கப்பட்டிருந்தன; அவன் சகோதரர்கள் அவனோடே
போஜனம்பண்ண உட்கார்ந்திருக்கையில், யோசேப்பு அவர்கள்

கண்களுக்கு முன்பாக அந்தப் பாத்திரத்தை அடித்தான். 12. யோசேப்பு
அந்த மனுஷர்களை நோக்கி: மூத்தவனாகிய ரூபன், சிமியோன், லேவி,
யூதா, இசக்கார், செபுலோன் ஆகிய நீங்கள் ஒரே தாயின் பிள்ளைகள்
என்று இந்தப் பாத்திரத்தினால் அறிகிறேன்; உங்கள் வயது
வரிசையின்படியே போஜனம்பண்ண உட்காருங்கள் என்றான். 13.
அவன் மற்றவர்களையும் அவர்களுடைய வயது வரிசையின்படியே
உட்காரவைத்து: இளையவனான இந்த உங்கள் சகோதரனுக்கு ஒரு
சகோதரனுமில்லை என்று நான் அறிவேன், அவனைப்போலவே
எனக்கும் ஒரு சகோதரனுமில்லை, ஆகையால் இவன் என்னோடே
போஜனம்பண்ண உட்காரட்டும் என்றான். 14. பென்யமீன்
யோசேப்புக்கு முன்பாகப் போய் சிங்காசனத்தின்மேல் உட்கார்ந்தான்,
அந்த மனுஷர்கள் யோசேப்பின் செய்கைகளைக் கண்டு
ஆச்சரியப்பட்டார்கள்; அந்த மனுஷர்கள் அக்காலத்தில்
யோசேப்போடே புசித்துக் குடித்தார்கள், அவன் அவர்களுக்கு
வெகுமதிகளைக் கொடுத்தான், யோசேப்பு பென்யமீனுக்கு ஒரு
வெகுமதியைக் கொடுத்தான்; மனாசேயும் எப்பிராயீமும் தங்கள்
தகப்பனின் செய்கையைக் கண்டு, தாங்களும் அவனுக்கு
வெகுமதிகளைக் கொடுத்தார்கள், ஆஸ்னாத் அவனுக்கு ஒரு
வெகுமதியைக் கொடுத்தாள்; பென்யமீனின் கையிலே ஐந்து
வெகுமதிகள் இருந்தன. 15. யோசேப்பு அவர்கள் குடிக்கத்
திராட்சரசத்தைக் கொண்டுவந்தான், அவர்கள் குடிக்க மறுத்து:
யோசேப்பு காணாமற்போன நாள்முதல் நாங்கள் திராட்சரசம்
குடிக்கவுமில்லை, ருசியான பதார்த்தங்களைப் புசிக்கவுமில்லை
என்றார்கள். 16. யோசேப்பு அவர்களுக்கு ஆணையிட்டு அவர்களை
மிகவும் வற்புறுத்தினான், அவர்கள் அன்றையதினம் அவனோடே
பரிபூரணமாய்க் குடித்தார்கள்; அதன்பின்பு யோசேப்பு தன்
சகோதரனான பென்யமீனோடே பேசும்படி அவன் பக்கம்
திரும்பினான், பென்யமீன் இன்னும் யோசேப்புக்கு முன்பாகச்
சிங்காசனத்தின்மேல் உட்கார்ந்திருந்தான். 17. யோசேப்பு அவனை
நோக்கி: உனக்குப் பிள்ளைகள் பிறந்திருக்கிறார்களா? என்றான்;
அவன்: உமது தாசனுக்குப் பத்து குமாரர்கள் இருக்கிறார்கள், அவர்கள்
பெயர்களாவன: பேலா, பெகேர், அஸ்பேல், கேரா, நாகமான், ஏகி,
ரோஷ், முப்பீம், குப்பீம், அர்து; நான் பார்க்காத என் சகோதரனின்
ஞாபகமாக அவர்களுக்கு இந்தப் பெயர்களை இட்டேன் என்றான். 18.
யோசேப்பு எல்லாக்காலங்களையும் அறிந்துகொள்ளப்
பயன்படுத்துகிற தன்னுடைய நட்சத்திரங்களின் வரைபடத்தைத்
தனக்கு முன்பாகக் கொண்டுவரும்படி கட்டளையிட்டான்; யோசேப்பு
பென்யமீனை நோக்கி: எபிரெயர்கள் சகல ஞானத்தையும்
அறிந்தவர்கள் என்று கேள்விப்பட்டேன், இதைக்குறித்து உனக்கு
ஏதாகிலும் தெரியுமா? என்றான். 19. பென்யமீன்: என் தகப்பன்
எனக்குப் போதித்த சகல ஞானத்திலும் உமது தாசனுக்கும் அறிவுண்டு

என்றான்; யோசேப்பு பென்யமீனை நோக்கி: இப்போது இந்தக் கருவியைப் பார்த்து, எகிப்திற்குக் கீழே போனான் என்று நீங்கள் சொன்ன உங்கள் சகோதரனான யோசேப்பு எகிப்தில் எங்கே இருக்கிறான் என்று அறிந்துகொள் என்றான். 20. பென்யமீன் வானத்தின் நட்சத்திரங்களின் வரைபடங்கொண்ட இந்தக் கருவியைப் பார்த்தான், அவன் ஞானமுள்ளவனாயிருந்தபடியால் தன் சகோதரன் எங்கே இருக்கிறான் என்று அறியும்படி அதில் பார்த்தான்; பென்யமீன் எகிப்து தேசம் முழுவதையும் நாலு பகுதிகளாகப் பிரித்தான், தனக்கு முன்பாகச் சிங்காசனத்தின்மேல் உட்கார்ந்திருக்கிறவனே தன் சகோதரனான யோசேப்பு என்று கண்டுகொண்டான்; பென்யமீன் மிகவும் ஆச்சரியப்பட்டான், தன் சகோதரனான பென்யமீன் இவ்வளவு ஆச்சரியப்படுவதை யோசேப்பு கண்டபோது, பென்யமீனை நோக்கி: நீ என்ன கண்டாய், நீ ஏன் ஆச்சரியப்படுகிறாய்? என்றான். 21. பென்யமீன் யோசேப்பை நோக்கி: என் சகோதரனான யோசேப்பு இங்கே என்னோடே சிங்காசனத்தின்மேல் உட்கார்ந்திருக்கிறான் என்று இதினாலே காண்கிறேன் என்றான்; யோசேப்பு அவனை நோக்கி: நான் உன் சகோதரனான யோசேப்பு, இந்தக் காரியத்தை உன் சகோதரர்களுக்கு வெளிப்படுத்தாதே; இதோ, அவர்கள் புறப்பட்டுப் போகும்போது நான் உன்னை அவர்களோடே அனுப்புவேன், அவர்களை மறுபடியும் பட்டணத்திற்குத் திருப்பிக் கொண்டுவரும்படி கட்டளையிடுவேன், நான் உன்னை அவர்களிடமிருந்து எடுத்துக்கொள்ளுவேன் என்றான். 22. அவர்கள் தங்கள் ஜீவனைத் துச்சமாக மதித்து உனக்காக யுத்தம்பண்ணினால், அவர்கள் எனக்குச் செய்ததைக்குறித்து மனஸ்தாபப்பட்டிருக்கிறார்கள் என்று நான் அறிந்துகொண்டு, என்னை அவர்களுக்கு வெளிப்படுத்துவேன்; நான் உன்னை எடுத்துக்கொள்ளும்போது அவர்கள் உன்னைக் கைவிட்டால், நீ என்னோடே தங்கியிருப்பாய், நான் அவர்களோடே வாக்குவாதம்பண்ணுவேன், அவர்கள் போய்விடுவார்கள், நான் அவர்களுக்கு வெளிப்படமாட்டேன் என்றான். 23. அக்காலத்திலே யோசேப்பு தன் அதிகாரிக்குக் கட்டளையிட்டு, அவர்கள் சாக்குகளை ஆகாரத்தினால் நிரப்பவும், ஒவ்வொருவனுடைய பணத்தையும் அவனவன் சாக்கிலே போடவும், பென்யமீனின் சாக்கிலே பாத்திரத்தை வைக்கவும், வழிக்கான ஆகாரத்தை அவர்களுக்குக் கொடுக்கவும் சொன்னான்; அவர்கள் அவர்களுக்கு அப்படியே செய்தார்கள். 24. மறுநாளிலே அந்த மனுஷர்கள் அதிகாலையில் எழுந்து, தங்கள் கழுதைகளின்மேல் தங்கள் தானியத்தை ஏற்றிக்கொண்டு, பென்யமீனோடே புறப்பட்டு, தங்கள் சகோதரனான பென்யமீனோடே கானான் தேசத்திற்குப் போனார்கள். 25. அவர்கள் எகிப்தை விட்டு வெகுதூரம் போவதற்கு முன்பாகவே, யோசேப்பு தன் வீட்டின் விசாரணைக்காரனுக்குக் கட்டளையிட்டு: நீ எழுந்து, இந்த மனுஷர்கள் எகிப்தை விட்டு

வெகுத்தூரம் போவதற்கு முன்னே அவர்களைப் பின்தொடர்ந்து
சென்று, அவர்களை நோக்கி: நீங்கள் ஏன் என் எஜமானின்
பாத்திரத்தைத் திருடினீர்கள்? என்று சொல் என்றான். 26.
யோசேப்பின் அதிகாரி புறப்பட்டுப்போய் அவர்களைத்
தொடர்ந்துபிடித்து, யோசேப்பின் வார்த்தைகளையெல்லாம்
அவர்களிடத்தில் சொன்னான்; அவர்கள் இதைக் கேட்டபோது மிகவும்
சினங்கொண்டு: உமது எஜமானின் பாத்திரம் எவனிடத்தில்
காணப்படுகிறதோ அவன் சாகக்கடவன், நாங்களும்
அடிமைகளாவோம் என்றார்கள். 27. அவர்கள் தீவிரமாய்
ஒவ்வொருவனும் தன் சாக்கைக் கழுதையிலிருந்து கீழே இறக்கித்
தங்கள் சாக்குகளைச் சோதித்தார்கள், பாத்திரம் பென்யமீனின்
சாக்கிலே காணப்பட்டது; அவர்கள் எல்லாரும் தங்கள்
வஸ்திரங்களைக் கிழித்துக்கொண்டு பட்டணத்திற்குத் திரும்பினார்கள்,
வழியிலே பென்யமீனை அடித்தார்கள், பட்டணத்திற்கு வரும்வரைக்கும்
அவனைத் தொடர்ந்து அடித்து, யோசேப்புக்கு முன்பாக நின்றார்கள்.
28. யூதாவின் கோபம் மூண்டது, அவன்: எகிப்தை இன்றையதினம்
அழிப்பதற்காகவே இந்த மனுஷன் என்னைத் திரும்பக்
கொண்டுவந்திருக்கிறான் என்றான். 29. அந்த மனுஷர்கள்
யோசேப்பின் வீட்டிற்கு வந்தார்கள், யோசேப்பு தன்
சிங்காசனத்தின்மேல் உட்கார்ந்திருப்பதையும், பராக்கிரமசாலிகள்
எல்லாரும் அவனுடைய வலதுபுறத்திலும் இடதுபுறத்திலும் நிற்பதையும்
கண்டார்கள். 30. யோசேப்பு அவர்களை நோக்கி: நீங்கள் என்
வெள்ளிப் பாத்திரத்தை எடுத்துக்கொண்டுபோனீர்களே, நீங்கள்
செய்த இந்தக் காரியம் என்ன? உங்கள் சகோதரன் தேசத்தின் எந்தப்
பகுதியிலிருக்கிறான் என்று அதினாலே அறிந்துகொள்ளும்படிக்கே
நீங்கள் என் பாத்திரத்தை எடுத்தீர்கள் என்று நான் அறிவேன்
என்றான். 31. யூதா: நாங்கள் எங்கள் ஆண்டவனுக்கு என்ன
சொல்லுவோம், நாங்கள் என்ன பேசுவோம், எங்களை எப்படி
நீதிமான்களாக்குவோம்? தேவன் இன்றையதினம் உமது தாசர்கள்
எல்லாருடைய அக்கிரமத்தையும் கண்டுபிடித்தார், ஆகையால்தான்
இன்றையதினம் எங்களுக்கு இந்தக் காரியத்தைச் செய்தார் என்றான்.
32. யோசேப்பு எழுந்து பென்யமீனைப் பிடித்து, அவனை அவன்
சகோதரர்களிடத்திலிருந்து பலவந்தமாய் எடுத்துக்கொண்டு,
வீட்டிற்குள் வந்து அவர்களை வெளியே விட்டு கதவைப் பூட்டினான்;
யோசேப்பு தன் வீட்டின் விசாரணைக்காரனுக்குக் கட்டளையிட்டு,
அவன் அவர்களை நோக்கி: ராஜா சொல்லுகிறது என்னவென்றால்,
உங்கள் தகப்பனிடத்திற்குச் சமாதானத்தோடே போங்கள்; இதோ,
எவன் கையில் என் பாத்திரம் காணப்பட்டதோ அந்த மனுஷனை நான்
எடுத்துக்கொண்டேன் என்று சொல்லச் சொன்னான்.

யாசேரின் ஆகமம்

அத்தியாயம் 54

1. யோசேப்பு தங்களை நடத்தின விதத்தை யூதா கண்டபோது, யூதா அவனை அணுகி, கதவை உடைத்துக்கொண்டு தன் சகோதரர்களோடே யோசேப்புக்கு முன்பாக வந்தான். 2. யூதா யோசேப்பை நோக்கி: என் ஆண்டவனுக்கு முன்பாக உமது தாசன் ஒரு வார்த்தை பேச எனக்கு உத்தரவு கிடைப்பதாக, அது உமக்குக் கோபமாயிருக்கவேண்டாம் என்றான்; யோசேப்பு அவனை நோக்கி: பேசு என்றான். 3. யூதா யோசேப்புக்கு முன்பாகப் பேசினான், அவன் சகோதரர்கள் அவர்களுக்கு முன்பாக நின்றார்கள்; யூதா யோசேப்பை நோக்கி: நாங்கள் ஆகாரம் வாங்க எங்கள் ஆண்டவனிடத்திற்கு முதலில் வந்தபோது, நீர் எங்களை தேசத்தின் வேவுகாரர்களாக எண்ணினீர், நாங்கள் பென்யமீனை உமக்கு முன்பாகக் கொண்டுவந்தோம், இப்போதும் நீர் எங்களைப் பரியாசம்பண்ணுகிறீரே. 4. ஆகையால் இப்போது ராஜா என் வார்த்தைகளைக் கேட்கட்டும், உமது ஆத்துமாவும் எகிப்தின் குடிகள் எல்லாருடைய ஆத்துமாக்களும் இன்றையதினம் மடிந்துபோகாதபடிக்கு, எங்கள் சகோதரன் எங்களோடே எங்கள் தகப்பனிடத்திற்குப் போகும்படி அவனை அனுப்பும் என்று உம்மைக் கேட்டுக்கொள்ளுகிறேன். 5. என் சகோதரர்களான சிமியோனும் லேவியும் எங்கள் சகோதரியாகிய தீனாளினிமித்தம் சீகேம் பட்டணத்திற்கும் எமோரியரின் ஏழு பட்டணங்களுக்கும் செய்ததையும், அவர்கள் தங்கள் சகோதரனான பென்யமீனினிமித்தம் என்ன செய்வார்கள் என்பதையும் நீர் அறியீரோ? 6. நீர் எங்கள் சகோதரனை அனுப்பச் சம்மதியாவிட்டால், அவர்கள் இருவரிலும் பெரியவனும் பராக்கிரமசாலியுமான நான் என் பலத்தோடே இன்றையதினம் உமது மேலும் உமது தேசத்தின்மேலும் வருவேன். 7. எங்களைத் தெரிந்துகொண்ட நம்முடைய தேவன், எங்கள் தகப்பனிடத்திலிருந்து பார்வோன் எடுத்துக்கொண்ட எங்கள் தாயாகிய சாராளினிமித்தம் அவனுக்குச் செய்ததையும், அவர் அவனையும் அவன் வீட்டாரையும் கொடிய வாதைகளால் அடித்ததையும், இந்நாள்வரைக்கும் எகிப்தியர் இந்த அற்புதத்தை ஒருவருக்கொருவர் விவரித்துச் சொல்லுகிறார்களே என்பதையும் நீர் கேள்விப்படவில்லையோ? இன்றையதினம் அவன் தகப்பனிடத்திலிருந்து நீர் எடுத்துக்கொண்ட பென்யமீனினிமித்தமும், உமது தேசத்திலே இன்றையதினம் நீர் எங்களுக்குச் செய்கிற பொல்லாப்புகளினிமித்தமும் நம்முடைய தேவன் உமக்கும் அப்படிச் செய்வார்; ஏனெனில் நம்முடைய தேவன் எங்கள் தகப்பனாகிய ஆபிரகாமோடே பண்ணின தம்முடைய உடன்படிக்கையை நினைத்து, இன்றையதினம் எங்கள் தகப்பனுடைய ஆத்துமாவைத்

துக்கப்படுத்தினதினிமித்தம் உமக்குத் தீங்கு வருவிப்பார். 8. ஆகையால் இப்போது நான் இன்றையதினம் உமக்குச் சொன்ன என் வார்த்தைகளைக் கேளும், நீரும் உமது தேசத்தின் ஜனங்களும் பட்டயத்தினால் மடிந்துபோகாதபடிக்கு எங்கள் சகோதரன் போகும்படி அவனை அனுப்பும், ஏனெனில் நீங்கள் எல்லாரும் சேர்ந்து என்னை மேற்கொள்ளமுடியாது என்றான். 9. யோசேப்பு யூதாவுக்குப் பிரதியுத்தரமாக: பலம் என்னிடத்திலிருக்கிறது என்று சொல்லி, நீ ஏன் உன் வாயை விரிவாய்த் திறந்து எங்களுக்கு முன்பாகப் பெருமைபாராட்டுகிறாய்? பார்வோனின் ஜீவனைக் கொண்டு சொல்லுகிறேன், நான் என் பராக்கிரமசாலிகள் எல்லாரையும் உங்களோடே யுத்தம்பண்ணும்படி கட்டளையிட்டால், நிச்சயமாக நீயும் இந்த உன் சகோதரர்களும் சேற்றில் அமிழ்ந்துபோவீர்கள் என்றான். 10. யூதா யோசேப்பை நோக்கி: நிச்சயமாக நீரும் உமது ஜனங்களும் எனக்குப் பயப்படவேண்டியது தகுதியானது; கர்த்தருடைய ஜீவனைக் கொண்டு சொல்லுகிறேன், நான் ஒருமுறை என் பட்டயத்தை உருவினால், இன்றையதினம் எகிப்து முழுவதையும் நான் அழிக்கும்வரைக்கும் அதைத் திரும்ப உறையில் போடமாட்டேன், நான் உம்மிடத்தில் தொடங்கி, உமது எஜமானாகிய பார்வோனிடத்தில் முடிப்பேன் என்றான். 11. யோசேப்பு அவனுக்குப் பிரதியுத்தரமாக: பலம் உனக்கு மாத்திரமல்ல, நான் உன்னிலும் பலசாலியும் பராக்கிரமமுமானவன்; நிச்சயமாக நீ உன் பட்டயத்தை உருவினால் நான் அதை உன் கழுத்திலும் உன் சகோதரர்கள் எல்லாருடைய கழுத்துகளிலும் போடுவேன் என்றான். 12. யூதா அவனை நோக்கி: நான் இன்றையதினம் உமக்கு விரோதமாக என் வாயைத் திறந்தால், நீ பூமியிலிருந்து அழிக்கப்பட்டு, இன்றையதினம் உமது ராஜ்யத்திலிருந்து ஒழிந்துபோகும்படிக்கு நான் உன்னை விழுங்கிப்போடுவேன் என்றான். யோசேப்பு: நிச்சயமாக நீ உன் வாயைத் திறந்தால், உன்னால் ஒரு வார்த்தையும் பேசமுடியாதபடிக்கு, ஒரு கல்லினால் உன் வாயை அடைக்கக்கூடிய பலமும் பராக்கிரமமும் எனக்கு உண்டு; இதோ நமக்கு முன்பாக எத்தனையோ கல்லுகள் இருக்கின்றன, நிச்சயமாக நான் ஒரு கல்லை எடுத்து, அதை உன் வாய்க்குள் திணித்து உன் தாடைகளை உடைக்கக்கூடும் என்றான். 13. யூதா: நாங்கள் இதுவரைக்கும் உம்மோடே யுத்தம்பண்ண விரும்பவில்லை என்பதற்கு தேவனே நமக்கிடையே சாட்சி; எங்கள் சகோதரனை மாத்திரம் எங்களுக்குக் கொடும், நாங்கள் உம்மை விட்டுப் போவோம் என்றான்; யோசேப்பு பிரதியுத்தரமாக: கானானின் ராஜாக்கள் எல்லாரும் உங்களோடே கூடிவந்தாலும், நீங்கள் அவனை என் கையிலிருந்து எடுத்துக்கொள்ளமுடியாது என்று பார்வோனின் ஜீவனைக் கொண்டு சொல்லுகிறேன் என்றான். 14. ஆகையால் இப்போது உங்கள் தகப்பனிடத்திற்குப் போங்கள், உங்கள் சகோதரன் எனக்கு ஒரு அடிமையாயிருப்பான், ஏனெனில்

அவன் ராஜாவின் வீட்டைத் திருடினான் என்றான். யூதா: ராஜாவின்
நற்பெயருக்கு அது என்ன கேடு? நிச்சயமாக ராஜா தன் வீட்டிலிருந்து
தேசமெங்கும் வெள்ளியையும் பொன்னையும் வெகுமதிகளாகவோ
அல்லது செலவுகளுக்காகவோ அனுப்புகிறானே; அப்படியிருக்க நீ
உமது பாத்திரத்தை எங்கள் சகோதரனுடைய பையிலே வைத்துவிட்டு,
அவன் அதை உமக்குத் திருடினான் என்று சொல்லுகிறீரே? 15. எங்கள்
சகோதரனான பென்யமீனோ அல்லது ஆபிரகாமின் சந்ததியாரில்
யாராவதோ உமக்கோ அல்லது வேறே எவருக்கோ, ராஜாவானாலும்
பிரபுவானாலும் எந்த மனுஷனானாலும், திருடும் இந்தக் காரியத்தைச்
செய்வது எங்களுக்குத் தூரமாயிருப்பதாக. 16. ஆகையால் இப்போது
இந்தக் குற்றச்சாட்டை விட்டுவிடும், இல்லாவிட்டால் பூமி முழுவதும்
உமது வார்த்தைகளைக் கேட்டு: எகிப்தின் ராஜா கொஞ்ச
வெள்ளிக்காக மனுஷரோடே வாக்குவாதம்பண்ணி, அவர்கள் மேல்
குற்றஞ்சாட்டி, அவர்கள் சகோதரனை ஒரு அடிமையாக
எடுத்துக்கொண்டான் என்று சொல்லும் என்றான். 17. யோசேப்பு
பிரதியுத்தரமாக: இந்தப் பாத்திரத்தை எடுத்துக்கொண்டு நீங்கள்
என்னை விட்டுப் போங்கள், உங்கள் சகோதரனை ஒரு அடிமையாக
விட்டுவிடுங்கள்; ஏனெனில் ஒரு திருடனுக்கு நியாயத்தீர்ப்பு அவன்
அடிமையாவதே என்றான். 18. யூதா: எங்கள் சகோதரனை
விட்டுவிட்டு, உமது பாத்திரத்தை எடுத்துக்கொள்ளும்படி உமது
வார்த்தைகளைக்குறித்து நீர் ஏன் வெட்கப்படாமலிருக்கிறீர்?
நிச்சயமாக நீர் உமது பாத்திரத்தையோ, அல்லது அதைப் போல
ஆயிரம் மடங்கு அதிகத்தையோ எங்களுக்குக் கொடுத்தாலும், எவன்
கையிலாவது காணப்படுகிற வெள்ளிக்காக எங்கள் சகோதரனை
நாங்கள் விடமாட்டோம், அவனுக்காக நாங்கள் சாவோம் என்றான்.
19. யோசேப்பு பிரதியுத்தரமாக: உங்கள் சகோதரனை இருபது
வெள்ளிக்காசுக்கு விற்று இந்நாள்வரைக்கும் அவனை ஏன்
கைவிட்டீர்கள், அப்படி உங்கள் சகோதரனுக்குச் செய்த நீங்கள் இந்த
உங்கள் சகோதரனுக்கு ஏன் அப்படிச் செய்யமாட்டீர்கள்? என்றான்.
20. யூதா: நாங்கள் உமது யுத்தங்களை விரும்பவில்லை என்பதற்கு
கர்த்தர் எனக்கும் உமக்கும் இடையே சாட்சி; ஆகையால் இப்போது
எங்கள் சகோதரனை எங்களுக்குக் கொடும், நாங்கள்
வாக்குவாதம்பண்ணாமல் உம்மை விட்டுப் போவோம் என்றான். 21.
யோசேப்பு பிரதியுத்தரமாக: தேசத்தின் ராஜாக்கள் எல்லாரும்
கூடிவந்தாலும், அவர்கள் உங்கள் சகோதரனை என் கையிலிருந்து
எடுத்துக்கொள்ளமுடியாது என்றான்; யூதா: எங்கள் சகோதரன்
எங்களோடே வரவில்லையென்றும், அவனுக்காகத் துக்கப்படுவார்
என்றும் எங்கள் தகப்பன் காணும்போது, நாங்கள் அவருக்கு என்ன
சொல்லுவோம்? என்றான். 22. யோசேப்பு பிரதியுத்தரமாக: நீங்கள்
உங்கள் தகப்பனிடத்தில் சொல்லவேண்டியது என்னவென்றால்:
கயிறு வாளியின் பின்னே போயிற்று என்று சொல்லுங்கள் என்றான்.

23. யூதா: நிச்சயமாக நீர் ஒரு ராஜா, பொய்யான நியாயத்தீர்ப்பைக் கொடுத்து நீர் ஏன் இந்தக் காரியங்களைப் பேசுகிறீர்? உன்னைப்போன்ற ராஜாவுக்கு ஐயோ என்றான். 24. யோசேப்பு பிரதியுத்தரமாக: உங்கள் சகோதரனான யோசேப்பைக்குறித்து நான் சொன்ன வார்த்தையிலே பொய்யான நியாயத்தீர்ப்பு ஒன்றுமில்லை; ஏனெனில் நீங்கள் எல்லாரும் அவனை இருபது வெள்ளிக்காசுக்கு மீதியானியருக்கு விற்று, உங்கள் தகப்பனிடத்தில் அதை மறுதலித்து, அவனை நோக்கி: ஒரு துஷ்ட மிருகம் அவனைப் பட்சித்துப்போட்டது, யோசேப்பு பீறுண்டுபோனான் என்று சொன்னீர்களே என்றான். 25. யூதா: இதோ, சேமின் நெருப்பு என் இருதயத்தில் எரிகிறது, இப்போது நான் உங்கள் தேசம் முழுவதையும் நெருப்பினால் சுட்டெரிப்பேன் என்றான்; யோசேப்பு பிரதியுத்தரமாக: நிச்சயமாக உன் குமாரர்களைக் கொன்ற உன் மருமகள் தாமார் சீகேமின் நெருப்பை அணைத்துப்போட்டாளே என்றான். 26. யூதா: என் மாம்சத்திலிருந்து ஒரு மயிரை நான் பிடுங்கினால், எகிப்து முழுவதையும் அதின் இரத்தத்தினால் நிரப்புவேன் என்றான். 27. யோசேப்பு பிரதியுத்தரமாக: நீங்கள் விற்றுப்போட்ட உங்கள் சகோதரனுக்குச் செய்ததுபோலவே செய்வதும், அவனுடைய அங்கியை இரத்தத்தில் தோய்த்து, ஒரு துஷ்ட மிருகம் அவனைப் பட்சித்துப்போட்டது, இதோ அவனுடைய இரத்தம் என்று அவன் சொல்லும்படிக்கு அதை உங்கள் தகப்பனிடத்திற்குக் கொண்டுபோனதும்தானே உங்கள் வழக்கம் என்றான். 28. யூதா இந்தக் காரியத்தைக் கேட்டபோது, அவன் மிகவும் சினங்கொண்டான், அவனுடைய கோபம் அவனுக்குள்ளே பற்றியெரிந்தது; அந்த இடத்திலே அவனுக்கு முன்பாக ஒரு கல் இருந்தது, அதின் நிறை ஏறக்குறைய நானூறு சேக்கலாயிருந்தது; யூதாவின் கோபம் மூண்டது, அவன் அந்தக் கல்லை ஒரு கையில் எடுத்து வானத்தை நோக்கி எறிந்து, அதைத் தன் இடதுகையினால் பிடித்தான். 29. அதன்பின்பு அவன் அதைத் தன் கால்களுக்குக் கீழே வைத்து, தன் முழுப் பலத்தோடே அதின்மேல் உட்கார்ந்தான், யூதாவின் பலத்தினாலே அந்தக் கல் தூளாகிப்போயிற்று. 30. யோசேப்பு யூதாவின் செய்கையைக் கண்டு மிகவும் பயந்தான்; அவன் தன் குமாரனான மனாசேயைக் கட்டளையிட்டான், அவனும் வேறொரு கல்லினால் யூதாவின் செய்கையைப்போலவே செய்தான்; யூதா தன் சகோதரர்களை நோக்கி: இந்த மனுஷன் ஒரு எகிப்தியன் என்று உங்களில் ஒருவனும் சொல்லவேண்டாம், அவன் இந்தக் காரியத்தைச் செய்ததினால் அவன் நம்முடைய தகப்பன் வீட்டாரைச் சேர்ந்தவன் என்றான். 31. யோசேப்பு: பலம் உங்களுக்கு மாத்திரமல்ல, நாங்களும் பராக்கிரமசாலிகள்தான், நீங்கள் ஏன் எங்கள் எல்லார்மேலும் பெருமைபாராட்டுகிறீர்கள்? என்றான்; யூதா யோசேப்பை நோக்கி: எங்கள் சகோதரனை அனுப்பும் என்று உம்மைக் கேட்டுக்கொள்ளுகிறேன், இன்றையதினம் உமது தேசத்தை

அழித்துப்போடாதிரும் என்றான். 32. யோசேப்பு அவர்களுக்குப்
பிரதியுத்தரமாக: உங்கள் சகோதரனான யோசேப்பைக் குறித்து
நீங்கள் சொன்னதுபோலவே, ஒரு துஷ்ட மிருகம் அவனைப்
பட்சித்துப்போட்டது என்று போய் உங்கள் தகப்பனிடத்தில்
சொல்லுங்கள் என்றான். 33. யூதா தன் சகோதரனான நப்தலியோடே
பேசி, அவனை நோக்கி: நீ தீவிரமாய் ஓடி, எகிப்தின்
வீதிகளெல்லாவற்றையும் எண்ணிப்பார்த்து வந்து எனக்குச் சொல்
என்றான்; சிமியோன் அவனை நோக்கி: இந்தக் காரியம் உனக்குத்
தொந்தரவாயிருக்கவேண்டாம்; நான் இப்போது மலைக்குப் போய்,
மலையிலிருந்து ஒரு பெரிய கல்லை எடுத்து, அதை எகிப்திலிருக்கிற
ஒவ்வொருவர் மேலும் எறிந்து, அதிலிருக்கிற எல்லாரையும்
கொன்றுபோடுவேன் என்றான். 34. தன் சகோதரர்கள் தனக்கு
முன்பாகப் பேசின இந்த வார்த்தைகளையெல்லாம் யோசேப்பு
கேட்டான்; அவனுக்கு எபிரெய பாஷை பேசத் தெரியாது என்று
அவர்கள் நினைத்தபடியால், யோசேப்புக்கு அவைகள் புரியும் என்று
அவர்கள் அறியாதிருந்தார்கள். 35. அவர்கள் எகிப்து முழுவதையும்
அழித்துப்போடுவார்கள் என்று யோசேப்பு தன் சகோதரர்களின்
வார்த்தைகளினிமித்தம் மிகவும் பயந்து, தன் குமாரனான மனாசேயைக்
கட்டளையிட்டு: நீ இப்போது தீவிரமாய்ப் போய், எகிப்தின் குடிகள்
எல்லாரையும் பராக்கிரமசாலிகள் எல்லாரையும் என்னிடத்தில்
கூட்டிவா, அவர்கள் குதிரைகளின்மேலும் காலாட்களாகவும்
சகலவிதமான கீதவாத்தியங்களோடும் இப்போதே என்னிடத்தில்
வரட்டும் என்றான்; மனாசே போய்ப் அப்படியே செய்தான். 36. யூதா
தமக்குக் கட்டளையிட்டபடியே நப்தலி போனான், ஏனெனில் நப்தலி
வேகமான மான்களைப்போல வேகமான
கால்களையுடையவனாயிருந்தான், அவன் கதிர்களின்மேல் நடப்பான்,
அவைகள் அவனுக்குக்கீழே முறியாது. 37. அவன் போய் எகிப்தின்
வீதிகளெல்லாவற்றையும் எண்ணி, அவைகள் பன்னிரண்டு என்று
கண்டு, தீவிரமாய் வந்து யூதாவுக்குச் சொன்னான்; யூதா தன்
சகோதரர்களை நோக்கி: தீவிரமாய் ஒவ்வொருவனும் தன்
பட்டயத்தைத் தன் இடுப்பிலே கட்டிக்கொள்ளுங்கள், நாம்
எகிப்தின்மேல் வந்து, அவர்கள் எல்லாரையும் முறியடிப்போம்,
ஒருவனும் மீதியாயிராதபடிக்குச் செய்வோம் என்றான். 38. யூதா:
இதோ, நான் என் பலத்தினாலே மூன்று வீதிகளை அழிப்பேன்,
நீங்கள் ஒவ்வொருவரும் ஒரு வீதியை அழிக்கவேண்டும் என்றான்;
யூதா இந்தக் காரியத்தைப் பேசிக்கொண்டிருக்கையில், இதோ
எகிப்தின் குடிகளும் பராக்கிரமசாலிகள் எல்லாரும் சகலவிதமான
கீதவாத்தியங்களோடும் மகா ஆரவாரத்தோடும் அவர்களுக்கு நேராக
வந்தார்கள். 39. அவர்களுடைய எண்ணிக்கை ஐந்நூறு
குதிரைவீரர்களும், பத்தாயிரம் காலாட்களும், பட்டயமோ ஈட்டியோ
இல்லாமல், தங்கள் கைகளினாலும் பலத்தினாலும் மாத்திரம்

யுத்தம்பண்ணக்கூடிய நானூறு மனுஷர்களுமாக இருந்தது. 40.
பராக்கிரமசாலிகள் எல்லாரும் மகா கொந்தளிப்போடும்
ஆரவாரத்தோடும் வந்தார்கள், அவர்கள் எல்லாரும் யாக்கோபின்
குமாரர்களைச் சூழ்ந்துகொண்டு அவர்களைத்
திகிலடையப்பண்ணினார்கள், அவர்களுடைய ஆரவாரத்தின்
சத்தத்தினால் பூமி அதிர்ந்தது. 41. யாக்கோபின் குமாரர்கள் இந்தச்
சேனைகளைக் கண்டபோது தங்கள் ஜீவனுக்காக மிகவும்
பயந்தார்கள்; யாக்கோபின் குமாரர்கள் அமைதியடையும்படி
அவர்களைத் திகிலடையப்பண்ணுவதற்காகவே யோசேப்பு அப்படிச்
செய்தான். 42. தன் சகோதரர்களில் சிலர் திகிலடைந்திருப்பதை யூதா
கண்டு, அவர்களை நோக்கி: தேவனுடைய கிருபை எங்களோடே
இருக்க நீங்கள் ஏன் பயப்படுகிறீர்கள்? என்றான்; எகிப்தின் ஜனங்கள்
எல்லாரும் தங்களைத் திகிலடையப்பண்ணும்படி யோசேப்பின்
கட்டளையினால் தங்களைச் சூழ்ந்துகொண்டிருப்பதை யூதா
கண்டபோது, யோசேப்பு அவர்களை நோக்கி: நீங்கள் அவர்களில்
ஒருவனையும் தொட வேண்டாம் என்று மாத்திரமே
கட்டளையிட்டிருந்தான். 43. அப்பொழுது யூதா தீவிரமாய்த் தன்
பட்டயத்தை உருவி, மகா பயங்கரமாய் உரக்கக் கத்தினான், அவன்
தன் பட்டயத்தினால் அடித்தான், தரையிலே பாய்ந்து ஜனங்கள்
எல்லாருக்கும் விரோதமாகத் தொடர்ந்து கத்தினான். 44. அவன்
இந்தக் காரியத்தைச் செய்தபோது கர்த்தர் யூதாவையும் அவன்
சகோதரர்களையுங்குறித்த திகிலைப் பராக்கிரமசாலிகளாகிய அவர்கள்
மேலும் அவர்களைச் சூழ்ந்திருந்த ஜனங்கள் எல்லார்மேலும்
விழப்பண்ணினார். 45. அந்த ஆரவாரத்தின் சத்தத்தினாலே அவர்கள்
எல்லாரும் தப்பியோடினார்கள்; அவர்கள் திகிலடைந்து
ஒருவரையொருவர் முட்டிக்கொண்டு விழுந்தார்கள், அவர்கள்
விழுகையில் அவர்களில் அநேகர் மரித்தார்கள், அவர்கள் எல்லாரும்
யூதாவுக்கும் அவன் சகோதரர்களுக்கும் முன்பாகவும் யோசேப்புக்கு
முன்பாகவும் தப்பியோடினார்கள். 46. அவர்கள் தப்பியோடும்போது,
யூதாவும் அவன் சகோதரர்களும் அவர்களைப் பார்வோனின்
வீடுவரைக்கும் பின்தொடர்ந்தார்கள், அவர்கள் எல்லாரும்
தப்பினார்கள்; யூதா மறுபடியும் யோசேப்புக்கு முன்பாக உட்கார்ந்து,
ஒரு சிங்கத்தைப்போல அவனுக்கு நேராகக் கெர்ச்சித்து, அவனுக்கு
நேராக மகா பயங்கரமாய் உரக்கக் கத்தினான். 47. அந்தக் கூக்குரல்
தூரத்திலே கேட்கப்பட்டது, சுக்கோத்தின் குடிகள் எல்லாரும் அதைக்
கேட்டார்கள்; அந்தக் கூக்குரலின் சத்தத்தினாலே எகிப்து முழுவதும்
அதிர்ந்தது, பூமி அதிர்ந்ததினால் எகிப்தின் அங்கங்களும் கோசேன்
தேசத்தின் அங்கங்களும் இடிந்துவிழுந்தன, பார்வோனும் தன்
சிங்காசனத்திலிருந்து தரையிலே விழுந்தான், அதிர்ச்சியின் சத்தத்தைக்
கேட்டபோது எகிப்திலும் கோசேனிலும் இருந்த கர்ப்பவதிகள்
எல்லாரும் மிகவும் பயந்ததினால் அவர்களுக்குக் கர்ப்பம் அழிந்தது. 48.

பார்வோன் ஆள் அனுப்பி: எகிப்து தேசத்தில் இன்றையதினம் நேரிட்ட
இந்தக் காரியம் என்ன? என்றான்; அவர்கள் வந்து ஆரம்பமுதல்
முடிவுவரைக்கும் எல்லா காரியங்களையும் அவனுக்குச்
சொன்னார்கள்; பார்வோன் கலக்கமடைந்து, ஆச்சரியப்பட்டு, மிகவும்
பயந்தான். 49. அவன் இந்தக் காரியங்களையெல்லாம் கேட்டபோது
அவனுடைய திகில் அதிகமாயிற்று; அவன் யோசேப்பினிடத்திற்கு ஆள்
அனுப்பி: எகிப்து முழுவதையும் அழித்துப்போடும்படி நீ இந்த
எபிரெயர்களை என்னிடத்திற்குக் கொண்டுவந்தாயே; நீ அந்தத்
திருட்டு அடிமையை என்ன செய்வாய்? அவனை அனுப்பிவிடு, அவன்
தன் சகோதரர்களோடே போகட்டும்; அவர்களுடைய
பொல்லாப்பினால் நாமும் நீங்களும் எகிப்து முழுவதுமாகிய
நாமெல்லாரும் மடிந்துபோகவேண்டாம். 50. நீ இந்தக் காரியத்தைச்
செய்ய விரும்பாமல்போனால், என் விலையேறப்பெற்ற
பொருள்களையெல்லாம் உன்னிடத்திலிருந்து எடுத்துக்கொண்டு,
உனக்கு இஷ்டமானால் நீ அவர்களோடே அவர்கள் தேசத்திற்குப்
போ; ஏனெனில் அவர்கள் இன்றையதினம் என் தேசம் முழுவதையும்
அழித்து, என் ஜனங்கள் எல்லாரையும் கொன்றுபோடுவார்கள்;
அவர்களுடைய கூக்குரலினாலே எகிப்தின் ஸ்திரீகள்
எல்லாருக்கும்கூடக் கர்ப்பம் அழிந்தது; அவர்கள் கத்துவதினாலும்
பேசுவதினாலும் மாத்திரம் என்ன செய்திருக்கிறார்கள் என்று பார்,
மேலும் அவர்கள் பட்டயத்தினால் யுத்தம்பண்ணினால் அவர்கள்
தேசத்தையே அழித்துப்போடுவார்களே; ஆகையால் இப்போது,
உனக்கு இஷ்டமானதைத் தெரிந்துகொள், நானா அல்லது
எபிரெயர்களா, எகிப்தா அல்லது எபிரெயரின் தேசமா என்பதைத்
தெரிந்துகொள் என்று சொல்லச் சொன்னான். 51. அவர்கள் வந்து
பார்வோன் அவனைக்குறித்துச் சொன்ன வார்த்தைகளையெல்லாம்
யோசேப்புக்குச் சொன்னார்கள்; யோசேப்பு பார்வோனின்
வார்த்தைகளினிமித்தம் மிகவும் பயந்தான்; யூதாவும் அவனுடைய
சகோதரர்களும் இன்னும் யோசேப்புக்கு முன்பாகக் கோபத்தோடும்
சினத்தோடும் நின்றார்கள், யாக்கோபின் குமாரர்கள் எல்லாரும்
சமுத்திரத்தின் இரைச்சலையும் அதின் அலைகளையும்போல
யோசேப்புக்கு நேராகக் கெர்ச்சித்தார்கள். 52. யோசேப்பு தன்
சகோதரர்களினிமித்தமும் பார்வோனினிமித்தமும் மிகவும் பயந்தான்;
அவர்கள் எகிப்து முழுவதையும் அழித்துப்போடாதபடிக்கு, யோசேப்பு
தன்னைத் தன் சகோதரர்களுக்கு வெளிப்படுத்த ஒரு
சாக்குப்போக்கைத் தேடினான். 53. யோசேப்பு தன் குமாரனான
மனாசேயைக் கட்டளையிட்டான், மனாசே போய் யூதாவை அணுகி,
தன் கையை அவனுடைய தோளின்மேல் வைத்தான், யூதாவின்
கோபம் தணிந்தது. 54. யூதா தன் சகோதரர்களை நோக்கி: இது ஒரு
எகிப்திய வாலிபனின் செய்கை என்று உங்களில் யாரும்
சொல்லவேண்டாம், இது என் தகப்பன் வீட்டாரின் வேலை என்றான்.

55. யூதாவின் கோபம் தணிந்ததை யோசேப்பு கண்டும் அறிந்தும்,
யூதாவோடே சாந்தமான பாஷையிலே பேசும்படி அணுகினான். 56.
யோசேப்பு யூதாவை நோக்கி: நீங்கள் உண்மையையே பேசுகிறீர்கள்,
உங்கள் பலத்தைக்குறித்து நீங்கள் சொன்னதை இன்றையதினம்
மெய்ப்பித்தீர்கள், உங்கள்மேல் பிரியமாயிருக்கிற உங்கள் தேவன்
உங்கள் சுகத்தை அதிகமாக்குவாராக; ஆனால் உங்கள் சகோதரர்கள்
எல்லாரிலும் நீ மாத்திரம் அந்தப் பிள்ளையினிமித்தம் என்னோடே
வாக்குவாதம்பண்ணுவது ஏன் என்று எனக்கு உண்மையாய்ச் சொல்;
ஏனெனில் அவர்களைக்குறித்து அவர்களில் ஒருவனும் என்னிடத்தில்
ஒரு வார்த்தையும் சொல்லவில்லையே என்றான். 57. யூதா
யோசேப்புக்குப் பிரதியுத்தரமாக: அந்தப் பிள்ளைக்காக நான்
அவனுடைய தகப்பனுக்குப் பிணையாகி: நான் அவனை
உம்மிடத்திற்குக் கொண்டுவராவிட்டால் நான் என்றென்றைக்கும்
உமது பழியைச் சுமப்பேன் என்று சொன்னேன் என்பதை நீர்
நிச்சயமாக அறிந்திருக்கவேண்டும். 58. ஆகையால்தான் என்
சகோதரர்கள் எல்லாரிலும் நான் உம்மை அணுகினேன்; ஏனெனில்
அவனை உம்மிடத்திலிருந்து போகவிட உமக்குச் சம்மதியில்லை என்று
நான் கண்டேன்; ஆகையால் இப்போது, அவன் எங்களோடே
போகும்படி நீர் அவனை அனுப்ப உமது கண்களில் எனக்குக் கிருபை
கிடைக்கக்கடவது; இதோ நான் அவனுக்குப் பதிலாக உமக்கு
அடிமையாக இருப்பேன், நீர் விரும்புகிறபடி உமக்கு
ஊழியஞ்செய்வேன்; நீர் என்னை எங்கே அனுப்பினாலும் நான்
உமக்கு மகா பலத்தோடே ஊழியஞ்செய்யப் போவேன். 59. உமக்கு
விரோதமாகக் கலகம்பண்ணின பலத்த ஒரு ராஜாவினிடத்திற்கு
இப்போது என்னை அனுப்பும், நான் அவனுக்கும் அவனுடைய
தேசத்திற்கும் என்ன செய்வேன் என்று நீர் அறிவீர்; அவனுக்குக்
குதிரைவீரர்களோ காலாட்களோ அல்லது மகா பலத்த ஜனங்களோ
இருந்தாலும், நான் அவர்கள் எல்லாரையும் கொன்றுபோட்டு, அந்த
ராஜாவின் தலையை உமக்கு முன்பாகக் கொண்டுவருவேன். 60.
எங்கள் தகப்பனாகிய ஆபிரகாம் தன் வேலைக்காரனாகிய
எலியேசரோடே சேர்ந்து ஏலாமின் ராஜாக்கள் எல்லாரையும்
அவர்கள் சேனைகளோடே ஒரே ராத்திரியிலே முறியடித்தான்
என்பதையும், அவர்கள் ஒருவனையும் மீதியாக வைக்கவில்லை
என்பதையும் நீர் அறியீரோ, அல்லது நீர் கேள்விப்படவில்லையோ?
அந்த நாள்முதல் எங்கள் தகப்பனுடைய பலம் எங்களுக்கும் எங்கள்
சந்ததிக்கும் என்றென்றைக்கும் சுதந்தரமாகக் கொடுக்கப்பட்டிருக்கிறது
என்றான். 61. யோசேப்பு பிரதியுத்தரமாக: நீங்கள் உண்மையையே
பேசுகிறீர்கள், உங்கள் வாயில் பொய்யில்லை; ஏனெனில்
எபிரெயர்களுக்கு வல்லமையிருக்கிறது என்றும், கர்த்தராகிய
அவர்களுடைய தேவன் அவர்கள் மேல் மிகவும் பிரியமாயிருக்கிறார்
என்றும், அப்படியிருக்க அவர்களுக்கு முன்பாக யார் நிற்கக்கூடும்

என்றும் எங்களுக்கும் சொல்லப்பட்டது. 62. ஆனாலும், நீங்கள் எகிப்திற்குக் கீழே வந்துவிட்டான் என்று சொன்னீர்களே, அந்த உங்கள் சகோதரனான அவனுடைய தாயின் குமாரனை எனக்கு முன்பாகக் கொண்டுவந்தால், இந்த நிபந்தனையின்பேரில் உங்கள் சகோதரனை அனுப்புவேன்; நீங்கள் அவனுடைய சகோதரனை என்னிடத்திற்குக் கொண்டுவரும்போது, நான் அவனுக்குப் பதிலாக அவனை எடுத்துக்கொள்ளுவேன்; ஏனெனில் உங்கள் தகப்பனுக்கு உங்களில் ஒருவனும் அவனுக்காகப் பிணையாகவில்லையே; அவன் என்னிடத்திற்கு வரும்போது, நீங்கள் யாருக்காகப் பிணையாகியிருக்கிறீர்களோ அந்த உங்கள் சகோதரனை உங்களோடே அனுப்புவேன் என்றான். 63. அவன் இந்தக் காரியத்தைச் சொன்னபோது, யோசேப்பின்மேல் யூதாவின் கோபம் மூண்டது; கோபத்தினால் அவன் கண்களிலிருந்து இரத்தம் வடிந்தது, அவன் தன் சகோதரர்களை நோக்கி: இந்த மனுஷன் இன்றையதினம் தனக்கும் எகிப்து முழுவதற்கும் அழிவைத் தேடுகிறானே! என்றான். 64. சிமியோன் யோசேப்புக்குப் பிரதியுத்தரமாக: அவன் போன குறிப்பிட்ட இடத்தையும், அவன் செத்துப்போனானோ உயிரோடிருக்கிறானோ என்பதையும் நாங்கள் அறியோம் என்று முதலில் உமக்குச் சொல்லவில்லையா, என் ஆண்டவன் ஏன் இப்படிப்பட்ட காரியங்களைப் பேசுகிறார்? என்றான். 65. யோசேப்பு யூதாவின் முகத்தைக் கவனித்துப் பார்த்து, தான் அவனோடே பேசி: இந்தச் சகோதரனுக்குப் பதிலாக உங்கள் மற்றச் சகோதரனை என்னிடத்திற்குக் கொண்டுவாருங்கள் என்று சொன்னபோது அவனுடைய கோபம் மூளத் தொடங்கியதைக் கண்டான். 66. யோசேப்பு தன் சகோதரர்களை நோக்கி: உங்கள் சகோதரன் செத்துப்போனான் அல்லது காணாமற்போனான் என்று நீங்கள் நிச்சயமாகச் சொன்னீர்களே; இப்போது நான் இன்றையதினம் அவனைக் கூப்பிட்டால் அவன் உங்களுக்கு முன்பாக வருவானானால், நீங்கள் அவனுடைய சகோதரனுக்குப் பதிலாக அவனை எனக்குக் கொடுப்பீர்களா? என்றான். 67. யோசேப்பு: யோசேப்பே, யோசேப்பே, இன்றையதினம் எனக்கு முன்பாக வா, உன் சகோதரர்களுக்கு உன்னைக் காண்பித்து அவர்களுக்கு முன்பாக உட்கார் என்று சொல்லிப் பேசவும் கூப்பிடவும் தொடங்கினான். 68. யோசேப்பு இந்தக் காரியத்தை அவர்களுக்கு முன்பாகச் சொன்னபோது, யோசேப்பு எங்கிருந்து தங்களுக்கு முன்பாக வருவான் என்று அவர்கள் நாலு திசைகளிலும் பார்த்தார்கள். 69. யோசேப்பு அவர்களுடைய செய்கைகளையெல்லாம் கவனித்து, அவர்களை நோக்கி: நீங்கள் ஏன் அங்கும் இங்கும் பார்க்கிறீர்கள்? நீங்கள் எகிப்திற்கு விற்றுப்போட்ட யோசேப்பு நான்தான்; ஆகையால் இப்போது நீங்கள் என்னை விற்றுப்போட்டதைக் குறித்துத் துக்கப்பட வேண்டாம்; ஏனெனில் பஞ்ச காலத்தில் உங்களைப்

போஷிப்பதற்காகவே தேவன் என்னை உங்களுக்கு முன்னே
அனுப்பினார் என்றான். 70. அவனுடைய சகோதரர்கள் யோசேப்பின்
வார்த்தைகளைக் கேட்டபோது அவனைக் கண்டு திகிலடைந்தார்கள்,
யூதா அவனைக் கண்டு மிகவும் திகிலடைந்தான். 71. பென்யமீன்
யோசேப்பின் வார்த்தைகளைக் கேட்டபோது அவன் வீட்டின்
உட்புறத்திலே அவர்களுக்கு முன்பாக இருந்தான்; பென்யமீன் தன்
சகோதரனான யோசேப்பினிடத்திற்கு ஓடி, அவனை
அணைத்துக்கொண்டு, அவன் கழுத்தின்மேல் விழுந்தான், அவர்கள்
அழுதார்கள். 72. பென்யமீன் தன் சகோதரனுடைய கழுத்தின்மேல்
விழுந்து அவனோடே அழுவதைக் கண்டபோது, யோசேப்பின்
சகோதரர்களும் யோசேப்பின்மேல் விழுந்து அவனை
அணைத்துக்கொண்டு, யோசேப்போடே மகா சத்தமிட்டு அழுதார்கள்.
73. அவர்கள் யோசேப்பின் சகோதரர்கள் என்கிற சத்தம்
யோசேப்பின் வீட்டிலே கேட்கப்பட்டது; அது பார்வோனுக்கு மிகவும்
பிரியமாயிருந்தது, ஏனெனில் அவர்கள் எகிப்தை
அழித்துப்போடுவார்கள் என்று அவன் அவர்களுக்குப் பயந்திருந்தான்.
74. யோசேப்பினிடத்திற்கு வந்திருந்த அவனுடைய
சகோதரர்களைக்குறித்து அவனை வாழ்த்தும்படி பார்வோன் தன்
வேலைக்காரர்களை யோசேப்பினிடத்திற்கு அனுப்பினான்;
எகிப்திலிருந்த சேனைகளுக்கும் படைகளுக்குமான தலைவர்கள்
எல்லாரும் யோசேப்போடே சந்தோஷப்பட வந்தார்கள், எகிப்து
முழுவதும் யோசேப்பின் சகோதரர்களினிமித்தம் மிகவும்
சந்தோஷப்பட்டது. 75. பார்வோன் தன் வேலைக்காரர்களை
யோசேப்பினிடத்திற்கு அனுப்பி: உன் சகோதரர்களிடத்தில்
தங்களுக்குள்ள எல்லாவற்றையும் கொண்டுவரும்படி சொல், அவர்கள்
என்னிடத்திற்கு வரட்டும், நான் எகிப்து தேசத்தின் சிறந்த பகுதியிலே
அவர்களைக் குடியிருக்கப்பண்ணுவேன் என்று சொல்லச்
சொன்னான், அவர்கள் அப்படியே செய்தார்கள். 76. யோசேப்பு தன்
வீட்டின் விசாரணைக்காரனுக்குத் தன் சகோதரர்களுக்கு
வெகுமதிகளையும் வஸ்திரங்களையும் கொண்டுவரக்
கட்டளையிட்டான்; அவன் அவர்களுக்கு ராஜரீகமான
வஸ்திரங்களான அநேக வஸ்திரங்களையும் அநேக வெகுமதிகளையும்
கொண்டுவந்தான், யோசேப்பு அவைகளைத் தன் சகோதரர்களுக்குப்
பங்கிட்டுக்கொடுத்தான். 77. அவன் தன் சகோதரர்களில்
ஒவ்வொருவனுக்கும் பொன்னிலும் வெள்ளியிலுமான
மாற்றுவஸ்திரங்களையும், முந்நூறு வெள்ளிக்காசுகளையும்
கொடுத்தான்; யோசேப்பு அவர்கள் எல்லாரும் இந்த வஸ்திரங்களை
உடுத்திக்கொண்டு பார்வோனுக்கு முன்பாக வரும்படிக்
கட்டளையிட்டான். 78. யோசேப்பின் சகோதரர்கள் எல்லாரும்
பராக்கிரமசாலிகளும் அழகான தோற்றமுமானவர்கள் என்று
பார்வோன் கண்டு மிகவும் சந்தோஷப்பட்டான். 79. அதன்பின்பு

அவர்கள் கானான் தேசத்திலிருக்கிற தங்கள் தகப்பனிடத்திற்குப்
போகும்படி பார்வோனின் சமுகத்திலிருந்து புறப்பட்டார்கள், அவர்கள்
சகோதரனான பென்யமீனும் அவர்களோடே இருந்தான். 80.
யோசேப்பு எழுந்து அவர்களுக்குப் பார்வோனுடைய பதினொரு
இரதங்களைக் கொடுத்தான்; தன் தகப்பனை எகிப்திற்குக்
கொண்டுவரும்படிக்கு, தான் எகிப்திலே முடிசூட்டப்பட்ட நாளிலே
சவாரிசெய்த தன் இரதத்தையும் யோசேப்பு அவர்களுக்குக்
கொடுத்தான்; யோசேப்பு தன் சகோதரர்களின் பிள்ளைகள்
எல்லாருக்கும் அவர்களுடைய எண்ணிக்கையின்படியே
வஸ்திரங்களையும், அவர்களுக்கு ஆளுக்கு நூறு
வெள்ளிக்காசுகளையும் அனுப்பினான்; மேலும் ராஜாவின்
மனைவிகளின் வஸ்திரங்களிலிருந்து தன் சகோதரர்களின்
மனைவிகளுக்கும் வஸ்திரங்களை அனுப்பினான். 81. அவர்கள்
எகிப்திற்கு வரும்போது அவர்களுக்கும் அவர்கள் பிள்ளைகளுக்கும்
அவர்களுக்குள்ள யாவருக்கும் ஊழியஞ்செய்யும்படி, அவர்களோடே
கானான் தேசத்திற்குப் போகத் தன் சகோதரர்களில்
ஒவ்வொருவனுக்கும் பத்து மனுஷர்களைக் கொடுத்தான். 82.
யோசேப்பு தன் சகோதரனான பென்யமீனின் கையிலே அவனுடைய
பத்து குமாரர்களுக்குப் பத்து மாற்றுவஸ்திரங்களை அனுப்பினான்,
இது யாக்கோபின் குமாரர்களுடைய மற்றப் பிள்ளைகளைவிட
அதிகமான பங்கிலிருந்தது. 83. அவன் ஒவ்வொருவனுக்கும் ஐம்பது
வெள்ளிக்காசுகளையும் பார்வோனின் கணக்கிலிருந்து பத்து
இரதங்களையும் அனுப்பினான்; தன் தகப்பனுக்கு எகிப்தின்
சகலவிதமான நன்மையானவைகளும் ஏற்றப்பட்ட பத்து
கழுதைகளையும், தன் தகப்பனுக்கும் அவனோடே இருந்த
எல்லாருக்கும் வழிக்கான ஆகாரமாகத் தானியமும் அப்பமும் ஆகாரமும்
ஏற்றப்பட்ட பத்து பெட்டைக்கழுதைகளையும் அனுப்பினான். 84.
அவன் தன் சகோதரியாகிய தீனாளுக்கு வெள்ளியிலும்
பொன்னிலுமான வஸ்திரங்களையும், சாம்பிராணியையும்
வெள்ளைப்போளத்தையும் அகிலையும் ஸ்திரீகளின்
ஆபரணங்களையும் மிகவும் திரளாய் அனுப்பினான்; பென்யமீனின்
மனைவிகளுக்குப் பார்வோனின் மனைவிகளிடத்திலிருந்து அதையே
அனுப்பினான். 85. அவன் தன் சகோதரர்கள் எல்லாருக்கும் அவர்கள்
மனைவிகளுக்கும் சகலவிதமான கோமேதகக் கற்களையும்
குங்கிலியத்தையும் கொடுத்தான்; எகிப்தின் பெரிய
மனுஷர்களிடத்திலிருந்த விலையேறப்பெற்ற
காரியங்களெல்லாவற்றிலிருந்தும், யோசேப்பு தன் தகப்பன்
வீட்டாருக்கு அனுப்பியவைகளைத் தவிர மற்றொன்றும்
மீதியாயிருக்கவில்லை. 86. அவன் தன் சகோதரர்களை
அனுப்பிவிட்டான், அவர்கள் போனார்கள்; தன் சகோதரனான
பென்யமீனையும் அவர்களோடே அனுப்பினான். 87. யோசேப்பு

அவர்களை வழியனுப்ப எகிப்தின் எல்லைவரைக்கும் வழியிலே அவர்களோடே போய் தன் தகப்பனும் அவன் வீட்டாரும் எகிப்திற்கு வருவதைக்குறித்து அவர்களுக்குக் கட்டளையிட்டான். 88. அவன் அவர்களை நோக்கி: வழியிலே வாக்குவாதம்பண்ணாதீர்கள்; ஒரு பெரிய ஜனத்தைக் காக்கும்படிக்கு இந்தக் காரியம் கர்த்தராலே உண்டானது, ஏனெனில் தேசத்திலே இன்னும் ஐந்து வருஷங்கள் பஞ்சம் இருக்கும் என்றான். 89. அவன் அவர்களுக்குக் கட்டளையிட்டு: நீங்கள் கானான் தேசத்திற்கு வரும்போது இந்தக் காரியத்தைக் குறித்துத் திடீரென்று என் தகப்பனுக்கு முன்பாகப் பேசாதீர்கள், உங்கள் ஞானத்தின்படியே செய்யுங்கள் என்றான். 90. யோசேப்பு அவர்களுக்குக் கட்டளையிட்டு முடித்த பின்பு, அவன் திரும்பி எகிப்திற்குப் போனான்; யாக்கோபின் குமாரர்கள் சந்தோஷத்தோடும் மகிழ்ச்சியோடும் கானான் தேசத்திலிருக்கிற தங்கள் தகப்பனாகிய யாக்கோபினிடத்திற்குப் போனார்கள். 91. அவர்கள் தேசத்தின் எல்லைக்கு வந்தபோது, ஒருவரையொருவர் நோக்கி: நம்முடைய தகப்பனுக்கு முன்பாக நாம் இந்தக் காரியத்தில் என்ன செய்வோம்? நாம் திடீரென்று அவரிடத்திற்கு வந்து இந்தக் காரியத்தைச் சொன்னால், அவர் நம்முடைய வார்த்தைகளினிமித்தம் மிகவும் கலங்கி, நம்மை நம்பமாட்டார் என்றார்கள். 92. அவர்கள் தங்கள் வீடுகளுக்குச் சமீபமாய் வரும்வரைக்கும் நடந்தார்கள், ஆசேரின் குமாரத்தியாகிய சேராக் *(Serach)* தங்களை எதிர்கொள்ளப் புறப்பட்டுவருவதைக் கண்டார்கள்; அந்தப் பெண் மிகவும் நல்லவளும் புத்தியுள்ளவளும் சுரமண்டலம் வாசிக்கத் தெரிந்தவளுமாயிருந்தாள். 93. அவர்கள் அவளைக் கூப்பிட்டார்கள், அவள் அவர்களுக்கு முன்பாக வந்தாள், அவள் அவர்களை முத்தமிட்டாள்; அவர்கள் அவளை அழைத்து, அவளுக்கு ஒரு சுரமண்டலத்தைக் கொடுத்து: நீ இப்போது நம்முடைய தகப்பனுக்கு முன்பாகப் போய், அவரிடத்தில் உட்கார்ந்து, சுரமண்டலத்தை வாசித்து இந்த வார்த்தைகளைச் சொல் என்றார்கள். 94. அவர்கள் அவளைத் தங்கள் வீட்டிற்குப் போகும்படிக் கட்டளையிட்டார்கள்; அவள் சுரமண்டலத்தை எடுத்துக்கொண்டு அவர்களுக்கு முன்பாகத் தீவிரமாய் ஓடி, யாக்கோபண்டைக்கு வந்து உட்கார்ந்தாள். 95. அவள் நன்றாய் வாசித்துப் பாடி, தன் வார்த்தைகளின் இனிமையோடுகூட: என் சிறிய தகப்பனாகிய யோசேப்பு உயிரோடிருக்கிறார், அவர் எகிப்து தேசம் முழுவதிலும் ஆளுகைசெய்கிறார், அவர் மரித்துப்போகவில்லை என்று சொன்னாள். 96. அவள் தொடர்ந்து இந்த வார்த்தைகளைத் திரும்பத் திரும்பச் சொன்னாள்; யாக்கோபு அவளுடைய வார்த்தைகளைக் கேட்டான், அவைகள் அவனுக்கு இன்பமாயிருந்தன. 97. அவள் அவைகளை இரண்டு மூன்று முறை திரும்பச் சொல்லும்போது அவன் கேட்டுக்கொண்டிருந்தான், அவளுடைய வார்த்தைகளின் இனிமையினாலே யாக்கோபின் இருதயத்தில் சந்தோஷம்

உண்டாயிற்று, தேவனுடைய ஆவி அவன் மேல் இருந்தது, அவளுடைய வார்த்தைகளெல்லாம் உண்மை என்று அவன் அறிந்துகொண்டான். 98. அவள் இந்த வார்த்தைகளை அவனுக்கு முன்பாகப் பேசினபோது யாக்கோபு சேராக்கை ஆசீர்வதித்து, அவளை நோக்கி: என் குமாரத்தியே, மரணம் உன்னை ஒருக்காலும் மேற்கொள்ளாதிருப்பதாக, ஏனெனில் நீ என் ஆவியைக் குளிரப்பண்ணினாய்; நீ உரைத்தபடியே இன்னும் எனக்கு முன்பாகப் பேசு, ஏனெனில் நீ உன் வார்த்தைகளெல்லாவற்றினாலும் என்னைச் சந்தோஷப்படுத்தினாய் என்றான். 99. அவள் தொடர்ந்து இந்த வார்த்தைகளைப் பாடினாள்; யாக்கோபு கேட்டுக்கொண்டிருந்தான், அது அவனுக்குப் பிரியமாயிருந்தது, அவன் சந்தோஷப்பட்டான், தேவனுடைய ஆவி அவன் மேல் இருந்தது. 100. அவன் அவளோடே பேசிக்கொண்டிருக்கையில், இதோ அவனுடைய குமாரர்கள் குதிரைகளோடும் இரதங்களோடும் ராஜரீகமான வஸ்திரங்களோடும் வேலைக்காரர்கள் தங்களுக்கு முன்பாக ஓடிவர அவனிடத்திற்கு வந்தார்கள். 101. யாக்கோபு அவர்களை எதிர்கொள்ள எழுந்தான்; தன் குமாரர்கள் ராஜரீகமான வஸ்திரங்களை உடுத்தியிருப்பதைக் கண்டான், யோசேப்பு தங்களுக்கு அனுப்பியிருந்த பொக்கிஷங்களெல்லாவற்றையும் கண்டான். 102. அவர்கள் அவனை நோக்கி: நம்முடைய சகோதரனான யோசேப்பு உயிரோடிருக்கிறார், அவரே எகிப்து தேசம் முழுவதிலும் ஆளுகைசெய்கிறார்; நாங்கள் உமக்குச் சொன்னபடியே எங்களோடே பேசினதும் அவரே என்று அறிந்துகொள்ளும் என்றார்கள். 103. யாக்கோபு தன் குமாரர்களின் வார்த்தைகளையெல்லாம் கேட்டான்; அவர்கள் வார்த்தைகளினிமித்தம் அவனுடைய இருதயம் படபடத்தது; ஏனெனில் யோசேப்பு அவர்களுக்குக் கொடுத்திருந்த எல்லாவற்றையும், அவன் தனக்கு அனுப்பியிருந்ததையும், யோசேப்பு அவர்களுக்குச் சொன்ன அடையாளங்களெல்லாவற்றையும் அவன் காணும்வரைக்கும் அவர்களை நம்பவில்லை. 104. அவர்கள் அவனுக்கு முன்பாக அவைகளைத் திறந்து, யோசேப்பு அனுப்பியிருந்த எல்லாவற்றையும் அவனுக்குக் காண்பித்தார்கள்; யோசேப்பு தங்களுக்கு அனுப்பியிருந்ததை ஒவ்வொருவரும் அவனுக்குக் கொடுத்தார்கள், அவர்கள் உண்மையைத்தான் பேசினார்கள் என்று அவன் அறிந்துகொண்டு, தன் குமாரனினிமித்தம் மிகவும் சந்தோஷப்பட்டான். 105. யாக்கோபு: என் குமாரனான யோசேப்பு இன்னும் உயிரோடிருக்கிறான் என்பதே எனக்குப் போதும்; நான் மரிப்பதற்கு முன்னே போய்ப் பார்ப்பேன் என்றான். 106. அவனுடைய குமாரர்கள் தங்களுக்கு நேரிட்ட எல்லாவற்றையும் அவனுக்குச் சொன்னார்கள்; யாக்கோபு: என் குமாரனையும் அவன் சந்ததியாரையும் பார்க்க நான் எகிப்திற்குக் கீழே போவேன் என்றான். 107. யாக்கோபு எழுந்து, யோசேப்பு தனக்கு அனுப்பியிருந்த வஸ்திரங்களை

உடுத்திக்கொண்டான்; அவன் குளித்துத் தன் தலைமயிரைச்
சவரம்பண்ணிக்கொண்ட பின்பு, யோசேப்பு தனக்கு அனுப்பியிருந்த
தலைப்பாகையைத் தன் தலையில் கட்டிக்கொண்டான். 108.
யாக்கோபின் வீட்டாரனைவரும் அவர்கள் மனைவிகளும் யோசேப்பு
தங்களுக்கு அனுப்பியிருந்த வஸ்திரங்களை உடுத்திக்கொண்டார்கள்;
யோசேப்பு இன்னும் உயிரோடிருக்கிறான் என்பதற்காகவும், அவன்
எகிப்தில் ஆளுகைசெய்கிறான் என்பதற்காகவும் அவர்கள் மிகவும்
சந்தோஷப்பட்டார்கள். 109. கானான் தேசத்தின் குடிகள் எல்லாரும்
இந்தக் காரியத்தைக் கேள்விப்பட்டார்கள்; அவர்கள் வந்து, அவன்
இன்னும் உயிரோடிருக்கிறான் என்பதற்காக யாக்கோபோடே மிகவும்
சந்தோஷப்பட்டார்கள். 110. யாக்கோபு அவர்களுக்கு மூன்று நாட்கள்
ஒரு விருந்து செய்தான்; கானானின் ராஜாக்கள் எல்லாரும் தேசத்தின்
பிரபுக்களும் யாக்கோபின் வீட்டிலே புசித்துக் குடித்துச்
சந்தோஷப்பட்டார்கள்.

அத்தியாயம் 55

1. இதன்பின்பு யாக்கோபு: நான் எகிப்திற்குப் போய் என்
குமாரனைக் கண்டு, தேவன் ஆபிரகாமுக்குச் சொல்லியிருந்த கானான்
தேசத்திற்குத் திரும்பிவருவேன்; ஏனெனில் நான் பிறந்த தேசத்தை
விட்டுவிடமாட்டேன் என்றான். 2. இதோ, கர்த்தருடைய வார்த்தை
அவனுக்கு உண்டாகி: நீ உன் வீட்டார் அனைவரோடும் எகிப்திற்குக்
கீழே போய் அங்கே தங்கியிரு, எகிப்திற்குக் கீழே போகப் பயப்பட
வேண்டாம், அங்கே உன்னை ஒரு பெரிய ஜாதியாக்குவேன் என்றார்.
3. யாக்கோபு தனக்குள்ளே: எகிப்தின் குடிகள் எல்லாருக்கும் நடுவே
என் குமாரனுடைய இருதயத்தில் அவன் தேவனைக் குறித்த பயம்
இன்னும் இருக்கிறதா என்று நான் போய்ப் பார்ப்பேன் என்றான். 4.
கர்த்தர் யாக்கோபை நோக்கி: யோசேப்பைக் குறித்துப் பயப்பட
வேண்டாம், உன் கண்களுக்கு முன்பாக நன்றாய்க்
காணப்படுகிறபடியே அவன் எனக்கு ஊழியஞ்செய்ய தன் உத்தமத்தை
இன்னும் காத்துக்கொண்டிருக்கிறான் என்றார்; யாக்கோபு தன்
குமாரனைக் குறித்து மிகவும் சந்தோஷப்பட்டான். 5. அக்காலத்தில்
கர்த்தர் தனக்குச் சொன்ன வார்த்தையின்படியே யாக்கோபு தன்
குமாரர்களுக்கும் தன் வீட்டாருக்கும் எகிப்திற்குப் போகும்படிக்
கட்டளையிட்டான்; யாக்கோபு தன் குமாரர்களோடும் தன் வீட்டார்
அனைவரோடும் எழும்பி, இருதயத்தின் சந்தோஷத்தோடும்
மகிழ்ச்சியோடும் பெயெர்செபாவிலிருந்து கானான் தேசத்தை விட்டுப்
புறப்பட்டு, எகிப்து தேசத்திற்குப் போனார்கள். 6. அவர்கள்
எகிப்திற்குச் சமீபமாய் வந்தபோது, எகிப்திலே தங்களுக்கு ஒரு
இடத்தைக் காண்பிக்கும்படிக்கு யாக்கோபு யூதாவைத் தனக்கு முன்னே

யோசேப்பினிடத்திற்கு அனுப்பினான்; யூதா தன் தகப்பனுடைய
வார்த்தையின்படியே செய்து, தீவிரமாய் ஓடி யோசேப்பினிடத்திற்கு
வந்தான்; அவனுடைய வீட்டார் அனைவருக்கும் கோசேன் தேசத்திலே
ஒரு இடத்தை நியமித்தார்கள், யூதா திரும்பி வழியிலே தன்
தகப்பனிடத்திற்கு வந்தான். 7. யோசேப்பு தன் இரதத்தை
ஆயத்தப்படுத்தி, தன் பராக்கிரமசாலிகள் எல்லாரையும் தன்
வேலைக்காரர்களையும் எகிப்தின் அதிகாரிகள் எல்லாரையும் தன்
தகப்பனாகிய யாக்கோபை எதிர்கொண்டுபோகும்படி கூட்டினான்;
யாக்கோபை எதிர்கொண்டுபோகாத எவனும் சாவான் என்று
யோசேப்பின் கட்டளை எகிப்திலே பறைசாற்றப்பட்டது. 8.
மறுநாளிலே யோசேப்பு எகிப்து முழுவதின் பெரியதும் பலத்ததுமான
சேனையோடும் புறப்பட்டான்; அவர்கள் எல்லாரும் மெல்லிய சணல்
வஸ்திரங்களையும் இரத்தாம்பர வஸ்திரங்களையும் உடுத்தி,
வெள்ளியிலும் பொன்னிலுமான கருவிகளோடும் தங்கள் யுத்த
ஆயுதங்களோடும் புறப்பட்டார்கள். 9. அவர்கள் எல்லாரும்
சகலவிதமான கீதவாத்தியங்களோடும், தம்பட்டங்களோடும்
மேளங்களோடும் யாக்கோபை எதிர்கொண்டுபோய், வழியெங்கும்
வெள்ளைப்போளத்தையும் அகிலையும் தூவி, இதே விதமாகச்
சென்றார்கள்; அவர்களுடைய ஆரவாரத்தினால் பூமி அதிர்ந்தது. 10.
எகிப்தின் ஸ்திரீகள் எல்லாரும் யாக்கோபை எதிர்கொள்ளும்படி
எகிப்தின் வீடுகளின் கூரைகளின்மேலும் அலங்கங்களின்மேலும்
போனார்கள்; யோசேப்பின் தலையின்மேல் பார்வோனின் ராஜரீகக்
கிரீடம் இருந்தது; ஏனெனில் அவன் தன் தகப்பனை
எதிர்கொண்டுபோகும் நேரத்தில் அதையணிந்துகொள்ளும்படி
பார்வோன் அதை அவனுக்கு அனுப்பியிருந்தான். 11. யோசேப்பு தன்
தகப்பனுக்கு ஐம்பது முழ தூரத்திற்குள் வந்தபோது, அவன் தன்
இரதத்திலிருந்து இறங்கித் தன் தகப்பனுக்கு நேராக நடந்தான்;
யோசேப்பு தன் தகப்பனுக்கு நேராகக் காலாடியாய் நடப்பதை
எகிப்தின் அதிகாரிகளும் பிரபுக்களும் எல்லாரும் கண்டபோது,
அவர்களும் இறங்கி யாக்கோபுக்கு நேராகக் காலாடியாய்
நடந்தார்கள். 12. யாக்கோபு யோசேப்பின் பாளையத்தை
நெருங்கியபோது, யோசேப்போடே தனக்கு நேராக வருகிற
பாளையத்தை யாக்கோபு கவனித்தான்; அது அவனுக்கு மிகவும்
பிரியமாயிருந்தது, யாக்கோபு அதைக் கண்டு ஆச்சரியப்பட்டான். 13.
யாக்கோபு யூதாவை நோக்கி: எகிப்தின் பாளையத்திலே
ராஜவஸ்திரங்களை உடுத்தி, மிகவும் சிவப்பான ஒரு வஸ்திரத்தைத்
தரித்து, தன் தலையின்மேல் ராஜரீகக் கிரீடத்தை வைத்துக்கொண்டு,
தன் இரதத்திலிருந்து இறங்கி நமக்கு நேராக வருகிறானே, நான்
பார்க்கிற அந்த மனுஷன் யார்? என்றான்; யூதா தன் தகப்பனுக்குப்
பிரதியுத்தரமாக: அவர்தான் உம்முடைய குமாரனும் ராஜாவுமாகிய
யோசேப்பு என்றான்; யாக்கோபு தன் குமாரனின் மகிமையைக் கண்டு

சந்தோஷப்பட்டான். 14. யோசேப்பு தன் தகப்பனண்டைக்கு வந்து, தன் தகப்பனைக் குனிந்து வணங்கினான்; பாளையத்தின் மனுஷர்கள் எல்லாரும் அவனோடேகூட யாக்கோபுக்கு முன்பாகத் தரைமட்டும் குனிந்து வணங்கினார்கள். 15. இதோ, யாக்கோபு தன் குமாரனான யோசேப்பினிடத்திற்குத் தீவிரமாய் ஓடி, அவன் கழுத்தின்மேல் விழுந்து அவனை முத்தமிட்டான், அவர்கள் அழுதார்கள்; யோசேப்பும் தன் தகப்பனை அணைத்துக்கொண்டு அவனை முத்தமிட்டான், அவர்கள் அழுதார்கள், எகிப்தின் ஜனங்கள் எல்லாரும் அவர்களோடேகூட அழுதார்கள். 16. யாக்கோபு யோசேப்பை நோக்கி: நீ இன்னும் உயிரோடிருக்கிறாய் என்றும் மகிமையோடிருக்கிறாய் என்றும் உன்னுடைய முகத்தைக் கண்ட பின்பு, நான் இப்போது சந்தோஷமாக மரிப்பேன் என்றான். 17. யாக்கோபின் குமாரர்களும் அவர்கள் மனைவிகளும் அவர்கள் பிள்ளைகளும் அவர்கள் வேலைக்காரர்களும் யாக்கோபின் வீட்டாரனைவரும் யோசேப்போடே மிகவும் அழுதார்கள், அவர்கள் அவனை முத்தமிட்டு அவனோடே மகா சத்தமிட்டு அழுதார்கள். 18. அதன்பின்பு யோசேப்பும் அவனுடைய ஜனங்கள் எல்லாரும் எகிப்திலிருக்கிற வீட்டிற்குத் திரும்பினார்கள்; யாக்கோபும் அவன் குமாரர்களும் அவன் வீட்டாருடைய பிள்ளைகள் எல்லாரும் யோசேப்போடே எகிப்திற்கு வந்தார்கள், யோசேப்பு அவர்களை எகிப்தின் சிறந்த பகுதியாகிய கோசேன் தேசத்திலே குடியிருக்கப்பண்ணினான். 19. யோசேப்பு தன் தகப்பனையும் தன் சகோதரர்களையும் நோக்கி: நான் ஏறிப்போய்ப் பார்வோனுக்கு அறிவித்து: என் சகோதரர்களும் என் தகப்பன் வீட்டாரும் தங்களுக்குள்ள எல்லாவற்றோடும் என்னிடத்திற்கு வந்திருக்கிறார்கள், இதோ அவர்கள் கோசேன் தேசத்தில் இருக்கிறார்கள் என்று சொல்லுவேன் என்றான். 20. யோசேப்பு அப்படியே செய்து, தன் சகோதரர்களிலிருந்து ரூபன், இசக்கார், செபுலோன், தன் சகோதரனான பென்யமீன் ஆகியோரை அழைத்துக்கொண்டுபோய்ப் பார்வோனுக்கு முன்பாக நிறுத்தினான். 21. யோசேப்பு பார்வோனோடே பேசி: என் சகோதரர்களும் என் தகப்பன் வீட்டாரும் தங்களுக்குள்ள எல்லாவற்றோடும், தங்கள் ஆடுமாடுகளோடும் மிருகஜீவன்களோடும் கானான் தேசத்திலிருந்து என்னிடத்திற்கு எகிப்திலே தங்கியிருக்க வந்திருக்கிறார்கள்; ஏனெனில் பஞ்சம் அவர்கள் மேல் கொடிதாயிருந்தது என்றான். 22. பார்வோன் யோசேப்பை நோக்கி: உன் தகப்பனையும் சகோதரர்களையும் தேசத்தின் சிறந்த பகுதியிலே குடியிருக்கப்பண்ணு, நன்மையானதொன்றையும் அவர்களுக்கு விலக்காதே, தேசத்தின் கொழுமையானதை அவர்கள் புசிக்கும்படி செய் என்றான். 23. யோசேப்பு பிரதியுத்தரமாக: இதோ நான் அவர்களைக் கோசேன் தேசத்தில் நிறுத்தியிருக்கிறேன்; அவர்கள் மேய்ப்பர்களாயிருக்கிறபடியால், எகிப்தியரை விட்டுப் பிரிந்து தங்கள்

மந்தைகளை மேய்க்க அவர்கள் கோசேனிலேயே தங்கியிருக்கட்டும்
என்றான். 24. பார்வோன் யோசேப்பை நோக்கி: உன் சகோதரர்கள்
உனக்குச் சொல்லுகிறபடியெல்லாம் அவர்களுக்குச் செய் என்றான்;
யாக்கோபின் குமாரர்கள் பார்வோனைக்குனிந்து வணங்கி,
சமாதானத்தோடே அவனிடத்திலிருந்து புறப்பட்டுப்போனார்கள்;
அதன்பின்பு யோசேப்பு தன் தகப்பனைப் பார்வோனுக்கு முன்பாகக்
கொண்டுவந்தான். 25. யாக்கோபு வந்து பார்வோனைக் குனிந்து
வணங்கி, பார்வோனை ஆசீர்வதித்தான், அதன்பின்பு அவன் வெளியே
போனான்; யாக்கோபும் அவன் குமாரர்கள் எல்லாரும் அவன்
வீட்டாரனைவரும் கோசேன் தேசத்திலே குடியிருந்தார்கள். 26.
இரண்டாம் வருடத்திலே, அதாவது யாக்கோபின் வாழ்நாளில் நூற்று
முப்பதாம் வருடத்திலே, யோசேப்பு தன் தகப்பனையும் தன்
சகோதரர்களையும் தன் தகப்பன் வீட்டாரனைவரையும்
அவர்களுடைய சிறு பிள்ளைகளின் எண்ணிக்கைக்குத் தக்கதாகப்
பஞ்சத்தின் நாட்களிலெல்லாம் அப்பத்தினால் போஷித்தான்;
அவர்களுக்கு ஒரு குறையுமில்லாதிருந்தது. 27. யோசேப்பு
அவர்களுக்குத் தேசம் முழுவதிலும் சிறந்த பகுதியைக் கொடுத்தான்;
யோசேப்பின் நாட்களிலெல்லாம் எகிப்தின் சிறந்த பகுதி
அவர்களுக்குக் கிடைத்தது; யோசேப்பு அவர்களுக்கும் தன் தகப்பன்
வீட்டாரனைவருக்கும் வருஷந்தோறும் வஸ்திரங்களையும்
ஆடைகளையும் கொடுத்தான்; யாக்கோபின் குமாரர்கள் தங்கள்
சகோதரனின் நாட்களிலெல்லாம் எகிப்திலே பத்திரமாய்த்
தங்கியிருந்தார்கள். 28. யாக்கோபு எப்போதும் யோசேப்பின்
பந்தியிலே புசித்தான்; யாக்கோபின் பிள்ளைகள் தங்கள் வீடுகளில்
புசித்தவைகளையல்லாமல், யாக்கோபும் அவன் குமாரர்களும் இரவும்
பகலும் யோசேப்பின் பந்தியை விட்டு விலகவில்லை. 29. பஞ்சத்தின்
நாட்களிலே எகிப்து முழுவதும் யோசேப்பின் வீட்டிலிருந்து அப்பம்
புசித்தது; ஏனெனில் பஞ்சத்தினிமித்தம் எகிப்தியர் எல்லாரும்
தங்களுக்குள்ள எல்லாவற்றையும் விற்றுப்போட்டார்கள். 30.
யோசேப்பு எகிப்தின் தேசங்கள் மற்றும் வயல்கள் எல்லாவற்றையும்
பார்வோனுக்காக அப்பத்திற்கு விலைக்கு வாங்கினான்; பஞ்சத்தின்
நாட்களிலெல்லாம் யோசேப்பு எகிப்து முழுவதற்கும் அப்பம்
கொடுத்தான், தேசமெங்கும் அவர்கள் வாங்கின தானியத்திற்காகத்
தன்னிடத்தில் வந்த வெள்ளியையும் பொன்னையும் யோசேப்பு
சேர்த்தான், அவன் மிகுந்த வெள்ளியையும் பொன்னையும் சேர்த்தான்;
இதுவுமல்லாமல், அவர்கள் பணம் செலவழிந்துபோனபோது தேசத்தின்
எல்லாப் பகுதிகளிலுமிருந்து அவர்கள் யோசேப்பினிடத்திற்குக்
கொண்டுவந்த அளவுக்கதிகமான கோமேதகக் கற்களையும்,
குங்கிலியத்தையும், விலையேறப்பெற்ற வஸ்திரங்களையும்
சேர்த்தான். 31. யோசேப்பு தன் கைக்கு வந்த எல்லா வெள்ளியையும்
பொன்னையும், ஏறக்குறைய எழுபத்திரண்டு தாலந்து பொன்னையும்

வெள்ளியையும், மிகவும் மிகுதியான கோமேதகக் கற்களையும்
குங்கிலியத்தையும் எடுத்துப்போய், அவைகளை நாலு பங்குகளாக
மறைத்துவைத்தான்; அவன் ஒரு பங்கைச் சிவந்த சமுத்திரத்திற்கு
அருகிலுள்ள வனாந்தரத்திலும், ஒரு பங்கை ஐபிராத்து
நதியண்டையிலும், மூன்றாம் நான்காம் பங்குகளைப் பெர்சியாவிற்கும்
மேதியாவிற்கும் எதிரான வனாந்தரத்திலும் மறைத்துவைத்தான். 32.
மீதியாயிருந்த பொன்னிலும் வெள்ளியிலும் ஒரு பங்கை எடுத்து,
அதைத் தன் சகோதரர்கள் எல்லாருக்கும், தன் தகப்பன்
வீட்டாரனைவருக்கும், தன் தகப்பன் வீட்டிலுள்ள ஸ்திரீகள்
எல்லாருக்கும் கொடுத்தான்; மீதியான ஏறக்குறைய இருபது தாலந்து
பொன்னையும் வெள்ளியையும் பார்வோனின் வீட்டிற்குக்
கொண்டுவந்தான். 33. யோசேப்பு மீதியாயிருந்த பொன்னையும்
வெள்ளியையும் பார்வோனுக்குக் கொடுத்தான், பார்வோன் அதைப்
பொக்கிஷ அறையில் வைத்தான்; அதன்பின்பு தேசத்திலே பஞ்சத்தின்
நாட்கள் முடிந்தது, அவர்கள் தேசம் முழுவதிலும் விதைத்து அறுத்து,
வருஷந்தோறும் தங்கள் வழக்கமான அளவைப் பெற்றார்கள்;
அவர்களுக்கு ஒரு குறையுமில்லாதிருந்தது. 34. யோசேப்பு எகிப்திலே
பத்திரமாய்க் குடியிருந்தான் தேசம் முழுவதும் அவனுடைய
ஆலோசனைக்குக் கீழ்ப்பட்டிருந்தது; அவனுடைய தகப்பனும்
அவனுடைய சகோதரர்கள் எல்லாரும் கோசேன் தேசத்திலே
குடியிருந்து அதைச் சுதந்தரித்துக்கொண்டார்கள். 35. யோசேப்பு
மிகவும் முதிர்வயதாகி, வயதுசென்றவனானான்; அவனுடைய இரண்டு
குமாரர்களாகிய எப்பிராயீமும் மனாசேயும் கர்த்தருடைய
வழிகளையும் அவருடைய நியாயப்பிரமாணத்தையும்
கற்றுக்கொள்ளும்படிக்கு, தங்கள் சகோதரர்களாகிய யாக்கோபின்
குமாரர்களுடைய பிள்ளைகளோடேகூட யாக்கோபின் வீட்டிலே
எந்நேரமும் தங்கியிருந்தார்கள். 36. யாக்கோபும் அவன் குமாரர்களும்
எகிப்து தேசத்திலுள்ள கோசேன் தேசத்திலே குடியிருந்து, அதிலே
காணியாட்சிகளைச் சுதந்தரித்துக்கொண்டு, பலுகிப் பெருகினார்கள்.

அத்தியாயம் 56

1. யாக்கோபு எகிப்து தேசத்திலே பதினேழு வருஷங்கள்
உயிரோடிருந்தான்; யாக்கோபின் ஜீவிய நாட்களும் அவன் ஆயுசின்
வருஷங்களும் நூற்று நாற்பத்தேழு. 2. அக்காலத்தில் யாக்கோபு தான்
மரிக்கப்போகிற வியாதியினால் பீடிக்கப்பட்டான்; அவன் ஆள்
அனுப்பி, எகிப்திலிருந்து தன் குமாரனான யோசேப்பை
அழைப்பித்தான், அவனுடைய குமாரனான யோசேப்பு எகிப்திலிருந்து
தன் தகப்பனிடத்திற்கு வந்தான். 3. யாக்கோபு யோசேப்பையும் அவன்
குமாரர்களையும் நோக்கி: இதோ நான் மரிக்கப்போகிறேன், உங்கள்

பிதாக்களின் தேவன் உங்களைச் சந்தித்து, கர்த்தர் உங்களுக்கும் உங்களுக்குப் பின்பு உங்கள் பிள்ளைகளுக்கும் கொடுப்பேன் என்று ஆணையிட்ட தேசத்திற்கு உங்களைத் திரும்பக் கொண்டுபோவார்; ஆகையால் நான் மரிக்கும்போது, கானான் தேசத்திலுள்ள எப்ரோனிலிருக்கிற மக்பேலாவிலுள்ள குகையிலே என் பிதாக்களண்டையிலே என்னை அடக்கம்பண்ணுங்கள் என்றான். 4. தன்னை எப்ரோனிலுள்ள மக்பேலாவிலே அடக்கம்பண்ணும்படி யாக்கோபு தன் குமாரர்களை ஆணையிடப்பண்ணினான், அவன் குமாரர்களும் இதைக்குறித்து அவனுக்கு ஆணையிட்டார்கள். 5. அவன் அவர்களுக்குக் கட்டளையிட்டு: உங்கள் தேவனாகிய கர்த்தருக்கு ஊழியஞ்செய்யுங்கள், உங்கள் பிதாக்களை விடுவித்தவர் உங்களையும் எல்லா உபத்திரவங்களிலிருந்தும் விடுவிப்பார் என்றான். 6. யாக்கோபு: உங்கள் பிள்ளைகளையெல்லாம் என்னிடத்தில் கூப்பிடுங்கள் என்றான்; யாக்கோபின் குமாரர்களுடைய பிள்ளைகள் எல்லாரும் வந்து அவனுக்கு முன்பாக உட்கார்ந்தார்கள், யாக்கோபு அவர்களை ஆசீர்வதித்து, அவர்களை நோக்கி: உங்கள் பிதாக்களின் தேவனாகிய கர்த்தர் உங்களை ஆயிரம் மடங்கு பெருகப்பண்ணி உங்களை ஆசீர்வதிப்பாராக, உங்கள் தகப்பனாகிய ஆபிரகாமின் ஆசீர்வாதத்தை அவர் உங்களுக்குக் கொடுப்பாராக என்றான்; அவன் அவர்களை ஆசீர்வதித்த பின்பு அன்றையதினம் யாக்கோபின் குமாரர்களுடைய பிள்ளைகள் எல்லாரும் புறப்பட்டுப்போனார்கள். 7. மறுநாளிலே யாக்கோபு மறுபடியும் தன் குமாரர்களைக் கூப்பிட்டான், அவர்கள் எல்லாரும் கூடி அவனிடத்திற்கு வந்து அவனுக்கு முன்பாக உட்கார்ந்தார்கள்; யாக்கோபு தன் மரணத்திற்கு முன்பாக அன்றையதினம் தன் குமாரர்களை ஆசீர்வதித்தான், ஒவ்வொருவனையும் அவனவன் ஆசீர்வாதத்தின்படியே ஆசீர்வதித்தான்; இதோ இது இஸ்ரவேலருக்குரிய கர்த்தருடைய நியாயப்பிரமாணப் புஸ்தகத்திலே எழுதப்பட்டிருக்கிறது. 8. யாக்கோபு யூதாவை நோக்கி: என் குமாரனே, நீ உன் சகோதரர்களுக்குப் பராக்கிரமசாலி என்று நான் அறிவேன்; நீ அவர்களை அரசாளுவாய், உன் குமாரர்கள் அவர்கள் குமாரர்களை என்றென்றைக்கும் அரசாளுவார்கள். 9. உன் குமாரர்கள் தங்கள் சத்துருக்களை ஆளப்போகிற தங்கள் சகோதரனின் யுத்தங்களைப் பண்ணும்படிக்கு, அவர்களுக்கு வில்லைப் பிடிப்பதற்கும் சகலவிதமான யுத்த ஆயுதங்களை உபயோகிப்பதற்கும் மாத்திரம் போதித்துக்கொடு என்றான். 10. யாக்கோபு மறுபடியும் அன்றையதினம் தன் குமாரர்களுக்குக் கட்டளையிட்டு: இதோ, நான் இன்றையதினம் என் ஜனத்தாரோடே சேர்க்கப்படுவேன்; நான் உங்களுக்குக் கட்டளையிட்டபடியே என்னை எகிப்திலிருந்து கொண்டுபோய் மக்பேலா குகையிலே அடக்கம்பண்ணுங்கள். 11. ஆனாலும், உங்கள் குமாரர்களில் ஒருவனும் என்னைக் காவக்கூடாது, நீங்களே என்னைக்

காவவேண்டும் என்று உங்களைக் கேட்டுக்கொள்ளுகிறேன்; என்னைக் கானான் தேசத்திலே அடக்கம்பண்ண என் சரீரத்தைக் காவிக்கொண்டுபோகும்போது, நீங்கள் எனக்குச் செய்யவேண்டிய விதமாவது: 12. யூதா, இசக்கார், செபுலோன் ஆகியோர் என் பாடையைக் கிழக்குப்புறத்திலும்; ரூபன், சிமியோன், காத் ஆகியோர் தெற்குப்புறத்திலும்; எப்பிராயீம், மனாசே, பென்யமீன் ஆகியோர் மேற்குப்புறத்திலும்; தாண், ஆசேர், நப்தலி ஆகியோர் வடக்குப்புறத்திலும் காவவேண்டும். 13. லேவி உங்களோடே காவக்கூடாது, ஏனெனில் அவனும் அவன் குமாரர்களும் இஸ்ரவேலருக்குள்ளே பாளையத்திலே கர்த்தருடைய உடன்படிக்கைப் பெட்டியைக் காவுவார்கள்; என் குமாரனான யோசேப்பும் காவக்கூடாது, ஏனெனில் அவன் ஒரு ராஜாவானபடியால் அவனுடைய மகிமை அப்படியே இருக்கட்டும்; ஆனாலும் அவர்களுக்குப் பதிலாக எப்பிராயீமும் மனாசேயும் காவட்டும். 14. நீங்கள் என்னைக் கொண்டுபோகும்போது எனக்கு இப்படிச் செய்யுங்கள்; நான் உங்களுக்குக் கட்டளையிட்டதிலொன்றையும் விட்டுவிடாதீர்கள்; நீங்கள் எனக்கு இப்படிச் செய்யும்போது, கர்த்தர் உங்களையும் உங்களுக்குப் பின்பு உங்கள் பிள்ளைகளையும் என்றென்றைக்கும் தயவாய் நினைத்தருளுவார். 15. என் குமாரர்களே, நீங்கள் ஒவ்வொருவரும் தன் சகோதரனையும் தன் உறவினனையும் கனம்பண்ணுங்கள்; உங்களுக்கும் உங்களுக்குப் பின்பு உங்கள் பிள்ளைகளுக்கும் உங்கள் பிள்ளைகளின் பிள்ளைகளுக்கும் எல்லா நாட்களிலும் உங்கள் பிதாக்களின் தேவனாகிய கர்த்தருக்கு ஊழியஞ்செய்யக் கட்டளையிடுங்கள். 16. நீங்கள் உங்கள் தேவனாகிய கர்த்தருடைய பார்வைக்கு நன்மையும் செம்மையுமானதைச் செய்து, அவருடைய வழிகளிலெல்லாம் நடக்கும்போது, நீங்களும் உங்கள் பிள்ளைகளும் உங்கள் பிள்ளைகளின் பிள்ளைகளும் தேசத்திலே உங்கள் நாட்களை நீடிக்கப்பண்ணும்படிக்கே இப்படிச் செய்யுங்கள். 17. என் குமாரனான யோசேப்பே, உன் சகோதரர்களின் குற்றங்களையும், அவர்கள் உனக்குச் செய்த தீங்கிலுள்ள அவர்கள் அக்கிரமங்களெல்லாவற்றையும் மன்னிக்கும்படி நான் உன்னைக் கேட்டுக்கொள்ளுகிறேன்; ஏனெனில் தேவன் உனக்கும் உன் பிள்ளைகளுக்கும் நன்மையுண்டாகவே அதைச் செய்தார். 18. ஓ என் குமாரனே, நீ உன் சகோதரர்களை எகிப்தின் குடிகளுக்கு விட்டுவிடாதே, அவர்களுடைய மனதைப் புண்படுத்தவுமாட்டாதே; இதோ, அவர்களைக் கர்த்தருடைய கையிலும், எகிப்தியர்களிடமிருந்து அவர்களைக் காப்பாற்ற உன் கையிலும் ஒப்புவிக்கிறேன் என்றான்; யாக்கோபின் குமாரர்கள் தங்கள் தகப்பனுக்குப் பிரதியுத்தரமாக: ஓ எங்கள் தகப்பனே, நீர் எங்களுக்குக் கட்டளையிட்டபடியெல்லாம் செய்வோம்; தேவன் மாத்திரம் எங்களோடே இருப்பாராக

என்றார்கள். *19.* யாக்கோபு தன் குமாரர்களை நோக்கி: நீங்கள் கர்த்தருடைய வழிகளையெல்லாம் கைக்கொண்டு நடக்கும்போது தேவன் உங்களோடே இருப்பார்; அவருடைய பார்வைக்கு நன்மையும் செம்மையுமானதைச் செய்வதில் அவருடைய வழிகளை விட்டு வலதுபுறமாவது இடதுபுறமாவது விலகாதிருங்கள். *20.* ஏனெனில், கடைசி நாட்களில் தேசத்திலே உங்களுக்கும் உங்கள் பிள்ளைகளுக்கும் உங்கள் பிள்ளைகளின் பிள்ளைகளுக்கும் அநேகக் கொடிய உபத்திரவங்கள் நேரிடும் என்று நான் அறிவேன்; கர்த்தருக்கு மாத்திரம் ஊழியஞ்செய்யுங்கள், அவர் உங்களை எல்லா உபத்திரவங்களிலிருந்தும் இரட்சிப்பார். *21.* நீங்கள் தேவனுக்கு ஊழியஞ்செய்ய அவரைப் பின்பற்றி நடந்து, உங்களுக்குப் பின்பு உங்கள் பிள்ளைகளுக்கும் உங்கள் பிள்ளைகளின் பிள்ளைகளுக்கும் கர்த்தரை அறியப் போதிக்கும்போது, கர்த்தர் உங்களுக்கும் உங்கள் பிள்ளைகளுக்கும் உங்கள் பிள்ளைகளிலிருந்து ஒரு ஊழியக்காரனை எழும்பப்பண்ணுவார்; கர்த்தர் அவன் மூலமாய் உங்களை எல்லா உபத்திரவங்களிலிருந்தும் விடுவித்து, உங்களை எகிப்திலிருந்து வெளியே கொண்டுவந்து, உங்கள் பிதாக்களின் தேசத்தைப் பத்திரமாய்ச் சுதந்தரித்துக்கொள்ளும்படிக்கு உங்களை அங்கே திரும்பக் கொண்டுபோவார் என்றான். *22.* யாக்கோபு தன் குமாரர்களுக்குக் கட்டளையிட்டு முடித்து, தன் கால்களைப் படுக்கையின்மேல் நீட்டி, ஜீவனை விட்டுத் தன் ஜனத்தாரோடே சேர்க்கப்பட்டான். *23.* யோசேப்பு தன் தகப்பன் மேல் விழுந்து, அவன் மேல் அழுது அவனை முத்தமிட்டான்; அவன் கசப்பான சத்தத்தோடே கூக்குரலிட்டு: ஓ என் தகப்பனே, என் தகப்பனே என்றான். *24.* அவனுடைய குமாரர்களின் மனைவிகளும் அவன் வீட்டாரனைவரும் வந்து யாக்கோபின் மேல் விழுந்து, அவனுக்காக அழுது, யாக்கோபுக்காக மிகவும் சத்தமாய்க் கூக்குரலிட்டார்கள். *25.* யாக்கோபின் குமாரர்கள் எல்லாரும் ஏகமாய் எழுந்து, தங்கள் வஸ்திரங்களைக் கிழித்துக்கொண்டு, எல்லாரும் தங்கள் இடுப்பிலே இரட்டைக்கட்டிக்கொண்டு, தங்கள் முகங்குப்புற விழுந்து, வானத்தை நோக்கித் தங்கள் தலைகளின்மேல் புழுதியைப் போட்டுக்கொண்டார்கள். *26.* இந்தக் காரியம் யோசேப்பின் மனைவியாகிய ஆஸ்னாத்திற்கு அறிவிக்கப்பட்டது, அவள் எழுந்து ஒரு இரட்டை உடுத்திக்கொண்டு, அவளும் அவளோடிருந்த எகிப்திய ஸ்திரீகள் எல்லாரும் வந்து யாக்கோபுக்காகத் துக்கங்கொண்டாடி அழுதார்கள். *27.* யாக்கோபை அறிந்திருந்த எகிப்தின் ஜனங்கள் எல்லாரும் இந்தக் காரியத்தைக் கேள்விப்பட்டவுடனே அன்றையதினம் அங்கே வந்தார்கள்; எகிப்து முழுவதும் அநேக நாட்கள் யாக்கோபுக்காக அழுதார்கள். *28.* யாக்கோபு மரித்துப்போனான் என்று கேள்விப்பட்டபோது கானான் தேசத்திலிருந்தும் ஸ்திரீகள் எகிப்திற்கு வந்து, எகிப்திலே அவனுக்காக எழுபது நாட்கள் அழுதார்கள். *29.* இதன்பின்பு யோசேப்பு தன் தகப்பனை

வெள்ளைப்போளத்தினாலும் சாம்பிராணியினாலும் சகலவிதமான
தூபவர்க்கங்களினாலும் நறுமணவர்க்கங்களினாலும்
சுகந்தவர்க்கமிடும்படி வைத்தியர்களாகிய தன் வேலைக்காரர்களுக்குக்
கட்டளையிட்டான்; யோசேப்பு தங்களுக்குக் கட்டளையிட்டபடியே
வைத்தியர்கள் யாக்கோபுக்குச் சுகந்தவர்க்கமிட்டார்கள். 30. எகிப்தின்
ஜனங்கள் எல்லாரும், மூப்பர்களும், கோசேன் தேசத்தின் குடிகள்
எல்லாரும் யாக்கோபுக்காக அழுது துக்கங்கொண்டாடினார்கள்;
அவனுடைய குமாரர்கள் எல்லாரும் அவன் வீட்டாருடைய
பிள்ளைகளும் தங்கள் தகப்பனாகிய யாக்கோபுக்காக அநேக நாட்கள்
புலம்பித் துக்கங்கொண்டாடினார்கள். 31. அவன் அழுத நாட்கள்
கடந்துபோன பின்பு, எழுபது நாட்கள் முடிவிலே, யோசேப்பு
பார்வோனை நோக்கி: என் தகப்பன் என்னை
ஆணையிடப்பண்ணினபடியே, நான் ஏறிப்போய் அவனைக் கானான்
தேசத்திலே அடக்கம்பண்ணிவிட்டுத் திரும்பிவருவேன் என்றான். 32.
பார்வோன் யோசேப்பை அனுப்பி: நீ போய் உன் தகப்பன்
சொன்னபடியும், உன்னை ஆணையிடப்பண்ணினபடியும் அவனை
அடக்கம்பண்ணு என்றான்; தங்கள் தகப்பனாகிய யாக்கோபு
தங்களுக்குக் கட்டளையிட்டபடியே அவனைக் கானான் தேசத்திலே
அடக்கம்பண்ணும்படிக்கு, யோசேப்பு தன் சகோதரர்கள் எல்லாரோடும்
எழுந்து புறப்பட்டான். 33. யாக்கோபை அடக்கம்பண்ணும்படி
கானான் தேசத்திற்கு யோசேப்போடும் அவன் சகோதரர்களோடும்
போகாதவன் எவனோ அவன் சாவான் என்று எகிப்து முழுவதும்
பறைசாற்றும்படி பார்வோன் கட்டளையிட்டான். 34. எகிப்து
முழுவதும் பார்வோனின் அறிவிப்பைக் கேட்டு, எல்லாரும் ஏகமாய்
எழுந்தார்கள்; பார்வோனின் வேலைக்காரர்கள் எல்லாரும், அவன்
வீட்டின் மூப்பர்களும், எகிப்து தேசத்தின் மூப்பர்கள் எல்லாரும்
யோசேப்போடே போனார்கள்; பார்வோனின் அதிகாரிகளும்
பிரபுக்களும் எல்லாரும் யோசேப்பின் வேலைக்காரர்களாகப்
போனார்கள், யாக்கோபைக் கானான் தேசத்திலே
அடக்கம்பண்ணப்போனார்கள். 35. அவன் கிடந்த பாடையை
யாக்கோபின் குமாரர்கள் காவினார்கள்; தங்கள் தகப்பன் தங்களுக்குக்
கட்டளையிட்டபடியெல்லாம் அவனுடைய குமாரர்கள் அவனுக்குச்
செய்தார்கள். 36. பாடை பசும்பொன்னினாலானது, அதைச் சுற்றிலும்
கோமேதகக் கற்களும் குங்கிலியமும் பதிக்கப்பட்டிருந்தன; பாடையின்
மூடி நூல்களினால் இணைக்கப்பட்ட பொன் பின்னலாயிருந்தது,
அவைகளின்மேல் கோமேதகக் கற்களாலும் குங்கிலியத்திலுமான
கொக்கிகள் இருந்தன. 37. யோசேப்பு தன் தகப்பனாகிய யாக்கோபின்
தலையின்மேல் ஒரு பெரிய பொன் கிரீடத்தை வைத்து, அவன்
கையிலே ஒரு பொன் செங்கோலைக் கொடுத்தான்; ராஜாக்கள்
உயிரோடிருக்கும்போது அவர்களுக்குச் செய்வதுபோலவே அவர்கள்
பாடையைச் சூழ்ந்துகொண்டார்கள். 38. எகிப்தின் சேனைகளெல்லாம்

இந்த வரிசையிலே அவனுக்கு முன்பாகப் போனார்கள்: முதலாவது
பார்வோனின் பராக்கிரமசாலிகள் எல்லாரும், அதன்பின்பு
யோசேப்பின் பராக்கிரமசாலிகளும், அவர்களுக்குப் பின்னே எகிப்தின்
மற்றக் குடிகளும் போனார்கள்; அவர்கள் எல்லாரும் பட்டயங்களைக்
கட்டிக்கொண்டு, மார்க்கவசங்களைத் தரித்திருந்தார்கள், யுத்த
ஆயுதங்கள் அவர்கள் மேல் இருந்தன. 39. அழுகிறவர்களும்
துக்கங்கொண்டாடுகிறவர்களும் எல்லாரும் பாடைக்கு எதிரே
தூரத்திலே அழுது புலம்பிக்கொண்டு போனார்கள், மற்ற ஜனங்கள்
பாடைக்குப் பின்னே போனார்கள். 40. யோசேப்பும் அவன் வீட்டாரும்
பாடையின் அருகே வெறுங்கால்களோடே அழுதுகொண்டு ஒன்றாகப்
போனார்கள், யோசேப்பின் மற்ற வேலைக்காரர்கள் அவனைச் சுற்றிப்
போனார்கள்; ஒவ்வொரு மனுஷனும் தன் ஆபரணங்களைத்
தரித்திருந்தான், அவர்கள் எல்லாரும் தங்கள் யுத்த ஆயுதங்களைத்
தரித்திருந்தார்கள். 41. யாக்கோபின் வேலைக்காரர்களில் ஐம்பது பேர்
பாடைக்கு முன்னே போனார்கள், அவர்கள் வழியெங்கும்
வெள்ளைப்போளத்தையும் அகிலையும் சகலவிதமான
நறுமணவர்க்கங்களையும் தூவினார்கள்; பாடையைக் காவின
யாக்கோபின் குமாரர்கள் எல்லாரும் நறுமணவர்க்கங்களின்மேல்
நடந்தார்கள், யாக்கோபின் வேலைக்காரர்கள் அவர்களுக்கு முன்னே
போய் வழியெங்கும் நறுமணவர்க்கங்களைத் தூவினார்கள். 42.
யோசேப்பு ஒரு பெரிய பாளையத்தோடே போனான்; கானான்
தேசத்தைச் சேரும்வரைக்கும் அவர்கள் ஒவ்வொரு நாளும் இப்படிச்
செய்தார்கள்; அவர்கள் யோர்தானுக்கு அக்கரையில் இருக்கிற
ஆத்தாத்தின் களத்திற்கு வந்தார்கள், அந்த இடத்திலே மிகவும்
பெரியதும் கனமானதுமான ஒரு துக்கங்கொண்டாடினார்கள். 43.
கானான் தேசத்தின் ராஜாக்கள் எல்லாரும் இந்தக் காரியத்தைக்
கேள்விப்பட்டார்கள்; கானானின் முப்பத்தொரு ராஜாக்களும்
ஒவ்வொருவரும் தங்கள் வீட்டிலிருந்து புறப்பட்டு, யாக்கோபுக்காக
அழுது துக்கங்கொண்டாடும்படி தங்கள் மனுஷர்களோடே வந்தார்கள்.
44. இந்த ராஜாக்கள் எல்லாரும் யாக்கோபின் பாடையைக்
கண்டார்கள்; இதோ யோசேப்பின் கிரீடம் அதின்மேல் இருந்தது,
அவர்களும் தங்கள் கிரீடங்களைப் பாடையின்மேல் வைத்து, அதைக்
கிரீடங்களினால் சூழ்ந்தார்கள். 45. இந்த ராஜாக்கள் எல்லாரும்
யாக்கோபின் குமாரர்களோடும் எகிப்தியர்களோடும் அந்த இடத்திலே
யாக்கோபுக்காக மிகவும் பெரியதும் கனமான துக்கமுமாகக்
கொண்டாடினார்கள்; ஏனெனில் கானானின் ராஜாக்கள் எல்லாரும்
யாக்கோபின் மற்றும் அவனுடைய குமாரர்களுடைய பராக்கிரமத்தை
அறிந்திருந்தார்கள். 46. யாக்கோபு எகிப்திலே மரித்துப்போனான்
என்றும், அவனுடைய குமாரர்களும் எகிப்து முழுவதுமாகிய
ஜனங்களும் அவனைக் கானான் தேசத்திலே அடக்கம்பண்ணும்படி
கொண்டுவருகிறார்கள் என்றும் ஏசாவுக்குச் செய்தி எட்டினது. 47.

ஏசா இந்தக் காரியத்தைக் கேட்டான், அவன் சேயீர் மலையிலே குடியிருந்தான்; அவனும் அவனுடைய குமாரர்களும் அவனுடைய ஜனங்கள் எல்லாரும் அவனுடைய வீட்டாரனைவருமாகிய மிகவும் பெரிய கூட்டமான ஜனங்கள் எழுந்து, யாக்கோபுக்காக அழுது துக்கங்கொண்டாட வந்தார்கள்.
48. ஏசா வந்தபோது அவன் தன் சகோதரனான யாக்கோபுக்காகத் துக்கங்கொண்டாடினான்; எகிப்தியர் எல்லாரும் கானானியர் எல்லாரும் மறுபடியும் எழுந்து ஏசாவோடேகூட யாக்கோபுக்காக அந்த இடத்திலே மிகவும் பெரிய துக்கங்கொண்டாடினார்கள்.
49. யோசேப்பும் அவன் சகோதரர்களும் தங்கள் தகப்பனாகிய யாக்கோபை அந்த இடத்திலிருந்து கொண்டுபோய், யாக்கோபைத் தன் பிதாக்களண்டையில் குகையிலே அடக்கம்பண்ணும்படி எப்ரோனுக்குப் போனார்கள்.
50. அவர்கள் கீரியாத்-அர்பாவுக்கு அந்தக் குகையண்டைக்கு வந்தார்கள்; அவர்கள் வந்தபோது ஏசாவும் அவன் குமாரர்களும் யோசேப்புக்கும் அவன் சகோதரர்களுக்கும் விரோதமாகக் குகைக்குள் ஒரு தடையாக நின்று: யாக்கோபு இதிலே அடக்கம்பண்ணப்படக்கூடாது, ஏனெனில் இது எங்களுக்கும் எங்கள் தகப்பனுக்கும் உரியது என்றான்.
51. ஏசாவின் குமாரர்களின் வார்த்தைகளை யோசேப்பும் அவன் சகோதரர்களும் கேட்டபோது மிகவும் சினங்கொண்டார்கள்; யோசேப்பு ஏசாவண்டைக்கு வந்து: இவர்கள் பேசின இந்தக் காரியம் என்ன? இருபத்தைந்து வருஷங்களுக்கு முன்னே ஈசாக்கு மரித்த பின்பு, நிச்சயமாக என் தகப்பனாகிய யாக்கோபு இதை உன்னிடமிருந்து மிகுந்த ஐஸ்வரியத்திற்குக் கிரயத்திற்கு வாங்கினானே; மேலும் கானான் தேசம் முழுவதையும் உன்னிடமிருந்தும் உன் குமாரர்களிடமிருந்தும் உனக்குப் பின்பு உன் சந்ததியாரிடமிருந்தும் அவன் கிரயத்திற்கு வாங்கினானே.
52. யாக்கோபு அதைத் தன் குமாரர்களுக்கும் தனக்குப் பின்பு தன் சந்ததியாருக்கும் என்றென்றைக்கும் சுதந்தரமாகக் கிரயத்திற்கு வாங்கினானே, அப்படியிருக்க நீ இன்றையதினம் இந்தக் காரியங்களை ஏன் பேசுகிறாய்? என்றான்.
53. ஏசா பிரதியுத்தரமாக: நீ பொய்களைப் பேசி பொய்யானதை உரைக்கிறாய்; நீ சொல்லுகிறபடி இந்த தேசத்திலிருக்கிற எனக்குரிய எதையும் நான் விற்கவில்லை, என் சகோதரனான யாக்கோபு எனக்குரிய எதையும் இந்த தேசத்திலே வாங்கவுமில்லை என்றான்.
54 தன் வார்த்தைகளினாலே யோசேப்பை வஞ்சிக்கவே ஏசா இந்தக் காரியங்களைப் பேசினான்; ஏனெனில் ஏசா தனக்குரிய எல்லாவற்றையும் கானான் தேசத்திலே யாக்கோபுக்கு விற்ற அந்த நாட்களில் யோசேப்பு அங்கே இல்லை என்று ஏசா அறிந்திருந்தான்.
55. யோசேப்பு ஏசாவை நோக்கி: நிச்சயமாக என் தகப்பன் இந்தக் காரியங்களை உன்னோடே கிரயப்பத்திரத்திலே எழுதி, சாட்சிகளோடே அந்தப் பத்திரத்தை உறுதிப்படுத்தியிருக்கிறாரே, இதோ அது எகிப்திலே எங்களிடத்தில்

இருக்கிறது என்றான். 56. ஏசா அவனுக்குப் பிரதியுத்தரமாக: அந்தப் பத்திரத்தைக் கொண்டுவா, பத்திரத்திலே நீ காண்கிறபடியெல்லாம் நாங்கள் செய்வோம் என்றான். 57. யோசேப்பு தன் சகோதரனான நப்தலியைக் கூப்பிட்டு, அவனை நோக்கி: தீவிரமாய் ஓடு, தாமதிக்காதே, நீ எகிப்திற்கு ஓடிப்போய் பத்திரங்களெல்லாவற்றையும் கொண்டுவா; கிரயப்பத்திரத்தையும், முத்திரையிடப்பட்ட பத்திரத்தையும், திறந்த பத்திரத்தையும், மேலும் சேஷ்டபுத்திரபாகத்தின் காரியங்களெல்லாம் எழுதப்பட்டிருக்கிற முந்தின பத்திரங்களெல்லாவற்றையும் நீ கொண்டுவா. 58. ஏசாவும் அவன் குமாரர்களும் இன்றையதினம் பேசின வார்த்தைகளையெல்லாம் நாம் அவைகளிலிருந்து அறிந்துகொள்ளும்படிக்கு, அவைகளை இங்கே எங்களிடத்தில் கொண்டுவா என்றான். 59. நப்தலி யோசேப்பின் சத்தத்திற்குச் செவிகொடுத்து, எகிப்திற்குக் கீழே போகத் தீவிரமாய் ஓடினான்; நப்தலி வனாந்தரத்திலிருக்கிற எந்த மான்களையும்விட வேகமான கால்களையுடையவனாயிருந்தான், அவன் கதிர்களை முறிக்காமல் அவைகளின்மேல் நடப்பான். 60. நப்தலி பத்திரங்களைக் கொண்டுவரப் போனதை ஏசா கண்டபோது, அவனும் அவனுடைய குமாரர்களும் குகைக்குத் தங்கள் தடையை அதிகமாக்கினார்கள்; ஏசாவும் அவனுடைய ஜனங்கள் எல்லாரும் யோசேப்புக்கும் அவன் சகோதரர்களுக்கும் விரோதமாக யுத்தம்பண்ண எழுந்தார்கள். 61. யாக்கோபின் குமாரர்கள் எல்லாரும் எகிப்தின் ஜனங்களும் ஏசாவோடும் அவன் மனுஷர்களோடும் யுத்தம்பண்ணினார்கள்; ஏசாவின் குமாரர்களும் அவன் ஜனங்களும் யாக்கோபின் குமாரர்களுக்கு முன்பாக முறியடிக்கப்பட்டார்கள், யாக்கோபின் குமாரர்கள் ஏசாவின் ஜனங்களில் நாற்பது பேரைக் கொன்றுபோட்டார்கள். 62. யாக்கோபின் குமாரனான தாணின் குமாரனாகிய ஊசிம் *(Chushim)* அக்காலத்தில் யாக்கோபின் குமாரர்களோடே இருந்தான்; ஆனால் அவன் யுத்தம் நடக்கும் இடத்திலிருந்து ஏறக்குறைய நூறு முழ தூரத்திலிருந்தான், ஏனெனில் அவன் யாக்கோபின் பாடையைக் காக்கும்படி யாக்கோபின் குமாரர்களுடைய பிள்ளைகளோடே பாடையண்டையிலே இருந்தான். 63. ஊசிம் ஊமையனும் செவிடனுமாயிருந்தான், அப்படியிருந்தும் மனுஷருக்குள்ளே உண்டான கலக்கத்தின் சத்தத்தை அவன் அறிந்துகொண்டான். 64. அவன்: நீங்கள் மரித்தவனை ஏன் அடக்கம்பண்ணவில்லை, இந்தப் பெரிய கலக்கம் என்ன? என்று கேட்டான்; அவர்கள் ஏசாவின் மற்றும் அவனுடைய குமாரர்களின் வார்த்தைகளை அவனுக்குச் சொன்னார்கள்; அவன் யுத்தத்தின் நடுவிலே ஏசாவண்டைக்கு ஓடி, ஏசாவைப் பட்டயத்தினால் கொன்று, அவன் தலையைத் துண்டித்தான், அது வெகுதூரத்திற்குத் தெறித்துப்போயிற்று, ஏசா யுத்தத்தின் ஜனங்களுக்குள்ளே விழுந்தான். 65. ஊசிம் இந்தக் காரியத்தைச் செய்தபோது

யாக்கோபின் குமாரர்கள் ஏசாவின் குமாரர்களை மேற்கொண்டார்கள்; யாக்கோபின் குமாரர்கள் தங்கள் தகப்பனாகிய யாக்கோபைப் பலவந்தமாய்க் குகையிலே அடக்கம்பண்ணினார்கள், ஏசாவின் குமாரர்கள் அதைப் பார்த்தார்கள்.
66. யாக்கோபு எப்ரோனிலே, ஆபிரகாம் ஒரு பிரேதக்குழியாகச் சுதந்தரித்துக்கொள்ளும்படி ஏத்தின் குமாரர்களிடமிருந்து வாங்கியிருந்த மக்பேலா குகையிலே அடக்கம்பண்ணப்பட்டான்; அவன் மிகவும் விலையேறப்பெற்ற வஸ்திரங்களோடே அடக்கம்பண்ணப்பட்டான்.
67. யோசேப்பு தன் தகப்பனின் மரணத்திலே அவனுக்குச் செய்த கனத்தைப்போல எந்த ராஜாவுக்கும் செய்யப்பட்டதில்லை; ஏனெனில் அவன் ராஜாக்களின் அடக்கப்பண்டிகையைப்போல மிகுந்த கனத்தோடே அவனை அடக்கம்பண்ணினான்.
68. யோசேப்பும் அவன் சகோதரர்களும் தங்கள் தகப்பனுக்காக ஏழு நாட்கள் துக்கங்கொண்டாடினார்கள்.

அத்தியாயம் 57

1. இதன்பின்பு ஏசாவின் குமாரர்கள் யாக்கோபின் குமாரர்களோடே யுத்தம்பண்ணினார்கள்; ஏசா இன்னும் அடக்கம்பண்ணப்படாமல் செத்துக்கிடக்கையில், ஏசாவின் குமாரர்கள் எப்ரோனிலே யாக்கோபின் குமாரர்களோடே யுத்தம்பண்ணினார்கள்.
2. அவர்களுக்குள்ளே யுத்தம் கொடிதாயிருந்தது, ஏசாவின் குமாரர்கள் யாக்கோபின் குமாரர்களுக்கு முன்பாக முறியடிக்கப்பட்டார்கள்; யாக்கோபின் குமாரர்கள் ஏசாவின் குமாரர்களில் எண்பது பேரைக் கொன்றுபோட்டார்கள், யாக்கோபின் குமாரர்களில் ஒருவனும் மரிக்கவில்லை; யோசேப்பின் கை ஏசாவின் குமாரர்கள் எல்லார்மேலும் பலத்திருந்தது, அவன் ஏசாவின் குமாரனான எலிப்பாசின் குமாரனாகிய செப்போவையும் (Zepho) அவனுடைய மனுஷர்களில் ஐம்பது பேரையும் சிறைபிடித்து, அவர்களை இருப்புச் சங்கிலிகளால் கட்டி, அவர்களை எகிப்திற்குக் கொண்டுபோகும்படி தன் வேலைக்காரர்களின் கையில் ஒப்புவித்தான்.
3. யாக்கோபின் குமாரர்கள் செப்போவையும் அவனுடைய ஜனங்களையும் சிறைபிடித்தபோது, ஏசாவின் வீட்டாரில் மீதியாயிருந்தவர்கள் எல்லாரும் தாங்களும் சிறைபிடிக்கப்படுவோமோ என்று தங்கள் ஜீவனுக்காக மிகவும் பயந்து, ஏசாவின் குமாரனான எலிப்பாசோடும் அவனுடைய ஜனங்களோடும், ஏசாவின் சரீரத்தோடும் தப்பியோடி, சேயீர் மலைக்குத் தங்கள் வழியே போனார்கள்.
4. அவர்கள் சேயீர் மலைக்கு வந்து, ஏசாவைச் சேயீரிலே அடக்கம்பண்ணினார்கள்; ஆனால் அவன் தலையை அவர்கள் தங்களோடே சேயீருக்குக் கொண்டுவரவில்லை, ஏனெனில் அது எப்ரோனில் யுத்தம் நடந்த இடத்திலேயே அடக்கம்பண்ணப்பட்டது.
5. ஏசாவின் குமாரர்கள்

யாசேரின் ஆகமம்

யாக்கோபின் குமாரர்களுக்கு முன்பாகத் தப்பியோடினபோது,
யாக்கோபின் குமாரர்கள் அவர்களைச் சேயீரின் எல்லைவரைக்கும்
பின்தொடர்ந்தார்கள்; ஆனால் அவர்கள் அவர்களைப்
பின்தொடர்ந்தபோது அவர்களில் ஒருவனையும்
கொன்றுபோடவில்லை, ஏனெனில் அவர்கள் தங்களோடே
காவிக்கொண்டுபோன ஏசாவின் சரீரம் அவர்களுக்குக் கலக்கத்தை
உண்டாக்கிற்று; ஆகையால் அவர்கள் தப்பியோடினார்கள்,
யாக்கோபின் குமாரர்கள் அவர்களை விட்டுத் திரும்பி, தங்கள்
சகோதரர்கள் எப்ரோனிலிருந்த இடத்திற்கு வந்து, அன்றையதினமும்
மறுநாளும் யுத்தத்தை விட்டு இளைப்பாறும்வரைக்கும் அங்கே
தங்கியிருந்தார்கள். 6. மூன்றாம் நாளிலே, ஓரியனான சேயீரின்
குமாரர்கள் எல்லாரும் கூடினார்கள்; அவர்கள் கீழ்த்திசையின்
பிள்ளைகள் எல்லாரையும் சமுத்திர மணலைப்போலத் திரளான ஒரு
கூட்டமாகக் கூட்டி, தங்கள் சகோதரர்களை விடுவிக்கும்படி
யோசேப்போடும் அவன் சகோதரர்களோடும் யுத்தம்பண்ண
எகிப்திற்குக் கீழே போனார்கள். 7. ஏசாவின் குமாரர்களும்
கீழ்த்திசையின் பிள்ளைகளும் தங்கள் சகோதரர்களை விடுவிக்கும்படி
தங்களுக்கு விரோதமாக யுத்தம்பண்ண வந்திருக்கிறார்கள் என்று
யோசேப்பும் யாக்கோபின் குமாரர்கள் எல்லாரும்
கேள்விப்பட்டார்கள். 8. யோசேப்பும் அவன் சகோதரர்களும் எகிப்தின்
பராக்கிரமசாலிகளும் புறப்பட்டு ராமசேஸ் பட்டணத்திலே
யுத்தம்பண்ணினார்கள்; யோசேப்பும் அவன் சகோதரர்களும் ஏசாவின்
குமாரர்களுக்கும் கீழ்த்திசையின் பிள்ளைகளுக்கும் நடுவே மகா
பயங்கரமான சங்காரத்தை உண்டாக்கினார்கள். 9. அவர்கள்
அவர்களில் ஆறுலட்சம் பேரைக் கொன்றுபோட்டார்கள்; ஓரியனான
சேயீரின் பிள்ளைகளின் பராக்கிரமசாலிகள் எல்லாரையும்
அவர்களுக்குள்ளே கொன்றுபோட்டார்கள், அவர்களில் சிலரே
மீதியாயிருந்தார்கள்; கீழ்த்திசையின் பிள்ளைகளிலும் ஏசாவின்
பிள்ளைகளிலும் அநேகரைக் கொன்றுபோட்டார்கள்; ஏசாவின்
குமாரனான எலிப்பாசும் கீழ்த்திசையின் பிள்ளைகள் எல்லாரும்
யோசேப்புக்கும் அவன் சகோதரர்களுக்கும் முன்பாகத்
தப்பியோடினார்கள். 10. யோசேப்பும் அவன் சகோதரர்களும்
அவர்களைச் சுக்கோத் வரைக்கும் பின்தொடர்ந்து, சுக்கோத்திலே
அவர்களில் இன்னும் முப்பது பேரைக் கொன்றுபோட்டார்கள்;
மற்றவர்கள் தப்பித்து ஒவ்வொருவனும் தன் தன் பட்டணத்திற்கு
ஓடிப்போனார்கள். 11. யோசேப்பும் அவன் சகோதரர்களும் எகிப்தின்
பராக்கிரமசாலிகளும் தங்கள் சத்துருக்களையெல்லாம்
முறியடித்தபடியால் இருதயத்தின் சந்தோஷத்தோடும் மகிழ்ச்சியோடும்
அவர்களை விட்டுத் திரும்பினார்கள். 12. எலிப்பாசின் குமாரனான
செப்போவும் அவனுடைய மனுஷர்களும் எகிப்திலே யாக்கோபின்
குமாரர்களுக்கு இன்னும் அடிமைகளாயிருந்தார்கள், அவர்கள்

வேதனைகள் அதிகமாயின. 13. ஏசாவின் குமாரர்களும் சேயீரின் குமாரர்களும் தங்கள் தேசத்திற்குத் திரும்பினபோது, ஏசாவின் குமாரர்கள் செய்த யுத்தத்தினிமித்தம் தாங்கள் எல்லாரும் யாக்கோபின் குமாரர்களுடைய கைகளிலும் எகிப்தியருடைய கைகளிலும் விழுந்ததைச் சேயீரின் குமாரர்கள் கண்டார்கள். 14. சேயீரின் குமாரர்கள் ஏசாவின் குமாரர்களை நோக்கி: இந்தப் பாளையம் உங்களாலேயே வந்தது என்பதையும், ஒரு பராக்கிரமசாலியாகிலும் யுத்தத்தில் பழகினவனாகிலும் மீதியாயில்லை என்பதையும் நீங்கள் கண்டும் அறிந்தும் இருக்கிறீர்களே. 15. ஆகையால் இப்போது எங்கள் தேசத்திலிருந்து புறப்பட்டு, எங்களை விட்டு உங்கள் பிதாக்கள் குடியிருந்த தேசமாகிய கானான் தேசத்திற்குப் போங்கள்; உங்கள் பிள்ளைகள் கடைசி நாட்களில் எங்கள் பிள்ளைகளின் ஆஸ்திகளை ஏன் சுதந்தரிக்கவேண்டும்? என்றார்கள். 16. ஏசாவின் பிள்ளைகள் சேயீரின் பிள்ளைகளுக்குச் செவிகொடுக்கவில்லை, சேயீரின் பிள்ளைகள் அவர்களோடே யுத்தம்பண்ண நினைத்தார்கள். 17. ஏசாவின் பிள்ளைகள் ஆப்பிரிக்காவின் ராஜாவாகிய அங்கேசுக்கு *(Angeas)* இரகசியமாய் ஆள் அனுப்பினார்கள்; அது தினாபா *(Dinhabah)*, அவர்கள்: 18. உமது மனுஷர்களில் சிலரை எங்களுக்கு அனுப்பும், அவர்கள் எங்களிடத்திற்கு வரட்டும், எங்களை தேசத்திலிருந்து துரத்திவிடும்படி ஓரியனான சேயீரின் பிள்ளைகள் எங்களோடே யுத்தம்பண்ணத் தீர்மானித்திருக்கிறபடியால் நாங்கள் அவர்களோடே சேர்ந்து யுத்தம்பண்ணுவோம் என்று சொல்லச் சொன்னார்கள். 19. தினாபாவின் ராஜாவாகிய அங்கேஸ் அப்படியே செய்தான், ஏனெனில் அவன் அந்நாட்களில் ஏசாவின் பிள்ளைகளுக்குச் சிநேகிதனாயிருந்தான்; அங்கேஸ் ஏசாவின் பிள்ளைகளுக்கு ஐந்நூறு பராக்கிரமசாலிகளான காலாட்களையும் எந்நூறு குதிரைவீரர்களையும் அனுப்பினான். 20. சேயீரின் பிள்ளைகள் கீழ்த்திசையின் பிள்ளைகளுக்கும் மீதியானின் பிள்ளைகளுக்கும் ஆள் அனுப்பி: ஏசாவின் பிள்ளைகள் யாக்கோபின் குமாரர்களோடே பண்ணின யுத்தத்திலே, அவர்களினிமித்தம் நாங்கள் ஏறக்குறைய எல்லாரும் அழிக்கப்பட்டதை நீங்கள் கண்டீர்களே. 21. ஆகையால் இப்போது எங்களிடத்திற்கு வந்து எங்களுக்கு உதவிசெய்யுங்கள்; நாங்கள் அவர்களோடே சேர்ந்து யுத்தம்பண்ணி, அவர்களை தேசத்திலிருந்து துரத்திவிட்டு, யாக்கோபின் குமாரர்களாகிய தங்கள் சகோதரர்களோடே அவர்கள் பண்ணின யுத்தத்திலே அவர்களினிமித்தம் மரித்துப்போன எங்கள் சகோதரர்களுக்காகப் பழிவாங்குவோம் என்று சொல்லச் சொன்னார்கள். 22. கீழ்த்திசையின் பிள்ளைகள் எல்லாரும் சேயீரின் பிள்ளைகளுக்குச் செவிகொடுத்து, உருவின பட்டயங்களோடிருந்த ஏறக்குறைய எண்ணூறு மனுஷர்கள் அவர்களிடத்திற்கு வந்தார்கள்; ஏசாவின் பிள்ளைகள் அக்காலத்தில் சேயீரின் பிள்ளைகளோடே

பாரான் வனாந்தரத்திலே யுத்தம்பண்ணினார்கள். 23. அப்பொழுது
சேயீரின் பிள்ளைகள் ஏசாவின் பிள்ளைகளை மேற்கொண்டார்கள்;
சேயீரின் பிள்ளைகள் அன்றையதினம் அந்த யுத்தத்திலே ஏசாவின்
பிள்ளைகளில் தினாபாவின் ராஜாவாகிய அங்கேசின் ஜனங்களில்
ஏறக்குறைய இருநூறு பேரைக் கொன்றுபோட்டார்கள். 24.
இரண்டாம் நாளிலே ஏசாவின் பிள்ளைகள் மறுபடியும் இரண்டாம்
விசை சேயீரின் பிள்ளைகளோடே யுத்தம்பண்ண வந்தார்கள்; இந்த
இரண்டாம் விசை யுத்தம் ஏசாவின் பிள்ளைகளுக்குக்
கொடிதாயிருந்தது, சேயீரின் பிள்ளைகளினிமித்தம் அது அவர்களை
மிகவும் கலங்கப்பண்ணிற்று. 25. சேயீரின் பிள்ளைகள் தங்களைவிடப்
பலத்தவர்களாயிருக்கிறார்கள் என்று ஏசாவின் பிள்ளைகள்
கண்டபோது, ஏசாவின் பிள்ளைகளில் சில மனுஷர்கள் திரும்பித்
தங்கள் சத்துருக்களான சேயீரின் பிள்ளைகளுக்கு உதவிசெய்தார்கள்.
26. அந்த இரண்டாம் யுத்தத்திலே ஏசாவின் பிள்ளைகளின்
ஜனங்களில் தினாபாவின் ராஜாவாகிய அங்கேசின் ஜனங்களில்
இன்னும் ஐம்பத்தெட்டு பேர் விழுந்தார்கள். 27. இரண்டாம்
யுத்தத்திலே தங்கள் சகோதரர்களில் சிலர் தங்களை விட்டுத் திரும்பித்
தங்களுக்கு விரோதமாக யுத்தம்பண்ணினார்கள் என்று மூன்றாம்
நாளிலே ஏசாவின் பிள்ளைகள் கேள்விப்பட்டார்கள்; இந்தக்
காரியத்தைக் கேள்விப்பட்டபோது ஏசாவின் பிள்ளைகள்
துக்கங்கொண்டாடினார்கள். 28. அவர்கள்: நம்முடைய
சத்துருக்களான சேயீரின் பிள்ளைகளுக்கு உதவிசெய்யும்படி நம்மை
விட்டுத் திரும்பின நம்முடைய சகோதரர்களுக்கு நாம் என்ன
செய்வோம்? என்று சொல்லி; ஏசாவின் பிள்ளைகள் மறுபடியும்
தினாபாவின் ராஜாவாகிய அங்கேசுக்கு ஆள் அனுப்பி: 29. நாங்கள்
சேயீரின் பிள்ளைகளோடே யுத்தம்பண்ணும்படிக்கு மறுபடியும் வேறே
மனுஷர்களை எங்களுக்கு அனுப்பும், ஏனெனில் அவர்கள் ஏற்கனவே
இரண்டு முறை எங்களைவிடப் பலத்தவர்களாயிருந்தார்கள் என்று
சொல்லச் சொன்னார்கள். 30. அங்கேஸ் மறுபடியும் ஏசாவின்
பிள்ளைகளுக்கு ஏறக்குறைய அறுநூறு பராக்கிரமசாலிகளை
அனுப்பினான், அவர்கள் ஏசாவின் பிள்ளைகளுக்கு உதவிசெய்ய
வந்தார்கள். 31. பத்து நாட்கள் கழித்து ஏசாவின் பிள்ளைகள்
மறுபடியும் பாரான் வனாந்தரத்திலே சேயீரின் பிள்ளைகளோடே
யுத்தம்பண்ணினார்கள்; யுத்தம் சேயீரின் பிள்ளைகளுக்கு மிகவும்
கொடிதாயிருந்தது; ஏசாவின் பிள்ளைகள் இந்த முறை சேயீரின்
பிள்ளைகளை மேற்கொண்டார்கள், சேயீரின் பிள்ளைகள் ஏசாவின்
பிள்ளைகளுக்கு முன்பாக முறியடிக்கப்பட்டார்கள்; ஏசாவின்
பிள்ளைகள் அவர்களில் ஏறக்குறைய இரண்டாயிரம் பேரைக்
கொன்றுபோட்டார்கள். 32. சேயீரின் பிள்ளைகளின்
பராக்கிரமசாலிகள் எல்லாரும் இந்த யுத்தத்திலே மரித்துப்போனார்கள்;
தங்கள் பட்டணங்களில் விடப்பட்டிருந்த சிறு பிள்ளைகள் மாத்திரமே

அவர்களுக்கு மீதியாயிருந்தார்கள். 33. மீதியான் முழுவதுமாகிய
ஜனங்களும் கீழ்த்திசையின் பிள்ளைகளும் யுத்தத்தை விட்டுத்
தப்பியோடினார்கள்; யுத்தம் தங்களுக்குக் கொடிதாயிருப்பதை
அவர்கள் கண்டபோது, சேயீரின் பிள்ளைகளை விட்டுத்
தப்பியோடினார்கள்; ஏசாவின் பிள்ளைகள் கீழ்த்திசையின்
பிள்ளைகள் எல்லாரையும் அவர்கள் தேசத்தை எட்டும்வரைக்கும்
பின்தொடர்ந்தார்கள். 34. ஏசாவின் பிள்ளைகள் இன்னும் அவர்களில்
ஏறக்குறைய இருநூற்று ஐம்பது பேரைக் கொன்றுபோட்டார்கள்;
ஏசாவின் பிள்ளைகளின் ஜனங்களில் ஏறக்குறைய முப்பது பேர் அந்த
யுத்தத்திலே விழுந்தார்கள்; ஓரியனான சேயீரின் பிள்ளைகளுக்கு
உதவிசெய்யும்படி அவர்கள் சகோதரர்கள் அவர்களை விட்டுத்
திரும்பினதினாலேயே இந்தப் பொல்லாப்பு அவர்களுக்கு நேரிட்டது;
ஏசாவின் பிள்ளைகள் மறுபடியும் தங்கள் சகோதரர்களுடைய
பொல்லாத செய்கைகளைக் கேள்விப்பட்டு, இந்தக் காரியத்தினிமித்தம்
மறுபடியும் துக்கங்கொண்டாடினார்கள். 35. யுத்தத்திற்குப் பின்பு,
ஏசாவின் பிள்ளைகள் திரும்பிச் சேயீருக்கு வந்தார்கள்; ஏசாவின்
பிள்ளைகள் சேயீரின் பிள்ளைகளுடைய தேசத்திலே
மீதியாயிருந்தவர்களைக் கொன்றுபோட்டார்கள்; அவர்கள்
மனைவிகளையும் சிறு பிள்ளைகளையுங்கூடக்
கொன்றுபோட்டார்கள்; அவர்கள் உயிரோடிருக்கவிட்ட ஐம்பது
வாலிபர்களையும் கன்னிப்பெண்களையும் தவிர வேறொரு
ஆத்துமாவையும் அவர்கள் உயிரோடிருக்க விடவில்லை; ஏசாவின்
பிள்ளைகள் அவர்களைக் கொன்றுபோடவில்லை, அந்த வாலிபர்கள்
அவர்களுக்கு அடிமைகளானார்கள், கன்னிப்பெண்களை அவர்கள்
மனைவிகளாகக் கொண்டார்கள். 36. ஏசாவின் பிள்ளைகள் சேயீரின்
பிள்ளைகளுடைய இடமாகிய சேயீரிலே குடியிருந்து, அவர்கள்
தேசத்தைச் சுதந்தரித்துக்கொண்டு அதைக் கட்டிக்கொண்டார்கள். 37.
ஏசாவின் பிள்ளைகள் தேசத்திலே சேயீரின் பிள்ளைகளுக்குரிய
எல்லாவற்றையும், அவர்கள் மந்தைகளையும், அவர்கள் மாடுகளையும்,
அவர்கள் ஆஸ்திகளையும், சேயீரின் பிள்ளைகளுக்குரிய
எல்லாவற்றையும் ஏசாவின் பிள்ளைகள் எடுத்துக்கொண்டார்கள்;
ஏசாவின் பிள்ளைகள் இந்நாள்வரைக்கும் சேயீரின் பிள்ளைகளுடைய
இடமாகிய சேயீரிலே குடியிருக்கிறார்கள்; ஏசாவின் பிள்ளைகள்
தேசத்தை ஏசாவின் ஐந்து குமாரர்களுக்கும் அவர்கள்
குடும்பங்களின்படியே பிரித்துக்கொண்டார்கள். 38. அந்நாட்களில்,
ஏசாவின் பிள்ளைகள் தாங்கள் சுதந்தரித்துக்கொண்ட தேசத்திலே
தங்களுக்கு ஒரு ராஜாவை முடிசூட்டத் தீர்மானித்தார்கள். அவர்கள்
ஒருவரையொருவர் நோக்கி: அப்படியல்ல, அவர் நம்முடைய
தேசத்திலே நம்மை அரசாளுவார், நாம் அவருடைய ஆலோசனைக்குக்
கீழ்ப்பட்டிருப்போம், அவர் நம்முடைய சத்துருக்களுக்கு விரோதமாக
நம்முடைய யுத்தங்களைப் பண்ணுவார் என்று சொல்லி அப்படியே

செய்தார்கள். 39. ஏசாவின் பிள்ளைகள் எல்லாரும் ஆணையிட்டு: எங்கள் சகோதரர்களில் ஒருவனும் எங்களை ஒருக்காலும் அரசாழக்கூடாது, எங்கள் சகோதரர்களில்லாத அந்நிய மனுஷனே அரசாழவேண்டும் என்றார்கள்; ஏனெனில் சேயீரின் பிள்ளைகளோடே யுத்தம்பண்ணினபோது, தங்கள் சகோதரர்களினிமித்தம் தாங்கள் அடைந்த தீங்கினிமித்தம் ஏசாவின் பிள்ளைகள் எல்லாருடைய ஆத்துமாக்களும் அவனவன் தன் குமாரனுக்கும் சகோதரனுக்கும் சிநேகிதனுக்கும் விரோதமாய்க் கசப்பாயிருந்தது. 40. ஆகையால் ஏசாவின் குமாரர்கள் ஆணையிட்டு: அந்த நாள்முதல் இந்நாள்வரைக்கும் அவர்கள் ஒரு ராஜாவைத் தங்கள் சகோதரர்களிலிருந்து தெரிந்துகொள்ளாமல், ஒரு அந்நிய தேசத்திலிருந்து தெரிந்துகொள்ளுவோம் என்றார்கள். 41. தினாபாவின் ராஜாவாகிய அங்கேசின் ஜனங்களில் ஒரு மனுஷன் அங்கே இருந்தான்; அவன் பெயர் பேயோரினுடைய (Beor) குமாரனான பேலா (Bela); அவன் மிகவும் பராக்கிரமசாலியும், அழகானவனும், சவுந்தரியமுமானவனும், சகல ஞானத்திலும் ஞானமுள்ளவனும், புத்தியும் ஆலோசனையுமுள்ள ஒரு மனுஷனாயிருந்தான்; அங்கேசின் ஜனங்களில் அவனுக்கு ஒப்பானவன் ஒருவனுமில்லை. 42. ஏசாவின் பிள்ளைகள் எல்லாரும் அவனை அழைத்து, அவனை அபிஷேகம்பண்ணி, அவனை ராஜாவாக முடிசூட்டி, அவனைக் குனிந்து வணங்கி, அவனை நோக்கி: ராஜா வாழ்க, ராஜா வாழ்க என்றார்கள். 43. அவர்கள் ஒரு விரிப்பை விரித்து, ஒவ்வொரு மனுஷனும் அவனுக்குப் பொன்னிலும் வெள்ளியிலுமான கடுக்கன்களையோ அல்லது மோதிரங்களையோ அல்லது கடகங்களையோ கொண்டுவந்தார்கள்; அவர்கள் அவனை வெள்ளியிலும் பொன்னிலும், கோமேதகக் கற்களிலும் குங்கிலியத்திலும் மிகவும் ஐஸ்வரியவானாக்கினார்கள்; அவர்கள் அவனுக்கு ஒரு ராஜரீகச் சிங்காசனத்தை உண்டாக்கி, அவன் தலையின்மேல் ஒரு ராஜரீகக் கிரீடத்தை வைத்து, அவனுக்கு ஒரு அரண்மனையைக் கட்டினார்கள், அவன் அதிலே குடியிருந்தான்; அவன் ஏசாவின் பிள்ளைகள் எல்லார்மேலும் ராஜாவானான். 44. அங்கேசின் ஜனங்கள் ஏசாவின் பிள்ளைகளிடத்திலிருந்து தங்கள் யுத்தத்திற்கான கூலியை வாங்கிக்கொண்டு, அக்காலத்தில் தினாபாவில் இருந்த தங்கள் எஜமானிடத்திற்குத் திரும்பிப் போனார்கள். 45. பேலா முப்பது வருஷங்கள் ஏசாவின் பிள்ளைகளை அரசாண்டான்; ஏசாவின் பிள்ளைகள் சேயீரின் பிள்ளைகளுக்குப் பதிலாக தேசத்திலே குடியிருந்தார்கள், அவர்கள் இந்நாள்வரைக்கும் அவர்களுக்குப் பதிலாகப் பத்திரமாய்க் குடியிருக்கிறார்கள்.

யாசேரின் ஆகமம்

அத்தியாயம் 58

1. இஸ்ரவேலர் எகிப்திற்குக் கீழே போன முப்பத்திரண்டாம்
வருடத்திலே, அதாவது யோசேப்பின் வாழ்நாளில் எழுபத்தோராம்
வருடத்திலே, அந்த வருடத்தில் எகிப்தின் ராஜாவாகிய பார்வோன்
மரித்தான்; அவனுடைய குமாரனான மக்ரோன் அவனுக்குப் பதிலாக
அரசாண்டான். 2. பார்வோன் தான் மரிப்பதற்கு முன்பாக
யோசேப்பைத் தன் குமாரனான மக்ரோனுக்கு ஒரு தகப்பனைப்போல
இருக்கும்படியும், மக்ரோன் யோசேப்பின் பராமரிப்பிற்கும்
அவனுடைய ஆலோசனைக்கும் கீழ்ப்பட்டிருக்கும்படியும்
கட்டளையிட்டான். 3. யோசேப்பு தங்களை அரசாளுவதைக் குறித்து
எகிப்து முழுவதும் சம்மதித்தது; ஏனெனில் எகிப்தியர் எல்லாரும்
முன்னேபோலவே யோசேப்பை நேசித்தார்கள், ஆனால் பார்வோனின்
குமாரனான மக்ரோன் மாத்திரம் தன் தகப்பனின் சிங்காசனத்தின்மேல்
வீற்றிருந்தான், அவன் அந்நாட்களில் தன் தகப்பனுக்குப் பதிலாக
ராஜாவானான். 4. மக்ரோன் அரசாழத் தொடங்கினபோது அவனுக்கு
வயது நாற்பத்தொன்று; அவன் எகிப்திலே நாற்பது வருஷங்கள்
அரசாண்டான்; எகிப்தியர் தங்களை அரசாண்ட ஒவ்வொரு
ராஜாவுக்கும் செய்வது அவர்கள் வழக்கமாயிருந்தபடியே, எகிப்து
முழுவதும் அவன் தகப்பனின் பெயரின்படியே அவனுக்குப் பார்வோன்
என்று பேரிட்டது. 5. பார்வோன் தன் தகப்பனுக்குப் பதிலாக
அரசாண்டபோது, அவன் தன் தகப்பன் தனக்குக்
கட்டளையிட்டிருந்தபடியே எகிப்தின் நியாயப்பிரமாணங்களையும்
அரசாங்கக் காரியங்களெல்லாவற்றையும் யோசேப்பின் கையில்
ஒப்புவித்தான். 6. யோசேப்பு எகிப்தின்மேல் ராஜாவானான்,
ஏனெனில் அவன் எகிப்து முழுவதையும் விசாரித்தான்; எகிப்து
முழுவதும் அவனுடைய பராமரிப்பிற்கும் அவனுடைய
ஆலோசனைக்கும் கீழ்ப்பட்டிருந்தது, பார்வோன் மரித்த பின்பு எகிப்து
முழுவதும் யோசேப்பின் பட்சமாய்ச் சாய்ந்தது, அவன் தங்களை
அரசாளுவதை அவர்கள் மிகவும் விரும்பினார்கள். 7. ஆனால்
அவர்களுக்குள்ளே சிலர் அவனை விரும்பாமல்: எந்த அந்நியனும்
நம்மை அரசாழக்கூடாது என்றார்கள்; அப்படியிருந்தும், பார்வோன்
மரித்த பின்பு அந்நாட்களில் எகிப்தின் அரசாங்கம் முழுவதும்
யோசேப்பின்மேல் விழுந்தது, அவன்தான் அதிகாரியாயிருந்தான்;
ஒருவனும் குறுக்கிடாதபடிக்கு அவன் தேசமெங்கும் தன்
விருப்பத்தின்படியே செய்தான். 8. எகிப்து முழுவதும் யோசேப்பின்
பராமரிப்புக்குக் கீழ்ப்பட்டிருந்தது; யோசேப்பு தன்னைச் சுற்றியிருந்த
எல்லாச் சத்துருக்களோடும் யுத்தம்பண்ணி அவர்களைக்
கீழ்ப்படுத்தினான்; கானானின் எல்லைமட்டுமுள்ள தேசம்
முழுவதையும் பெலிஸ்தர் எல்லாரையும் யோசேப்பு கீழ்ப்படுத்தினான்;

அவர்கள் எல்லாரும் அவனுடைய அதிகாரத்திற்குக்
கீழ்ப்பட்டிருந்தார்கள், அவர்கள் யோசேப்புக்கு வருஷாந்தரப் பகுதி
கட்டினார்கள். 9. எகிப்தின் ராஜாவாகிய பார்வோன் தன்
தகப்பனுக்குப் பதிலாகத் தன் சிங்காசனத்தின்மேல் வீற்றிருந்தான்;
ஆனால் அவன் முதலில் தன் தகப்பனுடைய அதிகாரத்திற்குக்
கீழ்ப்பட்டிருந்ததுபோலவே, யோசேப்பின் அதிகாரத்திற்கும்
ஆலோசனைக்கும் கீழ்ப்பட்டிருந்தான். 10. அவன் எகிப்து தேசத்திலே
மாத்திரமே யோசேப்பின் ஆலோசனைக்குக் கீழ்ப்பட்டு அரசாண்டான்;
ஆனால் அக்காலத்திலே யோசேப்பு எகிப்துமுதல் ஐபிராத்து
நதிமட்டுமுள்ள தேசம் முழுவதையும் அரசாண்டான். 11. யோசேப்பு
தன் வழிகளிலெல்லாம் காரியசித்தியுள்ளவனாயிருந்தான், கர்த்தர்
அவனோடே இருந்தார்; கர்த்தர் யோசேப்புக்கு மேலான
ஞானத்தையும் கனத்தையும் மகிமையையும் கொடுத்து, எகிப்தியரின்
இருதயங்களிலும் தேசம் முழுவதிலும் அவன் மேல் அன்பை
உண்டாக்கினார்; யோசேப்பு தேசம் முழுவதையும் நாற்பது
வருஷங்கள் அரசாண்டான். 12. பெலிஸ்தருடைய தேசங்கள்
எல்லாமும், கானான், சீதோன், யோர்தானுக்கு அக்கரையில்
இருந்தவர்களும் அவனுடைய நாட்களிலெல்லாம் யோசேப்புக்கு
வெகுமதிகளைக் கொண்டுவந்தார்கள்; தேசம் முழுவதும் யோசேப்பின்
கையிலிருந்தது, அவர்கள் நிர்ணயிக்கப்பட்டபடியே அவனுக்கு
வருஷாந்தரப் பகுதியைக் கொண்டுவந்தார்கள்; ஏனெனில் யோசேப்பு
தன்னைச் சுற்றியிருந்த சத்துருக்கள் எல்லாரோடும் யுத்தம்பண்ணி
அவர்களைக் கீழ்ப்படுத்தியிருந்தான்; தேசம் முழுவதும் யோசேப்பின்
கையிலிருந்தது, யோசேப்பு எகிப்திலே தன் சிங்காசனத்தின்மேல்
பத்திரமாய் வீற்றிருந்தான். 13. அவனுடைய சகோதரர்களாகிய
யாக்கோபின் குமாரர்கள் எல்லாரும் யோசேப்பின் நாட்களிலெல்லாம்
தேசத்திலே பத்திரமாய்க் குடியிருந்தார்கள்; அவர்கள் தேசத்திலே பலுகி
மிகவும் பெருகினார்கள், தங்கள் தகப்பனாகிய யாக்கோபு தங்களுக்குக்
கட்டளையிட்டிருந்தபடியே அவர்கள் தங்கள் நாட்களிலெல்லாம்
கர்த்தருக்கு ஊழியஞ்செய்தார்கள். 14. அநேக நாட்களும்
வருஷங்களும் கடந்த பின்பு, ஏசாவின் பிள்ளைகள் தங்கள்
ராஜாவாகிய பேலாவோடே தங்கள் தேசத்திலே அமைதியாய்க்
குடியிருந்தபோது, ஏசாவின் பிள்ளைகள் தேசத்திலே பலுகிப்
பெருகினார்கள்; அவர்கள் யாக்கோபின் குமாரர்களோடும் எகிப்து
முழுவதோடும் யுத்தம்பண்ணப்போய், தங்கள் சகோதரனாகிய
எலிப்பாசின் குமாரனான செப்போவையும் அவனுடைய
மனுஷர்களையும் விடுவிக்கத் தீர்மானித்தார்கள்; ஏனெனில் அவர்கள்
அந்நாட்களில் இன்னும் யோசேப்புக்கு அடிமைகளாயிருந்தார்கள். 15.
ஏசாவின் பிள்ளைகள் கீழ்த்திசையின் பிள்ளைகள் எல்லாருக்கும் ஆள்
அனுப்பி, அவர்களோடே சமாதானம்பண்ணினார்கள்; கீழ்த்திசையின்
பிள்ளைகள் எல்லாரும் ஏசாவின் பிள்ளைகளோடே எகிப்திற்கு

யுத்தம்பண்ணப் போகும்படி அவர்களிடத்திற்கு வந்தார்கள். 16.
தினாபாவின் ராஜாவாகிய அங்கேசின் ஜனங்களிலுமிருந்து
அவர்களிடத்திற்கு வந்தார்கள்; அவர்கள் இஸ்மவேலின்
பிள்ளைகளுக்கும் ஆள் அனுப்பினார்கள், அவர்களும் அவர்களிடத்திற்கு
வந்தார்கள். 17. இந்த ஜனங்கள் எல்லாரும் கூடி, ஏசாவின்
பிள்ளைகளுக்கு அவர்கள் யுத்தத்திலே உதவிசெய்யும்படி சேயீருக்கு
வந்தார்கள்; இந்தப் பாளையம் மிகவும் பெரியதாயும் சமுத்திர
மணலைப்போலத் திரளான ஜனங்களையுடையதாயுமிருந்தது;
காலாட்களும் குதிரைவீரர்களுமாக ஏறக்குறைய எட்டுலட்சம்
மனுஷர்கள் இருந்தார்கள்; இந்தச் சேனைகள் எல்லாமும் யாக்கோபின்
குமாரர்களோடே யுத்தம்பண்ண எகிப்திற்குக் கீழே போய்,
ராமசேஸிலே பாளையமிறங்கினார்கள். 18. யோசேப்பு தன்
சகோதரர்களோடும் எகிப்தின் பராக்கிரமசாலிகள் ஏறக்குறைய
அறுநூறு பேரோடும் புறப்பட்டுப்போய், ராமசேஸ் தேசத்திலே
அவர்களோடே யுத்தம்பண்ணினான்; யாக்கோபின் குமாரர்கள்
எகிப்திற்குக் கீழே போன ஐம்பதாம் வருடத்திலே, அதாவது சேயீரிலே
ஏசாவின் பிள்ளைகளின்மேல் பேலா அரசாண்ட முப்பதாம்
வருடத்திலே, யாக்கோபின் குமாரர்கள் அக்காலத்தில் மறுபடியும்
ஏசாவின் பிள்ளைகளோடே யுத்தம்பண்ணினார்கள். 19. கர்த்தர்
ஏசாவின் பராக்கிரமசாலிகள் எல்லாரையும் கீழ்த்திசையின்
பிள்ளைகளையும் யோசேப்புக்கும் அவன் சகோதரர்களுக்கும்
ஒப்புக்கொடுத்தார்; ஏசாவின் பிள்ளைகளின் ஜனங்களும்
கீழ்த்திசையின் பிள்ளைகளும் யோசேப்புக்கு முன்பாக
முறியடிக்கப்பட்டார்கள். 20. கொலையுண்ட ஏசாவின் ஜனங்களிலும்
கீழ்த்திசையின் பிள்ளைகளிலும் ஏறக்குறைய இரண்டுலட்சம்
மனுஷர்கள் யாக்கோபின் குமாரர்களுக்கு முன்பாக விழுந்தார்கள்;
அவர்களுடைய ராஜாவாகிய பேயோரினுடைய குமாரனான பேலாவும்
அந்த யுத்தத்திலே அவர்களோடேகூட விழுந்தான்; தங்கள் ராஜா
யுத்தத்திலே விழுந்து செத்துப்போனதை ஏசாவின் பிள்ளைகள்
கண்டபோது, யுத்தத்திலே அவர்களுடைய கைகள் தளர்ந்துபோயின.
21. யோசேப்பும் அவன் சகோதரர்களும் எகிப்தியர் எல்லாரும்
ஏசாவின் வீட்டாருடைய ஜனங்களை இன்னும்
முறியடித்துக்கொண்டிருந்தார்கள்; ஏசாவின் ஜனங்கள் எல்லாரும்
யாக்கோபின் குமாரர்களுக்குப் பயந்து அவர்களுக்கு முன்பாகத்
தப்பியோடினார்கள். 22. யோசேப்பும் அவன் சகோதரர்களும்
எகிப்தியர் எல்லாரும் அவர்களை ஒரு நாள் பிரயாண தூரம்வரைக்கும்
பின்தொடர்ந்து, வழியிலே அவர்களைத் தொடர்ந்து முறியடித்து,
அவர்களில் இன்னும் ஏறக்குறைய முந்நூறு பேரைக்
கொன்றுபோட்டார்கள்; அதன்பின்பு அவர்கள் அவர்களை விட்டுத்
திரும்பினார்கள். 23. யோசேப்பும் அவனுடைய சகோதரர்கள்
எல்லாரும் எகிப்திற்குத் திரும்பினார்கள், அவர்களில் ஒரு மனுஷனும்

குறையவில்லை; ஆனால் எகிப்தியர்களில் பன்னிரண்டு மனுஷர்கள்
விழுந்தார்கள். 24. யோசேப்பு எகிப்திற்குத் திரும்பின பின்பு,
செப்போவையும் அவனுடைய மனுஷர்களையும் இன்னும் அதிகமாய்க்
கட்டும்படி கட்டளையிட்டான்; அவர்கள் அவர்களை இரும்பினால்
கட்டினார்கள், அவர்கள் வேதனையை அதிகமாக்கினார்கள். 25.
ஏசாவின் பிள்ளைகளின் ஜனங்கள் எல்லாரும் கீழ்த்திசையின்
பிள்ளைகளும் வெட்கத்தோடே ஒவ்வொருவனும் தன் தன்
பட்டணத்திற்குத் திரும்பினார்கள்; ஏனெனில் அவர்களோடிருந்த
பராக்கிரமசாலிகள் எல்லாரும் யுத்தத்திலே விழுந்துபோனார்கள். 26.
தங்கள் ராஜா யுத்தத்திலே செத்துப்போனதை ஏசாவின் பிள்ளைகள்
கண்டபோது, அவர்கள் தீவிரமாய்க் கீழ்த்திசையின் பிள்ளைகளின்
ஜனங்களிலிருந்து ஒரு மனுஷனைத் தெரிந்துகொண்டார்கள்;
போஸ்ரா தேசத்தானாகிய அவனுடைய பெயர் சேராகின் குமாரனான
யோபாப்; தங்கள் ராஜாவாகிய பேலாவுக்குப் பதிலாக அவனைத்
தங்கள் மேல் அரசாழப்பண்ணினார்கள். 27. பேலாவுக்குப் பதிலாக
யோபாப் ராஜாவாக அவனுடைய சிங்காசனத்தின்மேல்
வீற்றிருந்தான்; யோபாப் ஏதோமிலே ஏசாவின் பிள்ளைகள்
எல்லார்மேலும் பத்து வருஷங்கள் அரசாண்டான்; அந்த நாள்முதல்
ஏசாவின் பிள்ளைகள் யாக்கோபின் குமாரர்களோடே யுத்தம்பண்ணப்
போகவேயில்லை; ஏனெனில் ஏசாவின் குமாரர்கள் யாக்கோபின்
குமாரர்களுடைய பராக்கிரமத்தை அறிந்து, அவர்களுக்கு மிகவும்
பயந்திருந்தார்கள். 28. ஆனால் அந்த நாள்முதல் ஏசாவின் பிள்ளைகள்
யாக்கோபின் குமாரர்களைப் பகைத்தார்கள்; இந்நாள்வரைக்கும்
எல்லா நாட்களிலும் அவர்களுக்குள்ளே பகையும் விரோதமும் மிகவும்
பலத்திருந்தது. 29. இதன்பின்பு, பத்து வருஷங்கள் முடிவிலே போஸ்ரா
தேசத்தானான சேராகின் குமாரனாகிய யோபாப் மரித்தான்; ஏசாவின்
பிள்ளைகள் தேமான் தேசத்தானான கூசாம் என்னும் பெயருள்ள ஒரு
மனுஷனைத் தெரிந்துகொண்டு, யோபாபுக்குப் பதிலாக அவனைத்
தங்கள் மேல் ராஜாவாக்கினார்கள்; கூசாம் ஏதோமிலே ஏசாவின்
பிள்ளைகள் எல்லார்மேலும் இருபது வருஷங்கள் அரசாண்டான். 30.
எகிப்தின் ராஜாவாகிய யோசேப்பும் அவன் சகோதரர்களும்
இஸ்ரவேல் புத்திரர் எல்லாரும், யோசேப்பு மற்றும் அவன்
சகோதரர்களின் பிள்ளைகள் எல்லாரோடும் அந்நாட்களில் ஒரு
தடையோ தீமையான காரியமோ இல்லாமல் எகிப்திலே பத்திரமாய்க்
குடியிருந்தார்கள்; யோசேப்பு மற்றும் அவன் சகோதரர்களின்
நாட்களிலே அக்காலத்தில் எகிப்து தேசம் யுத்தமில்லாமல்
அமைதியாயிருந்தது.

யாசேரின் ஆகமம்

அத்தியாயம் 59

1. எகிப்திலே குடியிருந்த இஸ்ரவேலின் குமாரர்களுடைய
பெயர்களாவன: அவர்கள் யாக்கோபோடே வந்தார்கள், யாக்கோபின்
குமாரர்கள் எல்லாரும் ஒவ்வொருவரும் தங்கள் வீட்டாருடனே
எகிப்திற்கு வந்தார்கள் 2. லேயாளின் பிள்ளைகள் ரூபன், சிமியோன்,
லேவி, யூதா, இசக்கார், செபுலோன்; அவர்கள் சகோதரி தீனாள். 3.
ராகேலின் குமாரர்கள் யோசேப்பு, பென்யமீன். 4. லேயாளின்
பணிவிடைக்காரியாகிய சில்பாளின் குமாரர்கள் காத், ஆசேர். 5.
ராகேலின் பணிவிடைக்காரியாகிய பில்காளின் குமாரர்கள் தாண்,
நப்தலி. 6. இவர்கள் தங்கள் தகப்பனாகிய யாக்கோபோடே எகிப்திற்கு
வருவதற்கு முன்னே கானான் தேசத்திலே அவர்களுக்குப் பிறந்த
பிள்ளைகள். 7. ரூபனின் குமாரர்கள் ஏனோக்கு, பல்லூ, எஸ்ரோன்,
கர்மி. 8. சிமியோனின் குமாரர்கள் எமுவேல், யாமீன், ஓகாத்,
யாக்கீன், சோகார்; கானானிய ஸ்திரீயின் குமாரனான சவுல். 9.
லேவியின் பிள்ளைகள் கெர்சோன், கோகாத், மெராரி; அவர்கள்
எகிப்திற்குக் கீழே போகும்போது அவர்களுக்குப் பிறந்த அவர்கள்
சகோதரியாகிய யோகெபேத். 10. யூதாவின் குமாரர்கள் ஏர், ஓனான்,
சேலா, பேரேஸ், சேராக். 11. ஏரும் ஓனானும் கானான் தேசத்திலே
மரித்தார்கள்; பேரேசின் குமாரர்கள் எஸ்ரோன், ஆமூல். 12.
இசக்காரின் குமாரர்கள் தோலா, பூவா, யோபு, சிம்ரோன். 13.
செபுலோனின் குமாரர்கள் சேரேத், ஏலோன், யக்லேல்; தாணின்
குமாரன் ஊசிம். 14. நப்தலியின் குமாரர்கள் யாத்சியேல், கூனி,
யேட்சேர், சில்லேம். 15. காத்தின் குமாரர்கள் சிப்பியோன், ஆகி, சூனி,
எஸ்போன், ஏரி, அரோதி, அரேலி. 16. ஆசேரின் பிள்ளைகள் இம்னா,
இஸ்வா, இஸ்வி, பெரீயா; அவர்கள் சகோதரி சேராக்; பெரீயாவின்
குமாரர்கள் ஏபேர், மல்கியேல். 17. பென்யமீனின் குமாரர்கள் பேலா,
பெகேர், அஸ்பேல், கேரா, நாகமான், ஏகி, ரோஷ், முப்பீம், குப்பீம்,
அர்து. 18. யோசேப்புக்கு எகிப்திலே பிறந்த குமாரர்கள் மனாசே,
எப்பிராயீம். 19. யாக்கோபின் கர்ப்பப்பிறப்பான
ஆத்துமாக்களெல்லாம் எழுபது பேர்; இவர்கள் எகிப்திலே
குடியிருக்கும்படி தங்கள் தகப்பனாகிய யாக்கோபோடே வந்தவர்கள்:
யோசேப்பும் அவனுடைய சகோதரர்கள் எல்லாரும் எகிப்திலே
பத்திரமாய்க் குடியிருந்தார்கள், அவர்கள் யோசேப்பின் ஜீவிய
நாட்களிலெல்லாம் எகிப்தின் சிறந்தவைகளைப் புசித்தார்கள். 20.
யோசேப்பு எகிப்து தேசத்திலே தொண்ணூற்று மூன்று வருஷங்கள்
உயிரோடிருந்தான், யோசேப்பு எகிப்து முழுவதையும் எண்பது
வருஷங்கள் அரசாண்டான். 21. யோசேப்பு மரிக்கும் நாட்கள்
சமீபித்தபோது, அவன் ஆள் அனுப்பி, தன் சகோதரர்களையும் தன்
தகப்பன் வீட்டாரனைவரையும் அழைப்பித்தான்; அவர்கள் எல்லாரும்

கூடிவந்து அவனுக்கு முன்பாக உட்கார்ந்தார்கள். 22. யோசேப்பு தன் சகோதரர்களையும் தன் தகப்பன் வீட்டாரனைவரையும் நோக்கி: இதோ நான் மரிக்கிறேன்; தேவன் நிச்சயமாக உங்களைச் சந்தித்து, உங்கள் பிதாக்களுக்குக் கொடுப்பேன் என்று அவர் ஆணையிட்ட தேசத்திற்கு இந்த தேசத்திலிருந்து உங்களைக் கொண்டுபோவார். 23. தேவன் உங்களைச் சந்தித்து, உங்களை இங்கிருந்து உங்கள் பிதாக்களின் தேசத்திற்குக் கொண்டுபோகும்போது, நீங்கள் என் எலும்புகளை இங்கிருந்து உங்களோடே கொண்டுபோங்கள் என்றான். 24. யோசேப்பு இஸ்ரவேல் புத்திரரை ஆணையிடப்பண்ணி, அவர்களுக்குப் பின்பு அவர்கள் சந்ததியாருக்கும் கட்டளையிட்டு: தேவன் நிச்சயமாக உங்களைச் சந்திப்பார், நீங்கள் என் எலும்புகளை இங்கிருந்து உங்களோடே கொண்டுபோகவேண்டும் என்றான். 25. இதன்பின்பு, இஸ்ரவேலர் எகிப்திற்குக் கீழே போன எழுபத்தோராம் வருஷமாகிய அந்த வருடத்திலே யோசேப்பு மரித்தான். 26. யோசேப்பு எகிப்து தேசத்திலே மரிக்கும்போது அவனுக்கு வயது நூற்றுப் பத்து; அவனுடைய சகோதரர்களும் அவன் வேலைக்காரர்கள் எல்லாரும் எழுந்து, தங்கள் வழக்கத்தின்படியே யோசேப்புக்குச் சுகந்தவர்க்கமிட்டார்கள்; அவனுடைய சகோதரர்களும் எகிப்து முழுவதும் அவனுக்காக எழுபது நாட்கள் துக்கங்கொண்டாடினார்கள். 27. அவர்கள் யோசேப்பைச் சுகந்தவர்க்கங்களினாலும் சகலவிதமான நறுமணவர்க்கங்களினாலும் நிரப்பப்பட்ட ஒரு பெட்டியிலே வைத்து, சீகோர் என்னும் நதியோரத்திலே அவனை அடக்கம்பண்ணினார்கள்; அவனுடைய குமாரர்களும் அவன் சகோதரர்கள் எல்லாரும், அவன் தகப்பன் வீட்டாரனைவரும் அவனுக்காக ஏழு நாட்கள் துக்கங்கொண்டாடினார்கள். 28. யோசேப்பு மரித்த பின்பு, அந்நாட்களில் எகிப்தியர் எல்லாரும் இஸ்ரவேல் புத்திரரை ஆளத் தொடங்கினார்கள்; தன் தகப்பனுக்குப் பதிலாக அரசாண்ட எகிப்தின் ராஜாவாகிய பார்வோன் எகிப்தின் நியாயப்பிரமாணங்களையெல்லாம் தன் கையில் எடுத்துக்கொண்டு, எகிப்தின் அரசாங்கம் முழுவதையும் தன் ஆலோசனையின்கீழ் நடத்தினான்; அவன் தன் ஜனங்கள்மேல் பத்திரமாய் அரசாண்டான்.

அத்தியாயம் 60

1. வருஷம் திரும்புகையில், இஸ்ரவேலர் எகிப்திற்குக் கீழே போன எழுபத்திரண்டாம் வருடத்திலே, யோசேப்பு மரித்த பின்பு, ஏசாவின் குமாரனான எலிப்பாசின் குமாரனாகிய செப்போ தன் மனுஷர்களோடே எகிப்திலிருந்து தப்பியோடிப் போனான். 2. அவன் தினாபாவாகிய ஆப்பிரிக்காவிற்கு, ஆப்பிரிக்காவின் ராஜாவாகிய அங்கேசின் இடத்திற்கு வந்தான்; அங்கேஸ் அவர்களை மிகுந்த

கனத்தோடே ஏற்றுக்கொண்டு, செப்போவைத் தன் சேனைத்தலைவனாக்கினான். 3. அங்கேசின் கண்களிலும் அவனுடைய ஜனங்களின் கண்களிலும் செப்போவுக்குக் கிருபை கிடைத்தது; செப்போ ஆப்பிரிக்காவின் ராஜாவாகிய அங்கேசுக்கு அநேக நாட்கள் சேனைத்தலைவனாயிருந்தான். 4. எகிப்தியர்களோடும் யாக்கோபின் குமாரர்களோடும் யுத்தம்பண்ணப்போகவும், தன் சகோதரர்களுக்காக அவர்களிடத்தில் பழிவாங்கவும் தன் சேனையையெல்லாம் கூட்டும்படி செப்போ ஆப்பிரிக்காவின் ராஜாவாகிய அங்கேசை இணங்கப்பண்ணப்பார்த்தான். 5. ஆனால் இந்தக் காரியத்தைச் செய்ய அங்கேஸ் செப்போவுக்குச் செவிகொடுக்கவில்லை; ஏனெனில் யாக்கோபின் குமாரர்களுடைய பலத்தையும், ஏசாவின் பிள்ளைகளோடே அவர்கள் பண்ணின யுத்தத்திலே அவர்கள் தன் சேனைக்குச் செய்ததையும் அங்கேஸ் அறிந்திருந்தான். 6. அந்நாட்களில் செப்போ அங்கேசின் கண்களிலும் அவனுடைய ஜனங்கள் எல்லாருடைய கண்களிலும் மிகவும் பெரியவனாயிருந்தான்; எகிப்திற்கு விரோதமாக யுத்தம்பண்ணும்படி அவன் தொடர்ந்து அவர்களை இணங்கப்பண்ணப்பார்த்தான், ஆனால் அவர்கள் சம்மதிக்கவில்லை. 7. அந்நாட்களில் கித்திம் தேசத்திலே புசிம்னா பட்டணத்தில் ஊசு என்னும் பெயருள்ள ஒரு மனுஷன் இருந்தான்; அவன் கித்திம் பிள்ளைகளால் சீரழிவான முறையில் தெய்வமாக்கப்பட்டான்; அந்த மனுஷன் மரித்துப்போனான், அவனுக்குக் குமாரன் இல்லை, ஜானியா என்னும் பெயருள்ள ஒரு குமாரத்தி மாத்திரம் இருந்தாள். 8. அந்தப் பெண் மிகவும் அழகானவளும், சவுந்தரியமும், புத்தியுமுள்ளவளாயிருந்தாள்; சவுந்தரியத்திலும் ஞானத்திலும் அவளுக்கு ஒப்பான ஒருத்தியும் தேசம் எங்கும் காணப்படவில்லை. 9. ஆப்பிரிக்காவின் ராஜாவாகிய அங்கேசின் ஜனங்கள் அவளைக் கண்டு, அவனிடத்தில் வந்து அவளைப் புகழ்ந்தார்கள்; அங்கேஸ் கித்திம் பிள்ளைகளுக்கு ஆள் அனுப்பி, அவளைத் தனக்கு மனைவியாகக் கொள்ளக் கேட்டான், கித்திம் பிள்ளைகள் அவளை அவனுக்கு மனைவியாகக் கொடுக்கச் சம்மதித்தார்கள். 10. அங்கேசின் ஸ்தானாபதிகள் கித்திம் தேசத்தை விட்டுப் பிரயாணம்பண்ணப் புறப்பட்டபோது, இதோ பிபெண்டுவின் ராஜாவாகிய டர்னசின் ஸ்தானாபதிகள் கித்திமுக்கு வந்தார்கள்; ஏனெனில் பிபெண்டுவின் ராஜாவாகிய டர்னசும் ஜானியாவைத் தனக்கு மனைவியாகக் கொள்ளும்படி கேட்கத் தன் ஸ்தானாபதிகளை அனுப்பியிருந்தான்; அவனுடைய மனுஷர்கள் எல்லாரும் அவளை அவனிடத்தில் புகழ்ந்திருந்தபடியால், அவன் தன் வேலைக்காரர்கள் எல்லாரையும் அவளிடத்திற்கு அனுப்பினான். 11. டர்னசின் வேலைக்காரர்கள் கித்திமுக்கு வந்து, தங்கள் ராஜாவாகிய டர்னசுக்கு மனைவியாகக் கொள்ளும்படி ஜானியாவைக் கேட்டார்கள். 12. கித்திம் ஜனங்கள் அவர்களை நோக்கி: நாங்கள் அவளைக் கொடுக்கமுடியாது;

ஏனெனில் நீங்கள் வருவதற்கு முன்பாகவே ஆப்பிரிக்காவின் ராஜாவாகிய அங்கேஸ் அவளைத் தனக்கு மனைவியாகக் கொள்ள விரும்பினான், நாங்கள் அவளை அவனுக்குக் கொடுக்கவேண்டும்; ஆகையால் இப்போது டர்னசுக்குக் கொடுப்பதற்காக அங்கேசுக்கு அந்தப் பெண்ணை மறுக்கும் இந்தக் காரியத்தை நாங்கள் செய்யமுடியாது என்றார்கள். 13. அங்கேஸ் எங்களுக்கு விரோதமாக யுத்தத்திற்கு வந்து எங்களை அழித்துப்போடுவானோ என்று அவனுக்கு நாங்கள் மிகவும் பயப்படுகிறோம்; உங்கள் எஜமானாகிய டர்னசினால் எங்களை அவனுடைய கையிலிருந்து விடுவிக்கமுடியாது என்றார்கள். 14. டர்னசின் ஸ்தானாபதிகள் கித்திம் பிள்ளைகளுடைய வார்த்தைகளையெல்லாம் கேட்டபோது, தங்கள் எஜமானிடத்திற்குத் திரும்பிப்போய், கித்திம் பிள்ளைகளுடைய வார்த்தைகளையெல்லாம் அவனுக்குச் சொன்னார்கள். 15. கித்திம் பிள்ளைகள் அங்கேசுக்கு ஒரு கடிதம் அனுப்பி: இதோ, டர்னஸ் ஜானியாவைத் தனக்கு மனைவியாகக் கொள்ளும்படி ஆள் அனுப்பினான், நாங்கள் அவனுக்கு இப்படிப் பதிலளித்தோம்; அவன் உமக்கு விரோதமாக யுத்தம்பண்ணப்போகத் தன் சேனையையெல்லாம் கூட்டினான் என்றும், உமது சகோதரனான லூக்கசுக்கு விரோதமாக யுத்தம்பண்ணச் சர்துனியா வழியாய்க் கடந்துபோக அவன் உத்தேசித்திருக்கிறான் என்றும், அதன்பின்பு அவன் உம்மோடே யுத்தம்பண்ண வருவான் என்றும் கேள்விப்பட்டோம் என்று சொல்லச் சொன்னார்கள். 16. கித்திம் பிள்ளைகள் கடிதத்தில் தனக்கு அனுப்பின வார்த்தைகளை அங்கேஸ் கேட்டான்; அவன் கோபம் மூண்டது, அவன் எழுந்து தன் சேனையையெல்லாம் கூட்டி, சமுத்திரத் தீவுகளின் வழியாய்ச் சர்துனியாவுக்குப் போகிற பாதையில் சர்துனியாவின் ராஜாவாகிய தன் சகோதரன் லூக்கசினிடத்திற்கு வந்தான். 17. தன் சிறிய தகப்பனாகிய அங்கேஸ் வருகிறான் என்று லூக்கசின் குமாரனான நிப்லோஸ் கேள்விப்பட்டு, ஒரு பெரிய சேனையோடே அவனை எதிர்கொண்டுபோய், அவனை முத்தமிட்டு அணைத்துக்கொண்டான்; நிப்லோஸ் அங்கேசை நோக்கி: நீர் என் தகப்பனின் சுகசெய்தியை விசாரிக்கும்போது, நான் உம்மோடே டர்னசுக்கு விரோதமாக யுத்தம்பண்ணப்போகும்படிக்கு, அவர் என்னைத் தம்முடைய சேனைத்தலைவனாக்க அவரிடத்தில் கேளும் என்றான்; அங்கேஸ் அப்படியே செய்தான்; அவன் தன் சகோதரனிடத்திற்கு வந்தான், அவன் சகோதரன் அவனை எதிர்கொண்டு வந்து, அவன் சுகசெய்தியை விசாரித்தான். 18. அங்கேஸ் தன் சகோதரனான லூக்கசின் சுகசெய்தியை விசாரித்து, அவனுடைய குமாரனான நிப்லோஸைத் தன் சேனைத்தலைவனாக்கச் சொன்னான்; லூக்கஸ் அப்படியே செய்தான்; அங்கேசும் அவன் சகோதரனான லூக்கசும் எழுந்து டர்னசுக்கு நேராக யுத்தம்பண்ணப் போனார்கள், அவர்களோடே ஒரு பெரிய சேனையும் ஏராளமான

ஜனங்களும் இருந்தார்கள். 19. அவன் கப்பல்களில் வந்தான்; அவர்கள்
அஸ்தோராஷ் மாகாணத்திற்கு வந்தார்கள்; இதோ டர்னஸ்
அவர்களுக்கு நேராக வந்தான், ஏனெனில் அவன் சர்துனியாவை
அழித்துப்போடப் புறப்பட்டுப்போய், அதன்பின்பு அங்கிருந்து
அங்கேசோடே யுத்தம்பண்ணக் கடந்துபோக உத்தேசித்திருந்தான். 20.
அங்கேசும் அவன் சகோதரனான லூக்கசும் கானோப்பியா
பள்ளத்தாக்கிலே டர்னசைச் சந்தித்தார்கள்; அந்த இடத்திலே
அவர்களுக்குள்ளே யுத்தம் மகா பலமாய் நடந்தது. 21. சர்துனியாவின்
ராஜாவாகிய லூக்கசுக்கு யுத்தம் கொடிதாயிருந்தது, அவனுடைய
சேனையெல்லாம் விழுந்தது; அவனுடைய குமாரனான நிப்லோஸூம்
அந்த யுத்தத்திலே விழுந்தான். 22. அவனுடைய சிறிய தகப்பனாகிய
அங்கேஸ் தன் வேலைக்காரர்களுக்குக் கட்டளையிட்டான், அவர்கள்
நிப்லோசுக்கு ஒரு பொன் பெட்டியை உண்டாக்கி, அவனை அதற்குள்
வைத்தார்கள்; அங்கேஸ் மறுபடியும் டர்னசுக்கு நேராக
யுத்தம்பண்ணினான், அங்கேஸ் அவனிலும் பலவானாயிருந்தபடியால்,
அவனைக் கொன்றுபோட்டு, அவனுடைய ஜனங்கள் எல்லாரையும்
பட்டயக்கருக்கினால் முறியடித்தான்; அங்கேஸ் தன் சகோதரனுடைய
குமாரனான நிப்லோசுக்காகவும் தன் சகோதரனான லூக்கசின்
சேனைக்காகவும் பழிவாங்கினான். 23. டர்னஸ் மரித்தபோது,
யுத்தத்தில் தப்பினவர்களுடைய கைகள் தளர்ந்துபோயின; அவர்கள்
அங்கேசுக்கும் அவன் சகோதரனான லூக்கசுக்கும் முன்பாகத்
தப்பியோடினார்கள். 24. அங்கேசும் அவன் சகோதரனான லூக்கசும்
அல்ப்பானுக்கும் ரோமாவுக்கும் இடையிலுள்ள பெருவழிவரைக்கும்
அவர்களைப் பின்தொடர்ந்து, டர்னசின் சேனை முழுவதையும்
பட்டயக்கருக்கினால் கொன்றுபோட்டார்கள். 25. சர்துனியாவின்
ராஜாவாகிய லூக்கஸ் தன் வேலைக்காரர்களுக்குக் கட்டளையிட்டு,
ஒரு வெண்கலப் பெட்டியை உண்டாக்கி, அதற்குள்ளே தன்
குமாரனான நிப்லோஸின் சரீரத்தை வைக்கும்படி சொன்னான்;
அவர்கள் அவனை அந்த இடத்திலே அடக்கம்பண்ணினார்கள். 26.
அந்தப் பெருவழியிலே அவர்கள் அதின்மேல் உயரமான ஒரு
கோபுரத்தைக் கட்டி, அதற்கு நிப்லோஸின் பெயரின்படியே
பேரிட்டார்கள், இந்நாள்வரைக்கும் அது அப்படித்தான்
அழைக்கப்படுகிறது; பிபெண்டுவின் ராஜாவாகிய டர்னசையும் அந்த
இடத்திலே நிப்லோசோடே அடக்கம்பண்ணினார்கள். 27. இதோ,
அல்ப்பானுக்கும் ரோமாவுக்கும் இடையிலுள்ள பெருவழியிலே
ஒருபுறம் நிப்லோஸின் பிரேதக்குழியும் மறுபுறம் டர்னசின்
பிரேதக்குழியும் இருக்கிறது; அவைகளுக்கு நடுவே இந்நாள்வரைக்கும்
ஒரு நடைபாதை இருக்கிறது. 28. நிப்லோஸ் அடக்கம்பண்ணப்பட்ட
பின்பு, அவன் தகப்பனாகிய லூக்கஸ் தன் சேனையோடே தன்
தேசமாகிய சர்துனியாவுக்குத் திரும்பினான்; ஆப்பிரிக்காவின்
ராஜாவாகிய அவன் சகோதரன் அங்கேஸ் தன் ஜனங்களோடே

டர்னசின் பட்டணமான பிபென்டு பட்டணத்திற்குப் போனான். 29. பிபென்டுவின் குடிகள் அவனுடைய கீர்த்தியைக் கேள்விப்பட்டு அவனுக்கு மிகவும் பயந்தார்கள்; அவர்கள் அவனைக் கெஞ்சி அழுகையோடே எதிர்கொண்டுபோய், தங்களைக் கொன்றுபோடாமலும் தங்கள் பட்டணத்தை அழிக்காமலும் இருக்கும்படி பிபென்டுவின் குடிகள் அங்கேசை வேண்டிக்கொண்டார்கள்; அவன் அப்படியே செய்தான், ஏனெனில் அந்நாட்களில் பிபென்டு கித்திம் பிள்ளைகளுடைய பட்டணங்களில் ஒன்றாக எண்ணப்பட்டிருந்தது; ஆகையால் அவன் அந்தப் பட்டணத்தை அழிக்கவில்லை. 30. ஆனால் அந்த நாள்முதல் ஆப்பிரிக்கா ராஜாவின் சேனைகள் கித்திமைக் கொள்ளையடிக்கவும் பறித்துக்கொள்ளவும் போவது வழக்கம்; அவர்கள் போகும்போதெல்லாம் அங்கேசின் சேனைத்தலைவனான செப்போவும் அவர்களோடே போவான். 31. இதன்பின்பு அங்கேஸ் தன் சேனையோடே திரும்பிப் புசிம்னா பட்டணத்திற்கு வந்தான்; அங்கேஸ் அங்கிருந்து ஊசுவின் குமாரத்தியாகிய ஜானியாவை மனைவியாகக் கொண்டு, அவளை ஆப்பிரிக்காவிலுள்ள தன் பட்டணத்திற்குக் கூட்டிக்கொண்டுவந்தான்.

அத்தியாயம் 61

1. அக்காலத்திலே எகிப்தின் ராஜாவாகிய பார்வோன் எகிப்திலே தனக்கு ஒரு பலத்த அரண்மனையைக் கட்டும்படி தன் ஜனங்கள் எல்லாருக்கும் கட்டளையிட்டான். 2. கட்டிட வேலையில் எகிப்தியருக்கு உதவிசெய்யும்படி யாக்கோபின் குமாரர்களுக்கும் அவன் கட்டளையிட்டான்; எகிப்தியர் ராஜாவசம் தங்குவதற்கு அழகும் நேர்த்தியுமான ஒரு அரண்மனையைக் கட்டினார்கள், அவன் அதிலே குடியிருந்து, தன் அரசாங்கத்தைப் புதுப்பித்து, பத்திரமாய் அரசாண்டான். 3. இஸ்ரவேலர் எகிப்திற்குக் கீழே போன எழுபத்திரண்டாம் வருஷமாகிய அந்த வருடத்திலே யாக்கோபின் குமாரனான செபுலோன் மரித்தான்; செபுலோன் மரிக்கும்போது அவனுக்கு வயது நூற்றுப் பதினான்கு; அவன் ஒரு பெட்டியிலே வைக்கப்பட்டு அவனுடைய பிள்ளைகளின் கைகளில் ஒப்புவிக்கப்பட்டான். 4. எழுபத்தைந்தாம் வருடத்திலே அவனுடைய சகோதரனான சிமியோன் மரித்தான், அவன் மரிக்கும்போது அவனுக்கு வயது நூற்று இருபது; அவனும் ஒரு பெட்டியிலே வைக்கப்பட்டு அவனுடைய பிள்ளைகளின் கைகளில் ஒப்புவிக்கப்பட்டான். 5. தினாபாவின் ராஜாவாகிய அங்கேசுக்குச் சேனைத்தலைவனாயிருந்த ஏசாவின் குமாரனான எலிப்பாசின் குமாரனாகிய செப்போ, எகிப்திலே யாக்கோபின் குமாரர்களோடே யுத்தம்பண்ண

ஆயத்தமாகும்படி நாளுக்கு நாள் அங்கேசை இணங்கப்பண்ணப்பார்த்தான்; ஆனால் அங்கேஸ் இந்தக் காரியத்தைச் செய்யச் சம்மதிக்கவில்லை, ஏனெனில் யாக்கோபின் குமாரர்கள் ஏசாவின் பிள்ளைகளோடே பண்ணின யுத்தத்திலே அவர்களுக்குச் செய்ததையும், யாக்கோபின் குமாரர்களுடைய சகல பராக்கிரமத்தையும் அவனுடைய வேலைக்காரர்கள் அவனுக்கு விவரித்திருந்தார்கள். 6. அந்நாட்களில் யாக்கோபின் குமாரர்களோடே யுத்தம்பண்ணும்படி செப்போ நாளுக்கு நாள் அங்கேசை இணங்கப்பண்ணப்பார்த்தான். 7. சில காலத்திற்குப் பின்பு அங்கேஸ் செப்போவின் வார்த்தைகளுக்குச் செவிகொடுத்து, எகிப்திலே யாக்கோபின் குமாரர்களோடே யுத்தம்பண்ணச் சம்மதித்தான்; அங்கேஸ் கடற்கரை மணலைப்போலத் திரளான தன் ஜனங்களையெல்லாம் வரிசையாக நிறுத்தி, எகிப்திற்கு யுத்தம்பண்ணப் போகத் தீர்மானித்தான். 8. அங்கேசின் வேலைக்காரர்களுக்குள்ளே பதினைந்து வயதான ஒரு வாலிபன் இருந்தான், அவன் பெயர் பேயோரினுடைய குமாரனான பிலேயாம்; அந்த வாலிபன் மிகவும் ஞானமுள்ளவனும், சூனிய வித்தையை அறிந்தவனுமாயிருந்தான். 9. அங்கேஸ் பிலேயாமை நோக்கி: நாங்கள் இப்போது போகிற இந்த யுத்தத்திலே யார் மேற்கொள்ளுவார்கள் என்று நாங்கள் அறிந்துகொள்ளும்படிக்கு, தயவுசெய்து உன்னுடைய சூனிய வித்தையினால் எங்களுக்குக் குறிசொல் என்றான். 10. பிலேயாம் தனக்கு மெழுகைக் கொண்டுவரும்படி கட்டளையிட்டு, அதினாலே அங்கேசின் சேனையையும் எகிப்தின் சேனையையும் குறிக்கும்படியான இரதங்களின் மற்றும் குதிரைவீரர்களின் சாயல்களை உண்டாக்கி, அந்த நோக்கத்திற்காகத் தந்திரமாய் ஆயத்தம்பண்ணியிருந்த தண்ணீருக்குள் அவைகளைப் போட்டு, தன் கையிலே மிருது மரத்தின் கிளைகளை எடுத்துக்கொண்டு, தன் தந்திரத்தைச் செய்து, அவைகளைத் தண்ணீரின்மேல் ஒன்றாகச் சேர்த்தான்; அப்பொழுது அங்கேசின் சேனைகளின் சாயலான உருவங்கள் எகிப்தியரின் மற்றும் யாக்கோபின் குமாரர்களின் சாயலான உருவங்களுக்கு முன்பாக விழுவதைப்போல அவனுக்குத் தண்ணீரிலே காணப்பட்டது. 11. பிலேயாம் இந்தக் காரியத்தை அங்கேசுக்குச் சொன்னான், அங்கேஸ் நம்பிக்கையிழந்து, எகிப்திற்குக் கீழே யுத்தம்பண்ணப்போகத் தன்னை ஆயத்தப்படுத்தாமல், தன் பட்டணத்திலேயே தங்கியிருந்தான். 12. எகிப்தியரோடே யுத்தம்பண்ணப்போவதில் அங்கேஸ் நம்பிக்கையிழந்ததை எலிப்பாசின் குமாரனான செப்போ கண்டபோது, செப்போ ஆப்பிரிக்காவை விட்டு அங்கேசிடத்திலிருந்து தப்பியோடி, கித்திமுக்கு வந்தான். 13. கித்திம் ஜனங்கள் எல்லாரும் அவனை மிகுந்த கனத்தோடே ஏற்றுக்கொண்டு, தங்கள் யுத்தங்களை எல்லா நாட்களிலும் பண்ணும்படிக்கு அவனைக் கூலிக்குப் பேசினார்கள்; அந்நாட்களில் செப்போ மிகவும்

ஐஸ்வரியவானானான்; ஆப்பிரிக்கா ராஜாவின் சேனைகள் அந்நாட்களில் இன்னும் எங்கும் பரவியிருந்தன; தங்களுக்கு நேராக முன்னேறிவந்த ஆப்பிரிக்காவின் ராஜாவாகிய அங்கேசின் சேனைகளினிமித்தம் கித்திம் பிள்ளைகள் கூடி, குப்திசியா மலைக்குப் போனார்கள். *14.* ஒருநாள் செப்போ ஒரு கிடாரியைத் தொலைத்துவிட்டு, அதைத் தேடப்போனான்; மலையைச் சுற்றிலும் அது கத்துவதைக் கேட்டான். *15.* செப்போ போய்ப் பார்த்தான், இதோ மலையின் அடிவாரத்திலே ஒரு பெரிய குகை இருந்தது, குகையின் வாசலிலே ஒரு பெரிய கல் இருந்தது; செப்போ அந்தக் கல்லைப் பிளந்து குகைக்குள் வந்து பார்த்தான்; இதோ, ஒரு பெரிய மிருகம் அந்த மாட்டைப் பட்சித்துக்கொண்டிருந்தது; அது இடுப்புக்கு மேலே ஒரு மனுஷனைப்போலவும், இடுப்புக்குக் கீழே ஒரு மிருகத்தைப்போலவும் இருந்தது; செப்போ அந்த மிருகத்திற்கு விரோதமாக எழும்பித் தன் பட்டயங்களினால் அதைக் கொன்றுபோட்டான். *16.* கித்திம் குடிகள் இந்தக் காரியத்தைக் கேள்விப்பட்டு, மிகவும் சந்தோஷப்பட்டு: நம்முடைய மிருகஜீவன்களைப் பட்சித்துவந்த இந்த மிருகத்தைக் கொன்றுபோட்ட இந்த மனுஷனுக்கு நாம் என்ன செய்வோம்? என்றார்கள். *17.* வருடத்தில் ஒரு நாளை அவனுக்குப் பிரதிஷ்டைசெய்ய அவர்கள் எல்லாரும் கூடி, அவனுடைய பெயரின்படியே அந்த நாளுக்குச் செப்போ என்று பேரிட்டு, வருஷந்தோறும் அந்த நாளிலே அவனுக்குப் பானபலிகளைக் கொண்டுவந்து, அவனுக்கு வெகுமதிகளைக் கொடுத்தார்கள். *18.* அக்காலத்தில் அங்கேஸ் ராஜாவின் மனைவியாகிய ஊசுவின் குமாரத்தி ஜானியா வியாதிப்பட்டாள்; அவளுடைய வியாதி அங்கேசுக்கும் அவனுடைய அதிகாரிகளுக்கும் மிகவும் பாரமாயிருந்தது; அங்கேஸ் தன் ஞானிகளை நோக்கி: ஜானியாவுக்கு நான் என்ன செய்வேன், அவளுடைய வியாதியிலிருந்து அவளை எப்படிக் குணமாக்குவேன்? என்றான்; அவனுடைய ஞானிகள் அவனுக்குப் பிரதியுத்தரமாக: நம்முடைய தேசத்தின் காற்று கித்திம் தேசத்தின் காற்றைப்போல இல்லாதபடியாலும், நம்முடைய தண்ணீர் அவர்களுடைய தண்ணீரைப்போல இல்லாதபடியாலும், இதினாலேயே ராஜாத்தி வியாதிப்பட்டாள். *19.* காற்றும் தண்ணீரும் மாறினதினாலேயே அவள் வியாதிப்பட்டாள்; மேலும், அவளுடைய தேசத்திலே அவள் தன் பிதாக்கள் பாலங்களைக் கட்டிக் கொண்டுவந்த பூர்மாவிலிருந்து வந்த தண்ணீரை மாத்திரமே குடித்தபடியாலும் இப்படி நேரிட்டது என்றார்கள். *20.* அங்கேஸ் தன் வேலைக்காரர்களுக்குக் கட்டளையிட்டான், அவர்கள் கித்திமைச் சேர்ந்த பூர்மாவின் தண்ணீரைப் பாத்திரங்களில் அவனிடத்திற்குக் கொண்டுவந்தார்கள்; அவர்கள் அந்தத் தண்ணீரை ஆப்பிரிக்கா தேசத்தின் தண்ணீர் எல்லாவற்றோடும் நிறுத்துப்பார்த்தார்கள், அந்தத் தண்ணீர்

ஆப்பிரிக்காவின் தண்ணீரைவிட இலேசாயிருப்பதைக் கண்டார்கள்.
21. அங்கேஸ் இந்தக் காரியத்தைக் கண்டு, கல்லறுக்கிறவர்களை
ஆயிரமாயிரமாகவும் பதினாயிரம்பதினாயிரமாகவும் கூட்டும்படி தன்
அதிகாரிகளுக்கெல்லாம் கட்டளையிட்டான்; அவர்கள் எண்ணிறந்த
கல்லுகளை அறுத்தார்கள், கட்டுகிறவர்கள் வந்து மிகவும் பலத்த ஒரு
பாலத்தைக் கட்டினார்கள்; கித்திம் தேசத்திலிருந்து ஆப்பிரிக்காவிற்கு
அந்தத் தண்ணீர் ஊற்றைக் கொண்டுவந்தார்கள்; அந்தத் தண்ணீர்
ராஜாத்தியாகிய ஜானியாவுக்கும் அவளுடைய எல்லாத்
தேவைகளுக்கும், குடிக்கவும், சமைக்கவும், கழுவவும், குளிக்கவும்,
ஆகாரம் பெறக்கூடிய எல்லா விதைகளுக்கும் பூமியின் கனிகளுக்கும்
தண்ணீர் பாய்ச்சவும் பயன்பட்டது. 22. பெரிய கப்பல்களில் கித்திமின்
மண்ணைக் கொண்டுவரும்படி ராஜா கட்டளையிட்டான்;
கட்டடங்களைக் கட்ட அதற்கேற்ற கல்லுகளையும்
கொண்டுவந்தார்கள், கட்டுகிறவர்கள் ராஜாத்தியாகிய ஜானியாவுக்கு
அரண்மனைகளைக் கட்டினார்கள், ராஜாத்தியின் வியாதி
குணமாயிற்று. 23. வருஷம் திரும்புகையில், வழக்கம்போலவே
ஆப்பிரிக்காவின் சேனைகள் கித்திம் தேசத்தைக் கொள்ளையடிக்கத்
தொடர்ந்து வந்தன; எலிப்பாசின் குமாரனான செப்போ அவர்களைக்
குறித்துக் கேள்விப்பட்டு, அவர்களைக் குறித்துக் கட்டளை கொடுத்து,
அவர்களோடே யுத்தம்பண்ணினான்; அவர்கள் அவனுக்கு முன்பாகத்
தப்பியோடினார்கள்; அவன் கித்திம் தேசத்தை அவர்களிடமிருந்து
விடுவித்தான். 24. கித்திம் பிள்ளைகள் செப்போவின் பராக்கிரமத்தைக்
கண்டார்கள்; கித்திம் பிள்ளைகள் தீர்மானித்து, செப்போவைத் தங்கள்
மேல் ராஜாவாக்கினார்கள், அவன் அவர்கள் மேல் ராஜாவானான்;
அவன் அரசாண்ட காலத்தில் அவர்கள் தூபாலினுடைய
பிள்ளைகளையும் சுற்றியுள்ள எல்லாத் தீவுகளையும்
கீழ்ப்படுத்தப்போனார்கள். 25. அவர்களுடைய ராஜாவாகிய செப்போ
அவர்களுக்குத் தலைவனாய்ப் போனான், அவர்கள் தூபாலோடும்
தீவுகளோடும் யுத்தம்பண்ணி, அவர்களைக் கீழ்ப்படுத்தினார்கள்;
அவர்கள் யுத்தத்திலிருந்து திரும்பின பின்பு அவனுடைய
அரசாங்கத்தை அவனுக்குப் புதுப்பித்து, அவன் ராஜரீகமாய்
வாசம்பண்ணவும் உட்காரவும் அவனுக்கு ஒரு மிகப்பெரிய
அரண்மனையைக் கட்டி, அவனுக்கு ஒரு பெரிய சிங்காசனத்தை
உண்டாக்கினார்கள்; செப்போ கித்திம் தேசம் முழுவதையும்
இத்தாலியா தேசத்தையும் ஐம்பது வருஷங்கள் அரசாண்டான்.

அத்தியாயம் 62

1. அந்த வருடத்திலே, அதாவது இஸ்ரவேலர் எகிப்திற்குக் கீழே
போன எழுபத்தொன்பதாம் வருடத்திலே, யாக்கோபின் குமாரனான

ரூபன் எகிப்து தேசத்திலே மரித்தான்; ரூபன் மரிக்கும்போது அவனுக்கு
வயது நூற்று இருபத்தைந்து; அவர்கள் அவனை ஒரு பெட்டியிலே
வைத்து, அவனுடைய பிள்ளைகளின் கைகளில் ஒப்புவித்தார்கள். 2.
எண்பதாம் வருடத்திலே அவனுடைய சகோதரனான தாண் மரித்தான்;
அவன் மரிக்கும்போது அவனுக்கு வயது நூற்று இருபது; அவனும் ஒரு
பெட்டியிலே வைக்கப்பட்டு அவனுடைய பிள்ளைகளின் கைகளில்
ஒப்புவிக்கப்பட்டான். 3. அந்த வருடத்திலே ஏதோமின் ராஜாவாகிய
கூசாம் மரித்தான், அவனுக்குப் பின்பு பேதாதின் குமாரனான ஆதாத்
முப்பத்தைந்து வருஷங்கள் அரசாண்டான்; எண்பத்தோராம்
வருடத்திலே யாக்கோபின் குமாரனான இசக்கார் எகிப்திலே
மரித்தான், இசக்கார் மரிக்கும்போது அவனுக்கு வயது நூற்று
இருபத்திரண்டு, அவன் எகிப்திலே ஒரு பெட்டியிலே வைக்கப்பட்டு
அவனுடைய பிள்ளைகளின் கைகளில் ஒப்புவிக்கப்பட்டான். 4.
எண்பத்திரண்டாம் வருடத்திலே அவனுடைய சகோதரனான ஆசேர்
மரித்தான், அவன் மரிக்கும்போது அவனுக்கு வயது நூற்று
இருபத்துமூன்று, அவன் எகிப்திலே ஒரு பெட்டியிலே வைக்கப்பட்டு
அவனுடைய பிள்ளைகளின் கைகளில் ஒப்புவிக்கப்பட்டான். 5.
எண்பத்துமூன்றாம் வருடத்திலே காத் மரித்தான், அவன் மரிக்கும்போது
அவனுக்கு வயது நூற்று இருபத்தைந்து, அவன் எகிப்திலே ஒரு
பெட்டியிலே வைக்கப்பட்டு அவனுடைய பிள்ளைகளின் கைகளில்
ஒப்புவிக்கப்பட்டான். 6. எண்பத்துநான்காம் வருடத்திலே, அதாவது
ஏதோமின் ராஜாவாகிய பேதாதின் குமாரனான ஆதாத் அரசாண்ட
ஐம்பதாம் வருடத்திலே, ஆதாத் ஏசாவின் பிள்ளைகள் எல்லாரையும்
கூட்டி, ஏறக்குறைய நாலுலட்சம் மனுஷர்களாகிய தன் சேனை
முழுவதையும் ஆயத்தப்படுத்தி, மோவாப் தேசத்திற்கு நேராகத் தன்
வழியை நடத்தினான்; அவன் மோவாபோடே யுத்தம்பண்ணி,
அவர்களைத் தனக்குப் பகுதி கட்டுகிறவர்களாக்கப் போனான். 7.
மோவாபின் பிள்ளைகள் இதைக் கேள்விப்பட்டு, மிகவும் பயந்து,
ஏதோமின் ராஜாவாகிய பேதாதின் குமாரனான ஆதாத்தோடே
யுத்தம்பண்ண தங்களுக்கு உதவிசெய்யும்படி மீதியானின்
பிள்ளைகளுக்கு ஆள் அனுப்பினார்கள். 8. ஆதாத் மோவாப்
தேசத்திற்கு வந்தான்; மோவாபியரும் மீதியானின் பிள்ளைகளும்
அவனை எதிர்கொள்ளப் புறப்பட்டுப்போய், மோவாபின் வெளியிலே
அவனுக்கு விரோதமாக யுத்தத்திற்கு அணிவகுத்து நின்றார்கள். 9.
ஆதாத் மோவாபோடே யுத்தம்பண்ணினான்; மோவாபின்
பிள்ளைகளிலும் மீதியானின் பிள்ளைகளிலும் அநேகர்
கொலையுண்டார்கள், ஏறக்குறைய இரண்டுலட்சம் மனுஷர்கள்
விழுந்தார்கள். 10. மோவாபுக்கு யுத்தம் மிகவும் கொடிதாயிருந்தது;
யுத்தம் தங்களுக்குக் கொடிதாயிருப்பதை மோவாபின் பிள்ளைகள்
கண்டபோது, அவர்கள் கைகள் தளர்ந்து, தங்கள் முதுகைக்
காண்பித்து, மீதியானின் பிள்ளைகளை யுத்தம்பண்ண விட்டுவிட்டுப்

போனார்கள். 11. மீதியானின் பிள்ளைகள் மோவாபின்
நோக்கங்களை அறியாமல், யுத்தத்திலே தங்களைத்
திடப்படுத்திக்கொண்டு ஆதாத்தோடும் அவனுடைய சேனை
முழுவதோடும் யுத்தம்பண்ணினார்கள்; மீதியான் முழுவதும் அவனுக்கு
முன்பாக விழுந்தது. 12. ஆதாத் மீதியான் முழுவதையும் மகா
சங்காரமாக முறியடித்து, அவர்களைப் பட்டயக்கருக்கினால்
கொன்றுபோட்டான்; மோவாபுக்கு உதவிசெய்ய வந்தவர்களில்
ஒருவனையும் அவன் மீதியாக வைக்கவில்லை. 13. மீதியானின்
பிள்ளைகள் எல்லாரும் யுத்தத்திலே அழிந்துபோய், மோவாபின்
பிள்ளைகள் தப்பினபோது, ஆதாத் அக்காலத்தில் மோவாப்
முழுவதையும் தனக்குப் பகுதி கட்டுகிறவர்களாக்கினான், அவர்கள்
அவன் கைக்குள்ளானார்கள்; அவர்கள் கட்டளையிடப்பட்டபடியே
வருஷாந்தரப் பகுதியைக் கொடுத்தார்கள்; ஆதாத் திரும்பித் தன்
தேசத்திற்குப் போனான். 14. வருஷம் திரும்புகையில், தேசத்திலே
மீதியாயிருந்த மீதியானியர் எல்லாரும், மோவாபின் பிள்ளைகள்
யுத்தத்திலே தங்கள் முதுகைக் காண்பித்து மீதியானியரை
யுத்தம்பண்ண விட்டுவிட்டபடியால், மோவாபினிமித்தம் தங்கள்
சகோதரர்கள் எல்லாரும் ஆதாத்தோடே பண்ணின யுத்தத்திலே
விழுந்ததைக் கேள்விப்பட்டபோது; மீதியானின் பிரபுக்களில் ஐந்து
பேர் தங்கள் தேசத்திலே மீதியாயிருந்த தங்கள் மற்றச்
சகோதரர்களோடே சேர்ந்து, தங்கள் சகோதரர்களுக்காகப் பழிவாங்க
மோவாபோடே யுத்தம்பண்ணத் தீர்மானித்தார்கள். 15. மீதியானின்
பிள்ளைகள் தங்கள் சகோதரர்களாகிய கீழ்த்திசையின் பிள்ளைகள்
எல்லாருக்கும் ஆள் அனுப்பினார்கள்; கேத்தூராளின் பிள்ளைகளாகிய
அவர்கள் சகோதரர்கள் எல்லாரும் மீதியானியருக்கு மோவாபோடே
யுத்தம்பண்ண உதவிசெய்ய வந்தார்கள். 16. மோவாபின் பிள்ளைகள்
இதைக் கேள்விப்பட்டு, கீழ்த்திசையின் பிள்ளைகள் எல்லாரும்
தங்களுக்கு விரோதமாக யுத்தம்பண்ணக் கூடிவந்ததைக் கண்டு மிகவும்
பயந்தார்கள்; மோவாபின் பிள்ளைகள் ஏதோம் தேசத்திலிருக்கிற
பேதாதின் குமாரனான ஆதாத்துக்கு ஒரு கடிதம் அனுப்பி: 17.
இப்போது எங்களிடத்திற்கு வந்து எங்களுக்கு உதவிசெய்யும், நாம்
மீதியானை முறியடிப்போம்; ஏனெனில் யுத்தத்திலே விழுந்த
மீதியானியருக்காகப் பழிவாங்க, அவர்கள் எல்லாரும் கூடித் தங்கள்
சகோதரர்களாகிய கீழ்த்திசையின் பிள்ளைகள் எல்லாரோடும்
எங்களுக்கு விரோதமாக யுத்தம்பண்ண வந்திருக்கிறார்கள் என்று
சொல்லச் சொன்னார்கள். 18. ஏதோமின் ராஜாவாகிய பேதாதின்
குமாரனான ஆதாத் தன் சேனை முழுவதோடும் புறப்பட்டு,
மீதியானோடே யுத்தம்பண்ண மோவாப் தேசத்திற்குப் போனான்;
மீதியானியரும் கீழ்த்திசையின் பிள்ளைகளும் மோவாபின் வெளியிலே
மோவாபோடே யுத்தம்பண்ணினார்கள், அவர்களுக்குள்ளே யுத்தம்
மிகவும் கொடிதாயிருந்தது. 19. ஆதாத் மீதியானின் பிள்ளைகள்

எல்லாரையும் கீழ்த்திசையின் பிள்ளைகளையும் பட்டயக்கருக்கினால்
முறியடித்தான்; ஆதாத் அக்காலத்திலே மோவாபை மீதியானின்
கையிலிருந்து விடுவித்தான்; மீதியானியரிலும் கீழ்த்திசையின்
பிள்ளைகளிலும் மீதியாயிருந்தவர்கள் ஆதாத்துக்கும் அவனுடைய
சேனைக்கும் முன்பாகத் தப்பியோடினார்கள்; ஆதாத் அவர்களை
அவர்கள் தேசம்வரைக்கும் பின்தொடர்ந்து, அவர்களை மகா
சங்காரமாக முறியடித்தான், கொலையுண்டவர்கள் வழியிலே
விழுந்தார்கள். 20. ஆதாத் மோவாபை மீதியானின் கையிலிருந்து
விடுவித்தான்; ஏனெனில் மீதியானின் பிள்ளைகள் எல்லாரும்
பட்டயக்கருக்கினால் விழுந்தார்கள்; ஆதாத் திரும்பித் தன் தேசத்திற்குப்
போனான். 21. அந்த நாள்முதல் மீதியானின் பிள்ளைகள் மோவாபின்
பிள்ளைகளைப் பகைத்தார்கள், ஏனெனில் அவர்களினிமித்தமே
இவர்கள் யுத்தத்திலே விழுந்தார்கள்; எல்லா நாட்களிலும்
அவர்களுக்குள்ளே பெரியதும் பலத்ததுமான விரோதம்
உண்டாயிருந்தது. 22. மோவாப் தேசத்தின் வழியிலே காணப்பட்ட
மீதியானியர் எல்லாரும் மோவாபின் பட்டயத்தினால்
அழிந்துபோனார்கள்; மீதியான் தேசத்தின் வழியிலே காணப்பட்ட
மோவாபியர் எல்லாரும் மீதியானின் பட்டயத்தினால்
அழிந்துபோனார்கள்; மீதியான் மோவாபுக்கும், மோவாப்
மீதியானுக்கும் அநேக நாட்கள் இப்படிச் செய்தார்கள். 23.
அக்காலத்திலே, யாக்கோபு எகிப்திற்குக் கீழே போன எண்பத்தாறாம்
வருடத்திலே, யாக்கோபின் குமாரனான யூதா எகிப்திலே மரித்தான்;
யூதா மரிக்கும்போது அவனுக்கு வயது நூற்று இருபத்தொன்பது;
அவர்கள் அவனுக்குச் சுகந்தவர்க்கமிட்டு அவனை ஒரு பெட்டியிலே
வைத்தார்கள், அவன் அவனுடைய பிள்ளைகளின் கைகளில்
ஒப்புவிக்கப்பட்டான். 24. எண்பத்தொன்பதாம் வருடத்திலே நப்தலி
மரித்தான், அவனுக்கு வயது நூற்று முப்பத்திரண்டு; அவன் ஒரு
பெட்டியிலே வைக்கப்பட்டு அவனுடைய பிள்ளைகளின் கைகளில்
ஒப்புவிக்கப்பட்டான். 25. இஸ்ரவேலர் எகிப்திற்குக் கீழே போன
தொண்ணூற்றோராம் வருடத்திலே, அதாவது ஏசாவின் குமாரனான
எலிப்பாசின் குமாரனாகிய செப்போ கித்திம் பிள்ளைகள் மேல்
அரசாண்ட முப்பதாம் வருடத்திலே; ஆப்பிரிக்காவின் பிள்ளைகள்
கித்திம் பிள்ளைகளைக் கொள்ளையடிக்கத் தங்கள் வழக்கத்தின்படியே
அவர்கள் மேல் வந்தார்கள்; ஆனால் அவர்கள் பதின்மூன்று
வருஷங்களாக அவர்கள் மேல் வரவில்லை. 26. அந்த வருடத்திலே
அவர்கள் அவர்களிடத்திற்கு வந்தார்கள்; எலிப்பாசின் குமாரனான
செப்போ தன் மனுஷர்களில் சிலரோடே அவர்களை
எதிர்கொண்டுபோய், அவர்களை மகா சங்காரமாக முறியடித்தான்;
ஆப்பிரிக்காவின் சேனைகள் செப்போவுக்கு முன்பாகத் தப்பியோடின,
கொலையுண்டவர்கள் அவனுக்கு முன்பாக விழுந்தார்கள்; செப்போவும்
அவனுடைய மனுஷர்களும் அவர்களைப் பின்தொடர்ந்து,

ஆப்பிரிக்காவிற்குச் சமீபமாக வரும்வரைக்கும் அவர்களைத் தொடர்ந்து
முறியடித்தார்கள். 27. ஆப்பிரிக்காவின் ராஜாவாகிய அங்கேஸ்
செப்போ செய்த காரியத்தைக் கேள்விப்பட்டு மிகவும்
விசனமடைந்தான்; அங்கேஸ் எல்லா நாட்களிலும் செப்போவுக்குப்
பயந்திருந்தான்.

அத்தியாயம் 63

1. தொண்ணூற்று மூன்றாம் வருடத்திலே, யாக்கோபின்
குமாரனான லேவி எகிப்திலே மரித்தான்; லேவி மரிக்கும்போது
அவனுக்கு வயது நூற்று முப்பத்தேழு; அவர்கள் அவனை ஒரு
பெட்டியிலே வைத்து அவனுடைய பிள்ளைகளின் கைகளில்
ஒப்புவித்தார்கள். 2. லேவி மரித்த பின்பு, யோசேப்பின்
சகோதரர்களான யாக்கோபின் குமாரர்கள் எல்லாரும்
மரித்துப்போனார்கள் என்று எகிப்து முழுவதும் கண்டபோது, அந்த
நாள்முதல் தாங்கள் எகிப்திலிருந்து புறப்படும் நாள்வரைக்கும்
எகிப்தியர் எல்லாரும் யாக்கோபின் பிள்ளைகளை ஒடுக்கவும் அவர்கள்
வாழ்க்கையைக் கசப்பாக்கவும் தொடங்கினார்கள்; யோசேப்பு
அவர்களுக்குக் கொடுத்திருந்த திராட்சத்தோட்டங்களையும்
வயல்களையெல்லாவற்றையும், இஸ்ரவேல் ஜனங்கள் குடியிருந்த
நேர்த்தியான வீடுகளெல்லாவற்றையும், எகிப்தின்
கொழுமையானதெல்லாவற்றையும் எகிப்தியர் அந்நாட்களில்
யாக்கோபின் குமாரர்களுடைய கைகளிலிருந்து
பறித்துக்கொண்டார்கள். 3. அந்நாட்களில் இஸ்ரவேல் புத்திரருக்கு
விரோதமாக எகிப்து முழுவதின் கையும் மிகவும் பாரமாயிற்று;
இஸ்ரவேல் புத்திரர் எகிப்தியரினிமித்தம் தங்கள் ஜீவனை
வெறுக்கும்படியாக எகிப்தியர் இஸ்ரவேலரைத் துன்பப்படுத்தினார்கள்.
4. அந்நாட்களிலே, இஸ்ரவேல் எகிப்திற்குக் கீழே போன நூற்று
இரண்டாம் வருடத்திலே, எகிப்தின் ராஜாவாகிய பார்வோன்
மரித்தான், அவனுடைய குமாரனான மெலோல் அவனுக்குப் பதிலாக
அரசாண்டான்; எகிப்தின் பராக்கிரமசாலிகள் எல்லாரும்,
யோசேப்பையும் அவன் சகோதரர்களையும் அறிந்திருந்த அந்தச்
சந்ததியார் எல்லாரும் அந்நாட்களில் மரித்துப்போனார்கள். 5.
யாக்கோபின் குமாரர்களையும் அவர்கள் தங்களுக்குச் செய்த
நன்மையெல்லாவற்றையும், எகிப்திலே அவர்களுடைய
பராக்கிரமத்தெல்லாவற்றையும் அறியாத வேறொரு சந்ததி
அவர்களுக்குப் பதிலாக எழும்பினது. 6. பஞ்சத்தின் நாட்களில்
தங்களை விடுவித்த அவர்களுடைய பிதாக்களை அவர்கள்
அறியாதபடியால், அந்த நாள்முதல் எகிப்து முழுவதும் யாக்கோபின்
குமாரர்களுடைய வாழ்க்கையைக் கசப்பாக்கவும், சகலவிதமான

கடினமான வேலைகளினாலும் அவர்களை ஒடுக்கவும் தொடங்கியது.
7. இஸ்ரவேல் புத்திரர் எல்லாரும் தங்கள் தேவனாகிய கர்த்தரை
அறிந்துகொள்ளும்படிக்கும், கடைசி நாட்களில் அவர்களுக்கு நன்மை
உண்டாகும்படிக்கும், இஸ்ரவேல் புத்திரருக்காக இதுவும் கர்த்தராலே
உண்டானது. 8. இஸ்ரவேல் புத்திரரும் அவர்களுக்குப் பின்பு அவர்கள்
சந்ததியாரும் எல்லா நாட்களிலும் தங்கள் பிதாக்களின் தேவனாகிய
கர்த்தருக்குப் பயந்து, அவருடைய வழிகளிலெல்லாம் நடக்கும்படிக்கும்,
கர்த்தர் தமது ஜனமாகிய இஸ்ரவேலினிமித்தம் எகிப்திலே
செய்யப்போகிற அடையாளங்களையும் பலத்த அற்புதங்களையும்
அறிந்துகொள்ளும்படிக்கும் இப்படி நடந்தது. 9. மெலோல் அரசாழத்
தொடங்கினபோது அவனுக்கு வயது இருபது, அவன் தொண்ணூற்று
நான்கு வருஷங்கள் அரசாண்டான்; எகிப்திலே தங்களை அரசாண்ட
ஒவ்வொரு ராஜாவுக்கும் செய்வது அவர்கள் வழக்கமாயிருந்தபடியே,
எகிப்து முழுவதும் அவன் தகப்பனின் பெயரின்படியே அவனுக்கும்
பார்வோன் என்று பேரிட்டது. 10. அக்காலத்திலே ஆப்பிரிக்காவின்
ராஜாவாகிய அங்கேசின் சேனைகளெல்லாம் தங்கள்
வழக்கத்தின்படியே கித்திம் தேசத்தைக் கொள்ளையடிக்கப்
பரவிவந்தன. 11. ஏசாவின் குமாரனான எலிப்பாசின் குமாரனாகிய
செப்போ அவர்களைக்குறித்துக் கேள்விப்பட்டு, தன் சேனையோடே
அவர்களை எதிர்கொண்டுபோய், வழியிலே அங்கே அவர்களோடே
யுத்தம்பண்ணினான். 12. செப்போ ஆப்பிரிக்கா ராஜாவின்
சேனைகளைப் பட்டயக்கருக்கினால் முறியடித்து, அவர்களில்
ஒருவனையும் மீதியாக வைக்கவில்லை; ஒருவன்கூட ஆப்பிரிக்காவில்
இருக்கிற தன் எஜமானிடத்திற்குத் திரும்பவில்லை. 13. எலிப்பாசின்
குமாரனான செப்போ தன் சேனைகள் எல்லாருக்கும் செய்ததையும்,
அவன் அவர்களை அழித்துப்போட்டதையும் அங்கேஸ் கேள்விப்பட்டு,
அங்கேஸ் சமுத்திர மணலைப்போலத் திரளான ஜனங்களாகிய
ஆப்பிரிக்கா தேசத்து மனுஷர்களான தன் சேனைகளையெல்லாம்
கூட்டினான். 14. அங்கேஸ் தன் சகோதரனான லூக்கசுக்கு ஆள்
அனுப்பி: நீ உன்னுடைய மனுஷர்கள் எல்லாரோடும் என்னிடத்திற்கு
வந்து, என் மனுஷர்களை அழித்துப்போட்ட செப்போவையும் கித்திம்
பிள்ளைகள் எல்லாரையும் முறியடிக்க எனக்கு உதவிசெய் என்று
சொல்லச் சொன்னான்; செப்போவோடும் கித்திம் பிள்ளைகளோடும்
யுத்தம்பண்ணத் தன் சகோதரனான அங்கேசுக்கு உதவிசெய்யும்படி
லூக்கஸ் தன் சேனை முழுவதோடுமாகிய மிகப் பெரிய படையோடே
வந்தான். 15. செப்போவும் கித்திம் பிள்ளைகளும் இதைக்
கேள்விப்பட்டு, மிகவும் பயந்தார்கள், அவர்கள் இருதயங்களில் மகா
திகில் உண்டாயிற்று. 16. செப்போ ஏதோம் தேசத்திலிருக்கிற
ஏதோமின் ராஜாவாகிய பேதாதின் குமாரனான ஆதாத்துக்கும்
ஏசாவின் பிள்ளைகள் எல்லாருக்கும் ஒரு கடிதம் அனுப்பி: 17.
ஆப்பிரிக்காவின் ராஜாவாகிய அங்கேஸ் தன் சகோதரனோடே

எங்களுக்கு விரோதமாக யுத்தம்பண்ண வருகிறான் என்று நான் கேள்விப்பட்டேன்; அவனுடைய சேனை மிகவும் பெரியதாயிருக்கிறபடியாலும், முக்கியமாக அவன் தன் சகோதரனோடும் அவனுடைய சேனையோடும் எங்களுக்கு விரோதமாக வருகிறபடியாலும் நாங்கள் அவனுக்கு மிகவும் பயப்படுகிறோம்.
18. ஆகையால் இப்போது நீங்களும் என்னோடே ஏறிவந்து எனக்கு உதவிசெய்யுங்கள், நாம் ஒன்றாகச் சேர்ந்து அங்கேசுக்கும் அவன் சகோதரனான லூக்கசுக்கும் விரோதமாக யுத்தம்பண்ணுவோம், நீங்கள் எங்களை அவர்கள் கைகளிலிருந்து இரட்சிப்பீர்கள்; இல்லாவிட்டால், நாமெல்லாரும் சாவோம் என்று அறிந்துகொள்ளுங்கள் என்று சொல்லச் சொன்னான்.
19. ஏசாவின் பிள்ளைகள் கித்திம் பிள்ளைகளுக்கும் அவர்களுடைய ராஜாவாகிய செப்போவுக்கும் ஒரு கடிதம் அனுப்பி: அங்கேசுக்கும் அவனுடைய ஜனங்களுக்கும் விரோதமாக எங்களால் யுத்தம்பண்ணமுடியாது; ஏனெனில் முதலாவது ராஜாவாகிய பேலாவின் நாட்கள்முதலும், எகிப்தின் ராஜாவாகிய யாக்கோபின் குமாரனான யோசேப்பு தன் தகப்பனை அடக்கம்பண்ணும்போது நாங்கள் யோர்தானுக்கு அக்கரையில் அவனோடே யுத்தம்பண்ணின நாட்கள்முதலும் அநேக வருஷங்களாக எங்களுக்குள்ளே ஒரு சமாதான உடன்படிக்கை இருக்கிறதே என்று சொல்லச் சொன்னார்கள்.
20. செப்போ தன் சகோதரர்களாகிய ஏசாவின் பிள்ளைகளுடைய வார்த்தைகளைக் கேட்டபோது அவர்களை விட்டு விலகினான்; செப்போ அங்கேசுக்கு மிகவும் பயந்திருந்தான்.
21. அங்கேசும் அவன் சகோதரனான லூக்கசும் ஏறக்குறைய எட்டுலட்சம் மனுஷர்களாகிய தங்கள் சேனைகளையெல்லாம் கித்திம் பிள்ளைகளுக்கு விரோதமாக அணிவகுத்து நிறுத்தினார்கள்.
22. கித்திம் பிள்ளைகள் எல்லாரும் செப்போவை நோக்கி: உம்முடைய பிதாக்களின் தேவனை நோக்கி எங்களுக்காக ஜெபம்பண்ணும், ஒருவேளை அவர் எங்களை அங்கேசின் கையிலிருந்தும் அவனுடைய சேனையிலிருந்தும் விடுவிப்பார்; ஏனெனில் அவர் ஒரு பெரிய தேவன் என்றும், தம்மை நம்புகிற எல்லாரையும் அவர் விடுவிக்கிறார் என்றும் நாங்கள் கேள்விப்பட்டிருக்கிறோம் என்றார்கள்.
23. செப்போ அவர்கள் வார்த்தைகளைக் கேட்டு, கர்த்தரைத் தேடி:
24. ஓ என் பிதாக்களாகிய ஆபிரகாம் ஈசாக்கு என்பவர்களின் தேவனாகிய கர்த்தாவே, நீர் மெய்யான தேவன் என்றும், ஜாதிகளுடைய தேவர்களெல்லாம் வீணும் பயனற்றவர்களுமாயிருக்கிறார்கள் என்றும் நான் இன்றையதினம் அறிந்துகொண்டேன்.
25. எங்கள் பிதாக்கள் எங்களுக்கு விவரித்த, எங்கள் தகப்பனாகிய ஆபிரகாமோடே நீர் பண்ணின உமது உடன்படிக்கையை இன்றையதினம் எனக்காக நினைத்தருளும்; எங்கள் பிதாக்களாகிய ஆபிரகாம் ஈசாக்கினிமித்தம் இன்றையதினம் எனக்குத் தயவுசெய்து, யுத்தத்திற்காக எங்களுக்கு விரோதமாக

வருகிற ஆப்பிரிக்கா ராஜாவின் கையிலிருந்து என்னையும் கித்திம்
பிள்ளைகளையும் இரட்சித்தருளும் என்றான். *26.* கர்த்தர்
செப்போவின் சத்தத்திற்குச் செவிகொடுத்தார், ஆபிரகாம்
ஈசாக்கினிமித்தம் அவர் அவன் மேல் கண்ணோக்கமாயிருந்தார்; கர்த்தர்
செப்போவையும் கித்திம் பிள்ளைகளையும் அங்கேசின் கையிலிருந்தும்
அவனுடைய ஜனங்களின் கையிலிருந்தும் விடுவித்தார். *27.* செப்போ
அன்றையதினம் ஆப்பிரிக்காவின் ராஜாவாகிய அங்கேசோடும்
அவனுடைய ஜனங்கள் எல்லாரோடும் யுத்தம்பண்ணினான்; கர்த்தர்
அங்கேசின் ஜனங்கள் எல்லாரையும் கித்திம் பிள்ளைகளின் கைகளில்
ஒப்புக்கொடுத்தார். *28.* யுத்தம் அங்கேசுக்கு மிகவும் கொடிதாயிருந்தது,
செப்போ அங்கேசின் மற்றும் அவன் சகோதரனான லூக்கசின்
மனுஷர்கள் எல்லாரையும் பட்டயக்கருக்கினால் முறியடித்தான்;
அன்றையதினம் சாயங்காலம்வரைக்கும் அவர்களில் ஏறக்குறைய
நாலுலட்சம் மனுஷர்கள் விழுந்தார்கள். *29.* தன் மனுஷர்கள் எல்லாரும்
அழிந்துபோவதைக் கண்டபோது, அங்கேஸ் ஆப்பிரிக்காவின் குடிகள்
எல்லாருக்கும் ஆள் அனுப்பி, தனக்கு யுத்தத்தில் உதவிசெய்யும்படி
தன்னிடத்திற்கு வரச்சொல்லி ஒரு கடிதம் எழுதினான்:
ஆப்பிரிக்காவிலே பத்து வயதும் அதற்கு மேற்பட்டவர்களுமாய்க்
காணப்படுகிற எல்லாரும் என்னிடத்திற்கு வரட்டும்; அவர்கள்
எல்லாரும் என்னிடத்திற்கு வரட்டும்; இதோ வராதவன் சாவான்,
அவனுக்குள்ள எல்லாவற்றையும் அவன் வீட்டாரனைவரையும் ராஜா
எடுத்துக்கொள்ளுவான் என்று அந்தக் கடிதத்தில் எழுதினான். *30.*
ஆப்பிரிக்காவில் மீதியாயிருந்த குடிகள் எல்லாரும் அங்கேசின்
வார்த்தைகளினிமித்தம் திகிலடைந்தார்கள்; பத்து வயதிற்கு மேற்பட்ட
சிறுவர்களும் மனுஷர்களுமாக ஏறக்குறைய மூன்றுலட்சம் பேர்
பட்டணத்திலிருந்து புறப்பட்டு, அங்கேசிடத்திற்கு வந்தார்கள். *31.*
பத்து நாட்கள் முடிவிலே, அங்கேஸ் செப்போவுக்கும் கித்திம்
பிள்ளைகளுக்கும் விரோதமாக யுத்தத்தைப் புதுப்பித்தான்;
அவர்களுக்குள்ளே யுத்தம் மிகவும் பெரியதும் பலத்ததுமாயிருந்தது. *32.*
அங்கேசின் மற்றும் லூக்கசின் சேனையிலிருந்து அநேகரைக்
காயப்படுத்தி, செப்போ தன் கைக்குள்ளே ஏறக்குறைய இரண்டாயிரம்
பேரைக் கொண்டுவந்தான்; அங்கேசின் சேனைத்தலைவனான
சோசிப்தரும் அந்த யுத்தத்திலே விழுந்தான். *33.* சோசிப்தர்
விழுந்தபோது, ஆப்பிரிக்காவின் சேனைகள் தப்பியோடும்படி தங்கள்
முதுகைக் காண்பித்து ஓடினார்கள்; அங்கேசும் அவன் சகோதரனான
லூக்கசும் அவர்களோடே இருந்தார்கள். *34.* செப்போவும் கித்திம்
பிள்ளைகளும் அவர்களைப் பின்தொடர்ந்து, வழியிலே அவர்களை
மிகவும் முறியடித்து, ஏறக்குறைய இருநூறு பேரைக்
கொன்றுபோட்டார்கள்; தங்கள் தகப்பனோடே தப்பியோடின
அங்கேசின் குமாரனான அஸ்த்ருபாலைத் தொடர்ந்து, வழியிலே
அவனுடைய மனுஷர்களில் இருபது பேரைக் கொன்றுபோட்டார்கள்;

அஸ்த்ருபால் கித்திம் பிள்ளைகளிடமிருந்து தப்பினான், அவர்கள் அவனைக் கொன்றுபோடவில்லை. 35. அங்கேசும் அவன் சகோதரனான லூக்கசும் தங்கள் மனுஷர்களில் மீதியாயிருந்தவர்களோடே தப்பியோடினார்கள்; அவர்கள் தப்பித்து, திகிலோடும் கலக்கத்தோடும் ஆப்பிரிக்காவிற்கு வந்தார்கள்; எலிப்பாசின் குமாரனான செப்போ தன்னோடே யுத்தம்பண்ண வருவானோ என்று அங்கேஸ் எல்லா நாட்களிலும் பயந்திருந்தான்.

அத்தியாயம் 64

1. அக்காலத்தில் பேயோரினுடைய குமாரனான பிலேயாம்
அங்கேசோடே அந்த யுத்தத்திலே இருந்தான்; செப்போ அங்கேசை
மேற்கொண்டதைக் கண்டபோது, அவன் அங்கிருந்து தப்பியோடி
கித்திமுக்கு வந்தான். 2. செப்போவும் கித்திம் பிள்ளைகளும் அவனை
மிகுந்த கனத்தோடே ஏற்றுக்கொண்டார்கள்; ஏனெனில் செப்போ
பிலேயாமின் ஞானத்தை அறிந்திருந்தான், செப்போ பிலேயாமுக்கு
அநேக வெகுமதிகளைக் கொடுத்தான், அவன் அவனோடே
தங்கியிருந்தான். 3. செப்போ யுத்தத்திலிருந்து திரும்பின பின்பு,
தன்னோடே யுத்தத்திற்கு வந்திருந்த கித்திம் பிள்ளைகள் எல்லாரையும்
எண்ணும்படி கட்டளையிட்டான்; இதோ ஒருவனும் குறையவில்லை.
4. செப்போ இந்தக் காரியத்தைக் குறித்துச் சந்தோஷப்பட்டு, தன்
ராஜ்யத்தைப் புதுப்பித்து, தன் குடிகள் எல்லாருக்கும் ஒரு விருந்து
செய்தான். 5. ஆனால் செப்போ கர்த்தரை நினைவுகூரவில்லை,
கர்த்தர் தனக்கு யுத்தத்தில் உதவிசெய்தார் என்றும், ஆப்பிரிக்கா
ராஜாவின் கையிலிருந்து தன்னையும் தன் ஜனங்களையும்
விடுவித்தார் என்றும் அவன் சிந்திக்கவில்லை; தன் சகோதரர்களாகிய
ஏசாவின் பிள்ளைகள் தனக்குப் போதித்திருந்தபடி, கித்திம்
பிள்ளைகளுடையவும் துன்மார்க்கரான ஏசாவின்
பிள்ளைகளுடையவும் வழிகளில் நடந்து அந்நிய தேவர்களுக்கு
ஊழியஞ்செய்தான்; ஆகையால்தான்: துன்மார்க்கரிடத்திலிருந்து
துன்மார்க்கம் புறப்படும் என்று சொல்லப்பட்டிருக்கிறது. 6. செப்போ
கித்திம் பிள்ளைகள் எல்லார்மேலும் பத்திரமாய் அரசாண்டான்;
ஆனால் ஆப்பிரிக்கா ராஜாவின் கையிலிருந்து தன்னையும் தன்
ஜனங்களெல்லாரையும் விடுவித்த கர்த்தரை அவன் அறியவில்லை;
ஆப்பிரிக்காவின் சேனைகள் தங்கள் வழக்கத்தின்படியே கித்திமைக்
கொள்ளையடிக்க வரவில்லை; ஏனெனில் தங்களையெல்லாம்
பட்டயக்கருக்கினால் முறியடித்த செப்போவின் பலத்தை அவர்கள்
அறிந்திருந்தபடியால், அங்கேஸ் எலிப்பாசின் குமாரனான
செப்போவுக்கும் கித்திம் பிள்ளைகளுக்கும் எல்லா நாட்களிலும்
பயந்திருந்தான். 7. அக்காலத்தில் செப்போ யுத்தத்திலிருந்து திரும்பின

யாசேரின் ஆகமம்

பின்பு, தான் ஆப்பிரிக்காவின் ஜனங்கள் எல்லாரையும் எப்படி மேற்கொண்டு, அவர்களை யுத்தத்திலே பட்டயக்கருக்கினால் எப்படி முறியடித்தான் என்று கண்டபோது, யாக்கோபின் குமாரர்களோடும் எகிப்தின் ராஜாவாகிய பார்வோனோடும் யுத்தம்பண்ண எகிப்திற்குப் போகும்படி செப்போ கித்திம் பிள்ளைகளோடே ஆலோசனை பண்ணினான். 8. ஏனெனில் எகிப்தின் பராக்கிரமசாலிகள் மரித்துப்போனார்கள் என்றும், யோசேப்பும் அவனுடைய சகோதரர்களாகிய யாக்கோபின் குமாரர்களும் மரித்துப்போனார்கள் என்றும், அவர்களுடைய பிள்ளைகளாகிய இஸ்ரவேல் புத்திரர் எல்லாரும் எகிப்தில் மீதியாயிருக்கிறார்கள் என்றும் செப்போ கேள்விப்பட்டிருந்தான். 9. யாக்கோபை எப்ரோனிலே அடக்கம்பண்ணப்போனபோது, கானான் தேசத்திலே யோசேப்பும் அவனுடைய சகோதரர்களும் எகிப்தியர் எல்லாரும் முறியடித்த தன் சகோதரர்களாகிய ஏசாவின் பிள்ளைகளுக்காகப் பழிவாங்க, அவர்களோடும் எகிப்து முழுவதோடும் யுத்தம்பண்ணப்போகச் செப்போ தீர்மானித்தான். 10. செப்போ ஏதோமின் ராஜாவாகிய பேதாதின் குமாரனான ஆதாத்துக்கும் தன் சகோதரர்களாகிய ஏசாவின் பிள்ளைகள் எல்லாருக்கும் ஸ்தானாபதிகளை அனுப்பி: 11. ஆப்பிரிக்காவின் ராஜா உங்கள் உடன்படிக்கையின் மனுஷனாயிருக்கிறபடியால், நீங்கள் அவனுக்கு விரோதமாக யுத்தம்பண்ணமாட்டோம் என்று சொல்லவில்லையா? இதோ நான் அவனோடே யுத்தம்பண்ணி அவனையும் அவனுடைய ஜனங்கள் எல்லாரையும் முறியடித்தேன். 12. ஆகையால் இப்போது எகிப்துக்கும் அங்கிருக்கிற யாக்கோபின் பிள்ளைகளுக்கும் விரோதமாக யுத்தம்பண்ணத் தீர்மானித்திருக்கிறேன்; தங்கள் தகப்பனை எப்ரோனிலே அடக்கம்பண்ணப்போனபோது, கானான் தேசத்திலே யோசேப்பும் அவனுடைய சகோதரர்களும் பிதாக்களும் நமக்குச் செய்ததினிமித்தம் நான் அவர்களிடத்தில் பழிவாங்குவேன். 13. ஆகையால் இப்போது, அவர்களுக்கும் எகிப்துக்கும் விரோதமாக யுத்தம்பண்ண எனக்கு உதவிசெய்ய நீங்கள் என்னிடத்திற்கு வர மனதாயிருந்தால், நாம் நம்முடைய சகோதரர்களுக்காகப் பழிவாங்குவோம் என்று சொல்லச் சொன்னான். 14. ஏசாவின் பிள்ளைகள் செப்போவின் வார்த்தைகளுக்குச் செவிகொடுத்து, ஏசாவின் பிள்ளைகளாகிய மிகவும் பெரிய ஜனங்கள் கூடி, யுத்தத்திலே செப்போவுக்கும் கித்திம் பிள்ளைகளுக்கும் உதவிசெய்யப் போனார்கள். 15. செப்போ கீழ்த்திசையின் பிள்ளைகள் எல்லாருக்கும் இஸ்மவேலின் பிள்ளைகள் எல்லாருக்கும் இந்த வார்த்தைகளைப்போலவே ஆள் அனுப்பினான்; அவர்கள் கூடிவந்து எகிப்தின்மேலான யுத்தத்திலே செப்போவுக்கும் கித்திம் பிள்ளைகளுக்கும் உதவிசெய்ய வந்தார்கள். 16. இந்த ராஜாக்கள் எல்லாரும், ஏதோமின் ராஜாவும், கீழ்த்திசையின் பிள்ளைகளும்,

யாசேரின் ஆகமம்

இஸ்மவேலின் பிள்ளைகள் எல்லாரும், கித்திமின் ராஜாவாகிய
செப்போவும் புறப்பட்டு, தங்கள் சேனைகளையெல்லாம் எப்ரோனிலே
வரிசையாக நிறுத்தினார்கள். 17. அந்தப் பாளையம் மிகவும்
பெரியதாயிருந்தது, அது மூன்று நாள் பிரயாண தூரத்திற்கு
விரிந்திருந்தது; அவர்கள் சமுத்திர மணலைப்போல எண்ணிறந்த
திரளான ஜனங்களாயிருந்தார்கள். 18. இந்த ராஜாக்கள் எல்லாரும்
தங்கள் சேனைகளோடும் எகிப்து முழுவதற்கும் விரோதமாக
யுத்தத்திற்கு இறங்கிவந்து, பத்ரோஸ் பள்ளத்தாக்கிலே ஏகமாய்ப்
பாளையமிறங்கினார்கள். 19. எகிப்து முழுவதும் அவர்களுடைய
செய்தியைக் கேள்விப்பட்டு, எகிப்து தேசத்தின் ஜனங்கள் எல்லாரும்
எகிப்தைச் சேர்ந்த எல்லாப் பட்டணங்களின் ஜனங்களுமாகிய
ஏறக்குறைய மூன்றுலட்சம் மனுஷர்கள் கூடினார்கள். 20. இந்த
ராஜாக்களோடே யுத்தம்பண்ணும்படி தங்களண்டைக்கு வரச்சொல்லி,
அந்நாட்களில் கோசேன் தேசத்திலிருந்த இஸ்ரவேல் புத்திரருக்கும்
எகிப்தின் மனுஷர்கள் ஆள் அனுப்பினார்கள். 21. இஸ்ரவேலின்
மனுஷர்கள் கூடினார்கள், அவர்கள் ஏறக்குறைய நூற்றைம்பது
மனுஷர்களாயிருந்தார்கள்; அவர்கள் எகிப்தியருக்கு உதவிசெய்ய
யுத்தத்திற்குப் போனார்கள். 22. இஸ்ரவேலின் மனுஷர்களும்
எகிப்தியருமாகிய ஏறக்குறைய மூன்றுலட்சத்து நூற்றைம்பது
மனுஷர்கள் புறப்பட்டு, இந்த ராஜாக்களோடே யுத்தம்பண்ணப் போய்,
கோசேன் தேசத்திற்கு வெளியே பத்ரோசுக்கு எதிரே நின்றார்கள். 23.
இஸ்ரவேலர் தங்களோடே சேர்ந்து தங்கள் பாளையங்களில்
யுத்தத்திற்கு வருவார்கள் என்று எகிப்தியர் நம்பவில்லை; ஏனெனில்
எகிப்தியர் எல்லாரும்: இஸ்ரவேல் புத்திரர் ஏசாவின் பிள்ளைகளுக்கும்
இஸ்மவேலருக்கும் சகோதரர்களாயிருக்கிறபடியால், ஒருவேளை
அவர்கள் நம்மை அவர்கள் கைகளில் ஒப்புக்கொடுப்பார்களோ
என்றார்கள். 24. எகிப்தியர் எல்லாரும் இஸ்ரவேல் புத்திரரை நோக்கி:
நீங்கள் உங்கள் நிலைகளிலே ஒன்றாக இங்கேயே இருங்கள்,
நாங்கள் போய் ஏசாவின் பிள்ளைகளோடும் இஸ்மவேலரோடும்
யுத்தம்பண்ணுவோம்; இந்த ராஜாக்கள் எங்களை மேற்கொண்டால்,
நீங்கள் எல்லாரும் அவர்கள் மேல் வந்து எங்களுக்கு
உதவிசெய்யுங்கள் என்றார்கள்; இஸ்ரவேல் புத்திரர் அப்படியே
செய்தார்கள். 25. கித்திமின் ராஜாவாகிய ஏசாவின் குமாரனான
எலிப்பாசின் குமாரனாகிய செப்போவும், ஏதோமின் ராஜாவாகிய
பேதாதின் குமாரனான ஆதாத்தும், அவர்களுடைய
பாளையங்களெல்லாமும், கீழ்த்திசையின் பிள்ளைகள் எல்லாரும்,
இஸ்மவேலின் பிள்ளைகளுமாகிய மணலைப்போலத் திரளான
ஜனங்கள், தக்பானேசுக்கு எதிரே பத்ரோஸ் பள்ளத்தாக்கிலே
ஏகமாய்ப் பாளையமிறங்கினார்கள். 26. சீரியனான பேயோரினுடைய
குமாரனாகிய பிலேயாம் செப்போவின் பாளையத்திலே அங்கே
இருந்தான்; அவன் கித்திம் பிள்ளைகளோடே யுத்தத்திற்கு வந்தான்,

பிலேயாம் செப்போவின் கண்களிலும் அவனுடைய மனுஷர்களின்
கண்களிலும் மிகவும் மதிக்கப்பட்ட ஒரு மனுஷனாயிருந்தான். 27.
செப்போ பிலேயாமை நோக்கி: யுத்தத்திலே நாங்களா அல்லது
எகிப்தியரா யார் மேற்கொள்ளுவோம் என்று நாங்கள்
அறிந்துகொள்ளும்படிக்கு, எங்களுக்குக் குறிசொல் என்றான். 28.
பிலேயாம் எழுந்து குறிசொல்லப் பார்த்தான், அவன் அதின் அறிவில்
திறமையுள்ளவனாயிருந்தான்; ஆனால் அவன் கலங்கிப்போனான்,
அந்த வேலை அவன் கையில் அழிந்துபோயிற்று. 29. அவன்
மறுபடியும் பார்த்தான், ஆனால் அது வாய்க்கவில்லை; பிலேயாம்
நம்பிக்கையிழந்து, அதை விட்டுவிட்டு அதை முடித்துவைக்கவில்லை;
செப்போவும் அவனுடைய ஜனங்களும் தங்கள் பிதாக்களின்
தேவனாகிய கர்த்தரைத் தங்கள் யுத்தத்திலே நம்பியிருந்த இஸ்ரவேல்
புத்திரரின் கைகளில் விழும்படிக்கு இது கர்த்தராலே உண்டானது. 30.
செப்போவும் ஆதாத்தும் தங்கள் சேனைகளை யுத்தத்திற்கு வரிசையாக
நிறுத்தினார்கள்; எகிப்தியர் எல்லாரும், ஏறக்குறைய மூன்றுலட்சம்
மனுஷர்கள், அவர்களுக்கு விரோதமாகத் தனியே போனார்கள்;
இஸ்ரவேலின் மனுஷர்களில் ஒருவனும் அவர்களோடே
இருக்கவில்லை. 31. எகிப்தியர் எல்லாரும் பத்ரோசுக்கும்
தக்பானேசுக்கும் எதிரே இந்த ராஜாக்களோடே
யுத்தம்பண்ணினார்கள்; யுத்தம் எகிப்தியருக்கு மிகவும்
கொடிதாயிருந்தது. 32. அந்த யுத்தத்திலே ராஜாக்கள்
எகிப்தியரைவிடப் பலவான்களாயிருந்தார்கள்; அன்றையதினம்
எகிப்தியரில் ஏறக்குறைய நூற்றெண்பது மனுஷர்களும், ராஜாக்களின்
சேனைகளில் ஏறக்குறைய முப்பது மனுஷர்களும் விழுந்தார்கள்;
எகிப்தின் மனுஷர்கள் எல்லாரும் ராஜாக்களுக்கு முன்பாகத்
தப்பியோடினார்கள்; ஏசாவின் பிள்ளைகளும் இஸ்மவேலரும்
எகிப்தியரைப் பின்தொடர்ந்து, இஸ்ரவேல் புத்திரரின் பாளையம்
இருந்த இடம்வரைக்கும் அவர்களைத் தொடர்ந்து முறியடித்தார்கள்.
33. எகிப்தியர் எல்லாரும் இஸ்ரவேல் புத்திரரை நோக்கிக்
கூக்குரலிட்டு: ஏசா, இஸ்மவேல் மற்றும் கித்திம் பிள்ளைகளுடைய
கையிலிருந்து எங்களை இரட்சிக்கும்படி தீவிரமாய் வந்து எங்களுக்கு
உதவிசெய்யுங்கள் என்றார்கள். 34. இஸ்ரவேல் புத்திரரில்
நூற்றைம்பது மனுஷர்களும் தங்கள் நிலையிலிருந்து இந்த
ராஜாக்களின் பாளையங்களுக்கு ஓடினார்கள்; இஸ்ரவேல் புத்திரர்
தங்களை இரட்சிக்கும்படி தங்கள் தேவனாகிய கர்த்தரை நோக்கிக்
கூப்பிட்டார்கள். 35. கர்த்தர் இஸ்ரவேலருக்குச் செவிகொடுத்தார்,
கர்த்தர் ராஜாக்களின் மனுஷர்கள் எல்லாரையும் அவர்கள் கைகளில்
ஒப்புக்கொடுத்தார்; இஸ்ரவேல் புத்திரர் இந்த ராஜாக்களோடே
யுத்தம்பண்ணினார்கள், இஸ்ரவேல் புத்திரர் ராஜாக்களின்
மனுஷர்களில் ஏறக்குறைய நாலாயிரம் பேரைக்
கொன்றுபோட்டார்கள். 36. இஸ்ரவேல் புத்திரரைக் குறித்த பயம்

அவர்கள் மேல் விழும்படிக்கு, கர்த்தர் ராஜாக்களின் பாளையத்திலே
மகா திகிலை உண்டாக்கினார். 37. ராஜாக்களின் சேனைகளெல்லாம்
இஸ்ரவேல் புத்திரருக்கு முன்பாகத் தப்பியோடினார்கள்; இஸ்ரவேல்
புத்திரர் எத்தியோப்பியா தேசத்தின் எல்லைவரைக்கும் அவர்களைத்
தொடர்ந்து முறியடித்தார்கள். 38. இஸ்ரவேல் புத்திரர் வழியிலே
அவர்களில் இன்னும் இரண்டாயிரம் பேரைக் கொன்றுபோட்டார்கள்;
இஸ்ரவேல் புத்திரரில் ஒருவனும் விழவில்லை. 39. எகிப்தியர்
கண்டபோது, இஸ்ரவேல் புத்திரர் இவ்வளவு கொஞ்ச
மனுஷர்களோடே ராஜாக்களோடே யுத்தம்பண்ணியிருக்கிறார்கள்
என்றும், யுத்தம் தங்களுக்கு அவ்வளவு கொடிதாயிருந்தது என்றும்
கண்டபோது; 40. எகிப்தியர் எல்லாரும் பலத்த யுத்தத்தினிமித்தம்
தங்கள் ஜீவனுக்காக மிகவும் பயந்து, எகிப்து முழுவதும்
தப்பியோடினார்கள்; ஒவ்வொரு மனுஷனும் அணிவகுத்து நின்ற
சேனைகளிலிருந்து தன்னை மறைத்துக்கொண்டு, வழியிலே
மறைந்துகொண்டார்கள், இஸ்ரவேலரை யுத்தம்பண்ண
விட்டுவிட்டார்கள். 41. இஸ்ரவேல் புத்திரர் ராஜாக்களின்
மனுஷர்களை மகா சங்காரமாக முறியடித்தார்கள்; அவர்கள்
எத்தியோப்பியா தேசத்தின் எல்லைவரைக்கும் அவர்களைத் துரத்தின
பின்பு அவர்களை விட்டுத் திரும்பினார்கள். 42. எகிப்தின் மனுஷர்கள்
தங்களுக்குச் செய்த காரியத்தை, அவர்கள் யுத்தத்திலே தங்களை
விட்டுத் தப்பியோடி, தங்களைத் தனியே யுத்தம்பண்ண
விட்டுவிட்டதை இஸ்ரவேலர் எல்லாரும் அறிந்திருந்தார்கள். 43.
ஆகையால் இஸ்ரவேல் புத்திரரும் தந்திரமாய்ச் செயல்பட்டார்கள்;
இஸ்ரவேல் புத்திரர் யுத்தத்திலிருந்து திரும்பியபோது, வழியிலே
எகிப்தியரில் சிலரைக் கண்டு அவர்களை அங்கே
கொன்றுபோட்டார்கள். 44. அவர்கள் அவர்களைக் கொல்லும்போது,
அவர்களை நோக்கி இந்த வார்த்தைகளைச் சொன்னார்கள்: 45.
எங்களைக் கொன்றுபோட ஒரு பெரிய ஜனத்தையுடைய இந்த
ராஜாக்களோடே கொஞ்ச ஜனங்களாகிய நாங்கள்
யுத்தம்பண்ணும்படிக்கு எங்களை விட்டு நீங்கள் ஏன் போனீர்கள்;
அப்படிச் செய்வதினால் உங்கள் சொந்த ஆத்துமாக்களைத்
தப்புவித்துக்கொள்ளலாமென்றோ? என்றார்கள். 46. வழியிலே
சந்தித்த சிலரைக் குறித்து, இஸ்ரவேல் புத்திரர் ஒருவரையொருவர்
நோக்கி: வெட்டு, வெட்டு, அவன் ஒரு இஸ்மவேலன் அல்லது
ஏதோமியன் அல்லது கித்திம் பிள்ளைகளைச் சேர்ந்தவன் என்று
சொல்லி, அவன் மேல் நின்று அவனைக் கொன்றுபோட்டார்கள்;
அவன் ஒரு எகிப்தியன் என்று அவர்கள் அறிந்திருந்தார்கள். 47.
எகிப்தியர் யுத்தத்திலே தங்களைக் கைவிட்டு, தங்களை விட்டுத்
தப்பியோடினபடியால், இஸ்ரவேல் புத்திரர் அவர்களுக்கு
விரோதமாகத் தந்திரமாய் இந்தக் காரியங்களைச் செய்தார்கள். 48.
இஸ்ரவேல் புத்திரர் இந்த விதமாக எகிப்தின் மனுஷர்களில் வழியிலே

ஏறக்குறைய இருநூறு பேரைக் கொன்றுபோட்டார்கள். 49. இஸ்ரவேல் புத்திரர் தங்களுக்குச் செய்த தீமையை எகிப்தின் மனுஷர்கள் எல்லாரும் கண்டார்கள்; ஆகையால் எகிப்து முழுவதும் இஸ்ரவேல் புத்திரருக்கு மிகவும் பயந்தது; ஏனெனில் அவர்கள் அவர்களுடைய மிகுந்த வல்லமையைக் கண்டிருந்தார்கள், அவர்களில் ஒரு மனுஷனும் விழவில்லை என்பதை அறிந்திருந்தார்கள். 50. இஸ்ரவேல் புத்திரர் எல்லாரும் சந்தோஷத்தோடே கோசேனுக்குத் தங்கள் வழியே திரும்பினார்கள், எகிப்தியரில் மீதியாயிருந்தவர்கள் ஒவ்வொருவனும் தன் தன் இடத்திற்குத் திரும்பினான்.

அத்தியாயம் 65

1. இந்தக் காரியங்களுக்குப் பின்பு, எகிப்தின் ராஜாவாகிய பார்வோனின் ஆலோசனைக்காரர்கள் எல்லாரும் எகிப்தின் மூப்பர்கள் எல்லாரும் கூடி, ராஜாவுக்கு முன்பாக வந்து, தரைமட்டும் குனிந்து வணங்கி, அவனுக்கு முன்பாக உட்கார்ந்தார்கள். 2. எகிப்தின் ஆலோசனைக்காரர்களும் மூப்பர்களும் ராஜாவோடே பேசி: 3. இதோ, இஸ்ரவேல் புத்திரராகிய ஜனங்கள் எங்களைவிடப் பெரியவர்களும் பலவான்களுமாயிருக்கிறார்கள்; நாங்கள் யுத்தத்திலிருந்து திரும்பியபோது வழியிலே அவர்கள் எங்களுக்குச் செய்த பொல்லாப்பையெல்லாம் நீர் அறிவீர். 4. அவர்களுடைய மிகுந்த வல்லமையையும் நீர் கண்டிருக்கிறீர், இந்தப் பலம் அவர்களுடைய பிதாக்களிடத்திலிருந்து அவர்களுக்கு உண்டாயிருக்கிறது; ஏனெனில் கொஞ்ச மனுஷர்கள் மாத்திரமே மணலைப்போலத் திரளான ஜனங்களுக்கு விரோதமாக நின்று, அவர்களைப் பட்டயக்கருக்கினால் முறியடித்தார்கள், அவர்களில் ஒருவனும் விழவில்லை; அவர்கள் அநேகராயிருந்திருந்தால் அவர்களை முற்றிலும் அழித்துப்போட்டிருப்பார்களே என்றார்கள். 5. தேசத்திலே அவர்கள் எங்களுக்கு மிஞ்சிப் பெருகிப்போகாதபடிக்கு, அவர்களை நம்மிடத்திலிருந்து படிப்படியாய் அழித்துப்போடும்வரைக்கும், நாங்கள் அவர்களுக்கு என்ன செய்யவேண்டும் என்று இப்போது எங்களுக்கு ஆலோசனை சொல்லும். 6. ஏனெனில் இஸ்ரவேல் புத்திரர் தேசத்திலே பெருகினால் அவர்கள் எங்களுக்குத் தடையாவார்கள்; ஏதாவது யுத்தம் நேரிட்டால், அவர்கள் தங்கள் மகா பலத்தோடே எங்களுக்கு விரோதமாக எங்கள் சத்துருக்களோடு சேர்ந்து, எங்களோடே யுத்தம்பண்ணி, எங்களை தேசத்திலிருந்து அழித்துவிட்டு அதிலிருந்து புறப்பட்டுப்போவார்கள் என்றார்கள். 7. ராஜா எகிப்தின் மூப்பர்களுக்குப் பிரதியுத்தரமாக: இஸ்ரவேலருக்கு விரோதமாக ஆலோசனைபண்ணப்பட்ட திட்டம் இதுவே, இதை விட்டு நாம் விலகமாட்டோம். 8. இதோ, தேசத்திலே பித்தோம், ராமசேஸ் என்னும்

பட்டணங்கள் யுத்தத்திற்கு அரணானவைகளாயில்லை; அவைகளைக் கட்டவும் அரணாக்கவு வேண்டியது உங்களுக்கும் நமக்கும் அவசியமாயிருக்கிறது. 9. ஆகையால் இப்போது நீங்களும் போய் அவர்களுக்கு விரோதமாகத் தந்திரமாய் நடந்து, ராஜாவின் கட்டளையினால் எகிப்திலும் கோசேனிலும் ஒரு சத்தத்தைப் பறைசாற்றி: 10. எகிப்து, கோசேன், பத்ரோஸ் ஆகிய இடங்களின் மனுஷர்களே, அவைகளின் குடிகளே எல்லாரும் கேளுங்கள்! பித்தோம், ராமசேஸ் பட்டணங்களைக் கட்டவும், அவைகளை யுத்தத்திற்காக அரணான பட்டணங்களாக்கவும் ராஜா எங்களுக்குக் கட்டளையிட்டிருக்கிறார்; எகிப்தியரிலும் இஸ்ரவேல் புத்திரரிலும் பட்டணங்களின் குடிகளெல்லாரிலும் எங்களோடே சேர்ந்து கட்ட விரும்புகிறவர்கள் எவர்களோ, அவர்கள் ஒவ்வொருவனுக்கும் ராஜாவின் கட்டளைப்படி அவனவன் கூலி தினந்தோறும் கொடுக்கப்படும் என்று சொல்லுங்கள்; ஆகையால் நீங்கள் முதலாவது தந்திரமாய்ச் செயல்பட்டு, பித்தோம் ராமசேஸ் பட்டணங்களைக் கட்டும்படி ஒன்றுகூடி வாருங்கள் என்று சொல்லுங்கள். 11. நீங்கள் கட்டிக்கொண்டிருக்கையில், ராஜாவின் கட்டளையின்படியே எகிப்து முழுவதும் அனுதினமும் இதுபோலவே பறைசாற்றும்படி செய்யுங்கள். 12. இஸ்ரவேல் புத்திரரில் சிலர் உங்களோடே சேர்ந்து கட்ட வரும்போது, நீங்கள் அவர்களுக்குச் சில நாட்களுக்கு அவர்கள் கூலியைத் தினந்தோறும் கொடுக்கவேண்டும். 13. அவர்கள் தங்கள் தினக்கூலிக்காக உங்களோடே கட்டிய பின்பு, நாளுக்கு நாள் நீங்கள் ஒவ்வொருவராக அவர்களை விட்டு இரகசியமாய் விலகிக்கொள்ளுங்கள்; அதன்பின்பு நீங்கள் எழும்பி அவர்களுக்குக் காரியக்காரர்களாகவும் அதிகாரிகளாகவும் ஆகவேண்டும்; அதன்பின்பு கூலியில்லாமல் அவர்கள் கட்டும்படி அவர்களை விட்டுவிடுங்கள், அவர்கள் மறுத்தால், உங்கள் முழுப் பலத்தோடும் அவர்கள் கட்டும்படி அவர்களைக் கட்டாயப்படுத்துங்கள். 14. நீங்கள் இப்படிச் செய்தால், இஸ்ரவேல் புத்திரருக்கு விரோதமாக நம்முடைய தேசத்தைப் பலப்படுத்துவது நமக்கு நலமாயிருக்கும்; ஏனெனில் கட்டிட வேலையின் மற்றும் உழைப்பின் களைப்பினாலே இஸ்ரவேல் புத்திரர் குறைந்துபோவார்கள், நாளுக்கு நாள் அவர்களை அவர்கள் மனைவிகளிடமிருந்து பிரிப்பீர்களே என்றான். 15. எகிப்தின் மூப்பர்கள் எல்லாரும் ராஜாவின் ஆலோசனையைக் கேட்டார்கள்; அந்த ஆலோசனை அவர்கள் கண்களுக்கும் பார்வோனின் வேலைக்காரர்களின் கண்களுக்கும் எகிப்து முழுவதின் கண்களுக்கும் நலமாய்த் தோன்றினது, அவர்கள் ராஜாவின் வார்த்தையின்படியே செய்தார்கள். 16. வேலைக்காரர்கள் எல்லாரும் ராஜாவை விட்டுப் போய், எகிப்து முழுவதிலும், தக்பானேசிலும், கோசேனிலும், எகிப்தைச் சுற்றியிருந்த எல்லாப் பட்டணங்களிலும் பறைசாற்றும்படி செய்து: 17. நமக்கு விரோதமாக யுத்தம்பண்ண வந்து நம்மை அழிக்க நினைத்த

ஏசாவின் பிள்ளைகளும் இஸ்மவேலரும் நமக்குச் செய்ததை நீங்கள் கண்டீர்களே. 18. ஆகையால் அவர்கள் மறுபடியும் நமக்கு விரோதமாக வந்தால், தேசத்தைப் பலப்படுத்தவும், பித்தோம் ராமசேஸ் பட்டணங்களைக் கட்டவும், அவைகளை யுத்தத்திற்காக அரணான பட்டணங்களாக்கவும் ராஜா இப்போது எங்களுக்குக் கட்டளையிட்டிருக்கிறார். 19. எகிப்து முழுவதிலுமிருந்தும் இஸ்ரவேல் புத்திரரிலுமிருந்தும் எங்களோடே சேர்ந்து கட்ட வருகிறவன் எவனோ, அவனுக்கு ராஜா எங்களுக்குக் கட்டளையிட்டபடியே அவனுடைய தினக்கூலி அவனுக்குக் கொடுக்கப்படும் என்றார்கள். 20. பார்வோனின் வேலைக்காரர்கள் சொன்னதையெல்லாம் எகிப்தியரும் இஸ்ரவேல் புத்திரர் எல்லாரும் கேட்டபோது, எகிப்தியரிலுமிருந்து இஸ்ரவேல் புத்திரரிலுமிருந்து பார்வோனின் வேலைக்காரர்களோடே பித்தோம் ராமசேஸ் பட்டணங்களைக் கட்ட வந்தார்கள்; ஆனால் லேவியின் பிள்ளைகளில் ஒருவனும் கட்டும்படி தங்கள் சகோதரர்களோடே வரவில்லை. 21. பார்வோனின் வேலைக்காரர்களும் அவனுடைய பிரபுக்களும் எல்லாரும் முதலில் தினக்கூலியாட்களைப்போல இஸ்ரவேலர் எல்லாரோடும் சேர்ந்து கட்டும்படி தந்திரமாய் வந்தார்கள், அவர்கள் ஆரம்பத்திலே இஸ்ரவேலருக்கு அவர்கள் தினக்கூலியைக் கொடுத்தார்கள். 22. பார்வோனின் வேலைக்காரர்கள் இஸ்ரவேலர் எல்லாரோடும் சேர்ந்து கட்டினார்கள், ஒரு மாத காலம் இஸ்ரவேலரோடே அந்த வேலையிலே ஈடுபட்டிருந்தார்கள். 23. ஒரு மாத முடிவிலே, பார்வோனின் வேலைக்காரர்கள் எல்லாரும் நாளுக்கு நாள் இஸ்ரவேல் ஜனங்களை விட்டு இரகசியமாய் விலகிக்கொள்ளத் தொடங்கினார்கள். 24. இஸ்ரவேலர் அக்காலத்திலே வேலையைத் தொடர்ந்து செய்தார்கள், ஆனால் அவர்கள் அப்போது தங்கள் தினக்கூலியைப் பெற்றுக்கொண்டார்கள்; ஏனெனில் எகிப்தின் மனுஷர்களில் சிலர் அக்காலத்திலே இஸ்ரவேலரோடே இன்னும் வேலையைச் செய்துகொண்டிருந்தார்கள்; ஆகையால் எகிப்தியராகிய சக வேலையாட்களாகிய தாங்களும் தங்கள் உழைப்புக்கான கூலியைப் பெற்றுக்கொள்ளும்படிக்கு, எகிப்தியர் அந்நாட்களில் இஸ்ரவேலருக்கு அவர்கள் கூலியைக் கொடுத்தார்கள். 25. ஒரு வருஷமும் நாலு மாதங்களும் முடிவிலே எகிப்தியர் எல்லாரும் இஸ்ரவேல் புத்திரரை விட்டு விலகிக்கொண்டார்கள், இஸ்ரவேல் புத்திரர் மாத்திரமே அந்த வேலையில் ஈடுபட்டிருந்தார்கள். 26. எகிப்தியர் எல்லாரும் இஸ்ரவேல் புத்திரரை விட்டு விலகிக்கொண்ட பின்பு, அவர்கள் திரும்பி அவர்கள் மேல் ஒடுக்குகிறவர்களாகவும் அதிகாரிகளாகவும் ஆனார்கள்; அவர்கள் உழைப்பிற்கான கூலியாக அவர்களுக்குக் கொடுத்த எல்லாவற்றையும் அவர்களிடமிருந்து திரும்பப் பெற்றுக்கொள்ளும்படிக்கு அவர்களில் சிலர் இஸ்ரவேல் புத்திரர் மேல் காரியக்காரர்களாக நின்றார்கள். 27. வேலையிலே அவர்களை ஒடுக்கும்படிக்கு எகிப்தியர் இஸ்ரவேல் புத்திரருக்கு

நாளுக்கு நாள் இந்த விதமாகச் செய்தார்கள். 28. இஸ்ரவேல் புத்திரர்
எல்லாரும் மாத்திரமே உழைப்பில் ஈடுபட்டிருந்தார்கள்; எகிப்தியர்
அந்த நேரம்முதல் இஸ்ரவேல் புத்திரருக்கு எந்தக் கூலியையும்
கொடுப்பதை நிறுத்திவிட்டார்கள். 29. தங்களுக்குக் கூலி
கொடுக்கப்படாததினிமித்தம் இஸ்ரவேலின் மனுஷர்களில் சிலர்
வேலைசெய்ய மறுத்தபோது, காரியக்காரர்களும் பார்வோனின்
வேலைக்காரர்களும் அவர்களை ஒடுக்கி, பலத்த அடிகளால் அவர்களை
அடித்து, தங்கள் சகோதரர்களோடே சேர்ந்து உழைக்கப்
பலவந்தமாய்த் திரும்பப்பண்ணினார்கள்; எகிப்தியர் எல்லாரும்
இஸ்ரவேல் புத்திரருக்கு எல்லா நாட்களிலும் இப்படிச் செய்தார்கள்.
30. இந்தக் காரியத்திலே இஸ்ரவேல் புத்திரர் எல்லாரும் எகிப்தியருக்கு
மிகவும் பயந்தார்கள்; இஸ்ரவேல் புத்திரர் எல்லாரும் திரும்பி,
கூலியில்லாமல் தனியே வேலை செய்தார்கள். 31. இஸ்ரவேல் புத்திரர்
பித்தோம் ராமசேஸ் பட்டணங்களைக் கட்டினார்கள்; இஸ்ரவேல்
புத்திரர் எல்லாரும் வேலை செய்தார்கள், சிலர் செங்கற்களை
அறுக்கிறவர்களாகவும் சிலர் கட்டுகிறவர்களாகவும் இருந்தார்கள்;
இஸ்ரவேல் புத்திரர் எகிப்து தேசம் முழுவதையும் அதின்
அலங்கங்களையும் கட்டி அரணாக்கினார்கள்; கர்த்தர் அவர்களை
நினைத்தருளி எகிப்திலிருந்து புறப்படப்பண்ணும் காலம்
வரும்வரைக்கும் இஸ்ரவேல் புத்திரர் அநேக வருஷங்கள் வேலையில்
ஈடுபட்டிருந்தார்கள். 32. ஆனால் லேவியின் பிள்ளைகள் ஆரம்பமுதல்
அவர்கள் எகிப்திலிருந்து புறப்பட்ட நாள்வரைக்கும் இஸ்ரவேலராகிய
தங்கள் சகோதரர்களோடே சேர்ந்து அந்த வேலையிலே
ஈடுபடவில்லை. 33. ஏனெனில் எகிப்தியர் இந்த
வார்த்தைகளையெல்லாம் இஸ்ரவேலரிடத்தில் தந்திரமாய்ப்
பேசினார்கள் என்று லேவியின் பிள்ளைகள் எல்லாரும்
அறிந்திருந்தார்கள், ஆகையால் லேவியின் பிள்ளைகள் தங்கள்
சகோதரர்களோடே வேலையை அணுகாமல் விலகியிருந்தார்கள். 34.
ஆரம்பத்திலே அவர்கள் தங்கள் சகோதரர்களோடே சேர்ந்து
இல்லாதிருந்தபடியால், அதன்பின்பு லேவியின் பிள்ளைகளை
வேலைவாங்கும்படி எகிப்தியர் தங்கள் கவனத்தைச் செலுத்தவில்லை,
ஆகையால் எகிப்தியர் அவர்களை விட்டுவிட்டார்கள். 35. அந்த
வேலையிலே எகிப்தின் மனுஷர்களின் கைகள் இஸ்ரவேல் புத்திரருக்கு
விரோதமாய்த் தொடர்ந்து கடுமையானதாய் வழிநடத்தப்பட்டன;
எகிப்தியர் இஸ்ரவேல் புத்திரரைக் கொடுமையாய்
வேலைவாங்கினார்கள். 36. சாந்திலும் செங்கற்களிலும், வெளியிலே
செய்யும் சகலவிதமான வேலைகளிலும் கடுமையான வேலையினாலே
எகிப்தியர் இஸ்ரவேல் புத்திரருடைய வாழ்க்கையைக்
கசப்பாக்கினார்கள். 37. இஸ்ரவேல் புத்திரர் எகிப்தின் ராஜாவாகிய
மெலோலை எகிப்தின் ராஜாவாகிய மேரோர் என்று அழைத்தார்கள்,
ஏனெனில் அவனுடைய நாட்களிலே எகிப்தியர் சகலவிதமான

வேலையினாலே அவர்கள் வாழ்க்கையைக் கசப்பாக்கியிருந்தார்கள்.
38. எகிப்தியர் இஸ்ரவேல் புத்திரரை வேலைவாங்கின
வேலையெல்லாம், இஸ்ரவேல் புத்திரரை ஒடுக்கும்படிக்கு அவர்கள் கொடுமையாய்ச் செய்யப்பண்ணினார்கள்; ஆனால் அவர்களை எவ்வளவு ஒடுக்கினார்களோ அவ்வளவாய் அவர்கள் பெருகி வளர்ந்தார்கள், இஸ்ரவேல் புத்திரரினிமித்தம் எகிப்தியர் சலிப்படைந்தார்கள்.

அத்தியாயம் 66

1. அக்காலத்திலே ஏதோமின் ராஜாவாகிய பேதாதின் குமாரனான
ஆதாத் மரித்தான்; அவனுக்குப் பதிலாகக் கீழ்த்திசையின் பிள்ளைகளின் தேசத்தைச் சேர்ந்த மஸ்ரேக்கா ஊரானாகிய சம்லா
அரசாண்டான். 2. எகிப்தின் ராஜாவாகிய பார்வோன் அரசாண்ட
பதின்மூன்றாம் வருடத்திலே, அதாவது இஸ்ரவேலர் எகிப்திற்குக் கீழே போன நூற்று இருபத்தைந்தாம் வருடத்திலே, சம்லா ஏதோமின் மேல்
பதினெட்டு வருஷங்களாக அரசாண்டுகொண்டிருந்தான். 3. அவன்
அரசாண்டபோது, ஆப்பிரிக்காவின் ராஜாவாகிய அங்கேசுக்கு விரோதமாக யுத்தம்பண்ணி, அவனுடைய சேனை முழுவதையும் அழித்துப்போட்டதினிமித்தம், எலிப்பாசின் குமாரனான செப்போவுக்கும் கித்திம் பிள்ளைகளுக்கும் விரோதமாக யுத்தம்பண்ணப்போகத் தன் சேனைகளைப் புறப்படப்பண்ணினான். 4.
ஆனால் அவன் அவனோடே யுத்தம்பண்ணவில்லை; ஏனெனில் ஏசாவின் பிள்ளைகள் அவனைத் தடுத்து: அவன் தங்கள் சகோதரன் என்றார்கள்; சம்லா ஏசாவின் பிள்ளைகளின் சத்தத்திற்குச் செவிகொடுத்து, தன் சேனைகள் எல்லாவற்றோடும் ஏதோம் தேசத்திற்குத் திரும்பிப்போனான், எலிப்பாசின் குமாரனான
செப்போவோடே யுத்தம்பண்ணப் போகவில்லை. 5. ஏதோமின்
ராஜாவாகிய சம்லா கித்திம் பிள்ளைகளோடே யுத்தம்பண்ணத் தீர்மானித்தான் என்றும், அதன்பின்பு அவன் எகிப்திற்கு விரோதமாக யுத்தம்பண்ண வருவான் என்றும் எகிப்தின் ராஜாவாகிய பார்வோன்
கேள்விப்பட்டான். 6. எகிப்தியர் இந்தக் காரியத்தைக்
கேள்விப்பட்டபோது, ஆதாத்தின் நாட்களில் ஏசாவின் பிள்ளைகளோடே அவர்கள் பண்ணின யுத்தத்திலே இஸ்ரவேலர் தங்களுக்குச் செய்ததுபோலவே மறுபடியும் செய்வார்களோ என்று,
இஸ்ரவேல் புத்திரர் மேல் வேலையை அதிகமாக்கினார்கள். 7.
எகிப்தியர் இஸ்ரவேல் புத்திரரை நோக்கி: உங்கள் சகோதரர்களாகிய ஏசாவின் பிள்ளைகள் நமக்கு விரோதமாக யுத்தம்பண்ண வராதபடிக்கு, தீவிரமாய் உங்கள் வேலையைச் செய்து, உங்கள் வேலையை முடித்து, தேசத்தைப் பலப்படுத்துங்கள்; ஏனெனில்

உங்களினிமித்தமே அவர்கள் நமக்கு விரோதமாக வருவார்கள்
என்றார்கள். 8. இஸ்ரவேல் புத்திரர் எகிப்தின் மனுஷர்களுடைய
வேலையை நாளுக்கு நாள் செய்தார்கள்; தேசத்திலே இஸ்ரவேல்
புத்திரரைக் குறைக்கும்படிக்கு எகிப்தியர் அவர்களை ஒடுக்கினார்கள்.
9. ஆனால் எகிப்தியர் இஸ்ரவேல் புத்திரர் மேல் வேலையை எவ்வளவு
அதிகமாக்கினார்களோ, அவ்வளவாய் இஸ்ரவேல் புத்திரர் பெருகி
வளர்ந்தார்கள், எகிப்து முழுவதும் இஸ்ரவேல் புத்திரரால் நிறைந்தது.
10. இஸ்ரவேலர் எகிப்திற்குக் கீழே போன நூற்று இருபத்தைந்தாம்
வருடத்திலே, இஸ்ரவேலருக்கு விரோதமான தங்கள் ஆலோசனை
வாய்க்கவில்லை என்றும், அவர்கள் பெருகி வளர்ந்தார்கள் என்றும்,
எகிப்து தேசமும் கோசேன் தேசமும் இஸ்ரவேல் புத்திரரால் நிறைந்தது
என்றும் எகிப்தியர் எல்லாரும் கண்டார்கள். 11. அப்பொழுது எகிப்தின்
மூப்பர்கள் எல்லாரும் அதின் ஞானிகளும் ராஜாவுக்கு முன்பாக வந்து,
அவனைக் குனிந்து வணங்கி அவனுக்கு முன்பாக உட்கார்ந்தார்கள்.
12. எகிப்தின் மூப்பர்கள் எல்லாரும் அதின் ஞானிகளும் ராஜாவை
நோக்கி: ராஜா என்றென்றைக்கும் வாழ்க; இஸ்ரவேல் புத்திரருக்கு
விரோதமான ஆலோசனையை நீர் எங்களுக்குச் சொன்னீர்,
நாங்களும் ராஜாவின் வார்த்தையின்படியே அவர்களுக்குச்
செய்தோம். 13. ஆனால் உழைப்பு அதிகரிக்க அதிகரிக்க அவர்கள்
தேசத்திலே பெருகி வளருகிறார்களே; இதோ, தேசம் முழுவதும்
அவர்களால் நிறைந்திருக்கிறது. 14. ஆகையால் இப்போது எங்கள்
ஆண்டவனும் ராஜாவுமானவரே, இஸ்ரவேலரை அழித்துப்போடவோ
அல்லது தேசத்திலே அவர்களைக் குறைத்துப்போடவோ அவர்களை
மேற்கொள்ளும்படியான ஆலோசனையை உமது ஞானத்தினால்
எங்களுக்குக் கொடுப்பீர் என்று எகிப்து முழுவதின் கண்களும் உம்மை
நோக்கியிருக்கிறது என்றார்கள்; ராஜா அவர்களுக்குப் பிரதியுத்தரமாக:
நாம் அவர்களுக்கு என்ன செய்யவேண்டும் என்று அறியும்படிக்கு,
இந்தக் காரியத்தில் நீங்கள் ஆலோசனை சொல்லுங்கள் என்றான். 15.
அப்பொழுது ராஜாவின் ஆலோசனைக்காரர்களில் ஒருவனான ஊஸ்
தேசத்திலிருக்கிற மெசப்பொத்தேமியாவைச் சேர்ந்த யோபு என்னும்
பெயருள்ள ஒரு அதிகாரி ராஜாவுக்குப் பிரதியுத்தரமாக: 16.
ராஜாவுக்குச் சித்தமானால், அவர் தமது தாசனின் ஆலோசனையைக்
கேட்கட்டும் என்றான்; ராஜா அவனை நோக்கி: பேசு என்றான். 17.
யோபு ராஜாவுக்கும் பிரபுக்களுக்கும் எகிப்தின் மூப்பர்கள் எல்லாருக்கும்
முன்பாகப் பேசி: 18. இதோ, இஸ்ரவேல் புத்திரருடைய உழைப்பைக்
குறித்து ராஜா முந்திச் சொன்ன ஆலோசனை மிகவும் நல்லது; நீங்கள்
அந்த உழைப்பை ஒருக்காலும் அவர்களை விட்டு நீக்கக்கூடாது. 19.
ஆனால் அவர்களை ஒடுக்குவது ராஜாவுக்கு நலமாய்த் தோன்றினால்,
நீங்கள் அவர்களைக் குறைத்துப்போடக்கூடிய ஆலோசனை இதுவே:
20. இதோ, நாம் வெகுகாலமாக யுத்தத்திற்குப் பயந்திருக்கிறோம்;
இஸ்ரவேலர் தேசத்திலே பெருகும்போது, யுத்தம் நேரிட்டால் அவர்கள்

நம்மை தேசத்திலிருந்து துரத்திவிடுவார்கள் என்று சொல்லியிருக்கிறோம். 21. ராஜாவுக்குச் சித்தமானால், இஸ்ரவேலருக்குப் பிறக்கிற ஒவ்வொரு ஆண்பிள்ளையின் இரத்தமும் தரையிலே சிந்தப்படவேண்டும் என்று ஒரு ராஜரீகக் கட்டளை புறப்பட்டு, அது எகிப்தின் பிரமாணங்களிலே மாற்றப்படாதபடிக்கு எழுதப்படட்டும். 22. நீங்கள் இப்படிச் செய்வதினால், இஸ்ரவேலின் ஆண்பிள்ளைகள் எல்லாரும் மரித்துப்போகும்போது, அவர்கள் யுத்தம்பண்ணுவார்கள் என்கிற தீங்கு ஒழிந்துபோம்; ராஜா அப்படியே செய்து, எபிரெய மருத்துவச்சிகள் எல்லாரையும் அழைப்பித்து, இந்தக் காரியத்தைச் செய்யும்படி அவர்களுக்குக் கட்டளையிடட்டும் என்றான்; இந்தக் காரியம் ராஜாவுக்கும் பிரபுக்களுக்கும் பிரியமாயிருந்தது, ராஜா யோபுவின் வார்த்தையின்படியே செய்தான். 23. ராஜா எபிரெய மருத்துவச்சிகளை அழைப்பித்தான், அவர்களில் ஒருத்தியின் பெயர் சிப்பிராள், மற்றவளின் பெயர் பூவாள். 24. அந்த மருத்துவச்சிகள் ராஜாவுக்கு முன்பாக வந்து, அவன் சமுகத்தில் நின்றார்கள். 25. ராஜா அவர்களை நோக்கி: நீங்கள் எபிரெய ஸ்திரீகளுக்கு மருத்துவம் பார்க்கும்போது, அவர்களைப் பிரசவப்பீடத்தின்மேல் பார்த்து, ஆண்பிள்ளையானால் அதைக் கொன்றுபோடுங்கள், பெண்பிள்ளையானால் அது உயிரோடிருக்கட்டும். 26. நீங்கள் இந்தக் காரியத்தைச் செய்யாமற்போனால், உங்களையும் உங்கள் வீடுகளெல்லாவற்றையும் அக்கினியால் சுட்டெரிப்பேன் என்றான். 27. ஆனால் மருத்துவச்சிகள் தேவனுக்குப் பயந்தபடியால், எகிப்தின் ராஜாவுக்கும் அவனுடைய வார்த்தைகளுக்கும் செவிகொடுக்கவில்லை; எபிரெய ஸ்திரீகள் ஆண்பிள்ளையையோ பெண்பிள்ளையையோ பெற்றபோது, மருத்துவச்சிகள் பிள்ளைக்குத் தேவையான எல்லாவற்றையும் செய்து அதை உயிரோடிருக்கவிட்டார்கள்; மருத்துவச்சிகள் எல்லா நாட்களிலும் அப்படியே செய்தார்கள். 28. இந்தக் காரியம் ராஜாவுக்கு அறிவிக்கப்பட்டது; அவன் மருத்துவச்சிகளை அழைப்பித்து, அவர்களை நோக்கி: நீங்கள் ஏன் இந்தக் காரியத்தைச் செய்து, ஆண்பிள்ளைகளை உயிரோடிருக்கவிட்டீர்கள்? என்றான். 29. மருத்துவச்சிகள் ஏகமாய் ராஜாவுக்கு முன்பாகப் பிரதியுத்தரமாக: 30. எபிரெய ஸ்திரீகளை எகிப்திய ஸ்திரீகளைப்போல என்று ராஜா நினைக்கவேண்டாம்; இஸ்ரவேல் புத்திரர் எல்லாரும் சுறுசுறுப்பானவர்கள், மருத்துவச்சி அவர்களிடத்திற்கு வருவதற்கு முன்னே அவர்கள் பெற்றுவிடுகிறார்கள்; உமது அடியாட்களாகிய எங்களிடத்திலோ, அநேக நாட்களாக ஒரு எபிரெய ஸ்திரீயும் எங்களண்டையில் பெற்றதில்லை; எபிரெய ஸ்திரீகள் சுறுசுறுப்பானவர்களாயிருப்பதினால் அவர்கள் எல்லாரும் தங்களுக்குத் தாங்களே மருத்துவச்சிகளாயிருக்கிறார்கள் என்றார்கள். 31. பார்வோன் அவர்கள் வார்த்தைகளைக் கேட்டு, இந்தக் காரியத்தில்

அவர்களை நம்பினான்; மருத்துவச்சிகள் ராஜாவை விட்டுப் போனார்கள்; தேவன் அவர்களுக்கு நன்மைசெய்தார், அந்த ஜனங்கள் பெருகி மிகவும் பலத்தார்கள்.

அத்தியாயம் 67

1. எகிப்து தேசத்திலே லேவியின் சந்ததியில் ஒரு மனுஷன்
இருந்தான், அவன் பெயர் அம்ராம், அவன் இஸ்ரவேலின்
குமாரனாகிய லேவியின் குமாரனான கோகாத்தின் குமாரன். 2. இந்த
மனுஷன் போய், தன் தகப்பனின் சகோதரியும் லேவியின்
குமாரத்தியுமாகிய யோகெபேத் என்னும் ஒரு ஸ்திரீயை மனைவியாகக்
கொண்டான்; அவளுக்கு வயது நூற்று இருபத்தாறு, அவன்
அவளோடே சேர்ந்தான். 3. அந்த ஸ்திரீ கர்ப்பவதியாகி ஒரு
குமாரத்தியைப் பெற்றாள், அவளுக்கு மிரியாம் என்று பேரிட்டாள்;
ஏனெனில் அந்நாட்களில் எகிப்தியர் இஸ்ரவேல் புத்திரரின்
வாழ்க்கையைக் கசப்பாக்கியிருந்தார்கள். 4. அவள் மறுபடியும்
கர்ப்பவதியாகி ஒரு குமாரனைப் பெற்றாள், அவனுக்கு ஆரோன் என்று
பேரிட்டாள்; ஏனெனில் அவள் கர்ப்பவதியான நாட்களில், பார்வோன்
இஸ்ரவேலின் ஆண்பிள்ளைகளின் இரத்தத்தைச் சிந்தத்
தொடங்கியிருந்தான் 5. அந்நாட்களில் கித்திமின் ராஜாவாகிய
ஏசாவின் குமாரனான எலிப்பாசின் குமாரனாகிய செப்போ மரித்தான்,
அவனுக்குப் பதிலாக ஜானியாஸ் அரசாண்டான். 6. செப்போ கித்திம்
பிள்ளைகளை அரசாண்ட காலம் ஐம்பது வருஷங்கள்; அவன் மரித்து
கித்திம் தேசத்திலிருக்கிற நப்னா பட்டணத்திலே
அடக்கம்பண்ணப்பட்டான். 7. கித்திம் பிள்ளைகளின்
பராக்கிரமசாலிகளிலொருவனான ஜானியாஸ் அவனுக்குப் பின்பு
அரசாண்டான், அவன் ஐம்பது வருஷங்கள் அரசாண்டான். 8.
கித்திமின் ராஜா மரித்த பின்பு, பேயோரினுடைய குமாரனான
பிலேயாம் கித்திம் தேசத்திலிருந்து தப்பியோடி, எகிப்தின் ராஜாவாகிய
பார்வோனிடத்திற்கு எகிப்திற்கு வந்தான். 9. அவனுடைய ஞானத்தைக்
கேள்விப்பட்டிருந்தபடியால், பார்வோன் அவனை மிகுந்த
கனத்தோடே ஏற்றுக்கொண்டு, அவனுக்கு வெகுமதிகளைக் கொடுத்து,
அவனை ஒரு ஆலோசனைக்காரனாக்கி, அவனை
மேன்மைப்படுத்தினான். 10. பிலேயாம் எகிப்திலே ராஜாவின்
பிரபுக்கள் எல்லாருக்குள்ளும் கனத்தோடே தங்கியிருந்தான்; பிரபுக்கள்
எல்லாரும் அவனுடைய ஞானத்தைக் கற்றுக்கொள்ள
விரும்பினபடியால் அவனை உயர்த்தினார்கள். 11. இஸ்ரவேலர்
எகிப்திற்குக் கீழே போன நூற்று முப்பதாம் வருடத்திலே, பார்வோன்
தன் ராஜரீகச் சிங்காசனத்தின்மேல் வீற்றிருப்பதுபோல ஒரு
சொப்பனம் கண்டான்; அவன் தன் கண்களை ஏறெடுத்துப்

பார்த்தபோது, இதோ ஒரு முதிர்வயதான மனுஷன் தனக்கு முன்பாக நிற்பதைக் கண்டான், அந்த முதிர்வயதான மனுஷனின் கைகளிலே வியாபாரிகள் பயன்படுத்துகிற தராசு ஒன்று இருந்தது. 12. அந்த முதிர்வயதான மனுஷன் தராசை எடுத்து, பார்வோனுக்கு முன்பாகத் தொங்கவிட்டான். 13. அந்த முதிர்வயதான மனுஷன் எகிப்தின் மூப்பர்கள் எல்லாரையும் அதின் பிரபுக்களையும் பெரிய மனுஷர்களையும் பிடித்து, அவர்களை ஒன்றாகக் கட்டி தராசின் ஒரு தட்டிலே வைத்தான். 14. ஒரு பால்குடிக்கிற ஆட்டுக்குட்டியை எடுத்து அதைத் தராசின் மறுதட்டிலே வைத்தான், அந்த ஆட்டுக்குட்டி எல்லாரையும்விடக் கனமாயிருந்தது. 15. ஆட்டுக்குட்டி எல்லாரையும்விடக் கனமாயிருந்தது ஏன் என்று இந்தப் பயங்கரமான தரிசனத்தைக்குறித்துப் பார்வோன் ஆச்சரியப்பட்டான், பார்வோன் விழித்துக்கொண்டான், இதோ அது ஒரு சொப்பனம். 16. பார்வோன் அதிகாலையில் எழுந்து, தன் வேலைக்காரர்களையெல்லாம் கூப்பிட்டு, அவர்களுக்கு அந்தச் சொப்பனத்தை விவரித்தான், அந்த மனுஷர்கள் மிகவும் பயந்தார்கள். 17. ராஜா தன் ஞானிகள் எல்லாரையும் நோக்கி: நான் அறிந்துகொள்ளும்படிக்கு, நான் கண்ட சொப்பனத்திற்கு அர்த்தம் சொல்லுங்கள் என்று உங்களைக் கேட்டுக்கொள்ளுகிறேன் என்றான். 18. பேயோரினுடைய குமாரனான பிலேயாம் ராஜாவுக்குப் பிரதியுத்தரமாக: கடைசி நாட்களில் எகிப்திற்கு விரோதமாக எழும்பப்போகிற ஒரு பெரிய தீமையையே இது குறிக்கிறது, வேறொன்றுமில்லை என்றான். 19. ஏனெனில் இஸ்ரவேலுக்கு ஒரு குமாரன் பிறப்பான், அவன் எகிப்து முழுவதையும் அதின் குடிகளையும் அழித்துப்போட்டு, இஸ்ரவேலரை ஒரு பலத்த கையினாலே எகிப்திலிருந்து புறப்படப்பண்ணுவான். 20. ஆகையால் இப்போது ஓ ராஜாவே, இந்தத் தீமை எகிப்திற்கு விரோதமாக எழும்புவதற்கு முன்னே, நீர் இஸ்ரவேல் புத்திரரின் நம்பிக்கையையும் அவர்கள் எதிர்பார்ப்பையும் அழித்துப்போடும்படிக்கு இந்தக் காரியத்தைக்குறித்து ஆலோசனை செய்யும் என்றான். 21. ராஜா பிலேயாமை நோக்கி: நாம் இஸ்ரவேலருக்கு என்ன செய்வோம்? நிச்சயமாக நாம் முதலில் அவர்களுக்கு விரோதமாக ஒரு விதமாய் ஆலோசனைபண்ணியும் அவர்களை மேற்கொள்ளமுடியவில்லையே. 22. ஆகையால் இப்போது, நாம் அவர்களை மேற்கொள்ளும்படியான ஆலோசனையை நீயும் அவர்களுக்கு விரோதமாகச் சொல் என்றான். 23. பிலேயாம் ராஜாவுக்குப் பிரதியுத்தரமாக: இப்போது உமது இரண்டு ஆலோசனைக்காரர்களுக்கும் ஆள் அனுப்பி அவர்களை அழைப்பியும், இந்தக் காரியத்தைக்குறித்து அவர்களுடைய ஆலோசனை என்னவென்று பார்ப்போம், அதன்பின்பு உமது தாசன் பேசுவேன் என்றான். 24. ராஜா தன் இரண்டு ஆலோசனைக்காரர்களாகிய மீதியானியனான ரெகுவேலையும், ஊசியனான யோபையும் அழைப்பித்தான், அவர்கள் வந்து ராஜாவுக்கு

முன்பாக உட்கார்ந்தார்கள். 25. ராஜா அவர்களை நோக்கி: இதோ, நான் கண்ட சொப்பனத்தையும் அதின் அர்த்தத்தையும் நீங்கள் இருவரும் கேட்டீர்களே; ஆகையால் இப்போது, அவர்களுடைய தீமை நமக்கு விரோதமாக எழும்புவதற்கு முன்னே, நாம் அவர்களை மேற்கொள்ளும்படிக்கு இஸ்ரவேல் புத்திரருக்கு என்ன செய்யவேண்டும் என்று அறிந்து ஆலோசனை சொல்லுங்கள் என்றான். 26. மீதியானியனான ரெகுவேல் ராஜாவுக்குப் பிரதியுத்தரமாக: ராஜா வாழ்க, ராஜா என்றென்றைக்கும் வாழ்க. 27. ராஜாவுக்குச் சித்தமானால், அவர் எபிரெயர்களை விட்டு விலகி அவர்களை விட்டுவிடட்டும், அவர் அவர்களுக்கு விரோதமாகத் தம்முடைய கையை நீட்டாதிருக்கட்டும். 28. ஏனெனில் இவர்களைக் கர்த்தர் பூர்வநாட்களிலே தெரிந்துகொண்டு, பூமியின் எல்லா ஜாதிகளிலுமிருந்தும் பூமியின் ராஜாக்களிலுமிருந்து தமக்குச் சுதந்தரமான பங்காக எடுத்துக்கொண்டாரே; அவர்களுக்கு விரோதமாகத் தன் கையை நீட்டித் தண்டனைக்குத் தப்பினவன் யார், அவர்கள் தேவன் எவனிடத்தில் பழிவாங்காதிருந்தார்? 29. ஆபிரகாம் எகிப்திற்குக் கீழே போனபோது, எகிப்தின் முந்தின ராஜாவாகிய பார்வோன் அவனுடைய மனைவியாகிய சாராளைக் கண்டு அவளை மனைவியாக எடுத்துக்கொண்டான் என்பதை நிச்சயமாக அறிவீரே; எகிப்தின் மனுஷர்கள் தன் மனைவியினிமித்தம் தன்னைக் கொன்றுபோடுவார்களோ என்று ஆபிரகாம் பயந்து: அவள் என் சகோதரி என்று சொன்னதினாலேயே அப்படி நடந்தது. 30. எகிப்தின் ராஜா சாராளை எடுத்துக்கொண்டபோது, அவன் ஆபிரகாமுக்கு அவன் மனைவியாகிய சாராளைத் திருப்பிக் கொடுக்கும்வரைக்கும் தேவன் அவனையும் அவன் வீட்டாரையும் கொடிய வாதைகளால் அடித்தார், அதன்பின்பு அவன் குணமானான். 31. பெலிஸ்தரின் ராஜாவாகிய கேரார் ஊரானான அபிமெலேக்கையும், ஆபிரகாமின் மனைவியாகிய சாராளினிமித்தம் தேவன் மனுஷர்முதல் மிருகஜீவன்மட்டுமுள்ள எல்லாக் கர்ப்பங்களையும் அடைத்துத் தண்டித்தார். 32. அவர்கள் தேவன் ராத்திரியின் சொப்பனத்திலே அபிமெலேக்கினிடத்திற்கு வந்து, அவன் எடுத்துக்கொண்ட சாராளை ஆபிரகாமுக்குத் திருப்பிக்கொடுக்கும்படிக்கு அவனைத் திகிலடையப்பண்ணினார், அதன்பின்பு கேரார் ஜனங்கள் எல்லாரும் சாராளினிமித்தம் தண்டிக்கப்பட்டார்கள்; ஆபிரகாம் அவர்களுக்காகத் தன் தேவனை நோக்கி ஜெபம்பண்ணினான், அவர் அவனுடைய விண்ணப்பத்தைக் கேட்டு அவர்களைக் குணமாக்கினார். 33. தனக்கும் தன் ஜனங்களுக்கும் நேரிட்ட இந்தப் பொல்லாப்புக்கெல்லாவற்றிற்கும் அபிமெலேக்கு பயந்து, ஆபிரகாமின் மனைவியாகிய சாராளை அவனுக்குத் திருப்பிக்கொடுத்து, அவளோடே அநேக வெகுமதிகளையும் அவனுக்குக் கொடுத்தான். 34. அவன் ஈசாக்கைக் கேராரிலிருந்து துரத்திவிட்டபோதும் அவனுக்கும் அப்படிச்

செய்தானே; தேவன் அவனுக்கு ஆச்சரியமான காரியங்களைச்
செய்ததினால், கேராரின் நீரோடைகளெல்லாம் வறண்டுபோயின,
அவர்களுடைய கனிகொடுக்கும் மரங்கள் பலன் தரவில்லை. 35.
கேராரின் ராஜாவாகிய அபிமெலேக்கும், அவன் சிநேகிதரில்
ஒருவனான அகுசாத்தும், அவன் சேனைத்தலைவனான பிக்கோலும்
அவனிடத்திற்குப் போய் அவனுக்கு முன்பாகத் தரைமட்டும் குனிந்து
வணங்கும்வரைக்கும் அப்படியிருந்தது. 36. அவர்கள் தங்களுக்காக
விண்ணப்பம்பண்ணும்படி அவனைக் கேட்டுக்கொண்டார்கள், அவன்
அவர்களுக்காகக் கர்த்தரை நோக்கி ஜெபம்பண்ணினான்; கர்த்தர்
அவனுடைய விண்ணப்பத்தைக் கேட்டு அவர்களைக் குணமாக்கினார்.
37. குணசாலியான யாக்கோபும் தன் உத்தமத்தினிமித்தம் தன்
சகோதரனான ஏசாவின் கையிலிருந்தும், அவன் பிராணனை வாங்கத்
தேடின அவன் தாயின் சகோதரனான சீரியனாகிய லாபானின்
கையிலிருந்தும் விடுவிக்கப்பட்டான்; அவனையும் அவன்
பிள்ளைகளையும் அழித்துப்போட அவனுக்கு விரோதமாகக் கூடிவந்த
கானானின் ராஜாக்கள் எல்லாருடைய கையிலிருந்தும் அவன்
விடுவிக்கப்பட்டான், கர்த்தர் அவர்களை அவர்கள் கைகளிலிருந்து
விடுவித்தார், அவர்கள் அவர்களுக்கு விரோதமாகத் திரும்பி அவர்களை
முறியடித்தார்கள்; அவர்களுக்கு விரோதமாகத் தன் கையை நீட்டித்
தண்டனைக்குத் தப்பினவன் எவனாவது உண்டா? 38. முந்தின
பார்வோனாகிய உமது தகப்பனுடைய தகப்பன் யாக்கோபின்
குமாரனான யோசேப்பின் ஞானத்தைக் கண்டபோது, எகிப்து
தேசத்தின் பிரபுக்கள் எல்லாரிலும் அவனை உயர்த்தினானே;
ஏனெனில் அவன் தன் ஞானத்தினால் தேசத்தின் குடிகள்
எல்லாரையும் பஞ்சத்திலிருந்து இரட்சித்தான். 39. அதன்பின்பு,
அவர்களுடைய புண்ணியத்தினால் எகிப்து தேசமும் கோசேன் தேசமும்
பஞ்சத்திலிருந்து விடுவிக்கப்படும்படிக்கு, யாக்கோபும் அவனுடைய
பிள்ளைகளும் எகிப்திற்குக் கீழே வரும்படி கட்டளையிட்டான். 40.
ஆகையால் இப்போது உமது கண்களுக்கு நலமாய்த் தோன்றினால்,
இஸ்ரவேல் புத்திரரை அழித்துப்போடுவதை விட்டுவிடும்; ஆனால்
அவர்கள் எகிப்திலே குடியிருப்பது உமக்குச் சித்தமில்லாவிட்டால்,
அவர்கள் தங்கள் பிதாக்கள் தங்கியிருந்த தேசமாகிய கானான்
தேசத்திற்குப் போகும்படி அவர்களை இங்கிருந்து அனுப்பிவிடும்
என்றான். 41. பார்வோன் எத்திரோவின் வார்த்தைகளைக்
கேட்டபோது அவன் மேல் மிகவும் கோபங்கொண்டான்; அவன்
ராஜாவின் சமுகத்திலிருந்து வெட்கத்தோடே எழுந்து, தன் தேசமாகிய
மீதியானுக்குப் போனான்; அவன் யோசேப்பின் கோலைத்
தன்னோடே எடுத்துக்கொண்டுபோனான். 42. ராஜா ஊசியனான
யோபை நோக்கி: யோபே, நீ என்ன சொல்லுகிறாய்,
எபிரெயர்களைக்குறித்து உன் ஆலோசனை என்ன? என்றான். 43.
யோபு ராஜாவை நோக்கி: இதோ, தேசத்தின் குடிகள் எல்லாரும் உமது

அதிகாரத்திலிருக்கிறார்கள், ராஜாவுக்கு நலமாய்த் தோன்றுகிறபடியே அவர் செய்யட்டும் என்றான். 44. ராஜா பிலேயாமை நோக்கி: பிலேயாமே, நீ என்ன சொல்லுகிறாய், நாங்கள் கேட்கும்படிக்கு உன் வார்த்தையைச் சொல் என்றான். 45. பிலேயாம் ராஜாவை நோக்கி: ராஜா எபிரெயர்களுக்கு விரோதமாக ஆலோசனைபண்ணின எல்லாவற்றிலிருந்தும் அவர்கள் விடுவிக்கப்படுவார்கள், ராஜா எந்த ஆலோசனையினாலும் அவர்களை மேற்கொள்ளமுடியாது. 46. ஏனெனில் நீர் அக்கினிஜுவாலையினால் அவர்களைக் குறைத்துப்போட நினைத்தால், நீர் அவர்களை மேற்கொள்ளமுடியாது; நிச்சயமாக அவர்களுடைய தேவன் அவர்கள் தகப்பனாகிய ஆபிரகாமைக் கல்தேயருடைய ஊர் என்னும் பட்டணத்திலிருந்து விடுவித்தாரே; நீர் அவர்களைப் பட்டயத்தினால் அழித்துப்போட நினைத்தால், நிச்சயமாக அவர்கள் தகப்பனாகிய ஈசாக்கு அதிலிருந்து விடுவிக்கப்பட்டானே, அவனுக்குப் பதிலாக ஒரு ஆட்டுக்கடா வைக்கப்பட்டதே. 47. கடினமான மற்றும் கொடுமையான உழைப்பினால் அவர்களைக் குறைத்துப்போட நினைத்தால், இதிலும் நீர் அவர்களை மேற்கொள்ளமுடியாது; ஏனெனில் அவர்கள் தகப்பனாகிய யாக்கோபு சகலவிதமான கடினமான வேலையிலும் லாபானுக்கு ஊழியஞ்செய்து விருத்தியடைந்தானே. 48. ஆகையால் இப்போது ஓ ராஜாவே, என் வார்த்தைகளைக் கேளும்; நீர் அவர்களை மேற்கொள்ளும்படி அவர்களுக்கு விரோதமாகச் சொல்லப்படும் ஆலோசனை இதுவே, இதிலிருந்து நீர் விலகக்கூடாது. 49. ராஜாவுக்குச் சித்தமானால், இதுமுதல் அவர்களுக்குப் பிறக்கப்போகிற பிள்ளைகளெல்லாரையும் தண்ணீரிலே போடும்படி அவர் கட்டளையிடட்டும்; இதினாலேயே நீர் அவர்கள் பெயரை அழித்துப்போடமுடியும்; ஏனெனில் அவர்களிலாவது அவர்கள் பிதாக்களிலாவது ஒருவரும் இந்த விதமாகச் சோதிக்கப்படவில்லை என்றான். 50. ராஜா பிலேயாமின் வார்த்தைகளைக் கேட்டான்; இந்தக் காரியம் ராஜாவுக்கும் பிரபுக்களுக்கும் பிரியமாயிருந்தது, ராஜா பிலேயாமின் வார்த்தையின்படியே செய்தான். 51. எகிப்து தேசம் முழுவதிலும் ஒரு அறிவிப்பைப் பறைசாற்றவும் ஒரு பிரமாணத்தை ஏற்படுத்தவும் ராஜா கட்டளையிட்டு: இதுமுதல் எபிரெயர்களுக்குப் பிறக்கிற ஒவ்வொரு ஆண்பிள்ளையும் தண்ணீரிலே போடப்படவேண்டும் என்றான். 52. பார்வோன் தன் வேலைக்காரர்கள் எல்லாரையும் கூப்பிட்டு: நீங்கள் இப்போது போய், இஸ்ரவேல் புத்திரர் இருக்கிற கோசேன் தேசம் எங்கும் தேடி, எபிரெயர்களுக்குப் பிறக்கிற ஒவ்வொரு குமாரனும் நதியிலே போடப்படுவதைப் பாருங்கள், பெண்பிள்ளைகள் எல்லாரையும் உயிரோடிருக்கவிடுங்கள் என்றான். 53. தங்கள் ஆண்பிள்ளைகளை நதியிலே போடும்படி பார்வோன் கட்டளையிட்ட இந்தக் காரியத்தை இஸ்ரவேல் புத்திரர் கேட்டபோது, ஜனங்களில் சிலர் தங்கள்

மனைவிகளை விட்டுப் பிரிந்தார்கள், மற்றவர்கள் அவர்களைச்
சேர்ந்துகொண்டார்கள். 54. அந்த நாள்முதல், தங்கள்
புருஷர்களோடே தங்கியிருந்த இஸ்ரவேலின் ஸ்திரீகளுக்குப் பிரசவ
காலம் வந்தபோது, அவர்கள் அங்கே பிரசவிக்கும்படி வயல்வெளிக்குப்
போனார்கள்; அவர்கள் வயல்வெளியிலே பிரசவித்து, தங்கள்
பிள்ளைகளை வயல்வெளியிலே விட்டுவிட்டு வீட்டிற்குத்
திரும்பினார்கள். 55. அவர்கள் பிதாக்களுக்கு அவர்களைப்
பெருகப்பண்ணுவேன் என்று ஆணையிட்டிருந்த கர்த்தர், ஒவ்வொரு
பிள்ளையையும் தண்ணீரினால் கழுவவும், அதற்கு எண்ணெய் பூசித்
துணிகளால் சுற்றவும், பரலோகத்திலிருக்கிற தமக்கு ஊழியஞ்செய்கிற
தூதர்களில் ஒருவனை அனுப்பினார்; அவன் இரண்டு வழுவழுப்பான
கற்களை அதின் கைகளில் வைத்தான், அவைகளில் ஒன்றிலிருந்து அது
பாலைக் குடித்தது, மற்றொன்றிலிருந்து தேனைக் குடித்தது; அவன்
அதின் தலைமயிர் அதின் முழங்கால்வரைக்கும் வளரப்பண்ணினான்,
அதினாலே அது தன்னை மூடிக்கொண்டது; அவன் அதின்மேல்
கொண்ட பரிதாபத்தினாலே அதைத் தேற்றவும் அதனோடே
இணைந்திருக்கவும் அப்படிச் செய்தான். 56. தேவன் அவர்கள் மேல்
பரிதாபங்கொண்டு, அவர்களைப் பூமியின்மீது பெருகப்பண்ணச்
சித்தமாயிருந்தபோது, அவர்கள் பெரியவர்களாகும் காலம்வரைக்கும்
அவர்களைப் பத்திரப்படுத்தி வைத்துக்கொள்ளும்படி தம்முடைய
பூமிக்குக் கட்டளையிட்டார்; அதன்பின்பு பூமி தன் வாயைத் திறந்து
அவர்களை வெளியே கக்கினது, அவர்கள் பூமியின்
பூண்டுகளைப்போலவும் காட்டிலுள்ள புல்லைப்போலவும்
பட்டணத்திலிருந்து முளைத்தெழுந்தார்கள்; அவர்கள் ஒவ்வொருவனும்
தன் குடும்பத்திற்கும் தன் தகப்பன் வீட்டிற்கும் திரும்பி, அவர்களோடே
தங்கியிருந்தார்கள். 57. தேவன் அவர்களுக்குச் செய்த
கிருபையினாலே இஸ்ரவேல் புத்திரரின் குழந்தைகள் வயல்வெளியின்
பூண்டுகளைப்போலப் பூமியின்மேல் இருந்தார்கள். 58. எகிப்தியர்
எல்லாரும் இந்தக் காரியத்தைக் கண்டபோது, அவர்கள்
ஒவ்வொருவனும் தன் நுகத்தடிகளோடும் தன் கலப்பையோடும் தன்
வயல்வெளிக்குப் புறப்பட்டுப்போய், விதைக்கிற காலத்தில் பூமியை
உழுவதுபோல அதை உழுதார்கள். 59. அவர்கள் உழுதபோது
இஸ்ரவேல் புத்திரரின் குழந்தைகளுக்கு அவர்களால்
தீங்குசெய்யமுடியவில்லை; ஆகையால் ஜனங்கள் பெருகி மிகவும்
பலத்தார்கள். 60. இஸ்ரவேல் புத்திரரின் குழந்தைகளைத் தேடும்படி
கோசேனுக்கு நாளுக்கு நாள் போகப் பார்வோன் தன்
அதிகாரிகளுக்குக் கட்டளையிட்டான். 61. அவர்கள் தேடி ஒன்றைக்
கண்டுபிடித்தபோது, அதை அதின் தாயின் மார்பிலிருந்து பலவந்தமாய்
எடுத்து, அதை நதியிலே போட்டார்கள்; ஆனால் பெண்பிள்ளையை
அதின் தாயினிடத்திலே விட்டுவிட்டார்கள்; எகிப்தியர் எல்லா
நாட்களிலும் இஸ்ரவேலருக்கு இப்படியே செய்தார்கள்.

யாசேரின் ஆகமம்

அத்தியாயம் 68

1. அக்காலத்திலே அம்ராமின் குமாரத்தியும் ஆரோனின்
சகோதரியுமாகிய மிரியாமின்மேல் தேவனுடைய ஆவி இருந்தது;
அவள் புறப்பட்டுத் தன் வீட்டாரைக்குறித்துத் தீர்க்கதரிசனஞ்சொல்லி:
இதோ, இந்த முறை என் தகப்பனுக்கும் தாய்க்கும் நமக்கு ஒரு குமாரன்
பிறப்பான், அவன் இஸ்ரவேலை எகிப்தியரின் கைகளிலிருந்து
இரட்சிப்பான் என்றாள். 2. யாக்கோபின் வம்சத்தாரில் பிறக்கிற
ஒவ்வொரு ஆண்பிள்ளையையும் தண்ணீரிலே போடும்படி பார்வோன்
கட்டளையிட்ட காலத்திலே தன் மனைவியைத் துரத்திவிட்டிருந்த
அம்ராம், தன் குமாரத்தியின் வார்த்தைகளைக் கேட்டபோது, போய்
அவளை மறுபடியும் வீட்டிற்கு அழைத்துக்கொண்டுவந்தான். 3.
அம்ராம் தன் மனைவியாகிய யோகெபேத்தைத் துரத்திவிட்ட மூன்று
வருஷங்களுக்குப் பின்பு அவளை அழைத்துக்கொண்டுவந்து,
அவளோடே சேர்ந்தான், அவள் கர்ப்பவதியானாள். 4. அவள்
கர்ப்பவதியான ஏழாம் மாதத்தின் முடிவிலே ஒரு குமாரனைப்
பெற்றாள்; சூரியனும் சந்திரனும் பிரகாசிக்கும்போது உண்டாகும்
வெளிச்சத்தைப்போல வீடு முழுவதும் மகா வெளிச்சத்தினால்
நிறைந்தது. 5. அந்த ஸ்திரீ அந்தப் பிள்ளை அழகும் பார்வைக்கு
இன்பமுமாயிருப்பதைக் கண்டு, அதை மூன்று மாதங்கள் ஒரு உள்
அறையிலே ஒளித்துவைத்தாள். 6. அந்நாட்களில் எகிப்தியர்
அங்கிருந்த எபிரெயர்கள் எல்லாரையும் அழித்துப்போடும்படி
சதிசெய்தார்கள். 7. எகிப்திய ஸ்திரீகள் இஸ்ரவேல் புத்திரர் இருந்த
கோசேனுக்குப் போய், இன்னும் பேசத் தெரியாத தங்கள்
குழந்தைகளைத் தங்கள் தோள்களின்மேல் சுமந்துகொண்டு
போனார்கள். 8. அந்நாட்களில், இஸ்ரவேல் புத்திரரின் ஸ்திரீகள்
பெற்றபோது, எகிப்தியர் தாங்கள் பிள்ளைபெற்றதை
அறியாதபடிக்கும், தேசத்திலிருந்து தங்களை
அழித்துப்போடாதபடிக்கும் ஒவ்வொரு ஸ்திரீயும் தன் குமாரனை
எகிப்தியருக்கு முன்பாக ஒளித்துவைத்திருந்தாள். 9. எகிப்திய ஸ்திரீகள்
கோசேனுக்கு வந்தார்கள், பேசத் தெரியாத அவர்கள் குழந்தைகள்
அவர்கள் தோள்களின்மேல் இருந்தன; ஒரு எகிப்திய ஸ்திரீ ஒரு
எபிரெய ஸ்திரீயின் வீட்டிற்குள் வந்தபோது அவளுடைய குழந்தை
அழத்தொடங்கியது. 10. அது அழுதபோது, உள் அறையிலிருந்த
பிள்ளையும் அதற்குப் பதிலாக அழுதது; ஆகையால் எகிப்திய ஸ்திரீகள்
போய்ப் பார்வோனின் வீட்டிலே அதைச் சொன்னார்கள். 11.
அப்பொழுது பார்வோன் பிள்ளைகளை எடுத்து அவர்களைக்
கொன்றுபோடும்படி தன் அதிகாரிகளை அனுப்பினான்; எகிப்தியர்
எபிரெய ஸ்திரீகளுக்கு எல்லா நாட்களிலும் இப்படியே செய்தார்கள்.
12. யோகெபேத் தன் குமாரனை ஒளித்துவைத்து ஏறக்குறைய மூன்று

மாதங்களான அந்த நேரத்திலே, இந்தக் காரியம் பார்வோனின்
வீட்டிலே அறியப்பட்டது. 13. அதிகாரிகள் வருவதற்கு முன்பாகவே
அந்த ஸ்திரீ தீவிரமாய்த் தன் குமாரனை எடுத்துக்கொண்டுபோய்,
அவனுக்காக நாணலால் ஒரு பெட்டியைச் செய்து, அதற்குப் பிசினும்
கீலும் பூசி, பிள்ளையை அதிலே வைத்து, அதை நதியோரமாய்
நாணல்களுக்குள்ளே வைத்தாள். 14. அவனுக்கு என்ன நடக்கும்
என்றும், தன் வார்த்தைகள் என்னவாகும் என்றும் அறியும்படிக்கு
அவனுடைய சகோதரியாகிய மிரியாம் தூரத்திலே நின்றாள். 15.
அக்காலத்திலே தேவன் எகிப்து தேசத்திலே ஒரு பயங்கரமான
உஷ்ணத்தை அனுப்பினார்; அது தன் சுழற்சியிலிருக்கும்
சூரியனைப்போல மனுஷரின் மாம்சத்தைச் சுட்டெரித்தது, அது
எகிப்தியரை மிகவும் வாட்டிற்று. 16. தங்கள் மாம்சத்தைச் சுட்டெரித்த
அந்தப் பட்சிக்கிற உஷ்ணத்தினிமித்தம் எகிப்தியர் எல்லாரும் நதியிலே
குளிக்க இறங்கினார்கள். 17. பார்வோனின் குமாரத்தியாகிய
பித்தியாளும் அந்தப் பட்சிக்கிற உஷ்ணத்தினிமித்தம் நதியிலே குளிக்கப்
போனாள், அவளுடைய தாதிமார் நதியோரமாய் நடந்தார்கள்,
எகிப்தின் ஸ்திரீகள் எல்லாரும் கூடவே போனார்கள். 18. பித்தியாள்
நதிக்கு நேராகத் தன் கண்களை ஏறெடுத்துப் பார்த்தபோது,
தண்ணீரின்மேல் இருந்த பெட்டியைக் கண்டு, அதை எடுத்துவரும்படி
தன் தாதியை அனுப்பினாள். 19. அவள் அதைத் திறந்து பிள்ளையைப்
பார்த்தாள்; இதோ, அந்தப் பிள்ளை அழுதது, அவள் அதுமேல்
பரிதாபப்பட்டு: இது எபிரெயருடைய பிள்ளைகளில் ஒன்று என்றாள்.
20. நதியோரமாய் நடந்த எகிப்தின் ஸ்திரீகள் எல்லாரும் அவனுக்குப்
பால்கொடுக்க விரும்பினார்கள், ஆனால் அவன் குடிக்கவில்லை;
அவனை அவனுடைய தாயின் மார்புக்கே திரும்பச் சேர்க்கும்படிக்கு
இந்தக் காரியம் கர்த்தராலே உண்டானது. 21. அக்காலத்திலே
அவனுடைய சகோதரியாகிய மிரியாம் நதியோரத்திலிருந்த எகிப்திய
ஸ்திரீகளுக்குள்ளே இருந்தாள், அவள் இதைக் கண்டு பார்வோனின்
குமாரத்தியை நோக்கி: உமக்காக இந்தப் பிள்ளைக்குப் பால்கொடுக்க,
எபிரெய ஸ்திரீகளிலிருந்து ஒரு செவிலித்தாயை நான் போய்ப்
கூட்டிவரட்டுமா? என்றாள். 22. பார்வோனின் குமாரத்தி அவளை
நோக்கி: போ என்றாள்; அந்தப் பெண் போய்ப் பிள்ளையின் தாயைக்
கூட்டிவந்தாள். 23. பார்வோனின் குமாரத்தி யோகெபேத்தை நோக்கி:
நீ இந்தப் பிள்ளையை எடுத்துக்கொண்டுபோய், எனக்காக இதற்குப்
பால்கொடு, நான் உனக்குத் தினந்தோறும் இரண்டு
வெள்ளிக்காசுகளைக் கூலியாகக் கொடுப்பேன் என்றாள்; அந்த ஸ்திரீ
பிள்ளையை எடுத்துக்கொண்டுபோய் அதற்குப் பால்கொடுத்தாள். 24.
இரண்டு வருஷங்களின் முடிவிலே, பிள்ளை வளர்ந்தபோது, அவள்
அவனைப் பார்வோனின் குமாரத்தியினிடத்திற்குக் கொண்டுவந்தாள்,
அவன் அவளுக்குக் குமாரனானான்; நான் அவனைத் தண்ணீரிலிருந்து
எடுத்தேன் என்று சொல்லி, அவனுக்கு மோசே என்று பேரிட்டாள்.

*25. அவன் தகப்பனாகிய அம்ராம் அவனுக்குக் கேபர் என்று
பேரிட்டான்; ஏனெனில் அவனிமித்தமே தான் துரத்திவிட்ட தன்
மனைவியோடே சேர்ந்தான் என்று அவன் சொன்னான். 26.
அவனுடைய தாயாகிய யோகெபேத் அவனுக்கு எக்குத்தியேல் என்று
பேரிட்டாள்; ஏனெனில் நான் அவனுக்காகச் சர்வவல்லவரை
நம்பியிருந்தேன், தேவன் அவனை எனக்குத் திரும்பக் கொடுத்தார்
என்று அவள் சொன்னாள். 27. அவனுடைய சகோதரியாகிய மிரியாம்
அவனுக்கு யாரேத் என்று பேரிட்டாள்; ஏனெனில் அவனுடைய முடிவு
என்னவாகும் என்று அறியும்படிக்கு அவள் அவனுக்குப் பின்னே நதிக்கு
இறங்கிப்போனாளே. 28. அவனுடைய சகோதரனான ஆரோன்
அவனுக்கு ஆபிசானோக்கு என்று பேரிட்டான்; என் தகப்பன் என்
தாயை விட்டுவிட்டு அவனிமித்தமே அவளிடத்திற்குத் திரும்பினார்
என்று அவன் சொன்னான். 29. அம்ராமின் தகப்பனாகிய கோகாத்
அவனுக்கு அபிக்தோர் என்று பேரிட்டான்; ஏனெனில் அவர்கள் இனித்
தங்கள் ஆண்பிள்ளைகளைத் தண்ணீரிலே போடாதபடிக்கு,
அவனிமித்தமே தேவன் யாக்கோபு வீட்டின் அடைப்பைக்
கட்டினார். 30. அவர்களுடைய செவிலித்தாய் அவனுக்கு
ஆபிசோக்கோ என்று பேரிட்டாள்; காமின் பிள்ளைகளினிமித்தம்
அவன் தன் கூடாரத்திலே மூன்று மாதங்கள் ஒளித்துவைக்கப்பட்டான்
என்று அவள் சொன்னாள். 31. இஸ்ரவேலர் எல்லாரும் அவனுக்கு
நெதனெயேலின் குமாரனான செமாயா என்று பேரிட்டார்கள்;
ஏனெனில் அவனுடைய நாட்களில் தேவன் அவர்கள் கூக்குரலைக்
கேட்டு, அவர்களை ஒடுக்குகிறவர்களிடத்திலிருந்து அவர்களை
இரட்சித்தார் என்று அவர்கள் சொன்னார்கள். 32. மோசே
பார்வோனின் வீட்டிலே இருந்து, பார்வோனின் குமாரத்தியாகிய
பித்தியாளுக்குக் குமாரனானான்; மோசே ராஜாவின்
பிள்ளைகளுக்குள்ளே வளர்ந்தான்.*

அத்தியாயம் 69

*1. அந்நாட்களில், தான் அரசாண்ட பதினெட்டாம் வருடத்திலே
ஏதோமின் ராஜா மரித்தான்; அவன் ஏதோம் தேசத்திலே தன் ராஜரீக
வாசஸ்தலமாகத் தனக்காகக் கட்டியிருந்த தன் மாளிகையிலே
அடக்கம்பண்ணப்பட்டான். 2. ஏசாவின் பிள்ளைகள்
நதியோரத்திலிருக்கிற பேத்தூருக்கு ஆள் அனுப்பி, அங்கிருந்து சவுல்
என்னும் பெயருள்ள, அழகான கண்களும் சவுந்தரியமான
தோற்றமுமுள்ள ஒரு வாலிபனை அழைத்துவந்து, சம்லாவுக்குப்
பதிலாக அவனைத் தங்கள் மேல் ராஜாவாக்கினார்கள். 3. சவுல்
ஏதோம் தேசத்திலே ஏசாவின் பிள்ளைகள் எல்லார்மேலும் நாற்பது
வருஷங்கள் அரசாண்டான். 4. இஸ்ரவேல் புத்திரரைக் குறித்துப்*

பிலேயாம் சொல்லியிருந்த ஆலோசனை வாய்க்கவில்லை என்றும், அவர்கள் இன்னும் பலுகிப் பெருகி எகிப்து தேசம் முழுவதும் அதிகரித்தார்கள் என்றும் எகிப்தின் ராஜாவாகிய பார்வோன் கண்டபோது; 5. அந்நாட்களில் பார்வோன் எகிப்து முழுவதிலும் இஸ்ரவேல் புத்திரருக்கு ஒரு அறிவிப்பைப் பறைசாற்றும்படிக் கட்டளையிட்டான், அதாவது: எந்த மனுஷனும் தன் தினசரி வேலையிலிருந்து எதையும் குறைக்கக்கூடாது. 6. சாந்திலாவது செங்கற்களிலாவது தான் தினந்தோறும் செய்யும் வேலையிலே எந்த மனுஷனாவது குறைவுபட்டிருக்கக் காணப்பட்டால், அதின் இடத்தில் அவனுடைய இளைய குமாரன் வைக்கப்படுவான் என்று அறிவிக்கச் சொன்னான். 7. அந்நாட்களில் எகிப்தின் வேலை இஸ்ரவேல் புத்திரரின் மேல் பலத்தது; இதோ, எந்த மனுஷனுடைய தினசரி வேலையிலாவது ஒரு செங்கல் குறைவாயிருந்தால், எகிப்தியர் அவனுடைய இளைய குமாரனை அவனுடைய தாயினிடத்திலிருந்து பலவந்தமாய் எடுத்து, அவனுடைய தகப்பன் குறைத்துவிட்ட செங்கலுக்குப் பதிலாக அவனைக் கட்டிடத்திலே வைத்தார்கள். 8. எகிப்தின் மனுஷர்கள் நாளுக்கு நாள், நீண்ட காலமாக எல்லா நாட்களிலும் இஸ்ரவேல் புத்திரர் எல்லாருக்கும் அப்படியே செய்தார்கள். 9. ஆனால் அக்காலத்திலே லேவியின் கோத்திரம் ஆரம்பமுதல் தங்கள் சகோதரர்களாகிய இஸ்ரவேலரோடே வேலை செய்யவில்லை; ஏனெனில் எகிப்தியர் ஆரம்பத்திலே இஸ்ரவேலருக்குக் காண்பித்த தந்திரத்தை லேவியின் பிள்ளைகள் அறிந்திருந்தார்கள்.

அத்தியாயம் 70

1. மோசே பிறந்த மூன்றாம் வருடத்திலே, பார்வோன் ஒரு விருந்திலே உட்கார்ந்திருந்தான், ராஜாத்தியாகிய அல்பரனித் அவனுடைய வலதுபுறத்திலும், பித்தியாள் அவனுடைய இடதுபுறத்திலும் உட்கார்ந்திருந்தார்கள், சிறுவனாகிய மோசே அவளுடைய மடியிலே படுத்திருந்தான்; பேயோரினுடைய குமாரனான பிலேயாமும் அவனுடைய இரண்டு குமாரர்களும், ராஜ்யத்தின் பிரபுக்கள் எல்லாரும் ராஜாவுக்கு முன்பாகப் பந்தியிலே உட்கார்ந்திருந்தார்கள். 2. அந்தச் சிறுவன் ராஜாவின் தலையின்மேல் தன் கையை நீட்டி, ராஜாவின் தலையிலிருந்து கிரீடத்தை எடுத்துத் தன் தலையின்மேல் வைத்துக்கொண்டான். 3. அந்தச் சிறுவன் செய்த காரியத்தை ராஜாவும் பிரபுக்களும் கண்டபோது, ராஜாவும் பிரபுக்களும் திகிலடைந்தார்கள், ஒவ்வொருவரும் தங்கள் அயலானிடத்தில் ஆச்சரியப்பட்டார்கள். 4. ராஜா தனக்கு முன்பாகப் பந்தியிலிருந்த பிரபுக்களை நோக்கி: பிரபுக்களே, இந்தக் காரியத்தைக்குறித்து நீங்கள் என்ன பேசுகிறீர்கள், என்ன

சொல்லுகிறீர்கள், இந்தச் செய்கையினிமித்தம் இந்தச் சிறுவனுக்கு
என்ன நியாயத்தீர்ப்பு கொடுக்கவேண்டும்? என்றான். 5.
மந்திரவாதியாகிய பேயோரினுடைய குமாரனான பிலேயாம்
ராஜாவுக்கும் பிரபுக்களுக்கும் முன்பாகப் பிரதியுத்தரமாக: ஓ என்
ஆண்டவனும் ராஜாவுமானவரே, நீர் அநேக நாட்களுக்கு முன்னே
கண்ட சொப்பனத்தையும், உமது தாசன் உமக்குச் சொன்ன
அர்த்தத்தையும் இப்போது நினைத்துப்பாரும். 6. ஆகையால் இப்போது,
இது எபிரெயருடைய பிள்ளைகளில் ஒரு குழந்தை, இவனுக்குள்
தேவனுடைய ஆவி இருக்கிறது; இந்தச் சிறுவன் அறியாமலேயே
இந்தக் காரியத்தைச் செய்தான் என்று என் ஆண்டவனாகிய ராஜா
நினைக்கவேண்டாம். 7. ஏனெனில் இவன் ஒரு எபிரெயச் சிறுவன்,
இவன் சிறுவனாயிருந்தாலும் ஞானமும் புத்தியும் இவனோடே
இருக்கிறது, இவன் ஞானத்தினாலேயே இதைச் செய்து, எகிப்தின்
ராஜ்யத்தைத் தனக்காகத் தெரிந்துகொண்டான். 8. ராஜாக்களையும்
அவர்கள் பிரபுக்களையும் வஞ்சிப்பதும், பூமியின் ராஜாக்களையும்
அவர்கள் மனுஷர்களையும் நடுங்கப்பண்ணும்படிக்கு இந்தக்
காரியங்களையெல்லாம் தந்திரமாய்ச் செய்வதும் எபிரெயர்கள்
எல்லாருக்கும் வழக்கமாயிருக்கிறதே. 9. அவர்கள் தகப்பனாகிய
ஆபிரகாம் இப்படிச் செய்து, பாபிலோனின் ராஜாவாகிய நிம்ரோதின்
சேனையையும், கேராரின் ராஜாவாகிய அபிமெலேக்கையும் வஞ்சித்து,
ஏத்தின் பிள்ளைகளுடைய தேசத்தையும் கானானின்
ராஜ்யங்களெல்லாவற்றையும் சுதந்தரித்துக்கொண்டான் என்பதை நீர்
நிச்சயமாக அறிவீரே. 10. அவன் எகிப்திற்குக் கீழே வந்து, எகிப்தையும்
அதின் ராஜாவையும் வஞ்சிக்கும்படிக்கு, தன் மனைவியாகிய
சாராளைக்குறித்து: அவள் என் சகோதரி என்று சொன்னானே. 11.
அவனுடைய குமாரனான ஈசாக்கும் கேராருக்குப் போய்க்
குடியிருந்தபோது அப்படியே செய்தான், அவனுடைய பலம்
பெலிஸ்தரின் ராஜாவாகிய அபிமெலேக்கின் சேனையை
மேற்கொண்டதே. 12. அவன் தன் மனைவியாகிய ரெபெக்காளைத்
தன் சகோதரி என்று சொல்லி, பெலிஸ்தரின் ராஜ்யத்தை
இடறப்பண்ணவும் நினைத்தானே. 13. யாக்கோபும் தன்
சகோதரனுக்குத் துரோகம்பண்ணி, அவன் கையிலிருந்து அவன்
சேஷ்டபுத்திரபாகத்தையும் அவன் ஆசீர்வாதத்தையும்
எடுத்துக்கொண்டானே. 14. அதன்பின்பு அவன் பதான்-அராமுக்குத்
தன் தாயின் சகோதரனான லாபானின் வீட்டிற்குப் போய்,
அவனிடமிருந்து அவன் குமாரத்தியையும், அவன் மிருகஜீவன்களையும்,
அவனுக்குரிய எல்லாவற்றையும் தந்திரமாய்ப் பெற்றுக்கொண்டு,
தப்பியோடித் தன் தகப்பனிடத்திற்குக் கானான் தேசத்திற்குத்
திரும்பினானே. 15. அவன் குமாரர்கள் தங்கள் சகோதரனான
யோசேப்பை விற்றுப்போட்டார்கள்; அவன் எகிப்திற்குக் கீழே போய்
ஒரு அடிமையாகி, பன்னிரண்டு வருஷங்கள் சிறைச்சாலையில்

வைக்கப்பட்டான். 16. முந்தின பார்வோன் சொப்பனங்களைக் கண்டு, அவனைச் சிறைச்சாலையிலிருந்து வெளியே கொண்டுவந்து, அவனுடைய சொப்பனங்களுக்கு அவன் அர்த்தம் சொன்னபடியால் எகிப்தின் பிரபுக்கள் எல்லாரிலும் அவனை மேன்மைப்படுத்தும்வரைக்கும் அப்படியிருந்தது. 17. தேவன் தேசமெங்கும் ஒரு பஞ்சத்தை உண்டாக்கினபோது, அவன் ஆள் அனுப்பித் தன் தகப்பனையும் தன் சகோதரர்கள் எல்லாரையும் தன் தகப்பன் வீட்டாரனைவரையும் கூட்டிவந்து, விலையோ கூலியோ இல்லாமல் அவர்களைப் போஷித்து, எகிப்தியர்களை அடிமைகளாக வாங்கினானே. 18. ஆகையால் இப்போது என் ஆண்டவனான ராஜாவே, இதோ இந்தச் சிறுவன் எகிப்திலே அவர்களுக்குப் பதிலாக எழும்பி, அவர்கள் செய்கைகளின்படியே செய்யவும், ஒவ்வொரு ராஜாவோடும் பிரபுவோடும் நியாயாதிபதியோடும் விளையாடவும் நினைத்திருக்கிறான். 19. ராஜாவுக்குச் சித்தமானால், இவன் பெரியவனாகி உமது கையிலிருந்து அரசாங்கத்தை எடுத்துக்கொண்டு, இவன் அரசாண்ட பின்பு எகிப்தின் நம்பிக்கை அழிந்துபோகாதபடிக்கு, இப்போது இவன் இரத்தத்தைத் தரையிலே சிந்துவோம் என்றான். 20. பிலேயாம் ராஜாவை நோக்கி: மேலும் நாம் எகிப்தின் நியாயாதிபதிகள் எல்லாரையும் அதின் ஞானிகளையும் அழைப்பித்து, நீர் சொன்னபடியே இந்தச் சிறுவனுக்கு மரணத்தீர்ப்பு தகுதியானதா என்று அறிந்துகொண்டு, அதன்பின்பு அவனைக் கொன்றுபோடுவோம் என்றான். 21. பார்வோன் ஆள் அனுப்பி எகிப்தின் ஞானிகள் எல்லாரையும் அழைப்பித்தான், அவர்கள் ராஜாவுக்கு முன்பாக வந்தார்கள்; கர்த்தருடைய தூதன் ஒருவன் அவர்கள் நடுவிலே வந்தான், அவன் எகிப்தின் ஞானிகளிலொருவனைப்போல இருந்தான். 22. ராஜா ஞானிகளை நோக்கி: வீட்டிலிருக்கிற இந்த எபிரெயச் சிறுவன் செய்ததை நீங்கள் நிச்சயமாகக் கேள்விப்பட்டிருப்பீர்கள்; இந்தக் காரியத்திலே பிலேயாம் இப்படி நியாயந்தீர்த்திருக்கிறான். 23. ஆகையால் இப்போது நீங்களும் நியாயந்தீர்த்து, இந்தச் சிறுவன் செய்த செய்கையினிமித்தம் அவனுக்கு என்ன செய்யவேண்டும் என்று பாருங்கள் என்றான். 24. பார்வோனின் ஞானிகளிலொருவனைப்போலக் காணப்பட்ட அந்தத் தூதன் எகிப்தின் ஞானிகள் எல்லாருக்கும், ராஜாவுக்கும் பிரபுக்களுக்கும் முன்பாகப் பிரதியுத்தரமாக: 25. ராஜாவுக்குச் சித்தமானால், ராஜா ஆள் அனுப்பி ஒரு கோமேதகக் கல்லையும் ஒரு அக்கினித்தழலையும் தனக்கு முன்பாகக் கொண்டுவரச் செய்து, அவைகளைச் சிறுவனுக்கு முன்பாக வைக்கட்டும்; சிறுவன் தன் கையை நீட்டிக் கோமேதகக் கல்லை எடுத்தால், சிறுவன் தான் செய்ததையெல்லாம் ஞானத்தினாலேயே செய்தான் என்று அறிந்துகொண்டு நாம் அவனைக் கொன்றுபோடவேண்டும். 26. ஆனால் அவன் அக்கினித்தழலின்மேல் தன் கையை நீட்டினால், அவன் இந்தக் காரியத்தை அறிவோடு

செய்யவில்லை என்று அறிந்துகொள்வோம், அவன் உயிரோடிருக்கட்டும் என்றான். 27. இந்தக் காரியம் ராஜாவுக்கும் பிரபுக்களுக்கும் நலமாய்த் தோன்றினது, ராஜா கர்த்தருடைய தூதனின் வார்த்தையின்படியே செய்தான். 28. கோமேதகக் கல்லையும் அக்கினித்தழலையும் கொண்டுவந்து மோசேக்கு முன்பாக வைக்கும்படி ராஜா கட்டளையிட்டான். 29. அவர்கள் சிறுவனை அவைகளுக்கு முன்டாக வைத்தார்கள், சிறுவன் தன் கையை நீட்டிக் கோமேதகக் கல்லை எடுக்கப் பார்த்தான், ஆனால் கர்த்தருடைய தூதன் அவன் கையைப் பிடித்து அதை அக்கினித்தழலின்மேல் வைத்தான், தழல் அவன் கையில் அணைந்துபோயிற்று; அவன் அதை எடுத்துத் தன் வாயிலே போட்டான், அது அவன் உதடுகளில் ஒரு பகுதியையும் நாக்கின் ஒரு பகுதியையும் சுட்டது, அவன் வாயும் நாக்கும் மந்தமாயிற்று. 30. ராஜாவும் பிரபுக்களும் இதைக் கண்டபோது, ராஜாவின் தலையிலிருந்து கிரீடத்தை எடுத்ததில் மோசே ஞானமாய் நடக்கவில்லை என்று அறிந்துகொண்டார்கள். 31. ஆகையால் ராஜாவும் பிரபுக்களும் சிறுவனைக் கொன்றுபோடுவதை விட்டுவிட்டார்கள்; மோசே பார்வோனின் வீட்டிலே தங்கி வளர்ந்தான், கர்த்தர் அவனோடே இருந்தார். 32. சிறுவன் ராஜாவின் வீட்டிலிருக்கையில், அவன் இரத்தாம்பர வஸ்திரங்களை உடுத்தி, ராஜாவின் பிள்ளைகளுக்குள்ளே வளர்ந்தான். 33. மோசே ராஜாவின் வீட்டிலே பெரியவனானபோது, பார்வோனின் குமாரத்தியாகிய பித்தியாள் அவனைக் குமாரனாக எண்ணினாள், பார்வோனின் வீட்டாரனைவரும் அவனைக் கனம்பண்ணினார்கள், எகிப்தின் மனுஷர்கள் எல்லாரும் அவனுக்குப் பயந்தார்கள். 34. அவன் நாளுக்கு நாள் புறப்பட்டு, தன் சகோதரர்களாகிய இஸ்ரவேல் புத்திரர் இருந்த கோசேன் தேசத்திற்குப் போய், அவர்கள் பெருமூச்சுவிடுவதையும் கடினமான உழைப்பையும் நாளுக்கு நாள் கண்டான். 35. மோசே அவர்களை நோக்கி: நாளுக்கு நாள் இந்த உழைப்பு ஏன் உங்களுக்கு அளந்துகொடுக்கப்படுகிறது? என்றான். 36. அவர்கள் தங்களுக்கு நேரிட்ட எல்லாவற்றையும், அவன் பிறப்பதற்கு முன்னே பார்வோன் தங்கள் மேல் சுமத்தியிருந்த எல்லாக் கட்டளைகளையும் அவனுக்குச் சொன்னார்கள். 37. பேயோரினுடைய குமாரனான பிலேயாம் தங்களுக்கு விரோதமாகச் சொல்லியிருந்த ஆலோசனைகளெல்லாவற்றையும், அவன் ராஜாவின் தலையிலிருந்து கிரீடத்தை எடுத்தபோது அவனைக் கொன்றுபோடும்படி அவனுக்கு விரோதமாகச் சொன்ன ஆலோசனையையும் அவனுக்குச் சொன்னார்கள். 38. மோசே இந்தக் காரியங்களைக் கேட்டபோது பிலேயாமின்மேல் கோபங்கொண்டு, அவனைக் கொன்றுபோடத் தேடி, நாளுக்கு நாள் அவனுக்காகப் பதிவிருந்தான். 39. பிலேயாம் மோசேக்குப் பயந்து, அவனும் அவனுடைய இரண்டு குமாரர்களும் எழுந்து எகிப்திலிருந்து புறப்பட்டு, தப்பியோடித் தங்கள் ஜீவனைக்

காப்பாற்றிக்கொண்டு எத்தியோப்பியா தேசத்திற்கு
எத்தியோப்பியாவின் ராஜாவாகிய கிக்கியானுஸ் (Kikianus)
இடத்திற்குப் போனார்கள். 40. மோசே ராஜாவின் வீட்டிலே போக்கும்
வரத்துமாயிருந்தான், கர்த்தர் பார்வோனின் கண்களிலும் அவனுடைய
வேலைக்காரர்கள் எல்லாரோடைய கண்களிலும் எகிப்தின் ஜனங்கள்
எல்லாருடைய கண்களிலும் அவனுக்குக் கிருபை
கிடைக்கப்பண்ணினார், அவர்கள் மோசேயை மிகவும் நேசித்தார்கள்.
41. மோசே தன் சகோதரர்களைப் பார்க்கும்படி கோசேனுக்குப் போன
நாளிலே, இஸ்ரவேல் புத்திரர் தங்கள் சுமைகளையும் கடினமான
உழைப்பையும் கண்டான்; மோசே அவர்களினிமித்தம் துக்கப்பட்டான்.
42. மோசே எகிப்திற்குத் திரும்பிப் பார்வோனின் வீட்டிற்கு வந்து
ராஜாவுக்கு முன்பாக நின்றான்; மோசே ராஜாவுக்கு முன்பாகக்
குனிந்து வணங்கினான். 43. மோசே பார்வோனை நோக்கி: என்
ஆண்டவனே, நான் உம்மிடத்தில் ஒரு சிறிய காரியத்தைக் கேட்க
வந்தேன், என் முகத்தை வெறுமையாய்த் திருப்பிவிடாதிரும் என்று
உம்மை வேண்டிக்கொள்ளுகிறேன் என்றான்; பார்வோன் அவனை
நோக்கி: பேசு என்றான். 44. மோசே பார்வோனை நோக்கி:
கோசேனிலிருக்கிற உமது தாசர்களாகிய இஸ்ரவேல் புத்திரர் தங்கள்
வேலையிலிருந்து இளைப்பாற அவர்களுக்கு ஒரு நாள்
கொடுக்கப்படட்டும் என்றான். 45. ராஜா மோசேக்குப்
பிரதியுத்தரமாக: இதோ, உன் வேண்டுதலைக் கேட்கும்படி இந்தக்
காரியத்திலே நான் உன் முகத்தை உயர்த்தினேன் என்றான். 46.
பார்வோன் எகிப்திலும் கோசேனிலும் ஒரு அறிவிப்பைப்
பறைசாற்றும்படிக் கட்டளையிட்டு: 47. இஸ்ரவேல் புத்திரராகிய
உங்களுக்கு ராஜா சொல்லுகிறது என்னவென்றால்: ஆறு நாட்கள்
நீங்கள் உங்கள் வேலையையும் உழைப்பையும் செய்யவேண்டும்,
ஏழாம் நாளிலோ நீங்கள் இளைப்பாறவேண்டும், எந்த வேலையும்
செய்யக்கூடாது; ராஜாவும் பித்தியாளின் குமாரனான மோசேயும்
கட்டளையிட்டபடியே நீங்கள் எல்லா நாட்களிலும் இப்படிச்
செய்யவேண்டும் என்று சொல்லச் சொன்னான். 48. ராஜா தனக்கு
அருளின இந்தக் காரியத்தினிமித்தம் மோசே சந்தோஷப்பட்டான்;
இஸ்ரவேல் புத்திரர் எல்லாரும் மோசே தங்களுக்குக்
கட்டளையிட்டபடியே செய்தார்கள். 49. இந்தக் காரியம் கர்த்தராலே
இஸ்ரவேல் புத்திரருக்கு உண்டானது; ஏனெனில் கர்த்தர் இஸ்ரவேல்
புத்திரரை அவர்கள் பிதாக்களினிமித்தம் இரட்சிக்கும்படி அவர்களை
நினைத்தருளத் தொடங்கியிருந்தார். 50. கர்த்தர் மோசேயோடே
இருந்தார், அவனுடைய கீர்த்தி எகிப்து முழுவதும் பரவியது. 51.
மோசே எகிப்தியர் எல்லாருடைய கண்களிலும் இஸ்ரவேல் புத்திரர்
எல்லாருடைய கண்களிலும் பெரியவனாகி, தன் ஜனமாகிய
இஸ்ரவேலுக்கு நன்மையைத் தேடி, அவர்களைக்குறித்து ராஜாவுக்குச்
சமாதான வார்த்தைகளைப் பேசிக்கொண்டிருந்தான்.

யாசேரின் ஆகமம்

அத்தியாயம் 71

1. மோசேக்கு பதினெட்டு வயதானபோது, அவன் தன் தகப்பனையும் தாயையும் பார்க்க விரும்பி, கோசேனிலிருந்த அவர்களிடத்திற்குப் போனான்; மோசே கோசேனுக்குச் சமீபமாய் வந்தபோது, இஸ்ரவேல் புத்திரர் வேலைசெய்துகொண்டிருந்த இடத்திற்கு வந்து, அவர்களுடைய சுமைகளைக் கவனித்தான்; ஒரு எகிப்தியன் தன் எபிரெய சகோதரர்களில் ஒருவனை அடிப்பதைக் கண்டான். 2. அடிபட்ட அந்த மனுஷன் மோசேயைக் கண்டபோது, உதவிக்காக அவனிடத்திற்கு ஓடினான்; ஏனெனில் மோசே பார்வோனின் வீட்டிலே மிகவும் மதிக்கப்பட்டவனாயிருந்தான்; அவன் அவனை நோக்கி: என் ஆண்டவனே, எனக்கு உதவிசெய்யும்; இந்த எகிப்தியன் ராத்திரியிலே என் வீட்டிற்கு வந்து, என்னைக் கட்டிப்போட்டு, எனக்கு முன்பாகவே என் மனைவியோடே சேர்ந்தான், இப்போது என் பிராணனை வாங்கத் தேடுகிறான் என்றான். 3. மோசே இந்தப் பொல்லாத காரியத்தைக் கேட்டபோது, அந்த எகிப்தியன் மேல் அவனுக்குக் கோபம் மூண்டது; அவன் இங்கும் அங்கும் பார்த்து, ஒருவருமில்லாததைக் கண்டு, அந்த எகிப்தியனைக் கொன்றுபோட்டு, அவனை மணலுக்குள் மறைத்துவைத்து, அந்த எபிரெயனை அவனை அடித்தவனுடைய கையிலிருந்து விடுவித்தான். 4. அந்த எபிரெயன் தன் வீட்டிற்குப் போனான், மோசே தன் வீட்டிற்குத் திரும்பி, புறப்பட்டு ராஜாவின் வீட்டிற்கு வந்தான். 5. அந்த மனுஷன் வீட்டிற்குத் திரும்பின பின்பு, தன் மனைவியைத் தள்ளிவிட நினைத்தான்; ஏனெனில் ஒரு ஸ்திரீ தீட்டுப்பட்ட பின்பு எந்த மனுஷனாவது தன் மனைவியோடே சேருவது யாக்கோபின் வீட்டிலே சரியான காரியமாயிருக்கவில்லை. 6. அந்த ஸ்திரீ போய்த் தன் சகோதரர்களுக்குச் சொன்னாள், அந்த ஸ்திரீயின் சகோதரர்கள் அவனைக் கொன்றுபோடத் தேடினார்கள்; அவன் தன் வீட்டிற்கு ஓடிப்போய்த் தப்பினான். 7. இரண்டாம் நாளிலே மோசே தன் சகோதரர்களிடத்திற்குப் புறப்பட்டுப்போய்ப் பார்த்தான், இதோ இரண்டு மனுஷர்கள் சண்டைபண்ணிக்கொண்டிருந்தார்கள்; அவன் அநியாயக்காரனை நோக்கி: நீ ஏன் உன் அயலானை அடிக்கிறாய்? என்றான். 8. அவன் அவனுக்குப் பிரதியுத்தரமாக: எங்களை ஆளுகிறவனாகவும் நியாயாதிபதியாகவும் உன்னை ஏற்படுத்தினவன் யார்? நீ அந்த எகிப்தியனைக் கொன்றுபோட்டதுபோல என்னையும் கொன்றுபோட நினைக்கிறாயோ? என்றான்; மோசே பயந்து: நிச்சயமாக இந்தக் காரியம் வெளியாயிற்று என்றான். 9. பார்வோன் இந்தக் காரியத்தைக் கேள்விப்பட்டு, மோசேயைக் கொன்றுபோடும்படி கட்டளையிட்டான்; ஆகையால் தேவன் தமது தூதனை அனுப்பினார், அவன் தலையாரிகளுக்கு அதிபதியைப்போலப்

பார்வோனுக்கு முன்பாகத் தோன்றினான். 10. கர்த்தருடைய தூதன் தலையாரிகளுக்கு அதிபதியின் கையிலிருந்த பட்டயத்தை எடுத்து, அதினாலே அவனுடைய தலையைத் துண்டித்தான்; ஏனெனில் அந்தத் தலையாரிகளுக்கு அதிபதியின் சாயல் மோசேயின் சாயலாக மாறியிருந்தது. 11. கர்த்தருடைய தூதன் மோசேயின் வலதுகையைப் பிடித்து, அவனை எகிப்திலிருந்து வெளியே கொண்டுவந்து, எகிப்தின் எல்லைகளுக்கு வெளியே நாற்பது நாள் பிரயாண தூரத்திலே அவனை விட்டான். 12. அவன் சகோதரனான ஆரோன் மாத்திரம் எகிப்து தேசத்திலே மீதியாயிருந்தான்; அவன் இஸ்ரவேல் புத்திரரை நோக்கித் தீர்க்கதரிசனஞ்சொல்லி: 13. உங்கள் பிதாக்களின் தேவனாகிய கர்த்தர் சொல்லுகிறது என்னவென்றால்: ஒவ்வொரு மனுஷனும் தன் கண்களுக்கு அருவருப்பானவைகளை எறிந்துபோடட்டும், எகிப்தின் விக்கிரகங்களினால் உங்களைத் தீட்டுப்படுத்தாதிருங்கள் என்று சொன்னான். 14. ஆனால் இஸ்ரவேல் புத்திரர் கலகம்பண்ணி, அக்காலத்திலே ஆரோனுக்குச் செவிகொடுக்கவில்லை. 15. கர்த்தர் ஆபிரகாம் ஈசாக்கு யாக்கோபு என்பவர்களோடே தாம் பண்ணியிருந்த உடன்படிக்கையை நினைத்தருளாமலிருந்திருந்தால், கர்த்தர் அவர்களை அழித்துப்போட நினைத்திருப்பார். 16. அந்நாட்களில் பார்வோனின் கை இஸ்ரவேல் புத்திரருக்கு விரோதமாய்த் தொடர்ந்து கொடிதாயிருந்தது; தேவன் தமது வார்த்தையை அனுப்பி அவர்களைக் கண்ணோக்கும் காலம் வரும்வரைக்கும் அவன் அவர்களை நசுக்கி ஒடுக்கினான்.

அத்தியாயம் 72

1. அந்நாட்களிலே கூஷின் பிள்ளைகளுக்கும் கீழ்த்திசையின் பிள்ளைகளுக்கும் ஆராமுக்கும் இடையே ஒரு பெரிய யுத்தம் உண்டாயிற்று; அவர்கள் தங்கள் எஜமானாகிய கூஷின் ராஜாவுக்கு விரோதமாகக் கலகம்பண்ணினார்கள். 2. ஆகையால் கூஷின் ராஜாவாகிய கிக்கியானுஸ் மணலைப்போலத் திரளான ஜனங்களான கூஷின் பிள்ளைகள் எல்லாரோடும் புறப்பட்டு, ஆராமோடும் கீழ்த்திசையின் பிள்ளைகளோடும் யுத்தம்பண்ணி, அவர்களைக் கீழ்ப்படுத்தப் போனான். 3. கிக்கியானுஸ் புறப்பட்டபோது, அவன் பட்டணத்தைக் காக்கும்படிக்கு மந்திரவாதியாகிய பிலேயாமையும், அவனுடைய இரண்டு குமாரர்களையும், தேசத்தின் ஜனங்களில் எளியவர்களையும் விட்டுப்போனான். 4. கிக்கியானுஸ் ஆராமுக்கும் கீழ்த்திசையின் பிள்ளைகளுக்கும் நேராகப் புறப்பட்டுப்போய், அவர்களோடே யுத்தம்பண்ணி அவர்களை முறியடித்தான்; அவர்கள் எல்லாரும் காயப்பட்டு கிக்கியானுசுக்கும் அவனுடைய ஜனங்களுக்கும் முன்பாக விழுந்தார்கள். 5. அவன் அவர்களில் அநேகரைச்

சிறைபிடித்து, அவர்களை முதலாவதுபோலவே கீழ்ப்படுத்தினான்;
வழக்கம் போல அவர்களிடமிருந்து பகுதி வாங்கும்படிக்கு
அவர்களுடைய தேசத்திலே பாளையமிறங்கினான். 6.
பட்டணத்தையும் பட்டணத்தின் எளியவர்களையும் காக்கும்படி கூஷின்
ராஜா பேயோரினுடைய குமாரனான பிலேயாமை
விட்டுப்போனபோது, அவன் எழும்பி, ராஜா கிக்கியானுஸ் வீட்டிற்குத்
திரும்பும்போது அவனைப் பட்டணத்திற்குள் நுழையவிடாதபடிக்கு
அவனுக்கு விரோதமாகக் கலகம்பண்ணும்படி தேசத்தின்
ஜனங்களோடே ஆலோசனைபண்ணினான். 7. தேசத்தின் ஜனங்கள்
அவனுக்குச் செவிகொடுத்து, அவனுக்கு ஆணையிட்டு, அவனைத்
தங்கள் மேல் ராஜாவாகவும், அவனுடைய இரண்டு குமாரர்களைச்
சேனைத்தலைவர்களாகவும் ஆக்கினார்கள். 8. அவர்கள் எழும்பிப்
பட்டணத்தின் அலங்கங்களை இரண்டு மூலைகளிலும் உயர்த்தி,
மிகவும் பலத்த ஒரு கட்டிடத்தைக் கட்டினார்கள். 9. மூன்றாம்
மூலையிலே பட்டணத்திற்கும் கூஷ் தேசம் முழுவதையும் சூழ்ந்திருந்த
நதிக்கும் இடையே எண்ணிறந்த குழிகளை வெட்டி, அங்கே நதியின்
தண்ணீர் பாய்ந்துவரும்படி செய்தார்கள். 10. நான்காம் மூலையிலே
அவர்கள் தங்கள் மந்திரங்களினாலும் சூனியங்களினாலும் ஏராளமான
பாம்புகளைக் கூட்டி, பட்டணத்தை அரணாக்கிக் கொண்டு அதிலே
குடியிருந்தார்கள்; அவர்களுக்கு முன்பாக ஒருவனும் வெளியே
போகவுமில்லை உள்ளே வரவுமில்லை. 11. கிக்கியானுஸ் ஆராமோடும்
கீழ்த்திசையின் பிள்ளைகளோடும் யுத்தம்பண்ணி, முன்னேபோலவே
அவர்களைக் கீழ்ப்படுத்தினான்; அவர்கள் தங்கள் வழக்கமான
பகுதியை அவனுக்குக் கொடுத்தார்கள், அவன் புறப்பட்டுத் தன்
தேசத்திற்குத் திரும்பினான். 12. கூஷின் ராஜாவாகிய கிக்கியானுசும்
அவனோடிருந்த சேனைகளின் தலைவர்கள் எல்லாரும் பட்டணத்தை
நெருங்கியபோது, அவர்கள் தங்கள் கண்களை ஏறெடுத்துப்
பட்டணத்தின் அலங்கங்கள் கட்டப்பட்டு மிகவும்
உயர்த்தப்பட்டிருப்பதைக் கண்டார்கள்; ஆகையால் அந்த மனுஷர்கள்
இதைக்குறித்து ஆச்சரியப்பட்டார்கள். 13. அவர்கள்
ஒருவரையொருவர் நோக்கி: நாம் யுத்தத்திலே தாமதித்ததைக் கண்டு
அவர்கள் மிகவும் பயந்தபடியால், கானானின் ராஜாக்கள் தங்களுக்கு
விரோதமாக யுத்தம்பண்ண வராதபடிக்கு இந்தக் காரியத்தைச் செய்து
பட்டணத்தின் அலங்கங்களை உயர்த்தி அவைகளை
அரணாக்கினார்கள் என்றார்கள். 14. ராஜாவும் சேனைகளும்
பட்டணத்து வாசலண்டைக்கு வந்து பார்த்தார்கள், இதோ
பட்டணத்தின் வாசல்களெல்லாம் பூட்டப்பட்டிருந்தன; அவர்கள்
காவலாளிகளைக் கூப்பிட்டு: நாங்கள் பட்டணத்திற்குள் நுழையும்படி
எங்களுக்குத் திறவுங்கள் என்றார்கள். 15. ஆனால் காவலாளிகள்
தங்கள் ராஜாவாகிய மந்திரவாதியான பிலேயாமின் கட்டளையினால்
அவர்களுக்குத் திறக்க மறுத்தார்கள், அவர்களைத் தங்கள்

பட்டணத்திற்குள் நுழைய விடவில்லை. 16. ஆகையால் அவர்கள் பட்டணத்து வாசலுக்கு எதிரே அவர்களோடே யுத்தம்பண்ணினார்கள்; அன்றையதினம் கிக்கியானுசின் சேனையிலே நூற்று முப்பது மனுஷர்கள் விழுந்தார்கள். 17. மறுநாளிலே அவர்கள் தொடர்ந்து நதியோரத்திலே யுத்தம்பண்ணினார்கள்; அவர்கள் கடந்துபோகப் பார்த்தார்கள், ஆனால் முடியவில்லை; அவர்களில் சிலர் குழிகளுக்குள் மூழ்கி மரித்துப்போனார்கள். 18. ஆகையால் மரங்களை வெட்டித் தெப்பங்களை உண்டாக்கி, அவைகளின்மேல் ஏறி அவர்களிடத்திற்குக் கடந்துபோகும்படி ராஜா கட்டளையிட்டான், அவர்கள் அப்படியே செய்தார்கள். 19. அவர்கள் குழிகள் இருந்த இடத்திற்கு வந்தபோது, தண்ணீர் சுழன்று சுழன்று அடித்தபடியால், பத்துத் தெப்பங்களிலிருந்த இருநூறு மனுஷர்கள் மூழ்கிப்போனார்கள். 20. மூன்றாம் நாளிலே அவர்கள் பாம்புகள் இருந்த பக்கத்தில் யுத்தம்பண்ண வந்தார்கள், ஆனால் அங்கே நெருங்கமுடியவில்லை; ஏனெனில் பாம்புகள் அவர்களில் நூற்று எழுபது பேரைக் கொன்றுபோட்டன; அவர்கள் கூசுக்கு விரோதமாக யுத்தம்பண்ணுவதை நிறுத்திவிட்டு, கூசை ஒன்பது வருஷங்கள் முற்றிக்கைபோட்டார்கள், ஒரு மனுஷனும் வெளியே போகவுமில்லை உள்ளே வரவுமில்லை. 21. கூசுக்கு விரோதமாக யுத்தமும் முற்றிக்கையும் நடந்த அந்த நேரத்திலே, எகிப்தியனைக் கொன்றதற்காகத் தன்னைக் கொன்றுபோடத் தேடின பார்வோனுக்குத் தப்பி மோசே எகிப்திலிருந்து ஓடிப்போனான். 22. மோசே பார்வோனின் சமுகத்திலிருந்து தப்பி எகிப்திலிருந்து ஓடிப்போனபோது அவனுக்கு வயது பதினெட்டு; அவன் தப்பியோடி, அக்காலத்தில் கூசை முற்றிக்கைபோட்டிருந்த கிக்கியானுசின் பாளையத்திற்குப் போனான். 23. அவர்கள் கூசை முற்றிக்கைபோட்டிருந்த காலமெல்லாம் மோசே ஒன்பது வருஷங்கள் கூஷின் ராஜாவாகிய கிக்கியானுசின் பாளையத்திலே இருந்தான்; மோசே அவர்களோடே போக்கும் வரத்துமாயிருந்தான். 24. ராஜாவும் பிரபுக்களும் யுத்த மனுஷர்கள் எல்லாரும் மோசேயை நேசித்தார்கள்; ஏனெனில் அவன் பெரியவனும் தகுதியுள்ளவனுமாயிருந்தான், அவனுடைய வளர்த்தி ஒரு சிங்கம் போலவும், அவனுடைய முகம் சூரியனைப்போலவும், அவனுடைய பலம் சிங்கத்தின் பலத்தைப்போலவும் இருந்தது; அவன் ராஜாவுக்கு ஆலோசனைக்காரனாயிருந்தான். 25. ஒன்பது வருஷங்களின் முடிவிலே, கிக்கியானுஸ் சாவான ஒரு வியாதியினால் பீடிக்கப்பட்டான், அவன் வியாதி அவன் மேல் பலத்தது, அவன் ஏழாம் நாளிலே மரித்துப்போனான். 26. ஆகையால் அவன் வேலைக்காரர்கள் அவனுக்குச் சுகந்தவர்க்கமிட்டு, அவனைக் காவிக்கொண்டுபோய், எகிப்து தேசத்தின் வடக்கே பட்டணத்து வாசலுக்கு எதிரே அவனை அடக்கம்பண்ணினார்கள். 27. அவர்கள் அவனுக்கு மேலாக அழகும் பலமும் உயரமுமான ஒரு கட்டிடத்தைக் கட்டி, கீழே பெரிய

கல்லுகளை வைத்தார்கள். 28. ராஜாவின் சம்பிரதிகள் அந்தக்
கல்லுகளின்மேல் தங்கள் ராஜாவாகிய கிக்கியானுசின்
பராக்கிரமத்தையெல்லாம், அவன் பண்ணின யுத்தங்களையெல்லாம்
வெட்டினார்கள்; இதோ, அவைகள் இந்நாள்வரைக்கும் அங்கே
எழுதப்பட்டிருக்கின்றன. 29. கூஷின் ராஜாவாகிய கிக்கியானுஸ் மரித்த
பின்பு, அவனுடைய மனுஷர்களும் சேனைகளும் யுத்தத்தினிமித்தம்
மிகவும் துக்கப்பட்டார்கள். 30. அவர்கள் ஒருவரையொருவர் நோக்கி:
நாம் எங்கள் வீடுகளை விட்டு ஒன்பது வருஷங்களாக
வனாந்தரத்திலே தங்கியிருக்கிறபடியால், நாம் இந்த நேரத்தில் என்ன
செய்யவேண்டும் என்று எங்களுக்கு ஆலோசனை சொல்லுங்கள்
என்றார்கள். 31. நாம் பட்டணத்திற்கு விரோதமாக
யுத்தம்பண்ணுவோம் என்று சொன்னால், நம்மில் அநேகர்
காயப்பட்டோ அல்லது கொலையுண்டோ விழுவார்கள்; நாம்
முற்றிக்கையிலே இங்கேயே தங்கியிருந்தாலும் நாமும் சாவோம். 32.
ஏனெனில் இப்போது நம்முடைய ராஜா மரித்துப்போனான் என்று
ஆராமின் ராஜாக்கள் எல்லாரும் கீழ்த்திசையின் பிள்ளைகளும்
கேள்விப்பட்டு, அவர்கள் சத்துருக்களைப்போலத் திடீரென்று நம்மேல்
வந்து, நம்மோடே யுத்தம்பண்ணி நம்மில் ஒருவனையும் மீதியாக
வைக்கமாட்டார்கள். 33. ஆகையால் இப்போது நாம் போய் நம்மேல்
ஒரு ராஜாவை ஏற்படுத்துவோம், பட்டணம் நம்மிடத்தில்
ஒப்புவிக்கப்படும்வரைக்கும் நாம் முற்றிக்கையிலேயே தங்கியிருப்போம்
என்றார்கள். 34. அன்றையதினம் கிக்கியானுசின் சேனையிலிருந்து
ஒரு மனுஷனை ராஜாவாகத் தெரிந்துகொள்ள விரும்பினார்கள்;
ஆனால் தங்கள் மேல் அரசாழ மோசேக்கு ஒப்பான
வேறொருவனையும் அவர்கள் காணவில்லை. 35. அவர்கள் தீவிரமாய்
ஒவ்வொருவனும் தன் தன் வஸ்திரங்களைக் கழற்றித் தரையிலே
போட்டு, ஒரு பெரிய குவியலாக்கி, மோசையை அதின்மேல்
உட்காரவைத்தார்கள். 36. அவர்கள் எழுந்து எக்காளங்களை ஊதி,
அவனுக்கு முன்பாகச் சத்தமிட்டு: ராஜா வாழ்க, ராஜா வாழ்க!
என்றார்கள். 37. ஜனங்கள் எல்லாரும் பிரபுக்களும் கூஷியத்தியும்
கிக்கியானுசின் மனைவியுமாகிய அதோனியா என்னும் ராஜாத்தியை
அவனுக்கு மனைவியாகக் கொடுப்போம் என்று அவனுக்கு
ஆணையிட்டு, அன்றையதினம் மோசேயைத் தங்கள் மேல்
ராஜாவாக்கினார்கள். 38. அன்றையதினம் கூஷின் ஜனங்கள்
எல்லாரும்: ஒவ்வொரு மனுஷனும் தனக்குள்ளதிலிருந்து ஏதாகிலும்
மோசேக்குக் கொடுக்கவேண்டும் என்று ஒரு அறிவிப்பைப்
பறைசாற்றினார்கள். 39. அவர்கள் அந்தக் குவியலின்மேல் ஒரு
விரிப்பை விரித்தார்கள்; ஒவ்வொரு மனுஷனும் தனக்குள்ளதிலிருந்து
ஒரு பொன் கடுக்கனையோ அல்லது ஒரு காசையோ அதிலே
போட்டான். 40. கோமேதகக் கற்களையும், குங்கிலியத்தையும்,
முத்துக்களையும், சலவைக்கற்களையும் கூஷின் பிள்ளைகள்

மோசேக்காக அந்தக் குவியலின்மேல் போட்டார்கள்; வெள்ளியையும் பொன்னையும் மிகவும் திரளாகப் போட்டார்கள். 41. கூஷின் பிள்ளைகள் எல்லாரும் தனக்குக் கொடுத்த எல்லா வெள்ளியையும் பொன்னையும், எல்லாப் பாத்திரங்களையும், குங்கிலியத்தையும் கோமேதகக் கற்களையும் மோசே எடுத்து, அவைகளைத் தன் பொக்கிஷங்களிலே வைத்தான். 42. அன்றையதினம் மோசே கூஷின் ராஜாவாகிய கிக்கியானுசுக்குப் பதிலாகக் கூஷின் பிள்ளைகள் மேல் அரசாண்டான்.

அத்தியாயம் 73

1. எகிப்தின் ராஜாவாகிய பார்வோன் அரசாண்ட ஐம்பத்தைந்தாம் வருடத்திலே, அதாவது இஸ்ரவேலர் எகிப்திற்குக் கீழே போன நூற்று ஐம்பத்தேழாம் வருடத்திலே, மோசே கூஷிலே அரசாண்டான். 2. மோசே கூஷின்மேல் அரசாழத் தொடங்கினபோது அவனுக்கு வயது இருபத்தேழு; அவன் நாற்பது வருஷங்கள் அரசாண்டான். 3. கர்த்தர் மோசேக்குக் கூஷின் பிள்ளைகள் எல்லாருடைய கண்களிலும் தயவும் கிருபையும் கிடைக்கப்பண்ணினார், கூஷின் பிள்ளைகள் அவனை மிகவும் நேசித்தார்கள்; அப்படியே மோசே கர்த்தரிடத்திலும் மனுஷரிடத்திலும் கிருபை பெற்றான். 4. அவன் அரசாண்ட ஏழாம் நாளிலே, கூஷின் பிள்ளைகள் எல்லாரும் கூடி மோசேக்கு முன்பாக வந்து, தரைமட்டும் குனிந்து அவனை வணங்கினார்கள். 5. பிள்ளைகள் எல்லாரும் ஏகமாய் ராஜாவுக்கு முன்பாகப் பேசி: இந்தப் பட்டணத்திற்கு என்ன செய்யவேண்டும் என்று நாங்கள் அறியும்படிக்கு எங்களுக்கு ஆலோசனை சொல்லும். 6. ஏனெனில் நாங்கள் இந்தப் பட்டணத்தைச் சுற்றி முற்றிக்கைபோட்டு ஒன்பது வருஷங்களாயிற்று, எங்கள் பிள்ளைகளையும் எங்கள் மனைவிகளையும் நாங்கள் காணவில்லையே என்றார்கள். 7. ராஜா அவர்களுக்குப் பிரதியுத்தரமாக: நான் உங்களுக்குக் கட்டளையிடுகிற எல்லாவற்றிலும் நீங்கள் என் சத்தத்திற்குச் செவிகொடுத்தால், கர்த்தர் பட்டணத்தை நம்முடைய கைகளில் ஒப்புக்கொடுப்பார், நாம் அதைக் கீழ்ப்படுத்துவோம். 8. ஏனெனில் கிக்கியானுஸ் மரிப்பதற்கு முன்னே நாம் அவர்களோடே பண்ணின முந்தின யுத்தத்தைப்போலவே இப்போதும் அவர்களோடே யுத்தம்பண்ணினால், முன்னேபோலவே நம்மில் அநேகர் காயப்பட்டு விழுவார்கள். 9. ஆகையால் இப்போது இதோ, இந்தக் காரியத்தில் உங்களுக்கான ஆலோசனை இதுவே; நீங்கள் என் சத்தத்திற்குச் செவிகொடுத்தால், பட்டணம் நம்முடைய கைகளில் ஒப்புவிக்கப்படும் என்றான். 10. அப்பொழுது சேனைகளெல்லாம் ராஜாவுக்குப் பிரதியுத்தரமாக: எங்கள் ஆண்டவன் கட்டளையிடுகிறதெல்லாவற்றையும் நாங்கள் செய்வோம்

என்றார்கள். 11. மோசே அவர்களை நோக்கி: நீங்கள் பாளையம் எங்கும் கடந்துபோய், ஜனங்கள் எல்லாருக்கும் ஒரு அறிவிப்பைப் பறைசாற்றி: 12. ராஜா சொல்லுகிறது என்னவென்றால்: காட்டுக்குப் போய், நாரையின் குஞ்சுகளில் ஒவ்வொரு மனுஷனும் தன் கையில் ஒரு குஞ்சை உங்களோடே கொண்டுவாருங்கள். 13. ராஜாவின் வார்த்தையை மீறித் தன் குஞ்சைக் கொண்டுவராத எந்த மனுஷனும் சாவான், அவனுக்குள்ள எல்லாவற்றையும் ராஜா எடுத்துக்கொள்ளுவான். 14. நீங்கள் அவைகளைக் கொண்டுவரும்போது அவைகள் உங்கள் காவலில் இருக்கவேண்டும், அவைகள் வளரும்வரைக்கும் நீங்கள் அவைகளை வளர்க்கவேண்டும்; வல்லூறுகளின் குஞ்சுகளைப்போலப் பாய்ந்துபிடிக்க நீங்கள் அவைகளுக்குப் பழக்கவேண்டும் என்று சொல்லுங்கள் என்றான். 15. கூஷின் பிள்ளைகள் எல்லாரும் மோசேயின் வார்த்தைகளைக் கேட்டு, எழுந்து பாளையம் எங்கும் ஒரு அறிவிப்பைப் பறைசாற்றி: 16. கூஷின் பிள்ளைகளாகிய உங்களுக்கு ராஜா கட்டளையிடுகிறது என்னவென்றால்: நீங்கள் எல்லாரும் ஒன்றாகக் காட்டுக்குப் போய், அங்கே நாரையின் குஞ்சுகளைப் பிடித்து, ஒவ்வொரு மனுஷனும் தன் கையில் ஒரு குஞ்சை உங்கள் வீடுகளுக்குக் கொண்டுவரவேண்டும். 17. ராஜாவின் கட்டளையை மீறுகிற எந்த மனுஷனும் சாவான், அவனுக்குள்ள எல்லாவற்றையும் ராஜா எடுத்துக்கொள்ளுவான் என்றார்கள். 18. ஜனங்கள் எல்லாரும் அப்படியே செய்தார்கள்; அவர்கள் காட்டுக்குப் புறப்பட்டுப்போய்த் தேவதாரு மரங்களில் ஏறி, நாரையின் குஞ்சுகளையெல்லாம் பிடித்து, ஒவ்வொரு மனுஷனும் தன் கையில் ஒரு குஞ்சைக் கொண்டுவந்தான்; அவர்கள் அவைகளை வனாந்தரத்திற்குக் கொண்டுவந்து, ராஜாவின் கட்டளைப்படி அவைகளை வளர்த்தார்கள்; வல்லூறுகளின் குஞ்சுகளைப்போலப் பாய்ந்துபிடிக்க அவைகளுக்குப் பழக்கினார்கள். 19. நாரைக் குஞ்சுகள் வளர்க்கப்பட்ட பின்பு, அவைகளை மூன்று நாட்கள் பட்டினியாய் வைக்கும்படி ராஜா கட்டளையிட்டான், ஜனங்கள் எல்லாரும் அப்படியே செய்தார்கள். 20. மூன்றாம் நாளிலே ராஜா அவர்களை நோக்கி: உங்களைத் திடப்படுத்திக்கொண்டு பராக்கிரமசாலிகளாயிருங்கள்; ஒவ்வொரு மனுஷனும் தன் ஆயுதங்களைத் தரித்து, தன் பட்டயத்தைத் தன் இடுப்பிலே கட்டிக்கொண்டு, ஒவ்வொரு மனுஷனும் தன் குதிரையின்மேல் ஏறி, அவனவன் தன் நாரைக் குஞ்சைத் தன் கையில் எடுத்துக்கொள்ளுங்கள். 21. நாம் எழுந்து பாம்புகள் இருக்கிற இடத்திலே பட்டணத்திற்கு விரோதமாக யுத்தம்பண்ணுவோம் என்றான்; ராஜாவின் கட்டளைப்படியே ஜனங்கள் எல்லாரும் செய்தார்கள். 22. ஒவ்வொரு மனுஷனும் தன் குஞ்சைத் தன் கையில் எடுத்துக்கொண்டு புறப்பட்டுப்போனார்கள்; அவர்கள் பாம்புகள் இருக்கிற இடத்திற்கு வந்தபோது ராஜா அவர்களை நோக்கி:

*ஒவ்வொரு மனுஷனும் தன் நாரைக் குஞ்சைப் பாம்புகளின்மேல்
அனுப்பிவிடுங்கள் என்றான். 23. ராஜாவின் கட்டளைப்படி
ஒவ்வொரு மனுஷனும் தன் நாரைக் குஞ்சை அனுப்பிவிட்டான்;
நாரைக் குஞ்சுகள் பாம்புகளின்மேல் பாய்ந்து அவைகளையெல்லாம்
பட்சித்து, அவைகளை அந்த இடத்திலிருந்து அழித்துப்போட்டன. 24.
அந்த இடத்திலிருந்த பாம்புகளெல்லாம் அழிந்துபோனதை ராஜாவும்
ஜனங்களும் கண்டபோது, ஜனங்கள் எல்லாரும் மகா சத்தமாய்
ஆர்ப்பரித்தார்கள். 25. அவர்கள் பட்டணத்தை நெருங்கி அதற்கெதிராக
யுத்தம்பண்ணி, அதைப் பிடித்துக் கீழ்ப்படுத்தி, பட்டணத்திற்குள்
நுழைந்தார்கள். 26. அன்றையதினம் பட்டணத்தின் ஜனங்களான
பட்டணத்தின் குடிகளெல்லாரிலும் ஆயிரத்து நூறு மனுஷர்கள்
மரித்தார்கள்; ஆனால் முற்றிக்கைபோட்டிருந்த ஜனங்களில் ஒருவனும்
மரிக்கவில்லை. 27. அப்படியே கூஷின் பிள்ளைகள் எல்லாரும்
ஒவ்வொருவனும் தன் தன் வீட்டிற்கும், தன் மனைவியினிடத்திற்கும்
பிள்ளைகளிடத்திற்கும், தனக்குள்ள எல்லாவற்றினிடத்திற்கும்
போனார்கள். 28. பட்டணம் பிடிக்கப்பட்டதை மந்திரவாதியாகிய
பிலேயாம் கண்டபோது, அவன் வாசலைத் திறந்து, அவனும்
அவனுடைய இரண்டு குமாரர்களும் எட்டுச் சகோதரர்களும்
தப்பியோடி, எகிப்தின் ராஜாவாகிய பார்வோனிடத்திற்கு எகிப்திற்குத்
திரும்பினார்கள். 29. கர்த்தர் எகிப்தின்மேல் வாதைகளை
அனுப்பியபோது மோசேக்கு விரோதமாக நின்றதாக
நியாயப்பிரமாணப் புஸ்தகத்திலே சொல்லப்பட்டிருக்கிற
சூனியக்காரர்களும் மந்திரவாதிகளும் இவர்களே. 30. அப்படியே
மோசே தன் ஞானத்தினால் பட்டணத்தைப் பிடித்தான்; கூஷின்
பிள்ளைகள் கூஷின் ராஜாவாகிய கிக்கியானுக்குப் பதிலாக அவனைச்
சிங்காசனத்தின்மேல் உட்காரவைத்தார்கள். 31. அவர்கள் ராஜரீகக்
கிரீடத்தை அவன் தலையின்மேல் வைத்து, கிக்கியானுசின் மனைவியும்
கூஷியத்தியுமாகிய அதோனியா என்னும் ராஜாத்தியை அவனுக்கு
மனைவியாகக் கொடுத்தார்கள். 32. மோசே தன் பிதாக்களின்
தேவனாகிய கர்த்தருக்குப் பயந்திருந்தபடியால், அவன் அவளோடே
சேரவில்லை, தன் கண்களை அவளுக்கு நேராகத் திருப்பவுமில்லை. 33.
ஏனெனில் ஆபிரகாம் தன் வேலைக்காரனாகிய எலியேசரை நோக்கி:
நீ என் குமாரனான ஈசாக்குக்குக் கானானியருடைய
குமாரத்திகளிலிருந்து ஒரு பெண்ணை மனைவியாகக்
கொள்ளக்கூடாது என்று சொல்லி அவனை
ஆணையிடப்பண்ணியதை மோசே நினைவுகூர்ந்தான். 34. யாக்கோபு
தன் சகோதரனுக்குத் தப்பியோடினபோது ஈசாக்கு அவனுக்குக்
கட்டளையிட்டு: நீ கானானியருடைய குமாரத்திகளிலிருந்து ஒரு
பெண்ணை மனைவியாகக் கொள்ளாமலும், காமின் பிள்ளைகளில்
எவர்களோடும் சம்பந்தங்கலக்காமலும் இருப்பாயாக என்று
சொன்னதையும் அவன் நினைவுகூர்ந்தான். 35. ஏனெனில் நம்முடைய*

யாசேரின் ஆகமம்

தேவனாகிய கர்த்தர் நோவாவின் குமாரனான காமையும் அவனுடைய
பிள்ளைகளையும் அவனுடைய சந்ததியார் எல்லாரையும் சேமின்
பிள்ளைகளுக்கும் யாப்பேத்தின் பிள்ளைகளுக்கும் அவர்களுக்குப் பின்பு
அவர்கள் சந்ததியாருக்கும் என்றென்றைக்கும் அடிமைகளாகக்
கொடுத்தாரே. 36. ஆகையால் மோசே கூஷின்மேல் அரசாண்ட
நாட்களிலெல்லாம் தன் இருதயத்தையாவது தன் கண்களையாவது
கிக்கியானுசின் மனைவிக்கு நேராகத் திருப்பவில்லை. 37. மோசே தன்
ஜீவிய காலமெல்லாம் தன் தேவனாகிய கர்த்தருக்குப் பயந்திருந்தான்;
மோசே தன் முழு இருதயத்தோடும் ஆத்துமாவோடும் உண்மையாய்க்
கர்த்தருக்கு முன்பாக நடந்தான்; அவன் தன் ஜீவிய நாட்களிலெல்லாம்
செம்மையான வழியை விட்டு விலகவில்லை; ஆபிரகாம் ஈசாக்கு
யாக்கோபு என்பவர்கள் நடந்த வழியை விட்டு அவன் வலதுபுறமாவது
இடதுபுறமாவது விலகவில்லை. 38. மோசே கூஷின் பிள்ளைகளுடைய
ராஜ்யத்திலே தன்னைத் திடப்படுத்திக்கொண்டான்; அவன் தன்
வழக்கமான ஞானத்தினால் கூஷின் பிள்ளைகளை நடத்தினான்,
மோசே தன் ராஜ்யத்திலே விருத்தியடைந்தான். 39. அக்காலத்திலே
கூஷின் ராஜாவாகிய கிக்கியானுஸ் மரித்துப்போனான் என்று ஆராமும்
கீழ்த்திசையின் பிள்ளைகளும் கேள்விப்பட்டார்கள்; ஆகையால்
ஆராமும் கீழ்த்திசையின் பிள்ளைகளும் அந்நாட்களில் கூசுக்கு
விரோதமாகக் கலகம்பண்ணினார்கள். 40. மோசே மிகவும் பலத்த
ஜனங்களாகிய கூஷின் பிள்ளைகள் எல்லாரையும் ஏறக்குறைய
முப்பதாயிரம் பேராகக் கூட்டி, ஆராமோடும் கீழ்த்திசையின்
பிள்ளைகளோடும் யுத்தம்பண்ணப் புறப்பட்டான். 41. அவர்கள்
முதலாவது கீழ்த்திசையின் பிள்ளைகளிடத்திற்குப் போனார்கள்;
கீழ்த்திசையின் பிள்ளைகள் அவர்களுடைய செய்தியைக்
கேள்விப்பட்டபோது, அவர்களை எதிர்கொண்டுபோய்,
அவர்களோடே யுத்தம்பண்ணினார்கள். 42. யுத்தம் கீழ்த்திசையின்
பிள்ளைகளுக்குக் கொடிதாயிருந்தது; கர்த்தர் கீழ்த்திசையின்
பிள்ளைகள் எல்லாரையும் மோசேயின் கையில் ஒப்புக்கொடுத்தார்,
ஏறக்குறைய முந்நூறு மனுஷர்கள் கொலையுண்டு விழுந்தார்கள். 43.
கீழ்த்திசையின் பிள்ளைகள் எல்லாரும் திரும்பிப் பின்வாங்கினார்கள்;
மோசேயும் கூஷின் பிள்ளைகளும் அவர்களைப் பின்தொடர்ந்து
அவர்களைக் கீழ்ப்படுத்தி, தங்கள் வழக்கத்தின்படியே அவர்கள் மேல்
ஒரு பகுதியைக் கட்டினார்கள். 44. மோசேயும் அவனோடிருந்த
ஜனங்கள் எல்லாரும் அங்கிருந்து யுத்தம்பண்ண ஆராம் தேசத்திற்குக்
கடந்துபோனார்கள். 45. ஆராமின் ஜனங்களும் அவர்களை
எதிர்கொள்ளப் போய், அவர்களோடே யுத்தம்பண்ணினார்கள்; கர்த்தர்
அவர்களை மோசேயின் கையில் ஒப்புக்கொடுத்தார், ஆராமின்
மனுஷர்களில் அநேகர் காயப்பட்டு விழுந்தார்கள். 46. ஆராமும்
மோசேயினாலும் கூஷின் ஜனங்களினாலும் கீழ்ப்படுத்தப்பட்டது,
அவர்களும் தங்கள் வழக்கமான பகுதியைக் கொடுத்தார்கள். 47.

மோசே ஆராமையும் கீழ்த்திசையின் பிள்ளைகளையும் கூஷின் பிள்ளைகளுக்குக் கீழ்ப்படுத்தினான்; மோசேயும் அவனோடிருந்த ஜனங்கள் எல்லாரும் கூஷ் தேசத்திற்குத் திரும்பினார்கள். 48. மோசே கூஷின் பிள்ளைகளுடைய ராஜ்யத்திலே தன்னைத் திடப்படுத்திக்கொண்டான், கர்த்தர் அவனோடே இருந்தார், கூஷின் பிள்ளைகள் எல்லாரும் அவனுக்குப் பயந்தார்கள்.

அத்தியாயம் 74

1. வருஷங்களின் முடிவிலே ஏதோமின் ராஜாவாகிய சவுல் மரித்தான், அக்போரின் குமாரனான பாகால்-கானான் அவனுக்குப் பதிலாக அரசாண்டான். 2. மோசே கூஷின்மேல் அரசாண்ட பதினாறாம் வருடத்திலே, அக்போரின் குமாரனான பாகால்-கானான் ஏதோம் தேசத்திலே ஏதோமின் பிள்ளைகள் எல்லார்மேலும் முப்பத்தெட்டு வருஷங்கள் அரசாண்டான். 3. அவனுடைய நாட்களில் மோவாப் ஏதோமின் அதிகாரத்திற்கு விரோதமாகக் கலகம்பண்ணிற்று; மோவாபையும் மீதியானையும் முறியடித்து, மோவாபை ஏதோமுக்குக் கீழ்ப்படுத்தின பேதாதின் குமாரனான ஆதாத்தின் நாட்கள்முதல் அது ஏதோமுக்குக் கீழ்ப்பட்டிருந்தது. 4. அக்போரின் குமாரனான பாகால்-கானான் ஏதோமின்மேல் அரசாண்டபோது, மோவாபின் பிள்ளைகள் எல்லாரும் ஏதோமுக்குக் கீழ்ப்படிவதிலிருந்து விலகிக்கொண்டார்கள். 5. அந்நாட்களில் ஆப்பிரிக்காவின் ராஜாவாகிய அங்கேஸ் மரித்தான், அவனுடைய குமாரனான அஸ்த்ருபால் அவனுக்குப் பதிலாக அரசாண்டான். 6. அந்நாட்களில் கித்திம் பிள்ளைகளின் ராஜாவாகிய ஜானியாஸ் மரித்தான், கானோப்பியா சமபூமியிலே அவன் தன் வாசஸ்தலமாகத் தனக்காகக் கட்டியிருந்த தன் மாளிகையிலே அவனை அடக்கம்பண்ணினார்கள்; லத்தீனுஸ் அவனுக்குப் பதிலாக அரசாண்டான். 7. மோசே கூஷின் பிள்ளைகள் மேல் அரசாண்ட இருபத்திரண்டாம் வருடத்திலே, லத்தீனுஸ் கித்திம் பிள்ளைகள் மேல் நாற்பத்தைந்து வருஷங்கள் அரசாண்டான். 8. அவன் தனக்காகப் பெரியதும் பலத்ததுமான ஒரு கோபுரத்தைக் கட்டி, வழக்கத்தின்படியே தன் அரசாங்கத்தை நடத்தும்படிக்கு அதிலே தன் வாசஸ்தலமாக நேர்த்தியான ஒரு மாளிகையைக் கட்டினான். 9. அவன் அரசாண்ட மூன்றாம் வருடத்திலே, தனக்காக அநேக கப்பல்களைச் செய்த தன் திறமையான மனுஷர்கள் எல்லாருக்கும் ஒரு அறிவிப்பைப் பறைசாற்றும்படி செய்தான். 10. லத்தீனுஸ் தன் சேனைகளையெல்லாம் கூட்டினான், அவர்கள் கப்பல்களில் வந்து, ஆப்பிரிக்காவின் ராஜாவாகிய அங்கேசின் குமாரனான அஸ்த்ருபாலோடே யுத்தம்பண்ணும்படி அவைகளில் ஏறிப்போய், ஆப்பிரிக்காவிற்கு வந்து, அஸ்த்ருபாலோடும் அவனுடைய

சேனையோடும் யுத்தம்பண்ணினார்கள். 11. லத்தீனுஸ் அஸ்த்ருபாலை
மேற்கொண்டான்; ஊசியின் குமாரத்தியாகிய ஜானியாவை
மனைவியாகக் கொண்டபோது அவன் தகப்பன் கித்திம்
பிள்ளைகளிடமிருந்து கொண்டுவந்திருந்த தண்ணீர் ஊற்றை
லத்தீனுஸ் அஸ்த்ருபாலிடத்திலிருந்து எடுத்துக்கொண்டான்;
லத்தீனுஸ் அந்தத் தண்ணீர் ஊற்றின் பாலத்தை இடித்துப்போட்டு,
அஸ்த்ருபாலின் சேனை முழுவதையும் மகா சங்காரமாக
முறியடித்தான். 12. அஸ்த்ருபாலின் பலசாலிகளில்
மீதியாயிருந்தவர்கள் தங்களைத் திடப்படுத்திக்கொண்டார்கள்,
அவர்கள் இருதயங்கள் பகையினால் நிறைந்தது, அவர்கள் தங்கள்
ஜீவனைத் துச்சமாக மதித்து, கித்திமின் ராஜாவாகிய லத்தீனுசோடே
மறுபடியும் யுத்தம்பண்ணினார்கள். 13. ஆப்பிரிக்காவின் மனுஷர்கள்
எல்லாருக்கும் யுத்தம் கொடிதாயிருந்தது, அவர்கள் எல்லாரும்
லத்தீனுசுக்கும் அவனுடைய ஜனங்களுக்கும் முன்பாகக் காயப்பட்டு
விழுந்தார்கள்; ராஜாவாகிய அஸ்த்ருபாலும் அந்த யுத்தத்திலே
விழுந்தான். 14. ராஜாவாகிய அஸ்த்ருபாலுக்கு உஸ்பெசேனா என்னும்
பெயருள்ள மிகவும் அழகான ஒரு குமாரத்தி இருந்தாள்; அவளுடைய
மிகுந்த அழகினிமித்தமும் சவுந்தரியமான தோற்றத்தினிமித்தமும்
ஆப்பிரிக்காவின் மனுஷர்கள் எல்லாரும் அவளுடைய சாயலைத்
தங்கள் வஸ்திரங்களில் சித்திரத்தையலாகத் தைத்திருந்தார்கள். 15.
லத்தீனுசின் மனுஷர்கள் அஸ்த்ருபாலின் குமாரத்தியாகிய
உஸ்பெசேனாவைக் கண்டு, தங்கள் ராஜாவாகிய லத்தீனுசிடத்தில்
அவளைப் புகழ்ந்தார்கள். 16. லத்தீனுஸ் அவளைத் தன்னிடத்திற்குக்
கொண்டுவரும்படிக் கட்டளையிட்டான்; லத்தீனுஸ் உஸ்பெசேனாவை
மனைவியாகக் கொண்டு, கித்திமுக்குத் தன் வழியே திரும்பினான். 17.
அங்கேசின் குமாரனான அஸ்த்ருபால் மரித்த பின்பு, லத்தீனுஸ்
யுத்தத்திலிருந்து தன் தேசத்திற்குத் திரும்பினபோது, ஆப்பிரிக்காவின்
குடிகள் எல்லாரும் எழும்பி, அஸ்த்ருபாலின் இளைய சகோதரனும்
அங்கேசின் குமாரனுமாகிய அனிபாலை அழைத்து, அவனுடைய
சகோதரனுக்குப் பதிலாக அவனை ஆப்பிரிக்கா தேசம்
முழுவதின்மேலும் ராஜாவாக்கினார்கள். 18. அவன் அரசாண்டபோது,
தன் சகோதரனான அஸ்த்ருபாலுக்காகவும் ஆப்பிரிக்காவின்
குடிகளுக்காகவும் பழிவாங்கக் கித்திம் பிள்ளைகளோடே
யுத்தம்பண்ணக் கித்திமுக்குப்போகத் தீர்மானித்தான், அப்படியே
செய்தான். 19. அவன் அநேக கப்பல்களைச் செய்து, தன் சேனை
முழுவதோடும் அவைகளில் ஏறி கித்திமுக்குப் போனான். 20. அனிபால்
கித்திம் பிள்ளைகளோடே யுத்தம்பண்ணினான், கித்திம் பிள்ளைகள்
அனிபாலுக்கும் அவனுடைய சேனைக்கும் முன்பாகக் காயப்பட்டு
விழுந்தார்கள், அனிபால் தன் சகோதரனுக்காகப் பழிவாங்கினான். 21.
அனிபால் கித்திம் பிள்ளைகளோடே பதினெட்டு வருஷங்களாக
யுத்தத்தைத் தொடர்ந்தான்; அனிபால் கித்திம் தேசத்திலே குடியிருந்து

அநேக காலமாக அங்கே பாளையமிறங்கியிருந்தான். 22. அனிபால் கித்தீம் பிள்ளைகளை மிகவும் முறியடித்து, அவர்களுடைய பெரிய மனுஷர்களையும் பிரபுக்களையும் கொன்றுபோட்டான்; மற்ற ஜனங்களில் ஏறக்குறைய எண்பதாயிரம் பேரைக் கொன்றுபோட்டான். 23. நாட்களும் வருஷங்களும் முடிந்த பின்பு, அனிபால் தன் தேசமாகிய ஆப்பிரிக்காவிற்குத் திரும்பி, தன் சகோதரனான அஸ்த்ருபாலுக்குப் பதிலாகப் பத்திரமாய் அரசாண்டான்.

அத்தியாயம் 75

1. அக்காலத்திலே, இஸ்ரவேலர் எகிப்திற்குக் கீழே போன நூற்று எண்பதாம் வருடத்திலே, இஸ்ரவேல் புத்திரரிலிருந்து முப்பதாயிரம் காலாட்களாகிய பராக்கிரமசாலிகள் எகிப்திலிருந்து புறப்பட்டார்கள்; அவர்கள் எல்லாரும் யோசேப்பின் கோத்திரத்தாரும், யோசேப்பின் குமாரனான எப்பிராயீமின் பிள்ளைகளுமாயிருந்தார்கள். 2.
ஏனெனில் பூர்வநாட்களில் கர்த்தர் இஸ்ரவேல் புத்திரருக்குக் குறித்திருந்ததும், அவர் ஆபிரகாமுக்குச் சொல்லியிருந்ததுமான காலம் நிறைவேறிற்று என்று அவர்கள் சொன்னார்கள். 3. இந்த மனுஷர்கள்
தங்கள் அரைகளைக் கட்டிக்கொண்டு, ஒவ்வொரு மனுஷனும் தன் பட்டயத்தைத் தன் இடுப்பிலே கட்டிக்கொண்டு, ஒவ்வொருவனும் தன் ஆயுதங்களைத் தரித்து, தங்கள் பலத்தை நம்பி, பலத்த கையோடே எகிப்திலிருந்து ஏகமாய்ப் புறப்பட்டார்கள். 4. ஆனால் அவர்கள்
வெள்ளியையும் பொன்னையுமேயல்லாமல் வழிக்கான ஆகாரத்தை எடுத்துக்கொள்ளவில்லை, அந்த நாளுக்கான அப்பத்தையும்கூட அவர்கள் தங்கள் கைகளில் எடுத்துக்கொள்ளவில்லை; ஏனெனில் அவர்கள் பெலிஸ்தர்களிடத்திலிருந்து கூலிக்குத் தங்கள் ஆகாரத்தைப் பெற்றுக்கொள்ளலாம் என்றும், இல்லாவிட்டால் அதைப் பலவந்தமாய் எடுத்துக்கொள்ளலாம் என்றும் நினைத்தார்கள். 5. இந்த மனுஷர்கள்
மிகவும் பராக்கிரமசாலிகளாயிருந்தார்கள்; ஒருவன் ஆயிரம்பேரைத் துரத்துவான், இரண்டுபேர் பதினாயிரம்பேரை முறியடிப்பார்கள்; ஆகையால் அவர்கள் தங்கள் பலத்தை நம்பி அப்படியே ஏகமாய்ப் புறப்பட்டுப்போனார்கள். 6. அவர்கள் காத் தேசத்திற்கு நேராகத்
தங்கள் வழியை நடத்தி, அங்கே இறங்கி, காத்தின் பிள்ளைகளுடைய மிருகஜீவன்களை மேய்க்கிற காத்தின் மேய்ப்பர்களைக் கண்டார்கள்.
7. அவர்கள் மேய்ப்பர்களை நோக்கி: நாங்கள் சாப்பிடும்படிக்கு ஆடுகளில் சிலவற்றைக் கூலிக்கு எங்களுக்குக் கொடுங்கள், நாங்கள் பசியாயிருக்கிறோம், இன்றையதினம் நாங்கள் அப்பம் சாப்பிடவில்லை என்றார்கள். 8. மேய்ப்பர்கள்: அவைகளை நாங்கள்
உங்களுக்குக் கூலிக்காகிலும் கொடுக்க அவைகள் எங்களுடைய ஆடுகளோ அல்லது மிருகஜீவன்களோ? என்றார்கள்; ஆகையால்

யாசேரின் ஆகமம்

எப்பிராயீமின் பிள்ளைகள் அவைகளைப் பலவந்தமாய்
எடுத்துக்கொள்ளும்படி கிட்டினார்கள். 9. காத்தின் மேய்ப்பர்கள்
அவர்கள் மேல் சத்தமிட்டார்கள், அவர்கள் கூக்குரல் தூரத்திலே
கேட்கப்பட்டது; ஆகையால் காத்தின் பிள்ளைகள் எல்லாரும்
அவர்களிடத்திற்குப் புறப்பட்டுப்போனார்கள். 10. காத்தின் பிள்ளைகள்
எப்பிராயீமின் பிள்ளைகளுடைய பொல்லாத செய்கைகளைக்
கண்டபோது, அவர்கள் திரும்பிப் போய்க் காத்தின் மனுஷர்களைக்
கூட்டினார்கள்; ஒவ்வொரு மனுஷனும் தன் ஆயுதங்களைத்
தரித்துக்கொண்டு, எப்பிராயீமின் பிள்ளைகளோடே யுத்தம்பண்ணப்
புறப்பட்டார்கள். 11. அவர்கள் காத்தின் பள்ளத்தாக்கிலே
அவர்களோடே யுத்தம்பண்ணினார்கள், யுத்தம் கொடிதாயிருந்தது,
அன்றையதினம் அவர்கள் இருதிறத்தாரிலும் அநேகரை
முறியடித்தார்கள். 12. இரண்டாம் நாளிலே காத்தின் பிள்ளைகள்
பெலிஸ்தர்களின் பட்டணங்களுக்கெல்லாம் ஆள் அனுப்பி, தங்களுக்கு
உதவிசெய்ய வரும்படி கேட்டு: 13. எங்கள் மிருகஜீவன்களை
எடுத்துக்கொள்ளவும், முகாந்தரமில்லாமல் எங்களோடே
யுத்தம்பண்ணவும் எகிப்திலிருந்து புறப்பட்டுவந்த எப்பிராயீமின்
பிள்ளைகளை நாம் முறியடிக்கும்படிக்கு, நீங்கள் எங்களிடத்திற்கு
வந்து எங்களுக்கு உதவிசெய்யுங்கள் என்று சொல்லச்
சொன்னார்கள். 14. எப்பிராயீமின் பிள்ளைகளுடைய ஆத்துமாக்கள்
பசியினாலும் தாகத்தினாலும் சோர்ந்துபோயின, ஏனெனில் அவர்கள்
மூன்று நாட்களாக அப்பம் சாப்பிடவில்லை. பெலிஸ்தர்களின்
பட்டணங்களிலிருந்து நாற்பதாயிரம் மனுஷர்கள் காத்தின்
மனுஷர்களுக்கு உதவிசெய்யப் புறப்பட்டார்கள். 15. இந்த மனுஷர்கள்
எப்பிராயீமின் பிள்ளைகளோடே யுத்தம்பண்ணினார்கள், கர்த்தர்
எப்பிராயீமின் பிள்ளைகளைப் பெலிஸ்தர்களின் கைகளில்
ஒப்புக்கொடுத்தார். 16. எகிப்திலிருந்து புறப்பட்ட எப்பிராயீமின்
பிள்ளைகள் எல்லாரையும் அவர்கள் முறியடித்தார்கள்;
யுத்தத்திலிருந்து தப்பியோடின பத்து மனுஷர்களைத் தவிர
வேறொருவனும் மீதியாகவில்லை. 17. பூர்வநாட்களில் கர்த்தர்
இஸ்ரவேலுக்குக் குறித்திருந்த காலம் வருவதற்கு முன்னே, அவர்கள்
எகிப்திலிருந்து புறப்பட்டுப்போனதினால் கர்த்தருடைய வார்த்தையை
மீறினபடியால், இந்தப் பொல்லாப்பு கர்த்தராலே எப்பிராயீமின்
பிள்ளைகளுக்கு உண்டானது. 18. பெலிஸ்தர்களிலும் அநேகர்,
ஏறக்குறைய இருபதாயிரம் மனுஷர்கள் விழுந்தார்கள்; அவர்கள்
சகோதரர்கள் அவர்களைக் காவிக்கொண்டுபோய்த் தங்கள்
பட்டணங்களில் அடக்கம்பண்ணினார்கள். 19. கொலையுண்ட
எப்பிராயீமின் பிள்ளைகள் அநேக நாட்களும் வருஷங்களுமாகக்
காத்தின் பள்ளத்தாக்கிலே கைவிடப்பட்டுக் கிடந்தார்கள், அவர்கள்
அடக்கம்பண்ணப்படவில்லை, அந்தப் பள்ளத்தாக்கு மனுஷர்களின்
எலும்புகளால் நிறைந்தது. 20. யுத்தத்திலிருந்து தப்பின மனுஷர்கள்

எகிப்திற்கு வந்து, தங்களுக்கு நேரிட்ட எல்லாவற்றையும் இஸ்ரவேல் புத்திரர் எல்லாருக்கும் சொன்னார்கள். 21. அவர்கள் தகப்பனாகிய எப்பிராயீம் அவர்களுக்காக அநேக நாட்கள் துக்கங்கொண்டாடினான், அவனுடைய சகோதரர்கள் அவனுக்கு ஆறுதல் சொல்ல வந்தார்கள். 22. அவன் தன் மனைவியோடே சேர்ந்தான், அவள் ஒரு குமாரனைப் பெற்றாள்; தன் வீட்டில் அவளுக்குத் தீங்கு நேரிட்டபடியால் அவனுக்குப் பெரீயா என்று பேரிட்டான்.

அத்தியாயம் 76

1. அந்நாட்களில் அம்ராமின் குமாரனான மோசே கூஷ் தேசத்திலே இன்னும் ராஜாவாயிருந்தான், அவன் தன் ராஜ்யத்திலே விருத்தியடைந்து, கூஷின் பிள்ளைகளுடைய அரசாங்கத்தை நியாயத்தோடும் நீதியோடும் உத்தமத்தோடும் நடத்தினான். 2. மோசே கூஷின் பிள்ளைகள் மேல் அரசாண்ட நாட்களிலெல்லாம் அவர்கள் எல்லாரும் அவனை நேசித்தார்கள், கூஷ் தேசத்தின் குடிகள் எல்லாரும் அவனுக்கு மிகவும் பயந்திருந்தார்கள். 3. மோசே கூஷின்மேல் அரசாண்ட நாற்பதாம் வருடத்திலே, மோசே ராஜரீகச் சிங்காசனத்தின்மேல் வீற்றிருந்தான், ராஜாத்தியாகிய அதோனியா அவனுக்கு முன்பாக இருந்தாள், பிரபுக்கள் எல்லாரும் அவனைச் சுற்றிலும் உட்கார்ந்திருந்தார்கள். 4. ராஜாத்தியாகிய அதோனியா ராஜாவுக்கும் பிரபுக்களுக்கும் முன்பாக: கூஷின் பிள்ளைகளாகிய நீங்கள் இத்தனை நெடுங்காலமாகச் செய்துவருகிற இந்தக் காரியம் என்ன? என்றாள். 5. இந்த மனுஷன் கூஷின்மேல் அரசாண்ட நாற்பது வருஷங்களாக இவன் என்னோடே சேரவுமில்லை, கூஷின் பிள்ளைகளுடைய தேவர்களுக்கு ஊழியஞ்செய்யவுமில்லை என்பதை நீங்கள் நிச்சயமாக அறிவீர்களே. 6. ஆகையால் கூஷின் பிள்ளைகளே, இப்போது கேளுங்கள்; இந்த மனுஷன் நம்முடைய மாம்சமில்லாதபடியால், இவன் இனி உங்கள் மேல் அரசாழவேண்டாம். 7. இதோ என் குமாரனான மெனக்ருஸ் பெரியவனானான், அவன் உங்கள் மேல் அரசாழட்டும்; எகிப்து ராஜாவின் அடிமையான ஒரு அந்நியனுக்கு ஊழியஞ்செய்வதைவிட, உங்கள் ஆண்டவனின் குமாரனுக்கு ஊழியஞ்செய்வது உங்களுக்கு நலமாயிருக்குமே என்றாள். 8. ராஜாத்தியாகிய அதோனியா தங்கள் காதுகள் கேட்கச் சொன்ன வார்த்தைகளைக் கூஷின் பிள்ளைகளாகிய ஜனங்களும் பிரபுக்களும் எல்லாரும் கேட்டார்கள். 9. ஜனங்கள் எல்லாரும் சாயங்காலம்வரைக்கும் ஆயத்தம்பண்ணி, அதிகாலையில் எழுந்து கிக்கியானுசின் குமாரனான மெனக்ருஸைத் தங்கள் மேல் ராஜாவாக்கினார்கள். 10. ஆனால் கர்த்தர் மோசேயோடே

இருந்தபடியால் மோசேக்கு விரோதமாகத் தங்கள் கையை நீட்டக்
கூஷின் பிள்ளைகள் எல்லாரும் பயந்தார்கள்; கூஷின் பிள்ளைகள்
மோசேக்குத் தாங்கள் இட்டிருந்த ஆணையையும்
நினைவுகூர்ந்தார்கள், ஆகையால் அவர்கள் அவனுக்கு ஒரு தீங்கும்
செய்யவில்லை. 11. கூஷின் பிள்ளைகள் மோசேக்கு அநேக
வெகுமதிகளைக் கொடுத்து, அவனை மிகுந்த கனத்தோடே
தங்களிடத்திலிருந்து அனுப்பிவிட்டார்கள். 12. அப்படியே மோசே
கூஷ் தேசத்திலிருந்து புறப்பட்டுத் தன் வீட்டிற்குப் போனான்,
கூஷின்மேல் அரசாளுவதை விட்டுவிட்டான்; மோசே கூஷ்
தேசத்திலிருந்து புறப்பட்டபோது அவனுக்கு வயது அறுபத்தாறு;
காமின் பிள்ளைகளுடைய ஒடுக்கத்திலிருந்து இஸ்ரவேலை வெளியே
கொண்டுவரும்படிக்கு அவர் பூர்வநாட்களில் குறித்திருந்த காலம்
வந்தபடியால், இந்தக் காரியம் கர்த்தராலே உண்டானது. 13.
பார்வோனினிமித்தம் எகிப்திற்குத் திரும்பப் பயந்து, மோசே
மீதியானுக்குப் போய், மீதியானிலே ஒரு துரவண்டையிலே
உட்கார்ந்தான். 14. மீதியானியனான ரெகுவேலின் ஏழு
குமாரத்திகளும் தங்கள் தகப்பனுடைய மந்தையை மேய்க்கப்
புறப்பட்டார்கள். 15. அவர்கள் துரவண்டைக்கு வந்து, தங்கள்
தகப்பனுடைய மந்தைக்குத் தண்ணீர் காட்டும்படி தண்ணீர்
மொண்டார்கள். 16. அப்பொழுது மீதியானின் மேய்ப்பர்கள் வந்து
அவர்களைத் துரத்தினார்கள், மோசே எழுந்து அவர்களுக்கு
உதவிசெய்து மந்தைக்குத் தண்ணீர் காட்டினான். 17. அவர்கள் தங்கள்
தகப்பனாகிய ரெகுவேலின் வீட்டிற்கு வந்து, மோசே தங்களுக்குச்
செய்ததை அவனுக்குச் சொன்னார்கள். 18. அவர்கள்: ஒரு எகிப்தியன்
எங்களை மேய்ப்பர்களின் கைகளிலிருந்து விடுவித்தான், அவன்
எங்களுக்காகத் தண்ணீர் மொண்டு மந்தைக்குத் தண்ணீர் காட்டினான்
என்றார்கள். 19. ரெகுவேல் தன் குமாரத்திகளை நோக்கி: அவன்
எங்கே? நீங்கள் அந்த மனுஷனை ஏன் விட்டுவந்தீர்கள்? என்றான்.
20. ரெகுவேல் அவனுக்கு ஆள் அனுப்பி, அவனை அழைத்துத் தன்
வீட்டிற்குக் கொண்டுவந்தான், அவன் அவனோடே அப்பம் புசித்தான்.
21. தான் எகிப்திலிருந்து தப்பியோடிவந்ததையும், தான் கூஷின்மேல்
நாற்பது வருஷங்கள் அரசாண்டதையும், அதன்பின்பு அவர்கள்
தன்னிடம் இருந்த அரசாங்கத்தை எடுத்துக்கொண்டு, தன்னைக்
கனத்தோடும் வெகுமதிகளோடும் சமாதானமாய் அனுப்பிவிட்டதையும்
மோசே ரெகுவேலுக்கு விவரித்தான். 22. ரெகுவேல் மோசேயின்
வார்த்தைகளைக் கேட்டபோது, ரெகுவேல் தனக்குள்ளே: இவன்
கூஷின் பிள்ளைகளிடத்திலிருந்து தப்பியோடிவந்தபடியால், இவனைச்
சிறைச்சாலையில் போடுவேன், அதினாலே நான் அவர்களைச்
சமாதானப்படுத்துவேன் என்றான். 23. அவர்கள் அவனைப் பிடித்துச்
சிறைச்சாலையில் போட்டார்கள், மோசே பத்து வருஷங்கள்
சிறைச்சாலையில் இருந்தான்; மோசே சிறைச்சாலையில்

இருந்தபோது, ரெகுவேலின் குமாரத்தியாகிய சிப்போராள் அவன் மேல் பரிதாபப்பட்டு, அந்த நேரமெல்லாம் அவனுக்கு அப்பமும் தண்ணீரும் கொடுத்து அவனைக் காப்பாற்றினாள். *24.* இஸ்ரவேல் புத்திரர் எல்லாரும் எகிப்து தேசத்திலே இன்னும் இருந்து, சகலவிதமான கடினமான வேலைகளிலும் எகிப்தியருக்கு ஊழியஞ்செய்தார்கள்; அந்நாட்களில் எகிப்தியரின் கை இஸ்ரவேல் புத்திரருக்கு விரோதமாய்த் தொடர்ந்து கொடிதாயிருந்தது. *25.* அக்காலத்திலே கர்த்தர் எகிப்தின் ராஜாவாகிய பார்வோனை அடித்தார், அவன் உள்ளங்கால்முதல் உச்சந்தலைமட்டும் குஷ்டரோக வாதையினால் பீடிக்கப்பட்டான்; இஸ்ரவேல் புத்திரரைக் கொடுமையாய் நடத்தினதினிமித்தமே அக்காலத்திலே கர்த்தராலே இந்தப் பெருவியாதி எகிப்தின் ராஜாவாகிய பார்வோனுக்கு வந்தது. *26.* கர்த்தர் தமது ஜனமாகிய இஸ்ரவேல் புத்திரருடைய ஜெபத்தைக் கேட்டார், கடினமான வேலையினிமித்தம் அவர்கள் இட்ட கூக்குரல் அவரை எட்டினது. *27.* ஆனாலும் அவன் கோபம் அவர்களை விட்டுத் திரும்பவில்லை, பார்வோனின் கை இஸ்ரவேல் புத்திரருக்கு விரோதமாக இன்னும் நீட்டப்பட்டே இருந்தது; பார்வோன் கர்த்தருக்கு முன்பாகத் தன் கழுத்தைக் கடினப்படுத்தி, இஸ்ரவேல் புத்திரர் மேல் தன் நுகத்தை அதிகமாக்கி, சகலவிதமான கடினமான வேலைகளினாலும் அவர்கள் வாழ்க்கையைக் கசப்பாக்கினான். *28.* கர்த்தர் எகிப்தின் ராஜாவாகிய பார்வோனை அந்த வாதையினால் வாதித்தபோது, அவன் தன்னைக் குணமாக்கும்படி தன் ஞானிகளையும் சூனியக்காரர்களையும் கேட்டான். *29.* அவனுடைய ஞானிகளும் சூனியக்காரர்களும் அவனை நோக்கி: சிறுபிள்ளைகளின் இரத்தத்தைக் காயங்களில் தடவினால் அவன் குணமாவான் என்றார்கள். *30.* பார்வோன் அவர்களுக்குச் செவிகொடுத்து, இஸ்ரவேல் புத்திரரின் சிறுபிள்ளைகளை எடுத்துவரும்படி தன் அதிகாரிகளைக் கோசேனுக்கு அனுப்பினான். *31.* பார்வோனின் அதிகாரிகள் போய், இஸ்ரவேல் புத்திரரின் குழந்தைகளை அவர்கள் தாய்மார்களின் மார்புகளிலிருந்து பலவந்தமாய் எடுத்து, நாளுக்கு ஒரு பிள்ளையாகத் தினந்தோறும் பார்வோனிடத்திற்குக் கொண்டுவந்தார்கள்; வைத்தியர்கள் அவைகளைக் கொன்று அந்த வாதைக்குத் தடவினார்கள்; அவர்கள் எல்லா நாட்களிலும் அப்படியே செய்தார்கள். *32.* பார்வோன் கொன்றுபோட்ட பிள்ளைகளின் எண்ணிக்கை முந்நூற்று எழுபத்தைந்து. *33.* ஆனால் கர்த்தர் எகிப்து ராஜாவின் வைத்தியர்களுக்குச் செவிகொடுக்கவில்லை, அந்த வாதை மிகவும் அதிகமாயிற்று. *34.* பார்வோன் பத்து வருஷங்கள் அந்த வாதையினால் பீடிக்கப்பட்டிருந்தான், அப்படியிருந்தும் பார்வோனின் இருதயம் இஸ்ரவேல் புத்திரருக்கு விரோதமாக இன்னும் அதிகமாய்க் கடினப்பட்டது. *35.* பத்து வருஷங்களின் முடிவிலே, கர்த்தர் தொடர்ந்து பார்வோனை அழிம்பான வாதைகளினால் அடித்தார். *36.*

கர்த்தர் அவனுக்கு ஒரு கொடிய கட்டியையும் வயிற்றுவலியையும்
உண்டாக்கினார், அந்த வாதை கொடிய பருவாக மாறியது. 37.
அக்காலத்திலே பார்வோனின் இரண்டு அதிகாரிகள் இஸ்ரவேல்
புத்திரர் எல்லாரும் இருந்த கோசேன் தேசத்திலிருந்து வந்து,
பார்வோனின் வீட்டிற்குப் போய் அவனை நோக்கி: இஸ்ரவேல்
புத்திரர் தங்கள் வேலையில் தளர்ந்து, தங்கள் உழைப்பில்
அசதியாயிருக்கிறதைக் கண்டோம் என்றார்கள். 38. பார்வோன் தன்
அதிகாரிகளின் வார்த்தைகளைக் கேட்டபோது, இஸ்ரவேல் புத்திரர்
மேல் அவனுக்கு மிகவும் கோபம் மூண்டது; ஏனெனில் அவன் தன்
மாம்ச வேதனையினால் மிகவும் வாதிக்கப்பட்டிருந்தான். 39. அவன்
பிரதியுத்தரமாக: நான் வியாதியாயிருக்கிறேன் என்று இஸ்ரவேல்
புத்திரர் அறிந்திருக்கிறபடியால், அவர்கள் திரும்பி நம்மைப்
பரியாசம்பண்ணுகிறார்கள்; ஆகையால் இப்போது எனக்கு என்
இரதத்தை ஆயத்தப்படுத்துங்கள், நான் கோசேனுக்குப் போய்
இஸ்ரவேல் புத்திரர் என்னைப் பரியாசம்பண்ணும் பரியாசத்தைப்
பார்ப்பேன் என்றான்; அவன் வேலைக்காரர்கள் அவனுக்கு இரதத்தை
ஆயத்தப்படுத்தினார்கள். 40. அவன் தானாகவே ஏறமுடியாதபடியால்,
அவர்கள் அவனைப் பிடித்து ஒரு குதிரையின்மேல் ஏற்றினார்கள். 41.
அவன் தன்னோடே பத்துக் குதிரைவீரர்களையும் பத்துக்
காலாட்களையும் கூட்டிக்கொண்டு, இஸ்ரவேல் புத்திரரிடத்திற்குக்
கோசேனுக்குப் போனான். 42. அவர்கள் எகிப்தின் எல்லைக்கு
வந்தபோது, ராஜாவின் குதிரை திராட்சத்தோட்டத்தின் பள்ளமான
இடத்திலே உயர்ந்ததும் இருபுறமும் வேலியடைக்கப்பட்டதுமான ஒரு
இடுக்கான இடத்திற்குள் நுழைந்தது, மறுபுறத்தில் தாழ்வான சமபூமி
இருந்தது. 43. குதிரைகள் அந்த இடத்திலே வேகமாய் ஓடி
ஒன்றையொன்று நெருக்கின, மற்றக் குதிரைகள் ராஜாவின்
குதிரையை நெருக்கின. 44. ராஜா குதிரையின்மேல்
சவாரிகொண்டிருக்கையில், ராஜாவின் குதிரை தாழ்வான சமபூமியிலே
விழுந்தது; அவன் விழுந்தபோது, இரதம் ராஜாவின் முகத்தின்மேல்
கவிழ்ந்தது, குதிரை ராஜாவின்மேல் விழுந்தது, அவனுடைய மாம்சம்
மிகவும் புண்ணாயிருந்தபடியால் ராஜா கூக்குரலிட்டான். 45.
ராஜாவின் மாம்சம் அவனிலிருந்து பிய்ந்துபோயிற்று, அவனுடைய
எலும்புகள் முறிந்தன, அவனால் சவாரிசெய்யமுடியவில்லை; கர்த்தர்
தமது ஜனமாகிய இஸ்ரவேல் புத்திரரின் கூக்குரலையும் அவர்கள்
ஒடுக்கப்படுதலையும் கேட்டபடியால், இந்தக் காரியம் கர்த்தராலே
அவனுக்கு உண்டானது. 46. அவனுடைய வேலைக்காரர்கள் அவனைச்
சிறுகச்சிறுகத் தங்கள் தோள்களின்மேல் காவிக்கொண்டு எகிப்திற்குத்
திரும்பிவந்தார்கள், அவனோடிருந்த குதிரைவீரர்களும் எகிப்திற்குத்
திரும்பிவந்தார்கள். 47. அவர்கள் அவனை அவனுடைய படுக்கையிலே
வைத்தார்கள்; தான் மரிக்குங்காலம் வந்தது என்று ராஜா
அறிந்துகொண்டான், ஆகையால் அவன் மனைவியும்

ராஜாத்தியுமாகிய அபரனித் வந்து ராஜாவுக்கு முன்பாக அழுதாள்,
ராஜாவும் அவளோடே மிகவும் சத்தமிட்டு அழுதான். 48.
அன்றையதினம் அவனுடைய பிரபுக்களும் வேலைக்காரர்களும்
எல்லாரும் வந்து ராஜாவை அந்த வாதையிலே கண்டு, அவனோடே
மிகவும் சத்தமிட்டு அழுதார்கள். 49. ராஜாவின் பிரபுக்களும்
அவனுடைய ஆலோசனைக்காரர்கள் எல்லாரும், ராஜா தன்
குமாரர்களில் தான் தெரிந்துகொள்ளும் ஒருவனைத் தனக்குப்
பதிலாகத் தேசத்திலே அரசாழப்பண்ணும்படி அவனுக்கு ஆலோசனை
சொன்னார்கள். 50. ராஜாவின் மறுமனையாட்டிகளின்
பிள்ளைகளையல்லாமல், அவன் மனைவியும் ராஜாத்தியுமாகிய
அபரனித் அவனுக்குப் பெற்ற மூன்று குமாரர்களும் இரண்டு
குமாரத்திகளும் ராஜாவுக்கு இருந்தார்கள். 51. அவர்களுடைய
பெயர்களாவன: மூத்தவன் ஓத்ரி, இரண்டாமவன் அதிகாம்,
மூன்றாமவன் மோரியோன்; அவர்கள் சகோதரிகளில் மூத்தவளுடைய
பெயர் பித்தியாள், மற்றவளுடைய பெயர் அகுசி. 52. ராஜாவின் மூத்த
குமாரனான ஓத்ரி ஒரு மூடனும், அவசரக்காரனும், தன் வார்த்தைகளில்
பதறுகிறவனுமாயிருந்தான். 53. ஆனால் அதிகாம் தந்திரமுள்ளவனும்
ஞானியும் எகிப்தின் சகல ஞானத்தையும் அறிந்தவனுமாயிருந்தான்;
ஆனால் அவன் பார்வைக்கு அழகற்றவனும், மாம்சம் பருத்தவனும்,
மிகவும் குட்டையானவனுமாயிருந்தான்; அவன் உயரம் ஒரு முழம். 54.
ராஜா தன் குமாரனான அதிகாம் எல்லாவற்றிலும் புத்தியும்
ஞானமுமுள்ளவனாயிருப்பதைக் கண்டபோது, தன் மரணத்திற்குப்
பின்பு அவன் தனக்குப் பதிலாக ராஜாவாகவேண்டும் என்று
தீர்மானித்தான். 55. அவனுக்குப் பத்து வயதானபோது, அபிலோத்தின்
குமாரத்தியாகிய கெதூராவை அவனுக்கு மனைவியாகக் கொண்டான்,
அவள் அவனுக்கு நாலு குமாரர்களைப் பெற்றாள். 56. அதன்பின்பு
அவன் போய் மூன்று ஸ்திரீகளை மனைவிகளாகக் கொண்டு, எட்டுப்
குமாரர்களையும் மூன்று குமாரத்திகளையும் பெற்றான். 57. அந்த
வியாதி ராஜாவின்மேல் மிகவும் பலத்தது, கோடைகாலத்தில்
வெயிலின் உஷ்ணத்திலே வெளியிலே எறியப்பட்ட பிணத்தின்
மாம்சத்தைப்போல அவனுடைய மாம்சம் நாற்றமெடுத்தது. 58. தன்
வியாதி தன்மேல் மிகவும் பலத்ததைக் கண்டபோது, ராஜா தன்
குமாரனான அதிகாமைத் தன்னிடத்திற்குக் கொண்டுவரும்படிக்
கட்டளையிட்டான், அவர்கள் அவனுக்குப் பதிலாக அவனைத்
தேசத்தின்மேல் ராஜாவாக்கினார்கள். 59. மூன்று வருஷங்களின்
முடிவிலே, ராஜா வெட்கத்தோடும் நிந்தையோடும் அருவருப்போடும்
மரித்துப்போனான்; அவன் வேலைக்காரர்கள் அவனைக்
காவிக்கொண்டுபோய், சோவான் எகிப்திலே எகிப்து ராஜாக்களின்
கல்லறையிலே அவனை அடக்கம்பண்ணினார்கள். 60. ஆனால்
ராஜாக்களுக்குச் செய்வது வழக்கமாயிருந்தபடி அவர்கள் அவனுக்குச்
சுகந்தவர்க்கமிடவில்லை; ஏனெனில் அவனுடைய மாம்சம்

அழுகிப்போயிருந்தது, நாற்றத்தினிமித்தம் அவனுக்குச் சுகந்தவர்க்கமிட அவர்கள் நெருங்கமுடியவில்லை, ஆகையால் அவர்கள் அவனைத் தீவிரமாய் அடக்கம்பண்ணினார்கள். 61. இந்தப் பொல்லாப்பு கர்த்தராலே அவனுக்கு உண்டானது; அவன் தன் நாட்களில் இஸ்ரவேலுக்குச் செய்த பொல்லாப்பினிமித்தம் கர்த்தர் அவனுக்குப் பொல்லாப்பைச் சரிக்கட்டினார். 62. அவன் திகிலோடும் வெட்கத்தோடும் மரித்துப்போனான், அவனுடைய குமாரனான அதிகாம் அவனுக்குப் பதிலாக அரசாண்டான்.

அத்தியாயம் 77

1. அதிகாம் எகிப்தின்மேல் அரசாண்டபோது அவனுக்கு இருபது வயது, அவன் நாலு வருஷங்கள் அரசாண்டான். 2. இஸ்ரவேலர் எகிப்திற்குக் கீழே போன இருநூற்றாறாம் வருடத்திலே அதிகாம் எகிப்தின்மேல் அரசாண்டான்; ஆனால் அவன் தன் பிதாக்கள் அரசாண்டதைப்போல அத்தனை வெகுகாலம் எகிப்தின்மேல் அரசாழவில்லை. 3. ஏனெனில் அவனுடைய தகப்பனாகிய மெலோல் எகிப்திலே தொண்ணூற்று நான்கு வருஷங்கள் அரசாண்டான்; ஆனால் அவன் கர்த்தருக்கு முன்பாகப் பொல்லாதவனாயிருந்தபடியால், பத்து வருஷங்கள் வியாதியாயிருந்து மரித்தான். 4. எகிப்திலே தங்கள் வழக்கத்தின்படியே, எகிப்தியர் எல்லாரும் அவனுடைய பிதாக்களின் பெயரைப்போல அதிகாமுக்கும் பார்வோன் என்று பேரிட்டார்கள். 5. பார்வோனின் ஞானிகள் எல்லாரும் அதிகாமுக்கு அகூஸ் *(Ahuz)* என்று பேரிட்டார்கள்; ஏனெனில் எகிப்திய பாஷையிலே குட்டையானவனுக்கு அகூஸ் என்று பெயர். 6. அதிகாம் பார்வைக்கு மிகவும் அழகற்றவனாயிருந்தான், அவன் ஒரு முழமும் ஒரு ஜாணுமான உயரமுமாயிருந்தான்; அவனுக்கு அவன் உள்ளங்கால்மட்டும் நீளுகிற பெரிய தாடி இருந்தது. 7. பார்வோன் எகிப்தின்மேல் அரசாழும்படி தன் தகப்பனுடைய சிங்காசனத்தின்மேல் வீற்றிருந்து, தன் ஞானத்தினால் எகிப்தின் அரசாங்கத்தை நடத்தினான். 8. அவன் அரசாண்டபோது தன் தகப்பனையும் முந்தின ராஜாக்களெல்லாரையும் பொல்லாப்பில் மிஞ்சிப்போனான்; அவன் இஸ்ரவேல் புத்திரர் மேல் தன் நுகத்தை அதிகமாக்கினான். 9. அவன் தன் வேலைக்காரர்களோடே இஸ்ரவேல் புத்திரர் இருந்த கோசேனுக்குப் போய், அவர்கள் மேல் வேலையைக் கடினமாக்கி அவர்களை நோக்கி: உங்கள் வேலையையும் அன்றாட உழைப்பையும் முழுமையாய்ச் செய்துமுடியுங்கள்; என் தகப்பனுடைய நாட்களில் நீங்கள் செய்ததைப்போல இதுமுதல் எங்கள் வேலையில் உங்கள் கைகள் தளராதிருக்கட்டும் என்றான். 10. அவன் இஸ்ரவேல் புத்திரரிலிருந்து அவர்களுக்கு அதிகாரிகளை ஏற்படுத்தினான்; அந்த

அதிகாரிகளுக்கு மேலாகத் தன் வேலைக்காரர்களிலிருந்து
காரியக்காரர்களை ஏற்படுத்தினான். 11. அவர்கள் நாளுக்கு நாள்
அதின் எண்ணிக்கையின்படியே செய்யும்படிக்கு அவர்களுக்குச்
செங்கற்களின் அளவை நியமித்துவிட்டு, திரும்பி எகிப்திற்குப்
போனான். 12. அக்காலத்திலே பார்வோனின் காரியக்காரர்கள்
பார்வோனின் கட்டளைப்படி இஸ்ரவேல் புத்திரரின் அதிகாரிகளை
நோக்கி: 13. பார்வோன் சொல்லுகிறது என்னவென்றால்: ஒவ்வொரு
நாளும் உங்கள் வேலையைச் செய்து, உங்கள் உழைப்பை முடித்து,
அன்றாடச் செங்கற்களின் அளவைக் கைக்கொள்ளுங்கள்; எதையும்
குறைக்கக்கூடாது. 14. உங்கள் அன்றாடச் செங்கற்களில் நீங்கள்
குறைவுபட்டால், அவைகளுக்குப் பதிலாக நான் உங்கள்
சிறுபிள்ளைகளை வைப்பேன் என்று சொல்லச் சொன்னார்கள். 15.
எகிப்தின் காரியக்காரர்கள் அந்நாட்களில் பார்வோன் தங்களுக்குக்
கட்டளையிட்டபடியே செய்தார்கள். 16. இஸ்ரவேல் புத்திரருடைய
அன்றாடச் செங்கற்களின் அளவிலே குறைகண்டபோதெல்லாம்,
பார்வோனின் காரியக்காரர்கள் இஸ்ரவேல் புத்திரரின்
மனைவிகளிடத்திற்குப் போய், செங்கற்களின் குறைவான
எண்ணிக்கைக்குத் தக்கதாக இஸ்ரவேல் புத்திரரின் குழந்தைகளை
அவர்கள் தாய்மார்களின் மடியிலிருந்து பலவந்தமாய் எடுத்து,
செங்கற்களுக்குப் பதிலாக அவர்களைக் கட்டிடத்திலே வைப்பார்கள்.
17. கட்டிடத்தின் அலங்கத்திலே தங்கள் குழந்தைகளின்
அழுகுரல்களைக் கேட்டபோது, அவர்கள் தகப்பன்மாரும் தாய்மாரும்
அவர்களுக்காகக் கூக்குரலிட்டு அழுதார்கள். 18. இஸ்ரவேலர் தங்கள்
பிள்ளைகளைக் கட்டிடத்திலே வைக்கும்படி காரியக்காரர்கள்
இஸ்ரவேலரை வற்புறுத்தினார்கள்; ஆகையால் ஒரு மனுஷன் தன்
குமாரனை அலங்கத்திலே வைத்து அவன் மேல் சாந்தைப் பூசினான்,
அவன் கண்கள் அவனுக்காக அழுதன, அவன் கண்ணீர் அவன்
பிள்ளையின்மேல் வடிந்தது. 19. எகிப்தின் காரியக்காரர்கள்
இஸ்ரவேலின் குழந்தைகளுக்கு அநேக நாட்கள் அப்படியே
செய்தார்கள்; இஸ்ரவேல் புத்திரரின் குழந்தைகளுக்காக ஒருவனும்
பரிதாபப்படவோ இரக்கங்காட்டவோ இல்லை. 20. கட்டிடத்திலே
கொலையுண்ட பிள்ளைகளின் எண்ணிக்கை இருநூற்று எழுபது; சிலர்
அவர்கள் தகப்பன்மார் குறைத்துவிட்ட செங்கற்களுக்குப் பதிலாகக்
கட்டப்பட்டார்கள், சிலர் செத்தவர்களாகக் கட்டிடத்திலிருந்து
இழுக்கப்பட்டார்கள். 21. அதிகாமின் நாட்களில் இஸ்ரவேல் புத்திரர்
மேல் சுமத்தப்பட்ட வேலையின் கடினம், அவனுடைய தகப்பனின்
நாட்களில் அவர்கள் செய்த வேலையைவிட அதிகமாயிருந்தது. 22.
பார்வோன் மரிக்கும்போது, அவன் குமாரன் எழும்பி நம்முடைய
வேலையை இலகுவாக்குவான் என்று தங்களுக்குள்ளே
சொல்லியிருந்தபடியால், இஸ்ரவேல் புத்திரர் தங்கள் கடினமான
வேலையினிமித்தம் ஒவ்வொரு நாளும் பெருமூச்சுவிட்டார்கள். 23.

ஆனால் முந்தின வேலையைவிடப் பிந்தின வேலையை அவர்கள் அதிகமாக்கினார்கள்; இஸ்ரவேல் புத்திரர் இதினிமித்தம் பெருமூச்சுவிட்டார்கள், அவர்கள் உழைப்பினிமித்தம் அவர்கள் கூக்குரல் தேவனிடத்தில் ஏறிற்று. 24. தேவன் அந்நாட்களில் இஸ்ரவேல் புத்திரரின் சத்தத்தையும் அவர்கள் கூக்குரலையும் கேட்டார்; ஆபிரகாம் ஈசாக்கு யாக்கோபு என்பவர்களோடே தாம் பண்ணியிருந்த உடன்படிக்கையை தேவன் அவர்களுக்காக நினைத்தருளினார். 25. அந்நாட்களில் இஸ்ரவேல் புத்திரரின் சுமையையும் அவர்களுடைய கடினமான உழைப்பையும் தேவன் கண்டு, அவர்களை விடுவிக்கத் தீர்மானித்தார். 26. அந்நாட்களில் அம்ராமின் குமாரனான மோசே இன்னும் மீதியானியனான ரெகுவேலின் வீட்டிலே ஒரு பாதாளச் சிறையிலே அடைக்கப்பட்டிருந்தான்; ரெகுவேலின் குமாரத்தியாகிய சிப்போராள் நாளுக்கு நாள் இரகசியமாய் அவனுக்கு ஆகாரங்கொடுத்து அவனைக் காப்பாற்றினாள். 27. மோசே பத்து வருஷங்கள் ரெகுவேலின் வீட்டிலே அந்தப் பாதாளச் சிறையிலே அடைக்கப்பட்டிருந்தான். 28. பத்து வருஷங்களின் முடிவிலே, அதாவது பார்வோன் தன் தகப்பனுக்குப் பதிலாக எகிப்தின்மேல் அரசாண்ட முதலாம் வருடத்திலே; 29. சிப்போராள் தன் தகப்பனாகிய ரெகுவேலை நோக்கி: நீர் பத்து வருஷங்களாகச் சிறையிலே அடைத்துவைத்திருக்கிற அந்த எபிரெய மனுஷனை ஒருவரும் விசாரிக்கவுமில்லை தேடவுமில்லையே. 30. ஆகையால் இப்போது உமது கண்களுக்கு நலமாய்த் தோன்றினால், அவன் உயிரோடிருக்கிறானோ செத்துப்போனானோ என்று நாம் ஆள் அனுப்பிப் பார்ப்போம் என்றாள்; ஆனால் அவள் அவனைக் காப்பாற்றினாள் என்பதை அவள் தகப்பன் அறியான். 31. அவள் தகப்பனாகிய ரெகுவேல் அவளுக்குப் பிரதியுத்தரமாக: ஒரு மனுஷன் பத்து வருஷங்களாக ஆகாரமில்லாமல் சிறைச்சாலையிலே அடைக்கப்பட்டிருந்தும், அவன் உயிரோடிருப்பான் என்கிற இப்படிப்பட்ட காரியம் எப்போதாவது நடந்ததுண்டா? என்றான். 32. சிப்போராள் தன் தகப்பனுக்குப் பிரதியுத்தரமாக: எபிரெயர்களின் தேவன் பெரியவரும் பயங்கரமானவருமாயிருக்கிறார் என்றும், அவர் எல்லா நேரங்களிலும் அவர்களுக்காக ஆச்சரியமான காரியங்களைச் செய்கிறார் என்றும் நீர் நிச்சயமாகக் கேள்விப்பட்டிருக்கிறீரே. 33. அவரே ஆபிரகாமை கல்தேயருடைய ஊர் என்னும் பட்டணத்திலிருந்தும், ஈசாக்கைத் தன் தகப்பனுடைய பட்டயத்திலிருந்தும், யாக்கோபைக் யாபோக்குத் துறையிலே அவனோடே போராடின கர்த்தருடைய தூதனிடத்திலிருந்தும் விடுவித்தார். 34. இந்த மனுஷனுக்கும் அவர் அநேக காரியங்களைச் செய்தார்; அவர் அவனை எகிப்தின் நதியிலிருந்தும், பார்வோனின் பட்டயத்திலிருந்தும், கூஷின் பிள்ளைகளிடத்திலிருந்தும் விடுவித்தாரே; அவர் அவனைப் பஞ்சத்திலிருந்தும் விடுவித்து

உயிரோடிருக்கப்பண்ணக்கூடுமே என்றாள். 35. இந்தக் காரியம்
ரெகுவேலின் கண்களுக்கு நலமாய்த் தோன்றினது; அவன் தன்
குமாரத்தியின் வார்த்தையின்படியே செய்து, மோசேக்கு
என்னவாயிற்று என்று அறியும்படி பாதாளச் சிறைக்கு ஆள்
அனுப்பினான். 36. அவன் போய்ப் பார்த்தான், இதோ அந்த
மனுஷனாகிய மோசே பாதாளச் சிறையிலே உயிரோடிருந்தான்;
அவன் தன் கால்களூன்றி நின்று, தன் பிதாக்களின் தேவனைத் துதித்து
ஜெபம்பண்ணிக்கொண்டிருந்தான். 37. மோசேயைப் பாதாளச்
சிறையிலிருந்து வெளியே கொண்டுவரும்படி ரெகுவேல்
கட்டளையிட்டான்; அவர்கள் அவனுக்குச் சவரம்பண்ணினார்கள்,
அவன் தன் சிறைச்சாலை வஸ்திரங்களை மாற்றி அப்பம் புசித்தான்.
38. அதன்பின்பு மோசே வீட்டிற்குப் பின்னாலிருந்த ரெகுவேலின்
தோட்டத்திற்குப் போய், தனக்காகப் பலத்த ஆச்சரியமான
காரியங்களைச் செய்த தன் தேவனாகிய கர்த்தரை நோக்கி அங்கே
ஜெபம்பண்ணினான். 39. அவன் ஜெபம்பண்ணிக்கொண்டிருக்கையில்,
தனக்கு எதிரே பார்த்தான்; இதோ, தோட்டத்தின் நடுவிலே
நாட்டப்பட்டிருந்த நீலக்கல்லினாலான ஒரு கோல் தரையிலே
வைக்கப்பட்டிருந்தது. 40. அவன் அந்தக் கோலண்டைக்குப் போய்ப்
பார்த்தான்; இதோ, சேனைகளின் தேவனாகிய கர்த்தருடைய நாமம்
அதின்மேல் வெட்டப்பட்டு, அந்தக் கோலின்மேல் எழுதப்பட்டு
விளங்கியிருந்தது. 41. அவன் அதை வாசித்து, தன் கையை நீட்டி,
ஒரு காட்டு மரத்தைச் செடிகளுக்குள்ளிருந்து பிடுங்குவதுபோல
அதைப் பிடுங்கினான், அந்தக் கோல் அவன் கையிலே வந்தது. 42.
நம்முடைய தேவன் வானத்தையும் பூமியையும், அவைகளின்
சேனைகளெல்லாவற்றையும், சமுத்திரங்களையும் நதிகளையும்,
அவைகளிலுள்ள எல்லா மச்சங்களையும் சிருஷ்டித்த பின்பு,
அவருடைய கிரியைகளெல்லாம் செய்யப்பட்ட கோல் இதுவே. 43.
தேவன் ஆதாமை ஏதேன் தோட்டத்திலிருந்து துரத்தினபோது, அவன்
அந்தக் கோலைத் தன் கையிலே எடுத்துக்கொண்டுபோய், தான்
எடுக்கப்பட்ட மண்ணைப் பண்படுத்தினான். 44. அந்தக் கோல்
நோவாவுக்கு வந்து, சேமுக்கும் அவனுடைய சந்ததியாருக்கும்
கொடுக்கப்பட்டு, எபிரெயனாகிய ஆபிரகாமின் கைக்கு
வரும்வரைக்கும் அப்படியிருந்தது. 45. ஆபிரகாம் தனக்குள்ள
எல்லாவற்றையும் தன் குமாரனான ஈசாக்குக்குக் கொடுத்தபோது,
அந்தக் கோலையும் அவனுக்குக் கொடுத்தான். 46. யாக்கோபு பதான்-
அராமுக்குத் தப்பியோடினபோது, அதைத் தன் கையிலே
எடுத்துக்கொண்டுபோனான்; அவன் தன் தகப்பனிடத்திற்குத்
திரும்பினபோதும் அதைத் தன்னிடத்திலேயே வைத்திருந்தான். 47.
அவன் எகிப்திற்குக் கீழே போனபோதும் அதைத் தன் கையிலே
எடுத்துக்கொண்டுபோய், யோசேப்புக்கு அவனுடைய
சகோதரர்களுக்கு மேலான ஒரு பங்காக அதைக் கொடுத்தான்;

ஏனெனில் யாக்கோபு அதைத் தன் சகோதரனான ஏசாவினிடத்திலிருந்து பலவந்தமாய் எடுத்திருந்தான். 48. யோசேப்பு மரித்த பின்பு, எகிப்தின் பிரபுக்கள் யோசேப்பின் வீட்டிற்கு வந்தார்கள், அந்தக் கோல் மீதியானியனான ரெகுவேலின் கைக்கு வந்தது; அவன் எகிப்திலிருந்து புறப்பட்டபோது, அதைத் தன் கையிலே எடுத்துக்கொண்டுபோய்த் தன் தோட்டத்திலே நட்டான். 49. கேனியரின் பராக்கிரமசாலிகள் எல்லாரும் அவனுடைய குமாரத்தியாகிய சிப்போராளை அடையப் பார்த்தபோது, அதைப் பிடுங்க முயற்சித்தார்கள்; ஆனால் அவர்களால் முடியவில்லை. 50. ஆகையால் அதற்கு உரிமையுள்ளவன் வந்து அதை எடுக்கும்வரைக்கும், அந்தக் கோல் ரெகுவேலின் தோட்டத்திலே நாட்டப்பட்டிருந்தது. 51. ரெகுவேல் அந்தக் கோலை மோசேயின் கையிலே கண்டபோது, ஆச்சரியப்பட்டு, தன் குமாரத்தியாகிய சிப்போராளை அவனுக்கு மனைவியாகக் கொடுத்தான்.

அத்தியாயம் 78

1. அக்காலத்திலே ஏதோமின் ராஜாவாகிய அக்போரின் குமாரனான பாகால்-கானான் மரித்தான்; அவன் ஏதோம் தேசத்திலுள்ள தன் வீட்டிலே அடக்கம்பண்ணப்பட்டான். 2. அவன் மரித்த பின்பு, ஏசாவின் பிள்ளைகள் ஏதோம் தேசத்திற்கு ஆள் அனுப்பி, ஏதோமிலிருந்த ஆதாத் என்னும் பெயருள்ள ஒரு மனுஷனை அங்கிருந்து அழைத்துவந்து, தங்கள் ராஜாவாகிய பாகால்-கானானுக்குப் பதிலாக அவனைத் தங்கள் மேல் ராஜாவாக்கினார்கள். 3. ஆதாத் ஏதோமின் பிள்ளைகள் மேல் நாற்பத்தெட்டு வருஷங்கள் அரசாண்டான். 4. அவன் அரசாண்டபோது, மோவாபின் பிள்ளைகளை முன்புபோலவே ஏசாவின் பிள்ளைகளுடைய அதிகாரத்திற்குக் கீழ்ப்படுத்தும்படிக்கு, அவர்களுக்கு விரோதமாக யுத்தம்பண்ணத் தீர்மானித்தான்; ஆனால் அவனால் முடியவில்லை, ஏனெனில் மோவாபின் பிள்ளைகள் இதைக் கேள்விப்பட்டு, எழும்பித் தீவிரமாய்த் தங்கள் சகோதரர்களிலிருந்து ஒருவனைத் தங்கள் மேல் ராஜாவாகத் தெரிந்துகொண்டார்கள். 5. அதன்பின்பு அவர்கள் மிகவும் பெரிய ஜனங்களைக் கூட்டி, ஏதோமின் ராஜாவாகிய ஆதாத்துக்கு விரோதமாக யுத்தம்பண்ணத் தங்களுக்கு உதவிசெய்யும்படி தங்கள் சகோதரர்களாகிய அம்மோனின் பிள்ளைகளுக்கு ஆள் அனுப்பினார்கள். 6. மோவாபின் பிள்ளைகள் செய்த காரியத்தை ஆதாத் கேள்விப்பட்டு, அவர்களுக்கு மிகவும் பயந்து, அவர்களோடே யுத்தம்பண்ணுவதை விட்டுவிட்டான். 7. அந்நாட்களிலே மீதியானிலிருந்த அம்ராமின் குமாரனான மோசே, மீதியானியனான ரெகுவேலின் குமாரத்தியாகிய சிப்போராளை மனைவியாகக்

கொண்டான். 8. சிப்போராள் யாக்கோபின் குமாரத்திகளுடைய
வழிகளில் நடந்தாள்; அவள் சாராள், ரெபெக்காள், ராகேல், லேயாள்
என்பவர்களின் நீதியில் சற்றும் குறைவுபடாதவளாயிருந்தாள். 9.
சிப்போராள் கர்ப்பவதியாகி ஒரு குமாரனைப் பெற்றாள்; நான் அந்நிய
தேசத்தில் பரதேசியாயிருந்தேன் என்று சொல்லி, அவனுக்குக்
கெர்சோம் என்று பேரிட்டான்; ஆனால் தன் மாமனாராகிய
ரெகுவேலின் கட்டளையினால் அவனுடைய நுனித்தோலை
விருத்தசேதனம்பண்ணவில்லை. 10. அவள் மறுபடியும் கர்ப்பவதியாகி
ஒரு குமாரனைப் பெற்றாள், அவனுடைய நுனித்தோலை
விருத்தசேதனம்பண்ணி, அவனுக்கு எலியேசர் என்று பேரிட்டான்;
ஏனெனில் என் பிதாக்களின் தேவன் எனக்குத் துணையாயிருந்து,
பார்வோனின் பட்டயத்தினின்று என்னை விடுவித்தார் என்று மோசே
சொன்னான். 11. அந்நாட்களிலே எகிப்தின் ராஜாவாகிய பார்வோன்
இஸ்ரவேல் புத்திரரின் வேலையை மிகவும் அதிகமாக்கி, இஸ்ரவேல்
புத்திரர் மேல் தன் நுகத்தைத் தொடர்ந்து பாரமாக்கினான். 12. அவன்
எகிப்திலே ஒரு அறிவிப்பைப் பறைசாற்றும்படிக் கட்டளையிட்டு:
செங்கல் அறுக்கிறதற்கு ஜனங்களுக்கு இனி வைக்கோல்
கொடுக்கவேண்டாம், அவர்கள் போய் எங்கேயாவது கிடைக்கும்படி
தாங்களே வைக்கோலைச் சேர்த்துக்கொள்ளட்டும். 13. ஆனாலும்
அவர்கள் செய்யவேண்டிய செங்கற்களின் கணக்கின்படியே
ஒவ்வொரு நாளும் அவர்கள் கொடுக்கட்டும், அதில் எதையும் நீங்கள்
குறைக்கக் கூடாது; ஏனெனில் அவர்கள் தங்கள் வேலையில்
சோம்பேறிகளாயிருக்கிறார்கள் என்று சொல்லச் சொன்னான். 14.
இஸ்ரவேல் புத்திரர் இதைக் கேள்விப்பட்டு, துக்கங்கொண்டாடிப்
பெருமூச்சுவிட்டார்கள்; அவர்கள் ஆத்துமக் கசப்பினிமித்தம் கர்த்தரை
நோக்கிக் கூக்குரலிட்டார்கள். 15. கர்த்தர் இஸ்ரவேல் புத்திரரின்
கூக்குரல்களைக் கேட்டு, எகிப்தியர் அவர்களை ஒடுக்குகிற
ஒடுக்கத்தைக் கண்டார். 16. கர்த்தர் தமது ஜனங்களுக்காகவும் தமது
சுதந்தரத்திற்காகவு பரிதாபங்கொண்டு, அவர்கள் சத்தத்தைக்
கேட்டார்; அவர்களை எகிப்தின் ஒடுக்கத்திலிருந்து வெளியே
கொண்டுவந்து, கானான் தேசத்தை அவர்களுக்குச் சுதந்தரமாகக்
கொடுக்கத் தீர்மானித்தார்.

அத்தியாயம் 79

1. அந்நாட்களில் மோசே தன் மாமனாராகிய மீதியானியனான
ரெகுவேலின் மந்தையைச் சீன் வனாந்தரத்திற்கு அப்புறத்தில்
மேய்த்துக்கொண்டிருந்தான்; அவன் தன் மாமனாரிடத்திலிருந்து
வாங்கிய கோல் அவன் கையிலிருந்தது. 2. ஒருநாள் மந்தையிலிருந்து
ஒரு வெள்ளாட்டுக்குட்டி தப்பிப்போயிற்று, மோசே அதைத்

தேடிப்போனான், அது ஓரேப் என்னும் தேவபர்வதத்திற்கு வந்தது. 3.
அவன் ஓரேபுக்கு வந்தபோது, கர்த்தர் அங்கே முட்செடியின்
நடுவிலிருந்து அவனுக்குத் தரிசனமானார்; முட்செடி அக்கினியால்
எரிகிறதையும், ஆனாலும் அது வெந்துபோகாததையும் கண்டான். 4.
முட்செடி வெந்துபோகாத இந்தத் தரிசனத்தைக் குறித்து மோசே
மிகவும் ஆச்சரியப்பட்டு, இந்தப் பெரிய காரியத்தைப் பார்க்கும்படி
கிட்டப்போனான்; கர்த்தர் அக்கினியின் நடுவிலிருந்து மோசேயைக்
கூப்பிட்டு, எகிப்தின் ராஜாவாகிய பார்வோனிடத்திற்கு எகிப்திற்குக்
கீழே போய், இஸ்ரவேல் புத்திரரை அவனுடைய
அடிமைத்தனத்திலிருந்து அனுப்பிவிடும்படி அவனுக்குக்
கட்டளையிட்டார். 5. கர்த்தர் மோசேயை நோக்கி: நீ எகிப்திற்குத்
திரும்பிப்போ, உன் பிராணனை வாங்கத் தேடின அந்த மனுஷர்கள்
எல்லாரும் செத்துப்போனார்கள்; இஸ்ரவேல் புத்திரரைத் தன்
தேசத்திலிருந்து அனுப்பிவிடும்படி நீ பார்வோனோடே பேசு என்றார்.
6. கர்த்தர் தன்னை அனுப்பினார் என்று அவர்கள் நம்பும்படிக்கு,
பார்வோனின் கண்களுக்கும் அவனுடைய குடிகளின் கண்களுக்கும்
முன்பாக எகிப்திலே அடையாளங்களையும் அற்புதங்களையும்
செய்யும்படி கர்த்தர் அவனுக்குக் காண்பித்தார். 7. கர்த்தர் தமக்குக்
கட்டளையிட்ட எல்லாவற்றிற்கும் மோசே செவிகொடுத்து, தன்
மாமனாரிடத்திற்குத் திரும்பி வந்து இந்தக் காரியத்தை அவனுக்குச்
சொன்னான்; ரெகுவேல் அவனை நோக்கி: சமாதானத்தோடே போ
என்றான். 8. மோசே எகிப்திற்குப் போகும்படி எழுந்து, தன்
மனைவியையும் தன் குமாரர்களையும் தன்னோடே
கூட்டிக்கொண்டுபோனான்; அவன் வழியிலே ஒரு
சத்திரத்திலிருந்தபோது, தேவனுடைய தூதன் இறங்கிவந்து, அவனைக்
கொல்லும்படி முகாந்தரம் தேடினான். 9. அவன் தன் மூத்த குமாரனை
விருத்தசேதனம்பண்ணாமல், கர்த்தர் ஆபிரகாமோடே பண்ணியிருந்த
உடன்படிக்கையை மீறியிருந்தபடியால், அவனினிமித்தம் இவனைக்
கொன்றுபோட நினைத்தான். 10. தன் மூத்த குமாரனை
விருத்தசேதனம்பண்ணவேண்டாம் என்று தன் மாமனார் தனக்குச்
சொல்லியிருந்த வார்த்தைகளுக்கு மோசே
செவிகொடுத்திருந்தபடியால், அவன் அவனை
விருத்தசேதனம்பண்ணவில்லை. 11. கர்த்தருடைய தூதன் மோசேக்கு
விரோதமாக முகாந்தரம் தேடுவதைச் சிப்போராள் கண்டு, தன்
குமாரனான கெர்சோமை அவன்
விருத்தசேதனம்பண்ணாததினாலேயே இந்தக் காரியம் நேரிட்டது
என்று அறிந்துகொண்டாள். 12. சிப்போராள் தீவிரமாய் அங்கிருந்த
கூர்மையான கற்பாறைகளில் ஒன்றை எடுத்து, தன் குமாரனை
விருத்தசேதனம்பண்ணி, தன் புருஷனையும் தன் குமாரனையும்
கர்த்தருடைய தூதனின் கையிலிருந்து விடுவித்தாள். 13. மோசேயின்
சகோதரனும் அம்ராமின் குமாரனுமாகிய ஆரோன் அன்றையதினம்

எகிப்திலே நதியோரமாய் நடந்துபோய்க்கொண்டிருந்தான். 14. கர்த்தர் அந்த இடத்திலே அவனுக்குத் தரிசனமாகி: நீ இப்போது வனாந்தரத்திலே மோசேக்கு நேராகப் போ என்றார்; அவன் போய், தேவபர்வதத்திலே அவனைச் சந்தித்து, அவனை முத்தமிட்டான். 15. ஆரோன் தன் கண்களை ஏறெடுத்து, மோசேயின் மனைவியாகிய சிப்போராளையும் அவளுடைய பிள்ளைகளையும் கண்டு, மோசேயை நோக்கி: இவர்கள் உனக்கு யார்? என்றான். 16. மோசே அவனை நோக்கி: தேவன் மீதியானிலே எனக்குக் கொடுத்த என் மனைவியும் என் குமாரர்களுமே என்றான்; அந்த ஸ்திரீயினிமித்தமும் அவளுடைய பிள்ளைகளினிமித்தமும் ஆரோன் துக்கப்பட்டான். 17. ஆரோன் மோசேயை நோக்கி: அந்த ஸ்திரீயும் அவளுடைய பிள்ளைகளும் தன் தகப்பன் வீட்டிற்குப் போகும்படி அவர்களை அனுப்பிவிடு என்றான்; மோசே ஆரோனின் வார்த்தைகளுக்குச் செவிகொடுத்து, அப்படியே செய்தான். 18. சிப்போராள் தன் பிள்ளைகளோடே திரும்பி ரெகுவேலின் வீட்டிற்குப் போய், கர்த்தர் தமது ஜனங்களைச் சந்தித்து, அவர்களைப் பார்வோனின் கையிலிருந்து எகிப்தை விட்டுப் புறப்படப்பண்ணும் காலம் வரும்வரைக்கும் அங்கே தங்கியிருந்தாள். 19. மோசேயும் ஆரோனும் எகிப்திலே இஸ்ரவேல் புத்திரரின் சபையாரிடத்திற்கு வந்து, கர்த்தருடைய வார்த்தைகளையெல்லாம் அவர்களுக்குச் சொன்னார்கள்; ஜனங்கள் மிகவும் அதிகமாய்ச் சந்தோஷப்பட்டார்கள். 20. மறுநாளிலே மோசேயும் ஆரோனும் அதிகாலையில் எழுந்து, தேவனுடைய கோலைத் தங்கள் கைகளில் எடுத்துக்கொண்டு, பார்வோனின் வீட்டிற்குப் போனார்கள். 21. அவர்கள் ராஜாவின் வாசலண்டைக்கு வந்தபோது, அங்கே இரண்டு பாலசிங்கங்கள் இரும்புக் கருவிகளால் கட்டப்பட்டிருந்தன; ராஜா வரச்சொன்னவர்களேயல்லாமல் வேறொருவரும் அவைகளுக்கு முன்பாகப் போகவுமில்லை வரவுமில்லை; மந்திரவாதிகள் வந்து தங்கள் சூனியங்களினால் சிங்கங்களை விலக்குவார்கள், அப்பொழுது அவர்கள் ராஜாவினிடத்திற்குக் கொண்டுபோகப்படுவார்கள். 22. மோசே தீவிரமாய்க் கோலைச் சிங்கங்களின்மேல் நீட்டி, அவைகளைக் கட்டவிழ்த்தான்; மோசேயும் ஆரோனும் ராஜாவின் வீட்டிற்குள் போனார்கள். 23. சிங்கங்களும் சந்தோஷத்தோடே அவர்களுடனே கூட வந்து, அவர்கள் பின்னே சென்று, ஒரு நாய் தன் எஜமான் வயல்வெளியிலிருந்து வரும்போது அவனைக்கண்டு சந்தோஷப்படுவதுபோலச் சந்தோஷப்பட்டன. 24. பார்வோன் இந்தக் காரியத்தைக் கண்டபோது ஆச்சரியப்பட்டு, அந்தச் செய்தியைக் கேட்டு மிகவும் திகிலடைந்தான்; ஏனெனில் அவர்கள் தேவனுடைய தூதர்களைப்போலக் காணப்பட்டார்கள். 25. பார்வோன் மோசேயை நோக்கி: உங்களுக்கு என்ன வேண்டும்? என்றான்; அவர்கள் அவனுக்குப் பிரதியுத்தரமாக: எங்களுக்கு ஆராதனை செய்யும்படி என் ஜனங்களை அனுப்பிவிடு என்று சொல்ல, எபிரெயர்களின்

தேவனாகிய கர்த்தர் எங்களை உம்மிடத்திற்கு அனுப்பினார் என்றார்கள். 26. பார்வோன் அவர்கள் வார்த்தைகளைக் கேட்டபோது, அவர்களுக்கு முன்பாக மிகவும் திகிலடைந்து: இன்றைக்குப் போய் நாளைக்கு என்னிடத்தில் திரும்பிவாருங்கள் என்றான்; அவர்கள் ராஜாவின் வார்த்தையின்படியே செய்தார்கள். 27. அவர்கள் போன பின்பு, பார்வோன் மந்திரவாதியாகிய பிலேயாமுக்கும், அவன் குமாரர்களாகிய யந்நேஸ் யம்பிரேசுக்கும், ராஜாவைச் சேர்ந்த எல்லா மந்திரவாதிகளுக்கும் சூனியக்காரர்களுக்கும் ஆலோசனைக்காரர்களுக்கும் ஆள் அனுப்பினான்; அவர்கள் எல்லாரும் வந்து ராஜாவுக்கு முன்பாக உட்கார்ந்தார்கள். 28. மோசேயும் அவன் சகோதரனான ஆரோனும் தன்னுடனே பேசின வார்த்தைகளையெல்லாம் ராஜா அவர்களுக்குச் சொன்னான்; அப்பொழுது மந்திரவாதிகள் ராஜாவை நோக்கி: வாசலிலே கட்டப்பட்டிருந்த சிங்கங்களைத் தாண்டி அந்த மனுஷர்கள் உம்மிடத்திற்கு எப்படி வந்தார்கள்? என்றார்கள். 29. ராஜா: அவர்கள் தங்கள் கோலைச் சிங்கங்களுக்கு நேராக நீட்டி அவைகளைக் கட்டவிழ்த்து என்னிடத்திற்கு வந்தார்கள்; ஒரு நாய் தன் எஜமானைச் சந்திக்கும்போது சந்தோஷப்படுவதுபோலச் சிங்கங்களும் அவர்களைக் கண்டு சந்தோஷப்பட்டன என்றான். 30. மந்திரவாதியாகிய பேயோரினுடைய குமாரனான பிலேயாம் ராஜாவுக்குப் பிரதியுத்தரமாக: இவர்கள் நம்மைப்போலவே மந்திரவாதிகளேயன்றி வேறில்லை. 31. ஆகையால் இப்போது அவர்களுக்கு ஆள் அனுப்பி அவர்களை வரவழையும், நாம் அவர்களைச் சோதித்துப்பார்ப்போம் என்றான்; ராஜா அப்படியே செய்தான். 32. காலையிலே ராஜாவுக்கு முன்பாக வரும்படிக்கு பார்வோன் மோசேக்கும் ஆரோனுக்கும் ஆள் அனுப்பினான்; அவர்கள் தேவனுடைய கோலை எடுத்துக்கொண்டு ராஜாவிடத்திற்கு வந்து, அவனோடே பேசி: 33. எனக்கு ஆராதனை செய்யும்படி என் ஜனங்களை அனுப்பிவிடு என்று எபிரெயர்களின் தேவனாகிய கர்த்தர் சொல்லுகிறார் என்றார்கள். 34. ராஜா அவர்களை நோக்கி: நீங்கள் தேவனுடைய தூதர்கள் என்றும், அவருடைய கட்டளையினாலே என்னிடத்திற்கு வந்தீர்கள் என்றும் உங்களை யார் நம்புவார்கள்? 35. ஆகையால் இப்போது இந்தக் காரியத்திலே ஒரு அற்புதத்தையாவது அடையாளத்தையாவது காண்பியுங்கள், அப்பொழுது நீங்கள் சொல்லுகிற வார்த்தைகள் நம்பப்படும் என்றான். 36. ஆரோன் தீவிரமாய்த் தன் கையிலிருந்த கோலைப் பார்வோனுக்கும் அவனுடைய வேலைக்காரர்களுக்கும் முன்பாகத் தரையிலே போட்டான், இந்தக் கோல் சர்ப்பமாயிற்று. 37. சூனியக்காரர்கள் இதைக் கண்டு, ஒவ்வொருவரும் தங்கள் கோலைத் தரையிலே போட்டார்கள், அவைகளும் சர்ப்பங்களாயின. 38. ஆரோனின் கோலான சர்ப்பம் தன் தலையை உயர்த்தி, மந்திரவாதிகளின் கோல்களை விழுங்கும்படி தன் வாயைத் திறந்தது.

39. மந்திரவாதியாகிய பிலேயாம் பிரதியுத்தரமாக: ஒரு சர்ப்பம் மற்றொரு சர்ப்பத்தை விழுங்குவதும், ஜீவனுள்ளவைகள் ஒன்றையொன்று பட்சிப்பதும் பூர்வநாட்கள்முதற்கொண்டு இருக்கிற காரியம்தானே. 40. ஆகையால் இப்போது அதை முதலில் இருந்ததுபோலவே கோலாக்கும், நாங்களும் எங்கள் கோல்களை முதலில் இருந்ததுபோலவே மாற்றுவோம்; உமது கோல் எங்கள் கோல்களை விழுங்கினால், தேவனுடைய ஆவி உமக்குள்ளே இருக்கிறது என்று அறிந்துகொள்வோம்; இல்லாவிட்டால், நீரும் எங்களைப்போலவே ஒரு வித்தைக்காரர்தான் என்றான். 41. ஆரோன் தீவிரமாய்த் தன் கையை நீட்டி சர்ப்பத்தின் வாலைப் பிடித்தான், அது அவன் கையிலே கோலாயிற்று; சூனியக்காரர்களும் தங்கள் கோல்களுக்கு அப்படியே செய்து, ஒவ்வொருவனும் தன் தன் சர்ப்பத்தின் வாலைப் பிடித்தான், அவைகள் முதலில் இருந்ததுபோலவே கோல்களாயின. 42. அவைகள் கோல்களாக மாறின பின்பு, ஆரோனின் கோல் அவர்களுடைய கோல்களை விழுங்கிற்று. 43. ராஜா இந்தக் காரியத்தைக் கண்டபோது, எகிப்து ராஜாக்களின் சரித்திரங்கள் எழுதியிருக்கிற புஸ்தகத்தைக் கொண்டுவரும்படிக் கட்டளையிட்டான்; அவர்கள் எகிப்து ராஜாக்களின் நாளாகமமாகிய அந்தப் புஸ்தகத்தைக் கொண்டுவந்தார்கள்; அதிலே எகிப்தின் சகல தேவர்களின் பெயர்களும் எழுதப்பட்டிருந்தன, அதிலே யெகோவா என்கிற பெயரைக் கண்டுபிடிப்போம் என்று நினைத்தார்கள், ஆனால் அதைக் கண்டுபிடிக்கவில்லை. 44. பார்வோன் மோசேயையும் ஆரோனையும் நோக்கி: இதோ, இந்தப் புஸ்தகத்திலே உங்கள் தேவனுடைய பெயர் எழுதியிருப்பதை நான் காணவில்லை, அவருடைய பெயரை நான் அறியேன் என்றான். 45. ஆலோசனைக்காரர்களும் ஞானிகளும் ராஜாவுக்குப் பிரதியுத்தரமாக: எபிரெயர்களின் தேவன் ஞானிகளின் குமாரனும், பூர்வ ராஜாக்களின் குமாரனுமாயிருக்கிறார் என்று நாங்கள் கேள்விப்பட்டிருக்கிறோம் என்றார்கள். 46. பார்வோன் மோசேக்கும் ஆரோனுக்கும் நேராகத் திரும்பி: நீங்கள் அறிவிக்கிற கர்த்தரை நான் அறியேன், நான் அவருடைய ஜனங்களை அனுப்பிவிடுவதில்லை என்றான். 47. அவர்கள் ராஜாவுக்குப் பிரதியுத்தரமாக: தேவாதி தேவன் என்பதே அவருடைய நாமம்; எங்கள் பிதாக்களின் நாட்கள்முதல் அவர் தமது நாமத்தை எங்கள் மேல் விளம்பப்பண்ணி, எங்களை அனுப்பி: நீ பார்வோனிடத்திற்குப் போய், எனக்கு ஆராதனை செய்யும்படி என் ஜனங்களை அனுப்பிவிடு என்று அவனுக்குச் சொல் என்றார். 48. ஆகையால் இப்போது, நாங்கள் வனாந்தரத்திலே மூன்று நாள் பிரயாணம் போய், அங்கே அவருக்குப் பலியிடும்படி எங்களை அனுப்பிவிடும்; ஏனெனில் நாங்கள் எகிப்திற்குக் கீழே வந்த நாள்முதல், அவர் எங்கள் கைகளிலிருந்து தகனபலியையோ, காணிக்கையையோ, பலியையோ

ஏற்றுக்கொள்ளவில்லை; நீர் எங்களை அனுப்பிவிடாவிட்டால், அவர் உமக்கு விரோதமாகக் கோபங்கொண்டு, எகிப்தை வாதையினாலோ பட்டயத்தினாலோ அடிப்பார் என்றார்கள்.
49. பார்வோன் அவர்களை நோக்கி: அவருடைய வல்லமையையும் பராக்கிரமத்தையும் இப்போது எனக்குச் சொல்லுங்கள் என்றான்; அவர்கள் அவனை நோக்கி: அவர் வானத்தையும் பூமியையும், சமுத்திரங்களையும் அவைகளிலுள்ள எல்லா மச்சங்களையும் சிருஷ்டித்தார்; ஒளியை உருவாக்கி, இருளைச் சிருஷ்டித்தார்; பூமியின்மேல் மழையை வருஷிக்கப்பண்ணி அதற்குத் தண்ணீர் பாய்ச்சினார்; பூண்டுகளையும் புல்லையும் முளைக்கப்பண்ணினார்; மனுஷனையும் மிருகஜீவன்களையும், காட்டிலுள்ள மிருகங்களையும், ஆகாயத்துப் பறவைகளையும், சமுத்திரத்து மச்சங்களையும் சிருஷ்டித்தார்; அவருடைய வாயின் வார்த்தையினாலே அவைகள் பிழைக்கின்றன, சாகின்றன.
50. நிச்சயமாக அவரே உமது தாயின் கர்ப்பத்திலே உம்மைச் சிருஷ்டித்து, உமக்குள் ஜீவசுவாசத்தை வைத்து, உம்மை வளர்த்து, எகிப்தின் ராஜரீகச் சிங்காசனத்தின்மேல் உம்மை வீற்றிருக்கப்பண்ணினார்; அவரே உமது சுவாசத்தையும் ஆத்துமாவையும் உம்மிடத்திலிருந்து எடுத்துக்கொண்டு, நீர் எடுக்கப்பட்ட மண்ணுக்கே உம்மைத் திரும்பப்பண்ணுவார் என்றார்கள்.
51. அவர்கள் வார்த்தைகளைக் கேட்டு ராஜாவுக்குக் கோபம் மூண்டது, அவன் அவர்களை நோக்கி: ஜாதிகளுடைய தேவர்கள் எல்லாரிலும் இதைச் செய்யக்கூடியவன் யார்? என் நதி என்னுடையது, நானே அதை எனக்காக உண்டாக்கினேன் என்றான்.
52. அவன் அவர்களைத் தன்னிடத்திலிருந்து துரத்திவிட்டு, இஸ்ரவேலரின் வேலையை நேற்றையதினத்தையும் முந்தின நாளையும்விட அதிகக் கடினமாக்கும்படிக் கட்டளையிட்டான்.
53. மோசேயும் ஆரோனும் ராஜாவின் சமுகத்தை விட்டுப் புறப்பட்டுப்போனார்கள்; இஸ்ரவேல் புத்திரர் மிகவும் இக்கட்டான நிலைமையிலிருப்பதைக் கண்டார்கள், ஏனெனில் காரியக்காரர்கள் அவர்கள் வேலையை மிகவும் பாரமாக்கியிருந்தார்கள்.
54. மோசே கர்த்தரிடத்திற்குத் திரும்பி: ஏன் உமது ஜனங்களுக்குத் தீங்குசெய்தீர்? நீர் என்னை எதற்காக அனுப்பினீரோ, அதைப் பார்வோனோடே பேச நான் வந்ததிலிருந்து, அவன் இஸ்ரவேல் புத்திரரை மிகவும் கொடுமையாய் நடத்துகிறானே என்றான்.
55. கர்த்தர் மோசேயை நோக்கி: நீ பார்; பலத்த கையினாலும் கொடிய வாதைகளினாலும் பார்வோன் இஸ்ரவேல் புத்திரரைத் தன் தேசத்திலிருந்து அனுப்பிவிடுவதைக் காண்பாய் என்றார்.
56. மோசேயும் ஆரோனும் எகிப்திலே தங்கள் சகோதரர்களாகிய இஸ்ரவேல் புத்திரருக்குள்ளே தங்கியிருந்தார்கள்.
57. இஸ்ரவேல் புத்திரரையோவென்றால், எகிப்தியர் அவர்கள் மேல் சுமத்தின கடினமான வேலையினால் அவர்கள் வாழ்க்கையைக் கசப்பாக்கினார்கள்.

யாசேரின் ஆகமம்

அத்தியாயம் 80

*1. இரண்டு வருஷங்களின் முடிவிலே, இஸ்ரவேல் புத்திரரை
எகிப்து தேசத்திலிருந்து புறப்படப்பண்ணும்படிக்கும், அவர்களை
அனுப்பிவிடும்படிக்கும் கர்த்தர் மறுபடியும் மோசையைப்
பார்வோனிடத்திற்கு அனுப்பினார். 2. மோசே பார்வோனின்
வீட்டிற்குப் போய், தன்னை அனுப்பின கர்த்தருடைய வார்த்தைகளை
அவனோடே பேசினான்; ஆனால் பார்வோன் கர்த்தருடைய
சத்தத்திற்குச் செவிகொடுக்கவில்லை; தேவன் எகிப்திலே
பார்வோனுக்கும் அவனுடைய குடிகளுக்கும் விரோதமாகத் தமது
வல்லமையை எழுப்பி, பார்வோனையும் அவனுடைய ஜனங்களையும்
மிகவும் கொடிய வாதைகளினால் அடித்தார். 3. கர்த்தர் ஆரோனின்
கையினாலே எகிப்தின் தண்ணீர்களெல்லாவற்றையும், அவைகளின்
நீரோடைகளையும் நதிகளையும் இரத்தமாக மாற்றினார். 4. ஒரு
எகிப்தியன் குடிக்கவும் தண்ணீர் மொள்ளவும் வந்தபோது, அவன் தன்
குடத்தைப் பார்த்தான், இதோ தண்ணீர் முழுவதும் இரத்தமாக
மாறியிருந்தது; அவன் தன் பாத்திரத்திலிருந்து குடிக்க வந்தபோது
பாத்திரத்திலிருந்த தண்ணீரும் இரத்தமாயிற்று. 5. ஒரு ஸ்திரீ தன்
மாவைப் பிசைந்து தன் ஆகாரத்தைச் சமைத்தபோது, அவைகளின்
தோற்றம் இரத்தத்தின் தோற்றமாக மாறியது. 6. கர்த்தர் மறுபடியும்
அவர்களை அடித்து, அவர்களுடைய
தண்ணீர்களெல்லாவற்றிலிருந்தும் தவளைகள் புறப்படும்படி செய்தார்;
தவளைகளெல்லாம் எகிப்தியரின் வீடுகளுக்குள் வந்தன. 7. எகிப்தியர்
குடித்தபோது, அவர்கள் வயிறுகள் தவளைகளினால் நிரம்பின;
அவைகள் நதியிலே குதிப்பதுபோல அவர்கள் வயிறுகளுக்குள்ளே
குதித்தன. 8. அவர்கள் குடிக்கிற தண்ணீரும் சமைக்கிற தண்ணீரும்
தவளைகளாயின; அவர்கள் தங்கள் படுக்கைகளில் படுத்திருந்தபோது
அவர்களுடைய வியர்வையும்கூடத் தவளைகளை உருவாக்கியது. 9.
இவையெல்லாமிருந்தும் கர்த்தருடைய கோபம் அவர்களை விட்டுத்
திரும்பவில்லை; சகலவிதமான கொடிய வாதைகளினாலும் எகிப்தியர்
எல்லாரையும் அடிக்கும்படிக்கு அவருடைய கை அவர்களுக்கு
விரோதமாக நீட்டப்பட்டே இருந்தது. 10. அவர் அவர்கள் தேசத்தின்
தூளைப் பேன்களாகும்படி அடித்தார்; எகிப்திலே பேன்கள்
பூமியின்மேல் இரண்டு முழ உயரத்திற்கு இருந்தன. 11. மனுஷரின்
மாம்சத்திலும் மிருகஜீவன்களின் மாம்சத்திலும், எகிப்தின் குடிகள்
எல்லாரிடத்திலும் பேன்கள் மிகவும் திரளாயிருந்தன; ராஜாவின்மேலும்
ராஜாத்தியின்மேலும் கர்த்தர் பேன்களை அனுப்பினார்;
பேன்களினிமித்தம் எகிப்து மிகவும் வாதிக்கப்பட்டது. 12.
இப்படியிருந்தும், கர்த்தருடைய கோபம் திரும்பவில்லை, அவருடைய
கை எகிப்தின்மேல் இன்னும் நீட்டப்பட்டே இருந்தது. 13. கர்த்தர்*

சகலவிதமான காட்டுமிருகங்களையும் எகிப்திற்குள் அனுப்பினார்; அவைகள் வந்து எகிப்து முழுவதையும், மனுஷர்களையும் மிருகஜீவன்களையும் மரங்களையும் எகிப்திலிருந்த எல்லாவற்றையும் அழித்துப்போட்டன. 14. கர்த்தர் கொள்ளிவாய்ச் சர்ப்பங்களையும், தேள்களையும், எலிகளையும், கீரிகளையும், தேரைகளையும், புழுதியிலே ஊரும் மற்றப் பிராணிகளையும் அனுப்பினார். 15. ஈக்கள், குளவிகள், தெள்ளுப்பூச்சிகள், மூட்டைப்பூச்சிகள், கொசுக்கள் ஆகிய ஒவ்வொன்றும் அதினதின் ஜாதியின்படியே கூட்டமாய் வந்தன. 16. சகலவிதமான ஊரும் பிராணிகளும் பறவைகளும் தங்கள் தங்கள் ஜாதியின்படியே எகிப்திற்கு வந்து, எகிப்தியரை மிகவும் வாட்டிற்று. 17. தெள்ளுப்பூச்சிகளும் ஈக்களும் எகிப்தியரின் கண்களிலும் காதுகளிலும் புகுந்தன. 18. குளவிகள் அவர்கள் மேல் வந்து அவர்களைத் துரத்தின, அவர்கள் அவைகளுக்குத் தப்பித் தங்கள் உள் அறைகளுக்குள் ஓடினார்கள், அவைகள் அங்கும் அவர்களைப் பின்தொடர்ந்தன. 19. வண்டுக்களினிமித்தம் எகிப்தியர் தங்களை ஒளித்துக்கொண்டு, தங்கள் கதவுகளைப் பூட்டிக்கொண்டபோது, சமுத்திரத்திலிருந்த சுலானுத் (Sulanuth) என்கிற பிராணி எழும்பிக் எகிப்திற்குள் வரும்படி தேவன் கட்டளையிட்டார். 20. அதற்கு நீளமான கைகள் இருந்தன; ஒரு மனுஷனுடைய முழத்தின்படி அது பத்து முழ நீளமாயிருந்தது. 21. அது கூரைகளின்மேல் ஏறி, உத்திரங்களையும் தளங்களையும் பிரித்து அவைகளை உடைத்து, தன் கையை வீட்டிற்குள் நீட்டிப் பூட்டுகளையும் தாழ்ப்பாள்களையும் அகற்றி, எகிப்தியரின் வீடுகளைத் திறந்தது. 22. அதன்பின்பு வண்டுக்கள் எகிப்தின் வீடுகளுக்குள் வந்தன; வண்டுக்கள் எகிப்தியரை அழித்துப்போட்டன, அது அவர்களை மிகவும் வாட்டிற்று. 23. இப்படியிருந்தும் கர்த்தருடைய கோபம் எகிப்தியரை விட்டுத் திரும்பவில்லை, அவருடைய கை அவர்களுக்கு விரோதமாக இன்னும் நீட்டப்பட்டே இருந்தது. 24. தேவன் கொள்ளைநோயை அனுப்பினார்; கொள்ளைநோய் எகிப்து முழுவதிலும் பரவி, குதிரைகளிலும், கழுதைகளிலும், ஒட்டகங்களிலும், மாட்டுமந்தைகளிலும், ஆட்டுமந்தைகளிலும், மனுஷரிலும் உண்டாயிற்று. 25. எகிப்தியர் தங்கள் மிருகஜீவன்களை மேய்க்க அதிகாலையில் எழுந்தபோது, தங்கள் மிருகஜீவன்களெல்லாம் செத்துக்கிடக்கக் கண்டார்கள். 26. எகிப்தியரின் மிருகஜீவன்களில் பத்தில் ஒன்று மாத்திரமே மீதியாயிருந்தது; ஆனால் கோசேனிலிருந்த இஸ்ரவேலரின் மிருகஜீவன்களில் ஒன்றும் சாகவில்லை. 27. தேவன் எகிப்தியரின் மாம்சத்திலே எரிகிற ஒரு வீக்கத்தை அனுப்பினார், அது அவர்கள் தோலை வெடிக்கப்பண்ணிற்று; அது எகிப்தியர் எல்லாருக்கும் அவர்கள் உள்ளங்கால்முதல் உச்சந்தலைமட்டும் கொடிய தினவாக மாறியது. 28. அவர்கள் மாம்சத்திலே அநேக பருக்கள் உண்டாயின, அவர்கள் மாம்சம் உருகி அழுகிப்போய்

நாற்றமெடுக்கும்வரைக்கும் அப்படியிருந்தது. *29.* இப்படியிருந்தும்
கர்த்தருடைய கோபம் திரும்பவில்லை, அவருடைய கை எகிப்து
முழுவதின்மேலும் இன்னும் நீட்டப்பட்டே இருந்தது. *30.* கர்த்தர்
மிகவும் கொடிய கல்மழையை அனுப்பினார்; அது அவர்கள்
திராட்சச்செடிகளை அடித்து, அவர்கள் கனிமரங்களை முறித்து,
அவைகளை அவர்கள் மேலேயே விழும்படி உலரப்பண்ணிற்று. *31.*
கல்மழையின் நடுவே அக்கினி கலந்து இறங்கினபடியால், பச்சையான
சகல பூண்டுகளும் பட்டுப்போய் அழிந்தன; கல்மழையும் அக்கினியும்
எல்லாவற்றையும் பட்சித்துப்போட்டன. *32.* வெளியிலே காணப்பட்ட
மனுஷர்களும் மிருகஜீவன்களும் அக்கினிஜுவாலையினாலும்
கல்மழையினாலும் அழிந்துபோனார்கள்; பாலசிங்கங்களெல்லாம்
மாண்டுபோயின. *33.* கர்த்தர் எகிப்திற்குள் எண்ணிறந்த
வெட்டுக்கிளிகளை வரப்பண்ணினார்; காசேல் *(Chasel)*, சலோம்
(Salom), கார்கோல் *(Chargol)*, ககோல் *(Chagole)* என்னும் அதினதின்
ஜாதியான வெட்டுக்கிளிகள் வந்து, கல்மழைக்குப் தப்பி மீதியாயிருந்த
எல்லாவற்றையும் பட்சித்துப்போட்டன. *34.* அவைகள்
வயல்வெளியின் விளைச்சலைப் பட்சித்தபோதிலும், எகிப்தியர்
வெட்டுக்கிளிகளைக் குறித்துச் சந்தோஷப்பட்டார்கள்; அவர்கள்
அவைகளைத் திரளாய்ப் பிடித்து, ஆகாரத்திற்காக அவைகளை
உப்பிட்டு வைத்தார்கள். *35.* கர்த்தர் சமுத்திரத்திலிருந்து பலத்த
காற்றை வீசப்பண்ணினார், அது வெட்டுக்கிளிகளெல்லாவற்றையும்,
உப்பிட்டு வைக்கப்பட்டிருந்தவைகளையுங்கூட
அடித்துக்கொண்டுபோய்ச் சிவந்த சமுத்திரத்திலே தள்ளியது; எகிப்தின்
எல்லைகளுக்குள்ளே ஒரு வெட்டுக்கிளியும் மீதியாயிருக்கவில்லை. *36.*
தேவன் எகிப்தின்மேல் இருளை அனுப்பினார்; எகிப்து தேசம்
முழுவதிலும் பத்ரோசிலும் மூன்று நாட்கள் அந்தகாரமாயிருந்தது; ஒரு
மனுஷன் தன் கையைத் தன் வாயண்டைக்குக் கொண்டுபோனாலும்
அதை அவனால் பார்க்கமுடியாதபடிக்கு இருளாயிருந்தது. *37.*
கர்த்தருக்கு விரோதமாகக் கலகம்பண்ணி, மோசேக்கும் ஆரோனுக்கும்
செவிகொடாமலும், தேவன் தங்களை அனுப்பினார் என்று அவர்களை
நம்பாமலும் இருந்த இஸ்ரவேல் ஜனங்களில் அநேகர் அக்காலத்திலே
மரித்துப்போனார்கள். *38.* பாழான வனாந்தரத்திலே நாங்கள்
பசியினால் அழிந்துபோகாதபடிக்கு நாங்கள் எகிப்திலிருந்து
புறப்படமாட்டோம் என்று சொல்லி, மோசேயின் சத்தத்திற்குச்
செவிகொடாமலிருந்தவர்கள் மரித்தார்கள். *39.* அந்த மூன்று நாள்
அந்தகாரத்திலே கர்த்தர் அவர்களை வாதித்தார்; எகிப்தியர் அதை
அறியாமலும் அதைக்குறித்துச் சந்தோஷப்படாமலும் இருக்கும்படிக்கு,
இஸ்ரவேலர் அந்நாட்களில் அவர்களை அடக்கம்பண்ணினார்கள். *40.*
எகிப்திலே மூன்று நாட்கள் மிகவும் காரிருளாயிருந்தது; அந்தகாரம்
வந்தபோது நின்றுகொண்டிருந்தவன் தன் இடத்திலேயே
நின்றுகொண்டிருந்தான், உட்கார்ந்திருந்தவன் உட்கார்ந்திருந்தான்,

படுத்திருந்தவன் அதே நிலையில் படுத்திருந்தான், நடந்துபோய்க்கொண்டிருந்தவன் இருந்த இடத்திலேயே தரையிலே உட்கார்ந்துகொண்டான்; இருள் கடந்துபோகும்வரைக்கும் எகிப்தியர் எல்லாருக்கும் இப்படியே நடந்தது. 41. இருளின் நாட்கள்
கடந்துபோயின; கர்த்தர் மோசேயையும் ஆரோனையும் இஸ்ரவேல் புத்திரரிடத்திற்கு அனுப்பி: நீங்கள் உங்கள் பண்டிகையை ஆசரித்து உங்கள் பஸ்காவைப் பண்ணுங்கள்; இதோ நான் நடுராத்திரியிலே எகிப்தியர் எல்லாருக்குள்ளும் புறப்பட்டு, மனுஷருடைய தலைச்சன்முதல் மிருகஜீவன்களுடைய தலைச்சன்மட்டும் அவர்களுடைய தலைச்சன்கள் எல்லாவற்றையும் அடிப்பேன்; நான் உங்கள் பஸ்காவைக் காணும்போது உங்களைக் கடந்துபோவேன்
என்று சொல்லச் சொன்னார். 42. கர்த்தர் மோசேக்கும் ஆரோனுக்கும்
கட்டளையிட்டபடியெல்லாம் இஸ்ரவேல் புத்திரர் செய்தார்கள், அந்த
ராத்திரியிலே அப்படியே செய்தார்கள். 43. நடுராத்திரியிலே, கர்த்தர்
எகிப்தின் நடுவே புறப்பட்டு, மனுஷருடைய தலைச்சன்முதல் மிருகஜீவன்களுடைய தலைச்சன்மட்டும் எகிப்தியரின் தலைச்சன்கள்
எல்லாவற்றையும் அடித்தார். 44. பார்வோனும் அவனுடைய
வேலைக்காரர்கள் எல்லாரும் எகிப்தியர் எல்லாரும் ராத்திரியிலே எழுந்தார்கள்; அந்த ராத்திரியிலே எகிப்து முழுவதும் மகா கூக்குரல்
உண்டாயிற்று; ஏனெனில் சவமில்லாத ஒரு வீடும் இருக்கவில்லை. 45.
எகிப்தின் தலைச்சன்களுக்காக அவர்களுடைய வீடுகளின் சுவர்களில் செதுக்கப்பட்டிருந்த உருவங்கள்கூட அழிந்துபோய்த் தரையிலே
விழுந்தன. 46. இதற்கு முன்னே மரித்துப்போய் அவர்கள் தங்கள்
வீடுகளில் அடக்கம்பண்ணியிருந்த அவர்களுடைய தலைச்சன்களின் எலும்புகளுங்கூட அந்த ராத்திரியிலே எகிப்தின் நாய்களினால் தோண்டப்பட்டு, எகிப்தியருக்கு முன்பாக இழுக்கப்பட்டு அவர்கள்
முன்னே எறியப்பட்டன. 47. தங்களுக்குத் திடீரென்று நேரிட்ட இந்தப்
பொல்லாப்பை எகிப்தியர் எல்லாரும் கண்டார்கள், எகிப்தியர் எல்லாரும் மகா சத்தமாய்க் கூக்குரலிட்டார்கள். 48. அந்த
ராத்திரியிலே எகிப்தின் குடும்பங்கள் எல்லாரும், தலைச்சன்களாயிருந்த தங்கள் குமாரனுக்காகவும் குமாரத்திக்காகவும் ஒவ்வொருவரும் அழுதார்கள்; எகிப்தின் அமளி அந்த ராத்திரியிலே
தூரத்திலே கேட்கப்பட்டது. 49. அந்த ராத்திரியிலே பார்வோனின்
குமாரத்தியாகிய பித்தியாள் மோசேயையும் ஆரோனையும் தங்கள் வீடுகளில் தேடும்படி ராஜாவோடுகூடப் புறப்பட்டாள்; அவர்கள் இஸ்ரவேலர் எல்லாரோடும் புசித்துக் குடித்துச்
சந்தோஷமாயிருப்பதைக் கண்டார்கள். 50. பித்தியாள் மோசேயை
நோக்கி: உன்னை வளர்த்து ஆளாக்கினேனே, நான் உனக்குச் செய்த நன்மைக்கு இதுதான் பலனா? நீ எனக்கும் என் தகப்பன் வீட்டிற்கும் இந்தப் பொல்லாப்பைக் கொண்டுவந்தாயே என்றாள். 51. மோசே
அவளை நோக்கி: கர்த்தர் எகிப்தின்மேல் பத்து வாதைகளைக்

கொண்டுவந்தாரே; அவைகளில் ஒன்றினாலாவது உனக்கு ஏதாவது
தீங்கு நேரிட்டதா? அவைகளில் ஒன்றாவது உன்னை வாதித்ததா?
என்றான்; அவள்: இல்லை என்றாள். 52. மோசே அவளை நோக்கி:
நீ உன் தாய்க்குத் தலைச்சனாயிருந்தாலும் நீ சாவதில்லை, எகிப்தின்
நடுவிலே உனக்கு ஒரு தீங்கும் நேரிடாது என்றான். 53. அவள்:
எகிப்தின் தலைச்சன்களெல்லாரோடும் என் சகோதரனாகிய ராஜாவும்
அவனுடைய வீட்டாரும் குடிகளும் இந்தப் பொல்லாப்பிலே தங்கள்
தலைச்சன்கள் அழியக் காண்கிறேனே, இதினாலே எனக்கு என்ன
லாபம்? என்றாள். 54. மோசே அவளை நோக்கி: உன் சகோதரனும்
அவனுடைய வீட்டாரும் எகிப்தின் குடும்பங்களான குடிகளும்
கர்த்தருடைய வார்த்தைகளுக்குச் செவிகொடுக்கவில்லையே,
அதினாலேயே இந்தப் பொல்லாப்பு அவர்களுக்கு நேரிட்டது என்றான்.
55. எகிப்தின் ராஜாவாகிய பார்வோன் மோசே ஆரோன்
என்பவர்களிடத்திற்கும், அந்த இடத்திலே அவர்களோடிருந்த
இஸ்ரவேல் புத்திரர் சிலரிடத்திற்கும் வந்து, அவர்களை
வேண்டிக்கொண்டு: 56. நீங்கள் எழுந்து, உங்கள் சகோதரர்களாகிய
தேசத்திலிருக்கிற இஸ்ரவேல் புத்திரர் எல்லாரையும், அவர்களுடைய
ஆடுமாடுகளையும் அவர்களுக்குள்ள எல்லாவற்றையும்
கூட்டிக்கொண்டுபோங்கள்; அவர்கள் ஒன்றையும் மீதியாக
வைக்கவேண்டாம், உங்கள் தேவனாகிய கர்த்தரிடத்தில் எனக்காக
மாத்திரம் ஜெபம்பண்ணுங்கள் என்றான். 57. மோசே பார்வோனை
நோக்கி: இதோ, நீ உன் தாய்க்குத் தலைச்சனாயிருந்தாலும்
பயப்படவேண்டாம், நீ சாவதில்லை; கர்த்தர் தமது மகா
வல்லமையையும் ஓங்கிய புயத்தையும் உனக்குக் காண்பிக்கும்படிக்கு,
நீ உயிரோடிருக்கவேண்டும் என்று அவர் கட்டளையிட்டிருக்கிறார்
என்றான். 58. இஸ்ரவேல் புத்திரரை அனுப்பிவிடும்படி பார்வோன்
கட்டளையிட்டான்; நாம் எல்லாரும் அழிந்துபோகிறோமே என்று
சொல்லி எகிப்தியர் எல்லாரும் அவர்களை அனுப்பிவிடத்
தீவிரப்பட்டார்கள். 59. கர்த்தர் நம்முடைய பிதாவாகிய ஆபிரகாமுக்கு
இட்டிருந்த ஆணையின்படியே, எகிப்தியர் எல்லாரும் இஸ்ரவேலரை
மிகுந்த ஆஸ்தியோடும் ஆடுமாடுகளோடும் விலையேறப்பெற்ற
பொருள்களோடும் அனுப்பிவிட்டார்கள். 60. இஸ்ரவேல் புத்திரர்
ராத்திரியிலே புறப்பட்டுப்போகத் தாமதித்தார்கள்; எகிப்தியர்
அவர்களை வெளியே கொண்டுபோக அவர்களிடத்திற்கு வந்தபோது,
அவர்கள் அவர்களை நோக்கி: நாங்கள் ராத்திரியிலே
புறப்பட்டுப்போக நாங்கள் என்ன திருடர்களா? என்றார்கள். 61.
இஸ்ரவேல் புத்திரர் எகிப்தியரிடத்தில் வெள்ளியுடைமைகளையும்
பொன்னுடைமைகளையும் வஸ்திரங்களையும் கேட்டார்கள்;
இஸ்ரவேல் புத்திரர் எகிப்தியரைக் கொள்ளையிட்டார்கள். 62. மோசே
தீவிரமாய் எழுந்து எகிப்தின் நதிக்குப் போய், யோசேப்பின்
பெட்டியை அங்கிருந்து எடுத்துத் தன்னோடே கொண்டுவந்தான். 63.

யாசேரின் ஆகமம்

இஸ்ரவேல் புத்திரரும் ஒவ்வொருவனும் தன் தன் தகப்பனின் பெட்டியையும், ஒவ்வொருவனும் தன் தன் கோத்திரத்தாரின் பெட்டிகளையும் தங்களோடே எடுத்துக்கொண்டுவந்தார்கள்.

அத்தியாயம் *81*

1. இஸ்ரவேல் புத்திரர் சிறுபிள்ளைகளையும் மனைவிகளையும் தவிர, காலாட்களாகிய ஏறக்குறைய ஆறுலட்சம் புருஷர்களாக ராமசேசிலிருந்து சுக்கோத்திற்குப் பிரயாணம்பண்ணினார்கள். 2. பல ஜாதியான திரளான ஜனங்களும், ஆடுமாடுகளுமாகிய மிகவும் திரளான மிருகஜீவன்களும் அவர்களோடேகூடப் புறப்பட்டன. 3. எகிப்து தேசத்திலே கடினமான வேலையிலே குடியிருந்த இஸ்ரவேல் புத்திரரின் வாசகாலம் இருநூற்றுப் பத்து வருஷங்கள். 4. இருநூற்றுப் பத்து வருஷங்களின் முடிவிலே, கர்த்தர் பலத்த கையினாலே இஸ்ரவேல் புத்திரரை எகிப்திலிருந்து புறப்படப்பண்ணினார். 5. இஸ்ரவேல் புத்திரர் எகிப்திலிருந்தும் கோசேனிலிருந்தும் ராமசேசிலிருந்தும் பிரயாணம்பண்ணி, முதலாம் மாதம் பதினைந்தாம் நாளிலே சுக்கோத்திலே பாளையமிறங்கினார்கள். 6. கர்த்தர் அழித்திருந்த தங்கள் தலைச்சன்களையெல்லாம் எகிப்தியர் அடக்கம்பண்ணினார்கள்; எகிப்தியர் எல்லாரும் கொலையுண்ட தங்கள் பிள்ளைகளை மூன்று நாட்களாக அடக்கம்பண்ணினார்கள். 7. இஸ்ரவேல் புத்திரர் சுக்கோத்திலிருந்து பிரயாணம்பண்ணி, வனாந்தரத்தின் ஓரத்திலிருக்கிற ஏத்தாமிலே பாளையமிறங்கினார்கள். 8. எகிப்தியர் தங்கள் தலைச்சன்களை அடக்கம்பண்ணின மூன்றாம் நாளிலே, எகிப்திலிருந்து அநேக மனுஷர்கள் எழும்பி, இஸ்ரவேலரை எகிப்திற்குத் திரும்பிவரப்பண்ணும்படி அவர்கள் பின்னே போனார்கள்; ஏனெனில் இஸ்ரவேலரைத் தங்கள் அடிமைத்தனத்திலிருந்து அனுப்பிவிட்டதற்காக அவர்கள் மனஸ்தாபப்பட்டார்கள். 9. ஒருவன் தன் அயலானை நோக்கி: நாங்கள் வனாந்தரத்திலே மூன்று நாள் பிரயாணம் போய், எங்கள் தேவனாகிய கர்த்தருக்குப் பலியிடுவோம் என்று மோசேயும் ஆரோனும் நிச்சயமாகப் பார்வோனோடே சொன்னார்களே. 10. ஆகையால் இப்போது நாம் அதிகாலையில் எழுந்து அவர்களைத் திரும்பப்பண்ணுவோம்; அவர்கள் நம்மோடே தங்கள் எஜமான்களிடத்திற்கு எகிப்திற்குத் திரும்பினால், அவர்களுக்குள்ளே உண்மையிருக்கிறது என்று அறிந்துகொள்வோம்; அவர்கள் திரும்பமாட்டோம் என்றால், நாம் அவர்களோடே யுத்தம்பண்ணி, அவர்களை மகா வல்லமையோடும் பலத்த கையோடும் திரும்பிவரப்பண்ணுவோம் என்றான். 11. பார்வோனின் பிரபுக்கள் எல்லாரும் காலையிலே எழுந்தார்கள், அவர்களோடே ஏறக்குறைய ஏழுலட்சம் மனுஷர்கள் இருந்தார்கள்; அன்றையதினம் அவர்கள்

எகிப்திலிருந்து புறப்பட்டு, இஸ்ரவேல் புத்திரர் இருந்த இடத்திற்கு
வந்தார்கள். *12.* எகிப்தியர் எல்லாரும் பார்த்தார்கள்; இதோ,
மோசேயும் ஆரோனும் இஸ்ரவேல் புத்திரர் எல்லாரும் ஈரோத்துக்கு
(Pi-hahiroth) முன்பாக உட்கார்ந்து, புசித்துக்குடித்துக் கர்த்தருடைய
பண்டிகையை ஆசரித்துக்கொண்டிருந்தார்கள். *13.* எகிப்தியர்
எல்லாரும் இஸ்ரவேல் புத்திரரை நோக்கி: நாங்கள் வனாந்தரத்திலே
மூன்று நாள் பிரயாணம் போய் எங்கள் தேவனுக்குப் பலியிட்டுத்
திரும்புவோம் என்று நீங்கள் நிச்சயமாகச் சொன்னீர்களே. *14.*
ஆகையால் இப்போது, நீங்கள் போய் இன்றையதினம் ஐந்து
நாட்களாயிற்றே, நீங்கள் ஏன் உங்கள் எஜமான்களிடத்திற்குத்
திரும்பவில்லை? என்றார்கள். *15.* மோசேயும் ஆரோனும்
அவர்களுக்குப் பிரதியுத்தரமாக: எங்கள் தேவனாகிய கர்த்தர்
எங்களைக் குறித்துச் சாட்சியாக: நீங்கள் இனி எகிப்திற்குத்
திரும்பக்கூடாது, எங்கள் தேவனாகிய கர்த்தர் எங்கள் பிதாக்களுக்கு
ஆணையிட்டுக் கொடுத்தபடியே பாலும் தேனும் ஓடுகிற ஒரு
தேசத்திற்குப் போவோம் என்று சொல்லியிருக்கிறாரே என்றார்கள்.
16. இஸ்ரவேல் புத்திரர் எகிப்திற்குத் திரும்பத் தங்களுக்குச்
செவிகொடுக்கவில்லை என்று எகிப்தின் பிரபுக்கள் கண்டபோது,
இஸ்ரவேலோடே யுத்தம்பண்ணத் தங்கள் அரைகளைக் கட்டினார்கள்.
17. கர்த்தர் எகிப்தியருக்கு மேலாக இஸ்ரவேல் புத்திரருடைய
இருதயங்களைத் திடப்படுத்தினார், அவர்கள் அவர்களை மகா
சங்காரமாக முறியடித்தார்கள்; யுத்தம் எகிப்தியருக்கு மிகவும்
கொடிதாயிருந்தது, எகிப்தியர் எல்லாரும் இஸ்ரவேல் புத்திரருக்கு
முன்பாகத் தப்பியோடினார்கள்; ஏனெனில் அவர்களில் அநேகர்
இஸ்ரவேலின் கையினால் அழிந்துபோனார்கள். *18.* பார்வோனின்
பிரபுக்கள் எகிப்திற்குப் போய்: இஸ்ரவேல் புத்திரர்
தப்பியோடினார்கள், இனி எகிப்திற்குத் திரும்பமாட்டார்கள்,
மோசேயும் ஆரோனும் இந்த விதமாக எங்களோடே பேசினார்கள்
என்று பார்வோனுக்குச் சொன்னார்கள். *19.* பார்வோன் இதைக்
கேள்விப்பட்டான், அவனுடைய இருதயமும் அவனுடைய குடிகள்
எல்லாருடைய இருதயமும் இஸ்ரவேலுக்கு விரோதமாய்த் திரும்பினது,
இஸ்ரவேலை அனுப்பிவிட்டதற்காக அவர்கள் மனஸ்தாபப்பட்டார்கள்;
இஸ்ரவேல் புத்திரரைத் தங்கள் சுமைகளுக்கடுத்த வேலைக்குத்
திரும்பிவரப்பண்ணும்படி அவர்களைப் பின்தொடர எகிப்தியர்
எல்லாரும் பார்வோனுக்கு ஆலோசனை சொன்னார்கள். *20.* அவர்கள்
ஒருவரையொருவர் நோக்கி: நாம் இஸ்ரவேலரை நம்முடைய
அடிமைத்தனத்திலிருந்து அனுப்பிவிட்டோமே, நாம் செய்தது என்ன
காரியம்? என்றார்கள். *21.* கர்த்தர் எகிப்தியரைச் சிவந்த
சமுத்திரத்திலே கவிழ்த்துப்போடச் சித்தமாயிருந்தபடியால்,
இஸ்ரவேலரைப் பின்தொடரும்படி கர்த்தர் எகிப்தியர் எல்லாருடைய
இருதயங்களையும் கடினப்படுத்தினார். *22.* பார்வோன் எழுந்து தன்

இரதத்தை ஆயத்தப்படுத்தி, எகிப்தியர் எல்லாரையும் கூடும்படிக்
கட்டளையிட்டான்; சிறுபிள்ளைகளையும் ஸ்திரீகளையும் தவிர ஒரு
மனுஷனும் மீதியாயிருக்கவில்லை. 23. எகிப்தியர் எல்லாரும்
இஸ்ரவேல் புத்திரரைப் பின்தொடரும்படி பார்வோனோடே
புறப்பட்டார்கள்; எகிப்தின் பாளையம் மிகவும் பெரியதும் கனமுமான
பாளையமாயிருந்தது, ஏறக்குறைய பத்துலட்சம் மனுஷர்கள்
இருந்தார்கள். 24. இந்தப் பாளையம் முழுவதும் புறப்பட்டு, இஸ்ரவேல்
புத்திரரை எகிப்திற்குத் திரும்பப்பண்ணும்படி அவர்களைப்
பின்தொடர்ந்து, சிவந்த சமுத்திரத்தண்டையிலே
பாளையமிறங்கியிருந்த அவர்களைக் கண்டுபிடித்தார்கள். 25.
இஸ்ரவேல் புத்திரர் தங்கள் கண்களை ஏறெடுத்துப் பார்த்தார்கள்,
எகிப்தியர் எல்லாரும் தங்களைப் பின்தொடருவதைக் கண்டு,
இஸ்ரவேல் புத்திரர் மிகவும் பயந்து, கர்த்தரை நோக்கிக்
கூக்குரலிட்டார்கள். 26. எகிப்தியர்களினிமித்தம் இஸ்ரவேல் புத்திரர்
தங்களை நாலு வகுப்புகளாகப் பிரித்துக்கொண்டார்கள், அவர்கள்
தங்கள் எண்ணங்களில் பிரிந்திருந்தார்கள், ஏனெனில் அவர்கள்
எகிப்தியருக்குப் பயந்திருந்தார்கள்; மோசே அவர்கள்
ஒவ்வொன்றோடும் பேசினான். 27. முதலாம் வகுப்பு ரூபன்,
சிமியோன், இசக்கார் ஆகியோரின் பிள்ளைகள்; அவர்கள்
எகிப்தியருக்கு மிகவும் பயந்திருந்தபடியால், தங்களைச் சமுத்திரத்திலே
போட்டுவிடத் தீர்மானித்தார்கள். 28. மோசே அவர்களை நோக்கி:
பயப்படாமலிருங்கள், நின்றுகொண்டு, கர்த்தர் இன்றைக்கு
உங்களுக்குச் செய்யும் இரட்சிப்பைப் பாருங்கள் என்றான். 29.
இரண்டாம் வகுப்பு செபுலோன, பென்யமீன், நப்தலி ஆகியோரின்
பிள்ளைகள்; அவர்கள் எகிப்தியரோடே எகிப்திற்குத் திரும்பத்
தீர்மானித்தார்கள். 30. மோசே அவர்களை நோக்கி:
பயப்படாமலிருங்கள்; நீங்கள் இன்றைக்குக் காண்கிற எகிப்தியரை
இனி என்றைக்கும் காணமாட்டீர்கள் என்றான். 31. மூன்றாம் வகுப்பு
யூதா, யோசேப்பு ஆகியோரின் பிள்ளைகள்; அவர்கள்
எகிப்தியரோடே யுத்தம்பண்ண அவர்களை எதிர்கொண்டுபோகத்
தீர்மானித்தார்கள். 32. மோசே அவர்களை நோக்கி: உங்கள்
இடங்களிலே நில்லுங்கள், கர்த்தர் உங்களுக்காக யுத்தம்பண்ணுவார்,
நீங்கள் சும்மாயிருப்பீர்கள் என்றான். 33. நான்காம் வகுப்பு லேவி,
காத், ஆசேர் ஆகியோரின் பிள்ளைகள்; அவர்கள் எகிப்தியர்களைக்
கலங்கப்பண்ணும்படி அவர்கள் நடுவிலே போகத் தீர்மானித்தார்கள்;
மோசே அவர்களை நோக்கி: உங்கள் நிலைகளிலே இருங்கள்,
பயப்படாமலிருங்கள், உங்களை அவர்கள் கைகளிலிருந்து
இரட்சிக்கும்படி கர்த்தரை நோக்கிக் கூப்பிடுங்கள் என்றான். 34.
இதன்பின்பு மோசே ஜனங்களின் நடுவிலிருந்து எழுந்து, கர்த்தரை
நோக்கி ஜெபம்பண்ணி: 35. சர்வபூமிக்கும் தேவனாகிய கர்த்தாவே, நீர்
எகிப்திலிருந்து புறப்படப்பண்ணின உமது ஜனங்களை இப்போது

*இரட்சித்தருளும்; வல்லமையும் பராக்கிரமமும் தங்களுடையது என்று
எகிப்தியர் பெருமைபாராட்டாதபடி செய்யும் என்றான். 36.
அப்பொழுது கர்த்தர் மோசேயை நோக்கி: நீ என்னிடத்தில் ஏன்
கூக்குரலிடுகிறாய்? இஸ்ரவேல் புத்திரர் புறப்பட்டுப்போகும்படி
அவர்களுக்குச் சொல்; நீ உன் கோலைச் சமுத்திரத்தின்மேல் நீட்டி
அதைப் பிளந்துவிடு, இஸ்ரவேல் புத்திரர் அதின் வழியாய்க்
கடந்துபோவார்கள் என்றார். 37. மோசே அப்படியே செய்து, தன்
கோலைச் சமுத்திரத்தின்மேல் நீட்டி அதைப் பிளந்தான். 38.
சமுத்திரத்தின் தண்ணீர் பன்னிரண்டு பாகங்களாகப் பிளந்தது,
இஸ்ரவேல் புத்திரர் ஆயத்தமாக்கப்பட்ட வழியாய்க்
கடந்துபோவதுபோல பாதரட்சைகளோடே காலாடியாய்க்
கடந்துபோனார்கள். 39. மோசேயின் கையினாலும் ஆரோனின்
கையினாலும் தேவன் எகிப்திலும் சமுத்திரத்திலும் செய்த தமது
அற்புதங்களை இஸ்ரவேல் புத்திரருக்கு வெளிப்படுத்தினார். 40.
இஸ்ரவேல் புத்திரர் சமுத்திரத்திற்குள் பிரவேசித்தபோது, எகிப்தியர்
அவர்கள் பின்னே வந்தார்கள்; சமுத்திரத்தின் தண்ணீர் அவர்கள் மேல்
திரும்பிவந்தது, அவர்கள் எல்லாரும் தண்ணீரிலே மூழ்கிப்போனார்கள்;
கர்த்தரைத் துதித்து அவரை விசுவாசித்த பார்வோனைத் தவிர ஒரு
மனுஷனும் மீதியாகவில்லை; ஆகையால் கர்த்தர் அக்காலத்திலே
அவனை எகிப்தியர்களோடே அழியப்பண்ணவில்லை. 41. அவனை
எகிப்தியர்களிலிருந்து எடுத்து, நினிவே தேசத்திலே விடும்படி கர்த்தர்
ஒரு தூதனுக்குக் கட்டளையிட்டார்; அவன் அநேக காலமாக
அதின்மேல் அரசாண்டான். 42. அன்றையதினம் கர்த்தர் இஸ்ரவேலை
எகிப்தியரின் கையிலிருந்து இரட்சித்தார்; எகிப்தியர் அழிந்துபோனதை
இஸ்ரவேல் புத்திரர் எல்லாரும் கண்டார்கள்; கர்த்தர் எகிப்திலும்
சமுத்திரத்திலும் செய்த அவருடைய பெரிய கையைக் கண்டார்கள். 43.
கர்த்தர் எகிப்தியரைத் தங்களுக்கு முன்பாக விழப்பண்ணின நாளிலே,
மோசேயும் இஸ்ரவேல் புத்திரரும் கர்த்தரைப் புகழ்ந்து இந்தப்
பாட்டைப் பாடினார்கள். 44. இஸ்ரவேலர் எல்லாரும் ஏகமாய்ப் பாடி:
கர்த்தரைப் பாடுவேன், அவர் மிகவும் உயர்ந்தவர்; குதிரையையும்
குதிரைவீரனையும் சமுத்திரத்திலே தள்ளினார் என்றார்கள்; இதோ,
இது தேவனுடைய நியாயப்பிரமாணப் புஸ்தகத்திலே
எழுதப்பட்டிருக்கிறது. 45. இதன்பின்பு இஸ்ரவேல் புத்திரர் தங்கள்
பிரயாணத்தைத் தொடர்ந்து, மாராவிலே பாளையமிறங்கினார்கள்;
கர்த்தர் இஸ்ரவேல் புத்திரருக்கு அந்த இடமாகிய மாராவிலே
பிரமாணங்களையும் நியாயங்களையும் கொடுத்தார்; இஸ்ரவேல்
புத்திரர் அவருடைய வழிகளிலெல்லாம் நடந்து அவருக்கு
ஊழியஞ்செய்யும்படி கர்த்தர் அவர்களுக்குக் கட்டளையிட்டார். 46.
அவர்கள் மாராவிலிருந்து பிரயாணம்பண்ணி ஏலீமுக்கு வந்தார்கள்;
ஏலீமிலே பன்னிரண்டு நீரூற்றுகளும் எழுபது பேரீச்சமரங்களும்
இருந்தன; இஸ்ரவேல் புத்திரர் அங்கே தண்ணீர்களண்டையிலே*

பாளையமிறங்கினார்கள். 47. அவர்கள் ஏலீமிலிருந்து
பிரயாணம்பண்ணி, எகிப்திலிருந்து புறப்பட்ட இரண்டாம் மாதம்
பதினைந்தாம் நாளிலே சீன் வனாந்தரத்திற்கு வந்தார்கள். 48.
அக்காலத்திலே கர்த்தர் இஸ்ரவேல் புத்திரருக்குப் புசிக்க மன்னாவைக்
கொடுத்தார்; கர்த்தர் நாளுக்கு நாள் இஸ்ரவேல் புத்திரருக்கு
வானத்திலிருந்து ஆகாரத்தை வருஷிக்கப்பண்ணினார். 49. கானான்
தேசத்தைச் சுதந்தரித்துக்கொள்ளும்படி அவர்கள் அங்கே
வரும்வரைக்கும், இஸ்ரவேல் புத்திரர் வனாந்தரத்திலிருந்த நாற்பது
வருஷங்களும் மன்னாவைப் புசித்தார்கள். 50. அவர்கள் சீன்
வனாந்தரத்திலிருந்து புறப்பட்டு, ஆலுசிலே பாளையமிறங்கினார்கள்.
51. அவர்கள் ஆலுசிலிருந்து புறப்பட்டு, ரெவிதீமிலே
பாளையமிறங்கினார்கள். 52. இஸ்ரவேல் புத்திரர் ரெவிதீமிலே
இருந்தபோது, செப்போவின் சகோதரனும் ஏசாவின் குமாரனான
எலிப்பாசின் குமாரனுமாகிய அமலேக்கு இஸ்ரவேலோடே
யுத்தம்பண்ண வந்தான். 53. அவன் தன்னோடே சூனியக்காரர்களும்
மந்திரவாதிகளுமாகிய எட்டுலட்சத்து ஓராயிரம் மனுஷர்களைக்
கூட்டிக்கொண்டுவந்து, ரெவிதீமிலே இஸ்ரவேலோடே யுத்தம்பண்ண
ஆயத்தமானான். 54. அவர்கள் இஸ்ரவேலுக்கு விரோதமாகப்
பெரியதும் கொடியதுமான யுத்தம்பண்ணினார்கள்; கர்த்தர்
அமலேக்கையும் அவனுடைய ஜனங்களையும் மோசேயின் கையிலும்,
இஸ்ரவேல் புத்திரருடைய கையிலும், மோசேயின் வேலைக்காரனும்
எப்பிராயீமியனுமான நூனின் குமாரனாகிய யோசுவாவின் கையிலும்
ஒப்புக்கொடுத்தார். 55. இஸ்ரவேல் புத்திரர் அமலேக்கையும்
அவனுடைய ஜனங்களையும் பட்டயக்கருக்கினால் முறியடித்தார்கள்;
ஆனால் யுத்தம் இஸ்ரவேல் புத்திரருக்கு மிகவும் கொடிதாயிருந்தது.
56. கர்த்தர் மோசேயை நோக்கி: இதை நினைவுகூரும்படி ஒரு
புஸ்தகத்தில் எழுதி, உன் வேலைக்காரனான நூனின் குமாரனாகிய
யோசுவாவின் செவிகேட்க வாசி; நீ இஸ்ரவேல் புத்திரருக்குக்
கட்டளையிட்டு: நீ கானான் தேசத்திற்கு வரும்போது, அமலேக்கின்
பேரை வானத்தின்கீழ் இராதபடிக்கு முற்றிலும்
அழித்துப்போடவேண்டும் என்று சொல் என்றார். 57. மோசே
அப்படியே செய்து, புஸ்தகத்தை எடுத்து அதிலே இந்த வார்த்தைகளை
எழுதி: 58. நீ எகிப்திலிருந்து புறப்பட்டு வழியிலே வரும்போது
அமலேக்கு உனக்குச் செய்ததை நினைத்துக்கொள். 59. நீ இளைப்பும்
களைப்புமாயிருந்தபோது, அவன் வழியிலே உனக்கு
எதிர்கொண்டுவந்து, உன் பின்னணியிலிருந்த
பலவீனர்களையெல்லாம் வெட்டினானே. 60. ஆகையால் உன்
தேவனாகிய கர்த்தர் சுதந்தரித்துக்கொள்ளும்படி உனக்குக் கொடுக்கும்
தேசத்தில், உன் தேவனாகிய கர்த்தர் உன்னைச் சுற்றிலுமிருக்கிற
உன்னுடைய எல்லாச் சத்துருக்களின் கைக்கும் நீங்கலாக்கி, உன்னை
இளைப்பாறப்பண்ணும்போது, நீ அமலேக்கின் பேரை வானத்தின்கீழ்

இராதபடிக்கு அழித்துப்போடவேண்டும்; இதை மறக்கவேண்டாம். 61.
அமலேக்கின் மேலாவது அவனுடைய பேரின் மேலாவது அவனுடைய
சந்ததியின் மேலாவது பரிதாபப்படும் ராஜாவின் கையில் நான் அதைத்
திரும்பக் கேட்டு, அவனை அவனுடைய ஜனங்களுக்குள்ளே
இராதபடிக்கு அறுப்புண்டுபோகப்பண்ணுவேன் என்று சொல்
என்றான். 62. மோசே இந்தக் காரியங்களையெல்லாம் ஒரு
புஸ்தகத்தில் எழுதி, இந்தக் காரியங்களெல்லாவற்றைக்குறித்தும்
இஸ்ரவேல் புத்திரருக்குக் கட்டளையிட்டான்.

அத்தியாயம் 82

1. இஸ்ரவேல் புத்திரர் ரெவிதீமிலிருந்து பிரயாணம்பண்ணி,
தாங்கள் எகிப்திலிருந்து புறப்பட்ட மூன்றாம் மாதத்திலே சீனாய்
வனாந்தரத்திலே பாளையமிறங்கினார்கள். 2. அக்காலத்திலே
மோசேயின் மாமனாராகிய மீதியானியனான ரெகுவேல், தன்
குமாரத்தியாகிய சிப்போராளோடும் அவளுடைய இரண்டு
குமாரர்களோடும் வந்தான்; கர்த்தர் இஸ்ரவேலை எகிப்தியரின்
கையிலிருந்து விடுவித்து அவர்களுக்குச் செய்த
அற்புதங்களையெல்லாம் அவன் கேள்விப்பட்டிருந்தான். 3. ரெகுவேல்
மோசே பாளையமிறங்கியிருந்த வனாந்தரத்திலே, தேவபர்வதம்
இருந்த இடத்திற்கு அவனிடத்திற்கு வந்தான். 4. மோசே தன்
மாமனாரை எதிர்கொண்டுபோய், மிகுந்த கனத்தோடே அவனை
வரவேற்றான்; இஸ்ரவேலர் எல்லாரும் அவனோடே இருந்தார்கள். 5.
ரெகுவேலும் அவனுடைய பிள்ளைகளும் இஸ்ரவேலருக்குள்ளே அநேக
நாட்கள் தங்கியிருந்தார்கள்; அந்த நாள்முதல் ரெகுவேல் கர்த்தரை
அறிந்துகொண்டான். 6. இஸ்ரவேல் புத்திரர் எகிப்திலிருந்து புறப்பட்ட
மூன்றாம் மாதம் ஆறாம் நாளிலே, கர்த்தர் சீனாய் மலையின்மேல்
இஸ்ரவேலுக்குப் பத்துக் கற்பனைகளைக் கொடுத்தார். 7. இஸ்ரவேலர்
எல்லாரும் இந்தக் கற்பனைகளையெல்லாம் கேட்டார்கள்;
அன்றையதினம் இஸ்ரவேலர் எல்லாரும் கர்த்தருக்குள் மிகவும் மகிழ்ந்து
சந்தோஷப்பட்டார்கள். 8. கர்த்தருடைய மகிமை சீனாய்
மலையின்மேல் தங்கியிருந்தது, அவர் மோசேயைக் கூப்பிட்டார்;
மோசே மேகத்தின் நடுவே போய் மலையின்மேல் ஏறினான். 9.
மோசே மலையின்மேல் நாற்பது இரவும் நாற்பது பகலும் இருந்தான்;
அவன் அப்பம் புசிக்கவுமில்லை தண்ணீர் குடிக்கவுமில்லை; இஸ்ரவேல்
புத்திரருக்குப் போதிக்கும்படி கர்த்தர் அவனுக்குப் பிரமாணங்களையும்
நியாயங்களையும் உபதேசித்தார். 10. கர்த்தர் இஸ்ரவேல் புத்திரருக்குக்
கட்டளையிட்ட பத்துக் கற்பனைகளை இரண்டு கற்பலகைகளில்
எழுதி, இஸ்ரவேல் புத்திரருக்குக் கட்டளையிடும்படி அவைகளை
மோசேயினிடத்தில் கொடுத்தார். 11. நாற்பது இரவும் நாற்பது பகலும்

முடிவிலே, கர்த்தர் சீனாய் மலையின்மேல் மோசேயோடே பேசி
முடித்தபின்பு, தேவனுடைய விரலினால் எழுதப்பட்ட கற்பலகைகளை
மோசேயினிடத்தில் கொடுத்தார். 12. மோசே மலையிலிருந்து
இறங்கிவரத் தாமதிக்கிறான் என்று இஸ்ரவேல் புத்திரர் கண்டபோது,
அவர்கள் ஆரோனிடத்தில் கூடிவந்து: இந்த மனுஷனாகிய மோசேக்கு
என்ன சம்பவித்ததோ அறியோம் என்றார்கள். 13. ஆகையால்
இப்போது நீ எழுந்து, எங்களுக்கு முன்னே செல்லும் ஒரு தேவனை
எங்களுக்காக உண்டாக்கு; இல்லாவிட்டால் நீ சாவாய் என்றார்கள்.
14. ஆரோன் ஜனங்களுக்கு மிகவும் பயந்து, பொன்னைக்
கொண்டுவரும்படி அவர்களுக்குக் கட்டளையிட்டு, ஜனங்களுக்காக
அதை ஒரு கன்றுக்குட்டியாக வார்த்தான். 15. மோசே மலையிலிருந்து
இறங்குவதற்கு முன்னே கர்த்தர் அவனை நோக்கி: நீ இறங்கிப்போ,
எகிப்திலிருந்து நீ கூட்டிக்கொண்டுவந்த உன் ஜனங்கள் தங்களைக்
கெடுத்துக்கொண்டார்கள். 16. அவர்கள் தங்களுக்காக ஒரு
கன்றுக்குட்டியை வார்த்து, அதைக் குனிந்து வணங்கினார்கள்;
ஆகையால் இப்போது நீ என்னை விட்டுவிடு, அவர்கள் வணங்காத
கழுத்துள்ள ஜனங்களாயிருக்கிறபடியால், நான் அவர்களை
பூமியிலிருந்து அழித்துப்போடுவேன் என்றார். 17. மோசே தன்
தேவனாகிய கர்த்தருடைய சமுகத்தை நோக்கி, அவர்கள் உண்டாக்கின
கன்றுக்குட்டியினிமித்தம் ஜனங்களுக்காகக் கர்த்தரை நோக்கி
ஜெபம்பண்ணினான்; அதன்பின்பு அவன் மலையிலிருந்து
இறங்கினான், இஸ்ரவேலருக்குக் கட்டளையிடும்படி தேவன்
அவனுக்குக் கொடுத்திருந்த இரண்டு கற்பலகைகள் அவன் கைகளில்
இருந்தன. 18. மோசே பாளையத்தை நெருங்கி, ஜனங்கள்
உண்டாக்கின கன்றுக்குட்டியைக் கண்டபோது, மோசேக்குக் கோபம்
மூண்டது; அவன் அந்தப் பலகைகளை மலையடிவாரத்திலே எறிந்து
உடைத்துப்போட்டான். 19. மோசே பாளையத்திற்கு வந்து,
கன்றுக்குட்டியை எடுத்து அக்கினியினால் சுட்டெரித்து, அதை
மெல்லிய தூளாகும்வரைக்கும் அரைத்து, தண்ணீரின்மேல் தூவி,
இஸ்ரவேலரைக் குடிக்கப்பண்ணினான். 20. கன்றுக்குட்டியை
உண்டாக்கின ஜனங்களில் ஏறக்குறைய மூவாயிரம் பேர்
ஒருவரையொருவர் வெட்டின பட்டயங்களினால் மரித்தார்கள். 21.
மறுநாளிலே மோசே ஜனங்களை நோக்கி: நான் கர்த்தரிடத்திற்கு
ஏறிப்போவேன்; நீங்கள் கர்த்தருக்கு விரோதமாகச் செய்த உங்கள்
பாவங்களுக்காக ஒருவேளை நான் பாவநிவர்த்தி செய்வேன்
என்றான். 22. மோசே மறுபடியும் கர்த்தரிடத்திற்கு ஏறிப்போய்,
நாற்பது இரவும் நாற்பது பகலும் கர்த்தரோடே இருந்தான். 23. அந்த
நாற்பது நாட்களும் மோசே இஸ்ரவேல் புத்திரருக்காகக் கர்த்தரை
நோக்கி மன்றாடினான்; கர்த்தர் மோசேயின் ஜெபத்தைக் கேட்டு,
இஸ்ரவேலுக்காக அவனுடைய மன்றாட்டைக் கேட்டருளினார். 24.
அப்பொழுது கர்த்தர் மோசேயை நோக்கி: இரண்டு கற்பலகைகளை

இழைத்து, அவைகளைக் கர்த்தரிடத்திற்கு ஏறிக்கொண்டுவா, அவர்
அவைகளில் பத்துக் கற்பனைகளை எழுதுவார் என்றார். 25. மோசே
அப்படியே செய்து, இறங்கிவந்து இரண்டு பலகைகளை இழைத்து,
கர்த்தரிடத்திற்குச் சீனாய் மலையின்மேல் ஏறிப்போனான்; கர்த்தர்
பத்துக் கற்பனைகளையும் அந்தப் பலகைகளில் எழுதினார். 26. மோசே
இன்னும் நாற்பது இரவும் நாற்பது பகலும் கர்த்தரோடே இருந்தான்;
இஸ்ரவேலுக்குப் போதிக்கும்படி கர்த்தர் அவனுக்குப்
பிரமாணங்களையும் நியாயங்களையும் உபதேசித்தார். 27. கர்த்தர்
தமது நாமம் தங்கியிருக்கும்படிக்கு இஸ்ரவேல் புத்திரர் கர்த்தருக்கு ஒரு
பரிசுத்த ஸ்தலத்தை உண்டாக்கும்படி அவனுக்குக் கட்டளையிட்டார்;
பரிசுத்த ஸ்தலத்தின் மாதிரியையும் அதின் சகல பணிமுட்டுகளின்
மாதிரியையும் கர்த்தர் அவனுக்குக் காண்பித்தார். 28. நாற்பது
நாட்களின் முடிவிலே, மோசே மலையிலிருந்து இறங்கினான், அந்த
இரண்டு பலகைகளும் அவன் கையில் இருந்தன. 29. மோசே
இஸ்ரவேல் புத்திரரிடத்திற்கு வந்து, கர்த்தருடைய
வார்த்தைகளையெல்லாம் அவர்களோடே பேசி, கர்த்தர் தனக்கு
உபதேசித்த பிரமாணங்களையும் விதிகளையும் நியாயங்களையும்
அவர்களுக்குப் போதித்தான். 30. கர்த்தர் இஸ்ரவேல் புத்திரர் நடுவே
வாசம்பண்ணும்படிக்கு அவருக்கு ஒரு பரிசுத்த ஸ்தலம்
உண்டாக்கப்படவேண்டும் என்கிற கர்த்தருடைய வார்த்தையை
மோசே இஸ்ரவேல் புத்திரருக்குச் சொன்னான். 31. கர்த்தர்
மோசேயின் மூலமாய் தங்களுக்குச் சொன்ன
நல்வார்த்தைகளெல்லாவற்றிற்காகவும் ஜனங்கள் மிகவும்
சந்தோஷப்பட்டு: கர்த்தர் உனக்குச் சொன்னபடியெல்லாம்
செய்வோம் என்றார்கள். 32. ஜனங்கள் ஏகமனுஷனைப்போல
எழும்பி, கர்த்தருடைய பரிசுத்த ஸ்தலத்திற்காக மனப்பூர்வமாய்க்
காணிக்கைகளைக் கொடுத்தார்கள்; பரிசுத்த ஸ்தலத்தின்
வேலைக்காகவும் அதின் சகல ஆராதனைக்காகவும் ஒவ்வொரு
மனுஷனும் கர்த்தருக்குக் காணிக்கையைக் கொண்டுவந்தான். 33.
இஸ்ரவேல் புத்திரர் எல்லாரும், ஒவ்வொருவனும்
தங்களுக்குள்ளானவைகளிலிருந்து பொன்னையும் வெள்ளியையும்
வெண்கலத்தையும், பரிசுத்த ஸ்தலத்திற்குத் தேவையான
எல்லாவற்றையும் கர்த்தருடைய பரிசுத்த ஸ்தலத்தின் வேலைக்காகக்
கொண்டுவந்தார்கள். 34. வேலையில் பழகியிருந்த ஞானமுள்ளவர்கள்
எல்லாரும் வந்து, கர்த்தர் கட்டளையிட்டபடியெல்லாம்
ஒவ்வொருவனும் தான் பழகியிருந்த வேலையிலே கர்த்தருடைய
பரிசுத்த ஸ்தலத்தை உண்டாக்கினார்கள்; கர்த்தர் மோசேக்குக்
கட்டளையிட்டபடியே, ஞான இருதயமுள்ளவர்கள் எல்லாரும் பரிசுத்த
ஸ்தலத்தையும் அதின் பணிமுட்டுகளையும் பரிசுத்த ஆராதனைக்கான
சகல பாத்திரங்களையும் உண்டாக்கினார்கள். 35. ஐந்து மாதங்களின்
முடிவிலே ஆசரிப்புக் கூடாரமாகிய பரிசுத்த ஸ்தலத்தின் வேலை

முடிந்தது; கர்த்தர் மோசேக்குக் கட்டளையிட்டபடியெல்லாம் இஸ்ரவேல் புத்திரர் செய்தார்கள். 36. அவர்கள் பரிசுத்த ஸ்தலத்தையும் அதின் சகல பணிமுட்டுகளையும் மோசேயினிடத்திற்குக் கொண்டுவந்தார்கள்; கர்த்தர் மோசேக்குக் காண்பித்த மாதிரியின்படியே இஸ்ரவேல் புத்திரர் செய்தார்கள். 37. மோசே வேலையையெல்லாம் பார்த்தான்; இதோ, கர்த்தர் கட்டளையிட்டபடியே அவர்கள் அதைச் செய்திருந்தார்கள், அப்பொழுது மோசே அவர்களை ஆசீர்வதித்தான்.

அத்தியாயம் 83

1. பன்னிரண்டாம் மாதம், இருபத்து மூன்றாம் தேதியிலே, மோசே ஆரோனையும் அவன் குமாரர்களையும் அழைத்து, அவர்களுக்கு வஸ்திரங்களை உடுத்தி, அவர்களை அபிஷேகம்பண்ணி, கர்த்தர் தனக்குக் கட்டளையிட்டபடியே அவர்களுக்குச் செய்தான்; கர்த்தர் அன்றையதினம் தனக்குக் கட்டளையிட்டிருந்த பலிகளெல்லாவற்றையும் மோசே செலுத்தினான். 2. அதன்பின்பு மோசே ஆரோனையும் அவன் குமாரர்களையும் அழைத்து: நீங்கள் ஏழு நாட்கள் ஆசரிப்புக் கூடாரத்தின் வாசலிலே இருக்கவேண்டும், இப்படி எனக்குக் கட்டளையிடப்பட்டுள்ளது என்றான். 3. கர்த்தர் மோசேயின் மூலமாய் தங்களுக்குக் கட்டளையிட்டபடியெல்லாம் ஆரோனும் அவன் குமாரர்களும் செய்தார்கள்; அவர்கள் ஏழு நாட்கள் ஆசரிப்புக் கூடாரத்தின் வாசலிலே இருந்தார்கள். 4. எட்டாம் நாளிலே, அதாவது இஸ்ரவேலர் எகிப்திலிருந்து புறப்பட்ட இரண்டாம் வருஷம் முதலாம் மாதம் முதலாம் தேதியிலே, மோசே பரிசுத்த ஸ்தலத்தை எழுப்பினான்; மோசே ஆசரிப்புக் கூடாரத்தின் சகல பணிமுட்டுகளையும் பரிசுத்த ஸ்தலத்தின் சகல பணிமுட்டுகளையும் வைத்து, கர்த்தர் தனக்குக் கட்டளையிட்டபடியெல்லாம் செய்தான். 5. மோசே ஆரோனையும் அவன் குமாரர்களையும் கூப்பிட்டான்; கர்த்தர் மோசேக்குக் கட்டளையிட்டபடியே, அவர்கள் தங்களுக்காகவும் இஸ்ரவேல் புத்திரருக்காகவும் தகனபலியையும் பாவநிவாரணபலியையும் செலுத்தினார்கள். 6. அன்றையதினம் ஆரோனின் குமாரர்கள் இருவராகிய நாதாபும் அபியூவும் அந்நிய அக்கினியை எடுத்து, கர்த்தர் தங்களுக்குக் கட்டளையிடாதிருக்கையில் அதை அவருக்கு முன்பாகக் கொண்டுவந்தார்கள்; அப்பொழுது கர்த்தருடைய சந்நிதியிலிருந்து அக்கினி புறப்பட்டு அவர்களைப் பட்சித்தது, அவர்கள் அன்றையதினம் கர்த்தருக்கு முன்பாக மரித்தார்கள். 7. மோசே பரிசுத்த ஸ்தலத்தை எழுப்பி முடித்த அந்த நாளிலே, பலிபீடத்தின் பிரதிஷ்டைக்காக இஸ்ரவேல் புத்திரரின் பிரபுக்கள் கர்த்தருக்கு முன்பாகத் தங்கள் காணிக்கைகளைக் கொண்டுவரத் தொடங்கினார்கள். 8. ஒவ்வொரு

பிரபுவும் ஒவ்வொரு நாளாகப் பன்னிரண்டு நாட்கள் பிரபுக்கள்
தங்கள் காணிக்கைகளைக் கொண்டுவந்தார்கள். 9. அவர்கள்
ஒவ்வொருவனும் தன் தன் நாளிலே கொண்டுவந்த
காணிக்கைகளாவன: பரிசுத்த ஸ்தலத்தின் சேக்கலின்படி நூற்று
முப்பது சேக்கல் நிறையுள்ள ஒரு வெள்ளித்தாலமும், எழுபது சேக்கல்
நிறையுள்ள ஒரு வெள்ளிக்கலசமும்; போஜனபலியாக எண்ணெயிலே
பிசைந்த மெல்லிய மாவு அந்த இரண்டிலும் நிறைந்திருந்தது; 10.
தூபவர்க்கம் நிறைந்த பத்துச் சேக்கல் நிறையுள்ள ஒரு பொற்கரண்டி;
11. தகனபலியாக ஒரு காளைக்கன்றும், ஒரு ஆட்டுக்கடாவும், ஒரு
வயதான ஒரு ஆட்டுக்குட்டியும்; 12. பாவநிவாரணபலியாக ஒரு
வெள்ளாட்டுக்குட்டியும்; 13. சமாதானபலியாக இரண்டு மாடுகளும்,
ஐந்து ஆட்டுக்கடாக்களும், ஐந்து வெள்ளாட்டுக்கடாக்களும், ஒரு
வயதான ஐந்து ஆட்டுக்குட்டிகளும். 14. இஸ்ரவேலின் பன்னிரண்டு
பிரபுக்களும் ஒவ்வொருவனும் தன் தன் நாளிலே இப்படியே
செய்தார்கள். 15. இதன்பின்பு, அந்த மாதம் பதின்மூன்றாம் தேதியிலே,
மோசே இஸ்ரவேல் புத்திரரைப் பஸ்காவை ஆசரிக்கக்
கட்டளையிட்டான். 16. இஸ்ரவேல் புத்திரர் அந்த மாதம் பதினான்காம்
தேதியிலே குறித்த காலத்தில் பஸ்காவை ஆசரித்தார்கள்; கர்த்தர்
மோசேக்குக் கட்டளையிட்டபடியே இஸ்ரவேல் புத்திரர் செய்தார்கள்.
17. இரண்டாம் மாதம் முதலாம் தேதியிலே கர்த்தர் மோசேயை
நோக்கி: 18. நீயும் உன் சகோதரனான ஆரோனும் இஸ்ரவேலின்
பன்னிரண்டு பிரபுக்களும் இஸ்ரவேல் புத்திரரில் இருபது வயதுமுதல்
அதற்கு மேற்பட்ட ஆண்பிள்ளைகள் எல்லாரையும் எண்ணுங்கள்
என்றார். 19. மோசே அப்படியே செய்தான், ஆரோனும் இஸ்ரவேலின்
பன்னிரண்டு பிரபுக்களும் வந்தார்கள்; அவர்கள் இஸ்ரவேல்
புத்திரரைச் சீனாய் வனாந்தரத்திலே எண்ணினார்கள். 20. தங்கள்
பிதாக்களின் வம்சங்களின்படியே இஸ்ரவேல் புத்திரரில் இருபது
வயதுமுதல் அதற்கு மேற்பட்டவர்களின் எண்ணிக்கை ஆறுலட்சத்து
மூவாயிரத்து ஐந்நூற்று ஐம்பது. 21. ஆனால் லேவியின் பிள்ளைகள்
தங்கள் சகோதரர்களாகிய இஸ்ரவேல் புத்திரருக்குள்ளே
எண்ணப்படவில்லை. 22. இஸ்ரவேல் புத்திரரில் ஒரு மாதம்முதல்
அதற்கு மேற்பட்ட ஆண்பிள்ளைகளுடைய எண்ணிக்கை
இருபத்தீராயிரத்து இருநூற்று எழுபத்து மூன்று. 23. லேவியின்
பிள்ளைகளில் ஒரு மாதம்முதல் அதற்கு மேற்பட்டவர்களுடைய
எண்ணிக்கை இருபத்தீராயிரம். 24. கர்த்தர் மோசேக்குக்
கட்டளையிட்டபடியே, ஆசரிப்புக் கூடாரமாகிய பரிசுத்த ஸ்தலத்திலே
ஊழியஞ்செய்ய ஆசாரியர்களையும் லேவியர்களையும்
அவனவனுடைய ஊழியத்திற்கும் அவனவனுடைய சுமைக்கும் தக்கதாக
மோசே ஏற்படுத்தினான். 25. அந்த மாதம் இருபதாம் தேதியிலே,
சாட்சியின் கூடாரத்தின்மேலிருந்த மேகம் எழும்பினது. 26.
அக்காலத்திலே இஸ்ரவேல் புத்திரர் சீனாய் வனாந்தரத்திலிருந்து

தங்கள் பிரயாணத்தைத் தொடர்ந்தார்கள், அவர்கள் மூன்று நாள்
பிரயாணம்போனார்கள், மேகம் பாரான் வனாந்தரத்திலே தங்கியது;
அங்கே கர்த்தருடைய கோபம் இஸ்ரவேலுக்கு விரோதமாக மூண்டது,
ஏனெனில் அவர்கள் புசிப்பதற்கு இறைச்சியைக் கேட்டு கர்த்தரைக்
கோபப்படுத்தினார்கள். 27. கர்த்தர் அவர்கள் சத்தத்திற்குச்
செவிகொடுத்து, அவர்களுக்கு இறைச்சியைக் கொடுத்தார், அவர்கள்
ஒரு மாதம் முழுவதும் அதைப் புசித்தார்கள். 28. ஆனால் இதன்பின்பு
கர்த்தருடைய கோபம் அவர்கள் மேல் மூண்டது, அவர் அவர்களை
மகா சங்காரமாக முறியடித்தார், அவர்கள் அந்த இடத்திலே
அடக்கம்பண்ணப்பட்டார்கள். 29. இச்சையுள்ள ஜனங்களை அங்கே
அடக்கம்பண்ணினபடியால், இஸ்ரவேல் புத்திரர் அந்த இடத்திற்குக்
கிப்ரோத்-அத்தாவா என்று பேரிட்டார்கள். 30. அவர்கள் கிப்ரோத்-
அத்தாவாவிலிருந்து புறப்பட்டு, பாரான் வனாந்தரத்திலுள்ள
ஆஸரோத்திலே பாளையமிறங்கினார்கள். 31. இஸ்ரவேல் புத்திரர்
ஆஸரோத்திலே இருக்கையில், மோசேயினிமித்தம் மிரியாமின்மேல்
கர்த்தருடைய கோபம் மூண்டது, அவள் குஷ்டரோகியாகி உறைந்த
மழையைப்போல வெண்மையானாள். 32. அவள் தன்
குஷ்டரோகத்திலிருந்து நீங்கி மறுபடியும்
ஏற்றுக்கொள்ளப்படும்வரைக்கும், ஏழு நாட்கள் பாளையத்திற்குப்
புறம்பே அடைக்கப்பட்டிருந்தாள். 33. இதன்பின்பு இஸ்ரவேல் புத்திரர்
ஆஸரோத்திலிருந்து புறப்பட்டு, பாரான் வனாந்தரத்தின் ஓரத்திலே
பாளையமிறங்கினார்கள். 34. அக்காலத்திலே, கானான் தேசத்தை
உற்றுப்பார்க்கும்படி இஸ்ரவேல் புத்திரரிலிருந்து ஒரு கோத்திரத்திற்கு
ஒரு மனுஷனாகப் பன்னிரண்டு மனுஷர்களை அனுப்பும்படி கர்த்தர்
மோசேயோடே பேசினார். 35. மோசே அந்தப் பன்னிரண்டு
மனுஷர்களையும் அனுப்பினான்; அவர்கள் கானான் தேசத்தைச்
சோதித்துப் பார்க்கும்படி வந்து, சீன் வனாந்தரமுதல் ஆமாத்திற்குப்
போகிற வழியான ரேகோப்வரைக்கும் தேசம் முழுவதையும்
உற்றுப்பார்த்தார்கள். 36. நாற்பது நாட்களின் முடிவிலே அவர்கள்
மோசே ஆரோன் என்பவர்களிடத்திற்கு வந்து, தங்கள்
இருதயத்திலிருந்தபடியே அவர்களுக்கு வார்த்தை சொன்னார்கள்;
அந்த மனுஷர்களில் பத்து பேர் இஸ்ரவேல் புத்திரருக்குத் தாங்கள்
உற்றுப்பார்த்த தேசத்தைக்குறித்துப் பொல்லாத செய்தியைக்
கொண்டுவந்து: நாம் இந்த தேசத்திற்குப் போவதைவிட எகிப்திற்குத்
திரும்புவது நமக்கு நலமாயிருக்கும்; அது தன் குடிகளைப் பட்சிக்கிற
தேசம் என்றார்கள். 37. ஆனால் தேசத்தை
உற்றுப்பார்த்தவர்களிலிருந்த நூனின் குமாரனாகிய யோசுவாவும்,
எப்புன்னேயின் குமாரனாகிய காலேபும்: அந்த தேசம் மகா நல்ல
தேசம். 38. கர்த்தர் நம்மேல் பிரியமாயிருந்தால், பாலும் தேனும் ஓடுகிற
அந்த தேசத்திலே நம்மைக் கொண்டுபோய், அதை நமக்குக்
கொடுப்பார் என்றார்கள். 39. ஆனால் இஸ்ரவேல் புத்திரர்

அவர்களுக்குச் செவிகொடுக்காமல், தேசத்தைக்குறித்துப் பொல்லாத செய்தியைக் கொண்டுவந்த அந்தப் பத்து மனுஷர்களின் வார்த்தைகளுக்கே செவிகொடுத்தார்கள். 40. கர்த்தர் இஸ்ரவேல் புத்திரருடைய முறுமுறுப்புகளைக் கேட்டு, கோபங்கொண்டு ஆணையிட்டு: 41. இந்தப் பொல்லாத சந்ததியாரில் இருபது வயதுமுதல் அதற்கு மேற்பட்ட மனுஷர்களில் எப்புன்னேயின் குமாரனான காலேபும், நூனின் குமாரனான யோசுவாவும் தவிர வேறொருவனும் நிச்சயமாக அந்த தேசத்தைக் காண்பதில்லை. 42. இந்தப் பொல்லாத சந்ததியார் நிச்சயமாக இந்த வனாந்தரத்திலே அழிந்துபோவார்கள், அவர்கள் பிள்ளைகள் அந்த தேசத்திற்கு வந்து அதைச் சுதந்தரித்துக்கொள்ளுவார்கள் என்று சொன்னார்; கர்த்தர் இஸ்ரவேல் மேல் கோபங்கொண்டு, அவர்கள் கர்த்தரைப் பின்பற்றாதபடியால், அந்தப் பொல்லாத சந்ததியார் அழியும்வரைக்கும் நாற்பது வருஷங்கள் அவர்களை வனாந்தரத்திலே அலையப்பண்ணினார். 43. ஜனங்கள் அநேக காலம் பாரான் வனாந்தரத்திலே தங்கியிருந்தார்கள், அதன்பின்பு அவர்கள் சிவந்த சமுத்திரத்தின் வழியாய் வனாந்தரத்திற்குப் பிரயாணம்பண்ணினார்கள்.

அத்தியாயம் 84

1. அக்காலத்திலே லேவியின் குமாரனான கோகாத்தின் குமாரனாகிய எட்சேரின் குமாரனான கோராகு, இஸ்ரவேல் புத்திரரில் அநேக மனுஷர்களைச் சேர்த்துக்கொண்டு எழும்பி, மோசேயோடும் ஆரோனோடும் முழுச்சபையோடும் கலகம்பண்ணினான். 2. கர்த்தர் அவர்கள் மேல் கோபங்கொண்டார், பூமி தன் வாயைத் திறந்து, அவர்களையும் அவர்கள் வீடுகளையும் அவர்களுக்கு உண்டான எல்லாவற்றையும், கோராக்குக்குரிய மனுஷர்கள் எல்லாரையும் விழுங்கிப்போட்டது. 3. இதன்பின்பு தேவன் ஜனங்களைச் சேயீர் மலையின் வழியாய் அநேக காலம் சுற்றித்திரியப்பண்ணினார். 4. அக்காலத்திலே கர்த்தர் மோசேயை நோக்கி: ஏசாவின் பிள்ளைகளுக்கு விரோதமாக யுத்தம்பண்ணாதிருங்கள்; அவர்களுக்குரியதிலே ஒரு உள்ளங்காலடி நிலத்தையாகிலும் உங்களுக்குக் கொடேன்; சேயீர் மலையை ஏசாவுக்குச் சுதந்தரமாகக் கொடுத்திருக்கிறேன் என்றார். 5. ஆகையால் முற்காலத்திலே ஏசாவின் பிள்ளைகள் சேயீரின் பிள்ளைகளோடே யுத்தம்பண்ணினார்கள்; கர்த்தர் சேயீரின் பிள்ளைகளை ஏசாவின் பிள்ளைகளின் கைகளில் ஒப்புக்கொடுத்து, அவர்களை அவர்களுக்கு முன்பாக அழித்துப்போட்டார், ஏசாவின் பிள்ளைகள் அவர்களுக்குப் பதிலாக இந்நாள்வரைக்கும் அங்கே குடியிருக்கிறார்கள். 6. ஆகையால் கர்த்தர் இஸ்ரவேல் புத்திரரை நோக்கி: உங்கள் சகோதரர்களாகிய ஏசாவின் பிள்ளைகளோடே

யுத்தம்பண்ணாதிருங்கள்; அவர்கள் தேசத்திலே உங்களுக்குரியது
ஒன்றுமில்லை, நீங்கள் புசிக்கும்படிக்கு அவர்களிடத்திலே
பணங்கொடுத்துப் போஜனப்பண்டங்களை வாங்கிக்கொள்ளுங்கள்,
நீங்கள் குடிக்கும்படிக்குப் பணங்கொடுத்து அவர்களிடத்திலே
தண்ணீரை வாங்கிக்கொள்ளுங்கள் என்றார். 7. இஸ்ரவேல் புத்திரர்
கர்த்தருடைய வார்த்தையின்படியே செய்தார்கள். 8. இஸ்ரவேல்
புத்திரர் வனாந்தரத்திலே சுற்றித்திரிந்து, சீனாய் மலையின் வழியாய்
அநேக காலம் சுற்றித்திரிந்தார்கள், ஏசாவின் பிள்ளைகளைத்
தொடவில்லை, அவர்கள் அந்தத் திசையிலே பத்தொன்பது
வருஷங்கள் தங்கியிருந்தார்கள். 9. அக்காலத்திலே, இஸ்ரவேல்
புத்திரர் எகிப்திலிருந்து புறப்பட்ட பதினான்காம் வருடத்திலே, கித்திம்
பிள்ளைகளின் ராஜாவாகிய லத்தீனுஸ் தான் அரசாண்ட
நாற்பத்தைந்தாம் வருடத்திலே மரித்தான். 10. கித்திம் தேசத்திலே
அவன் தனக்காகக் கட்டியிருந்த அவனுடைய இடத்திலே அவனை
அடக்கம்பண்ணினார்கள்; அவனுக்குப் பதிலாக அபிம்னாஸ்
முப்பத்தெட்டு வருஷங்கள் அரசாண்டான். 11. பத்தொன்பது
வருஷங்களின் முடிவிலே, இஸ்ரவேல் புத்திரர் அந்நாட்களில்
ஏசாவின் பிள்ளைகளுடைய எல்லையைக் கடந்துவந்து, மோவாபின்
வனாந்தர வழியாய்க் கடந்துபோனார்கள். 12. கர்த்தர் மோசேயை
நோக்கி: மோவாபை முற்றிக்கைபோடவேண்டாம், அவர்களோடே
யுத்தம்பண்ணவுமேண்டாம்; அவர்கள் தேசத்தில் நான் உங்களுக்கு
ஒன்றும் கொடுப்பதில்லை என்றார். 13. இஸ்ரவேல் புத்திரர்
மோவாபின் வனாந்தர வழியாய்ப் பத்தொன்பது வருஷங்கள்
கடந்துபோனார்கள், அவர்கள் அவர்களோடே யுத்தம்பண்ணவில்லை.
14. இஸ்ரவேல் புத்திரர் எகிப்திலிருந்து புறப்பட்ட முப்பத்தாறாம்
வருடத்திலே கர்த்தர் எமோரியரின் ராஜாவாகிய சீகோனின்
இருதயத்தை அடித்தார்; அவன் யுத்தம்பண்ணத் தொடங்கி,
மோவாபின் பிள்ளைகளோடே யுத்தம்பண்ணப் புறப்பட்டான். 15.
மோவாப் தன் கையில் ஒப்புவிக்கப்படும்படி அதைச் சபிக்க, சீகோன்
எகிப்து ராஜாவின் ஆலோசனைக்காரனான பிலேயாமின் குமாரனான
ஜானியாசின் குமாரனாகிய பேயோருக்கும் அவனுடைய குமாரனான
பிலேயாமுக்கும் ஸ்தானாபதிகளை அனுப்பினான். 16. ஸ்தானாபதிகள்
போய் மெசப்பொத்தேமியாவிலிருக்கிற பேத்தூரிலிருந்து ஜானியாசின்
குமாரனான பேயோரையும் அவனுடைய குமாரனான பிலேயாமையும்
அழைத்துவந்தார்கள்; பேயோரும் அவன் குமாரனான பிலேயாமும்
சீகோனின் பட்டணத்திற்கு வந்து, எமோரியரின் ராஜாவாகிய
சீகோனுக்கு முன்பாக மோவாபையும் அவர்கள் ராஜாவையும்
சபித்தார்கள். 17. அப்படியே சீகோன் தன் சேனை முழுவதோடும்
புறப்பட்டு, மோவாபுக்குப்போய் அவர்களோடே யுத்தம்பண்ணிக்
கீழ்ப்படுத்தினான்; கர்த்தர் அவர்களை அவன் கைகளில்
ஒப்புக்கொடுத்தார், சீகோன் மோவாபின் ராஜாவைக்

கொன்றுபோட்டான். 18. சீகோன் யுத்தத்திலே மோவாபின்
பட்டணங்களெல்லாவற்றையும் பிடித்துக்கொண்டான்; அவன்
எஸ்போனையும் அவர்களிடத்திலிருந்து எடுத்துக்கொண்டான்,
எஸ்போன் மோவாபின் பட்டணங்களிலொன்றாயிருந்தது; சீகோன்
தன் பிரபுக்களையும் தன் பெரிய மனுஷர்களையும் எஸ்போனிலே
வைத்தான், அந்நாட்களில் எஸ்போன் சீகோனுக்குரியதாயிருந்தது. 19.
ஆகையால்தான் உபமானக் கவிகளாகிய பேயோரும் அவனுடைய
குமாரனான பிலேயாமும்: எஸ்போனுக்கு வாருங்கள், சீகோனின்
பட்டணம் கட்டப்பட்டு நிலைநிற்கும் என்று இந்த வார்த்தைகளைச்
சொன்னார்கள். 20. மோவாபே உனக்கு ஐயோ! கேமோசின்
ஜனங்களே அழிந்துபோனீர்கள்! இதோ இது தேவனுடைய
நியாயப்பிரமாணப் புஸ்தகத்திலே எழுதப்பட்டிருக்கிறதே. 21. சீகோன்
மோவாபை மேற்கொண்ட பின்பு, மோவாபிடத்திலிருந்து தான் பிடித்த
பட்டணங்களில் காவலாளிகளை வைத்தான்; மோவாபின்
பிள்ளைகளில் ஒரு பெரிய தொகையானவர்கள் யுத்தத்திலே
சீகோனின் கையில் விழுந்தார்கள், அவன் அவர்களில்
குமாரர்களையும் குமாரத்திகளையும் மகா சிறையாகப் பிடித்து,
அவர்கள் ராஜாவைக் கொன்றுபோட்டான்; அப்படியே சீகோன் தன்
சொந்த தேசத்திற்குத் திரும்பினான். 22. சீகோன் பேயோருக்கும்
அவனுடைய குமாரனான பிலேயாமுக்கும் வெள்ளியிலும்
பொன்னிலுமான அநேக வெகுமதிகளைக் கொடுத்து, அவர்களை
அனுப்பிவிட்டான்; அவர்கள் மெசப்பொத்தேமியாவிலுள்ள தங்கள்
தேசத்திற்கும் வீட்டிற்கும் போனார்கள். 23. அக்காலத்திலே இஸ்ரவேல்
புத்திரர் எல்லாரும் மோவாபின் வனாந்தர வழியாய்க் கடந்துபோய்,
திரும்பி ஏதோமின் வனாந்தரத்தைச் சுற்றிவந்தார்கள். 24.
எகிப்திலிருந்து புறப்பட்ட நாற்பதாம் வருஷம் முதலாம் மாதத்திலே
சபையாரெல்லாரும் சீன் வனாந்தரத்திற்கு வந்தார்கள்; இஸ்ரவேல்
புத்திரர் சீன் வனாந்தரத்திலிருக்கிற காதேசிலே தங்கியிருந்தார்கள்,
மிரியாம் அங்கே மரித்து அங்கே அடக்கம்பண்ணப்பட்டாள். 25.
அக்காலத்திலே மோசே ஏதோமின் ராஜாவாகிய ஆதாத்துக்கு
ஸ்தானாபதிகளை அனுப்பி: உம்முடைய சகோதரனாகிய இஸ்ரவேல்
சொல்லுகிறது என்னவென்றால்: நான் உமது தேசத்தின் வழியாய்க்
கடந்துபோகும்படி எனக்கு உத்தரவுகொடும்; நாங்கள் வயல்வெளியின்
வழியாயாவது திராட்சத்தோட்டத்தின் வழியாயாவது
போகமாட்டோம், துரவின் தண்ணீரைக் குடிக்கவுமாட்டோம்;
ராஜபாதையாய்ப் போவோம் என்று சொல்லச் சொன்னான். 26.
ஏதோம் அவனை நோக்கி: நீ என் தேசத்தின் வழியாய்க்
கடந்துபோகக்கூடாது என்றான்; ஏதோம் மிகவும் பலத்த
ஜனங்களோடே இஸ்ரவேல் புத்திரரை எதிர்கொள்ளப் புறப்பட்டான்.
27. இஸ்ரவேல் புத்திரரைத் தங்கள் தேசத்தின் வழியாய்க்
கடந்துபோகவிட ஏசாவின் பிள்ளைகள் மறுத்தபடியால், இஸ்ரவேலர்

அவர்களை விட்டு விலகிப்போனார்கள், அவர்களோடே
யுத்தம்பண்ணவில்லை. 28. ஏனெனில் இதற்கு முன்னே கர்த்தர்
இஸ்ரவேல் புத்திரருக்குக் கட்டளையிட்டு: நீங்கள் ஏசாவின்
பிள்ளைகளோடே யுத்தம்பண்ணக்கூடாது என்று சொல்லியிருந்தார்;
ஆகையால் இஸ்ரவேலர் அவர்களை விட்டு விலகி அவர்களோடே
யுத்தம்பண்ணவில்லை. 29. இஸ்ரவேல் புத்திரர் காதேசிலிருந்து
புறப்பட்டார்கள், ஜனங்கள் எல்லாரும் ஓர் மலைக்கு வந்தார்கள். 30.
அக்காலத்திலே கர்த்தர் மோசேயை நோக்கி: நான் இஸ்ரவேல்
புத்திரருக்குக் கொடுத்த தேசத்திற்கு உன் சகோதரனான ஆரோன்
வருவதில்லையாகையால், அவன் அங்கே மரித்துப்போவான் என்று
அவனுக்குச் சொல் என்றார். 31. கர்த்தருடைய கட்டளையின்படியே,
நாற்பதாம் வருஷம் ஐந்தாம் மாதம் முதலாம் தேதியிலே ஆரோன் ஓர்
மலையின்மேல் ஏறினான். 32. ஆரோன் ஓர் மலையிலே
மரிக்கும்போது அவனுக்கு வயது நூற்று இருபத்துமூன்று.

அத்தியாயம் 85

1. தெற்கே குடியிருந்த கானானியனாகிய ஆராத் என்னும் ராஜா,
இஸ்ரவேலர் ஒற்றர்களின் வழியாய் வந்ததைக் கேள்விப்பட்டு,
இஸ்ரவேலரோடே யுத்தம்பண்ணத் தன் சேனைகளை
ஆயத்தப்படுத்தினான். 2. அவனுக்குப் பெரியதும் பலத்ததுமான சேனை
இருந்தபடியால், இஸ்ரவேல் புத்திரர் அவனுக்கு மிகவும் பயந்தார்கள்;
ஆகையால் இஸ்ரவேல் புத்திரர் எகிப்திற்குத் திரும்பத்
தீர்மானித்தார்கள். 3. ஆராத் ராஜாவினிமித்தம் இஸ்ரவேல் புத்திரர்
மிகவும் பயந்தபடியால், ஏறக்குறைய மூன்று நாள் பிரயாண
தூரத்திலுள்ள மாசெராத் பெனே-யாக்கானுக்குத் திரும்பினார்கள். 4.
இஸ்ரவேல் புத்திரர் தங்கள் இடங்களுக்குத் திரும்ப மனதின்றி,
பெனே-யாக்கானிலே முப்பது நாட்கள் தங்கியிருந்தார்கள். 5.
இஸ்ரவேல் புத்திரர் திரும்பமாட்டார்கள் என்று லேவியின்
பிள்ளைகள் கண்டபோது, அவர்கள் கர்த்தருக்காக
வைராக்கியங்கொண்டு, எழும்பித் தங்கள் சகோதரர்களாகிய
இஸ்ரவேலரோடே யுத்தம்பண்ணி, அவர்களில் ஏராளமானோரைக்
கொன்றுபோட்டு, ஓர் மலை என்னும் தங்கள் இடத்திற்குத்
திரும்பும்படி அவர்களைப் பலவந்தப்படுத்தினார்கள். 6. அவர்கள்
திரும்பினபோது, ஆராத் ராஜா இஸ்ரவேலரோடே யுத்தம்பண்ணத்
தன் சேனையை இன்னும் ஆயத்தப்படுத்திக்கொண்டிருந்தான். 7.
இஸ்ரவேலர் ஒரு பொருத்தனைபண்ணி: தேவரீர் இந்த ஜனத்தை என்
கையில் ஒப்புக்கொடுத்தால், நான் அவர்கள் பட்டணங்களை
முற்றிலும் அழித்துப்போடுவேன் என்றார்கள். 8. கர்த்தர் இஸ்ரவேலின்
சத்தத்திற்குச் செவிகொடுத்து, கானானியரை அவர்கள் கையில்

ஒப்புக்கொடுத்தார்; அவர்கள் அவர்களையும் அவர்கள்
பட்டணங்களையும் முற்றிலும் அழித்துப்போட்டார்கள், அந்த
இடத்திற்கு ஓர்மா என்று பேரிட்டார்கள். 9. இஸ்ரவேல் புத்திரர் ஓர்
மலையிலிருந்து பிரயாணம்பண்ணி, ஓபோத்திலே
பாளையமிறங்கினார்கள்; அவர்கள் ஓபோத்திலிருந்து
பிரயாணம்பண்ணி, மோவாபின் எல்லையிலிருக்கிற ஈயே-அபாரீமிலே
பாளையமிறங்கினார்கள். 10. இஸ்ரவேல் புத்திரர் மோவாபுக்கு ஆள்
அனுப்பி: நாங்கள் உமது தேசத்தின் வழியாய் எங்கள் இடத்திற்குக்
கடந்துபோக உத்தரவுகொடும் என்றார்கள்; ஆனால் இஸ்ரவேல்
புத்திரர் தங்கள் தேசத்தின் வழியாய்க் கடந்துபோக மோவாபின்
பிள்ளைகள் விடவில்லை; ஏனெனில் எமோரியரின் ராஜாவாகிய
சீகோன் தங்கள் தேசத்தை எடுத்துக்கொண்டு தங்களில் அநேகரைக்
கொன்றுபோட்டதுபோலவே இஸ்ரவேல் புத்திரரும் தங்களுக்குச்
செய்வார்களோ என்று மோவாபின் பிள்ளைகள் மிகவும் பயந்தார்கள்.
11. ஆகையால் இஸ்ரவேலர் தன் தேசத்தின் வழியாய்க் கடந்துபோக
மோவாப் விடவில்லை; மோவாபோடே யுத்தம்பண்ணவேண்டாம்
என்று கர்த்தர் இஸ்ரவேல் புத்திரருக்குக் கட்டளையிட்டபடியால்,
இஸ்ரவேலர் மோவாபை விட்டு விலகிப்போனார்கள். 12. இஸ்ரவேல்
புத்திரர் மோவாபின் எல்லையிலிருந்து பிரயாணம்பண்ணி,
மோவாபுக்கும் எமோரியருக்கும் இடையே மோவாபின் எல்லையாகிய
அர்னோனுக்கு அக்கரையிலே வந்து, எமோரியரின் ராஜாவாகிய
சீகோனின் எல்லையிலிருக்கிற கெதெமோத் வனாந்தரத்திலே
பாளையமிறங்கினார்கள். 13. இஸ்ரவேல் புத்திரர் எமோரியரின்
ராஜாவாகிய சீகோனுக்கு ஸ்தானாபதிகளை அனுப்பி: 14. நாங்கள்
உமது தேசத்தின் வழியாய்க் கடந்துபோக உத்தரவுகொடும்; நாங்கள்
வயல்வெளிகளிலாவது திராட்சத்தோட்டங்களிலாவது
போகமாட்டோம், உமது எல்லையைக் கடந்துபோகும்வரைக்கும்
ராஜபாதையாய்ப் போவோம் என்று சொல்லச் சொன்னார்கள்;
ஆனால் இஸ்ரவேலரைக் கடந்துபோகச் சீகோன் விடவில்லை. 15.
ஆகையால் சீகோன் எமோரியர் எல்லாரையும் கூட்டிக்கொண்டு,
இஸ்ரவேல் புத்திரரை எதிர்கொள்ள வனாந்தரத்திற்குப்
புறப்பட்டுப்போய், யாகாசிலே இஸ்ரவேலோடே யுத்தம்பண்ணினான்.
16. கர்த்தர் எமோரியரின் ராஜாவாகிய சீகோனை இஸ்ரவேல்
புத்திரரின் கையில் ஒப்புக்கொடுத்தார், இஸ்ரவேலர் சீகோனின்
ஜனங்கள் எல்லாரையும் பட்டயக்கருக்கினால் முறியடித்து,
மோவாபுக்காகப் பழிவாங்கினார்கள். 17. இஸ்ரவேல் புத்திரர்
ஆராம்முதல் யாபோக்குமட்டும் அம்மோனின்
பிள்ளைகள்வரைக்குமுள்ள சீகோனின் தேசத்தைச்
சுதந்தரித்துக்கொண்டு, பட்டணங்களின் கொள்ளைப்பொருள்
எல்லாவற்றையும் எடுத்துக்கொண்டார்கள். 18. இஸ்ரவேலர் இந்தப்
பட்டணங்களெல்லாவற்றையும் பிடித்து, எமோரியரின்

பட்டணங்களிலெல்லாம் குடியிருந்தார்கள். 19. அம்மோனின்
பிள்ளைகளுடைய தேசத்தையும் எடுத்துக்கொள்ளும்படிக்கு,
இஸ்ரவேல் புத்திரர் எல்லாரும் அவர்களோடே யுத்தம்பண்ணத்
தீர்மானித்தார்கள். 20. அப்பொழுது கர்த்தர் இஸ்ரவேல் புத்திரரை
நோக்கி: அம்மோனின் பிள்ளைகளை முற்றிக்கைபோடவேண்டாம்,
அவர்களோடே யுத்தம்பண்ணவுமேண்டாம்; அவர்கள் தேசத்தில் நான்
உங்களுக்கு ஒன்றும் கொடுப்பதில்லை என்றார்; இஸ்ரவேல் புத்திரர்
கர்த்தருடைய வார்த்தைக்குச் செவிகொடுத்து, அம்மோனின்
பிள்ளைகளோடே யுத்தம்பண்ணவில்லை. 21. இஸ்ரவேல் புத்திரர்
திரும்பி, பாசானின் ராஜாவாகிய ஓகின் தேசத்திற்குப் பாசான்
வழியாய்ப் போனார்கள்; பாசானின் ராஜாவாகிய ஓக்
இஸ்ரவேலரோடே யுத்தம்பண்ண அவர்களை எதிர்கொள்ளப்
புறப்பட்டான்; எமோரியரிலிருந்து மிகவும் பலத்த ஒரு சேனையுடனே
அநேக பராக்கிரமசாலிகளும் அவனோடிருந்தார்கள். 22. பாசானின்
ராஜாவாகிய ஓக் மிகவும் பலசாலியாயிருந்தான்; ஆனால் அவனுடைய
குமாரனான நாரோன் அவனைவிட மிகவும் அதிக
பலசாலியாயிருந்தான். 23. ஓக் தன் இருதயத்திலே: இதோ, இப்போது
இஸ்ரவேலின் பாளையம் முழுவதும் மூன்று பர்சா தூரம்
பரவியிருக்கிறது; இப்போது நான் அவர்களைப் பட்டயமோ ஈட்டியோ
இல்லாமல் ஒரேயடியாய் முறியடிப்பேன் என்று சொன்னான். 24. ஓக்
யாகாஸ் மலையின்மேல் ஏறி, மூன்று பர்சா நீளமுள்ள ஒரு பெரிய
கல்லை அங்கிருந்து எடுத்துத் தன் தலையின்மேல் வைத்துக்கொண்டு,
அந்தக் கல்லினாலே இஸ்ரவேலர் எல்லாரையும் முறியடிக்கும்படிக்கு
அதை இஸ்ரவேல் புத்திரரின் பாளையத்தின்மேல் எறியத்
தீர்மானித்தான். 25. ஆனால் கர்த்தருடைய தூதன் வந்து ஓகின்
தலையின்மேலிருந்த கல்லைத் துளைத்தான்; அந்தக் கல் ஓகின்
கழுத்தின்மேல் விழுந்தது, தன் கழுத்தின்மேலிருந்த கல்லின்
பாரத்தினிமித்தம் ஓக் தரையிலே விழுந்தான். 26. அக்காலத்திலே
கர்த்தர் இஸ்ரவேல் புத்திரரை நோக்கி: அவனுக்குப்
பயப்படவேண்டாம்; அவனையும் அவனுடைய ஜனங்கள்
எல்லாரையும் அவனுடைய தேசம் முழுவதையும் உங்கள் கையில்
ஒப்புக்கொடுத்தேன்; நீங்கள் சீகோனுக்குச் செய்ததுபோலவே
அவனுக்கும் செய்வீர்கள் என்றார். 27. மோசே இஸ்ரவேல் புத்திரரில்
கொஞ்சப்பேரோடு அவனிடத்திற்கு இறங்கிப்போய், ஓகின்
கணுக்கால்களில் ஒரு கோலினால் அடித்து அவனைக்
கொன்றுபோட்டான். 28. இதன்பின்பு இஸ்ரவேல் புத்திரர் ஓகின்
பிள்ளைகளையும் அவனுடைய ஜனங்கள் எல்லாரையும்
பின்தொடர்ந்து, அவர்களில் ஒருவனும் மீதியாகாதபடிக்கு அவர்களை
முறியடித்து அழித்துப்போட்டார்கள். 29. யாசேர் மிகவும் பிரபலமான
பட்டணமாயிருந்தபடியால், அதை உற்றுப்பார்க்கும்படி மோசே
இஸ்ரவேல் புத்திரரில் சிலரை அனுப்பினான். 30. அந்த ஒற்றர்கள்

யாசேருக்குப் போய் அதை உற்றுப்பார்த்தார்கள்; ஒற்றர்கள் கர்த்தரை
நம்பி, யாசேரின் மனுஷர்களோடே யுத்தம்பண்ணினார்கள். 31. இந்த
மனுஷர்கள் யாசேரையும் அதின் கிராமங்களையும்
பிடித்துக்கொண்டார்கள்; கர்த்தர் அவர்களை அவர்கள் கையில்
ஒப்புக்கொடுத்தார், அங்கிருந்த எமோரியர்களை அவர்கள்
துரத்திவிட்டார்கள். 32. இஸ்ரவேல் புத்திரர் எமோரியரின் இரண்டு
ராஜாக்களுடைய தேசத்தையும், அர்னோன் ஆறுமுதல் எர்மோன்
மலைவரைக்கும் யோர்தானுக்கு அக்கரையில் இருந்த அறுபது
பட்டணங்களையும் பிடித்துக்கொண்டார்கள். 33. இஸ்ரவேல் புத்திரர்
பிரயாணம்பண்ணி, எரிகோவுக்கு அருகான யோர்தானுக்கு
இக்கரையிலிருக்கிற மோவாபின் சமபூமிக்கு வந்தார்கள். 34.
எமோரியரின் இரண்டு ராஜாக்களாகிய சீகோனுக்கும் ஓகுக்கும்
இஸ்ரவேல் புத்திரர் செய்த பொல்லாப்பையெல்லாம் மோவாபின்
பிள்ளைகள் கேள்விப்பட்டார்கள்; ஆகையால் மோவாபின் மனுஷர்கள்
எல்லாரும் இஸ்ரவேலருக்கு மிகவும் பயந்தார்கள். 35. மோவாபின்
மூப்பர்கள்: இதோ, பூமியின் ராஜாக்களெல்லாரிலும் அதிக
பலசாலிகளாயிருந்த எமோரியரின் இரண்டு ராஜாக்களாகிய
சீகோனும் ஓகும் இஸ்ரவேல் புத்திரருக்கு முன்பாக
நிற்கமுடியவில்லையே, அப்படியிருக்க நாம் அவர்களுக்கு முன்பாக
எப்படி நிற்கமுடியும்? என்றார்கள். 36. தங்கள் வழியே நம்முடைய
தேசத்தின் வழியாய்க் கடந்துபோகும்படி அவர்கள் முன்னமே நமக்கு
ஆள் அனுப்பினார்களே, ஆனால் நாம் அவர்களைக்
கடந்துபோகவிடவில்லை; இப்போது அவர்கள் தங்கள் கொடிய
பட்டயங்களோடே நம்மேல் திரும்பி நம்மை அழித்துப்போடுவார்கள்
என்றார்கள்; இஸ்ரவேல் புத்திரரினிமித்தம் மோவாபுக்கு மிகவும்
சஞ்சலமுண்டாயிற்று, அவர்கள் அவர்களுக்கு மிகவும் பயந்து,
இஸ்ரவேல் புத்திரருக்கு என்ன செய்யவேண்டும் என்று ஏகமாய்
ஆலோசனைபண்ணினார்கள். 37. மோவாபின் மூப்பர்கள் தீர்மானித்து,
தங்கள் மனுஷர்களில் ஒருவனான சிப்போரின் குமாரனாகிய பாலாக்
என்னும் மோவாபியனை அக்காலத்திலே தங்கள் மேல்
ராஜாவாக்கினார்கள்; பாலாக் மிகவும் ஞானமுள்ள
மனுஷனாயிருந்தான். 38. மோவாபின் மூப்பர்கள் எழும்பி, மீதியானின்
பிள்ளைகளோடே சமாதானம்பண்ணும்படி அவர்களுக்கு ஆள்
அனுப்பினார்கள்; ஏனெனில் மோவாபின் வயல்வெளியிலே
மீதியானை முறியடித்த ஏதோமின் ராஜாவாகிய பேதாதின்
குமாரனான ஆதாத்தின் நாட்கள்முதல் இந்த நாட்கள்வரைக்கும்
மோவாபுக்கும் மீதியானுக்கும் இடையே ஒரு பெரிய யுத்தமும் பகையும்
இருந்துவந்தது. 39. மோவாபின் பிள்ளைகள் மீதியானின்
பிள்ளைகளுக்கு ஆள் அனுப்பி அவர்களோடே
சமாதானம்பண்ணினார்கள்; மீதியானின் பிள்ளைகளுக்காகச்
சமாதானம்பண்ணும்படி மீதியானின் மூப்பர்கள் மோவாப் தேசத்திற்கு

வந்தார்கள். 40. இஸ்ரவேலின் கையிலிருந்து தங்கள் ஜீவனைக்
காப்பாற்றிக்கொள்ள என்ன செய்யவேண்டும் என்று மோவாபின்
மூப்பர்கள் மீதியானின் மூப்பர்களோடே ஆலோசனைபண்ணினார்கள்.
41. மோவாபின் பிள்ளைகள் எல்லாரும் மீதியானின் மூப்பர்களை
நோக்கி: ஒரு எருது வயல்வெளியின் புல்லை நக்கிப்போடுவதுபோல,
இஸ்ரவேல் புத்திரர் இப்போது நம்மைச் சுற்றியிருக்கிற
எல்லாவற்றையும் நக்கிப்போடுகிறார்கள்; ஏனெனில் நம்மைவிடப்
பலசாலிகளாயிருந்த எமோரியரின் இரண்டு ராஜாக்களுக்கும்
அவர்கள் அப்படியே செய்தார்கள் என்றார்கள். 42. மீதியானின்
மூப்பர்கள் மோவாபை நோக்கி: எமோரியரின் ராஜாவாகிய சீகோன்
உங்களோடே யுத்தம்பண்ணின காலத்திலே, அவன் உங்களை
மேற்கொண்டு உங்கள் தேசத்தை எடுத்துக்கொண்டபோது, அவன்
மெசப்பொத்தேமியாவிலிருந்து ஜானியாசின் குமாரனான
பேயோருக்கும் அவனுடைய குமாரனான பிலேயாமுக்கும் ஆள்
அனுப்பினான் என்றும், அவர்கள் வந்து உங்களைச் சபித்தார்கள்
என்றும், அதினாலேயே சீகோனின் கை உங்களை மேற்கொண்டு
அவன் உங்கள் தேசத்தை எடுத்துக்கொண்டான் என்றும்
கேள்விப்பட்டிருக்கிறோம். 43. ஆகையால் இப்போது நீங்களும்
அவனுடைய குமாரனான பிலேயாமுக்கு ஆள் அனுப்புங்கள், அவன்
இன்னும் தன் தேசத்திலே இருக்கிறான்; நீங்கள் பயப்படுகிற இந்த
ஜனங்களையெல்லாம் அவன் வந்து சபிக்கும்படிக்கு அவனுக்கு
கூலியைக் கொடுங்கள் என்றார்கள்; மோவாபின் மூப்பர்கள் இதைக்
கேட்டு, பேயோரினுடைய குமாரனான பிலேயாமுக்கு ஆள்
அனுப்புவது அவர்களுக்குப் பிரியமாயிருந்தது. 44. அப்படியே
மோவாபின் ராஜாவாகிய சிப்போரின் குமாரனான பாலாக்
பிலேயாமுக்கு ஸ்தானாபதிகளை அனுப்பி: 45. இதோ, எகிப்திலிருந்து
ஒரு ஜனம் புறப்பட்டுவந்திருக்கிறது; இதோ, அவர்கள் பூமியின்
விசாலத்தை மூடி, எனக்கு எதிரே தங்கியிருக்கிறார்கள். 46. ஆகையால்
இப்போது நீ வந்து, எனக்காக இந்த ஜனத்தைச் சபி; அவர்கள்
என்னைவிட மிகவும் பலத்தவர்களாயிருக்கிறார்கள்; ஒருவேளை நான்
அவர்களோடே யுத்தம்பண்ணி அவர்களை மேற்கொள்ளவும்,
அவர்களைத் துரத்திவிடவும் கூடும்; நீர் ஆசீர்வதிக்கிறவன்
ஆசீர்வதிக்கப்பட்டவன் என்றும், நீர் சபிக்கிறவன் சபிக்கப்பட்டவன்
என்றும் கேள்விப்பட்டிருக்கிறேன் என்று சொல்லச் சொன்னான். 47.
அப்படியே பாலாக்கின் ஸ்தானாபதிகள் பிலேயாமிடத்திற்குப் போய்,
மோவாபுக்கு விரோதமாக யுத்தம்பண்ணுகிற அந்த ஜனத்தைச்
சபிக்கும்படி பிலேயாமை அழைத்துவந்தார்கள். 48. பிலேயாம்
இஸ்ரவேலைச் சபிக்கப் பாலாக்கிடத்திற்கு வந்தான்; கர்த்தர்
பிலேயாமை நோக்கி: இந்த ஜனங்களைச் சபிக்கவேண்டாம், அவர்கள்
ஆசீர்வதிக்கப்பட்டவர்கள் என்றார். 49. பாலாக் இஸ்ரவேலைச்
சபிக்கும்படி பிலேயாமை நாளுக்கு நாள் வற்புறுத்தினான்; ஆனால்

கர்த்தர் பிலேயாமோடே சொல்லியிருந்த வார்த்தையினிமித்தம்
பிலேயாம் பாலாக்கிற்குச் செவிகொடுக்கவில்லை. 50. பிலேயாம் தன்
விருப்பத்திற்கு இணங்கமாட்டான் என்று பாலாக் கண்டபோது, அவன்
எழுந்து தன் வீட்டிற்குப் போனான்; பிலேயாமும் தன் தேசத்திற்குத்
திரும்பி, அங்கிருந்து மீதியானுக்குப் போனான். 51. இஸ்ரவேல் புத்திரர்
மோவாபின் சமபூமியிலிருந்து பிரயாணம்பண்ணி, மோவாபின்
சமபூமிகளின் ஓரத்திலே யோர்தானுக்கு அருகே பெத்யெசிமோத்
துவக்கி ஆபேல்சித்தீம்மட்டும் பாளையமிறங்கினார்கள். 52. இஸ்ரவேல்
புத்திரர் சித்தீமின் சமபூமியிலே தங்கியிருக்கையில், அவர்கள்
மோவாபின் குமாரத்திகளோடே வேசித்தனம்பண்ணத்
தொடங்கினார்கள். 53. இஸ்ரவேல் புத்திரர் மோவாபை
நெருங்கினார்கள், மோவாபின் பிள்ளைகள் இஸ்ரவேல் புத்திரருடைய
பாளையத்திற்கு எதிரே தங்கள் கூடாரங்களைப் போட்டார்கள். 54.
மோவாபின் பிள்ளைகள் இஸ்ரவேல் புத்திரருக்குப் பயந்திருந்தார்கள்;
மோவாபின் பிள்ளைகள் பார்வைக்கு அழகும் சவுந்தரியமான
தோற்றமுமுள்ள தங்கள் குமாரத்திகளையும் தங்கள் மனைவிகளையும்
எல்லாரையும் கூட்டி, அவர்களுக்குப் பொன்னாலும் வெள்ளியாலும்
விலையுயர்ந்த வஸ்திரங்களாலும் அலங்காரம் பண்ணினார்கள். 55.
இஸ்ரவேல் புத்திரர் அவர்களைக் கண்டு, அவர்களை நோக்கித் திரும்பி,
மோவாபோடே யுத்தம்பண்ணாதபடிக்கு, மோவாபின் பிள்ளைகள்
அந்த ஸ்திரீகளைத் தங்கள் கூடாரங்களின் வாசலிலே
உட்காரவைத்தார்கள். 56. மோவாபின் பிள்ளைகள் எல்லாரும்
இஸ்ரவேல் புத்திரருக்கு இந்தக் காரியத்தைச் செய்தார்கள்; ஒவ்வொரு
மனுஷனும் தன் மனைவியையும் குமாரத்தியையும் தன் கூடாரத்தின்
வாசலிலே உட்காரவைத்தான்; இஸ்ரவேல் புத்திரர் எல்லாரும்
மோவாபின் பிள்ளைகளின் செயலைக் கண்டார்கள், இஸ்ரவேல்
புத்திரர் மோவாபின் குமாரத்திகளை நோக்கித் திரும்பி, அவர்களை
இச்சித்து, அவர்களிடத்திற்குப் போனார்கள். 57. ஒரு எபிரெயன்
மோவாபியருடைய கூடாரத்தின் வாசலண்டைக்கு வந்து, மோவாபின்
குமாரத்தியைக் கண்டு, தன் இருதயத்திலே அவளை இச்சித்து, தான்
இச்சித்ததைக் கூடாரத்தின் வாசலிலே அவளோடே பேசியபோது,
அவர்கள் பேசிக்கொண்டிருக்கையில் கூடாரத்தின் மனுஷர்கள்
வெளியே வந்து, அந்த எபிரெயனை நோக்கி இந்த
வார்த்தைகளைப்போலப் பேசுவார்கள்: 58. நாம் சகோதரர்கள் என்று
உங்களுக்கு நிச்சயமாகத் தெரியுமே, நாமெல்லாரும் லோத்தின்
சந்ததியாரும் அவனுடைய சகோதரனான ஆபிரகாமின்
சந்ததியாருமாயிருக்கிறோமே; அப்படியிருக்க நீங்கள் ஏன்
எங்களோடே தங்கக்கூடாது, ஏன் எங்கள் அப்பத்தையும் எங்கள்
பலியையும் புசிக்கக்கூடாது? 59. மோவாபின் பிள்ளைகள் இப்படித்
தங்கள் பேச்சுகளினால் அவனை வசப்படுத்தி, தங்கள் முகஸ்துதியான
வார்த்தைகளினால் அவனை இணங்கப்பண்ணினபோது, அவர்கள்

அவனைக் கூடாரத்திலே உட்காரவைத்து, அவனுக்காகச் சமைத்து பலியிட்டார்கள்; அவன் அவர்கள் பலியையும் அவர்கள் அப்பத்தையும் புசித்தான். 60. அதன்பின்பு அவர்கள் அவனுக்குத் திராட்சரசம் கொடுத்தார்கள், அவன் குடித்து வெறிகொண்டான்; அவர்கள் ஒரு அழகான பெண்ணை அவனுக்கு முன்பாகக் கொண்டுவந்துவிட்டார்கள், அவன் அவளோடே தன் இஷ்டப்படி செய்தான்; ஏனெனில் அவன் திராட்சரசத்தை அதிகமாய்க் குடித்திருந்தபடியால் தான் செய்கிறது என்னவென்று அறியாதிருந்தான். 61. அந்த இடமாகிய சித்தீமின் சமபூமியிலே மோவாபின் பிள்ளைகள் இஸ்ரவேலுக்கு இப்படியே செய்தார்கள்; இந்தக் காரியத்தினிமித்தம் கர்த்தருடைய கோபம் இஸ்ரவேல் மேல் மூண்டது, அவர் அவர்களுக்குள்ளே வாதையை அனுப்பினார்; இஸ்ரவேலரில் இருபத்து நாலாயிரம் பேர் மரித்தார்கள். 62. சிமியோனின் பிள்ளைகளில் ஒரு மனுஷன் இருந்தான், அவன் பெயர் சிம்ரி, அவன் சாலூவின் குமாரன்; அவன் இஸ்ரவேல் புத்திரர் எல்லாருடைய கண்களுக்கு முன்பாகவும் மீதியானின் ராஜாவாகிய சூரின் குமாரத்தியான கொஸ்பி என்னும் மீதியானிய ஸ்திரீயோடே சேர்ந்தான். 63. ஆசாரியனாகிய ஆரோனின் குமாரனான எலெயாசாரின் குமாரனாகிய பினெகாஸ், சிம்ரி செய்த இந்தப் பொல்லாத காரியத்தைக் கண்டு, ஒரு ஈட்டியை எடுத்துக்கொண்டு எழுந்து, அவர்கள் பின்னே சென்று, அவர்கள் இருவரையும் உருவக் குத்திக் கொன்றுபோட்டான்; அப்பொழுது வாதை இஸ்ரவேல் புத்திரரை விட்டு ஒய்ந்தது.

அத்தியாயம் 86

1. அக்காலத்திலே வாதைக்குப் பின்பு, கர்த்தர் மோசேயையும் ஆசாரியனாகிய ஆரோனின் குமாரனான எலெயாசாரையும் நோக்கி: 2. இஸ்ரவேல் புத்திரரின் சபையாரெல்லாரிலும் இருபது வயதுமுதல் அதற்கு மேற்பட்டவர்களாகிய யுத்தத்திற்குப் புறப்படத்தக்கவர்கள் எல்லாரையும் தொகையிடுங்கள் என்று சொன்னார். 3. மோசேயும் எலெயாசாரும் இஸ்ரவேல் புத்திரரை அவர்கள் வம்சங்களின்படியே எண்ணினார்கள்; இஸ்ரவேலர் எல்லாரும் ஏழுலட்சத்து எழுநூற்று முப்பது பேராயிருந்தார்கள். 4. லேவியின் பிள்ளைகளில் ஒரு மாதம்முதல் அதற்கு மேற்பட்டவர்களுடைய எண்ணிக்கை இருபத்து மூவாயிரம்; மோசேயும் ஆரோனும் சீனாய் வனாந்தரத்திலே எண்ணினவர்களில் ஒரு மனுஷனும் இவர்களுக்குள்ளே இருக்கவில்லை. 5. ஏனெனில் அவர்கள் வனாந்தரத்திலே சாவார்கள் என்று கர்த்தர் அவர்களுக்குச் சொல்லியிருந்தார்; எப்புன்னேயின் குமாரனான காலேபும் நூனின் குமாரனான யோசுவாவும் தவிர,

அவர்களில் ஒருவனும் மீதியாகாதபடிக்கு அவர்கள் எல்லாரும்
மரித்துப்போனார்கள். 6. இதன்பின்பு கர்த்தர் மோசேயை நோக்கி:
தங்கள் சகோதரர்களாகிய இஸ்ரவேல் புத்திரருக்காக
மீதியானியரிடத்தில் பழிவாங்கும்படி இஸ்ரவேல் புத்திரருக்குச் சொல்
என்றார். 7. மோசே அப்படியே செய்தான்; இஸ்ரவேல் புத்திரர் ஒரு
கோத்திரத்திற்கு ஆயிரம்பேராகத் தங்களுக்குள்ளே பன்னீராயிரம்
மனுஷர்களைத் தெரிந்துகொண்டு, மீதியானுக்குப் போனார்கள். 8.
இஸ்ரவேல் புத்திரர் மீதியானுக்கு விரோதமாக யுத்தம்பண்ணி,
ஆண்பிள்ளைகள் எல்லாரையும் கொன்றுபோட்டார்கள்; மீதியானின்
ஐந்து பிரபுக்களையும் கொன்றார்கள், பேயோரினுடைய குமாரனான
பிலேயாமையும் பட்டயத்தினால் கொன்றுபோட்டார்கள். 9.
இஸ்ரவேல் புத்திரர் மீதியானியரின் ஸ்திரீகளையும் அவர்களுடைய
சிறுபிள்ளைகளையும் அவர்கள் மிருகஜீவன்களையும் அவர்களுக்குள்ள
எல்லாவற்றையும் சிறைபிடித்துக்கொண்டார்கள். 10. எல்லாக்
கொள்ளைப்பொருள்களையும் சூறையாடப்பட்ட எல்லாவற்றையும்
எடுத்துக்கொண்டு, மோவாபின் சமபூமிகளிலிருக்கிற
மோசேயினிடத்திற்கும் எலெயாசாரிடத்திற்கும் வந்தார்கள். 11.
மோசேயும் எலெயாசாரும் சபையின் பிரபுக்கள் எல்லாரும்
சந்தோஷத்தோடே அவர்களை எதிர்கொள்ளப் புறப்பட்டார்கள். 12.
அவர்கள் மீதியானின் கொள்ளைப்பொருள்களையெல்லாம்
பங்கிட்டார்கள்; இஸ்ரவேல் புத்திரர் தங்கள் சகோதரர்களாகிய
இஸ்ரவேல் புத்திரருக்காக மீதியானியரிடத்தில் பழிவாங்கினார்கள்.

அத்தியாயம் 87

1. அக்காலத்திலே கர்த்தர் மோசேயை நோக்கி: இதோ,
உன்னுடைய நாட்கள் முடிவடையச் சமீபித்திருக்கிறது; இப்போது நீ
உன் வேலைக்காரனாகிய நூனின் குமாரனான யோசுவாவை
அழைத்துக்கொண்டு ஆசரிப்புக் கூடாரத்திலே நில்லுங்கள், நான்
அவனுக்குக் கட்டளையிடுவேன் என்றார்; மோசே அப்படியே
செய்தான். 2. கர்த்தர் மேகத்தூணிலே கூடாரத்திலே தரிசனமானார்;
மேகத்தூண் கூடாரத்தின் வாசலிலே நின்றது. 3. கர்த்தர் நூனின்
குமாரனாகிய யோசுவாவுக்குக் கட்டளையிட்டு: நீ பலங்கொண்டு
திடமனதாயிரு; நான் இஸ்ரவேல் புத்திரருக்குக் கொடுப்பேன் என்று
ஆணையிட்ட தேசத்திற்கு நீ அவர்களைக் கொண்டுபோவாய், நான்
உன்னோடே இருப்பேன் என்றார். 4. மோசே யோசுவாவை நோக்கி:
நீ பலங்கொண்டு திடமனதாயிரு; இஸ்ரவேல் புத்திரர் இந்த
தேசத்தைச் சுதந்தரித்துக்கொள்ளும்படி நீ அவர்களைக்
கொண்டுபோவாய்; கர்த்தர் உன்னோடே இருப்பார், அவர் உன்னை
விட்டு விலகவுமாட்டார் உன்னைக் கைவிடவுமாட்டார்; நீ

பயப்படாமலும் கலங்காமலும் இரு என்றான். 5. மோசே இஸ்ரவேல் புத்திரர் எல்லாரையும் அழைத்து அவர்களை நோக்கி: உங்கள் தேவனாகிய கர்த்தர் வனாந்தரத்திலே உங்களுக்குச் செய்த நன்மைகளையெல்லாம் நீங்கள் கண்டீர்களே. 6. ஆகையால் இப்போது, இந்த நியாயப்பிரமாணத்தின் வார்த்தைகளையெல்லாம் கைக்கொண்டு, உங்கள் தேவனாகிய கர்த்தருடைய வழியில் நடந்து, கர்த்தர் உங்களுக்குக் கட்டளையிட்ட வழியை விட்டு வலதுபுறமாவது இடதுபுறமாவது விலகாதிருங்கள் என்றான். 7. கர்த்தர் தனக்குக் கட்டளையிட்டபடியே மோசே இஸ்ரவேல் புத்திரருக்கு தேசத்திலே செய்யவேண்டிய பிரமாணங்களையும் நியாயங்களையும் விதிகளையும் போதித்தான். 8. அவன் அவர்களுக்குக் கர்த்தருடைய வழியையும் அவருடைய பிரமாணங்களையும் போதித்தான்; இதோ, அவைகள் மோசே மூலமாய் இஸ்ரவேல் புத்திரருக்குக் கொடுக்கப்பட்ட தேவனுடைய நியாயப்பிரமாணப் புஸ்தகத்திலே எழுதப்பட்டிருக்கின்றனவே. 9. மோசே இஸ்ரவேல் புத்திரருக்குக் கட்டளையிட்டு முடித்த பின்பு, கர்த்தர் அவனை நோக்கி: நீ அபாரீம் மலையின்மேல் ஏறி, அங்கே மரித்து, உன் சகோதரனாகிய ஆரோன் சேர்க்கப்பட்டதுபோல நீயும் உன் ஜனத்தாரிடத்தில் சேர்க்கப்படு என்றார். 10. கர்த்தர் தனக்குக் கட்டளையிட்டபடியே மோசே ஏறிப்போனான்; இஸ்ரவேலர் எகிப்து தேசத்திலிருந்து புறப்பட்ட நாற்பதாம் வருடத்திலே, கர்த்தருடைய வார்த்தையின்படியே அவன் மோவாப் தேசத்திலே அங்கே மரித்துப்போனான். 11. இஸ்ரவேல் புத்திரர் மோவாபின் சமபூமிகளிலே மோசேக்காக முப்பது நாட்கள் அழுதுகொண்டாடினார்கள்; மோசேக்காக அழுதுகொண்டாடின துக்கநாட்கள் முடிந்தது.

அத்தியாயம் 88

1. மோசே மரித்த பின்பு, கர்த்தர் நூனின் குமாரனாகிய யோசுவாவை நோக்கி: 2. நீ எழுந்து, யோர்தானைக் கடந்து, நான் இஸ்ரவேல் புத்திரருக்குக் கொடுத்த தேசத்திற்குப் போ; நீ இஸ்ரவேல் புத்திரரை அந்த தேசத்தைச் சுதந்தரிக்கப்பண்ணுவாய். 3. உங்கள் உள்ளங்கால் மிதிக்கும் இடமெல்லாம் உங்களுடையதாயிருக்கும்; லீபனோன் வனாந்தரமுதல் பெரிய நதியாகிய ஐபிராத்து நதிவரைக்கும் உங்கள் எல்லையாயிருக்கும். 4. உன் ஜீவனுள்ள நாளெல்லாம் ஒருவனும் உனக்கு முன்பாக எதிர்த்து நிற்பதில்லை; நான் மோசேயோடே இருந்ததுபோல உன்னோடும் இருப்பேன்; நீ பலங்கொண்டு மகா திடமனதாயிருந்து, மோசே உனக்குக் கட்டளையிட்ட நியாயப்பிரமாணத்தின்படியெல்லாம் செய்யக் கவனமாயிரு; நீ போகும் இடமெல்லாம் உனக்கு வாய்க்கும்படிக்கு,

அந்த வழியை விட்டு வலதுபுறமாவது இடதுபுறமாவது விலகாதிரு
என்றார். 5. அப்பொழுது யோசுவா இஸ்ரவேலின் அதிகாரிகளுக்குக்
கட்டளையிட்டு: நீங்கள் பாளையம் எங்கும் கடந்துபோய்,
ஜனங்களை நோக்கி: உங்களுக்குப் போஜனபதார்த்தங்களை
ஆயத்தம்பண்ணுங்கள்; தேசத்தைச் சுதந்தரித்துக்கொள்ளும்படிக்கு,
இன்னும் மூன்று நாளைக்குள்ளே நீங்கள் யோர்தானைக்
கடந்துபோவீர்கள் என்று கட்டளையிடுங்கள் என்றான். 6.
இஸ்ரவேல் புத்திரரின் அதிகாரிகள் அப்படியே செய்து ஜனங்களுக்குக்
கட்டளையிட்டார்கள்; யோசுவா கட்டளையிட்டபடியெல்லாம்
அவர்கள் செய்தார்கள். 7. யோசுவா எரிகோ தேசத்தை
வேவுபார்க்கும்படி இரண்டு மனுஷர்களை அனுப்பினான்; அந்த
மனுஷர்கள் போய் எரிகோவை வேவுபார்த்தார்கள். 8. ஏழு நாட்களின்
முடிவிலே அவர்கள் பாளையத்திலிருக்கிற யோசுவாவிடத்திற்கு வந்து:
கர்த்தர் தேசம் முழுவதையும் நம்முடைய கையில் ஒப்புக்கொடுத்தார்;
தேசத்தின் குடிகள் எல்லாரும் நம்மைப் பார்த்துப் பயந்து
கரைந்துபோகிறார்கள் என்றார்கள். 9. அதன்பின்பு யோசுவா
அதிகாலையில் எழுந்தான், அவனோடே இஸ்ரவேலர் எல்லாரும்
எழுந்தார்கள்; அவர்கள் சித்தீமிலிருந்து புறப்பட்டு, யோசுவாவும்
அவனோடிருந்த இஸ்ரவேலர் எல்லாரும் யோர்தானைக் கடந்தார்கள்;
இஸ்ரவேலரோடே யோர்தானைக் கடக்கும்போது யோசுவாவுக்கு
வயது எண்பத்திரண்டு. 10. முதலாம் மாதம் பத்தாம் தேதியிலே
ஜனங்கள் யோர்தானிலிருந்து கரையேறி, எரிகோவின் கீழ்ப்புறமான
கில்காலிலே பாளையமிறங்கினார்கள். 11. மோசேயின்
நியாயப்பிரமாணத்தில் எழுதியிருக்கிறபடியே, இஸ்ரவேல் புத்திரர்
அந்த மாதம் பதினான்காம் தேதியிலே எரிகோவின்
சமபூமிகளிலிருக்கிற கில்காலிலே பஸ்காவை ஆசரித்தார்கள். 12.
அக்காலத்திலே பஸ்காவுக்கு மறுநாளிலே மன்னா ஒழிந்துபோயிற்று,
இஸ்ரவேல் புத்திரருக்கு அதன்பின்பு மன்னா கிடைக்கவில்லை;
அவர்கள் கானான் தேசத்தின் பலனைப் புசித்தார்கள். 13. இஸ்ரவேல்
புத்திரரினிமித்தம் எரிகோ அடைக்கப்பட்டிருந்தது; ஒருவரும் வெளியே
போகவுமில்லை, உள்ளே வரவுமில்லை. 14. இரண்டாம் மாதம் முதலாம்
தேதியிலே கர்த்தர் யோசுவாவை நோக்கி: நீ எழுந்துபோ, இதோ,
எரிகோவையும் அதின் ஜனங்கள் எல்லாரையும் உன் கையில்
ஒப்புக்கொடுத்தேன்; உங்கள் யுத்தமனுஷர்கள் எல்லாரும்
பட்டணத்தை ஒவ்வொரு நாளும் ஒருதரம் சுற்றிவரவேண்டும்; இப்படி
ஆறு நாட்கள் செய்யவேண்டும். 15. ஆசாரியர்கள் எக்காளங்களை
ஊதவேண்டும்; நீங்கள் எக்காள சத்தத்தைக் கேட்கும்போது, ஜனங்கள்
எல்லாரும் மகா சத்தமாய் ஆர்ப்பரிக்கவேண்டும்; அப்பொழுது
பட்டணத்தின் அலங்கம் இடிந்துவிழும், ஜனங்கள் எல்லாரும் அவரவர்
தங்களுக்கு நேராக ஏறக்கடவர்கள் என்றார். 16. கர்த்தர் தனக்குக்
கட்டளையிட்டபடியெல்லாம் யோசுவா செய்தான். 17. ஏழாம்

நாளிலே அவர்கள் பட்டணத்தை ஏழுதரம் சுற்றிவந்தார்கள்,
ஆசாரியர்கள் எக்காளங்களை ஊதினார்கள். 18. ஏழாந்தரம்
சுற்றிவருகையில், யோசுவா ஜனங்களை நோக்கி: ஆர்ப்பரியுங்கள்,
கர்த்தர் பட்டணம் முழுவதையும் நம்முடைய கைகளில்
ஒப்புக்கொடுத்தார். 19. பட்டணமும் அதிலுள்ள யாவும் கர்த்தருக்குச்
சாபத்தீடாயிருக்கும்; நீங்கள் இஸ்ரவேலின் பாளையத்தைச்
சாபத்தீடாக்கிக் கலங்கப்பண்ணாதபடிக்கு, சாபத்தீடானதற்கு
எச்சரிக்கையாயிருங்கள். 20. ஆனால் வெள்ளியும் பொன்னும்
வெண்கலமும் இரும்பும் கர்த்தருக்குப் பரிசுத்தமாயிருக்கும், அவைகள்
கர்த்தருடைய பொக்கிஷத்தில் சேரவேண்டும் என்றான். 21. ஜனங்கள்
எக்காளங்களை ஊதி மகா சத்தமாய் ஆர்ப்பரித்தார்கள்; எரிகோவின்
அலங்கம் இடிந்துவிழுந்தது, ஜனங்கள் எல்லாரும் அவரவர் தங்களுக்கு
நேராக ஏறி, பட்டணத்தைப் பிடித்து, அதிலிருந்த புருஷர்கள்
ஸ்திரீகள், வாலிபர் முதியோர், மாடுகள் ஆடுகள் கழுதைகள் ஆகிய
எல்லாவற்றையும் பட்டயக்கருக்கினால் முற்றிலும்
அழித்துப்போட்டார்கள். 22. அவர்கள் பட்டணம் முழுவதையும்
அக்கினியினால் சுட்டெரித்தார்கள்; வெள்ளியையும் பொன்னையும்
வெண்கல இரும்புப் பாத்திரங்களையும் மாத்திரம் கர்த்தருடைய
பொக்கிஷத்திலே வைத்தார்கள். 23. அக்காலத்திலே யோசுவா
ஆணையிட்டு: எரிகோவைக் கட்டுகிற மனுஷன் சபிக்கப்பட்டவன்;
அவன் தன் மூத்த குமாரனால் அதின் அஸ்திபாரத்தைப் போட்டு, தன்
இளைய குமாரனால் அதின் வாசல்களை நிறுத்துவான் என்றான். 24.
ஆனால் யூதாவின் குமாரனான சேராவின் குமாரனாகிய சப்தியின்
குமாரனான கர்மியின் குமாரன் ஆகான் சாபத்தீடானதிலே
துரோகம்பண்ணினான்; அவன் சாபத்தீடானதிலே சிலவற்றை எடுத்துத்
தன் கூடாரத்திலே ஒளித்துவைத்தான், கர்த்தருடைய கோபம்
இஸ்ரவேல் மேல் மூண்டது. 25. இதன்பின்பு இஸ்ரவேல் புத்திரர்
எரிகோவைச் சுட்டெரித்துத் திரும்பினபோது, யோசுவா ஆயி (Ai)
பட்டணத்தையும் வேவுபார்க்கவும் அதற்கெதிராக யுத்தம்பண்ணவும்
மனுஷர்களை அனுப்பினான். 26. அந்த மனுஷர்கள் போய் ஆயி
பட்டணத்தை வேவுபார்த்துத் திரும்பிவந்து: ஜனங்கள் எல்லாரும்
உம்மோடே ஆயி பட்டணத்திற்குப் போகவேண்டாம்; அதின்
மனுஷர்கள் கொஞ்சப்பேர்தான், ஆகையால் ஏறக்குறைய மூவாயிரம்
பேர் மாத்திரம் போய் பட்டணத்தை முறியடிக்கட்டும் என்றார்கள். 27.
யோசுவா அப்படியே செய்தான், இஸ்ரவேல் புத்திரரில் ஏறக்குறைய
மூவாயிரம் பேர் அவனோடே ஏறிப்போய் ஆயியின் மனுஷர்களோடே
யுத்தம்பண்ணினார்கள். 28. யுத்தம் இஸ்ரவேலுக்குக்
கொடிதாயிருந்தது; ஆயியின் மனுஷர்கள் இஸ்ரவேலரில் முப்பத்தாறு
பேரைக் கொன்றுபோட்டார்கள், இஸ்ரவேல் புத்திரர் ஆயியின்
மனுஷர்களுக்கு முன்பாகத் தப்பியோடினார்கள். 29. யோசுவா இதைக்
கண்டபோது, தன் வஸ்திரங்களைக் கிழித்துக்கொண்டு, அவனும்

யாசேரின் ஆகமம்

இஸ்ரவேலின் மூப்பர்களும் கர்த்தருக்கு முன்பாகத் தரையிலே
முகங்குப்புற விழுந்து, தங்கள் தலைகளின்மேல் புழுதியைப்
போட்டுக்கொண்டார்கள். 30. யோசுவா: ஆ கர்த்தாவே, நீர் இந்த
ஜனங்களை ஏன் யோர்தானைக் கடக்கப்பண்ணினீர்? இஸ்ரவேலர்
தங்கள் சத்துருக்களுக்கு முன்பாகப் புறங்காட்டி ஓடினார்களே, இனி
நான் என்ன சொல்லுவேன்? 31. ஆகையால் இப்போது தேசத்தின்
குடிகளாகிய கானானியர் எல்லாரும் இதைக் கேள்விப்பட்டு, எங்களை
வளைந்துகொண்டு எங்கள் பேரை அழித்துப்போடுவார்களே
என்றான். 32. கர்த்தர் யோசுவாவை நோக்கி: நீ ஏன் முகங்குப்புற
விழுகிறாய்? எழுந்திரு; இஸ்ரவேலர் பாவஞ்செய்தார்கள்,
சாபத்தீடானதை எடுத்துக்கொண்டார்கள்; அவர்கள்
சாபத்தீடானதைத் தங்களை விட்டு அழிக்காவிட்டால், நான் இனி
அவர்களோடே இருப்பதில்லை என்றார். 33. யோசுவா எழுந்து
ஜனங்களைக் கூட்டி, கர்த்தருடைய கட்டளைப்படி ஊரீம் தும்மீமைக்
கொண்டுவந்தான்; யூதாவின் கோத்திரம் குறிக்கப்பட்டது, கர்மியின்
குமாரனான ஆகான் பிடிக்கப்பட்டான். 34. யோசுவா ஆகானை
நோக்கி: என் மகனே, நீ செய்ததை எனக்குச் சொல் என்றான்;
ஆகான்: கொள்ளைப் பொருள்களிலே நேர்த்தியான ஒரு சிநேயார்
தேசத்து சால்வையையும், இருநூறு சேக்கல் நிறையுள்ள
வெள்ளியையும், ஐம்பது சேக்கல் எடையுள்ள ஒரு
பொன்பாளத்தையும் நான் கண்டு, அவைகளை இச்சித்து
எடுத்துக்கொண்டேன்; இதோ, அவையெல்லாம் கூடாரத்தின்
நடுவிலே பூமிக்குள் மறைத்துவைக்கப்பட்டிருக்கிறது என்றான். 35.
யோசுவா மனுஷர்களை அனுப்பினான், அவர்கள் போய் ஆகானின்
கூடாரத்திலிருந்து அவைகளை எடுத்து, அவைகளை
யோசுவாவிடத்திற்குக் கொண்டுவந்தார்கள். 36. யோசுவா
ஆகானையும் அந்தப் பொருள்களையும், அவனுடைய குமாரர்களையும்
குமாரத்திகளையும் அவனுக்குள்ள எல்லாவற்றையும் எடுத்து,
அவர்களை ஆகோர் பள்ளத்தாக்குக்குக் கொண்டுபோனான். 37.
யோசுவா அங்கே அவர்களை அக்கினியினால் சுட்டெரித்தான்;
இஸ்ரவேலர் எல்லாரும் ஆகானைக் கல்லெறிந்து கொன்று, அவன்
மேல் ஒரு கற்குவியலைக் குவித்தார்கள்; ஆகையால் அந்த இடத்திற்கு
ஆகோர் பள்ளத்தாக்கு என்று பேரிட்டான்; அதன்பின்பு கர்த்தருடைய
கோபம் தணிந்தது; யோசுவா பட்டணத்திற்கு வந்து அதற்கெதிராக
யுத்தம்பண்ணினான். 38. கர்த்தர் யோசுவாவை நோக்கி: நீ
பயப்படாமலும் கலங்காமலும் இரு; இதோ, ஆயி பட்டணத்தையும்
அதின் ராஜாவையும் அதின் ஜனங்களையும் உன் கையில்
ஒப்புக்கொடுத்தேன்; நீ எரிகோவுக்கும் அதின் ராஜாவுக்கும்
செய்ததுபோலவே இவர்களுக்கும் செய்வாய்; அதின்
கொள்ளைப்பொருளையும் மிருகஜீவன்களையும் மாத்திரம்
உங்களுக்குச் சூறையாக எடுத்துக்கொள்ளுங்கள்; பட்டணத்திற்குப்

பின்னாலே பதிவிடையை வை என்றார். 39. யோசுவா கர்த்தருடைய
வார்த்தையின்படியே செய்தான்; அவன் யுத்தவீரர்களில் முப்பதாயிரம்
பராக்கிரமசாலிகளைத் தெரிந்துகொண்டு, அவர்களை அனுப்பினான்;
அவர்கள் பட்டணத்திற்குப் பதிவிருந்தார்கள். 40. அவன் அவர்களுக்குக்
கட்டளையிட்டு: நீங்கள் எங்களைக் காணும்போது, நாங்கள்
தந்திரமாய் அவர்களுக்கு முன்பாகத் தப்பியோடி, அவர்கள் எங்களைப்
பின்தொடருவார்கள்; அப்பொழுது நீங்கள் பதிவிலிருந்து எழும்பிப்
பட்டணத்தைப் பிடியுங்கள் என்றான், அவர்கள் அப்படியே
செய்தார்கள். 41. யோசுவா யுத்தம்பண்ணினான், பட்டணத்தின்
மனுஷர்கள் பட்டணத்திற்குப் பின்னாலே தங்களுக்குப் பதிவிடை
வைக்கப்பட்டிருப்பதை அறியாமல் இஸ்ரவேலுக்கு நேராகப்
புறப்பட்டார்கள். 42. யோசுவாவும் இஸ்ரவேலர் எல்லாரும்
அவர்களுக்கு முன்பாக முறியடிக்கப்பட்டவர்கள்போலக் காண்பித்து,
தந்திரமாய் வனாந்தர வழியாய்த் தப்பியோடினார்கள். 43. ஆயியின்
மனுஷர்கள் இஸ்ரவேலரைப் பின்தொடரும்படி பட்டணத்திலிருந்த
ஜனங்கள் எல்லாரையும் கூட்டினார்கள்; அவர்கள் புறப்பட்டுப்
பட்டணத்தை விட்டு இழுக்கப்பட்டார்கள், ஒருவனும் மீதியாகவில்லை;
அவர்கள் பட்டணத்தைத் திறந்துவிட்டு இஸ்ரவேலரைப்
பின்தொடர்ந்தார்கள். 44. பதிவிருந்தவர்கள் தங்கள் இடங்களிலிருந்து
எழும்பி, தீவிரமாய்ப் பட்டணத்திற்கு வந்து, அதைப் பிடித்துத்
தீக்கொளுத்தினார்கள்; ஆயியின் மனுஷர்கள் திரும்பிப் பார்த்தபோது,
இதோ, பட்டணத்தின் புகை வானளாவி எழும்பிக்கொண்டிருந்தது;
அவர்கள் இந்தப்பக்கமாவது அந்தப்பக்கமாவது தப்பியோட
வழியில்லாதிருந்தார்கள். 45. ஆயியின் மனுஷர்கள் எல்லாரும்
இஸ்ரவேலின் நடுவில் அகப்பட்டார்கள், சிலர் இந்தப்பக்கத்திலும் சிலர்
அந்தப்பக்கத்திலும் இருந்தார்கள்; அவர்கள் ஒருவனும்
மீதியாகாதபடிக்கு அவர்களை முறியடித்தார்கள். 46. இஸ்ரவேல்
புத்திரர் ஆயியின் ராஜாவாகிய மெலோசை உயிரோடே பிடித்து,
அவனை யோசுவாவிடத்திற்குக் கொண்டுவந்தார்கள்; யோசுவா
அவனை ஒரு மரத்திலே தூக்கிலிட்டான், அவன் மரித்துப்போனான்.
47. இஸ்ரவேல் புத்திரர் பட்டணத்தைச் சுட்டெரித்த பின்பு அதற்குக்
திரும்பிவந்து, அதிலிருந்த எல்லாரையும் பட்டயக்கருக்கினால்
முறியடித்தார்கள். 48. ஆயியின் மனுஷர்களில் விழுந்த புருஷர்களும்
ஸ்திரீகளுமானவர்களின் எண்ணிக்கை பன்னீராயிரம்; கர்த்தர்
யோசுவாவுக்குச் சொன்ன வார்த்தையின்படியே, பட்டணத்தின்
மிருகஜீவன்களையும் கொள்ளைப்பொருளையும் மாத்திரம் தங்களுக்கு
எடுத்துக்கொண்டார்கள். 49. யோர்தானுக்கு இக்கரையிலிருந்த
ராஜாக்கள் எல்லாரும், கானானின் ராஜாக்கள் எல்லாரும், இஸ்ரவேல்
புத்திரர் எரிகோவுக்கும் ஆயிக்கும் செய்த பொல்லாப்பைக்
கேள்விப்பட்டு, இஸ்ரவேலோடே யுத்தம்பண்ண ஏகமாய்க்
கூடிவந்தார்கள். 50. ஆனால் கிபியோனின் குடிகள் இஸ்ரவேலரோடே

யுத்தம்பண்ணினால் தாங்கள் அழிந்துபோவோம் என்று மிகவும் பயந்து, தந்திரமாய் நடந்து, யோசுவாவிடத்திற்கும் இஸ்ரவேலர் எல்லாரிடத்திற்கும் வந்து: நாங்கள் தூர தேசத்திலிருந்து வந்தோம், ஆகையால் இப்போது எங்களோடே ஒரு உடன்படிக்கை பண்ணுங்கள் என்றார்கள். 51. கிபியோனின் குடிகள் இஸ்ரவேல் புத்திரரை ஏமாற்றினார்கள்; இஸ்ரவேல் புத்திரர் அவர்களோடே உடன்படிக்கை பண்ணி சமாதானம் செய்தார்கள், சபையின் பிரபுக்கள் அவர்களுக்கு ஆணையிட்டார்கள்; ஆனால் அவர்கள் தங்களுக்கு அயலார் என்றும் தங்களுக்குள்ளே குடியிருக்கிறவர்கள் என்றும் இஸ்ரவேல் புத்திரர் பிற்பாடு அறிந்துகொண்டார்கள். 52. ஆனால் இஸ்ரவேல் புத்திரர் கர்த்தர் பேரில் அவர்களுக்கு ஆணையிட்டிருந்தபடியால், அவர்களைக் கொன்றுபோடவில்லை; அவர்கள் விறகு வெட்டுகிறவர்களாகவும் தண்ணீர் சேந்துகிறவர்களாகவும் ஆனார்கள். 53. யோசுவா அவர்களை நோக்கி: நீங்கள் எங்களுக்கு இப்படிச் செய்து, எங்களை ஏன் வஞ்சித்தீர்கள்? என்றான்; அவர்கள் அவனுக்குப் பிரதியுத்தரமாக: நீர் எமோரியரின் ராஜாக்களுக்கெல்லாம் செய்ததெல்லாம் உமது அடியார்களுக்குச் சொல்லப்பட்டது, நாங்கள் எங்கள் ஜீவனுக்காக மிகவும் பயந்து இந்தக் காரியத்தைச் செய்தோம் என்றார்கள். 54. யோசுவா அன்றையதினம் அவர்களை விறகு வெட்டவும் தண்ணீர் சேந்தவும் நியமித்து, இஸ்ரவேலின் எல்லாக் கோத்திரங்களுக்கும் அவர்களை அடிமைகளாகப் பிரித்துக்கொடுத்தான். 55. இஸ்ரவேல் புத்திரர் எரிகோவுக்கும் ஆயிக்கும் செய்ததையெல்லாம் எருசலேமின் ராஜாவாகிய அதோனிசேதேக் கேள்விப்பட்டபோது, எபிரோனின் ராஜாவாகிய ஓகாம், யர்மூத்தின் ராஜாவாகிய பீராம், லாகீசின் ராஜாவாகிய யாப்பியா, எக்லோனின் ராஜாவாகிய தெபீர் என்பவர்களுக்கு ஆள் அனுப்பி: 56. நீங்கள் என்னிடத்திற்கு வந்து எனக்கு உதவிசெய்யுங்கள்; இஸ்ரவேல் புத்திரரையும், இஸ்ரவேல் புத்திரரோடே சமாதானம்பண்ணின கிபியோனின் குடிகளையும் நாம் முறியடிப்போம் என்று சொல்லச் சொன்னான். 57. அவர்கள் கூட்டிக்கொண்டு, எமோரியரின் ஐந்து ராஜாக்களும் தங்கள் பாளையங்கள் எல்லாவற்றோடும் புறப்பட்டுவந்தார்கள்; அவர்கள் கடற்கரை மணலைப்போலத் திரளான பலத்த ஜனங்களாயிருந்தார்கள். 58. இந்த ராஜாக்களெல்லாரும் வந்து கிபியோனுக்கு முன்பாகப் பாளையமிறங்கி, கிபியோனின் குடிகளோடே யுத்தம்பண்ணத் தொடங்கினார்கள்; கிபியோனின் மனுஷர்கள் எல்லாரும் யோசுவாவுக்கு ஆள் அனுப்பி: நீர் தீவிரமாய் எங்களிடத்திற்கு வந்து எங்களுக்கு உதவிசெய்யும்; எமோரியரின் ராஜாக்கள் எல்லாரும் எங்களுக்கு விரோதமாக யுத்தம்பண்ணக் கூடிவந்திருக்கிறார்கள் என்று சொல்லச் சொன்னார்கள். 59. யோசுவாவும் யுத்த ஜனங்கள் எல்லாரும் கில்காலிலிருந்து

புறப்பட்டுப்போனார்கள்; யோசுவா திடீரென்று அவர்களிடத்தில் வந்து, இந்த ஐந்து ராஜாக்களையும் மகா சங்காரமாக முறியடித்தான். 60. கர்த்தர் அவர்களை இஸ்ரவேல் புத்திரருக்கு முன்பாகக் கலங்கப்பண்ணினார், அவர்கள் அவர்களைக் கிபியோனிலே மகா சங்காரமாக முறியடித்து, பெத்தோரோனுக்கு ஏறிப்போகிற வழியாய் மக்கேதா (Makkedah) மட்டும் அவர்களைப் பின்தொடர்ந்தார்கள்; அவர்கள் இஸ்ரவேல் புத்திரருக்கு முன்பாகத் தப்பியோடினார்கள். 61. அவர்கள் தப்பியோடுகையில், கர்த்தர் அவர்கள் மேல் வானத்திலிருந்து கல்மழையை அனுப்பினார்; இஸ்ரவேல் புத்திரரால் கொலையுண்டவர்களைப்பார்க்கிலும் கல்மழையினால் மரித்தவர்கள் அதிகமாயிருந்தார்கள். 62. இஸ்ரவேல் புத்திரர் அவர்களைப் பின்தொடர்ந்து, வழியிலே அவர்களை முறியடித்துக்கொண்டே போனார்கள். 63. அவர்கள் முறியடித்துக்கொண்டிருக்கையில், சாயங்காலமாகிப் பொழுதுசாயத் தொடங்கினது; யோசுவா ஜனங்கள் எல்லாருக்கும் முன்பாக: சூரியனே, நீ கிபியோன்மேலும், சந்திரனே, நீ ஆயலோன் பள்ளத்தாக்கின்மேலும் தரித்துநில்; ஜனங்கள் தங்கள் சத்துருக்களிடத்தில் பழிவாங்குமட்டும் தரித்துநில் என்றான். 64. கர்த்தர் யோசுவாவின் சத்தத்திற்குக் செவிகொடுத்தார், சூரியன் வானத்தின் நடுவிலே தரித்துநின்றது, அது முப்பத்தாறு நாழிகை நேரம் தரித்துநின்றது; சந்திரனும் தரித்துநின்று ஒரு முழு நாளாக அஸ்தமிக்கத் தீவிரிக்கவில்லை. 65. கர்த்தர் ஒரு மனுஷனின் சத்தத்திற்குக் செவிகொடுத்த அந்த நாளைப்போல, அதற்கு முன்னும் அதற்குப் பின்னும் ஒரு நாளுமில்லை; கர்த்தர் இஸ்ரவேலுக்காக யுத்தம்பண்ணினார்.

அத்தியாயம் 89

1. கர்த்தர் எமோரியரை யோசுவாவின் கையிலும் இஸ்ரவேல் புத்திரரின் கையிலும் ஒப்புக்கொடுத்த நாளிலே, யோசுவா இந்தப் பாட்டைப் பாடி, இஸ்ரவேலர் எல்லாருக்கும் முன்பாகச் சொன்னது என்னவென்றால்: 2. கர்த்தாவே, நீர் வல்லமையான காரியங்களைச் செய்தீர், நீர் பெரிய செய்கைகளை நடப்பித்தீர்; உமக்கு ஒப்பானவன் யார்? என் உதடுகள் உமது நாமத்தைப் பாடும். 3. என் தயவே, என் கோட்டையே, என் உயர்ந்த அடைக்கலமே, நான் உமக்கு ஒரு புதுப்பாட்டைப் பாடுவேன், துதியுடனே உமக்குப் பாடுவேன், நீரே என் இரட்சிப்பின் பெலன். 4. பூமியின் ராஜாக்களெல்லாரும் உம்மைத் துதிப்பார்கள், உலகத்தின் பிரபுக்கள் உமக்குப் பாடுவார்கள், இஸ்ரவேல் புத்திரர் உமது இரட்சிப்பிலே மகிழுவார்கள், அவர்கள் உமது வல்லமையைப் பாடித் துதிப்பார்கள். 5. கர்த்தாவே, நாங்கள் உம்மை நம்பினோம்; நீரே எங்கள் தேவன் என்று சொன்னோம்,

எங்கள் சத்துருக்களுக்கு விரோதமாக நீரே எங்களுக்கு அடைக்கலமும்
பலத்த கோட்டையுமாயிருந்தீர். 6. நாங்கள் உம்மை நோக்கிக்
கூப்பிட்டு வெட்கப்பட்டுப்போகவில்லை, உம்மை நம்பி
விடுவிக்கப்பட்டோம்; நாங்கள் உம்மை நோக்கிக் கூப்பிட்டபோது நீர்
எங்கள் சத்தத்தைக் கேட்டீர், நீர் எங்கள் ஆத்துமாக்களைப்
பட்டயத்தினின்று விடுவித்தீர், உமது கிருபையை எங்களுக்குக்
காண்பித்தீர், உமது இரட்சிப்பை எங்களுக்குத் தந்தீர், உமது
வல்லமையினாலே எங்கள் இருதயங்களை மகிழப்பண்ணினீர். 7.
எங்கள் இரட்சிப்புக்காக நீர் புறப்பட்டீர், உமது புயத்தினாலே உமது
ஜனங்களை மீட்டீர்; உமது பரிசுத்த வானங்களிலிருந்து எங்களுக்கு
உத்தரவு அருளினீர், பதினாயிரக்கணக்கான ஜனங்களிலிருந்து
எங்களை இரட்சித்தீர். 8. சூரியனும் சந்திரனும் வானத்திலே
தரித்துநின்றன, எங்களை ஒடுக்குகிறவர்களுக்கு விரோதமாக நீர்
உமது கோபத்திலே நின்று, அவர்கள் மேல் உமது
நியாயத்தீர்ப்புகளைக் கட்டளையிட்டீர். 9. பூமியின்
பிரபுக்களெல்லாரும் எழும்பினார்கள், ஜாதிகளின் ராஜாக்கள்
ஏகமாய்க் கூடிவந்தார்கள், அவர்கள் உமது சமுகத்திலே
அசையாமலிருந்தார்கள், அவர்கள் உமது யுத்தங்களை
விரும்பினார்கள். 10. நீர் உமது கோபத்திலே அவர்களுக்கு
விரோதமாக எழும்பி, உமது உக்கிரத்தை அவர்கள் மேல்
இறங்கப்பண்ணினீர்; உமது கோபத்திலே அவர்களை அழித்து, உமது
இருதயத்தின்படியே அவர்களை அறுப்புண்டுபோகப்பண்ணினீர். 11.
உமது உக்கிரத்தினால் ஜாதிகள் பட்சிக்கப்பட்டார்கள், உமது
கோபத்தினால் ராஜ்யங்கள் சாய்ந்துபோயின, உமது கோபத்தின்
நாளிலே ராஜாக்களைக் காயப்படுத்தினீர். 12. உமது உக்கிரத்தை
அவர்கள் மேல் ஊற்றினீர், உமது கோபாக்கினை அவர்களைப்
பிடித்துக்கொண்டது; அவர்களுடைய அக்கிரமத்தை அவர்கள்
மேலேயே திருப்பி, அவர்களுடைய பொல்லாப்பிலேயே அவர்களை
அறுப்புண்டுபோகப்பண்ணினீர். 13. அவர்கள் ஒரு கண்ணியை
விரித்தார்கள், அதிலே தாங்களே விழுந்தார்கள், அவர்கள்
மறைத்துவைத்த வலையிலே அவர்கள் காலே அகப்பட்டது. 14. தங்கள்
பட்டயத்தினாலே தேசத்தைச் சுதந்தரித்து, தங்கள் புயத்தினாலே
பட்டணத்திலே குடியிருந்தோம் என்று சொன்ன உமது
சத்துருக்களெல்லாருக்கும் உமது கை ஆயத்தமாயிருந்தது; நீர் அவர்கள்
முகங்களை வெட்கத்தினால் நிரப்பி, அவர்கள் கொம்புகளைத்
தரைமட்டும் தாழ்த்தி, உமது உக்கிரத்தினால் அவர்களைக்
கலங்கப்பண்ணி, உமது கோபத்தினால் அவர்களை அழித்துப்போட்டீர்.
15. அவர்கள் மேலடித்த உமது புயலின் சத்தத்தினால் பூமி அதிர்ந்து
அசைந்தது, நீர் அவர்கள் ஆத்துமாக்களை மரணத்திற்கு விலக்கிக்
காக்காமல், அவர்கள் ஜீவனைக் பாதாளத்திற்கு இறங்கப்பண்ணினீர்.
16. உமது புயலினால் அவர்களைப் பின்தொடர்ந்து, உமது

சுழல்காற்றினால் அவர்களைப் பட்சித்தீர்; அவர்கள் மழையைக் கல்மழையாக மாற்றினீர், அவர்கள் எழுந்திருக்கக்கூடாதபடி ஆழமான குழிகளில் விழுந்தார்கள். 17. அவர்கள் பிணங்கள் வீதிகளின் நடுவே எறியப்பட்ட குப்பையைப்போல இருந்தன. 18. அவர்கள் உமது கோபத்தினால் பட்சிக்கப்பட்டு அழிந்துபோனார்கள், உமது ஜனங்களையோ உமது வல்லமையினால் இரட்சித்தீர். 19. ஆகையால் எங்கள் இருதயங்கள் உமக்குள் மகிழுகின்றன, எங்கள் ஆத்துமாக்கள் உமது இரட்சிப்பிலே களிகூருகின்றன. 20. எங்கள் நாவுகள் உமது வல்லமையை விவரிக்கும், உமது ஆச்சரியமான கிரியைகளைப் பாடித் துதிப்போம். 21. ஏனெனில் நீர் எங்களை எங்கள் சத்துருக்களின் கையிலிருந்து இரட்சித்தீர், எங்களுக்கு விரோதமாக எழும்பினவர்களிடத்திலிருந்து எங்களை விடுவித்தீர், எங்களைவிட்டு அவர்களை அழித்து, எங்கள் பாதங்களின்கீழ் அவர்களைத் தாழ்த்தினீர். 22. கர்த்தாவே, உமது சத்துருக்களெல்லாரும் இப்படியே அழிந்துபோவார்களாக; துன்மார்க்கர்கள் காற்றினால் பறக்கடிக்கப்படும் பதரைப்போல இருப்பார்கள், உம்மில் அன்புகூருகிறவர்களோ நீர்க்கால்களின் ஓரமாய் நாட்டப்பட்ட மரங்களைப்போல இருப்பார்கள் என்றான். 23. அப்படியே யோசுவாவும் அவனோடிருந்த இஸ்ரவேலர் எல்லாரும், அந்த ராஜாக்களில் ஒருவனும் மீதியாகாதபடிக்கு அவர்களை முறியடித்த பின்பு, கில்காலிலிருக்கிற பாளையத்திற்குத் திரும்பினார்கள். 24. அந்த ஐந்து ராஜாக்கள் மாத்திரம் யுத்தத்திலிருந்து காலாடியாய்த் தப்பியோடி ஒரு கெபியிலே ஒளித்துக்கொண்டார்கள்; யோசுவா அவர்களை யுத்தகளத்திலே தேடியும் அவர்களைக் காணவில்லை. 25. அதன்பின்பு ராஜாக்கள் கண்டுபிடிக்கப்பட்டார்கள் என்றும், இதோ அவர்கள் ஒரு கெபியிலே ஒளித்துக்கொண்டிருக்கிறார்கள் என்றும் யோசுவாவுக்கு அறிவிக்கப்பட்டது. 26. யோசுவா: அவர்கள் தப்பிப்போகாதபடிக்கு அவர்களைக் காக்க, கெபியின் வாயிலில் மனுஷர்களை வையுங்கள் என்றான்; இஸ்ரவேல் புத்திரர் அப்படியே செய்தார்கள். 27. யோசுவா இஸ்ரவேலர் எல்லாரையும் அழைத்து, யுத்த அதிகாரிகளை நோக்கி: நீங்கள் இந்த ராஜாக்களின் கழுத்துகளின்மேல் உங்கள் பாதங்களை வையுங்கள் என்றான்; மேலும் யோசுவா: கர்த்தர் உங்கள் சத்துருக்களுக்கெல்லாம் இப்படியே செய்வார் என்றான். 28. அதன்பின்பு அந்த ராஜாக்களைக் கொன்றுபோட்டு, அவர்களை அந்தக் கெபியிலே போட்டு, கெபியின் வாயிலில் பெரிய கற்களை வைக்கும்படி யோசுவா கட்டளையிட்டான். 29. அதன்பின்பு யோசுவா அவனோடிருந்த ஜனங்கள் எல்லாரோடும் அன்றையதினம் மக்கேதாவுக்குப் போய், அதைப் பட்டயக்கருக்கினால் முறியடித்தான். 30. அதிலுள்ள ஆத்துமாக்களையும் அந்தப் பட்டணத்திற்குரிய எல்லாவற்றையும் முற்றிலும் அழித்துப்போட்டான்; அவன் எரிகோவுக்குச்

செய்ததுபோலவே அதின் ராஜாவுக்கும் அதின் ஜனங்களுக்கும்
செய்தான். 31. அவன் அங்கிருந்து லீப்னாவுக்குக் கடந்துபோய்
அதற்கெதிராக யுத்தம்பண்ணினான்; கர்த்தர் அதை அவன் கையில்
ஒப்புக்கொடுத்தார், யோசுவா அதையும் அதிலுள்ள சகல
ஆத்துமாக்களையும் பட்டயக்கருக்கினால் முறியடித்தான்; அவன்
எரிகோவுக்குச் செய்ததுபோலவே அதற்கும் அதின் ராஜாவுக்கும்
செய்தான். 32. அவன் அங்கிருந்து லாகீசுக்குக் கடந்துபோய்
அதற்கெதிராக யுத்தம்பண்ணினான்; காசாவின் ராஜாவாகிய ஓராம்
லாகீசின் மனுஷர்களுக்கு உதவிசெய்யும்படி வந்தான், யோசுவா
அவனுக்கும் ஒருவனும் மீதியாகாதபடிக்கு அவனையும் அவனுடைய
ஜனங்களையும் முறியடித்தான். 33. யோசுவா லாகீசையும் அதின்
ஜனங்கள் எல்லாரையும் பிடித்து, லீப்னாவுக்குச் செய்ததுபோலவே
அதற்கும் செய்தான். 34. யோசுவா அங்கிருந்து எக்லோனுக்குக்
கடந்துபோய் அதையும் பிடித்து, அதையும் அதின் ஜனங்கள்
எல்லாரையும் பட்டயக்கருக்கினால் முறியடித்தான். 35. அவன்
அங்கிருந்து எபிரோனுக்குக் கடந்துபோய், அதற்கெதிராக
யுத்தம்பண்ணி, அதைப் பிடித்து முற்றிலும் அழித்துப்போட்டான்;
அங்கிருந்து இஸ்ரவேலர் எல்லாரோடும் தெபீருக்குத் திரும்பி,
அதற்கெதிராக யுத்தம்பண்ணி, அதைப் பட்டயக்கருக்கினால்
முறியடித்தான். 36. அதிலுள்ள சகல ஆத்துமாக்களையும்
அழித்துப்போட்டான், அவன் ஒருவனையும் மீதியாக வைக்கவில்லை;
அவன் எரிகோவுக்கும் அதின் ராஜாவுக்கும் செய்ததுபோலவே அதற்கும்
அதின் ராஜாவுக்கும் செய்தான். 37. யோசுவா காதேஸ்பர்னேயா
துவக்கி காசாமட்டுமுள்ள எமோரியரின் ராஜாக்கள் எல்லாரையும்
முறியடித்து, அவர்கள் தேசத்தை ஒரேயடியாய்ப்
பிடித்துக்கொண்டான்; ஏனெனில் கர்த்தர் இஸ்ரவேலுக்காக
யுத்தம்பண்ணினார். 38. யோசுவாவும் அவனோடேகூட இஸ்ரவேலர்
எல்லாரும் கில்காலிலிருக்கிற பாளையத்திற்குத் திரும்பினார்கள். 39.
அக்காலத்திலே, எமோரியரின் ராஜாக்களுக்கு யோசுவா
செய்ததையெல்லாம் ஆத்சோரின் ராஜாவாகிய யாபீன்
கேள்விப்பட்டபோது, யாபீன் மீதியானின் ராஜாவாகிய
யோபாத்துக்கும், சிம்ரோனின் ராஜாவாகிய லாபானுக்கும், அக்சாபின்
ராஜாவாகிய எப்பாலுக்கும், எமோரியரின் ராஜாக்கள் எல்லாருக்கும்
ஆள் அனுப்பி: 40. நீங்கள் தீவிரமாய் எங்களிடத்திற்கு வந்து
எங்களுக்கு உதவிசெய்யுங்கள்; அவர்கள் நம்மேல் வந்து எமோரியரின்
மற்ற ராஜாக்களுக்குச் செய்ததுபோல நமக்கும் செய்வதற்கு முன்னே,
நாம் இஸ்ரவேல் புத்திரரை முறியடிப்போம் என்று சொல்லச்
சொன்னான். 41. இந்த ராஜாக்களெல்லாரும் ஆத்சோரின்
ராஜாவாகிய யாபீனின் வார்த்தைகளுக்குச் செவிகொடுத்து, தங்கள்
பாளையங்கள் எல்லாவற்றோடும் புறப்பட்டார்கள்; பதினேழு
ராஜாக்களும், கடற்கரை மணலைப்போலத் திரளான அவர்கள்

ஜனங்களும், எண்ணிறந்த குதிரைகளோடும் இரதங்களோடும்
புறப்பட்டுவந்து, மேரோம் ஏரியண்டையிலே ஏகமாய்ப்
பாளையமிறங்கி, இஸ்ரவேலோடே யுத்தம்பண்ணக் கூடிவந்தார்கள்.
42. கர்த்தர் யோசுவாவை நோக்கி: அவர்களுக்குப் பயப்படவேண்டாம்;
நாளை இந்நேரத்திலே நான் அவர்களை இஸ்ரவேலுக்கு முன்பாகக்
கொலையுண்டவர்களாக ஒப்புக்கொடுப்பேன்; நீ அவர்கள்
குதிரைகளின் குதிகால் நரம்புகளை அறுத்து, அவர்கள் இரதங்களை
அக்கினியினால் சுட்டெரிப்பாய் என்றார். 43. யோசுவாவும்
யுத்தமனுஷர்கள் எல்லாரும் திடீரென்று அவர்கள் மேல் வந்து
அவர்களை முறியடித்தார்கள், அவர்கள் இஸ்ரவேலரின் கைகளில்
விழுந்தார்கள்; ஏனெனில் கர்த்தர் அவர்களை இஸ்ரவேல் புத்திரரின்
கைகளில் ஒப்புக்கொடுத்தார். 44. இஸ்ரவேல் புத்திரர் இந்த
ராஜாக்கள் எல்லாரையும் அவர்கள் பாளையங்களோடும்
பின்தொடர்ந்து, அவர்களில் ஒருவனும் மீதியாகாதபடிக்கு அவர்களை
முறியடித்தார்கள்; கர்த்தர் தனக்குச் சொல்லியிருந்தபடியே யோசுவா
அவர்களுக்குச் செய்தான். 45. அக்காலத்திலே யோசுவா திரும்பி
ஆத்சோருக்குப் போய், அதைப் பட்டயத்தினால் முறியடித்து,
அதிலுள்ள சகல ஆத்துமாக்களையும் அழித்துப்போட்டு, அதை
அக்கினியினால் சுட்டெரித்தான்; ஆத்சோரிலிருந்து யோசுவா
சிம்ரோனுக்குக் கடந்துபோய், அதை முறியடித்து முற்றிலும்
அழித்துப்போட்டான். 46. அங்கிருந்து அக்சாபுக்குக் கடந்துபோய்,
சிம்ரோனுக்குச் செய்ததுபோலவே அதற்கும் செய்தான். 47.
அங்கிருந்து அதுல்லாமுக்குக் கடந்துபோய், அதிலுள்ள ஜனங்கள்
எல்லாரையும் முறியடித்து, அக்சாபுக்கும் சிம்ரோனுக்கும்
செய்ததுபோலவே அதுல்லாமுக்கும் செய்தான். 48. அவர்களை
விட்டுத் தான் முறியடித்த ராஜாக்களின் பட்டணங்களுக்கெல்லாம்
கடந்துபோய், தப்பி மீதியாயிருந்த ஜனங்கள் எல்லாரையும்
முறியடித்து அவர்களை முற்றிலும் அழித்துப்போட்டான். 49. அவர்கள்
கொள்ளைப்பொருளையும் மிருகஜீவன்களையும் மாத்திரம்
இஸ்ரவேலர் தங்களுக்குச் சூறையாக எடுத்துக்கொண்டார்கள்;
ஆனால் சகல மனுஷரையும் முறியடித்தார்கள், ஒரு ஆத்துமாவையும்
அவர்கள் உயிரோடே வைக்கவில்லை. 50. கர்த்தர் மோசேக்குக்
கட்டளையிட்டபடியே யோசுவாவும் இஸ்ரவேலர் எல்லாரும்
செய்தார்கள், அவர்கள் ஒன்றிலும் தவறவில்லை. 51. அப்படியே
யோசுவாவும் இஸ்ரவேல் புத்திரர் எல்லாரும் கர்த்தர் தங்களுக்குக்
கட்டளையிட்டபடியே கானான் தேசம் முழுவதையும் முறியடித்து,
முப்பத்தொரு ராஜாக்களாகிய அவர்கள் ராஜாக்கள் எல்லாரையும்
முறியடித்தார்கள்; இஸ்ரவேல் புத்திரர் அவர்கள் தேசம் முழுவதையும்
பிடித்துக்கொண்டார்கள். 52. மோசே முறியடித்திருந்த அநேக
பட்டணங்களையுடைய யோர்தானுக்கு அக்கரையில் இருந்த சீகோன்
மற்றும் ஓகின் ராஜ்யங்களைத் தவிர மற்றவைகளையும்

பிடித்துக்கொண்டார்கள்; மோசே அவைகளை ரூபனியருக்கும் காத்தியருக்கும் மனாசேயின் பாதிக் கோத்திரத்தாருக்கும் கொடுத்திருந்தான். 53. யோர்தானுக்கு இக்கரையிலே மேற்கே இருந்த ராஜாக்கள் எல்லாரையும் யோசுவா முறியடித்து, இஸ்ரவேலின் ஒன்பது கோத்திரங்களுக்கும் பாதிக் கோத்திரத்திற்கும் சுதந்தரமாகக் கொடுத்தான். 54. யோசுவா ஐந்து வருஷங்கள் இந்த ராஜாக்களோடே யுத்தம்பண்ணி, அவர்கள் பட்டணங்களை இஸ்ரவேலருக்குக் கொடுத்தான்; எமோரியர் கானானியர்களுடைய பட்டணங்களிலெங்கும் யுத்தமில்லாமல் தேசம் அமைதலாயிருந்தது.

அத்தியாயம் 90

1. அக்காலத்திலே, இஸ்ரவேல் புத்திரர் யோர்தானைக் கடந்த ஐந்தாம் வருடத்திலே, இஸ்ரவேல் புத்திரர் கானானியரோடே பண்ணின யுத்தங்கள் முடிந்து இளைப்பாறின பின்பு, அக்காலத்திலே ஏதோமுக்கும் கித்திம் பிள்ளைகளுக்கும் இடையே பெரியதும் கொடியதுமான யுத்தங்கள் உண்டாயின, கித்திம் பிள்ளைகள் ஏதோமுக்கு விரோதமாக யுத்தம்பண்ணினார்கள். 2. அந்த
வருடத்திலே, அதாவது கித்திமின் ராஜாவாகிய அபியானுஸ் தான் அரசாண்ட முப்பத்தோராம் வருடத்திலே, கித்திம் பிள்ளைகளின் பராக்கிரமசாலிகளாகிய பெரிய சேனையுடனே புறப்பட்டு, ஏசாவின் பிள்ளைகளோடே யுத்தம்பண்ணும்படி சேயீருக்குப் போனான். 3.
ஏதோமின் ராஜாவாகிய ஆதாத் அவனுடைய செய்தியைக் கேள்விப்பட்டு, ஏராளமான ஜனங்களோடும் பலத்த சேனையோடும் அவனை எதிர்கொள்ளப் புறப்பட்டு, ஏதோமின் வயல்வெளியிலே அவனோடே யுத்தம்பண்ணினான். 4. கித்திம் பிள்ளைகளின் கை
ஏசாவின் பிள்ளைகளை மேற்கொண்டது; கித்திம் பிள்ளைகள் ஏசாவின் பிள்ளைகளில் இருபத்தீராயிரம் மனுஷர்களைக் கொன்றுபோட்டார்கள், ஏசாவின் பிள்ளைகள் எல்லாரும் அவர்களுக்கு முன்பாகத் தப்பியோடினார்கள். 5. கித்திம் பிள்ளைகள்
அவர்களைப் பின்தொடர்ந்து, தங்களுக்கு முன்பாக ஓடிக்கொண்டிருந்த ஏதோமின் ராஜாவாகிய ஆதாத்தைப் பிடித்து, அவனை உயிரோடே பிடித்து, கித்திமின் ராஜாவாகிய அபியானுசிடத்திற்குக் கொண்டுவந்தார்கள். 6. அவனைக்
கொன்றுபோடும்படி அபியானுஸ் கட்டளையிட்டான்; ஏதோமின் ராஜாவாகிய ஆதாத் தான் அரசாண்ட நாற்பத்தெட்டாம் வருடத்திலே மரித்துப்போனான். 7. கித்திம் பிள்ளைகள் ஏதோமைத் தொடர்ந்து
பின்தொடர்ந்து, அவர்களை மகா சங்காரமாக முறியடித்தார்கள், ஏதோம் கித்திம் பிள்ளைகளுக்குக் கீழ்ப்பட்டது. 8. கித்திம் பிள்ளைகள்
ஏதோமின்மேல் அரசாண்டார்கள், ஏதோம் கித்திம் பிள்ளைகளின்

கைக்குள்ளாகி, அந்த நாள்முதல் ஒரே ராஜ்யமாயிற்று. 9. அந்த
நேரம்முதல் அவர்களால் தங்கள் தலைகளை உயர்த்தமுடியவில்லை,
அவர்கள் ராஜ்யம் கித்திம் பிள்ளைகளோடே ஒன்றாயிற்று. 10.
அபியானுஸ் ஏதோமிலே அதிகாரிகளை வைத்தான்; ஏதோமின்
பிள்ளைகள் எல்லாரும் அபியானுசுக்குக் கீழ்ப்பட்டுப்
பகுதிகட்டுகிறவர்களானார்கள்; அபியானுஸ் தன் தேசமாகிய
கித்திமுக்குத் திரும்பினான். 11. அவன் திரும்பின பின்பு தன்
அரசாங்கத்தைப் புதுப்பித்து, ராஜரீக வாசஸ்தலமாகத் தனக்காக
விசாலமானதும் அரணானதுமான ஒரு மாளிகையைக் கட்டி, கித்திம்
பிள்ளைகள் மேலும் ஏதோமின் மேலும் பத்திரமாய் அரசாண்டான். 12.
அந்நாட்களிலே, இஸ்ரவேல் புத்திரர் கானானியர் எல்லாரையும்
எமோரியரையும் துரத்திவிட்ட பின்பு, யோசுவா முதிர்வயதும்
வயதுசென்றவனுமாயிருந்தான். 13. கர்த்தர் யோசுவாவை நோக்கி: நீ
முதிர்வயதும் வயதுசென்றவனுமானாய்;
சுதந்தரித்துக்கொள்ளவேண்டிய தேசம் இன்னும் வெகுவாயிருக்கிறது.
14. ஆகையால் இப்போது, இந்த தேசத்தை ஒன்பது
கோத்திரங்களுக்கும் மனாசேயின் பாதிக் கோத்திரத்திற்கும்
சுதந்தரமாகப் பங்கிட்டுக்கொடு என்றார்; யோசுவா எழுந்து கர்த்தர்
தனக்குச் சொன்னபடியே செய்தான். 15. அவன் தேசம் முழுவதையும்
இஸ்ரவேலின் கோத்திரங்களுக்கு அவர்கள் பிரிவுகளின்படியே
சுதந்தரமாகப் பங்கிட்டான். 16. ஆனால் லேவியின் கோத்திரத்திற்கு
அவன் ஒரு சுதந்தரமும் கொடுக்கவில்லை; கர்த்தர் மோசேயின்
மூலமாய் அவர்களைக்குறித்துச் சொல்லியிருந்தபடியே, கர்த்தரின்
தகனபலிகளே அவர்களுக்குச் சுதந்தரம். 17. கர்த்தர் மோசேயின்
மூலமாய்ச் சொல்லியிருந்தபடியே, யோசுவா எப்புன்னேயின்
குமாரனான காலேபுக்கு எபிரோன் மலையை அவன் சகோதரர்களுக்கு
மேலான ஒரு பங்காகக் கொடுத்தான். 18. ஆகையால் எபிரோன்
இந்நாள்வரைக்கும் காலேபுக்கும் அவன் பிள்ளைகளுக்கும்
சுதந்தரமாயிற்று. 19. கர்த்தர் தனக்குக் கட்டளையிட்டபடியே,
யோசுவா தேசம் முழுவதையும் இஸ்ரவேலர் எல்லாருக்கும்
சுதந்தரமாகச் சீட்டுப்போட்டுப் பங்கிட்டான். 20. இஸ்ரவேல் புத்திரர்
தங்கள் சுதந்தரத்திலிருந்து லேவியர்களுக்குப் பட்டணங்களையும்,
அவர்கள் மிருகஜீவன்களுக்கும் ஆஸ்திகளுக்குமான
வெளிநிலங்களையும் கொடுத்தார்கள்; கர்த்தர் மோசேக்குக்
கட்டளையிட்டபடியே இஸ்ரவேல் புத்திரர் செய்தார்கள், அவர்கள்
சிறியவர்களானாலும் பெரியவர்களானாலும் தேசத்தைச்
சீட்டுப்போட்டுப் பங்கிட்டார்கள். 21. அவர்கள் தங்கள்
எல்லைகளின்படியே தேசத்தைச் சுதந்தரித்துக்கொள்ளப் போனார்கள்;
இஸ்ரவேல் புத்திரர் நூனின் குமாரனாகிய யோசுவாவுக்கும்
தங்களுக்குள்ளே ஒரு சுதந்தரத்தைக் கொடுத்தார்கள். 22.
கர்த்தருடைய வார்த்தையின்படியே அவன் கேட்ட பட்டணமான

எப்பிராயீம் மலையிலுள்ள திம்னாத்-சேராகை அவனுக்குக்
கொடுத்தார்கள், அவன் அந்தப் பட்டணத்தைக் கட்டி அதிலே
குடியிருந்தான். 23. ஆசாரியனாகிய எலெயாசாரும் நூனின்
குமாரனாகிய யோசுவாவும் கோத்திரங்களின் பிதாக்களாகிய
தலைவர்களும், சீலோவிலே ஆசரிப்புக் கூடாரத்தின் வாசலிலே
கர்த்தருக்கு முன்பாக இஸ்ரவேல் புத்திரருக்குச் சீட்டுப்போட்டுப்
பங்கிட்ட சுதந்தரங்கள் இவைகளே; தேசத்தைப் பங்கிட்டு
முடித்தார்கள். 24. கர்த்தர் அந்த தேசத்தை இஸ்ரவேலருக்குக்
கொடுத்தார், அவர் அவர்களுக்குச் சொல்லியிருந்தபடியேயும்,
அவர்கள் பிதாக்களுக்கு ஆணையிட்டிருந்தபடியேயும் அவர்கள் அதைச்
சுதந்தரித்துக்கொண்டார்கள். 25. கர்த்தர் இஸ்ரவேலரைச்
சுற்றிலுமிருந்த அவர்கள் சத்துருக்களெல்லாரின் கைக்கும் நீங்கலாக்கி
அவர்களை இளைப்பாறப்பண்ணினார்; ஒரு மனுஷனும் அவர்களுக்கு
முன்பாக எதிர்த்துநிற்கவில்லை, கர்த்தர் அவர்கள்
சத்துருக்களெல்லாரையும் அவர்கள் கைகளில் ஒப்புக்கொடுத்தார்;
கர்த்தர் இஸ்ரவேல் புத்திரருக்குச் சொல்லியிருந்த
நல்வார்த்தைகளிலெல்லாம் ஒன்றும் தவறிப்போகவில்லை,
எல்லாவற்றையும் கர்த்தர் நிறைவேற்றினார். 26. யோசுவா இஸ்ரவேல்
புத்திரர் எல்லாரையும் அழைத்து, அவர்களை ஆசீர்வதித்து, கர்த்தருக்கு
ஊழியஞ்செய்யும்படி அவர்களுக்குக் கட்டளையிட்டான்; அதன்பின்பு
அவன் அவர்களை அனுப்பிவிட்டான், அவர்கள் ஒவ்வொருவனும் தன்
தன் பட்டணத்திற்கும் சுதந்தரத்திற்கும் போனார்கள். 27. இஸ்ரவேல்
புத்திரர் யோசுவாவின் நாளெல்லாம் கர்த்தருக்கு
ஊழியஞ்செய்தார்கள்; கர்த்தர் அவர்களைச்
சுற்றிலுமிருந்தவர்களிடமிருந்து அவர்களை இளைப்பாறப்பண்ணினார்,
அவர்கள் தங்கள் பட்டணங்களில் பத்திரமாய்க் குடியிருந்தார்கள். 28.
அந்நாட்களிலே, கித்திமின் ராஜாவாகிய அபியானுஸ் தான் அரசாண்ட
முப்பத்தெட்டாம் வருடத்திலே, அதாவது ஏதோமின்மேல் தான்
அரசாண்ட ஏழாம் வருடத்திலே மரித்துப்போனான்; அவன் தனக்காகக்
கட்டியிருந்த அவனுடைய இடத்திலே அவனை
அடக்கம்பண்ணினார்கள், லத்தீனுஸ் அவனுக்குப் பதிலாக ஐம்பது
வருஷங்கள் அரசாண்டான். 29. அவன் அரசாண்டபோது ஒரு
சேனையைப் புறப்படப்பண்ணி, பிரிட்டானியா, கெர்னானியா
ஆகியவற்றின் குடிகளாகிய யாவானின் குமாரனான எலீசாவின்
பிள்ளைகளோடே யுத்தம்பண்ணப் போய், அவர்களை மேற்கொண்டு
அவர்களைப் பகுதிகட்டுகிறவர்களாக்கினான். 30. ஏதோம் கித்திமின்
கைக்குக் கீழ்ப்படிவதிலிருந்து விலகிக் கலகம்பண்ணிற்று என்று அவன்
கேள்விப்பட்டபோது, லத்தீனுஸ் அவர்களிடத்திற்குப் போய்
அவர்களை முறியடித்துக் கீழ்ப்படுத்தி, அவர்களைக் கித்திம்
பிள்ளைகளின் கைக்குள்ளாக்கினான்; ஏதோம் எல்லா நாட்களிலும்
கித்திம் பிள்ளைகளோடே ஒரே ராஜ்யமாயிற்று. 31. அநேக

வருஷங்களாக ஏதோமிலே ஒரு ராஜாவும் இருக்கவில்லை; அவர்கள்
அரசாங்கம் கித்திம் பிள்ளைகளிடத்திலும் அவர்கள் ராஜாவினிடத்திலும்
இருந்தது. 32. இஸ்ரவேல் புத்திரர் யோர்தானைக் கடந்த
இருபத்தாறாம் வருடத்திலே, அதாவது இஸ்ரவேல் புத்திரர்
எகிப்திலிருந்து புறப்பட்ட அறுபத்தாறாம் வருடத்திலே, யோசுவா
முதிர்வயதும் வயதுசென்றவனுமானான்; அந்நாட்களில் அவனுக்கு
வயது நூற்று எட்டு. 33. கர்த்தர் இஸ்ரவேலர் எல்லாரையும்
அவர்களைச் சுற்றிலுமிருந்த அவர்கள் சத்துருக்களெல்லாரின் கைக்கும்
நீங்கலாக்கி அவர்களை இளைப்பாறப்பண்ணின பின்பு, யோசுவா
இஸ்ரவேலர் எல்லாரையும் அவர்கள் மூப்பர்களையும்
நியாயாதிபதிகளையும் அதிகாரிகளையும் அழைத்து; யோசுவா
இஸ்ரவேலின் மூப்பர்களையும் அவர்கள் நியாயாதிபதிகளையும்
நோக்கி: இதோ, நான் முதிர்வயதும் வயதுசென்றவனுமானேன்;
கர்த்தர் உங்களுக்கு முன்பாகத் துரத்திவிட்ட எல்லா ஜாதிகளுக்கும்
அவர் செய்ததையெல்லாம் நீங்கள் கண்டீர்களே, உங்களுக்காக
யுத்தம்பண்ணினவர் கர்த்தரே. 34. ஆகையால் இப்போது, மோசேயின்
நியாயப்பிரமாண வார்த்தைகளையெல்லாம் கைக்கொண்டு
செய்யும்படிக்கு உங்களைத் திடப்படுத்திக்கொண்டு, அதை விட்டு
வலதுபுறமாவது இடதுபுறமாவது விலகாமலும், தேசத்திலே
மீதியாயிருக்கிற இந்த ஜாதிகளோடே சேராமலும் இருங்கள்;
அவர்களுடைய தேவர்களின் பெயரை உச்சரிக்கவுங்கூடாது;
இந்நாள்வரைக்கும் நீங்கள் செய்ததுபோலவே உங்கள் தேவனாகிய
கர்த்தரைப் பற்றிக்கொண்டிருங்கள். 35. தங்கள் ஜீவனுள்ள
நாளெல்லாம் கர்த்தருக்கு ஊழியஞ்செய்யும்படி யோசுவா இஸ்ரவேல்
புத்திரருக்கு மிகவும் புத்திசொன்னான். 36. இஸ்ரவேலர் எல்லாரும்:
நாங்களும் எங்கள் பிள்ளைகளும் எங்கள் பிள்ளைகளின்
பிள்ளைகளும் எங்கள் சந்ததியாரும் என்றென்றைக்கும் எங்கள்
ஜீவனுள்ள நாளெல்லாம் எங்கள் தேவனாகிய கர்த்தருக்கு
ஊழியஞ்செய்வோம் என்றார்கள். 37. அன்றையதினம் யோசுவா
ஜனங்களோடே ஒரு உடன்படிக்கை பண்ணி, இஸ்ரவேல் புத்திரரை
அனுப்பிவிட்டான்; அவர்கள் ஒவ்வொருவனும் தன் தன்
சுதந்தரத்திற்கும் பட்டணத்திற்கும் போனார்கள். 38. இஸ்ரவேல்
புத்திரர் தங்கள் பட்டணங்களில் பத்திரமாய்க் குடியிருந்த அந்த
நாட்களிலே, தாங்கள் எகிப்திலிருந்து கொண்டுவந்திருந்த தங்கள்
பிதாக்களாகிய கோத்திரத்தாரின் பெட்டிகளை ஒவ்வொருவனும் தன்
தன் பிள்ளைகளின் சுதந்தரத்திலே அடக்கம்பண்ணினார்கள்;
இஸ்ரவேல் புத்திரர் யாக்கோபின் பன்னிரண்டு குமாரர்களையும்
ஒவ்வொருவனும் தன் தன் பிள்ளைகளின் காணியாட்சியிலே
அடக்கம்பண்ணினார்கள். 39. இஸ்ரவேல் புத்திரர் எகிப்திலிருந்து
கொண்டுவந்த யாக்கோபின் பன்னிரண்டு குமாரர்களையும் அவர்கள்
அடக்கம்பண்ணின பட்டணங்களின் பெயர்களாவன: 40. ரூபனையும்

காத்தையும் யோர்தானுக்கு இக்கரையிலே மோசே அவர்கள்
பிள்ளைகளுக்குக் கொடுத்திருந்த ரோமியாவிலே *(Romia)*
அடக்கம்பண்ணினார்கள். 41. சிமியோனையும் லேவியையும் அவன்
சிமியோனின் பிள்ளைகளுக்குக் கொடுத்திருந்த மவுதா *(Mauda)*
என்னும் பட்டணத்திலே அடக்கம்பண்ணினார்கள்; அந்தப்
பட்டணத்தின் வெளிநிலம் லேவியின் பிள்ளைகளுக்குரியதாயிருந்தது.
42. யூதாவைப் பெத்லகேமுக்கு எதிரே பென்யமீனின் பட்டணத்திலே
அடக்கம்பண்ணினார்கள். 43. இசக்கார் செபுலோன் என்பவர்களின்
எலும்புகளை அவர்கள் பிள்ளைகளுக்கு விழுந்த பங்காகிய
சீதோனிலே அடக்கம்பண்ணினார்கள். 44. தாண்
எஸ்தாவோலிலிருக்கிற தன் பிள்ளைகளின் பட்டணத்திலே
அடக்கம்பண்ணப்பட்டான்; நப்தலியையும் ஆசேரையும் தாங்கள்
தங்கள் பிள்ளைகளுக்குக் கொடுத்திருந்த காதேஸ்-நப்தலியிலே
அடக்கம்பண்ணினார்கள். 45. யோசேப்பின் எலும்புகளை யாக்கோபு
எமோரிடத்திலிருந்து விலைக்கு வாங்கியதும், யோசேப்புக்குச்
சுதந்தரமானதுமான வயலின் ஒரு பகுதியாகிய சீகேமிலே
அடக்கம்பண்ணினார்கள். 46. பென்யமீனை எபூசியருக்கு எதிரே
பென்யமீனின் பிள்ளைகளுக்குக் கொடுக்கப்பட்ட எருசலேமிலே
அடக்கம்பண்ணினார்கள்; இஸ்ரவேல் புத்திரர் தங்கள் பிதாக்களை
ஒவ்வொருவனும் தன் தன் பிள்ளைகளின் பட்டணத்திலே
அடக்கம்பண்ணினார்கள். 47. இரண்டு வருஷங்களின் முடிவிலே,
நூனின் குமாரனாகிய யோசுவா மரித்தான், அவனுக்கு வயது நூற்றுப்
பத்து; யோசுவா இஸ்ரவேலை நியாயந்தீர்த்த காலம் இருபத்தெட்டு
வருஷங்கள்; இஸ்ரவேல் அவன் ஜீவனுள்ள நாளெல்லாம் கர்த்தருக்கு
ஊழியஞ்செய்தது. 48. யோசுவாவின் மற்றக் காரியங்களும்,
அவனுடைய யுத்தங்களும், அவன் இஸ்ரவேலைக் கடிந்துகொண்ட
வார்த்தைகளும், அவன் அவர்களுக்குக் கட்டளையிட்ட
எல்லாவற்றையும், அவன் நாட்களில் இஸ்ரவேல் புத்திரர்
சுதந்தரித்துக்கொண்ட பட்டணங்களின் பெயர்களும், இதோ அவைகள்
யோசுவா இஸ்ரவேல் புத்திரருக்குச் சொன்ன வார்த்தைகளின்
புஸ்தகத்திலும், மோசேயும் யோசுவாவும் இஸ்ரவேல் புத்திரரும்
எழுதியிருந்த கர்த்தருடைய யுத்தங்களின் புஸ்தகத்திலும்
எழுதப்பட்டிருக்கின்றன. 49. இஸ்ரவேல் புத்திரர் யோசுவாவை
எப்பிராயீம் மலையிலே அவனுக்குக் கொடுக்கப்பட்ட திம்னாத்-
சேராகிலிருக்கிற அவனுடைய சுதந்தரத்தின் எல்லையிலே
அடக்கம்பண்ணினார்கள். 50. அந்நாட்களிலே ஆரோனின் குமாரனான
எலெயாசார் மரித்தான்; அவனை எப்பிராயீம் மலையிலே
அவனுடைய குமாரனான பினெகாசுக்குக் கொடுக்கப்பட்ட மேட்டிலே
அடக்கம்பண்ணினார்கள்.

யாசேரின் ஆகமம்

அத்தியாயம் 91

1. அக்காலத்திலே, யோசுவா மரித்த பின்பு, கானானியரின்
பிள்ளைகள் இன்னும் தேசத்திலே இருந்தார்கள்; இஸ்ரவேலர்
அவர்களைத் துரத்திவிடத் தீர்மானித்தார்கள். 2. இஸ்ரவேல் புத்திரர்
கர்த்தரை நோக்கி: கானானியரோடே யுத்தம்பண்ண எங்களுக்கு
முன்பாக முதலாவது யார் போகவேண்டும்? என்று கேட்டார்கள்;
கர்த்தர்: யூதா போகக்கடவன் என்றார். 3. யூதாவின் பிள்ளைகள்
சிமியோனை நோக்கி: கானானியரோடே யுத்தம்பண்ண எங்கள்
சுதந்தர வீதத்திற்கு எங்களோடே கூட வாருங்கள், நாங்களும் உங்கள்
சுதந்தர வீதத்திற்கு உங்களோடே கூட வருவோம் என்றார்கள்;
அப்படியே சிமியோனின் பிள்ளைகள் யூதாவின் பிள்ளைகளோடே
போனார்கள். 4. யூதாவின் பிள்ளைகள் ஏறிப்போய்க்
கானானியரோடே யுத்தம்பண்ணினார்கள்; கர்த்தர் கானானியரை
யூதாவின் பிள்ளைகளின் கைகளில் ஒப்புக்கொடுத்தார், அவர்கள்
பேசேக்கிலே பதினாயிரம் பேரைக் கொன்றுபோட்டார்கள். 5.
அவர்கள் பேசேக்கிலே அதோனிபேசேக்கோடே
யுத்தம்பண்ணினார்கள்; அவன் அவர்களுக்கு முன்பாகத்
தப்பியோடினான், அவர்கள் அவனைப் பின்தொடர்ந்து பிடித்து,
அவனுடைய கைபெருவிரல்களையும் கால்பெருவிரல்களையும்
தறித்துப்போட்டார்கள். 6. அப்பொழுது அதோனிபேசேக்:
கைபெருவிரல்களும் கால்பெருவிரல்களும் தறிக்கப்பட்ட எழுபது
ராஜாக்கள் என் மேசையின்கீழ் விழுந்ததைப்
பொறுக்கிக்கொண்டிருந்தார்கள்; நான் செய்தபடியே தேவன் எனக்குச்
சரிக்கட்டினார் என்றான்; அவர்கள் அவனை எருசலேமுக்குக்
கொண்டுபோனார்கள், அவன் அங்கே மரித்துப்போனான். 7.
சிமியோனின் பிள்ளைகள் யூதாவின் பிள்ளைகளோடேகூடப் போய்,
கானானியரைப் பட்டயக்கருக்கினால் முறியடித்தார்கள். 8. கர்த்தர்
யூதாவின் பிள்ளைகளோடே இருந்தார், அவர்கள் மலைத்தேசத்தைச்
சுதந்தரித்துக்கொண்டார்கள்; யோசேப்பின் பிள்ளைகளும்
பெத்தேலுக்கு ஏறிப்போனார்கள், பெத்தேலின் முந்தின பெயர் லூஸ்,
கர்த்தர் அவர்களோடே இருந்தார். 9. யோசேப்பின் பிள்ளைகள்
பெத்தேலை வேவுபார்த்தார்கள்; காவலாளிகள் பட்டணத்திலிருந்து
ஒரு மனுஷன் புறப்பட்டுவருகிறதைக் கண்டு, அவனைப் பிடித்து:
பட்டணத்திற்குள் போகும் வழியை எங்களுக்குக் காண்பி, நாங்கள்
உனக்குத் தயவுசெய்வோம் என்றார்கள். 10. அந்த மனுஷன்
பட்டணத்திற்குள் போகும் வழியை அவர்களுக்குக் காண்பித்தான்;
யோசேப்பின் பிள்ளைகள் வந்து, பட்டணத்தைப் பட்டயக்கருக்கினால்
முறியடித்தார்கள். 11. அந்த மனுஷனையும் அவனுடைய
குடும்பத்தாரையும் அவர்கள் அனுப்பிவிட்டார்கள்; அவன் ஏத்தியரின்

தேசத்திற்குப் போய், ஒரு பட்டணத்தைக் கட்டி, அதற்கு லூஸ் என்று
பேரிட்டான்; அப்படியே இஸ்ரவேலர் எல்லாரும் தங்கள்
பட்டணங்களில் குடியிருந்தார்கள்; யோசுவாவின் சகல நாட்களிலும்,
யோசுவாவுக்குப் பின்பு உயிரோடிருந்து, கர்த்தர் இஸ்ரவேலுக்காகச்
செய்த அவருடைய பெரிய கிரியைகளைக் கண்ட மூப்பர்களுடைய
சகல நாட்களிலும், இஸ்ரவேல் புத்திரர் கர்த்தருக்கு
ஊழியஞ்செய்தார்கள். 12. யோசுவா மரித்த பின்பு மூப்பர்கள்
இஸ்ரவேலைப் பதினேழு வருஷங்கள் நியாயந்தீர்த்தார்கள். 13. இந்த
மூப்பர்கள் எல்லாரும் கானானியருக்கு விரோதமாக இஸ்ரவேலின்
யுத்தங்களை நடத்தினார்கள்; இஸ்ரவேலரை அவர்கள் தேசத்தில்
குடியிருக்கப்பண்ணும்படிக்கு, கர்த்தர் கானானியரை இஸ்ரவேல்
புத்திரருக்கு முன்பாகத் துரத்திவிட்டார். 14. அவர் ஆபிரகாம் ஈசாக்கு
யாக்கோபு என்பவர்களோடே சொல்லியிருந்த எல்லா
வார்த்தைகளையும், கானானியரின் தேசத்தை அவர்களுக்கும் அவர்கள்
பிள்ளைகளுக்கும் கொடுப்பேன் என்று அவர் இட்டிருந்த
ஆணையையும் நிறைவேற்றினார். 15. அவர்கள் பிதாக்களுக்கு அவர்
ஆணையிட்டிருந்தபடியே, கர்த்தர் கானான் தேசம் முழுவதையும்
இஸ்ரவேல் புத்திரருக்குக் கொடுத்தார்; கர்த்தர் அவர்களைச்
சுற்றிலுமிருந்தவர்களிடமிருந்து அவர்களை இளைப்பாறப்பண்ணினார்,
இஸ்ரவேல் புத்திரர் தங்கள் பட்டணங்களில் பத்திரமாய்க்
குடியிருந்தார்கள். 16. கர்த்தர் என்றென்றைக்கும்
ஸ்தோத்தரிக்கப்படுவாராக; ஆமென், ஆமென். 17. கர்த்தரை
நம்பியிருக்கிற நீங்களெல்லாரும் திடமனதாயிருங்கள், உங்கள்
இருதயம் ஸ்திரப்பட்டிருக்கக்கடவது.

முற்றிற்று

எங்களின் வெளியீடுகள்

*Note: All our releases are **not copyrighted** but given **free of cost** & made **Public Domain**, as per Matthew 10:8. So, you are free to download, print, publish without any permissions from us. You can download all our content from www.WordOfGod.in or www.Archive.org without registration or login.*

1. *Bible Concordances (Online, Apps & PDFs)*
2. *Bible Devotions (Online, Apps & PDFs)*
3. *Bible Dictionaries (Online, Apps & PDFs)*
4. *Bible Wallpapers (for Full Bible in many languages)*
5. *Promise Cards Designs (in many languages)*
6. *Good News Collections (Online, Apps & PDFs)*
7. *Bible App/Software Modules*
8. *Bible Stickers & Boards for Gospel (in many languages)*
9. *Gospel Tracts (in many languages)*
10. *Old Bibles (Online, Apps & PDFs)*
11. *Mobile Ringtones (Bible Verses / Songs, many languages)*

Our Other Books (Print & E-Books)

1. தம்பிரான் வணக்கம் 1578 [ஆசிரியர்: பழங்காசு சீனிவாசன், ஏசுதாஸ் சாலொமோன்]
2. தமிழ் பைபிள் 1714 பாகம் 1 (மத்தேயு முதல் அப்போஸ்தலருடைய நடபடிகள் வரை)
3. தமிழ் பைபிள் 1714 பாகம் 2 (ரோமர் முதல் வெளிப்படுத்தல் வரை)
4. ஒருவருட வேதாகமம் (தமிழ், *English, Telugu, Kannada, Malayalam, Hindi)*
5. ஒருவருட வேதாகமம் - சம்பவங்கள் நடந்த கால வரிசைப்படி (தமிழ், *English, Telugu, Kannada, Malayalam, Hindi)*
6. தமிழ் பைபிள் *1836* — இரேனியஸ் ஐயர்
7. வேதாகம புத்தக அறிமுகம்
8. தமிழ் வேதாகம ஒத்தவாக்கிய விளக்கவுரை
9. ஒரு வருட வேத வாசிப்பு திட்டம்
10. *One Year Bible Reading Plan*
11. சங்கீதமும் நீதிமொழிகளும்
12. சங்கீத புத்தகத்திலுள்ள ஜெபங்கள்
13. தமிழ் - வேதாகம மனப்பாட வசனங்கள் பாகம் 1

14. *தமிழ் - வேதாகம மனப்பாட வசனங்கள் பாகம் 2*
15. *Tanglish - Vedaagama Manappaada Vasanagal Bagam 1*
16. *Tanglish - Vedaagama Manappaada Vasanagal Bagam 2*
17. *Bible Memory Verses Volume 1*
18. *Bible Memory Verses Volume 2*
19. *Bible Coloring Books 01 Creation [Tamil, English]*
20. *Bible Coloring Books 02 Adam and Eve [Tamil, English]*
21. *Bible Coloring Books 03 Cain and Abel [Tamil, English]*
22. *Bible Coloring Books 04 Noah [Tamil, English]*
23. *ஞாயிறு பள்ளி பாடங்கள் - தொடக்கநிலை - பாகம் 1*
24. *Tanglish - Gnayiru Palli Paadangal - Thodakkanilai - Baagam 1*
25. *Bible Coloring Book for Sunday School Syllabus Beginners - Volume 1*
26. *வேதாகம தியானங்கள் பாகம் 1 — [40 லெந்து நாட்கள் [ஆசிரியர்: கிளாடிஸ் சுகந்தி ஹாசிலிட்]*
27. *வேதாகம தியானங்கள் பாகம் 2 — [40 லெந்து நாட்கள் [ஆசிரியர்: கிளாடிஸ் சுகந்தி ஹாசிலிட்]*
28. *வேதாகம தியானங்கள் பாகம் 3 - [25 கிறிஸ்மஸ் தியானங்கள். ஆசிரியர்: கிளாடிஸ் சுகந்தி ஹாசிலிட்]*
29. *வேதாகம தியானங்கள் பாகம் 4 [365 நாட்கள். ஆசிரியர்: கிளாடிஸ் சுகந்தி ஹாசிலிட்]*
30. *வேதாகம தியானங்கள் பாகம் 5 [ஆசிரியர்: சார்லஸ் ஸ்பர்ஜன்]*
31. *அபிஷேகம் [ஆசிரியர்: Rev. Dr. A. பிரகாசம்]*
32. *என் வாழ்வில் தேவனுடைய கிருபை [ஆசிரியர்: Rev. Dr. A. பிரகாசம்]*
33. தமிழ் இணைநிலை வேதாகமங்கள்
34. *English Parallel Bibles [Hebrew, Greek, Latin, English all in one)*
35. கர்த்தருக்குச் சித்தம் [ஆசிரியர்: Rev. Dr. A. பிரகாசம்]
36. *சீகன்பால்குவின் ஓலைச்சுவடி பிரசங்கங்கள்*
37. *70 விதமான பாக்கியவான்கள் [சீகன்பால்கு]*
38. தமிழ் வேதாகம பழைய மொழிபெயர்ப்புகள்
39. *சிறுவர்களுக்கான மாதிரி ஜெபங்கள் பாகம் 1 & 2*
40. *Model Prayers for Kids Volume 1 & 2*
41. விசுவாச ஜீவியம் [S. பரமானந்தம் ஐயர்]
42. அன்பின் ஜீவியம் [S. பரமானந்தம் ஐயர்]
43. தேவசித்த ஜீவியம் [S. பரமானந்தம் ஐயர்]
44. *நீங்கள் இயேசு கிறிஸ்துவை அறிய வேண்டியது மிக மிக அவசியம் [S. பரமானந்தம் ஐயர்]*
45. *கிறிஸ்தவ கடவுள் யார்? அவர் எப்படிப்பட்டவர்?*
46. *இயேசு கிறிஸ்து யார்? அவர் எப்படிப்பட்டவர்?*

47. *ஸ்ட்ராங்க்ஸ் எபிரேய அகராதி*
48. *ஸ்ட்ராங்க்ஸ் கிரேக்க அகராதி*
49. *Your Lifelong Bible Guide for Every Stage of Life*
50. *குணமாக்கு வேத மாத்திரை (வசனங்கள்)*
51. *Healing Bible Tablet (Scriptures)*
52. चंगाई बाइबिल टैबलेट *(वचन)* 2.0
53. *பல்வேறுக் கைப்பிரதிகள் (English, Tamil, Kannada)*
54. *யாசேரின் ஆகமம்*

www.ingramcontent.com/pod-product-compliance
Lightning Source LLC
LaVergne TN
LVHW100249210926
848480LV00003B/871
* 9 7 9 8 9 0 4 3 1 5 8 0 1 *